ಛಂದ ಪುಸ್ತಕ

ಓದಿ ಓದಿ ಮರುಳಾಗಿ!

ಫಿರಾತ್ ಸುನೇಲ್

ದಿ ಲೈಟ್‌ಹೌಸ್ ಫ್ಯಾಮಿಲಿ

ಟರ್ಕಿ ದೇಶದ ಕಾದಂಬರಿ

ಕನ್ನಡಕ್ಕೆ

ಡಾ. ಮಾಧುರಿ ಕುಲಕರ್ಣಿ

The Lighthouse Family
-A novel in Turkish by Firat Sunel
translated to Kannada by Dr. Madhuri Kulkarni
Published by Chanda Pustaka,
I-004, Mantri Paradise,
Bannerughatta Road, Bangalore-560 076
ISBN: 978-81-964641-9-6

ಮೊದಲ ಮುದ್ರಣ: 2023
ಮುಖಪುಟ ಕಲಾಕೃತಿ: ದೀಲೇಕ್ ಕರಚಾರ್ಯ
ಮುಖಪುಟ ವಿನ್ಯಾಸ: ಸೌಮ್ಯ ಕಲ್ಯಾಣಕರ್
ಕರಡು ತಿದ್ದುವಿಕೆ: ಪುನರ್ವಸು / ಕಾವ್ಯಾ ಕಡಮೆ
ಪುಟಗಳು: 196 ಬೆಲೆ: ₹ 230
ಕಾಗದ: STORA 70 ಜಿಎಸ್ಎಂ, 1/8 ಡೆಮಿ

ಪ್ರತಿಗಳಿಗಾಗಿ ಸಂಪರ್ಕಿಸಿ:

ಛಂದ ಪುಸ್ತಕ
ಐ-004, ಮಂತ್ರಿ ಪ್ಯಾರಡೈಸ್
ಬನ್ನೇರುಘಟ್ಟ ರಸ್ತೆ
ಬೆಂಗಳೂರು-560 076
ಸೆಲ್: 98444 22782
me@vasudhendra.com

ಮುದ್ರಣ:

ಟ್ರಿನಿಟಿ ಅಕಾಡೆಮಿ, ಕುಡ್ಲು ಗೇಟ್, ಹೊಸೂರು ರಸ್ತೆ, ಬೆಂಗಳೂರು

ಫಿರಾತ್ ಸುನೇಲ್

21 ಫೆಬ್ರುವರಿ 1966 ರಂದು ಓಡೆಮಿಶ್‌ನಲ್ಲಿ ಜನಿಸಿದ ಫಿರಾತ್ ಸುನೇಲ್ ತಮ್ಮ ಪ್ರಾಥಮಿಕ ಮತ್ತು ಮಾಧ್ಯಮಿಕ ಶಿಕ್ಷಣವನ್ನು ಇಝ್ಮೀರಿನಲ್ಲಿ ಪೂರ್ಣಗೊಳಿಸಿದರು. ಇಸ್ತಾನ್‌ಬೂಲ್ ವಿಶ್ವವಿದ್ಯಾಲಯದಲ್ಲಿ ಕಾನೂನು ಪದವಿಯನ್ನು ಮುಗಿಸಿದ ನಂತರ ಜರ್ಮನಿಯ ಬೋಕಮ್‌ನ ರುಹ್ರ್ ವಿಶ್ವವಿದ್ಯಾಲಯದಲ್ಲಿ ಸ್ನಾತಕೋತ್ತರ ಪದವಿಯನ್ನು ಪಡೆದರು. ವೃತ್ತಿಯಿಂದ ರಾಜತಾಂತ್ರಿಕರಾದ ಸುನೇಲ್ ಅವರು ಡೂಸಲ್ಡಾರ್ಫ್‌ನಲ್ಲಿ ಕಾನ್ಸುಲ್ ಜನರಲ್ ಆಗುವ ಮೊದಲು ಬ್ಯಾಂಕಾಕ್, ಬಾನ್, ಎಸ್ಸೆನ್ ಮತ್ತು ಟಿಬಿಲಿಸಿಯಲ್ಲಿ ಸೇವೆ ಸಲ್ಲಿಸಿದರು. ಇವರು ಅಸ್ಮಾರಾ/ಎರಿಟ್ರಿಯಾದಲ್ಲಿ ರಾಯಭಾರಿಯಾಗಿಯೂ ಮತ್ತು ವಿದೇಶಾಂಗ ಸಚಿವಾಲಯದಲ್ಲಿ ಕಾನೂನು ವ್ಯವಹಾರಗಳ ಮಹಾನಿರ್ದೇಶಕರಾಗಿಯೂ ಕಾರ್ಯನಿರ್ವಹಿಸಿದ್ದಾರೆ.

ಫಿರಾತ್ ಸುನೇಲ್ ಅವರ ಪ್ರಕಟಿತ ಕಾದಂಬರಿಗಳಲ್ಲಿ ಇಝ್ಮಿರ್ಲಿ(ಇಝ್ಮಿರ್ಲಿ ನೇಟಿವ್) ಮತ್ತು 'Salkım Söğütlerin Gölgesinde' (ಇನ್ ದಿ ಶೇಡ್ ಆಫ್ ವೀಪಿಂಗ್ ವಿಲ್ಲೋಸ್, 2011) ಕಾದಂಬರಿಯು ಅಜೆರ್ಬೈಜಾನಿ, ಅಲ್ಬೇನಿಯನ್ ಮತ್ತು ಜಾರ್ಜಿಯನ್ ಭಾಷೆಗಳಿಗೆ ಅನುವಾದಗೊಂಡಿದೆ. Büyük Sürgün: Kafkasya (ದಿ ಗ್ರೇಟ್ ಎಕ್ಸೈಲ್ – ಕಕೇಶಿಯಾ) ಟೀವಿ ಸರಣಿಯಾಗಿ ರೂಪುಗೊಂಡಿದೆ.

ಫಿರಾತ್ ಸುನೇಲ್ ಅವರು ಪ್ರಸ್ತುತ ಭಾರತ, ನೇಪಾಳ ಮತ್ತು ಭೂತಾನ್ ರಾಷ್ಟ್ರಗಳಿಗೆ ಟರ್ಕಿಶ್ ರಾಯಭಾರಿಯಾಗಿದ್ದಾರೆ. ಗೃಹಸ್ಥರಾದ ಇವರಿಗೆ ಇಬ್ಬರು ಮಕ್ಕಳು ಇದ್ದಾರೆ.

authorfiratsunel@gmail.com

ಡಾ. ಮಾಧುರಿ ಕುಲಕರ್ಣಿ

ವೃತ್ತಿಯಲ್ಲಿ ವೈದ್ಯೆಯಾಗಿದ್ದು, ಸಾಹಿತ್ಯದಲ್ಲಿ ಅಭಿರುಚಿ ಹೊಂದಿದ್ದಾರೆ. ಅನೇಕ ಸಾಹಿತ್ಯ ಸಮ್ಮೇಳನಗಳಲ್ಲಿ ಭಾಗವಹಿಸುತ್ತಾರೆ ಮತ್ತು ಓದುಗರ ಕೂಟಗಳ ಸದಸ್ಯತ್ವ ಹೊಂದಿದ್ದಾರೆ. ಬಾನುಲಿ ಮತ್ತು ದೂರದರ್ಶನಗಳಲ್ಲಿ ವೈದ್ಯಕೀಯ ವಿಷಯಗಳ ಕುರಿತು ಕನ್ನಡದಲ್ಲಿ ಭಾಷಣಗಳನ್ನು ನೀಡಿದ್ದಾರೆ. ಸ್ವಂತ ಆಸಕ್ತಿಯಿಂದ ಕನ್ನಡ ಸ್ನಾತಕೋತ್ತರ ಅಭ್ಯಾಸ, ಸಂಸ್ಕೃತ ಕಲಿಕೆ ಮತ್ತು ಹಳಗನ್ನಡದ ಓದಿನಲ್ಲಿ ತೊಡಗಿಕೊಂಡಿದ್ದಾರೆ. ಕಿಂಡ್ಲರ್ ಪ್ರಕಾಶನದ ಸಂಕಲನವೊಂದರಲ್ಲಿ ತಮ್ಮ ಸಣ್ಣಕತೆ ಮತ್ತು ಕವನವನ್ನು ಪ್ರಕಟಿಸಿದ್ದಾರೆ. ರಂಗಭೂಮಿಯಲ್ಲಿ ಆಸಕ್ತರಾಗಿದ್ದು ಕನ್ನಡ ಮತ್ತು ಆಂಗ್ಲ ನಾಟಕಗಳಲ್ಲಿ ಭಾಗವಹಿಸಿದ್ದಾರೆ. ಸಂಗೀತ ಮತ್ತು ಪ್ರವಾಸ ಇವರ ಹವ್ಯಾಸಗಳು.

mkmysore@gmail.com | 99002 15766

ಯೋಂಕಾ'ಗೆ

ಅನುವಾದಕರ ನುಡಿ

ವಸುಧೇಂದ್ರ ಅವರ ಸಾವಿರಾರು ಅಭಿಮಾನಿಗಳಲ್ಲಿ ನಾನು ಸಹ ಒಬ್ಬಳು. ಅವರ ಎಲ್ಲ ಪುಸ್ತಕಗಳನ್ನು ಓದಿ, ದೂರದಿಂದಲೇ ಅವರ ಪ್ರತಿಭೆ, ಕಾರ್ಯ ವ್ಯಾಪ್ತಿಗಳನ್ನು ಗಮನಿಸುತ್ತಾ ಹಲವು ವರ್ಷಗಳೇ ಕಳೆದಿವೆ. ಅನೇಕ ವೇದಿಕೆಗಳಲ್ಲಿ ಅವರ ಮಾತುಗಳನ್ನು ಕೇಳಿ ಆ ವ್ಯಕ್ತಿತ್ವ ಎಷ್ಟು ಸ್ನೇಹಪರ ಎಂದು ಮನಗಂಡಿದ್ದರೂ ಕೂಡ ಅವರ ವೈಯಕ್ತಿಕ ಪರಿಚಯವಾದದ್ದು ಕೆಲವು ವರ್ಷಗಳ ಕೆಳಗಷ್ಟೇ! ಬೆಂಗಳೂರಿನ 'ಅಭ್ಯಾಸ' ಎನ್ನುವ ಹಳಗನ್ನಡ ಓದುಗರ ಒಂದು ಹವ್ಯಾಸಿ ಬಳಗದ ಮೂಲಕ. ಇಲ್ಲಿಯೂ ಅಷ್ಟೇ... ಅವರ ಹುಮ್ಮಸ್ಸಿನ ಭಾಗವಹಿಸುವಿಕೆ, ಸೂಕ್ಷ್ಮ ಸಂವೇದನೆ ಮತ್ತು ಶಿಸ್ತಿನ ವಿಷಯ ಪ್ರತಿಪಾದನೆಗಳನ್ನು ಇನ್ನಷ್ಟು ಹತ್ತಿರದಿಂದ ಕಂಡು ಅವರಿಂದ ಕಲಿಯುವ ಅವಕಾಶ ದೊರೆತಿದ್ದು ಒಂದು ಸುಕೃತ.

ಹೀಗಿರುವಾಗ, 'ಈ ಕಾದಂಬರಿಯ ಇಂಗ್ಲಿಷ್ ಅನುವಾದವನ್ನು ಓದಿ ಅಭಿಪ್ರಾಯ ತಿಳಿಸಿ' ಎಂದು ಅವರ ಸಂದೇಶ ಬಂದಾಗ ಇದರ ಕನ್ನಡ ಅನುವಾದ ಮಾಡುವ ಜವಾಬ್ದಾರಿಯನ್ನು ನನಗೆ ವಹಿಸಬಹುದೆಂದು ಕನಸಿನಲ್ಲಿಯೂ ಎಣಿಸಿರಲಿಲ್ಲ. ಅತ್ಯುತ್ಸಾಹದಿಂದ ಒಪ್ಪಿಕೊಂಡು, ತಕ್ಷಣವೇ ಓದಲಾರಂಭಿಸಿದೆ. ಓದುತ್ತ ಹೋದಂತೆ ನಾನೂ ಸಹ ಈ ವಿಶಿಷ್ಟ ಕುಟುಂಬದ ಪಾತ್ರವೇ ಆದಂತೆ, ಅವರ ನೋವು ನಲಿವುಗಳನ್ನು ಕ್ಷಣ ಕ್ಷಣವೂ ಅನುಭವಿಸಿದಂತೆ ಮನಸ್ಸು ತುಂಬಿ ಬಂತು. ಸಮುದ್ರ ತಟದಲ್ಲಿ ಜೀವನ ಮಾಡುತ್ತಿದ್ದ ಈ ದೀಪಸ್ತಂಭದ ಕುಟುಂಬದ ಪಾತ್ರಗಳೆಲ್ಲ ನಮ್ಮ ಕಣ್ಣ ಮುಂದೆ ಜೀವತಳೆದಂತೆ ಭಾಸವಾಗುತ್ತದೆ. ಅವರ ಅನುಬಂಧದ, ಅಭಿಮಾನದ, ಆಕಾಂಕ್ಷೆಯ ಮತ್ತು ಅಸಹಾಯಕತೆಯ ಅನೇಕ ಹೊಳಹುಗಳನ್ನು ಅತ್ಯಂತ ಮಾರ್ಮಿಕವಾಗಿ ಪುಟ್ಟ ಕೃತಿಯಲ್ಲಿ ಸೆರೆಹಿಡಿದಿರುವ ಲೇಖಕರ ಜೀವನದೃಷ್ಟಿ ಮತ್ತು ಅನುಭವಸಂಪುಷ್ಟಿ ಕಾದಂಬರಿಯನ್ನು ಬಿಡದಂತೆ ಓದಿಸಿಕೊಂಡು ಹೋಗುತ್ತದೆ. ಮನಸ್ಸು ಆರ್ದ್ರವಾಗಿ, ಕಣ್ಣು ತೇವಗೊಳ್ಳುತ್ತವೆ. ಹೃದಯ ಭಾರವಾಗುತ್ತದೆ.

ವಸುಧೇಂದ್ರ ಅವರು ಕೊಟ್ಟ 10 ದಿನಗಳ ಗಡುವಿಗಿಂತ ಎರಡು ಮೂರು ದಿನ ಮುಂಚೆಯೇ ನನ್ನ ಅಭಿಪ್ರಾಯವನ್ನು ಉತ್ಸಾಹದಿಂದ ಅವರಿಗೆ ತಿಳಿಸಿದೆ. ಅನುವಾದಕ್ಕಷ್ಟೇ ಅಲ್ಲ, ಒಂದು ಚಲನಚಿತ್ರಕ್ಕೂ ಅತ್ಯಂತ ಸಮರ್ಪಕವಾದ ವಸ್ತು

ವಿಶೇಷ ಇಲ್ಲಿದೆ ಎಂದು ಹೇಳಿದೆ. ಮರುಕ್ಷಣವೇ ಅವರು ಅದನ್ನು ಕನ್ನಡಕ್ಕೆ ಅನುವಾದಿಸಬೇಕೆಂದು ಹೇಳಿದಾಗ, ಈ ಮೊದಲು ಯಾವುದೇ ಗಣನೀಯ ಸಾಹಿತ್ಯ ಪ್ರಕ್ರಿಯೆಯಲ್ಲಿ ಅನುಭವವಿಲ್ಲದ ನನ್ನಲ್ಲಿ ಅವರು ಇರಿಸಿದ ಭರವಸೆ ಮತ್ತು ಪ್ರೋತ್ಸಾಹಕರ ನಿಲುವು ನನ್ನಲ್ಲಿ ಎಂದಿಲ್ಲದ ಹುರುಪನ್ನು ತುಂಬಿ, ಕೊಂಚ ಅಳುಕಿನಿಂದಲೇ ಒಪ್ಪಿಕೊಂಡೆ. ಇದು ಈ ಕ್ಷೇತ್ರದಲ್ಲಿ ನನ್ನ ಮೊದಲನೆಯ ಪ್ರಯತ್ನ.

ವಸುಧೇಂದ್ರ ಅವರು ಕೊಟ್ಟ ಎರಡು ತಿಂಗಳ ಅವಧಿಯಲ್ಲಿ ಮಗನ ಮನೆಗೆ ಅಮೆರಿಕೆಗೆ ಬಂದೆ. ಕನ್ನಡದಲ್ಲಿ ಬೆರಳಚ್ಚು ಮಾಡುವುದು ನನಗೆ ಕೊಂಚ ನಿಧಾನ. ನನ್ನ ಹುಟ್ಟು ಹಬ್ಬಕ್ಕೆ ಮಗನ ಕೊಡುಗೆಯಾದ ಕಿಂಡಲ್ ಸ್ಕ್ರೈಬ್‌ನ ಮೇಲೆ ಬರೆದು, ವಾಯ್ಸ್ ಟೈಪಿಂಗ್‌ನ ಮೂಲಕ ಅನುವಾದ ಮಾಡಿ, ಪ್ರತಿಯನ್ನು ವಸುಧೇಂದ್ರ ಅವರಿಗೆ ಕಳಿಸಿದೆ. ಮಧ್ಯಮಧ್ಯ ಅನುಮಾನ ಬಂದಾಗಲೆಲ್ಲ ಅವರನ್ನು ಕೇಳಿ ಸಮಸ್ಯೆಗಳಿಗೆ ಪರಿಹಾರ ಕಂಡುಕೊಳ್ಳುತ್ತಿದ್ದೆ. ಟರ್ಕಿಶ್ ಸಂಸ್ಕೃತಿಯ ಮತ್ತು ಇತಿಹಾಸದ ಅನೇಕ ವಿಷಯಗಳ ಪರಿಷ್ಕರಣೆ ಹಾಗೂ ಹಲವಾರು ಟರ್ಕಿಶ್ ಶಬ್ದಗಳಿಗೆ ಸಮಾನಾರ್ಥಕ ಪದಗಳನ್ನು ಹುಡುಕಿಕೊಳ್ಳುವುದು ಹೆಚ್ಚಿನ ಸವಾಲಾಗಿತ್ತು.

ನನ್ನ ಭಾಷಾಂತರವನ್ನು ಓದಿದ ವಸುಧೇಂದ್ರ ಅವರು ಅದರ ಸೂಕ್ಷ್ಮ ಪರಿಶೀಲನೆಯನ್ನು ದಾದಾಪೀರ್ ಜೈಮನ್‌ರಿಗೆ ವಹಿಸಿದರು. ಈ ಮೂಲಕ ನನಗೆ ಇನ್ನೊಬ್ಬ ಸಂವೇದನಾಶೀಲ, ಪ್ರತಿಭಾವಂತ ಹಾಗೂ ನಿಷ್ಕಳಂಕ ವ್ಯಕ್ತಿಯ ಸ್ನೇಹ ಪ್ರಾಪ್ತವಾಯಿತು. ಅನುವಾದದ ಅಭಿವ್ಯಕ್ತಿಯಲ್ಲಿ ನಾನು ಗಮನಿಸಿರದ ಅಥವಾ ಒತ್ತುಕೊಡದಿದ್ದ ಅನೇಕ ವಿಷಯಗಳನ್ನು ದಾದಾಪೀರ್ ತಮ್ಮ ಕೌಶಲ್ಯ, ಭಾಷಾಪ್ರಭುತ್ವ ಮತ್ತು ಅನುಭವದ ಸಾರಣಿಗೆಯಲ್ಲಿ ಶೋಧಿಸಿ ಪ್ರತಿ ಹಂತದಲ್ಲೂ ನನ್ನೊಂದಿಗೆ ಮತ್ತು ವಸುಧೇಂದ್ರರೊಂದಿಗೆ ಚರ್ಚಿಸುತ್ತಾ ಈ ಅನುವಾದಕ್ಕೆ ಸುಂದರ ರೂಪಾಂತರ ಮಾಡಿದ್ದಾರೆ.

ಈ ಕೃತಿಯ ಮೂಲಕ ನಾನು ಅನುವಾದದ ಅನೇಕ ಸೂಕ್ಷ್ಮಗಳನ್ನು ಕಲಿತಿದ್ದೇನೆ. ಪರಸ್ಪರ ಸೌಹಾರ್ದದಿಂದ ಹೇಗೆ ಪಕ್ವತೆಯನ್ನು ಸಾಧಿಸಬಹುದು ಮತ್ತು ಮಾಡುವ ಕೆಲಸದಲ್ಲಿ ವಹಿಸುವ ಆಸಕ್ತಿ, ದಕ್ಷತೆ ಮತ್ತು ಕಾರ್ಯಶೀಲತೆಗಳು ಹೇಗೆ ಒಂದಕ್ಕೊಂದು

ಪೂರಕವಾಗಿ ಪಾತ್ರವಹಿಸುತ್ತವೆ ಎಂಬುದನ್ನು ಅನುಭವಿಸಿದ್ದೇನೆ. ಈ ಅನುಭವ ನನ್ನ ವ್ಯಕ್ತಿತ್ವಕ್ಕೆ ನೀರೆರೆದು ಬೆಳೆಸಿದೆ ಎಂಬುದನ್ನು ಹೇಳಲು ಯಾವುದೇ ಹಿಂಜರಿಕೆ ಇಲ್ಲ.

ಮೂಲ ಕಾದಂಬರಿಯ ಸೌಂದರ್ಯವನ್ನು ಯಥಾವತ್ ಸೆರೆಹಿಡಿಯುವುದಷ್ಟೇ ಅಲ್ಲ, ಅಲ್ಲಿನ ಸೂಕ್ಷ್ಮತೆ ವಸ್ತುನಿಷ್ಠತೆಗಳಿಗೆ ಕುಂದು ಬರದಂತೆ ಓದುಗರಿಗೆ ಮನದಟ್ಟು ಮಾಡುವಂತೆ ನಿರೂಪಿಸುವ ಕಲೆಯ ಒಂದು ಅನುಭವಸ್ಥ ಮಾರ್ಗದರ್ಶನದಲ್ಲಿ ಈ ಕೃತಿ ರೂಪತಾಳಿದ ಈ ಕ್ಷಣದಲ್ಲಿ ನನ್ನ ಸಂತೋಷಕ್ಕೆ ಪಾರವಿಲ್ಲ. ವಸುಧೇಂದ್ರ ಮತ್ತು ದಾದಾಪೀರ್ ಇಬ್ಬರಿಗೂ ಈ ಅವಕಾಶಕ್ಕಾಗಿ ಮತ್ತು ಇಂತಹ ಮನಸ್ಪರ್ಶಿ ಕಾದಂಬರಿಯನ್ನು ರಚಿಸಿದ ಫಿರಾತ್ ಸುನೇಲ್ ಅವರಿಗೆ ನನ್ನ ಹೃದಯಪೂರ್ವಕ ಕೃತಜ್ಞತೆಗಳು. ನನ್ನ ಚೊಚ್ಚಲ ಸಾಹಿತ್ಯ ಪ್ರಕ್ರಿಯೆಯ ಬಾಣಂತನದಲ್ಲಿ ಪಾಲ್ಗೊಂಡ ಪತಿ ಆಂಬರೀಶ್, ಮಗ ಅಭಿಷೇಕ್ ಮತ್ತು ಸೊಸೆ ಪೂ... ಅವರಿಗೆ ನಲುಮೆಯ ಧನ್ಯವಾದಗಳು. ಕನ್ನಡದ ಓದುಗರು ಅಭಿಮಾನದಿಂದ ಆಸಕ್ತಿಯಿಂದ ಸ್ವೀಕರಿಸುವ ನಿರೀಕ್ಷೆಯಲ್ಲಿದ್ದೇವೆ.

ಡಾ. ಮಾಧುರಿ ಕುಲಕರ್ಣಿ

ಪುಸ್ತಕಕ್ಕೆ ಬಂದ ಮೆಚ್ಚುಗೆಯ ನುಡಿಗಳು

ಯುದ್ಧ, ವಲಸೆ ಮತ್ತು ಅದಮ್ಯ ಮಾನವ ಚೇತನವನ್ನು ಕುರಿತಾದ ಹೃದಯಸ್ಪರ್ಶಿ ಕಥನ. ಇಲ್ಲಿ ಕಗ್ಗತ್ತಲ ಕಾಲದಲ್ಲಿಯೂ ಭರವಸೆಯ ಬೆಳಕೊಂದು ಹೊಳೆಯುವ ಚಮತ್ಕಾರವಿದೆ. ಈ ಕಾದಂಬರಿ ಕಾಡುವ ಕತೆಯಾಗಿ ನಿಮ್ಮೊಳಗೆ ಉಳಿಯುತ್ತದೆ.

ವಿಕ್ರಮ್ ಸ್ವರೂಪ್

(ಎಂಟು ಅಕಾಡೆಮಿ ಪ್ರಶಸ್ತಿಗಳನ್ನು ಗೆದ್ದ 'ಸ್ಲಮ್‌ಡಾಗ್ ಮಿಲೇನಿಯರ್' ಸಿನಿಮಾಗೆ ಪ್ರೇರಿತವಾದ Q&A ಪುಸ್ತಕದ ಲೇಖಕ)

■

ಯುದ್ಧವು ಏಕಶಿಲೆಯ ವಿಗ್ರಹವನ್ನು ಮತ್ತೆ ಜೋಡಿಸದಂತೆ ಸ್ಫೋಟಿಸುತ್ತದೆ. ಯುದ್ಧದ ನಂತರದ ದೇಶವು, ಜೀವಂತವಾಗಿ ನಳನಳಿಸುತ್ತಿದ್ದ ಬದುಕಿನ ಛಿದ್ರ ಕಳೇಬರದಿಂದ ರೂಪುಗೊಂಡ ಕೊಲಾಜು. ಈ ಕಾದಂಬರಿ ಕಾಣಿಸಹೊರಟಿರುವುದೂ ಅಂಥದೇ ಸಂಕಟವನ್ನು. ಯುದ್ಧವನ್ನು ಹೇರಿದ ನೆಲದ ಜನರ ಹೊಯ್ದಾಟ, ಅಸಹಾಯಕತೆ, ಪಾಪಪ್ರಜ್ಞೆಗಳನ್ನು ಪುಟ್ಟ ಕಣ್ಣುಗಳ ಸಾಂದ್ರ ಭಾವಪ್ರಪಂಚದ ಮೂಲಕ ನಮ್ಮೊಳಗೆ ಹನಿಹನಿಯಾಗಿ ಬಸಿಯುತ್ತದೆ. ಈ ಕಾರಣಕ್ಕೇ ಮನುಷ್ಯಪ್ರಜ್ಞೆಯ ಮೂಲದಲ್ಲಿ ಬೇರೂರಿರುವ ಆರ್ದ್ರತೆ ಇಲ್ಲಿ ಸ್ಥಾಯಿಭಾವವಾಗಿದೆ. ಹಾಗಂತ ಇದು ನಮ್ಮನ್ನು ವೇದನೆಯಲ್ಲಿ ತೊಯ್ಯಿಸುವ ಕತೆಯಲ್ಲ. ದಟ್ಟವಾದ ವಿಷಾದವನ್ನು ಗೊರಟೆಯೊಳಗಿರಿಸಿಕೊಂಡೂ ಸಿಹಿಯಾದ ತಿರುಳ ಚರ್ಮ ಹೊದ್ದಿದೆ. ತಂತಿ ಕಿತ್ತು ಬಿದ್ದ ಏಕತಾರಿಯ ವಿಷಣ್ಣತೆಯ ನಡುವೆಯೂ ಜೀವಚೈತನ್ಯವ ಮೊಗೆಮೊಗೆದು ಉಣಿಸುತ್ತದೆ.

ಕಟ್ಟು ಹಾಕಿಸಿದ ಫೋಟೋದ ಒಳಗೆ ತಟಸ್ಥಗೊಂಡುಬಿಟ್ಟಿದ್ದು ಕಾಲ ಮಾತ್ರವಲ್ಲ, ವಯಸ್ಸು ಮೀರಿ ಯೋಚಿಸಬೇಕಾದ ಬಾಲರ ಮುಗ್ಧತೆಯ ನಾಶಕ್ಕೂ ಅಲ್ಲಿ ಜಾಗವಿದೆ. ಈ ಕಥಾವೃಕ್ಷದ ಟಿಸಿಲೊಂದನ್ನು ಕಿತ್ತು ನಮ್ಮೊಳಗೆ ನೆಟ್ಟರೆ ಸಾಕು, ನೆಲಕಚ್ಚಿಕೊಳ್ಳುವ 'ಕಣ್ಣೀರುಮರ'ದ ರೆಂಬೆಗಳಂತೆ ಬೆಳೆಯತೊಡಗುತ್ತದೆ. ಲೈಟ್‌ಹೌಸಿನ ಮೇಲಿರುವ ನಿತಾಂತ ಮೌನವೇ ನೊಂದ ಟರ್ಕಿ ಜನಪದದ ಜೋಗುಳವಾಗಿ ಕಾದಂಬರಿಯುದ್ದಕ್ಕೂ ಚಾಚಿಕೊಂಡಿದೆ.

ಕಾವ್ಯಾ ಕಡಮೆ

ನಿಮ್ಮ ಬಾಲ್ಯವೇ ನಿಮ್ಮ ತಾಯ್ನೆಲ
– ಎಪಿಕ್ಟೆಟಸ್

ನಾಂದಿ

ಆ ಭಾವಚಿತ್ರದಲ್ಲಿ ಅರ್ಧ ಚಡ್ಡಿ ಧರಿಸಿ, ಮಿಲಿಟರಿ ಸಲಾಮು ಮಾಡುತ್ತಿರುವ ಭಂಗಿಯಲ್ಲಿ ಎಲ್ಲರಿಗಿಂತ ಮುಂದೆ ನಿಂತಿರುವ ಚಿಕ್ಕ ಹುಡುಗನಿದ್ದಾನಲ್ಲಾ, ಅದು ನಾನೇ! ಮುಂದೊಂದು ದಿನ ಮಿಲಿಟರಿಯ ಒಳಸಂಚೊಂದು ನನ್ನ ಬದುಕನ್ನು ಬುಡಮೇಲು ಮಾಡಬಹುದೆಂಬ ಯಾವ ಕಲ್ಪನೆಯೂ ದೇವರ ದಯೆಯಿಂದ ಆಗ ನನಗಿರಲಿಲ್ಲ. ಬರಿಗಾಲು, ಬಡತನದಲ್ಲಿ ಸಹಜವೆಂಬಂತೆ ಅಲ್ಲಲ್ಲಿ ಹರಿದ ನನ್ನ ಬಟ್ಟೆಗಳು. ರಾತ್ರಿಯಿಂದ ರಾತ್ರಿಗೆ ತುಸು ಹೆಚ್ಚು ಕರಾಳವಾಗುತ್ತಿದ್ದ ಜರ್ಮನ್ ಯುದ್ಧಕಾಲದ ದಿನಗಳವು. ನಾವೂ ಶಕ್ತಿಮೀರಿ ಯುದ್ಧ ಮಾಡುತ್ತಿದ್ದೆವು. ಬಂದೂಕು ಮತ್ತು ತೋಳ್ಬಲದಿಂದಲ್ಲವಾದರೂ ನಮ್ಮ ಬಡತನದ ಜೊತೆಗೆ...

ನನ್ನ ಹೆಗಲ ಮೇಲಿರಿಸಿದ್ದ ಅಬ್ಬುವಿನ* ಕೈಯನ್ನು ಗಮನವಿಟ್ಟು ನೋಡಿದರೆ, ತುಂಟ ಹಾಗೂ ಚಂಚಲ ಮಗುವಾಗಿದ್ದ ನನ್ನನ್ನು ತುಸು ಹಿಡಿದು ನಿಲ್ಲಿಸಿದಂತೆ ತೋರುತ್ತದೆ. ಅಬ್ಬುವಿನ ಬಲ ಭಾಗದಲ್ಲಿರುವುದು ಯಾವತ್ತೂ ಸೌಮ್ಯತೆಯ ಪ್ರತಿರೂಪವಾಗಿದ್ದ ನನ್ನ ಅಮ್ಮಿ. ಭಾವಚಿತ್ರಗಳನ್ನು ದಿಟ್ಟಿಸಿ ನೋಡುತ್ತಿದ್ದರೆ ಅವು ನಮ್ಮೊಡನೆ ಮಾತಾಡುತ್ತವೆ ಎನ್ನುವುದು ನನ್ನ ದೃಢ ವಿಶ್ವಾಸವಾದರೂ, ಇಲ್ಲಿಯೂ ಆಕೆ ಶಾಂತ ಹಾಗೂ ಮೂಕಿ. ಅದೆಂತಹ ಅಂಜುಬುರುಕುತನದ ಭಂಗಿಯನ್ನು ಕ್ಯಾಮರಾಕ್ಕೆ ಕೊಟ್ಟಿದ್ದಾಳೆ!

ಗಂಟು ಮುಖ ಹಾಕಿಕೊಂಡು ಚಿತ್ರದ ಮಧ್ಯ ಭಾಗದಲ್ಲಿ ಮಟ್ಟಸವಾಗಿ ಕುಳಿತಿರುವಾಕೆ ನನ್ನ ಸೋದರತ್ತೆಯಾದ ಹನೀಮ್ ಹಾಲಾ; ಅಂದರೆ ಅಬ್ಬುವಿನ ಅಕ್ಕ. ಅಂಚಿನಲ್ಲಿ ಚಿತ್ರವತ್ತಾಗಿ ಕಸೂತಿ ಮಾಡಿದ ಮಸ್ಲಿನ್ ಹಿಜಾಬ್, ಎದೆಯ ಮೇಲೊಂದು ಮಸಕಲು ಸ್ವಾತಂತ್ರ್ಯ ಹೋರಾಟದ ಪದಕ, ತೊಂಬತ್ತೊಂಬತ್ತು ಮಣಿಗಳಿಂದ ಕೂಡಿದ್ದ ಹಳೆಯ ತಸ್ಬೀಹಾ ಜಪಮಾಲೆ – ಎಷ್ಟೋ ವರ್ಷಗಳ ಚಿಂತೆ ಮತ್ತು ದುಃಖಗಳು ನೆರಿಗೆಗಳಾಗಿ ಸುಕ್ಕುಗಟ್ಟಿದ್ದ ಮುಖದಿಂದಾಗಿ ಅತ್ತೆ ಯಾವತ್ತೂ

---

* ಅಬ್ಬು–ಅಪ್ಪ, ಅಮ್ಮಿ–ಅಮ್ಮ, ಆಪಾ–ಅಕ್ಕ, ಹಾಲಾ–ಅತ್ತೆ, ನಾನಿ–ಅಜ್ಜಿ, ದಾದಾ–ಅಜ್ಜ

ಪುರಾತನಳಂತೆ ಕಾಣುತ್ತಿದ್ದಳು. ಅವಳ ಬಲ ಪಕ್ಕದಲ್ಲಿರುವವನು ನನ್ನ ಹಿರಿಯಣ್ಣ ಇಲಿಯಾಸ್. ನನಗಿಂತ ಎರಡು ವರ್ಷ ದೊಡ್ಡವನಾದರೂ, ನಾವಿಬ್ಬರೂ ಸಮಾನ ವಯಸ್ಕರಂತೆ ಕಾಣುತ್ತೇವೆ. ನಾನು ದೊಡ್ಡವನಾದಂತೆಲ್ಲ ಅವನು ಚಿಕ್ಕವನಾಗುತ್ತಾ, ಮುಂದೊಂದು ದಿನ ನಾವಿಬ್ಬರೂ ಒಂದೇ ವಯಸ್ಸಿನವರಾಗಿ ಬಿಡುತ್ತೇವೆ ಎಂದು ನನಗಾಗ ಅನಿಸುತ್ತಿತ್ತು. ಆದರೆ ನಡೆದುದು ಅದಲ್ಲವೇ ಅಲ್ಲ, ಉದ್ದೇಶವಿಲ್ಲದಿದ್ದರೂ ನಾನು ಅವನನ್ನು ಮೀರಿ ಬೆಳೆದುಬಿಟ್ಟೆ.

ಆ ಸುಡು ಬಿಸಿಲಿನ ದಿನಗಳಲ್ಲಿಯೂ ದಪ್ಪನೆಯ ತೇಪೆ ಹಾಕಿದ ಪ್ಯಾಂಟ್ ಧರಿಸಿ ನನ್ನ ಈ ಪಕ್ಕ ಇರುವವಳು ನನ್ನ ಆಪಾ ಫೆರಿಹಾ. ಮುದುರಿ ಹೋಗಿರುವ ಈ ಭಾವಚಿತ್ರದ ಸುಕ್ಕುಗಳಲ್ಲಿ ಅವಳ ಮುಖ ಗುರುತಿಸುವುದು ಕಷ್ಟ. ಅವಳ ಆ ದಿನಗಳ ಮುಖವನ್ನು ಸರಿಯಾಗಿ ನೆನಪಿಸುವ ಬೇರೆ ಯಾವುದೇ ಭಾವಚಿತ್ರವೂ ನನ್ನಲ್ಲಿಲ್ಲ. ಅಷ್ಟೇ ಏಕೆ ನಮ್ಮ ಕುಟುಂಬವೆಲ್ಲ ಒಟ್ಟಿಗೆ ಇರುವ ಏಕೈಕ ಚಿತ್ರ ಇದೊಂದೇ!

ತನ್ನ ವೇಷಭೂಷಣಗಳಿಂದ ಹಾಗೂ ತುಂಟ ನೋಟದಿಂದ ಆಪಾ ಗಂಡುಬೀರಿ ಎಂದೇ ಅನಿಸುತ್ತಿತ್ತು. ನಾವು ಮೂವರಲ್ಲಿ ಅವಳೇ ಧೈರ್ಯಸ್ಥೆ ಮತ್ತು ಹಠಮಾರಿ ಅಬ್ಬುವಿನ ದಬ್ಬಾಳಿಕೆಯ ವರ್ತನೆಯನ್ನು ವಿರೋಧಿಸುತ್ತಿದ್ದವಳು ಅವಳೊಬ್ಬಳೇ. ನಾನು ಆಗ ಚಿಕ್ಕವನಾಗಿದ್ದರಿಂದಲೋ ಏನೋ, ಎಂದಿಗೂ ಅವಳ ಭಾವಪ್ರಪಂಚಕ್ಕೆ ಪ್ರವೇಶ ಮಾಡಲು ಸಾಧ್ಯವಾಗಲಿಲ್ಲ. ಕೆಲವೊಮ್ಮೆ ಮನೆಯ ಮೂಲೆಗಳಲ್ಲಿ ಅವಳೊಬ್ಬಳೇ ಕುಳಿತು ಆಲೋಚನೆಯಲ್ಲಿ ಕಳೆದುಹೋಗುತ್ತಿದ್ದಳು. ಅವಳ ಭಾವನೆಗಳು, ಕನಸುಗಳು, ಹವಣಿಕೆಗಳು ಎಂದೂ ನನ್ನ ಅಳವಿನ ಆಳಕ್ಕೆ ನಿಲುಕುತ್ತಿರಲಿಲ್ಲ. ಆ ಫೋಟೋದಲ್ಲಿರುವ ಅದೃಶ್ಯ ಸುಕ್ಕುಗಳಲ್ಲಿ ತನ್ನ ಭಾವನೆಗಳನ್ನು ಅವಳು ಅಡಗಿಸಿಟ್ಟಂತೆ ಭಾಸವಾಗುತ್ತದೆ. ತಾನೇ ಕತ್ತರಿಸಿಕೊಂಡ ತುಂಡು ಕೂದಲು ಮತ್ತು ಮಾಸಲು ಹಳೆಯ ಬಟ್ಟೆಗಳಿದ್ದರೂ ಅವಳು ಸುಂದರಿಯೇ ಆಗಿದ್ದಳು. ಆದರೆ ಅದನ್ನು ನಾನೆಂದೂ ಅವಳಿಗೆ ಹೇಳಲೇ ಇಲ್ಲ. ನಾವೆಲ್ಲರೂ ಹರಿದ ಮಾಸಲು ಬಟ್ಟೆಗಳನ್ನು ಧರಿಸಿರುತ್ತಿದ್ದೆವು. ವಯಸ್ಸಿಗೆ ಬಂದ ಹುಡುಗಿಯಾದರೂ ಅವಳು ಸೊಂಟಕ್ಕೆ ಎಲಾಸ್ಟಿಕ್ ಇದ್ದ ಮತ್ತು ಮೊಣಕಾಲಿಗೆ ತೇಪೆ ಹಚ್ಚಿದ್ದ ಉದ್ದನೆಯ ಪ್ಯಾಂಟು ಧರಿಸಿ, ಬರಿಗಾಲಲ್ಲಿಯೇ ಚಳಿ-ಬಿಸಿಲೆನ್ನದೇ ಎಲ್ಲೆಡೆ ತಿರುಗಾಡುತ್ತಿದ್ದಳು, ಥೇಟ್ ಈ ಫೋಟೋದಲ್ಲಿರುವಂತೆ. ನಾವೆಲ್ಲ ಹೀಗಿದ್ದರೂ ಯಾರಾದರೂ ಟೀಕಿಸಿಯಾರು ಎಂಬ ಅಳುಕೇ ಇರಲಿಲ್ಲ; ಯಾಕೆಂದರೆ ನಮಗೆ ಜನಸಂಪರ್ಕವೇ ಅಪರೂಪವಾಗಿತ್ತು. ಭಾವಚಿತ್ರದ ಹಿನ್ನೆಲೆಯಲ್ಲಿ ಕಾಣುತ್ತಿರುವ ಬೆಟ್ಟದ ಅಂಚಿನ ಪಾಳು ಭೂಮಿಯಲ್ಲಿರುವ ಬಿಳಿಯ ದೀಪಸ್ತಂಭವೇ ನಮ್ಮ ಮನೆ – ಅಲ್ಲಿಯೇ ನಾವು ಇರುತ್ತಿದ್ದುದು, ಎಲ್ಲರಿಂದಲೂ ದೂರವಾಗಿ.

ಬಡತನ ಮತ್ತು ಒಂಟಿತನಗಳು ಆ ಹೊತ್ತಿನ ನಮ್ಮ ವಿಧಿಯೇ ಆಗಿದ್ದರೂ, ಬಾಲ್ಯದ ಆ ಕಾಲವೇ ನಮ್ಮ ಬದುಕಿನ ಅತ್ಯಂತ ಸುಂದರ ಘಟ್ಟವಾಗಿತ್ತು ಎಂಬುದು ನಮಗಾಗ ಗೊತ್ತಿರಲಿಲ್ಲ.

ಒಂದನೇ ಭಾಗ

ನಾನು ಯಾವಾಗಲೂ ಶನಿವಾರಗಳನ್ನು ಎದುರು ನೋಡುತ್ತಿದ್ದೆ. ಆ ಶನಿವಾರವು ಆ ವರ್ಷದ ನನ್ನ ಅತಿ ನೆಚ್ಚಿನ ಶನಿವಾರವಾಗಿತ್ತು. ಅಂದು ನಾನಿಯ (ಅಮ್ಮನ ಅಮ್ಮ) ಕೈಗೆ ಒಂದು ಹೂ ಮುತ್ತನ್ನಿಟ್ಟಿದ್ದೇ, ಹಳ್ಳಿಯನ್ನು ಬಿಟ್ಟು ಬೆಟ್ಟಗಳ ದಾಟಲು ಹೊರಟು ಬಿಟ್ಟಿದ್ದೆ. ಎಡಕಂಕುಳಲ್ಲಿ ಒಂದೆರಡು ಪುಸ್ತಕಗಳನ್ನು ಅವುಚಿಕೊಂಡು, ಬೆವರು ಹರಿಸುತ್ತಾ, ಕಾಲುಗಳಿಗೆ ತರಿದು ಗಾಯ ಮಾಡುತ್ತಿದ್ದ ಕುರುಚಲು ಗಿಡಗಳನ್ನು ಲೆಕ್ಕಿಸದೆ, ಬಲಗೈಯಲ್ಲಿ ಶಾಲೆಯ ಅಂಕಪಟ್ಟಿಯನ್ನು ಬಾವುಟದಂತೆ ಹಾರಿಸುತ್ತಾ ನಾನು ಓಡುತ್ತಿದ್ದೆ. ಕೊನೆಯ ಬೆಟ್ಟವನ್ನು ಹತ್ತುವುದಕ್ಕೆ ಮುಂಚೆ ಸ್ವಲ್ಪ ಸುಧಾರಿಸಿಕೊಂಡು, ಮತ್ತೊಮ್ಮೆ ನನ್ನ ಶಾಲೆಯ ಅಂಕಪಟ್ಟಿಯನ್ನು ಉತ್ಸಾಹದಿಂದ ನೋಡಿದೆ. ಅಬ್ಬುವಿನ ಎಚ್ಚರಿಕೆಯ ದನಿ ನೆನಪಾಗಿ ಬೂಟುಗಳನ್ನು ಕಳಚಿ ಕೈಯಲ್ಲಿ ಹಿಡಿದುಕೊಂಡೇ ಓಡಿದೆ. ಕಾರಿನ ಹಳೆಯ ಟಯರ್‌ಗಳಿಂದ ತಯಾರು ಮಾಡಿದ ಬೂಟುಗಳವು. ಓಡಿ ಓಡಿ ಅವನ್ನು ಸವೆಸಿಬಿಡುತ್ತೀಯ ಎಂದು ಅಬ್ಬು ಗದರಿಸುತ್ತಿದ್ದ. ಯಾವುದೇ ಕಾರಣಕ್ಕೂ ಅವನಿಗೆ ಬೇಸರ ಮಾಡುವ ವೇಳೆ ಇದಾಗಿರಲಿಲ್ಲ. ದಟ್ಟ ನೀಲಿಯ ಬೆಟ್ಟದಂಚಿನಲ್ಲಿ ಸಮುದ್ರಕ್ಕೆ ಕಾವಲು ಕಾಯುವಂತೆ ತಲೆಯೆತ್ತಿ ನಿಂತಿದ್ದ ಆ ನಮ್ಮ ದೀಪಸ್ತಂಭದ ಮನೆ ಕಣ್ಣಿಗೆ ಬೀಳುತ್ತಿದ್ದಂತೆ ಆ ನೋಟಕ್ಕಾಗಿ ನಾನು ಅದೆಷ್ಟು ಹಂಬಲಿಸುತ್ತೇನೆ ಎಂದು ಭಾಸವಾಯಿತು; ಹೋದ ವಾರವಷ್ಟೇ ಇಲ್ಲಿಗೆ ಬಂದು ಹೋಗಿದ್ದರೂ ಸಹ.

ಶಾಲೆ ನಡೆಯುವ ದಿನಗಳಲ್ಲಿ ನಾನು ನಾನಿಯ ಜೊತೆ ಸಾರ್ಜಿನಿಕ್ ಎಂಬ ಹಳ್ಳಿಯಲ್ಲಿ ಇರುತ್ತಿದ್ದೆ. ನಾನಿ ಸ್ವಭಾವತಃ ತುಂಬಾ ಒಳ್ಳೆಯವಳು. ಆದರೆ ನನಗವಳು ಯಾವುದೇ ಹುರುಪಿಲ್ಲದ ಮುದಿಗೂಬೆ ಎನಿಸುತ್ತಿದ್ದಳು. ನಾನು ಶಾಲೆಯಿಂದ ಹಿಂದಿರುಗಿ ಬರುವ ಹೊತ್ತಿಗೆ ಆ ನಿರ್ಜನವಾದ ಬೀದಿಗೆ ಹೊಂದಿಕೊಂಡಂತಿದ್ದ ಕಿಟಕಿಯ ಪಕ್ಕ ಕೂತು ಪಟಪಟನೆ ಕಸೂತಿ ಮಾಡುತ್ತಿದ್ದ ಅವಳ ಕೈಗಳು ಜೋಡಿ

ಚಿಟ್ಟೆಗಳಂತೆ ಚಲಿಸುತ್ತಿದ್ದವು. ಕತ್ತಲೆಯಾದರೂ ಅವಳು ಕಂದೀಲು ದೀಪವನ್ನೇ ಬೆಳಗಿಸುತ್ತಿರಲಿಲ್ಲ. ಬೆಳಕು ಕಡಿಮೆಯಾಗುತ್ತಿದ್ದಂತೆ ಮಂಪರಿನಲ್ಲಿ ತೂಕಡಿಸುತ್ತಿದ್ದವಳು ದಡಬಡನೆ ಎದ್ದು ಸಂಜೆಯ ಪ್ರಾರ್ಥನೆ ಮುಗಿಸಿ ಮತ್ತೆ ತನ್ನ ಹಾಸಿಗೆಯಲ್ಲಿ ಕುಸಿದು ಗೊರಕೆ ಹೊಡೆಯಲಾರಂಭಿಸುತ್ತಿದ್ದಳು. ಕಿಟಕಿಯ ಸರಳುಗಳಿಂದ ರವ್ವನೆ ಬೀಸುತ್ತಿದ್ದ ಮೈಕೊರೆವ ತಂಗಾಳಿಯು ಆ ಚಳಿಗಾಲದ ರಾತ್ರಿಗಳಲ್ಲಿ ಕೋಣೆಗಳ ತುಂಬಿ ನಮ್ಮನ್ನು ಗಡಗಡ ನಡುಗಿಸಿ ಉಸಿರುಗಟ್ಟಿಸುವಂತೆ ಮಾಡುತ್ತಿದ್ದವು.

ಅಂತೆಯೇ ಯಾವಾಗ ಶನಿವಾರ ಬಂದಿತೋ, ಯಾವಾಗ ನಮ್ಮ ಮನೆಗೆ ಹೋದೆನೋ ಎಂದು ನಾನು ಬಿಟ್ಟಗಣ್ಣುಗಳನ್ನು ಬಿಟ್ಟುಕೊಂಡು ಕಾಯುತ್ತಾ ಕೂತಿರುತ್ತಿದ್ದೆ.

ಅಬ್ಬಾ! ಅಂತೂ ಶಾಲಾ ದಿನಗಳು ಮುಗಿದಿದ್ದವು. ಸೋಮವಾರದಂದು ಮುಂಜಾನೆಯ ನಸುಗತ್ತಲಲ್ಲೆ ನಾನಿಯ ಹಳ್ಳಿಗೆ ಹೋಗುವ ಪ್ರಮೇಯವೇ ಇಲ್ಲ ಎಂದು ನೆನೆಯುತ್ತಾ, ನನ್ನ ಉತ್ಸಾಹವನ್ನು ಹತ್ತಿಕ್ಕದಾದೆ. ನಾನೀಗ ಇದ್ದ ಜಾಗದ ಸುತ್ತಲೂ ನೋಡಿದೆ. ದೃಶ್ಯಗಳು ನನ್ನ ಮನಸ್ಸನ್ನು ತುಂಬಿದವು. ಯಾವುದನ್ನು ಮಾತಾಡಿಸಲಿ, ಯಾವುದನ್ನು ಬಿಡಲಿ? ಹಲೋ ಹಲೋ ನನ್ನ ಪ್ರೀತಿಯ ನಾವಿಕರ ನಿಜವಾದ ಗೆಳೆಯನಾದ ಮುಗಿಲಬಣ್ಣದ ದೀಪಸ್ತಂಭವೇ, ಹಲೋ ಹಲೋ ದೀಪಸ್ತಂಭದ ಪಕ್ಕದಲ್ಲೆ ಇರುವ ನನ್ನ ಪುಟ್ಟ ಗೂಡೆ, ಹಲೋ ಹಲೋ ಚಿಕ್ಕ ಚಿಕ್ಕ ಅಸಿಟಲಿನ್ ಟ್ಯಾಂಕುಗಳನ್ನು ನಿನ್ನ ಹೊಟ್ಟೆಯಲ್ಲಿರಿಸಿಕೊಂಡು ನನಗಿಂತಲೂ ತುಸು ಎತ್ತರವಾಗಿ ಕಾಣುವ ಟ್ಯಾಂಕ್ ಶೆಡ್ಡೆ, ಹಲೋ ಹಲೋ ಘಮ್ಮೆಂದು ಪರಿಮಳ ಬೀರುವ ಅಂಜೂರದ ಮರವೇ, ಅದಕೆ ಕಟ್ಟಿದ ಹಗ್ಗದ ಜೋಕಾಲಿಯೆ, ಹಲೋ ನನ್ನ ಬಾದಾಮಿ ಮರವೇ, ಯಾವ ವಲಸೆಗಾರನ ಕಥೆಗಿಂತಲೂ ಕಡಿಮೆಯಿರದ ನನ್ನ ಪ್ರೀತಿಯ ಕಣ್ಣೀರಿನ ಮರವೇ, ನಮ್ಮ ಅಂಗೈಯಲ್ಲೆ ಆಡಿಬೆಳೆಯುತ್ತಿರುವ ಆಡುಮರಿಗಳೆ, ರಾತ್ರಿಹೊತ್ತಲ್ಲಿ ನರಿಗಳಿಂದ ಕಾಪಾಡಲು ಜಾಲರಿಯಲ್ಲಿ ಬಂಧಿಸಿಟ್ಟಿರುವ ಮುದ್ದು ಕೋಳಿಮರಿಗಳೆ, ಹಲೋ ಹಲೋ ನನ್ನ ನೀಲಿ ಜಗತ್ತೆ, ಹಲೊ ಲಿಸ್ಬೊಸ್, ಹಲೊ ಚಿಯೋಸ್, ಹ..ಲೋ ನೈಋತ್ಯದಲ್ಲಿ ಬೀಸುವ ವಿಷಾದದ ಜೋಗುಳವೆ, ಹಲೋ ಸಮುದ್ರದ ಗಾಳಿಯೆ, ಬಂಡೆಗಳಿಗೆ ಅಪ್ಪಳಿಸಿ ನೊರೆ ನೊರೆಯಾಗುವ ಅಲೆಗಳೆ, ಬಿರುಗಾಳಿಯ ಭೋರ್ಗರೆತವೆ, ಕರ್ಣ ಕಠೋರವಾಗಿ ಅರಚುವ ಕಡಲ ಕಾಗೆಗಳೆ, ಕಾರ್ಗತ್ತಲನ್ನು ಸೀಳುತ್ತಾ ಮಿಂಚುವ ನಮ್ಮ ದೀಪಸ್ತಂಭದ ಮನೆಯ ಮಿಣುಕು ದೀಪವೆ. ನಿಮಗೆಲ್ಲರಿಗೂ ನನ್ನ ಪ್ರೀತಿಯ ಹಲೋ ಹಲೋ!

ಆಹಾ! ನನ್ನ ಪ್ರೀತಿಯ ಮನೆಯೆ, ನೆಚ್ಚಿನ ಕುಟುಂಬವೆ, ನಮ್ಮ ಬೆವರಿನ ದುಡಿಮೆಗೆ ಸಾಕ್ಷಿಯಾಗಿರುವ ಗದ್ದೆ ತೋಟ ಗಿಡ ಮರ ಪ್ರಾಣಿ ಪಕ್ಷಿಗಳೆ... ನಿಮಗೆಲ್ಲರಿಗೂ ನನ್ನ ನಲ್ಮೆಯ ಹಲೋ ಹಲೋ.

ಅದೇ ಹೊತ್ತಿನಲ್ಲಿ ಸಮುದ್ರದ ಆ ಅನಂತ ನೀಲಿಯಲ್ಲಿ ನನ್ನ ಪ್ರೀತಿಯ ಆ ಬಿಳಿ ಹಡಗಿಗಾಗಿ ನನ್ನ ಕಣ್ಣುಗಳು ಕಾತರಿಸಿದವು. ಆ ಕಾತರ, ಆ ನೆನಕೆಯೇ

ನನ್ನ ಹೊಟ್ಟೆಯಲ್ಲಿ ಏನೋ ಒಂದು ನಮೂನೆಯ ಅಪರಿಚಿತವಾದ ಆದರೆ ಆಹ್ಲಾದಕರವಾದ ಕಚಗುಳಿಯಿಟ್ಟಂತಾಯಿತು. ಸಮುದ್ರದಲ್ಲಿ ಆ ನೌಕೆ ಕಾಣಲಿಲ್ಲ. ಅದಕ್ಕಿನ್ನೂ ಹೊತ್ತಾಗಿಲ್ಲ ಎಂದು ನನ್ನ ಮನಸ್ಸನ್ನು ನಾನು ಮತ್ತೆ ಹಿಡಿತಕ್ಕೆ ತಂದೆ.

ಮನೆಯ ಮುಂದೆ ಬರುತ್ತಿದ್ದಂತೆ ಅಮ್ಮಿ ಕಂಡಳು. ಬೆರಣಿಯ ಒಲೆಯ ಮೇಲೆ ಹಂಡೆಯಲ್ಲಿ ಸೋಪು ನೀರಿನಲ್ಲಿ ಕುದಿಯುತ್ತಿದ್ದ ಕೊಳೆ ಬಟ್ಟೆಗಳನ್ನು ಕೋಲಿನಿಂದ ಕಲಕುತ್ತಿದ್ದಳು. ನಾನಿನ್ನೂ ಬೆಟ್ಟದ ತುದಿಯಲ್ಲಿ ನಿಂತು ಸುತ್ತಲ ದೃಶ್ಯಗಳನ್ನು ನೋಡಿ ಎಲ್ಲರಿಗೂ ಹಲೋ ಹಲೋ ಹೇಳುತ್ತಿರುವಾಗಲೆ ನನ್ನನ್ನು ಕಂಡಿದ್ದಳು. ನನ್ನ ಹಾವಭಾವಗಳನ್ನೆ ಕಣ್ತುಂಬಿಕೊಳ್ಳುತ್ತಾ, ನನ್ನ ಬರುವನ್ನು ಕಾತರದಿಂದ ಎದುರು ನೋಡುತ್ತಿದ್ದಳು. ಸರಕ್ಕನೆ ಅವಳ ಬಳಿ ಓಡಿದ ನಾನು ಅವಳ ಕೈಗೊಂದು ಮುತ್ತನಿಟ್ಟು, ನನ್ನ ಅಂಕಪಟ್ಟಿಯನ್ನು ಅವಳ ಮುಂದೆ ಹಿಡಿದು 'ಎಲ್ಲಾ ಟಾಪ್ ಮಾರ್ಕ್‌ಸ್ ಅಮ್ಮಿ' ಎಂದು, ಅವಳ ಪ್ರತಿಕ್ರಿಯೆಗೆ ಕಾಯದೆ 'ಅಬ್ಬು ಎಲ್ಲಿ?' ಎಂದು ಪ್ರಶ್ನೆ ಮಾಡಿದೆ. ನನ್ನ ಸಾಧನೆಗೆ ದೊರೆಯಬಹುದಾದ ಬಹುಮಾನದ ನಿರೀಕ್ಷೆಯಲ್ಲಿ ನಾನಿದ್ದೆ.

"ನಿನ್ನಬ್ಬು ಬೇಟೆಗೋಗಿದಾರೆ" ಅವಳು ಉತ್ತರಿಸಿದಳು.

"ಈ ಮಟ ಮಟ ಮಧ್ಯಾಹ್ನದಲ್ಲಿ ಬೇಟೆಗಾ?" ಎನ್ನುತ್ತಾ ಆದ ನಿರಾಶೆಯನ್ನು ಅಳುದನಿಬೆರೆತ ಸಿಡುಕಿನಿಂದ ಹೊರಹಾಕಿದ್ದೆ.

"ಇನ್ನೇನು ಬೇಗ ಬಂದುಬಿಡ್ತಾರೆ" ಎಂದ ಅಮ್ಮಿ, "ಹಸಿವಾಗಿದ್ಯ ಮುನ್ನಾ?" ಎಂದು ಕೇಳಿದಳು. ನನಗೆ ಜೋರಾಗಿ ಹಸಿವಾಗಿತ್ತು. ಆದರೆ ಏನಾದರೂ ತಿನ್ನುತ್ತಾ ಕುಳಿತುಕೊಳ್ಳುವ ತಾಳ್ಮೆ ಇರಲಿಲ್ಲ. "ಇಲ್ಲ ಬಿಡು" ಎಂದೆ ಹುಳಿಮುಖ ಮಾಡುತ್ತಾ!

ನಾನು ಆ ಕೂಡಲೇ ಎಂಬಂತೆ ನನ್ನ ದೊಡ್ಡಕ್ಕ ಫೆರಿಹಾ ಮತ್ತು ಇಲ್ಯಾಸನನ್ನ ಹುಡುಕಬೇಕಿತ್ತು. ಅಬ್ಬು ಬಂದು ತಟತಟ ಬೆವರಿಳಿಸುವ ಗದ್ದೆ ಕೆಲಸಕ್ಕಿಳಿಸುವ ಮೊದಲು ಅವರೊಂದಿಗೆ ಆರಾಮವಾಗಿ ಒಂದಷ್ಟು ಹೊತ್ತು ಖುಷಿಖುಷಿಯಿಂದ ಕಳೆಯಬೇಕೆನ್ನುವುದು ನನ್ನ ಇರಾದೆಯಾಗಿತ್ತು. ಅದಕ್ಕಾಗಿ ನಾನು ಹಾತೊರೆಯುತ್ತಿದ್ದೆ.

"ನಿನ್ನಬ್ಬು ಹೊಡೆದು ತಂದಿರುವ ಪಾರ್ಟ್ರಿಡ್ಜ್ ಹಕ್ಕಿಯ ಮಾಂಸಕ್ಕೆ ಕಡಲೆಬೀಜ ಹಾಕಿ ಅಡಿಗೆ ಮಾಡಿದೀನಿ. ನಿಂಗದು ಜೀವ ಅಲ್ವ? ಸ್ವಲ್ಪ ಹಾಕ್ಕೊಡ್ಲ?" ಎಂದು ಅಮ್ಮಿ ಪ್ರೀತಿಯಿಂದ ಕೇಳಿದಳು.

"ನಂಗೆ ಹಸಿವಿಲ್ಲ ಅಂತ ಅಂದೆನಲ್ಲಮ್ಮಿ" ಎಂದು ಗುಡುಗಿದೆ.

"ಹೋಗ್ಲಿ, ಬ್ರೆಡ್ ಮೇಲೆ ಟೊಮಾಟೊ ಚಟ್ನಿ ಸವರಿ ಕೊಡ್ಲ?" ಎಂದವಳೆ "ಜೊತೆಗೊಂದು ಈರುಳ್ಳಿ ಜಜ್ಜಿ ಕೊಡ್ತೀನಿ ಬೇಕಾದ್ರೆ!" ಎಂದು ಪುಸಲಾಯಿಸತೊಡಗಿದಳು.

"ಅಮಿ, ನಾನು ಬರ್ಬೇಕಾದ್ರೆನೆ ನಾನಿ ಮನೇಲಿ ತಿಂದುಬಂದೀನಿ," ಅಮ್ಮಿಯ ಕೈಯಿಂದ ತಪ್ಪಿಸಿಕೊಳ್ಳಲು ಸುಳ್ಳು ಹೇಳಿದೆ.

"ಏನ್ ಮಾಡಿದ್ಲು ನಿಮ್ ನಾನಿ?"

"ಬ್ರೆಡ್ ಮತ್ತೆ ಸೂಪ್ ಮಾಡಿದ್ಲು. ಜೊತೆಗೆ ತರಕಾರಿ ಬೇಯಿಸಿದ್ಲು. ಅದನ್ನೆ ತಿಂದುಕೊಂಡು ಬಂದೆ."

"ನನ್ನಮ್ಮಿ ಹೆಂಗಿದಾಳೆ? ಆರಾಮಿದಾಳ?" ಎನ್ನುತ್ತಾ ಅವಳ ಅಮ್ಮನ ಕುಶಾಲು ಕೇಳಿದಳು.

ಅಮ್ಮಿ ಕೇಳಿದ ಪ್ರಶ್ನೆಗೆ "ಹು" ಎಂದಷ್ಟೆ ಹೇಳಿ ತಲೆಯಾಡಿಸಿ ಅಲ್ಲಿಂದ ಕಾಲುಕೀಳಬೇಕು ಎನ್ನುವ ಹವಣಿಗೆಯಲ್ಲಿದ್ದವನು ಸೋದರತ್ತೆ ಹನೀಮ್ ಹಾಲಾಳ ಕೈಗೆ ಸಿಕ್ಕಿಬಿದ್ದೆ. ಒಳಗಿನಿಂದ ನನ್ನ ಸೋದರತ್ತೆ ಹನೀಮ್ ಹಾಲಾಳ "ಶಾಲೆಯಿಂದ ಅದೇನೊ ಹಿಡ್ಕೊಂಡ್ ಬಂದಿಯಲ್ಲ. ಇಲ್ಲಿಗೆ ತಗೋಂಡು ಬಾ. ನಾನೂ ಸ್ವಲ್ಪ ನೋಡ್ತಿನಿ" ಎಂದು ಮನೆಯ ಒಳಗಿನಿಂದಲೆ ಕೂಗಿದಳು.

ನಾನಾಗ ಕೇಳಿಯೂ ಕೇಳಿಸದವನಂತೆ ಆಡಿ ಅವಳಿಂದ ನುಣುಚಿಕೊಳ್ಳಬೇಕು ಎಂದುಕೊಳ್ಳುತ್ತಿದ್ದವನನ್ನು ಒಳ್ಳೆ ಈ ಅಲಬೇನಿಯನ್ ರೈಫಲ್ಲಿನಂತೆ "ಇಲ್ಲಿ ತರ್ತಿಯೋ ಇಲ್ಲೊ? ನಾನ್ ನೋಡ್ಬೇಕು ಅಂದಿದ್ದು ನಿಂಗೆ ಕೇಳಿಸ್ತೊ ಇಲ್ಲೊ?" ಎಂದು ಆರ್ಭಟಿಸಿದಳು.

"ನಾನಿ, ನಿಂಗಿದು ಹೊಸ ಲಿಪಿ. ಓದಕ್ ಬರಲ್ವಲ್ಲಾ?" ಎಂದು ಹೇಳಿದೆ. ಅವಳದಕ್ಕೆ ಕ್ಯಾರೆ ಎನ್ನದೆ ನನ್ನ ಅಂಕಪಟ್ಟಿಯನ್ನು ತನ್ನ ಕೈಯಲ್ಲಿ ಹಿಡಿದುಕೊಂಡು ಮೇಲೆ ಕೆಳಗೆ ಮೂಲೆ ಮೂಲೆ ತಿರುಗಿಸಿ ಮುರುಗಿಸಿ ನೋಡಿ ಮರುಕ್ಷಣವೆ "ಬ್ರಾವೊ ಬ್ರೆ" ಎಂಬ ಉದ್ಗಾರ ತೆಗೆದಳು. "ಭೇಷ್ ರಾಜ್ಕುಮಾರ" ಎನ್ನುತ್ತಾ ಅವಳ ಎದೆಗುಬುಸದ ಒಳಗಿದ್ದ ಸಂಚಿಯಲ್ಲಿಟ್ಟುಕೊಂಡಿದ್ದ ಒಟ್ಟೊಮನ್ ಮುದ್ರೆಯಿದ್ದ ಒಂದು ಹಳೆಯ ನಾಣ್ಯವನ್ನು ತೆಗೆದು ನನ್ನ ಕೈಗಿತ್ತಳು.

"ನಾನಿ, ಇದು ಹಳೇದು. ಈಗಿದನ್ನ ಯಾರೂ ತಗೋಳೋದಿಲ್ಲ" ಎಂದು ನಾನು ಸಿಡುಕಿದೆ.

ಅದಕ್ಕವಳು ಗೊಣಗುತ್ತಾ ಆ ನಾಣ್ಯವನ್ನು ಮರಳಿ ಪಡೆದು, ಹೊಸ ನಾಣ್ಯವನ್ನು ತೆಗೆದು ಮತ್ತೆ ನನ್ನ ಕೈಗಿಕ್ಕಿದಳು.

ಈಗಲಾದರೂ ಬಿಡುಗಡೆ ಸಿಕ್ಕಿತಲ್ಲ ಎಂದು ನಾನು ನನ್ನ ಅಂಕಪಟ್ಟಿಯನ್ನೊಂದು ಕಡೆ, ಪುಸ್ತಕಗಳನ್ನು ಇನ್ನೊಂದು ಕಡೆ ಧಿಮಾಕಿನಲ್ಲಿ ಎಸೆದು ಅಮ್ಮನೊಡನೆ ಹರಟುತ್ತ ಸಮವಸ್ತ್ರ ಕಳಚತೊಡಗಿದೆ.

"ಅಮಿ, ಏನ್ ಗೊತ್ತಾ?"

"ಏನು?"

"ನಮ್ಮ ಶಾಲೆ ಮೊದಮೊದಲಿಗೆ ಚರ್ಚ್ ಆಗಿತ್ತಂತೆ?"

"ಹೂ, ಗೊತ್ತು. ಈಗೇನಾಯ್ತು?'

"ಇವತ್ತೂ... ನಾವೂ... ಶಾಲೆಲಿರೊ ಹೂವಿನ ತೋಟದಲ್ಲಿ ಚೆಣ್ಣಿದಾಂಡು ಆಡ್ತಾ ಇದ್ವಿ. ಅದಕ್ಕೆ ಚೂರು ನೆಲ ಗೀರಬೇಕಾದರೆ ನಮಗೆ ಎಷ್ಟೊಂದು ಮೂಳೆ ಸಿಕ್ವು ಗೊತ್ತಾ? ಅವು ಯಾರ ಮೂಳೆ ಅಂತ ಗೊತ್ತಾಮಿ? ಅವು... ಅವು... ಮನುಷ್ಯರ ಮೂಳೆಗಳಂತೆ! ಮೇರಾ ಕಸಮ್. ಹಾಗಂತ ಹೇಳಿದ್ದು ನಮ್ಮ ಟೀಚರೆ! ಗ್ರೀಕರು ಸತ್ತವರನ್ನ ಇಂತ ಹೂದೋಟದಲ್ಲಿ ಹೂಳುತ್ತಾ ಇದ್ದರಂತೆ. ನಮ್ಮ ಟೀಚರ್

ಮಿಸ್ಟರ್ ಈಥಮ್ ನಾವು ಆ ತರ ಅಗೆದು ಅಗೆದು ಮೂಳೆ ಹೆಕ್ಕುತ್ತಾ ಇದ್ದದ್ದಕ್ಕೆ ಎಷ್ಟು ಸಿಟ್ಟಾಗಿದ್ರು ಗೊತ್ತಾ? ಇದೊಂದು ಪಾಪದ ಕೆಲಸ ಅಂತೆಲ್ಲ ಅಂದ್ರು. ಅದಿಕ್ಕೆ ವಿಧಿಯಿಲ್ಲದೆ ನಾವು ಆ ಮೂಳೆಗಳನ್ನು ಹೂದೋಟದಲ್ಲೆ ಮತ್ತೆ ಹೂಳಬೇಕಾಯಿತು. ಅಮಿ..."

"ಏನು?"

"ನೀ ಸಣ್ಣೋಳಿರಬೇಕಾದರೆ ನಿಮ್ಮೂರಿನಲ್ಲು ಸತ್ತವರನ್ನ ಚರ್ಚಿನಲ್ಲೆ ಹೂಳುತ್ತಾ ಇದ್ದರಾ?" ಎಂದು ಕೇಳಿದವನೆ ಅವಳ ಉತ್ತರಕ್ಕಾಗಿ ಕಾಯದೆ ಒಳಚಡ್ಡಿಯಲ್ಲಿಯೇ ಹೊರಗೋಡಿದೆ. ಅಮ್ಮಿ ನನ್ನನ್ನು ಒಳಗಿನಿಂದಲೆ ಕೂಗಿ ಕರೆಯುತ್ತಿದ್ದದ್ದು ಕೇಳಿಸುತ್ತಿತ್ತು.

"ಓಯ್, ಅವರೆಲ್ಲ ಮೀನು ಹಿಡೀತಾ ಇದಾರೆ."

ನಮ್ಮ ದೀಪಸ್ತಂಭದ ಮನೆಯ ತುತ್ತ ತುದಿಯವರೆಗೆ ಚಾಚಿದ ಕಲ್ಲು ಬಂಡೆಯ ಹಾಸಿನ ಕಡೆಗೆ ಓಡಿದೆ. ಇನ್ನೇನು ಹಾರಿಹೋಗುತ್ತದೆ ಎನಿಸುವ ಹರಕಲು ತಾಡಪಾಲಿನ ಕೆಳಗೆ, ಪಕ್ಕದಲ್ಲಿ ಚಿಕ್ಕ ಜಲ್ಲಿಕಲ್ಲುಗಳ ರಾಶಿಯನ್ನು ಇಟ್ಟುಕೊಂಡು ಕುಳಿತಿದ್ದ ಇಲಿಯಾಸ್, ಎದುರಿಗಿದ್ದ ಮೀನು ಹಿಡಿಯುವ ಬಲೆಯನ್ನೇ ನೋಡುತ್ತಿದ್ದ. ನನಗೆ ಬೆನ್ನು ಮಾಡಿದ್ದ ನನ್ನ ಅಕ್ಕ ತೇಲುಬೆಂಡುಗಳ ಬಳಿಯಲ್ಲಿ ಕಾಯುತ್ತಿದ್ದಳು. ನಾನು ಕೊಂಚ ಕೆಳಗಿಳಿಯುತ್ತಿದ್ದಂತೆ ಸಮುದ್ರದ ತಳದಲ್ಲಿರುವ ಬೂದುಬಣ್ಣದ ಮ್ಯೂಲೆಟ್ ಮೀನುಗಳು, ನೇರವಾಗಿ ಬಂದು ಚುಂಬಿಸುತ್ತಿದ್ದ ಸೂರ್ಯನ ಕಿರಣಗಳನ್ನು ಅಂಡಲೆಯುವಂತೆ ಮಾಡಿದವು. ಅದೇ ಹೊತ್ತಿಗೆ ಇಲಿಯಾಸ್ "ಜಗ್ಗು" ಎಂದು ಜೋರಾಗಿ ಕಿರುಚಿದ. ಅಕ್ಕ ಬಲೆಯ ಒಂದು ತುದಿಯನ್ನು ತನ್ನೆಲ್ಲ ಶಕ್ತಿ ಹಾಕಿ ಜಗ್ಗಿದಳು. ಇಲಿಯಾಸ್ ಮೀನುಗಳನ್ನು ಬಲೆಯ ಆಳದಲ್ಲಿ ಗುಂಪಾಗುವಂತೆ ಮಾಡಲು ಪಕ್ಕದಲ್ಲಿಟ್ಟುಕೊಂಡಿದ್ದ ಜಲ್ಲಿಕಲ್ಲುಗಳನ್ನು ಒಂದೊಂದಾಗಿ ಎಸೆದ. ಅವನ ಪ್ರಯತ್ನವನ್ನು ಕೆಣಕುವಂತೆ ಆ ಮೀನುಗಳ ಗುಂಪು ತನ್ನ ದಿಕ್ಕನ್ನೇ ಬದಲಿಸಿ ಬಿಟ್ಟಿತು. ಈಗ ಮತ್ತೆ ಇಲಿಯಾಸ್ ಉನ್ಮಾದದಿಂದ ಫೆರಿಹಾಳಿಗೆ "ಜಗ್ಗು" ಎಂದು ಮತ್ತೆ ಕಿರುಚಿದ. ಫೆರಿಹಾ ತನ್ನ ಕೈಯಲ್ಲಿದ್ದ ಇನ್ನೊಂದು ಹಗ್ಗವನ್ನು ಬಲವಾಗಿ ಜಗ್ಗಿ ಹಿಡಿದು ಮೀನುಗಳನ್ನು ಬಲೆಯಲ್ಲಿ ಸೆರೆಹಾಕಿದವಳೇ, ದೋಣಿಯತ್ತ ನಡೆದು ಮೀನುಗಳನ್ನು ಬಲೆಯಿಂದ ಆಚೆ ಸುರಿದಳು. ನಾನು ಸರಕ್ಕನೆ ಸಾಗಿ ಹುಟ್ಟನ್ನು ಕೈಗೆತ್ತಿಕೊಂಡೆ.

"ಅರೆ ವಾ! ನೀನ್ಯಾವಾಗೊ ಬಂದೆ?" ಫೆರಿಹಾ ಪ್ರೀತಿಯಿಂದ ಮುಗುಳುನಗುತ್ತಾ ಕೇಳಿದಳು. ಅವಳ ಮುಖದಲ್ಲಿನ ಮುಗುಳುನಗು ಹೂವಿನಂತೆ ಅರಳಿ ಮುಖದ ತುಂಬಾ ಹಬ್ಬಿತು. ನಾನು ಅತ್ಯುತ್ಸಾಹದಿಂದ ಹೆಮ್ಮೆಯಿಂದ ಹುಬ್ಬೇರಿಸುತ್ತಾ "ಎಲ್ಲಾ ಟಾಪ್ ಮಾರ್ಕ್ಸ್!" ಎನ್ನುವುದೊಂದೆ ತಡ ಫೆರಿಹಾ ನನ್ನನ್ನು ಅಪಾರ ಮುದ್ದಿನಿಂದ ಅಪ್ಪಿ, ಕೆನ್ನೆಗೊಂದು ಮುತ್ತನ್ನಿಕ್ಕಿದಳು. ಚೂಟಿದಳು. ಅದು ಸಾಲದೆಂಬಂತೆ ತನ್ನೆರಡು ಚಮತ್ಕಾರದ ಬೆರಳುಗಳಿಂದ ಕುಟುಟೆ ಕುರ್ ಎಂದು ಕಚಗುಳಿ ಇಟ್ಟಳು. ಈ ಕರಡಿಮುದ್ದಿನ ರಭಸಕ್ಕೆ ನಾನು ಮೂರ್ಛೆ ಹೋಗುವುದೊಂದು ಬಾಕಿ.

ಫೆರಿಹಾ ಎಂದರೆ ಹಾಗೆಯೆ! ಅಂತೂ ಅಕ್ಕ ತಮ್ಮನ ಈ ಮೆಚ್ಚುಗೆಯ ಹುಚ್ಚಾಟ ಮುಗಿಯುತ್ತಿದ್ದಂತೆ ನಾನು ಹುಟ್ಟು ಹಾಕಿದೆ, ಮತ್ತವಳು ಬಲೆಯನ್ನು ಒಟ್ಟುಮಾಡಿದಳು. ಬಲೆ ಚಿಕ್ಕಚಿಕ್ಕದಾದಂತೆ ನೆಗೆದು ಜಿಗಿಯುತ್ತಿದ್ದ ಮೀನುಗಳು ಬೆಳ್ಳಿಯ ಕತ್ತಿಗಳಂತೆ ಮಿನುಗುತ್ತಿದ್ದವು.

ನಮ್ಮ ದೋಣಿ ಅಂಚಿನವರೆಗೂ ಮೀನುಗಳಿಂದ ತುಂಬಿತ್ತು. ಅವುಗಳನ್ನು ತಾಜಾ ಇಡಲು ಅಲ್ಲಿದ್ದ ಹೆಚ್ಚು ಆಳವಿಲ್ಲದ ನಮ್ಮ ಮೀನು ಕೊಳಕ್ಕೆ ವರ್ಗಾಯಿಸಿ ಮತ್ತೆ ನಾವು ಕಲ್ಲು ಬಂಡೆ ಮೇಲೇರಿದೆವು. ಮೊಟ್ಟಮೊದಲು ನೀರಿಗೆ ಧುಮುಕಿದವಳು ನನ್ನ ಆಪಾ. ಅವಳು ಮಿಂಚಿನಂತೆ ಓಡಬಲ್ಲವಳಾಗಿದ್ದಳು. ಅತ್ಯಂತ ವೇಗವಾಗಿ ಈಜಬಲ್ಲವಳಾಗಿದ್ದಳು. ಸಮುದ್ರದ ಆಳಕ್ಕೆ ರಭಸದಿಂದ ಧುಮುಕ ಬಲ್ಲವಳಾಗಿದ್ದಳು. ನಮ್ಮೆಲ್ಲರಲ್ಲೂ ಅತ್ಯಂತ ಧೈರ್ಯಶಾಲಿ ಎಂದರೆ ಅವಳೇ! ಗೋಣಿಚೀಲದಂತಹ ಪ್ಯಾಂಟ್ ಧರಿಸದೆ ಅವಳೇನಾದರೂ ನಮ್ಮಂತೆ ಚಡ್ಡಿ ತೊಟ್ಟು ಈಜುತ್ತಿದ್ದರೆ ಅವಳೊಬ್ಬ ಹುಡುಗಿ ಎಂಬುದನ್ನು ನಾವು ಮರೆತೇ ಬಿಡುತ್ತಿದ್ದೆವು.

ಕಲ್ಲು ಬಂಡೆಯ ಮೇಲೆ ನಿಂತು ಆಪಾ ಧುಮುಕಿದ್ದ ಜಾಗದಿಂದ ಕೆಳಗೆ ನೋಡುತ್ತಿದ್ದ ನನಗೆ ಆ ಅಲೆಗಳ ಆಟ, ಸಮುದ್ರದ ಅಂಚಿಗೆ ಪುಟ್ಟ ಪುಟ್ಟ ಚಿಟ್ಟೆಗಳು ತಬ್ಬಲು ಬಂದಂತೆ ಹಬ್ಬುತ್ತಿದ್ದ ನೊರೆ ನೊರೆ ನೀರು ನೋಡಿ ಬವಳಿ ಬಂದಂತಾಯಿತು. ಆದರೂ ನಾನು ಧೈರ್ಯ ತಂದುಕೊಂಡು ಅಂತೂ ಇಂತೂ ಧುಮುಕಿದೆ. ಹಾಗೊಮ್ಮೆ ಧುಮುಕದಿದ್ದರೆ ಫೆರಿಹಾ ಆಪಾ ಅಣಕಿಸಲಾರದೆ ಬಿಟ್ಟಾಳೆಯೆ? ಹಾಗಾಗಬಾರದೆಂಬ ಉದ್ದೇಶ ನನಗಿದ್ದೇ ಇತ್ತು. ಇಲಿಯಾಸ್ ಕಡಲ ತೀರದ ಹತ್ತಿರವೇ ಈಜಿಕೊಂಡು ಬಂದ. ಅವನು ನಮ್ಮಷ್ಟು ಬೇಗ ಓಡಲಾರದವನಾಗಿದ್ದ. ನಮ್ಮಷ್ಟು ಎತ್ತರವನ್ನು ಹತ್ತಲಾರದವನಾಗಿದ್ದ. ಅವನು ಬಹಳ ಬೇಗನೆ ಸುಸ್ತಾಗಿಬಿಡುತ್ತಿದ್ದ. ಅವನ ತುಟಿ, ಮುಖ ಮತ್ತು ಕೈಗಳು ಒಮ್ಮಿಂದೊಮ್ಮೆಗೆ ನೀಲಿಗಟ್ಟುತ್ತಿದ್ದವು. ಉರ್ಲಾದಲ್ಲಿಯ ಸರಕಾರಿ ವೈದ್ಯರು ಅವನ ಕಾಯಿಲೆಗೆ ಚಿಕಿತ್ಸೆ ಕೊಡುವಲ್ಲಿ ವಿಫಲರಾಗಿದ್ದರು. ಅದರ ಸಲುವಾಗಿಯೆ ಕನಲಿಹೋಗುತ್ತಿದ್ದ ಅಬ್ಬು ಅವನನ್ನು ಹಲವು ಬಾರಿ ಇಝ್ಮೀರಿನ ದೊಡ್ಡಾಸ್ಪತ್ರೆಗೆ ಕರೆದುಕೊಂಡು ಹೋಗಿಬಂದಿದ್ದರು.

ಹುಟ್ಟಿನಿಂದಲೇ ಇಲಿಯಾಸ್‌ನ ಹೃದಯದಲ್ಲಿ ರಂಧ್ರವಿತ್ತು. ಅವನ ರಕ್ತ ಕೂಡ ಮಾಮೂಲಿಗಿಂತ ತೆಳುವಾಗಿತ್ತು. "ಯಾವುದೇ ಕಾರಣಕ್ಕೂ ಇವನು ಗಾಯ ಮಾಡಿಕೊಳ್ಳಬಾರದು. ಇವನ ದೇಹದಿಂದ ರಕ್ತ ಒಸರಬಾರದು. ಆ ತರ ಇವನನ್ನ ಜೋಪಾನವಾಗಿ ನೋಡಿಕೊಳ್ಳಿ" ಎಂದು ವೈದ್ಯರು ಎಚ್ಚರಿಸಿದ್ದರು.

ಅವರು ಕೊಟ್ಟ ಮದ್ದು ಸ್ವಲ್ಪ ಪರಿಣಾಮ ಬೀರಿತ್ತಾದರೂ ಆ ಔಷಧಿಗಳು ಕೆಲವೇ ದಿನಗಳಲ್ಲಿ ಆಸ್ಪತ್ರೆಯಲ್ಲಿ ಸಿಗದೆಹೋಯಿತು. ಯುರೋಪಿನಿಂದ ಔಷಧಿ ತರಿಸುವುದು ಯುದ್ಧದ ಆ ದಿನಗಳಲ್ಲಿ ಸಾಧ್ಯವಿರಲಿಲ್ಲ.

ಆದರೆ ರೋಗಿಷ್ಟನಾದರೂ ಅವನು ತುಂಟತನದಲ್ಲಿ ಯಾರಿಗೇನೂ ಕಡಿಮೆ ಇರಲಿಲ್ಲ. ಅವನ ದುರ್ಬಲತೆಯ ಕಾರಣಕ್ಕಾಗಿ ಇಲಿಯಾಸ್‌ನನ್ನು ನಾನು

ದೊಡ್ಡಣ್ಣನೆಂದು ಭಾವಿಸದೆ ನನ್ನ ಸರೀಕನಂತೆಯೆ ಕಾಣುತ್ತಿದ್ದೆ ಮತ್ತು ಭಯ್ಯಾ ಎಂದು ಸಂಬೋಧಿಸದೆ ಇಲಿಯಾಸ್ ಎಂದು ಹೆಸರು ಹಿಡಿದೇ ಕರೆಯುತ್ತಿದ್ದೆ.

■

ಕೈಯಲ್ಲಿ ಕೋವಿ ಹಿಡಿದು ಬೆಟ್ಟದ ತುದಿಯಿಂದ ಕೆಳಗೆ ನಮ್ಮತ್ತಲೇ ನೋಡುತ್ತಿದ್ದ ಅಬ್ಬುವನ್ನು ಫೆರಿಹಾ ಆಪಾ ತೋರಿಸಿದಳು. ಅಬ್ಬು ಹಾಗೆ ಕೆಳಗೆ ನೋಡುತ್ತಿದ್ದಾರೆಂದರೆ ನಾವು ವಾಪಸ್ ಹೊರಡುವ ವೇಳೆಯಾಯಿತೆಂದೆ ಅರ್ಥ.

"ಅಬ್ಬು ಬೇಟೆಗ್ಹೋಗಿದಾರೆ ಅಂತ ಅಮ್ಮಿ ಹೇಳಿದ್ಲು. ಅಲ್ಲಾ, ಈ ಉರಿಬಿಸಿಲಲ್ಲಿ ಅದು ಹೇಗೆ ಬೇಟೆ ಆಡೋದಕ್ಕೆ ಸಾಧ್ಯ?" ಎಂದು ಥಟ್ಟನೆ ಆಪಾಳನ್ನು ಕೇಳಿದೆ.

"ನಮ್ಮ ಮೀನು ಬಲೆ ಎಲ್ಲಾನು ಒಂದು ನೀರುನಾಯಿ ಹಾಳು ಮಾಡ್ತಾ ಇದೆ. ಹರದು ಹರದು ಅದನ್ನ ಚೂರ್ ಚೂರ್ ಮಾಡ್ತಾ ಇದೆ. ಅಬ್ಬುಗೆ ಈ ಕಾಟ ಸಾಕಾಗಿ ಕೋವಿ ಹಿಡಿದುಕೊಂಡು ಆ ಅನಿಷ್ಟನ ಹುಡುಕ್ತಾ ಇದಾನೆ" ಎಂದು ವಿವರಿಸಿದ ಇಲಿಯಾಸ್.

ಅಲ್ಲಿಂದ ಹೊರಟು ಒದ್ದೆ ಚಡ್ಡಿಯಲ್ಲಿ ಮನೆಯೊಳಗೆ ಬರುತ್ತಿದ್ದಂತೆ ನಾನು ತೂರಿ ಎಸೆದಿದ್ದ ಅಂಕಪಟ್ಟಿಯನ್ನು ನನ್ನ ಕಣ್ಣುಗಳು ಹುಡುಕಿದವು. ಅಮ್ಮಿ ಅದನ್ನು ಮಡಿಚಿ ನನ್ನ ಪುಸ್ತಕದ ಪುಟಗಳ ನಡುವೆ ಅಡಗಿಸಿಟ್ಟಿದ್ದಳು. ಹಾಗಿಡುವಾಗ ಅದು ತುದಿಯಲ್ಲಿ ಮಡಚಿಹೋಗಿತ್ತು. ಅಂಕಪಟ್ಟಿ ಹಾಗೆ ಮಡಚಿದ್ದು ನೋಡಿ ನನಗೆ ಕಿರಿಕಿರಿಯಾಯಿತು. "ಅಮ್ಮಿ, ಯಾಕ್ ಹೀಗೆ ಪುಸ್ತಕದ ಮಧ್ಯೆ ಮಾರ್ಕ್ಸ್ ಕಾರ್ಡನ್ನ ತೂರಿಸಿಟ್ಟಿದ್ಯ? ನನಗಿದೆಲ್ಲ ಮುಂದೆ ಬೇಕಾಗತ್ತೆ!" ಎಂದೆ.

"ಸದ್ಯಕ್ಕೆ ಶಾಲೆ ಗೀಲೆ ಎಲ್ಲ ಮುಗಿತಲ್ಲ? ಪುಸ್ತಕ ಯಾಕ್ ಬೇಕೀಗ?" ಎಂದು ನನ್ನ ಸುಮ್ಮನಾಗಿಸಿದಳು. ನಾನದಕ್ಕುತ್ತರವಾಗಿ ಏನೋ ಹೇಳುವುದಿದ್ದರೂ ವಾದ ಮಾಡುವುದಕ್ಕದು ಸರಿಯಾದ ಸಮಯವಲ್ಲವೆಂದು ಸುಮ್ಮನಾದೆ. ಅಷ್ಟೊತ್ತಿಗಾಗಲೇ ಅಬ್ಬು ಅಲ್ಲಿ ಪ್ರತ್ಯಕ್ಷರಾಗಿ ನನ್ನನ್ನೇ ದಿಟ್ಟಿಸುತ್ತಿದ್ದರು. ನಾನು ಅಂಜುತ್ತಲೇ ಅವರ ಮುಂದೆ ಅಂಕಪಟ್ಟಿಯನ್ನು ಚಾಚಿದೆ. "ಎಲ್ಲಾ ಟಾಪ್ ಮಾರ್ಕ್ಸ್" ಎಂದು ಮೆತ್ತಗೆ ಉಸುರಿದೆ. ಆ ಒಂದು ಮಾತಿನಿಂದಲೆ ಖುಷಿಗೊಂಡ ಅಬ್ಬು ಅಂಕಪಟ್ಟಿಯನ್ನು ನೋಡದೆ ತಮ್ಮ ಜೇಬಿನಿಂದ ಸಿಗರೇಟೊಂದನ್ನು ಹೊರತೆಗೆದು ಹಚ್ಚಿದರು. ಮೆಲ್ಲಗೆ ನಗುಮೊಗದಿಂದಲೆ ಅಂಕಪಟ್ಟಿಯನ್ನು ಪರಿಶೀಲಿಸತೊಡಗಿದರು. ಒಮ್ಮೆ ಕಣ್ಣಾಡಿಸಿದವರೆ "ಬ್ರಾವೊ ಬ್ರೆ... ಭೇಷ್ ಭೇಷ್" ಎಂದು ಕಣ್ಣರಳಿಸಿದರು.

ಪ್ಯಾಂಟಿನ ಜೇಬಿನ ಕಡೆಗೆ ಅವರ ಕೈ ಹೋಯಿತು. ನಾನು ಉಸಿರು ಬಿಗಿಹಿಡಿದು ನಿಂತೆ. ಈ ಸಲ ಎಷ್ಟು ಕೊಡಬಹುದೆಂದು ಯೋಚನೆಯಾಯಿತು. ಇದು ನನ್ನ ಪ್ರಾಥಮಿಕ ಶಾಲಾಶಿಕ್ಷಣದ ಕೊನೆಯ ಅಂಕಪಟ್ಟಿಯಾಗಿತ್ತು ಮತ್ತು ನಾನದರಲ್ಲಿ ಅತ್ಯುತ್ತಮ ಅಂಕಗಳನ್ನೆ ಗಳಿಸಿದ್ದೆ. ಏನಿಲ್ಲವೆಂದರೂ ಐವತ್ತು ಕುರೂಶ್‌ಗಳನ್ನಂತೂ

ಬಹುಮಾನವಾಗಿ ಗಿಟ್ಟಿಸುವೆ ಎಂದು ಆಶಿಸಿದೆ. ಆದರೆ ಅಬ್ಬು ಹೋದ ವರ್ಷದಂತೇ ಕೇವಲ ಹತ್ತು ಕುರೂಶ್‌ಗಳ ನಾಣ್ಯವನ್ನು ನನ್ನ ಅಂಗೈಲಿಟ್ಟರು.

"ಕೊನೆಗೂ ನಿನ್ನ ಶಾಲೆ ಅನ್ನೋದೊಂದು ಮುಗೀತು" ಅಬ್ಬು ನಿಟ್ಟುಸಿರು ಬಿಟ್ಟಂತಿತ್ತು. "ಹಾ, ಇನ್ಮೇಲೆ ಸುಮ್ಮನೆ ಕೂರೋ ಹಾಗಿಲ್ಲ. ಕೆಲಸಕ್ಕೆ ಹೊರಡಬೇಕು. ಹೊಗೆಸೊಪ್ಪಿನಿಂದ ಶುರುಮಾಡಿಬಿಡೋಣ. ಇನ್ನ ಕುಣಿ ತೋಡಿಲ್ಲ. ಆಮೇಲೆ ದ್ರಾಕ್ಷಿತೋಟದಲ್ಲಿ ದ್ರಾಕ್ಷಿ ಚಿಗುರು ತರಿಯೊ ಕೆಲಸ ಬಾಕಿ ಇದೆ. ಅದಕ್ಕಿನ್ನು ಗಂಧಕದ ಗೊಬ್ಬರ ಹಾಕಬೇಕು." ಹೀಗೆ ಕೆಲಸದ ಪಟ್ಟಿಯನ್ನು ಮುಂದುವರೆಸುತ್ತಲೇ ಇದ್ದ ಅಬ್ಬುವನ್ನು "ಅಬ್ಬು ನಾವಿವತ್ತು ಬುಟ್ಟಿ ತುಂಬಾ ಬೂದು ಬಣ್ಣದ ಮ್ಯೂಲೆಟ್ ಮೀನು ಹಿಡಿದೀದಿವಿ ಗೊತ್ತಾ?" ಎಂದು ಇಲಿಯಾಸ್ ತನ್ನ ಅತ್ಯುತ್ಸಾಹದ ಮಾತುಗಳನ್ನಾಡಿ ತಡೆಯದೆ ಹೋಗಿದ್ದರೆ ಅಬ್ಬು ಇಡೀ ಬೇಸಿಗೆ ರಜೆಯ ಚಾಕರಿಯ ಸಂಪೂರ್ಣ ವೇಳಾಪಟ್ಟಿಯನ್ನೆ ಕೊಟ್ಟುಬಿಡುತ್ತಿದ್ದ. "ಓಹ್, ನಿನಗೂ ಬ್ರಾವೊ ಬ್ರೆ... ಭೇಷ್!" ಎನ್ನುತ್ತಾ ಅಬ್ಬು ಸ್ವಲ್ಪ ದುಡ್ಡನ್ನು ಅವನ ಕೈಗೂ ತುರುಕಿದ. ಅಬ್ಬು ನನಗೆ ಯಾವಾಗ ದುಡ್ಡು ಕೊಟ್ಟರೂ ಇಲಿಯಾಸನಿಗೂ ದುಡ್ಡು ಕೊಡುವ ನೆಪವೊಂದನ್ನು ಥಟ್ಟನೆ ಹುಡುಕಿಬಿಟ್ಟಿರುತ್ತಿದ್ದ. "ಸರಿ ಸರಿ... ಕತ್ತೆನ ತಯಾರಿ ಮಾಡಿ ಹೋಗಿ. ಇನ್ನ ತಡ ಆಗೋಕಿಂತ ಮುಂಚೆನೆ ಊರಿನ ಸಂತೆಗೆ ಮೀನು ತಗೊಂಡುಹೋಗಿ ಬಂದುಬಿಡ್ತೀನಿ" ಎನ್ನುತ್ತಾ ಅವನಿದ್ದ ಜಾಗದಿಂದ ಎದ್ದ. ಜರ್ಮನ್ ಯುದ್ಧಕ್ಕಿಂತ ಮುಂಚೆ ನಮ್ಮ ಹತ್ತಿರ ಸೊಗಸಾದ ಒಂದು ಕುದುರೆ ಇತ್ತು. ಆದರೆ ಸರ್ಕಾರ ಅದನ್ನು ವಶಪಡಿಸಿಕೊಂಡು ಈಗ ನಮ್ಮ ಬಳಿ ಕೇವಲ ಕತ್ತೆಯೊಂದೇ ಉಳಿದುಕೊಂಡಿತ್ತು.

"ಯಾರಿಗೂ ಅಂಜದ ಆ ಹುಚ್ಚು ನೀರುನಾಯಿ ನಮ್ಮ ಮೀನುಗಳನ್ನು ತುಂಬಿಟ್ಟಿರೊ ತಂತಿ ಜಾಲರಿನ ಹರಿದು ಚೂರು ಚೂರು ಮಾಡೋ ಮೊದಲೆ ಕೆಲಸ ಶುರು ಮಾಡಿಬಿಡೋದು ಒಳ್ಳೇದು" ಎಂದು ಘೋಷಿಸಿದವನೆ ಲಗುಬಗು ಮಾಡತೊಡಗಿದ. ಅಮ್ಮಿ ಕೊಂಚ ಅಳುಕುತ್ತಲೇ ಅಬ್ಬುವಿನ ಕೈಗೊಂದು ಬುತ್ತಿಗಂಟೊಂದನ್ನು ಕೊಟ್ಟಳು. "ನಿನ್ನೆ ನೀವು ಬೇಟೆಯಾಡಿದ್ದ ಪಾರ್ಟ್ರಿಡ್ಜ್ ಹಕ್ಕಿ ಮಾಂಸದ ಜೊತೆಗೆ ಕಡಲೆಬೀಜ ಸೇರಿಸಿ ಅಡಿಗೆ ಮಾಡಿದೆ. ಹೆಂಗಿದ್ರು ಹುಡುಗ ಬರ್ತಾನಂತ ಗೊತ್ತಿತ್ತಲ್ಲ! ಹೇಗೂ ನೀ..ವು ಹಳ್ಳಿಗೆ ಹೋಗ್ತಿರಲ್ಲ... ಅಲ್ಲಿ ಸ್ವಲ್ಪ ನನ್ನ ಅಮ್ಮಿಜಾನ್ ಗೂ ಈ ಇದನ್ನ ಕೊಟ್ಟುಬರ್‍ರಿ" ಎಂದಳು. ಅಬ್ಬು ಗೊಣಗೊಣಗುತ್ತಲೇ ಆ ಬುತ್ತಿಗಂಟನ್ನು ತೆಗೆದುಕೊಂಡು ತನ್ನ ತೊಡೆಯ ಮೇಲಿಟ್ಟುಕೊಂಡ. ಕತ್ತೆಗೆ ಮುನ್ನಡೆಯುವಂತೆ ಸೂಚನೆ ಕೊಡಲು ಚೂರು ಗುದ್ದಿದ. ಕೆಲ ಕ್ಷಣಗಳಲ್ಲಿ ನಮ್ಮ ಕಣ್ಣಿಗೆ ಮರೆಯಾಗುತ್ತಾ ದೂರ ಸಾಗಿದ.

ಅಬ್ಬು ಕಣ್ಮರೆಯಾಗುತ್ತಿದ್ದಂತೆ ನಾವು ಮೂವರು ಅಕ್ಕ ತಮ್ಮಂದಿರು ಗುಡ್ಡದ ತುದಿಯಲ್ಲಿದ್ದ ಬಾದಾಮಿ ಮರದತ್ತ ಒಬ್ಬರನ್ನೊಬ್ಬರು ಅಟ್ಟಿಸುವಂತೆ ವೇಗವಾಗಿ ಮೇಲಕ್ಕೋಡಿದೆವು. ಇನ್ನೇನು ತುದಿ ಮುಟ್ಟಬೇಕು ಎನ್ನುವಾಗ ಇಲಿಯಾಸ್ ಏದುಸಿರು ಬಿಡುವುದು ನೋಡಿ ನಾನು ಮತ್ತು ಫೆರಿಹಾ ಆಪಾ ಇಬ್ಬರೂ ನಮಗೂ

ಸುಸ್ತಾದಂತೆ ತೋರಿಸುತ್ತಾ ನೆಲಕ್ಕುರುಳಿದೆವು. ಅಲ್ಲಿ ಸುತ್ತಲಿದ್ದ ಡೈಸಿ ಹಾಗೂ ಪಾಪ್ಪಿ ಹೂಗಳ ನಡುವೆ ಅಕ್ಕ ಪಕ್ಕ ಮಲಗಿ ನಾನು ಶಾಲೆಯಲ್ಲಿ ನೋಡಿದ ಮನುಷ್ಯರ ಮೂಳೆಗಳ ವಿಷಯವನ್ನು ಹೇಳಿದೆ. ನನ್ನ ಮಾತು ಮುಗಿಯುತ್ತಿದ್ದಂತೆ ಇಲಿಯಾಸ್ ಸಂತೋಷದಿಂದ ಜೋರಾಗಿ ಕಿರುಚಿದ "ಹಾ! ಅಲ್ಲಿದಾಳೆ ನೋಡಿ ಸುಂದರಿ" ಎಂದು ದೂರ ಸಮುದ್ರದಲ್ಲಿ ಹಾಯಾಗಿ ತೇಲುತ್ತಾ ಸಾಗುತ್ತಿದ್ದ ಬಿಳಿ ಹಡಗನ್ನು ತೋರಿಸಿದ.

ನಾವು ದಿಗ್ಗನೆ ಎದ್ದು ದೀಪಸ್ತಂಭದ ಮನೆಯ ಕಡೆಗೆ ಓಡಿದೆವು. ಅಸಡ ಬಸಡ ಹೆಜ್ಜೆಗಳನ್ನು ಹಾಕಿಕೊಂಡು ಮೆಟ್ಟಿಲುಗಳ ಮೇಲೆ ತೆವಳುತ್ತ, ನೂಕುತ್ತಾ, ತಳ್ಳುತ್ತಾ, ಮತ್ತೆ ಹಿಡಿಯುತ್ತಾ ಅಲ್ಲೆ ಮೊಳೆಗೆ ನೇತು ಹಾಕಿದ್ದ ಅಬ್ಬುವಿನ ಬೈನಾಕುಲರನ್ನು ಸೆಳೆದುಕೊಳ್ಳುತ್ತಾ ಗ್ಯಾಲರಿ ಡೆಕ್ಕನ್ನು ಸೇರಿದೆವು. ಚಿಯೋಸ್‌ನ ಬಂದರಿನಿಂದ ಲೆಸ್ಬೋಸ್‌ಗೆ ಬರುತ್ತಿದ್ದ ಹಡಗನ್ನು ನೋಡಲು ನಾವು ಕಿತ್ತಾಡುತ್ತಿದ್ದೆವು. ಆ ಹಡಗು ಬೆಳಿಗ್ಗೆಯೆ ಚಿಯೋಸಿನಿಂದ ಹೊರಟಿತ್ತು. ಹಡಗಿನ ಛಾವಣಿಯ ಮೇಲಿದ್ದ ಅದರ ಕ್ಯಾಪ್ಟನ್ ತನ್ನ ಬೈನಾಕುಲರ್‌ಗಳಿಂದ ನಮ್ಮನ್ನು ನೋಡುತ್ತಿದ್ದ. ನಾವು ಪರಸ್ಪರ ಕೈ ಬೀಸಿದೆವು. ಎಷ್ಟೋ ವರ್ಷಗಳಿಂದ ಈ ರೀತಿ ದೃಷ್ಟಿ ಹೊಸೆಯುತ್ತಿದ್ದುದರಿಂದ ದೂರದ್ದಾದರೂ ಒಂದು ತೆರನಾದ ಮಧುರವಾದ ಬಾಂಧವ್ಯ ನಮ್ಮ ಮಧ್ಯೆ ಬೆಸೆದುಕೊಂಡಿತ್ತು. ಅಷ್ಟೇನೂ ಪರಿಚಯವಿರಲಿಲ್ಲ ನಿಜ, ಹಾಗಂತ ನಾವು ಪೂರ ಅಪರಿಚಿತರೂ ಆಗಿರಲಿಲ್ಲ. ನಿಜ ಹೇಳಬೇಕೆಂದರೆ ಅವನ ತಂಗಿ ನನ್ನ ಮನೋಪ್ರಪಂಚದ ಪ್ರೇಯಸಿ! ಅಷ್ಟೇ ಅಲ್ಲ ಆ ಕ್ಯಾಪ್ಟನ್ ನನ್ನ ಅಮ್ಮಿಯ ಹಳ್ಳಿಯಾದ ಸಜಾಕ್‌ನವನೆ ಆಗಿದ್ದ.

1922ರ ಶರತ್ಕಾಲದ ಹೊತ್ತಿಗೆ ಮುಸ್ತಫಾ ಕೆಮಾಲ್ ಪಾಷಾ ಅವರ ಪಡೆ ಇಝ್ಮೀರನ್ನು ಪ್ರವೇಶ ಮಾಡಿದ ಸುದ್ದಿ ಕೇಳಿ ಹೌಹಾರಿದ ಜನರು ಅವರ ಸೈನ್ಯ ಇಝ್ಮೀರಿನ ಮೇಲೆ ದಾಳಿ ಮಾಡಬಹುದೆಂದು ತಿಳಿದು ಭಯಭೀತರಾಗಿದ್ದರು. ಟರ್ಕಿ ನೆಲದಲ್ಲಿ ನೆಲೆಸಿದ್ದ ಗ್ರೀಕ್ ಸಂಪ್ರದಾಯವಾದಿ ಅಲ್ಪಸಂಖ್ಯಾತರಾದ ರುಮ್ಸ್* ಎಂದು ಕರೆಯಲ್ಪಡುತ್ತಿದ್ದ ರೋಮನ್ನರು ಕರಾಬುರಾನ್ ಪರ್ಯಾಯ ದ್ವೀಪದಿಂದ ಚಿಕ್ಕ ಚಿಕ್ಕ ದೋಣಿಗಳಲ್ಲಿ ತುಂಬಿಕೊಂಡು ಪಲಾಯನಗೈಯಲು ಹವಣಿಸಿದರು. ಹೀಗೆ ಹುಟ್ಟು ದೋಣಿಗಳಲ್ಲಿ ತುಂಬಿಕೊಂಡು ಸಜಾಕ್‌ನಲ್ಲಿರುತ್ತಿದ್ದ ರೋಮನ್ನರೆಲ್ಲಾ ವಿರುದ್ಧ ದಿಕ್ಕಿನಲ್ಲಿದ್ದ ಚಿಯೋಸ್‌ಗೆ ಹೊರಟೇ ಹೋಗಿದ್ದರು. ಇದನ್ನು ಸಹಿಸದ ಅಲ್ಲಿದ್ದ ಕೆಲವೇ ಟರ್ಕಿ ಕುಟುಂಬಗಳು ಜೀವಭಯದಿಂದ ತಾವೂ ಹಳ್ಳಿಯನ್ನು ತೊರೆಯುವ ನಿರ್ಧಾರ ಮಾಡಿ ಊರು ಬಿಟ್ಟರು. ಆಗ ಇಡೀ ಊರಿಗೆ ಊರೆ ನಿರ್ಜನ ಪ್ರದೇಶವಾಗಿ ಹೋಯಿತು.

■

* ಟರ್ಕಿ ನೆಲದಲ್ಲಿ ನೆಲೆಸಿದ್ದ ಗ್ರೀಕ್ ಸಂಪ್ರದಾಯವಾದಿ ಅಲ್ಪಸಂಖ್ಯಾತ ಸಮುದಾಯ. ರುಮ್ಸ್ ಎಂದರೆ ರೋಮನ್ ಎಂದು ಅರ್ಥ. ಇದು 'ರೋಮಾಐ' ಪದದಿಂದ ಹುಟ್ಟಿದೆ. ಕನ್ನಡ ಓದುಗರ ಅನುಕೂಲಕ್ಕಾಗಿ ಇಲ್ಲಿಂದ ಮುಂದೆ ರೋಮನ್ನರೆಂದೆ ಬಳಸಲಾಗಿದೆ.

ಅಮ್ಮಿ ನಮ್ಮನ್ನೆಲ್ಲ ತಾನು ಹುಟ್ಟಿ ಬೆಳೆದ ಸಜಾಕಿನ ಮನೆಯನ್ನು ತೋರಿಸಲು ಕರೆದೊಯ್ದಾಗ ನಾನಿನ್ನೂ ಶಾಲೆಗೆ ಹೋಗುತ್ತಿರಲಿಲ್ಲ. ಬೆಟ್ಟದಂಚಿನಿಂದ ಸಮುದ್ರದತ್ತ ಮುಖ ಮಾಡಿದ್ದ ಎಲ್ಲ ಕಲ್ಲಿನ ಮನೆಗಳಂತೆ ಆ ಮನೆಯ ಕಿಟಕಿ ಬಾಗಿಲುಗಳು ಲೂಟಿಗೊಳಗಾಗಿದ್ದವು. "ಅದು ನೀಲಿ ಬಣ್ಣದ್ದಾಗಿತ್ತು." ಅವಳು ವಿವರಿಸುತ್ತಾ ಹೋದಳು. "ಬಾಗಿಲು ನೀಲಿ. ಸಮುದ್ರದಷ್ಟೇ ನೀಲಿ. ಅಬ್ಬು ಅದಕ್ಕೆ ಚಿವಿಟ್ ಹೆಸರಿನ ನೀಲಿ ಬಣ್ಣವನ್ನು ಬಳಿದಿದ್ದ. ಅದಕ್ಕೆ ಸಮುದ್ರನೀಲಿಯದೆ ಬಣ್ಣ... ನಮ್ಮ ಹಳ್ಳಿ ಹುಟ್ಟಿದ್ದೆ ಇಲ್ಲಿ. ಇದೆ ಈ ಬೆಟ್ಟದ ಮೇಲೆ. ಕಡಲುಗಳ್ಳರಿಂದ ತನ್ನನ್ನು ತಾನು ರಕ್ಷಿಸಿಕೊಳ್ಳಲು, ಅವರು ನಮ್ಮ ಮೇಲೆ ದಾಳಿ ಮಾಡದಂತೆ ತಡೆಯಲು, ನಮ್ಮ ಜನರನ್ನು ಅಪಹರಿಸದೆ ಇರಲು ಅನುಕೂಲವಾಗುವಂತೆ ನಮ್ಮ ಹಳ್ಳಿ ಇಲ್ಲಿ ಹುಟ್ಟಿತು. ನನ್ನಬ್ಬುವಿಗೆ ಸಮುದ್ರ ಅಂದರೆ ಪಂಚಪ್ರಾಣ. ತಾನು ಸಮುದ್ರದ ಹತ್ತಿರ ಇದೀನಿ ಅಂತ ಅನಿಸೋದಕ್ಕೇನೇ ಬಾಗಿಲಿಗೆ ನೀಲಿ ಬಣ್ಣ ಬಳಿದಿದ್ದ. ಮತ್ತವನು ಹೇಳ್ತಾ ಇದ್ದ; "ಹ್ಯಾ ದೇಖೋ! ಸಮಂದರ್ ಆಯಾ ಹೈ ದರ್ವಾಝೆ ಪೆ... ಇಲ್ನೋಡು ಸಮುದ್ರ ಬಂದಿದೆ ಬಾಗಿಲಿಗೆ..."

"ಅಮಿ, ಈ ಹಳ್ಳಿಯ ಜನರೆಲ್ಲ ಎಲ್ಲಿದಾರೆ?" ಎಂಬ ನನ್ನ ಪ್ರಶ್ನೆಗೆ ಅವಳು ದೂರದ ನೇರಳೆ ಕ್ಷಿತಿಜದತ್ತ ಕೈ ಮಾಡಿದಳು. ಅವಳು ಸುಮ್ಮನೆ ಮೂಗೇರಿಸುತ್ತಾ ಮೌನದಲ್ಲಿಯೆ ದುಃಖಿಸುತ್ತಿದ್ದುದನ್ನು ನಾನೆಂದೂ ಮರೆಯಲಾರೆ. ಅಂದು ನನ್ನಮ್ಮಿಯಂತೂ ನನ್ನದೇ ವಯಸ್ಸಿನ ಒಬ್ಬ ಚಿಕ್ಕ ಹುಡುಗಿಯೇ ಆದಂತಿತ್ತು. ನಮ್ಮನ್ನೆಲ್ಲ ಅಲ್ಲಿರುವ ಖಾಲಿ ಖಾಲಿಯಾಗಿರುವ ತೆರದ ಬಾಗಿಲುಗಳಿಂದ ಮನೆಗಳ ಒಳಹೊರಗೆ ಕರೆದೊಯ್ಯುತ್ತಾ ಕಣ್ಣಾಮುಚ್ಚಾಲೆ ಆಡುತ್ತಾ, ಆ ಅವಶೇಷಗಳಲ್ಲಿ ಅಂಡಲೆಯುತ್ತಿರಬಹುದಾಗಿದ್ದ ಅವಳ ನೆರೆಹೊರೆಯವರ ನೆರಳುಗಳನ್ನು ಹಿಡಿಯುವ ಆಟವಾಡುತ್ತಾ ಇದ್ದಂತಿತ್ತು.

ಹೋದವರ್ಷವಷ್ಟೆ ಸಜಾಕ್‌ಗೆ ನನ್ನ ಮರುಭೇಟಿ ಆಯಿತು. ಆದರೆ ಈ ಬಾರಿ ಸಜಾಕನ್ನು ನೋಡಲು ಆಸೆ ಪಟ್ಟಿದ್ದು ಹಳ್ಳಿಯಲ್ಲಿ ವಾಸಿಸುತ್ತಿದ್ದ ನನ್ನ ನಾನಿ. ಮುಂದೆ ಹೇಗೋ ಏನೋ ಎಂಬ ಯೋಚನೆ ತಾನು ಬದುಕಿ ಬಾಳಿದ್ದ ಆ ಊರನ್ನು, ಜೀವನದಲ್ಲಿ ಕೊನೆಯಬಾರಿ ನೋಡಬಯಸುವಂತೆ ಮಾಡಿತ್ತು. ಆ ಪುರಾತನ ಹಳ್ಳಿಯಲ್ಲಿ, ಆ ಹಳೆಯ ಅವಶೇಷಗಳ ಹಿನ್ನೆಲೆಯಲ್ಲಿ ನನ್ನ ನಾನಿ ಅಲೆದಾಡುವಾಗ ವಯಸ್ಸಿನಲ್ಲಿ ಸಣ್ಣವಳಾದಂತೆ ಕಂಡಳು. ಆ ಊರು 'ಒಂದಾನೊಂದು ಕಾಲದಲ್ಲಿ ಜನರು ಅದೊಂದು ರೀತಿ ವಾಸಿಸುತ್ತಿದ್ದರು' ತರಹದ ಪುರಾತನ ಊರಾಗಿ ಮಾರ್ಪಾಟಾಗಿತ್ತು. ಹಾಗೆಂದು ಆ ಊರು ಪಾಳು ಬಿದ್ದು ಶತಮಾನಗಳೇನು ಕಳೆದಿರಲಿಲ್ಲ. ವರ್ಷಗಳಷ್ಟೆ ಕಳೆದಿದ್ದವಷ್ಟೆ! ಎಷ್ಟೋ ಮನೆಗಳ ಮೇಲ್ಛಾವಣಿಗಳು ಹಾರಿಹೋಗಿದ್ದವು. ರೋಮನ್ನರು ಬಚ್ಚಿಟ್ಟಿರಬಹುದಾದ ಚಿನ್ನವನ್ನು ಹುಡುಕುತ್ತಿದ್ದ ನಿಧಿ ಶೋಧಕರು ಎಲ್ಲ ಕಡೆ ಗುಂಡಿಗಳನ್ನು ತೋಡಿದ್ದರು. ಹೊಗೆ ಕಿಂಡಿಗಳನ್ನೂ ಬಿಡದೆ ಕೊರೆದು ಗುಪ್ತ ನಿಧಿಯನ್ನರಸಿದ್ದರು. ಒಂದು ದೊಡ್ಡ ಭೂಕುಸಿತಕ್ಕೆ ಎಲ್ಲಾ

ಜನರು, ಅವರೆಲ್ಲರ ನೆನಪುಗಳು ಬಲಿಯಾದಂತೆ, ನಾಶವಾದಂತೆ ಭಾಸವಾಗುತ್ತಿತ್ತು.

ಚರ್ಚಿನ ಮೇಲ್ಛಾವಣಿ ಕೂಡ ಕಾಣೆಯಾಗಿತ್ತು. "ನಿಮ್ಮ ಶಾಲೆ ಮೇಲ್ಛಾವಣಿ ದುರಸ್ತಿ ಮಾಡೋದಕ್ಕೆ ಅಂತ ನಮ್ಮ ಚರ್ಚಿನ ಹೆಂಚುಗಳನ್ನು ತಗೊಂಡುಹೋಗಿದ್ರು" ಎಂದು ಹೇಳಿದ ನಾನಿ "ಅಂದಹಾಗೆ ನಿಮ್ಮ ಶಾಲೆ ಕೂಡ ಹಿಂದೊಮ್ಮೆ ಚರ್ಚ್ ಆಗಿತ್ತು ಅನ್ನೋದು ಬೇರೆ ಮಾತು" ಎಂದು ಸೇರಿಸಿದ್ದಳು.

ಧರ್ಮವಿರೋಧಿಗಳ ಚರ್ಚನ್ನು ನಮ್ಮ ಚರ್ಚೆಂದು ನಾನಿ ಹೇಳಿದ್ದು ನನಗೆ ವಿಚಿತ್ರವಾಗಿ ಕಂಡಿತಾದರೂ ನಾಲಗೆ ಕಚ್ಚಿಕೊಂಡು ಸುಮ್ಮನುಳಿದೆ. ತುಂಬಿದ ಅವಳ ಕಣ್ಣುಗಳು ಕುರುಚಲು ಮುಳ್ಳುಗಂಟಿಗಳಿಂದ ಆವರಿಸಿದ ತಾರಸಿಯನ್ನೆ ದಿಟ್ಟಿಸಿದವು. "ಎಲ್ಲಾ ಹಾಳಾಗಿ ಹೋಯ್ತು. ಈಗ ನೋಡು... ಏನೂ ಉಳಿದಿಲ್ಲ. ದ್ರಾಕ್ಷಿ ತೋಟ ಇಲ್ಲ, ಹೂವು ಹಣ್ಣಿನ ಮಾರ್ಕೇಟಿಲ್ಲ..." ಎಂದು ನಿಟ್ಟುಸಿರಿಟ್ಟಳು. ಅವಳು ಮನೆಯನ್ನು ಸಮೀಪಿಸುತ್ತಿದ್ದಂತೆಯೆ ವಾಸ್ತವವನ್ನು ಎದುರಿಸಲು ಇಷ್ಟವಿಲ್ಲದೆ ಅವಳ ಹೆಜ್ಜೆಗಳು ತಡಕಾಡತೊಡಗಿದವು ಮತ್ತು ಅವಳ ದನಿ ನಡುಗತೊಡಗಿತು. ಅವಳು ಉಸಿರು ನಿಲ್ಲಿಸದೆಯೆ ಒಂದೇ ಸಮನೆ ಪ್ರಾರ್ಥನೆಯನ್ನು ಮಣಮಣಿಸಲಾರಂಭಿಸಿದಳು. "ಬಿಸ್ಮಿಲ್ಲಾಹ್... ಬಿಸ್ಮಿಲ್ಲಾಹ್... ಬಿಸ್ಮಿಲ್ಲಾಹ್..." ಎಂದು ಮನೆಯೊಳಗೆ ಕಾಲಿಡುತ್ತಿದ್ದಂತೆಯೇ ಮನೆಯ ನಡುವಿನ ಅಂಜೂರದ ಮರ ಅವಳನ್ನು ಸ್ವಾಗತಿಸಿದಂತೆನಿಸಿತು. ಅಲ್ಲಿಯವರೆಗೂ ಇದ್ದ ಕಿವಿಗಡಚಿಕ್ಕುವ ಜೀರುಂಡೆಯ ಗುಯ್ಯಿಗಾಟ ನಿಂತುಹೋಯಿತು. ಗೋಡೆಯ ಮೇಲಿದ್ದ ದೊಡ್ಡ ಹಲ್ಲಿಯೊಂದು ಸರಸರನೆ ಚಲಿಸಿ ಕಲ್ಲುಬಂಡೆಯ ಕೆಳಗೆ ಬಚ್ಚಿಟ್ಟುಕೊಂಡಿತು. ನಾನಿ ನಿಧಾನವಾಗಿ ಚಲಿಸುತ್ತಾ, ಹಳೆಯ ನೆನಪುಗಳು ತಂದೊಡ್ಡುತ್ತಿರುವ ನೋವಿಗೆ ಮೆಲ್ಲಗೆ ಮುಲುಗುತ್ತಾ, ವಯಸ್ಸಾಗಿ ಸುಕ್ಕುಗಟ್ಟಿದ ಅವಳ ಮುದಿಕೈಗಳನ್ನು ಆ ಮನೆಯ ಕಲ್ಲುಗೋಡೆಗಳ ಮೇಲೆ ಆಶೀರ್ವಾದವೆಂಬಂತೆ ಸವರುತ್ತಿದ್ದಳು. ಅವಳೂ ಕೂಡ ಅಂದು ಅಮ್ಮಿಯಂತೆಯೇ ಮೌನದಲ್ಲಿಯೇ ಕಣ್ಣೀರು ಸುರಿಸಿದಳು.

ಇಪ್ಪತ್ತು ವರ್ಷಗಳ ನಂತರ ಮತ್ತೆ ಮರಳಿದ್ದ ಆ ಮನೆಯ ನಾಲ್ಕು ಖಾಲಿ ಗೋಡೆಗಳ ನಡುವೆ ಅದೆಷ್ಟು ಹೊತ್ತು ಕಳೆದೆವೆಂಬುದು ನನಗೀಗ ನೆನಪಿಲ್ಲ. ಇದ್ದಷ್ಟೂ ಹೊತ್ತು ಆಗಾಗ ತನ್ನಷ್ಟಕ್ಕೇ ಮಾತಾಡಿಕೊಂಡಳು. ಆಗಾಗ ಅತ್ತಳು. ಬಹುಶಃ ನಾನು "ನಾನಿ, ಎದ್ದೇಳು, ಹೋಗಣ. ಹೀಗೇ ಕೂತಿದ್ರೆ ಹೊತ್ತು ಮುಳುಗಿ ಕತ್ತಲಾಗಿಬಿಡತ್ತೆ" ಎಂದು ಹೇಳದಿರುತ್ತಿದ್ದಲ್ಲಿ ಅವಳು ಅಲ್ಲಿಂದ ಎದ್ದೇಳುತ್ತಲೇ ಇರುತ್ತಿರಲಿಲ್ಲ.

ನಾವು ಮನೆಯಿಂದ ಹೊರಗೆ ಬರುತ್ತಿದ್ದಂತೆ ನೆತ್ತಿಯಿಂದ ಕಾಲ್ತುದಿಯವರೆಗೆ ಕಪ್ಪು ದಿರಿಸಿನಲ್ಲಿದ್ದ ಒಬ್ಬ ಯುವತಿ ನಮಗೆ ಕಣ್ಣಿಗೆ ಬಿದ್ದಳು. ಮಸುಕಾದ ಆ ಅವಶೇಷಗಳ ನಡುವೆ ಪ್ರೇತದಂತೆ ಒಂಟಿಯಾಗಿ ಅಲೆದಾಡುತ್ತಿದ್ದಳು. ನಮ್ಮನ್ನು ನೋಡಿದವಳೆ ಉತ್ಸುಕತೆಯಿಂದ ಚದುರಿಹೋಗಿರುವ ಕಲ್ಲುಗಳನ್ನು ದಾಟಿಕೊಂಡು ತನ್ನ ಆಕರ್ಷಕ ದನಿಯಲ್ಲಿ "ಖಲಿ ಮೇರ!" ಹೇಳಿ "ಮೆರ್ಹಬಾ!" ಎಂದಳು. "ನಿಮಗೆ ಗೊತ್ತಾ? ಈ ಜಾಗ? ನಾನು ಸೋಫಿಯಾ ಮತ್ತೆ ಎಸ್ತಿಫಾನೊಸ್‌ರ ಮನೇನ ಹುಡುಕ್ತಾ ಇದೀನಿ"

ಎಂದಳು. ಅವಳನ್ನು ಮೇಲಿಂದ ಕೆಳಕ್ಕೆ ಅನುಮಾನದಿಂದ ದಿಟ್ಟಿಸಿದ ನಾನಿ ಚೂರು ಜಾಗ್ರತೆಯಿಂದಲೇ "ಸೋಫಿಯಾ ಮನಿ ತಗಂಡು ನೀನೇನ್ ಮಾಡ್ತಿಯೆ ಹುಡುಗಿ?" ಎಂದು ಕೊಂಕಿದಳು.

ಆ ಜಾಗದಿಂದ ಓಡಿ ಹೋಗಿದ್ದ ರೋಮನ್ನರ ಮಕ್ಕಳು ಆಗೀಗ ತಾವಿದ್ದ ಮಣ್ಣಿನಲ್ಲಿ ತಮ್ಮ ಪೂರ್ವಜರು ಹೂತಿಟ್ಟಿದ್ದರೆನ್ನಲಾದ ಚಿನ್ನವನ್ನರಸಿ ಬರುತ್ತಾರೆಂಬ ವದಂತಿಗಳಿದ್ದವು. ಎದುರಿಗಿದ್ದ ಹೆಂಗಸು ಅಂಥವರಲ್ಲಿ ಒಬ್ಬಳಾಗಿರಬಹುದೆಂದು ನನ್ನ ನಾನಿ ಭಾವಿಸಿರಬಹುದು. ಯುದ್ಧದ ಜೊತೆಗೆ ಮತ್ತೆಲ್ಲದರ ಜೊತೆಗೆ ತಳುಕು ಹಾಕಿಕೊಂಡಿದ್ದ, ನಾವು ಯಾವಾಗಲೂ ಕೇಳುತ್ತಿದ್ದ ಪತ್ತೇದಾರಿ ಕಥೆಗಳ ಕಾರಣವಾಗಿ ಎಲ್ಲವನ್ನು ಎಲ್ಲರನ್ನೂ ಸಂಶಯಾತ್ಮಕವಾಗಿ ನೋಡುತ್ತಾ ಇದ್ದದ್ದು ಸಹಜವೇ ಆಗಿತ್ತು.

"ನಿಮಗೆ ಸೋಫಿಯಾ ಗೊತ್ತಾ?" ಆ ಹೆಣ್ಣುಮಗಳು ಕೇಳಿದಳು. ಅವಳ ಕಣ್ಣುಗಳು ನಿರೀಕ್ಷೆಯಿಂದ ಹೊಳೆಯುತ್ತಿದ್ದವು. "ನಾನು ಸೋಫಿಯಾ ಮಗಳು ನೆರಿಸ್ಸಾ!"

ಆ ಮಾತನ್ನು ಕೇಳಿದ್ದೆ ತಡ ನಾನಿ ಆಶ್ಚರ್ಯದಿಂದ ತೆರೆದ ಅವಳ ಬಾಯಿಗೆ ಬೆರಳಿಟ್ಟುಕೊಳ್ಳುತ್ತಾ "ಅಜ್ಜೋ!" ಎಂಬ ಖುಷಿಬೆರೆತ ಉದ್ಗಾರವನ್ನು ಹೊರಹಾಕಿದಳು. ಗ್ರೀಕ್ ಭಾಷೆಯಲ್ಲಿ ಅದೇನೋ ಭಾವೋದ್ವೇಗ ಭರಿತ ಮಾತಿನ ಪ್ರವಾಹವನ್ನೆ ಹರಿಸತೊಡಗಿದಳು. ಅವಳ ಮಾತಿನಲ್ಲಿ ಸೋಫಿಯಾ ಅನ್ನುವ ಪದವನ್ನು ಬಿಟ್ಟರೆ ನನಗೆ ಮತ್ತೇನೂ ಅರ್ಥವಾಗಲಿಲ್ಲ. ಆ ಪದ ಕೂಡ ಆ ಹುಡುಗಿ ಹೇಳಿದಳಲ್ಲ ಎಂದು ನೆನಪಿತ್ತು ಅಷ್ಟೆ. ಆದರೆ ಸ್ವಲ್ಪ ಹೊತ್ತು ನೋಡ ನೋಡುತ್ತಿದ್ದಂತೆಯೇ ಅದೇಕೋ ನಾನಿಯ ಅರಳಿದ ಮುಖ ಸರಕ್ಕನೆ ಬಾಡಿಹೋಯಿತು. ಅವಳ ಉತ್ಸಾಹವೆಲ್ಲ ಉಡುಗಿಹೋದಂತಾಗಿ, ಅವಳ ಕಣ್ಣುಗಳಲ್ಲಿ ಪುನಃ ಸಂಶಯದ ಪೊರೆಯೊಂದು ಆವರಿಸಿತು.

"ಆದ್ರೆ ಸೋಫಿಯಾಗೆ ಮಗಳೆ ಇರಲಿಲ್ಲವಲ್ಲ! ನನಗೆ ನೆನಪಿರೊ ಪ್ರಕಾರ ಅಕಿಗೊಬ್ಬ ಮಗ ಇದ್ದ ಅಷ್ಟೆ! ಅವನಂತೂ ತುಂಟ ಅಂದ್ರೆ ತುಂಟ." ಆ ಯುವತಿ ನಗಲಾರಂಭಿಸಿದಳು. ಅದೆಷ್ಟು ಸುಂದರ ನಗುವಾಗಿತ್ತದು?

"ನಿಮಗೆ ನಿಕೋಲಿ ಗೊತ್ತಾ? ಒ ಮೇರಾ ಭಯ್ಯಾ. ಬಡೆ ಭಯ್ಯಾ! ಮೆಗಾಲೊಸ್ ಅಡೆಲ್ಫೋಸ್. ನಾನು ಚಿಯೋಸ್‌ಗೆ ಹೊರಟ ಹುಟ್ಟು ದೋಣಿಯಲ್ಲಿ ಹುಟ್ಟಿದವಳು!"

ಇದನ್ನು ಕೇಳಿದವಳೆ ನಾನಿ ಯಾರೋ ಹಸಿ ಗಾಯಕ್ಕೆ ನೆನಪಿನಿಂದ ಚುಚ್ಚಿದಂತೆ ಕಿರುಚಿದಳು. ಬಿಕ್ಕಿಬಿಕ್ಕಿ ಅಳಲಾರಂಭಿಸಿದಳು. ಅವರಿಬ್ಬರೂ ಒಬ್ಬರನ್ನೊಬ್ಬರು ತಬ್ಬಿದರು. ನಾನಿಯ ಅಳು ಸಾಂಕ್ರಾಮಿಕವಾಗಿ ಹರಡುವಷ್ಟು ಶಕ್ತವಾಗಿತ್ತು. ಅವರಿಬ್ಬರೂ ಬಿಕ್ಕುತ್ತಾ ಒಬ್ಬರೊಬ್ಬರ ಬೆನ್ನು ತಟ್ಟುತ್ತಾ ಜೋರಾಗಿ ಗೋಳಿಟ್ಟರು. ಅಲ್ಲಿದ್ದಷ್ಟೂ ಹೊತ್ತು ಉಸಿರು ಬಿಡುವುದಕ್ಕೂ ಸಮಯ ಕೊಡದಂತೆ ನಿರಂತರವಾಗಿ ಮಾತನಾಡುತ್ತಾ ಹೋದರು. ಇಬ್ಬರೂ ಅಷ್ಟೂ ವರ್ಷಗಳ ಕಥೆಗಳನ್ನೆಲ್ಲಾ ಆ ಕೆಲವೇ ಕ್ಷಣದಲ್ಲಿ ಹಿಡಿದಿಡುವ ತವಕದಲ್ಲಿದ್ದಂತಿತ್ತು.

ನಾನು ನಾನಿಯ ಜೊತೆಗಿದ್ದ ಅಷ್ಟು ವರ್ಷಗಳಲ್ಲಿ ಅವಳ ಬಾಯಿಂದ ಅಲ್ಲೊಂದಿಲ್ಲೊಂದೆಂಬಂತೆ ಗ್ರೀಕ್ ಶಬ್ದ ಕೇಳಿದ್ದೆ. ಆದರೆ ಇಲ್ಲಿ ಅದರ ತದ್ವಿರುದ್ಧ! ಈ ಹಿಂದೆ ನಾನಿ ಆ ರೀತಿ ನಿರರ್ಗಳವಾಗಿ ಗ್ರೀಕ್ ಭಾಷೆಯಲ್ಲಿ ಮಾತಾಡಿದ್ದನ್ನು ಕೇಳಿಯೇ ಇರಲಿಲ್ಲ. ಕೇಳಲಾದರೂ ಹೇಗೆ ಸಾಧ್ಯವಿತ್ತು ಹೇಳಿ? ಈ ಹಿಂದೆ ಅವಳು ಯಾರೊಂದಿಗೆ ಗ್ರೀಕ್ ಭಾಷೆಯಲ್ಲಿ ಮಾತಾಡಬೇಕಿತ್ತು?

ನನ್ನ ಜೀವನದಲ್ಲಿ ಮೊಟ್ಟಮೊದಲ ಬಾರಿಗೆ ಒಬ್ಬ ಅಪರಿಚಿತ ವ್ಯಕ್ತಿಯನ್ನು ನೋಡುತ್ತಿದ್ದೆ. ಕಪ್ಪು ಬಟ್ಟೆ ಅವಳಿಗೆ ಕೊಂಚ ಹೆಚ್ಚು ವಯಸ್ಸನ್ನು ಆರೋಪಿಸುತ್ತಿದ್ದರೂ ಅವಳಿಗೆ ಇಪ್ಪತ್ತು ಕೂಡ ದಾಟಿದಂತಿರಲಿಲ್ಲ. ಮೊಟ್ಟೆಯಾಕಾರದ ಮುಖದಲ್ಲಿ ದೊಡ್ಡ ದೊಡ್ಡ ಕಣ್ಣುಗಳು, ತಿದ್ದಿ ತೀಡಿದಂಥ ಹುಬ್ಬುಗಳು, ಪುರಾತನ ಪುತ್ಥಳಿಗಳ ಹಾಲು ಬಿಳುಪಿನ ಮೈಬಣ್ಣದಂತ ಅವಳ ಮೈಬಣ್ಣ, ಅವಳ ಸ್ಕಾರ್ಫಿನಿಂದ ಹೊರಬರುತ್ತಿದ್ದ ಕಲ್ಲಿದ್ದಲು ಕಪ್ಪಿನಂತಹ ಕೂದಲುಗಳ ಕಾರಣದಿಂದ ಬಹಳ ಆಕರ್ಷಕವಾಗಿ ಕಾಣುತ್ತಿದ್ದಳು. ಚಿಯೋಸ್‌ನ ಕಡೆಗೆ ಸಾಗುತ್ತಿದ್ದ ಬಿಳಿ ಹಡಗನ್ನು ತೋರಿಸುತ್ತಾ ಒಂದು ಮಾಯಕದ ಉತ್ಸಾಹದಲ್ಲಿ ಏನೊ ಹೇಳಿದ್ದು ಕೇಳಿ ನಾನಿ "ಏನು? ಹೌದಾ? ನಿಜವಾಗ್ಲೂ?" ಎಂದು ಉದ್ಗರಿಸಿ ಮತ್ತೆ ಗ್ರೀಕ್ ಭಾಷೆಯಲ್ಲಿ ಮಾತನಾಡತೊಡಗಿದಳು. ಅವರಿಬ್ಬರ ನಡುವಿನ ಮಾತುಕತೆ ಮುಗಿಯುವಂತೆ ಕಾಣುತ್ತಿರಲಿಲ್ಲ.

ನಮ್ಮ ಮನೆಯಿಂದ ಅಷ್ಟೇನೂ ದೂರವಲ್ಲದ ಒಂದು ಪಾಳುಜಾಗಕ್ಕೆ ನಾನಿ ಅವಳನ್ನು ಕರೆದೊಯ್ದಳು. ನಾನೂ ಕೂಡ ಆ ಯುವತಿಯನ್ನು ಹಿಂಬಾಲಿಸಲು ಹೋದರೆ ನಾನಿ ನನ್ನ ತೋಳನ್ನು ಗಟ್ಟಿಯಾಗಿ ಹಿಡಿದು ನಿಲ್ಲಿಸಿ "ಆಕಿ ಮನೆ ಹತ್ರ ಆಕಿ ಒಬ್ಬಾಕಿನೇ ಸ್ವಲ್ಪೊತ್ತು ಇದ್ದು ಬರಲಿ. ನಾವಿಲ್ಲೇ ಹೊರಗಡೆ ಕಾಯಣ" ಎಂದು ತಡೆದಳು.

ನಾನು ಕಿಟಕಿಯಿಂದಲೆ ಗುಟ್ಟಾಗಿ ಅವಳನ್ನು ಗಮನಿಸಿದೆ. ಅವಳು ಪ್ರಾರ್ಥನೆ ಮಾಡಲು ಮಂಡಿ ಊರಲು ಕೂತಾಗ ಅವಳ ಹಿಂಗಾಲುಗಳು ಕಪ್ಪುದಿರಿಸಿನಾಚೆಗೆ ಕಾಣಿಸುತ್ತಿದ್ದವು. ಅದೇ ಮೊದಲನೆ ಸಲ ಒಬ್ಬ ಯುವತಿಯ ಪ್ರಭಾವಕ್ಕೊಳಗಾಗಿದ್ದೆ. ಬಹುಶಃ ಅವಳೊಬ್ಬ ಅಪರಿಚಿತ ಯುವತಿ ಎನ್ನುವುದೂ ನನ್ನ ಮನಸ್ಸಿನ ಕೊಳ ಕಲಕಲು ಕಾರಣವಾಗಿರಬಹುದು. ಅಪರಿಚಿತ ಯುವತಿ... ಸುಂದರ ಅಪರಿಚಿತ ಯುವತಿ... ಅವಳು ಎದುರಿಗಿನ ಗೋಡೆಯನ್ನೆ ನೋಡುತ್ತಾ ಅಪ್ಪುಗೆಯ ರೀತಿಯಲ್ಲಿ ಎದೆಯ ಮೇಲೆ ಕೈ ಅಡ್ಡಡ್ಡ ಸವರಿದಳು. ಇನ್ನೇನು ಪ್ರಾರ್ಥನೆ ಆರಂಭಿಸುತ್ತಾಳೆ ಅನಿಸಿತು. ಅಷ್ಟರಲ್ಲಿ ಅವಳು ಹೃದಯವನ್ನೇ ಮುಟ್ಟುವಂತಹ ಶೋಕಗೀತೆಯ ತರಹದನ್ನು ತಗ್ಗು ಧ್ವನಿಯಲ್ಲಿ ಹಾಡಲಾರಂಭಿಸಿದಳು. ಅವಳ ಮೊಣಕಾಲು ನಿಧಾನಕ್ಕೆ ಹಿಂದೆ ಮುಂದೆ ಆಡುತ್ತಿದ್ದವು. ಅದೊಂದು ಚರಮಗೀತೆಯಂತೆ ಕೇಳುತ್ತಿತ್ತು. ಆ ಧ್ವನಿ ನನ್ನನ್ನು ಅದೆಷ್ಟು ಮೋಹಿತನನ್ನಾಗಿಸಿತು ಎಂದರೆ ಅವಳು ಟರ್ಕಿ ಭಾಷೆಯಲ್ಲಿ ಜೋಗುಳ ಒಂದನ್ನು ಹಾಡುತ್ತಿದ್ದಾಳೆ ಎಂದು ಅರ್ಥ ಆದಾಗ ನನ್ನ ಮನಸ್ಸು ಅದೇಕೋ ವಿಷಣ್ಣವಾಯಿತು. ನಾನು ಎಂದೂ ಕೇಳಿರದ ಜೋಗುಳವದು...

ಬಿಳಿಮುಗಿಲ ಬಣ್ಣಾದ ಬಟ್ಟೆಯಲ್ಲಿ
ಕಣ್ಣು ರೆಪ್ಪೇಯ ಬಡಿವ ಮಗಳೆ
ತೊಟ್ಟಿಲಲಿ ಹಾಯಾಗಿ ಮಲಗು
ಮಲಗೆದ್ದು ಬಯಲನ್ನೆ ಬೆಳಗು
ಜೋ ಜೋ ಮಗಳೆ ಜೋ ಜೋ
ಮಲಗು ಮಗಳೆ ಜೋ ಜೋ
ಮಲಗೆನ್ನ ಮಗುವೆ ಜೋ ಜೋ
ಜೋ ಜೋ ಜೋ ಜೋ ಜೋ ಜೋ...

ಜೋಗುಳದ ನಂತರ ಒಂದರೆ ಘಳಿಗೆ ಮೌನದಲ್ಲೆ ಕೂತಳು. ಒಮ್ಮೆಲೆ ನೆಲದ ಮೇಲಿನ ಕಲ್ಲುಗಳನ್ನು ಬದಿಗೆ ಸರಿಸಿ ತನ್ನ ನುಣುಪಾದ ಕೈಗಳಿಂದ ಕುಣಿ ತೋಡಲಾರಂಭಿಸಿದಳು. ಒಂದು ಕ್ಷಣಕ್ಕೆ ಅರೆ ಇವಳು ಹೂತಿಟ್ಟಿರೊ ಚಿನ್ನದ ನಿಧಿಯನ್ನು ಹುಡುಕಿಕೊಂಡು ಬಂದಿಲ್ಲ ತಾನೆ ಎಂದು ಅನುಮಾನವಾಗಿದ್ದು ಸುಳ್ಳಲ್ಲ. ಆದರೆ ಅವಳು ಅಲ್ಲಿನ ಹಿಡಿಮಣ್ಣನ್ನು ತನ್ನ ಬ್ಯಾಗಿನಿಂದ ಹೊರತೆಗೆದ ವೆಲ್ವೆಟ್ ಬಣ್ಣದ ಪುಟ್ಟಚೀಲದಲ್ಲಿ ಹಾಕಿಕೊಂಡಳು.

ನಾವು ಬೆಟ್ಟದಿಂದ ಇಳಿಯುತ್ತಿದ್ದಂತೆ ಸೂರ್ಯನು ಸಮುದ್ರವನ್ನು ಸೇರ ಹೊರಟಿದ್ದ. ನಾನಿ ಅವಳನ್ನು ಆ ರಾತ್ರಿ ನಮ್ಮ ಜೊತೆಯೇ ಉಳಿಯುವಂತೆ ಒತ್ತಾಯಿಸಿದಳು. ನಾನು ಮನಸ್ಸಿನಲ್ಲಿ ಅವಳದಕ್ಕೆ ಒಪ್ಪಿಕೊಂಡುಬಿಡಲಿ ಎಂದುಕೊಳ್ಳುತ್ತಿದ್ದೆ. ಆದರೆ ಮಣ್ಣಿನ ಬೀದಿ ಅಂಚಿನಲ್ಲಿ ಒಂದು ಹಸಿರು ವಿಲ್ಲಿಸ್ ಜೀಪು ನಿಂತಿತ್ತು. ಚಿಶ್ಮೆ ಪ್ರದೇಶದವನಾದ ಆ ಜೀಪಿನ ಡ್ರೈವರ್ ಆಕಳಿಸುತ್ತಾ ಮಹಾಬೇಜಾರಿನಲ್ಲೊ ಎಂಬಂತೆ ಮತ್ತೊಂದು ಸಿಗರೇಟು ಹಚ್ಚಿ ಹೊಗೆಯುಗುಳಲು ಶುರುಮಾಡಿದ. ಅವರು ನಮ್ಮನ್ನು ಹಳ್ಳಿಯ ದಿಡ್ಡಿಬಾಗಿಲತನಕ ಬಿಟ್ಟರು.

ವಿದಾಯ ಹೇಳುತ್ತಾ ನೆರಿಸ್ಸಾಳನ್ನು ತಬ್ಬಿ ನನ್ನ ನಾನಿ ಟರ್ಕಿ ಭಾಷೆಯಲ್ಲಿ “ನಿನ್ನಮ್ಮಿ ಸೋಫಿಯಾಳನ್ನು ಕೇಳಿದೆ ಅಂತ ಹೇಳು” ಎಂದು ಮತ್ತೇನೋ ಹೇಳ ಹೊರಟವಳು ನಾಲಗೆ ಕಚ್ಚಿಕೊಂಡು ಅಲ್ಲಿಯೆ ನಿಲ್ಲಿಸಿದಳು. ಆದರೆ ನೆರಿಸ್ಸಾಳಿಗದು ಅರ್ಥವಾದಂತೆ ತೋರಿತು. ಇಬ್ಬರೂ ಆ ವೆಲ್ವೆಟ್ ಬಣ್ಣದ ಪುಟ್ಟ ಚೀಲವನ್ನೆ ಪ್ರೀತಿಯಿಂದ ದಿಟ್ಟಿಸಿದರು. ಶೋಕ ಹೊದ್ದ ಮುಗುಳುನಗುವನ್ನು ಅಡಗಿಸಿಡಲು ಪ್ರಯತ್ನಿಸಿದರು. ಕಡೆಯಬಾರಿಯೆಂಬಂತೆ ಮತ್ತೊಮ್ಮೆ ತುಸುವೆ ತಬ್ಬಿಕೊಂಡರು. ಆದರೆ ಈ ನಿಲುಗಡೆ ಶಾಶ್ವತವಲ್ಲವೆಂಬುದು ಇಬ್ಬರಿಗೂ ಗೊತ್ತಿತ್ತು. ಎಲ್ಲಾ ವಿದಾಯಗಳೂ ಭಾರದ ಹೃದಯಗಳನ್ನು ಹೊತ್ತಿರುತ್ತವೆಯಲ್ಲವೆ?

ಜೀಪಿನಲ್ಲಿ ಹತ್ತುವ ಮೊದಲು ಅವಳು ನನ್ನ ಗಲ್ಲಕ್ಕೆ ಬೆಲ್ಲದಂತಹ ಒಂದು ಮುತ್ತನ್ನು ಕೊಟ್ಟಳು. ಆ ಕ್ಷಣ ನನಗೆ ನಖಶಿಖಾಂತ ಕಂಪನ ಉಂಟಾಯಿತು. ನನ್ನ ಅಕ್ಕನ ಒರಟು ಮುತ್ತಿಗಿಂತ ಅದೆಷ್ಟು ಭಿನ್ನವಾಗಿತ್ತು! ಆ ಜೀಪು ಧೂಳಿನಲ್ಲಿ ಕರಗಿ ಗುಡ್ಡದಿಂದ ಕಾಣೆಯಾಗುವವರೆಗೂ ನಾನು ಕೈ ಬೀಸುತ್ತಲೇ ಇದ್ದೆ.

ನಾನು ಕಣ್ಣು ಮಿಟುಕಿಸುತ್ತಾ ಇಡೀ ರಾತ್ರಿ ಎಚ್ಚರವಿರಲು ಉತ್ಸುಕನಾಗಿದ್ದೆ. ಆ ರಾತ್ರಿ ನನಗೆ ಸ್ವಲ್ಪವೂ ನಿದ್ದೆ ಬರಲಿಲ್ಲ. ಬರುವುದಾದರೂ ಹೇಗೆ ಸಾಧ್ಯವಿತ್ತು ಹೇಳಿ? ಆ ದಿನ ಹಲವು ಮೊದಲುಗಳನ್ನು ಅನುಭವಿಸಿದ್ದೆ. ಯುವತಿಯೊಬ್ಬಳು ನನ್ನನ್ನು ಸೂಜಿಗಲ್ಲಿನಂತೆ ಸೆಳೆದಿದ್ದಳು! ಅಪರಿಚಿತ ವ್ಯಕ್ತಿಯನ್ನು ಮೊದಲಬಾರಿಗೆ ಭೇಟಿಮಾಡಿದ್ದೆ. ಅಷ್ಟೇ ಏಕೆ? ಜೀಪಿನಲ್ಲಿ ಪ್ರಯಾಣಿಸಿದ್ದು ಕೂಡ ಅದೇ ಮೊದಲು. ನೆರಿಸ್ಸಾಳ ಸೌಂದರ್ಯಾರಾಧನೆಯ ಭಾವನೆಗಳನ್ನು ನಾನು ನನ್ನೊಳಗೆ ಅವಿತಿಟ್ಟುಕೊಂಡೆನಾದರೂ ಜೀಪು ಪ್ರಯಾಣದ ಸುದ್ದಿಯನ್ನು ಊರ ಮಕ್ಕಳಿಗೆಲ್ಲ ಬಣ್ಣ ಹಚ್ಚಿ ಹೇಳಿ ಜಂಭ ಕೊಚ್ಚಿಕೊಳ್ಳಲು ಬೆಳಗಾಗುವುದನ್ನೇ ಕಾಯುತ್ತಿದ್ದೆ. ಕತ್ತಲಾಗುವ ಮೊದಲೇ ಹಾಸಿಗೆ ಸೇರುತ್ತಿದ್ದ ನಾನಿ ಸಹ ತನ್ನ ಕಿರುಗುಡುತ್ತಿದ್ದ ಮಂಚದ ಮೇಲೆ ಅತ್ತಿಂದಿತ್ತ ಹೊರಳಾಡುವುದು ಗೊತ್ತಾಗುತ್ತಿತ್ತು.

ಅವಳಿಗೆ ನಿದ್ದೆ ಬಂದಿಲ್ಲ ಎಂದು ತಿಳಿದ ತಕ್ಷಣ ನಾನು "ನಾನಿ, ಆ ಹೆಂಗಸು ನಿಂಗೆ ಏನಂತ ಹೇಳ್ತ ಇದ್ರು? ಸಜಾಕ್‌ಗೆ ಯಾಕ್ ಬಂದಿದ್ದಂತೆ?" ಎಂದು ಕೇಳಿದೆ.

"ಎಲ್ಲಿ ಹೆಂಗಸು ತಗಿ, ಅವಳಿನ್ನು ಚಿಕ್ಕುಡುಗಿ. ನಮ್ಮನೆ ಪಕ್ಕ ಇದ್ದ ಸೋಫಿಯಾ ಮಗಳವಳು! ಅವರು ಹೊರಟಾಗ ಸೋಫಿಯಾ ತುಂಬು ಬಸುರಿ. ಎಲ್ಲಿ ನೋಡಿದ್ರು ಬಂದೂಕು... ಭಯ... ದಾರಿ ಮಧ್ಯನೆ ಅವಳು ಕೈಕ್ ನಾವೆಯಲ್ಲೆ ಹಡೆದುಬಿಟ್ಟಳಂತೆ. ಅಂದಹಾಗೆ ನೆರಿಸ್ಸಾ ಅಂದ್ರೇನೂಂತ ಗೊತ್ತಾ? ನೆರಿಸ್ಸಾ ಅಂದ್ರೆ ನೀರಿನ ಅಪ್ಸರೆ. ಜಲದೇವತೆ ಅಂತ! ನೀರ ಮೇಲೆ ಹುಟ್ಟಿದಾಳೆ ಅಂತ ಅವರು ಆ ಹೆಸರನ್ನಿಟ್ಟರಂತೆ. ಅವಳಮ್ಮಿ ಟರ್ಕಿ ಜೋಗುಳ ಹಾಡಿಯೇ ಅವಳನ್ನು ಬೆಳೆಸಿದ್ಲು." ಇಷ್ಟು ಹೇಳಿ ನಾನಿ ನಿದ್ದೆ ಮಾಡುವ ಪ್ರಯತ್ನ ಬಿಟ್ಟು ಥಟ್ಟೆಂದು ಎದ್ದು ಕುಳಿತು ಜೋರಾಗಿ ನಗುತ್ತಾ–

"ಅವಳಿಗೊಬ್ಬ ಅಣ್ಣ ಇದ್ದ, ತರಲೆ ಅಂದ್ರೆ ತರಲೆ. ಇವನು ಜೀವನದಲ್ಲಿ ಉದ್ಧಾರ ಅಗೋದೆ ಇಲ್ಲ ಅನ್ನೋವಷ್ಟು ನಾಲಾಯಕ್ ಅನಿಸ್ತಿದ್ದ! ಆದ್ರೆ ಈಗ ಬೆಳೆದು ನಿಂತು ಚಿಯೋಸ್ ಹಡಗಿನ ಕ್ಯಾಪ್ಟನ್ ಆಗಿಬಿಟ್ಟಿದ್ದಾನೆ!"

"ಏನು? ನಾವು ದಿನಾ ನೋಡೋ ಬಿಳಿ ಹಡಗಿನ ಕ್ಯಾಪ್ಟನ್ ಆ ಮುದ್ದಾದ ಹುಡುಗಿ ಅಣ್ಣಾನಾ?" ಎಂದು ಆಶ್ಚರ್ಯದಿಂದ ಕೇಳಿದೆ. ಮುದ್ದಾದ ಹುಡುಗಿ ಅಂತ ಹೇಳಿ ನನ್ನ ಮನಸಿನಲ್ಲೇನಾಗುತ್ತಿದೆ ಎಂಬುದನ್ನು ಹೊರಗೆಡವಿಬಿಟ್ಟೆನೇನೋ ಎಂದು ಭಯವಾಯಿತು. ಆದರೆ ನಾನಿ ಅವಳದೆ ತುಮುಲಗಳಲ್ಲಿ ಲೀನಳಾಗಿ ಹೋಗಿದ್ದರಿಂದ ನಾನು ಹೇಳಿದ್ದನ್ನು ಕಿವಿಗೆ ಹಾಕಿಕೊಂಡಿರಲಿಲ್ಲ.

"ನಿಕೋಲಿ ತರಲೆ ಅಂದ್ರೆ ತರಲೆ. ಸುಮ್ನೆ ನನ್ನ ನಿನ್ನ ನಡುವೆನೆ ಇರಲಿ. ಆ ನಿಕೋಲಿ ನಿನ್ನಮ್ಮನನ್ನು ಇಷ್ಟ ಪಡ್ತಾ ಇದ್ದ. ಅದೆಷ್ಟು ಸಲ ನಿನ್ನ ನಾನಾ ಅವನನ್ನ ಕೈಯಲ್ಲಿ ಕೋಲ್ಹಿಡಿದುಕೊಂಡೆ ಓಡಿಸ್ತಾ ಇದ್ದರು. 'ಯಾಕೊಳ್ಳೆ ಹಸಿದುಕೊಂಡಿರೊ ಬೆಕ್ಕಿನಮರಿ ತರ ನಮ್ಮನಿ ಹತ್ತಿರಾನೇ ತಿರುಗ್ತಿಯೊ ಮುಟ್ಠಾಳ' ಅಂತ ಬೈತಾ ಇದ್ದರು. ಯಾಕಂದ್ರೆ ಅವನು ಏನು ಬೇಕಾದರೂ ಮಾಡಿ ದಕ್ಕಿಸಿಕೊಳ್ಳುವ

ಜಾದೂಗಾರನಂತಿದ್ದ. ಒಂದು ಸಲ ಅಂತೂ ಸೋಫಿಯಾಳ ಹಿಟ್ಟು ಕಲಿಸುವ ದೊಡ್ಡ ಪಾತ್ರೆಯನ್ನೇ ಕದ್ದು ಸಮುದ್ರದ ದಡದ ತನಕ ಎಳಕೊಂಡು ಹೋಗಿದ್ದ. ಅದನ್ನೇ ದೋಣಿ ಅಂದುಕೊಂಡು ಅದರ ಮೇಲೆ ಕೂತುಕೊಂಡ. ಪಾತ್ರೆದೋಣಿ ತೇಲುತಾ ಹೋಯಿತು. ಮೀನು ಹಿಡಿದು ವಾಪಾಸ್ ಬರ್ತಿದ್ದ ಮೀನುಗಾರರು ನೋಡಿಲ್ಲ ಅಂದಿದ್ರೆ ಆ ಪಾತ್ರೆ ಬೋರಲಾಗಿ ಮುಳುಗಿ ಸತ್ತೇ ಹೋಗುತ್ತಿದ್ದ. ಸಜಾಕ್‌ನ ಪುಂಡು ಪೋಕರಿ ಒಬ್ಬ ಈಗ ಚಿಯೋಸ್‌ನ ಕ್ಯಾಪ್ಟನ್ ಅಂದರೆ ನೀನೇ ಲೆಕ್ಕ ಹಾಕ್ಕೊ..."

"ಅದ್ಸರಿ ನಾನಿ, ನೆರಿಸ್ಸಾ ಯಾಕೆ ಸಜಾಕ್‌ಗೆ ಬಂದಿದ್ಲು?" ನಾನು ಮತ್ತೆ ಕೇಳಿದೆ. ನನಗೆ ಅವಳ ಬಗ್ಗೆ ಒಂದಷ್ಟು ಮಾತುಗಳನ್ನು ಕೇಳಬೇಕಾಗಿತ್ತು. ಆ ಪ್ರಶ್ನೆ ಕೇಳಿದ್ದೆ ನಾನಿ ನಿಟ್ಟುಸಿರಿಟ್ಟಳು.

"ರೋಮನ್ನರು ತಾವು ಹುಟ್ಟಿದ ನೆಲವನ್ನು ಬಿಳಿನೆಲ ಅಂತ ಕರಿತಾರೆ. ಅವಳ ಅಪ್ಪ ಎಸ್ತಿಫಾನೋಸ್ ಎಫೆಂಡಿ ಇನ್ನೇನು ಸಾಯೋಕಾಲದಲ್ಲಿ ಹೇಳಿದ್ದನಂತೆ; ಸಜಾಕ್‌ಗೆ ಹೋಗು. ಅಲ್ಲೇ ನಮ್ಮನೆ ಇರತ್ತೆ ನೋಡು. ಆ ವಿಂಡಿ ಮಿಮಾಸಿನ ಪವಿತ್ರ ಬಿಳಿನೆಲದ ಹಿಡಿಮಣ್ಣನ್ನು ತಂದು ನನ್ನ ಗೋರಿಯ ಮೇಲೆ ಉದುರಿಸು. ನೂರಾರು ವರ್ಷದಿಂದ ಬೇರು ಬಿಳಲು ಎಲ್ಲಾ ಚಾಚಿಕೊಂಡಿರೊ ಪ್ಲೇನ್ ಮರಾನ, ಬುಡಸಹಿತ ಕಿತ್ತು ಮತ್ತೊಂದು ಕಡೆ ತಗೊಂಡುಹೋಗೋದರಲ್ಲಿ ಏನಾದ್ರೂ ಅರ್ಥ ಇದ್ಯ? ನಾವು ಹಳ್ಳಿ ಬಿಟ್ಟು ಬಾಳಾ ದೂರ ಬಂದುಬಿಟ್ವಿ ಅಂತ ಈಗ್ಲೂ ಎದೆ ರುಮ್ಮಂದು ಕಣ್ಣೀರು ಕಪಾಳಕ್ಕೆ ಬರತ್ತೆ. ಪಾಪ, ಈಗ ಆ ಅಬ್ಬೇಪಾರಿಗಳೇನು ಮಾಡ್ಬೇಕು? ಈಗವರು ಅವರದೆ ರಕ್ತ ಮಾಂಸಗಳ ಜೊತೆಗೆ ಅಪರಿಚಿತರ ಹಾಗೆ ಬದುಕ್ತಾ ಇದಾರೆ."

"ಎಸ್ಟಿಫಾನೋಸ್ ಎಫೆಂಡಿ ಬಾಳಾ ಒಳ್ಳೆ ಮನುಷ್ಯ. ದೇವರು ಯಾವಾಗ್ಲು ಆತನ್ನ ಮಣ್ಣಲ್ಲಿ ತಣ್ಣಗಿಟ್ಟಿರಲಿ. ಅವನೊಬ್ಬ ಶಿಲ್ಪಿ. ನಾವು ನೋಡಿದ ಆ ಎಲ್ಲ ಅವಶೇಷದಲ್ಲೂ ಆತನ ಕೈಕುಸುರಿ ಎದ್ದುಕಾಣತ್ತೆ. ಅಷ್ಟು ಬೆವರು ಹರಿಸಿ ಕಟೆದಿದ್ದಾನೆ. ಅವನು ಹಳ್ಳಿಯ ದಸ್ಕಲೊಸ್ ಅಂದ್ರೆ ಮೇಷ್ಟ್ರಾಗಿದ್ದ. ಆ ಪದವಿಗೆ ರೋಮನ್ ಮುಖಂಡರಿಗಿದ್ದಷ್ಟೆ ಗತ್ತಿತ್ತು. ನೂರಾರು ವರ್ಷದಿಂದ ನಮ್ಮ ಜೊತೆ ಇದ್ದ ರೋಮನ್ ಹೆಂಗಸರು ತಮ್ಮ ಮೇಲೆ ದಾಳಿ ಎತ್ತಿಬಂದ ಗ್ರೀಕ್ ಸೈನ್ಯವನ್ನು ಸ್ವಾಗತ ಮಾಡಿಕೊಳ್ಳಬೇಕಾಗಿ ಬಂತು. ಅವರು ಕಿವಿಯಲ್ಲಿ ಹೂವನ್ನು ಸಿಗಿಸಿಕೊಂಡಿದ್ರು. ಬೆನ್ನಿಗೆ ಬಿಳಿ ಬಣ್ಣದ ಬಟ್ಟೆ ಉಟ್ಟುಕೊಂಡಿದ್ದರು. ಗ್ರೀಕ್ ಗಂಡಸರು ಅವರ ಮಟ್ಟಸ ಟೋಪಿಗಳನ್ನು ಹಾಗೂ ಬಿಳಿ ಮತ್ತು ನೀಲಿ ಬಣ್ಣದ ಗ್ರೀಕ್ ಬಾವುಟವನ್ನು ಕೈಯಲ್ಲಿ ಹಿಡಿದು ತೇಲಿಸಿದರು. ಆಗ ಎಸ್ತಿನೊಫಾಸ್ ಹೇಳಿದ; "ಈಗ ಹೂಜಿ ಒಡೆದು ಹೋಗಿದೆ. ಇನ್ನು ನೀರನ್ನು ಹಿಡಿದಿಡಕ್ಕಾಗಲ್ಲ." ಹಳ್ಳಿಗಳಲ್ಲಿರುತ್ತಿದ್ದ ಹರೆಯದ ರೋಮನ್ ಯುವಕರು ಜನರಿಗೆ ಸದಾ ಹಿಂಸೆ ಕೊಡುತ್ತಿದ್ದ ಗ್ರೀಕ್ ಸೈನ್ಯಕ್ಕೆ ಸೇರಿಕೊಂಡರು. ಗ್ರೀಕ್ ಸೈನ್ಯ ಗತ್ತಿನಿಂದ ಮುನ್ನಡೆಯುತ್ತಲೇ ಇತ್ತು. ಅವರಿಗೆ ಏನಕ್ಕಾಗಿ ದ್ವೇಷ ಅಂತ ನಮಗೆ ತಿಳಿಯುತ್ತಲೇ ಇರಲಿಲ್ಲ. ಎಷ್ಟೋ ವರ್ಷಗಳಿಂದ ಒಂದೇ ತಟ್ಟೆಯಲ್ಲಿ ಊಟ ಮಾಡಿದ್ದೆವು. ಒಂದೇ

ಪಾತ್ರೆಯ ನೀರು ಕುಡಿದಿದ್ದೆವು. ಅವರ ಆ ಕೃತಘ್ನತೆ ನಮ್ಮನ್ನು ಹಿಂಡಿ ಹಿಪ್ಪೆ ಮಾಡುತ್ತಿತ್ತು. ನಾವು ಮತ್ತೇನು ತಾನೆ ಮಾಡಬಹುದಿತ್ತು? ಅವರ ಅವಮಾನಗಳನ್ನು ಸಹಿಸಿಕೊಳ್ಳಲೇಬೇಕಿತ್ತು.

"ಊರಿನ ತುಂಬೆಲ್ಲಾ ದೊಡ್ಡ ದೊಡ್ಡ ಗ್ರೀಕ್ ಬಾವುಟಗಳನ್ನು ನೇತುಹಾಕಿದ್ದರು. ಬಾವುಟದ ಬಟ್ಟೆ ನೆಲ ಮುಟ್ಟುತಾ ಇತ್ತು. ಅದರ ಕೆಳಗಡೆ ಹೋಗುವಾಗ ಗೌರವ ಕೊಡೊ ತರ ಬಗ್ಗಿಯೇ ಹೋಗಬೇಕಿತ್ತು. ಅಲ್ಲಲ್ಲಿ ರೋಮನ್ ಹರೆಯದ ಹುಡುಗರೆಲ್ಲ ವೈನ್ ಹೀರುವಾಗ ಬಾವುಟದ ಕೆಳಗೆ ಬಗ್ಗಿ ಹೋಗುತ್ತಿದ್ದ ಟರ್ಕಿ ಜನರನ್ನು ಕಾಡಿಸುತ್ತಿದ್ದರು. ಅವರಲ್ಲೊಬ್ಬ ಒಂದು ದಿನ "ಕೊಪ್ಸಿ ಕೆಫಾಲಿ" ಎನ್ನುತ್ತಾ ನಿಮ್ಮ ತಲೆಯನ್ನು ಕತ್ತರಿಸಿಬಿಡ್ತೀನಿ ಅಂತ ಕೈಸನ್ನೆ ಮಾಡಿ ತೋರಿಸಿದ. "ಕೆಮಾಲ್ ಪಾಶಾ ಗಾರ್ಘೋ ಕೆಫಾಲಿ" ಎನ್ನುವ ಮತ್ತುಭರಿತ ಕೂಗುಗಳು ರಾತ್ರಿಯೆಲ್ಲಾ ಕಿವಿತುಂಬುತ್ತಿದ್ದವು. ನಮ್ಮನ್ನು ಕುಸಿಯುವಂತೆ ಮಾಡಿ ಗಂಟಲಲ್ಲಿ ಸಿಕ್ಕಿಹಾಕಿಕೊಂಡಿದ್ದ ಆ ತರದ ತಲೆಯಿಲ್ಲದ ಅಸಹ್ಯದ ಮಾತುಗಳನ್ನ ಹಿಂದೆ ಯಾವತ್ತೂ ಕೇಳಿರಲಿಲ್ಲ."

"ನಾವೆಲ್ಲ ಅಕ್ಕಪಕ್ಕದವರಾಗಿ ಹೊಂದಾಣಿಕೆಯಿಂದಲೇ ಬಾಳುತ್ತ ಇದ್ವಿ. ಅವರ ಮಕ್ಕಳು ನಮ್ಮ ಬಯರಾಮ್ ಹಬ್ಬದ ದಿನ ಬಂದು ಶುಭಾಶಯ ಕೋರಿ ಕೈಗೆ ಮುತ್ತಿಡ್ತ ಇದ್ರು. ನಾವು ಅವರ ಯೋರ್ತುಸ್ ಹಬ್ಬಕ್ಕೆ ಶುಭಾಶಯ ಕೋರುತ್ತ ಇದ್ವಿ. ಸುಗ್ಗಿ ಹಬ್ಬಗಳಲ್ಲಿ ಭಾಗವಹಿಸ್ತ ಇದ್ವಿ. ಒಟ್ಟಿಗೆ ಕೂತು ಬ್ರೆಡ್ಡನ್ನು ವೈನಿನಲ್ಲಿ ಅದ್ದಿ ತಿನ್ನುತ್ತಾ ಒಳ್ಳೆಯ ಫಸಲಿನ ಕನಸು ಕಟ್ಟುತ್ತ ಇದ್ವಿ. ಅವರ ಕೆಂಪುತತ್ತಿ ಹಬ್ಬದಲ್ಲಿ ನನ್ನದು ತನ್ನದು ಅಂತ ಏನೂ ಇರಲಿಲ್ಲ. ಎಲ್ಲ ಮಕ್ಕಳು ಅವರವರ ಬಣ್ಣ ಬಳಿದ ತತ್ತಿ ಹಿಡಿದುಕೊಂಡು ಕೈ ಕೈ ಹಿಡಿದುಕೊಂಡು ಸಂತೋಷದಿಂದ ಬಡೆಂಬುವಿಗೆ ಹೋಗ್ತ ಇದ್ರು. ಯೋರ್ತು ಮತ್ತು ಹಿಡ್ಲೇಸ್ ಎರಡು ಹಬ್ಬದಲ್ಲೂ ನಾವೆಲ್ಲ ಸೇರಿನೇ ವಸಂತ ಋತುವನ್ನು ಸ್ವಾಗತಿಸ್ತ ಇದ್ವಿ. ರೋಮನ್ ಹುಡುಗೀರು ಇಸ್ಲಾಮಿಗೆ ಮತಾಂತರವಾಗಿ ತಾವು ಪ್ರೀತಿಸಿದ ಟರ್ಕಿ ಪ್ರೇಮಿಗಳನ್ನ ಮದುವೆಯಾಗಿದ್ದನ್ನು ನಾವು ಕಂಡಿದೀವಿ. ಹಿಂಗೆ ಅಣ್ಣ-ತಮ್ಮಂದಿರ ತರ ನೂರಾರು ಕಾಲ ಬಾಳಿದ್ದ ನಮಗೆ ಈ ಪರಿಸ್ಥಿತಿ ಹೇಗೆ ಬಂತು ಅಂತ ನನಗೆ ಅರ್ಥನೇ ಆಗಿಲ್ಲ."

ಅವಳು ಇದ್ದಕ್ಕಿದ್ದಂತೆ ಒಂದು ನಿಮಿಷ ಸುಮ್ಮನಾದಳು. ನಾನು "ಮತ್ತೇನಾತು ಹೇಳು ನಾನಿ" ಎಂದು ಕುಯಿಗುಟ್ಟಿದೆ.

"ಏನಂತ ಹೇಳಲಿ ಮೊಮ್ಮಗನೆ, ನಮ್ಮ ಕಣ್ಣಮುಂದೆನೆ ನಾವು ಹುಟ್ಟಿಬೆಳೆದ ನೆಲ ನಾಶ ಆಗ್ತಾ ಇರೋದನ್ನ ಸುಮ್ನೆ ನೋಡ್ತ ಕೂರೋದಕ್ಕೆ ಹೇಗಾಗ್ತ ಇತ್ತು? ಗ್ರೀಕರನ್ನು ಸದೆಬಡೆಯೋದಕ್ಕೆ ಕೆಚ್ಚೆದೆಯ ಎಫೆಸ್ ಮತ್ತೆ ಝೇಬೆಕ್ಸ್ ಯೋಧರು ಬೆಟ್ಟದ ಆಚೆಯಿಂದ ಬರ್ತಾ ಇದಾರೆ ಅಂತ ಒಡೆಮಿಸ್‌ನಿಂದ ಸುದ್ದಿ ಬಂತು. ಅವರು ಗ್ರೀಕರು ಆಕ್ರಮಿಸಿಕೊಂಡಿದ್ದ ಪರ್ವತಗಳನ್ನು ಮರುಪಡೆಯಲು ಪ್ರಯತ್ನಪಡುತ್ತಾ ಇದ್ದರು. ಆದರೂ ಗ್ರೀಕರ ದಾಳಿ ನಿಲ್ಲಲಿಲ್ಲ. ಆದರೆ ಸ್ವಾತಂತ್ರ್ಯ ಸಂಗ್ರಾಮದ ಕಿಡಿ ಅಷ್ಟೊತ್ತಿಗಾಗಲೇ ಹೊತ್ತಿತ್ತು. ಮುಂದೆ ನಡೆದಿದ್ದೆಲ್ಲ ಇತಿಹಾಸ. ನಮ್ಮ ಯುವಕರು

ರಾಷ್ಟ್ರವಾದಿ ದಳ ಸೇರಿದರು. ಯುದ್ಧ ಶುರು ಆದ ಮೇಲೆ ನಮ್ಮ ನಡುವೆ ಇದ್ದ ಬಿರುಕು ಇನ್ನೂ ಹೆಚ್ಚಾಗ್ತನೆ ಹೋಯ್ತು. ಒಮ್ಮೆ ಹಾಲಿನಲ್ಲಿ ಹುಳಿ ಸೇರಿ ಒಡೆದು ಹೋದರೆ ಮುಗೀತು, ಮತ್ತೆ ಯಾವತ್ತೂ ಅದು ಮೊಸರಾಗಲ್ಲ. ನಾವು ನಮ್ಮ ನೆಲದಲ್ಲೇ ದಬ್ಬಾಳಿಕೆಗೆ ಒಳಗಾಗ್ತ ಇದ್ವಿ. ದಾರಿಲಿ ಓಡಾಡುವಾಗ ತಲೆ ಎತ್ತೋದಕ್ಕೂ ಹೆದರಿಕೆ ಆಗ್ತ ಇತ್ತು. ಯಾವಾಗ ಮುಸ್ತಫಾ ಕೆಮಾಲ್ ಪಾಶಾನ* ಸೈನ್ಯ ಬಂತೋ ಆಗ ಅವರು ಒಂದು ದಾರಿಗೆ ಬಂದ್ರು. ಅವರು ಪಾಶಾಗೆ ಹೆದರ್ತಾ ಇದ್ರು. ಅದಕ್ಕೇ ಅವನನ್ನ ಹೀಯಾಳಿಸ್ತ ಇದ್ದರು. ಇಷ್ಟೆಲ್ಲ ಆಗ್ತಾ ಇದ್ದರೂ ಅವರ ಕ್ರೌರ್ಯಕ್ಕೆ ಮಿತಿನೆ ಇರಲಿಲ್ಲ. ಆಫಿಯೋನಲ್ಲಂತೂ ಮುಸ್ಲಿಂ ಯುವತಿಯರ ಮೊಲೆತೊಟ್ಟುಗಳನ್ನ ಕುಯ್ದು ಮಸೀದಿ ಬಾಗಿಲಿಗೆ ತಸ್ಬೀಹಾದ ಮಣಿಗಳಂತೆ ತೂಗುಬಿಟ್ಟಿದ್ದರಂತೆ!"

"ಒಂದು ದಿನ ಇಝ್ಮೀರಿನ ಮೇಲೆ ಇದ್ದಕ್ಕಿದ್ದಂತೆ ಕಾಡಕತ್ತಲು ತುಂಬಿಕೊಳ್ತು. ಒಂದು ದೊಡ್ಡ ಜ್ವಾಲಾಮುಖಿ ಇಡೀ ಊರಿಗೆ ಊರನ್ನೆ ನುಂಗಿ ಉಗುಳಿದ ಹಾಗೆ ಹೊಗೆ ಮೋಡಗಳು ಆಕಾಶದ ತುಂಬಾ ಏರ್ತಾ ಇದ್ವು. ಟರ್ಕಿ ದೇಶದ ಜನ ನಮ್ಮವರನ್ನು ಜೀವಂತನೆ ಸುಡ್ತಾ ಇದಾರಂತೆ. ಕಬಾಬ್ ಮಾಡೊವಾಗ ಸುಡೊ ಹಾಗೆ! ಜೀವ ಉಳಿಸಿಕೊಳ್ಳೋದಕ್ಕೆ ನಮ್ಮವರು ಸಮುದ್ರ ಹಾರೋಕೆ ಹೋದ್ರೆ ಗುಂಡಿಕ್ಕಿ ಕೊಲ್ತಾ ಇದಾರಂತೆ... ಅವರು ತಮ್ಮ ಕಟ್ಟು ಕಥೆಗಳನ್ನೇ ನಂಬಿ ಅದೆಷ್ಟು ಹೆದರಿಕೊಂಡಿದ್ರು ಅಂದರೆ ನಿನಗೀಗ ನಂಬಕ್ಕಾಗದೆ ಇರಬಹುದು. ಅಷ್ಟು ಭಯ ಅವರೊಳಗಿತ್ತು. ಆಗ ಅಂಬರ್ ಟೇಕಿನನ ಗೂಂಡಾ ಜಂಬುಲಾಕ್ ದೇಶದ್ರೋಹಿಗಳ ಬಂದರಿನ ಮೇಲಿದ್ದ ಗಾಳಿ ಯಂತ್ರದ ಮುಂದೆ ಕುಳಿತು ಪಹರೆ ಕಾಯ್ತಾ ಇದ್ದ. ಒಮ್ಮೆ ಆಲಿವ್ ಗಿಡಗಳ ನಡುವೆ ಚಂದ್ರ ಮತ್ತು ನಕ್ಷತ್ರಾಕಾರದ ಬೆಳಕು ಮಿಂಚೊಂದನ್ನ ತನ್ನ ಬೈನಾಕುಲರ್‌ಗಳಿಂದ ಕಂಡವನೆ ಗಾಬರಿ ಆಗಿ ಮತ್ತೆ ಉಸಿರು ಬಿಗಿಹಿಡಿದು ಗಮನ ಇಟ್ಟು ನೋಡಿದ. ಅಲ್ಲಿ ಬರ್ತಾ ಇದ್ದದ್ದು ಕಲ್ಪಕ್ ಟೋಪಿ ಹಾಕಿದ್ದ ಕುದುರೆ ದಳ ಅಂತ ಗೊತ್ತಾದಾಗ ಅವನ ಪರಿಸ್ಥಿತಿ ಹೇಗಾಗಿರಬೇಡ ಅಂತ ಯೋಚಿಸು! ನಿಜ ಹೇಳಬೇಕಂದ್ರೆ ಅಲ್ಲಿ ಹದಿನೇಳಕ್ಕಿಂತ ಹೆಚ್ಚು ಕುದುರೆ ಸವಾರರೇ ಇರಲಿಲ್ಲ. ಆದರೆ ಜಂಬುಲಾಕ್ ಎಷ್ಟು ಹೆದರಿದ್ದ ಅಂದರೆ ಅವನು ದೊಡ್ಡ ಸೈನ್ಯವೇ ಆಕ್ರಮಣ ಮಾಡೋಕೆ ಬರ್ತಾ ಇದೆ ಅಂದುಕೊಂಡ. 'ಕೆಮಾಲ್ ಪಾಶಾನ ಸೈನ್ಯ ಬರ್ತಾ ಇದೆ. ಎಲ್ಲಾ ಓಡಿ! ತಪ್ಪಿಸಿಕೊಳ್ಳಿ. ಅವರು ನಮ್ಮನ್ನ ತುಂಡು ತುಂಡು ಮಾಡಿಬಿಡ್ತಾರೆ' ಎಂದು ಕಿರುಚಾಡಿಬಿಟ್ಟ. ಕಲ್ಲು ಬಂಡೆಗಳ ಮೇಲೆ ನಿಲ್ಲಿಸಿದ್ದ ತಮ್ಮ ಮಷೀನ್ ಗನ್ನುಗಳನ್ನು ಅಲ್ಲೇ ಬಿಟ್ಟು ಅವರೆಲ್ಲ ದಿಕ್ಕು ಪಾಲಾಗಿ ಓಡಿದ್ರು. ಜೀವಭಯದಿಂದ ಅವರೆಲ್ಲ ತಮ್ಮ ಹುಟ್ಟು ದೋಣಿಗಳಲ್ಲಿ ತುಂಬಿಕೊಂಡು ಹಾಕಿದ್ದ ಅವರ ಹಡಗಿನತ್ತ ಹೋದರು. ಲಂಗರು ಕಲ್ಲು ಬಂಡೆಗಳ ಮಧ್ಯೆ ಸಿಕ್ಕುಹಾಕಿಕೊಂಡಾಗ ಸರಪಳಿಯನ್ನೇ ಕತ್ತರಿಸಿ ಮುಂದೆ ಸಾಗಿದರು. ಎಸ್ಟಿಫಾನೋಸ್ ಎಫೆಂಡಿಗೂ ಅಂತಹ ನಮ್ಮ ದೋಸ್ತರಿಗೂ ತಮ್ಮ ಇಡೀ ಕುಟುಂಬದೊಂದಿಗೆ ದೋಣಿ ಏರಿ ಚಿಯೋಸ್‌ಗೆ ಹೋಗದೆ ಬೇರೆ

* ಟರ್ಕಿ ಗಣರಾಜ್ಯದ ಪಿತಾಮಹ

ದಾರಿನೇ ಇರಲಿಲ್ಲ. ಇಷ್ಟು ವರ್ಷದ ನೆರೆಹೊರೆ! ಎಲ್ಲಾ ಹೋದರು! ಉಳಿದದ್ದು ಬರಿ ಆ ಚೂರು ಪಾರು ಹಾಳು ಅವಶೇಷಗಳು ಮಾತ್ರ!"

ಅಂದು ರಾತ್ರಿ ನಾನಿ ಹೇಳಿದ ವಿಷಯ ನನ್ನ ಮನಸ್ಸಿನಲ್ಲಿ ಕೋಲಾಹಲವನ್ನೇ ಉಂಟು ಮಾಡುತ್ತಿತ್ತು. ನನ್ನ ಮನಸ್ಸು ಬರೀ ನೆರಿಸ್ಸಾಳ ಬಗ್ಗೆ ಮಾತ್ರ ಯೋಚಿಸುತ್ತಿತ್ತು. ನಾನು ಅದುವರೆಗೂ ಕೇಳಿಸಿಕೊಂಡಿದ್ದ ಸುದ್ದಿಗಳ ಕೇಂದ್ರದಲ್ಲಿ ನೆರಿಸ್ಸಾ ಮಾತ್ರ ಇದ್ದಳು. ಮನಸ್ಸು ಅವಳ ಬಗ್ಗೆಯೆ ಕನಸು ಕಾಣುತ್ತಿತ್ತು. ರೋಮನ್ ಹದಿಹರೆಯದ ಹುಡುಗರು ಭೇಡಿಸಿದ್ದು ನೆರಿಸ್ಸಾಳನ್ನೆ, ಅವರು ನೆಲಮುಟ್ಟುವಷ್ಟು ಧ್ವಜದ ಕೆಳಗೆ ತಲೆಬಗ್ಗಿಸಿಯೇ ಹೋಗಬೇಕು ಎಂದು ಕೆಣಕುತ್ತಿದ್ದುದು ನೆರಿಸ್ಸಾಳನ್ನೆ, ಅಳಿಸುತ್ತಿದ್ದುದೂ ನೆರಿಸ್ಸಾಳನ್ನೆ! ನೆರಿಸ್ಸಾ ಅಳುತ್ತಿದ್ದಾಳೆ ಎಂದು ಕಲ್ಪಿಸಿಕೊಂಡೆ. ನಾನಾಗ ಕನಸಿನಲ್ಲಿ ತಲೆಗೆ ಕಲ್ಪಕ್ ಟೋಪಿ ಹಾಕಿಕೊಂಡು ಕೈಯಲ್ಲಿ ಖಡ್ಗ ಹಿಡಿದುಕೊಂಡು ಕುದುರೆಯ ಮೇಲೆ ಬಂದು ಅವಳಿಗೆ ತೊಂದರೆ ಕೊಟ್ಟವರೊಂದಿಗೆ ಸೆಣೆಸಾಡಿ ಅವಳನ್ನು ಕಾಪಾಡಿದೆ!

ಅಂದಿನಿಂದ ದಿನಕ್ಕೆರಡು ಬಾರಿ ಸಮುದ್ರದ ಮೇಲೆ ಕಾಣಿಸಿಕೊಳ್ಳುತ್ತಿದ್ದ ಆ ಬಿಳಿ ಹಡಗು ನನ್ನ ಪಾಲಿಗೆ ತುಂಬಾ ವಿಶೇಷವಾಯಿತು. ಆ ಹಡಗಿನ ಕ್ಯಾಪ್ಟನ್ ನನ್ನ ಮನಸ್ಸಿನಲ್ಲಿ ರೂಪುಗೊಳ್ಳುತ್ತಿದ್ದ ಪ್ರೇಯಸಿಯ ಅಣ್ಣನಾಗಿದ್ದ. ಮೊಲದ ಕಣ್ಣುಗಳನ್ನು ಹೋಲುವ ಕಂಗಳಿಂದ ಕಂಬನಿ ಸುರಿಯುವುದು, ಅವಳ ಸುಕೋಮಲ ಕೈಗಳು ಮಣ್ಣನ್ನು ಕೆದರಿ ಸಂಚಿಯನ್ನು ತುಂಬುವುದು, ಇನ್ನಿಲ್ಲದಂತೆ ಸೆಳೆಯುವ ಅವಳ ದನಿ ಹಾಗೂ ಆ ಕಪ್ಪು ಬಟ್ಟೆಯನ್ನು ಲೆಕ್ಕಿಸದೆ ಹೊರ ಸೂಸುತ್ತಿದ್ದ ಅವಳ ಸೌಂದರ್ಯ – ಎಲ್ಲವನ್ನೂ ನಾನು ಮನದಲ್ಲಿ ನಿಚ್ಚಳವಾಗಿ ಕಲ್ಪಿಸಿಕೊಳ್ಳುತ್ತಿದ್ದೆ. ಅವಳು ಮತ್ತೆ ಮತ್ತೆ ನನ್ನ ಗಲ್ಲಕ್ಕೆ ಮುತ್ತಿಟ್ಟಂತೆ ಭಾಸವಾಗಿ ಮೈಯೆಲ್ಲಾ ನಡುಗುತ್ತಿತ್ತು. ನನ್ನ ಭಾವೋದ್ವೇಗ ಸಮುದ್ರದ ಅಲೆಗಳಂತೆ ಉಕ್ಕಿ ಹರಿಯುತ್ತಿತ್ತು. ಈ ಭಾವನೆಗಳನ್ನು ಯಾರ ಮುಂದೆಯೂ ಹೇಳಿಕೊಳ್ಳದಾಗಿದ್ದೆ. ಇಲಿಯಾಸ್‌ನೊಂದಿಗೂ ಸಹ!

■

ಆ ಹಡಗು ಕಣ್ಮರೆಯಾಗುವವರೆಗೂ ನೋಡುತ್ತಾ ನಾನು ಹಗಲುಗನಸಿಗೆ ಶರಣಾಗುತ್ತಿದ್ದೆ. ಹಡಗು ಸಾಗುತ್ತಿದ್ದ ದಾರಿಯಲ್ಲಿ ಬೀಸುತ್ತಿದ್ದ ಗಾಳಿ ಹೃದಯ ಹಿಂಡುವ ಜೋಗುಳವನ್ನು ಬಳಿ ತರುತ್ತಿತ್ತು. ನೆರಿಸ್ಸಾ ಈಗ ಏನು ಮಾಡುತ್ತಿರಬಹುದು? ರುಚಿ-ರುಚಿಯಾದ ಅಡಿಗೆ ಮಾಡಿ ಅಣ್ಣನ ಬರುವನ್ನು ಎದುರು ನೋಡುತ್ತಿರಬಹುದೆ? ಸಜಾಕ್‌ನ ರೋಮನ್ನರು ಬಸವನ ಹುಳು ಹಿಡಿದು ತಿನ್ನುತ್ತಿದ್ದರೆಂದು ನಾನಿ ಹೇಳುತ್ತಿದ್ದಳು. ಆದರೆ ನೆರಿಸ್ಸಾ ಅಂತ ಹುಳ ಮುಟ್ಟಲಾರಳು. ಖಂಡಿತಾ ಮುಟ್ಟಲಾರಳು. ಅವಳಂಥ ಸುಂದರಿ ಅಂತಹ ಘೋರ ಕೆಲಸಗಳನ್ನೆಲ್ಲ ಮಾಡುವುದಿಲ್ಲ. ಮೇಲಾಗಿ ಅವಳು ಅಣ್ಣನ ಜೊತೆಗೆ ಇದ್ದರೂ ಇರಬಹುದಲ್ಲವೇ?

ಕೆಳಗಡೆ ಒಗೆದ ಬಟ್ಟೆಗಳನ್ನು ಒಣ ಹಾಕುತ್ತಿದ್ದ ಅಮ್ಮನ ಬಳಿ ಹೋಗಿ "ನನಗೆ ಹಸಿವು" ಎಂದು ಕೂಗು ಹಾಕಿದೆ. ಅವಳು ಅದನ್ನು ಪರಿಗಣಿಸಲಿಲ್ಲ.

"ಸಾಯಂಕಾಲ ಆಗ್ತಾ ಬಂತು. ನಿನ್ನಬ್ಬು ಇನ್ನೇನು ಸಂತೆಯಿಂದ ಬಂದುಬಿಡ್ತಾರೆ. ಎಲ್ಲಾ ಒಟ್ಟಿಗೆ ಕೂತೇ ಊಟ ಮಾಡೋಣ."

"ಅಮ್ಮಿ... ಸಾಯಂಕಾಲ ಆಗೋಕೆ ಇನ್ನು ವರ್ಷ ಕಳಿಬೇಕು. ಅಷ್ಟೊತಂಕ ಕಾದು ನಾನು ಹಸಿವಿನಿಂದ ಸತ್ತೋಗ್ಲಿ ಅಂತ ನಿಂಗಾಸೆ ಏನು? ನಂಗೆ ಬ್ರೆಡ್ಡಿಗೆ ಟೊಮೊಟೊ ಚಟ್ನಿ ಹಚ್ಕೊಡಮಿ!" ಎಂದು ಅಂಗಲಾಚಿದೆ. ಅಮ್ಮಿ ಅದಕ್ಕೂ ತಲೆಕೆಡಿಸಿಕೊಳ್ಳಲಿಲ್ಲ.

"ಅಮೀ..."

"ಏನೊ?"

"ಈ ಹಡಗಲ್ಲಿ, ಈ ಕ್ಯಾಪ್ಟನ್ ಪ್ರಯಾಣ ಮಾಡೋವಾಗ, ಅವರ ಕುಟುಂಬದವರನ್ನ ಕರ್ಕೊಂಡು ಹೋಗ್ತಾರಾ? ಅಂದ್ರೆ ಈ ತಂಗಿ ಮುಂತಾದವರನ್ನ..."

"ನಂಗದೆಲ್ಲ ಹೇಗೆ ಗೊತ್ತಾಗಬೇಕು, ಮುನ್ನಾ?"

"ಅಮ್ಮಿ"

"ಮತ್ತೇನೊ?"

"ಆ ಸಜಾಕ್ ಹಡಗಿನ ಕ್ಯಾಪ್ಟನ್, ಹಡಗು ಈ ಕಡೆ ಸಾಗ್ತ ಇರುವಾಗ, ಅವನ ಬೈನಾಕುಲರಿಂದ ಈ ಕಡೆಗೇ ನೋಡ್ತಾ ಇದ್ದ."

"ನೋಡಿದ್ರೇನೀಗ?"

"ಅವನ್ಯಾಕೆ ಈ ಕಡೆ ನೋಡ್ಬೇಕು ಅಂತ!"

"ಅವನು ಸಜಾಕ್‌ನವನು ಅಂತ ನೀನೆ ಹೇಳಿದೆ ಅಲ್ವಾ? ಅವನ ಊರು ಇಲ್ಲಿದೆ. ಇಲ್ಲೇ ಹುಟ್ಟಿ ಬೆಳೆದಿರಬೇಕು ನೋಡು. ಪಾಪದವನು, ಅವರ ತಾತ ಮುತ್ತಾತರ ನೆಲನೇ ನೋಡ್ತಾ ಇರ್ಬೇಕು."

"ಆದರೆ ಅಬ್ಬು ಬೇರೆನೆ ಹೇಳ್ತಾರೆ."

ಸೂರ್ಯ ಮೋಡಗಳನ್ನು ಸರಿಸಿಕೊಂಡು ಬಂದು ಸಮುದ್ರಕ್ಕೊಂದು ಹೂಮುತ್ತನ್ನಿಕ್ಕಿದ. ಸಮುದ್ರ ನಾಚಿಕೊಂಡು ತಾಮ್ರಬಣ್ಣಕ್ಕೆ ತಿರುಗಿತು. ಆ ವೇಳೆಗೆ ಅಬ್ಬು ದಾರಿಯ ಅಂಚಿನಲ್ಲಿ ಕಾಣಿಸಿಕೊಂಡ. ಬಂದವನೆ ಕತ್ತೆಯ ಮೇಲಿನ ಜೀನು ತೆಗೆಯುತ್ತ ಗೊಣಗಲಾರಂಭಿಸಿದ. "ಈಗೀಗ ಎಲ್ಲರೂ ಮೀನು ಹಿಡಿಯೋರೆ. ಸಂತೇಲಿ ಹಿಂಗಾಗತ್ತೆ ಅಂತ ನಾನು ಊಹೆ ಕೂಡ ಮಾಡಿರಲಿಲ್ಲ. ಏನು ಜಂಭ ಅಂತೀನಿ... ನಮ್ಮತ್ರಾನೂ ರಾಶಿ ರಾಶಿ ಮೀನಿದಾವೆ. ನಿನಗೂ ಬೇಕಾದರೆ ಮುಕ್ಸಟ್ಟೆ ಕೊಡ್ತಿವಿ. ದೀಪಸ್ತಂಭದ ಮನೆಯೋನೆ..." ಎಂದು ನನ್ನನ್ನು ತಮಾಷೆ ಮಾಡಿದರು. ಆ ದರಿದ್ರ ನೀರುನಾಯಿ ಎಲ್ಲಾ ಮೀನನ್ನ ತಿಂದು ಬಿಟ್ಟಿದ್ರೂ ನಂಗಿಷ್ಟು ಬೇಜಾರಾಗ್ತಾ ಇರ್ಲಿಲ್ಲ. ನಾನು ತಗೋಂಡೋದ ಮೀನೆಲ್ಲಾ ಒಂದು ಸತ್ತ ಕತ್ತೆ ಬೆಲೆಗೆ ಈಡಾಯಿತು. ಅಲ್ಲಿ ಸುಮ್ನೆ ಬೀದಿ ಬೆಕ್ಕುಗಳಿಗೆ ಯಾಕೆ ತಿನ್ನೋಕೆ ಬಿಡೋದು ಅಂತ ನಾನೆ ವಾಪಸ್ ತಗೋಬಂದುಬಿಟ್ಟೆ, ಈಗ ನಾವು ದಿನಾ ಮೀನನ್ನೆ ಕುಚ್ಚಿ ತಿನ್ನಬೇಕೇನೊ?"

ಬುಸುಗುಟ್ಟುತ್ತಿದ್ದ ಅಬ್ಬು ನನ್ನ ನೋಡಿದವನೆ ಅವನೆಲ್ಲ ಕೋಪವನ್ನು ನನ್ನ ಮೇಲೆ ತಿರುಗಿಸಿದ.

"ಲೇ ಘಟಿಂಗ ನನ್ನ ಮಗನೆ, ಸುನ್ನತಿ ಮಾಡೋನು ಮುಂದಿನವಾರನೆ ಬರ್ತಾನಂತೆ. ನೀ ನನಗೆ ಹೇಳಲೆ ಇಲ್ಲ ಯಾಕೆ?"

ಸುನ್ನತಿ ಅಂದರೆ ನನಗೆ ಭಯಂಕರ ಹೆದರಿಕೆ ಇರುವಾಗ ನಾನದರ ಬಗ್ಗೆ ಹೇಗಾದರೂ ಹೇಳಲು ಸಾಧ್ಯವಿತ್ತು? ಆದರೆ ಅಬ್ಬುವಿನ ಪ್ರಶ್ನೆಗೆ "ನಾ..ನಾ... ನಾ ಹೇಳ್ತಾ ಇದ್ದೆ ಅಬ್ಬು. ಆದ್ರೆ ನೀನು ಆ... ಆಗಲೆ ಮೀನು ತಗೋಂಡು ಸಂತೆಗೆ ಹೊರಟೇಬಿಟ್ಟೆ. ಅ..ಅದಕ್ಕೆ ಆಮೇಲೆ ಹೇಳಿದರಾಯ್ತು ಅಂತ ಸುಮ್ಮನಾದೆ" ಎಂದು ತೊದಲಿದೆ.

"ಎದುರು ಮಾತಾಡಬಾರದು. ಮಾತಾಡಿದ್ರೆ ಅಷ್ಟೆ ಇವಾಗ. ಹೋಗು ದೀಪ ಹಚ್ಚು" ಎಂದು ಅಬ್ಬು ಗುಟುರು ಹಾಕಿದ. ಅಬ್ಬು ನನಗೆ ದೀಪಸ್ತಂಭದ ಮನೆಯಲ್ಲಿ ದೀಪ ಹಚ್ಚುವುದರ ಬಗ್ಗೆ ವಿಶೇಷವಾಗಿ ನೆನಪಿಸಬೇಕಾಗಿರಲಿಲ್ಲ.

ಇಲಿಯಾಸ್ ಮತ್ತು ನಾನು ಇಬ್ಬರೂ ಒಟ್ಟೊಟ್ಟಿಗೆ ಎರಡು ಮೆಟ್ಟಿಲು ಜಿಗಿಯುತ್ತ ಸುರುಳಿಯಾಕಾರದ ಸುಮಾರು ಇನ್ನೂರು ಮೆಟ್ಟಿಲುಗಳನ್ನು ದಾಟಿ ಗ್ಯಾಲರಿ ಮುಟ್ಟಿದೆವು. "ನಾನ್ ಮಾಡ್ತಿನಿ... ನಾನ್ ಮಾಡ್ತಿನಿ... ನಾನು... ನಾನು... ನಾನು..." ಎಂದು ಒಬ್ಬರನ್ನೊಬ್ಬರು ತಳ್ಳುತ್ತಾ ಕೀ ತಿರುಗಿಸಿ ದೀಪ ಹಚ್ಚಿದೆವು. ಬೆಳಕಿನ ಧಾರೆ ಹೊಮ್ಮಿತು. ಗಡಿಯಾರ ಟಿಕ್ ಟಿಕ್ ಎನ್ನಲು ಶುರುವಾಯಿತು. ಮಿಣುಕು ಪ್ರಾರಂಭವಾಯಿತು. ದೊಡ್ಡಭೂತಗನ್ನಡಿಯನ್ನು (ಅದನ್ನ ಅಬ್ಬು ಸ್ಫಟಿಕಗಾಜು ಅಂತ ಕರೀತಿದ್ದ) ನೋಡುತ್ತಾ ನಾವಿಬ್ಬರು ಎಣಿಸಲಾರಂಭಿಸಿದೆವು. ಎರಡು ಮೂರು ನಾಲ್ಕು... ಹಾ ಮುಗೀತು ಕೆಲ್ಸ ಎಂದು ಒಕ್ಕೊರಲಿನಿಂದ ಕೂಗಿದೆವು. "ಬಾ ಬಾ ನಂಗೆ ತುಂಬಾ ಹಸಿವಾಗ್ತಾ ಇದೆ" ಅಂತ ನಾನು ಅಸಹನೆಯಿಂದ ನುಡಿದೆ.

ಇಲಿಯಾಸ್ ನೈರುತ್ಯ ಗಾಳಿ ಬೀಸುವ ಕಡೆ ಆಕಾಶವನ್ನು ಮರೆಮಾಚುತ್ತಿದ್ದ ಬೆಟ್ಟಗಳನ್ನೆ ದಿಟ್ಟಿಸುತ್ತಾ ನಿಂತಿದ್ದ.

"ಚಿಯೋಸ್‌ನ ದೀಪ ಇನ್ನೂ ಹತ್ತಿಲ್ಲ"

"ಅಯ್ಯೋ ಅದು ಹತ್ತಿರತ್ತೆ. ಇನ್ನು ಸೂರ್ಯನ ಬೆಳಕು ಮಸುಕು ಮಸುಕಾಗಿ ಇರೋದರಿಂದ ನಿಂಗೆ ಕಾಣ್ತಾ ಇಲ್ಲ ಅಷ್ಟೇ"

ಪ್ರಾಥಮಿಕ ಶಾಲಾ ಶಿಕ್ಷಣ ಯಶಸ್ವಿಯಾಗಿ ಮುಗಿಸಿ ನಾನು ಮನೆಗೆ ಮರಳಿದ್ದ ಸಂಭ್ರಮಾಚರಣೆಯಾಗಿದ್ದ ಅಂದಿನ ರಾತ್ರಿಯ ಊಟದ ವೇಳೆ ಎಲ್ಲರ ಮುಖದಲ್ಲೂ ಸಂತೋಷ ತುಂಬಿತ್ತು. ಶಹರದ ನ್ಯಾಯಬೆಲೆ ವಿತರಣಾ ಕೇಂದ್ರದಲ್ಲಿ ಬ್ರೆಡ್ಡನ್ನು ವಿತರಿಸುವ ಕೊನೆಯ ದಿನ ಅಂದಾಗಿದ್ದರೂ ಅಥವಾ ಆ ದಿನವನ್ನೇ ನಾವು ಮರೆತುಬಿಟ್ಟಿದ್ದರೂ ಅಂದು ನಾವು ಹಸಿವೆಯಿಂದ ಬಳಲುತ್ತಿರಲಿಲ್ಲ. ಹುಳಿ ಬಂದಿದ್ದ ಬ್ರೆಡ್ಡನ್ನು ಕಡಲೆಬೀಜದ ಸಾರು ಮತ್ತು ಪಾರ್ಟ್ರಿಡ್ಜ್ ಮಾಂಸದ ಜೊತೆಗೆ ತಿನ್ನುವಾಗ ಅದರ ರುಚಿ ಹಾಗೂ ಘಾಟು ಪರಿಮಳ ಗಂಟಲಿಗೊಂದು ಹೊಸ ಕಿಕ್ಕು ಕೊಡುತ್ತಿತ್ತು.

ನಮ್ಮ ಇಡೀ ಕುಟುಂಬದವರ ಮುಖದಲ್ಲೆಲ್ಲ ಆನಂದ ತುಂಬಿ ತುಳುಕುತ್ತಿತ್ತು. ಅತ್ತೆ ಹನೀಮ್ ಹಾಲಾ ಆಕೆಯ ಮಂಡಿ ನೋವಿನ ಬಗ್ಗೆ ಗೊಣಗುತ್ತಾ ನರಳುತ್ತಾ ಅವಳ ಕಾಲು ನೋವು ಕಡಿಮೆ ಮಾಡಲು "ಚೇಳು ಹಿಡಿದು ತಂದಿದ್ದಿದ್ರೆ ಅದು ಕುಟುಕಿ ನನ್ನ ಕಾಲು ನೋವಾದ್ರೂ ಸ್ವಲ್ಪ ಕಡಿಮೆ ಆಗ್ತಾ ಇತ್ತು... ಹಾಳಾದೋರು ಇವತ್ತು ಹಿಡಿಲೆ ಇಲ್ಲ..." ಎಂದು ಹೇಳುವುದನ್ನು ಅಂದು ಯಾರೂ ಕಿವಿಗೆ ಹಾಕಿಕೊಳ್ಳದಷ್ಟು ಖುಷಿ ನಮ್ಮನ್ನು ಆವರಿಸಿತ್ತು. ಇಂತಹ ದಿನಗಳಲ್ಲಿ ಊಟದ ವೇಳೆ ಮೀರಿ ನಾವೆಲ್ಲ ಮಾತನಾಡುತ್ತ ಕುಳಿತಿರುತ್ತಿದ್ದೆವು. ಮಾತು ಯಥಾವತ್ತಾಗಿ ಕಳೆದು ಹೋದ ಕಾಲದ ಘಟನೆಗಳತ್ತಲೇ ಹೊರಳುತ್ತಿತ್ತು. ಅಬ್ಬು ಮತ್ತೆ ಹಾಲಾ ಕತ್ತಲು ಕಳೆಯುವ ಹೊತ್ತಾದರೂ ಮಾತು ನಿಲ್ಲಿಸುತ್ತಿರಲಿಲ್ಲ.

ಅಬ್ಬು ನಮ್ಮ ನೆಲಮಾಳಿಗೆಯಲ್ಲಿ ತಾನೇ ಭಟ್ಟಿ ಇಳಿಸಿದ್ದ ಸೋಂಪು ಮತ್ತು ದ್ರಾಕ್ಷಿಯಿಂದ ಮಾಡಿದ ಸಾರಾಯಿಯಾದ ರಾಕಿಯನ್ನು ಹೀರುತ್ತಿದ್ದ. ಈ ಸೋಂಪನ್ನು ಬಿತ್ತುವುದು ತುಂಬಾ ಕೌಶಲದ ಕೆಲಸ. ಬೀಜಗಳು ಎಷ್ಟು ಸಣ್ಣದಾಗಿರುತ್ತವೆ ಎಂದರೆ ಕೊಂಚ ಗಾಳಿ ಬೀಸಿದರೂ ಧೂಳಿನ ಕಣಗಳಂತೆ ಹಾರಿ ಹೋಗಿ ಹಾಳಾಗಿಬಿಡುತ್ತವೆ. ಆದ್ದರಿಂದ ಅಬ್ಬು ಆ ಕೆಲಸವನ್ನು ಬೇರೆ ಯಾರಿಗೂ ವಹಿಸುತ್ತಿರಲಿಲ್ಲ. ಸೋಂಪಿನ ಪರಿಮಳ ಹೆಚ್ಚು ಹೆಚ್ಚಾಗಿ ಊಟದ ಮನೆಯಲ್ಲಿ ಇಡುಗಿದಂತೆಲ್ಲ ಅಬ್ಬುವಿನ ಆರಾಮು ಇನ್ನಷ್ಟು ಹೆಚ್ಚುತ್ತಿತ್ತು.

ಚಿಯೋಸ್‌ನಲ್ಲಿ ಕಳೆದ ತನ್ನ ಬಾಲ್ಯವನ್ನು ನೆನೆಯುತ್ತಾ ಗ್ರೀಕರನ್ನು ಅಂದೂ ಕೂಡ ಲೆಕ್ಕವಿಲ್ಲದಷ್ಟು ಬಾರಿ ಶಪಿಸಿದ. ಕಲಿಚಿ ಜಿಲ್ಲೆಯ ಹಳೆಯ ಕೋಟೆಭಾಗದಲ್ಲಿ ಇಕ್ಕಟ್ಟಾದ ಗಲ್ಲಿಗಳಲ್ಲಿ ಅದೆಷ್ಟೊ ಭೂಕಂಪಗಳ ನಂತರ ಹೆಗಲಿಗೆ ಹೆಗಲು ಕೊಟ್ಟು ಪುನಃ ಕಟ್ಟಿಕೊಂಡಿದ್ದ ಆ ತಮ್ಮ ಚಿಕ್ಕ ಮನೆ, ಕಣ್ಣೀರುಮರದ ತೋಪುಗಳಲ್ಲಿ ತುಂಟಾಟ ಆಡುತ್ತಿದ್ದಾಗ ತನಗೆ ಮತ್ತು ತನ್ನ ಗ್ರೀಕ್ ಗೆಳೆಯರಿಗೆ ಸಿಗುತ್ತಿದ್ದ ಬೈಗುಳಗಳು ಮತ್ತು ಬಂದರಿನಲ್ಲಿದ್ದ ದೊಡ್ಡ ದೊಡ್ಡ ಪಟ ಕಂಬಗಳಿದ್ದ ಹಡಗುಗಳಿಂದ ಸಮುದ್ರದ ಆಳಕ್ಕೆ ಧುಮುಕಿ ತಾವು ಹಿಡಿಯುತ್ತಿದ್ದ ಕೈಗಾತ್ರದ ಸಿಂಪಿಗಳು...ಈ ಎಲ್ಲ ಕಥೆಗಳನ್ನು ನಾವು ಅದೆಷ್ಟು ಬಾರಿ ಕೇಳಿದ್ದೆವೋ ಗೊತ್ತಿಲ್ಲ! ಆದರೆ ನಮ್ಮ ಮನೆಯಂಗಳದಲ್ಲಿರುವ ಕಣ್ಣೀರುಮರದ ವಿಷಯ ಬಂದಾಗ ಮಾತ್ರ ಅವನು ಹಾಲಾಗೆ ಮಾತನಾಡುವ ಅವಕಾಶ ಬಿಟ್ಟುಕೊಡುತ್ತಿದ್ದ. ಹನೀಮ್ ಹಾಲಾ, ಏನು ಹೇಳುತ್ತಾರೆ ಎಂದು ನಮಗೆ ಅಕ್ಷರಕ್ಷರ ಗೊತ್ತಿತ್ತು. ಆದರೂ ನಾವು ಉತ್ಸುಕತೆಯಿಂದ ಕೇಳುತ್ತಿದ್ದೆವು.

"ಪಾಪ, ಆ ಮರಕ್ಕೆ ಸೂರ್ಯನ ಬೆಳಕು ಸಿಗಲೆ ಇಲ್ಲ. ಅದಿಕ್ಕೆ ಆ ಕಣ್ಣೀರು ಮರ*

* ಕಣ್ಣೀರು ಮರ – ಇಂಗ್ಲೀಷಿನಲ್ಲಿ ಮ್ಯಾಸ್ಟಿಕ್ ಮರ ಎಂದು ಕರೆಯಲ್ಪಡುವ ಈ ಮರಕ್ಕೆ ಚಿಯೋಸಿನ ಗ್ರೀಕ್ ದ್ವೀಪಗಳಲ್ಲಿ ಕಣ್ಣೀರು ಮರ ಎನ್ನುತ್ತಾರೆ. ಮರದಿಂದ ಒಸರುವ ಅಂಟಿಗೆ ಚಿಯೋಸ್ ಕಣ್ಣೀರು ಎಂದೆ ಹೆಸರಿದೆ. ಆ ಕಡು ಕಂದು ಅಂಟನ್ನು ಬಾಯಲ್ಲಿ ಅಗಿದಾಗ ಬೆಳ್ಳಗೆ ಮೆತ್ತಗಾಗುತ್ತದೆ. ಈ ಅಗಿಯುವಿಕೆಯಿಂದಲೇ mastic ಶಬ್ದ ಬಂದಿರುತ್ತದೆ. ಈ ಅಂಟನ್ನು ಅದರ ಘಾಟು ವಾಸನೆ ಮತ್ತು ವಿಶಿಷ್ಟ ರುಚಿಯ ಕಾರಣದಿಂದಾಗಿ ಮಸಾಲೆ ಪದಾರ್ಥವಾಗಿ ಬಳಸುತ್ತಾರೆ.

ಇವತ್ತಿಗೂ ಅಂಟನ್ನ ಹೊಮ್ಮಿಸಲೆ ಇಲ್ಲ. ಆ ಗಿಡ ನಮ್ಮ ಮನೆ ಮಗನಂತೆ ಇತ್ತು" ಎಂದು ಅವಳು ಮಾತನ್ನಾರಂಭಿಸುತ್ತಿದ್ದಳು. "ನಾನಾಗ ಸಣ್ಣೋಳಿದ್ದೆ. ಒಂದಿನ ನನ್ನ ಖುರ್ಚಿಯಲ್ಲಿ ಕೂತು ಹಿಂದಿಂದಕ್ಕೆ ವಾಲುತ್ತಾ ಮೇಲೆ ನೋಡ್ತಾ ಇದ್ದೆ. ಮೇಲೆ ಕಣ್ಣೀರಿನ ಮರದ ದಪ್ಪ ದಪ್ಪ ರೆಂಬೆಗಳ ಮಧ್ಯೆ ನುಂಗಲು ಹಕ್ಕಿಗಳು ಗೂಡು ಕಟ್ಟಿದ್ದವು. ಈ ನುಂಗಲು ಹಕ್ಕಿಗಳು ವಸಂತ ಬಂತು ಅಂದ್ರೆ ಸಾಕು, ಜೋಡಿಯಾಗಿ ಗೂಡಿಗೆ ಬಂದು, ತತ್ತಿ ಇಟ್ಟು, ಒಳಗಿಂದ ಹೊರಗೆ ಬಾಯಲ್ಲಿ ಹುಳುಗಳನ್ನು ಹಿಡಕೊಂಡು ಚಿಲಿಪಿಲಿಗುಟ್ಟುತ್ತಾ ಇದ್ದವು. ಶರತ್ಕಾಲ ಬರ್ತಾ ಇದ್ದ ಹಾಗೆ ತಮ್ಮ ತಮ್ಮ ಮರಿಗಳ ಜೊತೆಗೆ ಹಾರಿ ಹೋಗ್ತಾ ಇದ್ದವು. ಆ ವರ್ಷ ನಮ್ಮ ಹಕ್ಕಿಗಳು ಪ್ರತಿವರ್ಷಕ್ಕಿಂತ ಮುಂಚೆಯೇ ವಾಪಸ್ ಬಂದಿದ್ದವು."

"ಆವತ್ತು ಭಾನುವಾರ. ಚರ್ಚಿನ ಮುದುಕ ರೋಮನ್ನರನ್ನು ಪ್ರಾರ್ಥನೆಗೆ ಕರೆಯೋದಕ್ಕೆ ಗಂಟೆ ಬಾರಿಸ್ತಾ ಇದ್ದ. ನಾವು ಇಡೀ ಕುಟುಂಬ ನಮ್ಮ ಪ್ರೀತಿಯ ಕಣ್ಣೀರು ಮರದ ಕೆಳಗಡೆ ಊಟ ಮಾಡ್ತ ಇದ್ವಿ. ನಾನು ರೆಂಬೆಗಳ ಮಧ್ಯ ಕಾಣಿಸ್ತಾ ಇದ್ದ ಗೂಡನ್ನೆ ನೋಡ್ತ ಇದ್ದೆ. ನುಂಗಲು ಹಕ್ಕಿಗಳು ತಮ್ಮ ಗೂಡನ್ನ ಸ್ವಚ್ಛ ಮಾಡ್ತಾ ಇದ್ದವು. ನಿನ್ನ ಅವಳಿ ಜವಳಿ ಅಜ್ಜಂದ್ರು ಹಸನ್ ಮತ್ತೆ ಹುಸೇನ್ ಆಗಿನ್ನೂ ಸಣ್ಣೋರು. ಅವರದ್ದಂತೂ ಯಾವಾಗಲೂ ಹುಡುಗಾಟಿಕೆ ಅಂದ್ರೆ ಹುಡುಗಾಟಿಕೆ. ಆವತ್ತೂ ಊಟದ ಮೇಜಿನ ಮೇಲೆ ಕೂತು ಹುಡುಗಾಟಿಕೆ ನಡೆಸ್ತಾ ಇದ್ದರು. ಅವರಬ್ಬು ಗದರಿಸಿದಾಗ ಸ್ವಲ್ಪ ಹೊತ್ತು ಸುಮ್ಮನಾಗ್ತಾ ಇದ್ದರಾದ್ರು, ಮತ್ತೆ ಶುರುಹಚ್ಚಿಕೊಳ್ತಾ ಇದ್ರು. ಹಸನ್ ಒಂದು ಲೆಕ್ಕಕ್ಕೆ ಬೇಕಾದ್ರು, ಹುಸೇನಿ ಅಂತೂ ಕೇಳಲೇಬೇಡ. ಅವನ ಕೈಯಂತೂ ಸುಮ್ಮನೆ ಇರ್ತಾ ಇರಲಿಲ್ಲ. ಅವನು ಊಟದ ಮೇಜನ್ನ ತನ್ನ ಕಾಲಿನಿಂದ ಅಲುಗಾಡಿಸೋದಕ್ಕೆ ಶುರು ಮಾಡಿದ. ಮೇಜು ಅಲುಗಾಡಿದ ಪರಿಣಾಮವಾಗಿ ನೀರಿನ ಲೋಟ ಉರುಳಿಬಿತ್ತು. ಅಬ್ಬುವಿಗೆ ಎಗ್ಗಾ ಮುಗ್ಗಾ ಸಿಟ್ಟು ಬಂದು ಹುಸೇನಿಯ ಕೆನ್ನೆಗೆ ಛಟೀರ್ ಎಂದು ಎರಡು ಬಾರಿಸಿ ಶಿಕ್ಷೆ ಕೊಡುವ ಸಲುವಾಗಿ ಅವನನ್ನು ಮನೆಯೊಳಗೆ ಕಳುಹಿಸಿದರು. ಪಾಪ, ಅವನು ದುಃಖಿಸುತ್ತಾ ದುಃಖಿಸುತ್ತಾ ಒಳಗೆ ಹೋದ. ನಾನು ಮತ್ತು ಅಮ್ಮಿ ಅವನನ್ನು ಸಮಾಧಾನ ಪಡಿಸಲು ಅವನ ಹಿಂದೆ ಹೋದರೆ ಅಬ್ಬು ನಮ್ಮನ್ನು ಬೈದು ವಾಪಸ್ ಮರದ ಕೆಳಗೇ ಕಳುಹಿಸಿಬಿಟ್ಟರು. ಇಷ್ಟೆಲ್ಲಾ ಆದಮೇಲೆ ಊಟದ ಹೊತ್ತಿನಲ್ಲಿ ಸಮಾಧಾನವೆ ಇಲ್ಲವಾಗಿಬಿಟ್ಟಿತು. ನಾವೆಲ್ಲ ಮಾತಿಲ್ಲದೆ ಊಟ ಮಾಡ್ತ ಇರಬೇಕಾದರೆ ನಾನು ನಿಧಾನಕ್ಕೆ ತಲೆಯೆತ್ತಿ ನೋಡಿದೆ. ಹಕ್ಕಿಗೂಡನ್ನೆ ಗಮನವಿಟ್ಟುನೋಡಿದೆ. ಅದೆ ಕ್ಷಣದಲ್ಲಿ ಮೇಜು ಮತ್ತೆ ನಡುಗಲು ಶುರುವಿಟ್ಟಿತು. ಈ ಸರ್ತಿ ಮೇಜಿನ ಮೇಲಿದ್ದ ಗಾಜಿನ ಲೋಟಗಳೆಲ್ಲ ಜಣಗುಟ್ಟತೊಡಗಿದವು. ಅಬ್ಬು ಈಗ ಹಸನ್‌ಗೆ "ನಿನಗೆ ಬೇರೆ ಹೇಳ್ಬೇಕಾ? ಮೇಜು ಅಲುಗಾಡಿಸಬೇಡ ಅಂದ್ರೆ ನಿಂಗೆ ಅರ್ಥ ಆಗಲ್ವ?" ಎಂದು ಗುಡುಗಿದ. ಅಷ್ಟಾದರೂ ನಡುಗೋದು ನಿಲ್ಲಲೆ ಇಲ್ಲ. ಬದಲಿಗೆ ಇನ್ನ ಹೆಚ್ಚಾಗ್ತಾನೆ ಹೋಯ್ತು. ಮೇಜಿನ ಮೇಲಿದ್ದ ಗಾಜಿನ ಲೋಟಗಳೆಲ್ಲ ಉರುಳಿ ಬಿದ್ದವು. ಕೂತಿದ್ದ

ಖುರ್ಚಿ ಪಟಕ್ಕನೆ ಮುರಿದು ನಾನು ಬಿದ್ದುಬಿಟ್ಟೆ. ಆಗ ನೆಲದಲ್ಲೊಂದು ಬಿರುಕು ಬಿಟ್ಟಿದ್ದನ್ನ ನಾ ನೋಡಿದೆ. ನನಗೊಂದು ಕ್ಷಣ ಮರವೇ ಅಲುಗಾಡಿತು ಅನಿಸಿತು. ಮರ ನಿಂತ ಹಾಗೆ ನಿಂತಿತ್ತು. ಆದರೆ ನುಂಗಲು ಹಕ್ಕಿಯ ಗೂಡು ಮಾಯವಾಗಿತ್ತು. ಮನೆಯ ಛಾವಣಿಯೊಂದಿಗೆ ಗೂಡು ಸಹ ಹಾರಿ ಹೋಗಿಬಿಟ್ಟಿತ್ತು. ಉಳಿದದ್ದು ಬರಿ ಮಣ್ಣಿನ ಧೂಳು ತುಂಬಿಕೊಂಡ ಚೂರು ಆಕಾಶ ಮಾತ್ರ.

ಮಧ್ಯದಲ್ಲೊಂದು ನಿಟ್ಟುಸಿರು ಬಿಡುತ್ತಾ ತೇವವಾದ ಕಣ್ಣುಗಳಿಂದ ನಮ್ಮನ್ನು ನೋಡುತ್ತಾ ಹನೀಮ್ ಹಾಲಾ ಮುಂದುವರೆಸಿದಳು.

"ಕಣ್ಣೀರು ಮರದ ರೆಂಬೆಗಳು ಮೇಲಿಂದ ಕೆಳಗೆ ಬೀಳ್ತಾ ಇದ್ದ ಇಟ್ಟಿಗೆಗಳಿಂದ ನಮ್ಮನ್ನು ಕಾಪಾಡಿದವು. ನಾವು ಜೀವಂತ ಸಮಾಧಿ ಆಗೋದನ್ನ ತಡೆದ್ವು. ನಮ್ಮನೆ ನೆಲದಲ್ಲಿ ಕುಸಿದು ನಿರ್ನಾಮ ಆಯ್ತು. ಆ ಭೂಕಂಪ ಎಲ್ಲರ ಮನೆಗಳನ್ನ ಧ್ವಂಸ ಮಾಡಿದ್ರಿಂದ ಯಾರಿಗೂ ಯಾರೂ ಸಹಾಯ ಮಾಡುವಂತೆನೂ ಇರಲಿಲ್ಲ. ಪುಟ್ಟ ಹುಡುಗ ಹುಸೇನಿಯ ಹೂತು ಹೋಗಿದ್ದ ದೇಹಾನ ಹೊರತೆಗೆಯೋದಕ್ಕೆ ತಾಸುಗಳೇ ಬೇಕಾದವು..." ಅವಳು ತನ್ನ ಕಪ್ಪುಡುಗೆಯ ಅಂಚಿನಿಂದ ಕಣ್ಣೊರೆಸಿಕೊಳ್ಳುತ್ತಿದ್ದರೆ ನಾವು ಕಣ್ಣು ಮಿಟುಕಿಸದೆ ಕೇಳುತ್ತಿದ್ದೆವು.

"ಕಲೆಚಿ ಪಟ್ಟಣ ಹೇಳ ಹೆಸರಿಲ್ಲದಂತೆ ನಿರ್ನಾಮವಾಯ್ತು. ಆ ಅವಶೇಷಗಳಿಂದ ಸತ್ತವರ ದೇಹಗಳನ್ನ ಅಗೆದು ತೆಗೆಯೋಕೆ ಎಷ್ಟೋ ದಿನಗಳೆ ಬೇಕಾದವು. ಅವು ಬೇಸಿಗೆಯ ದಿನಗಳಾದ್ದರಿಂದ ಎಲ್ಲ ಕಣ್ಣೀರು ಮರಗಳು ಎಂದಿಲ್ಲದಂತೆ ಅತ್ತವು. ನಮ್ಮ ಚಾವಡಿಯಲ್ಲಿದ್ದ ಸೂರ್ಯನ ಬೆಳಕೆ ಕಾಣದ ಕಣ್ಣೀರು ಮರ ಕೂಡ ಮಮ್ಮಲ ಮರುಗಿ ಅತ್ತಿತು..."

"ಈ ಕಣ್ಣೀರಿನ ಮರಗಳು ಹೆಂಗೆ ಅಳ್ತವೆ, ಹಾಲಾ?" ಇಲಿಯಾಸ್ ಕೇಳಿದ

"ಅವೂ ಮನುಷ್ಯರ ತರಾನೆ ಅಳ್ತವೆ. ಆದರೆ ಮೌನವಾಗಿ! ಬೇಸಿಗೆಯಲ್ಲಿ ಅವುಗಳ ಕಾಂಡದಲ್ಲಿ ನಾವು ಗೀರಿ ಕೊರಕಲು ಮಾಡುತ್ತೇವಲ್ಲ ಅವೇ ಅದರ ಕಣ್ಣುಗಳು. ಅಲ್ಲಿಂದಲೇ ಸ್ಫಟಿಕದಂತಹ ಕಣ್ಣೀರು ಒಸರುತ್ತೆ. ದೇವರು ಸೃಷ್ಟಿ ಮಾಡಿದ ಪ್ರತಿಯೊಂದು ಜೀವಿಗಳಿಗೂ ಭಾವನೆ ಇರ್ತವೆ. ಮರಗಳಿಗೂ ಸಹ!"

"ಹಂಗಿದ್ರೆ ನಮ್ಮ ಮರ ಯಾಕೆ ಯಾವತ್ತೂ ಅಳೋದಿಲ್ಲ?"

ಪ್ರತಿವರ್ಷ ಅವಳು ನಮ್ಮ ಮರದ ಕಾಂಡವನ್ನು ಗೀರುತ್ತಾ ಅದೆಷ್ಟು ಪ್ರಾರ್ಥನೆ ಮಾಡಿದರೂ ಯಾವುದೇ ಪ್ರತಿಫಲವಿರಲಿಲ್ಲ. ಆ ಮರದಿಂದ ಅಂಟು ಹೊಮ್ಮುತ್ತಲೇ ಇರಲಿಲ್ಲ. ಈಗಿದ್ದ ನಮ್ಮ ಮರ ಅವಳು ಚಿಕ್ಕವಳಿದ್ದಾಗ ಭೂಕಂಪದಿಂದ ಅವರನ್ನು ರಕ್ಷಿಸಿದ್ದ ಮರದ ಕೊಂಬೆಯಿಂದಲೇ ಹುಟ್ಟಿತ್ತು. 1881ರ ಮಹಾ ಭೂಕಂಪದ 30 ವರ್ಷಗಳ ನಂತರ ಆ ನಡು ಗಡ್ಡೆಯನ್ನು ಬಿಟ್ಟು ಹೊರಡಲೇ ಬೇಕಾದ ದುಃಸ್ಥಿತಿ ಒದಗಿದಾಗ ಅವಳು ಚಿಕ್ಕದೊಂದು ರೆಂಬೆಯನ್ನು ಮುರಿದು ಅದರ ಬುಡವನ್ನು ಒದ್ದೆಯಾದ ಮಲ್ ಬಟ್ಟೆಯಲ್ಲಿ ಸುತ್ತಿ ಕೊಂಡೊಯ್ದಿದ್ದಳು. ಮೊದಲು ಚೆಶ್ಮೆ ಊರಿಗೆ ಹೋಗಿ ನಂತರ ಅವರೆಲ್ಲ ಇಝ್ಮೀರಿಗೆ ಬಂದಿದ್ದರು.

ಲುಸಾನೆ ಒಪ್ಪಂದದ ಜನಸಂಖ್ಯಾ ವಿನಿಮಯ ನಿಯಮವನ್ನು ಯುದ್ಧಕ್ಕಿಂತ ಮೊದಲು ವಲಸೆ ಹೋದವರಿಗೂ ಸರ್ಕಾರ ಅನ್ವಯಿಸಿತ್ತು. ಘನಸರ್ಕಾರ ಇವರನ್ನು ಮರಳಿ ಕಳಿಸಿ ಊರು ಬಿಟ್ಟು ಹೋದ ರೋಮನ್ನರ ಮನೆಗಳಲ್ಲಿ ಪುನರ್ವಸತಿಗೆ ಆಸ್ಪದ ಮಾಡಿಕೊಟ್ಟಿತ್ತು. ಸಮುದ್ರದೆಡೆಗೆ ಸಾಗುತ್ತಿದ್ದ ಆ ಬೀದಿಯ ಪ್ರತಿಯೊಂದು ಮನೆಯನ್ನು ಅವರು ಆವರಿಸಿಕೊಂಡರು. ಪ್ರತಿ ಮನೆಯಲ್ಲೂ ಯಾವುದೋ ಒಂದು ಕಳೆದು ಹೋದ ನೆನಪಿನ ಕುರುಹಿತ್ತು ಮತ್ತು ಬಿಟ್ಟುಹೋಗಿ ಅನಾಥವಾಗಿದ್ದ ಒಂದು ವಸ್ತುವಿತ್ತು. ಒಂದು ಮನೆಯಲ್ಲಿ ಮುರಿದುಬಿದ್ದ ಗ್ರಾಮಾಫೋನ್, ಇನ್ನೊಂದರಲ್ಲಿ ತೋಳಿನ ಭಾಗದಲ್ಲಿ ತೇಪೆ ಹಚ್ಚಿದ ಕೋಟ್ ಒಂದು ಗೋಡೆಯ ಮೇಲೆ ನೇತಾಡುತ್ತಿತ್ತು. ಇವೆಲ್ಲ ಆ ಮನೆಯಲ್ಲಿದ್ದ ಯಜಮಾನರಿಗಾಗಿ ಕಾಯುತ್ತಿರುವಂತಿತ್ತು. ತಾವು ಬಿಟ್ಟು ಬಂದ ಮನೆಯನ್ನು ನೆನೆದು ಹಾಲಾ ಭಯಭೀತಳಾಗಿದ್ದಳು. "ಯಾ ಅಲ್ಲಾಹ್, ನಾನು ಈ ಮನೆಗಳಿಗೆ ಮಾತ್ರ ಕಾಲಿಡಲ್ಲ. ಈ ಮನೆಗಳಲ್ಲಿ ಅವುಗಳದೆ ಆದ ಆತ್ಮಗಳಿವೆ. ನಾವು ಹೇಗೆ ಇವುಗಳ ಒಳಗೆ ಹೋಗೋಕಾಗತ್ತೆ? ನಾವೊಮ್ಮೆ ಹೋದ್ರೆ ಅವುಗಳು ನಮ್ಮನ್ನ ತರಿದುಬಿಟ್ಟಾವು."

ನಾನು ಸುಮ್ಮನಿರಲಾರದೆ ಮಧ್ಯ ಬಾಯಿ ಹಾಕಿದೆ "ಹಾಲಾ, ಈ ಮನೆಗಳಿಗೆ ಹೇಗೆ ಆತ್ಮ ಇರತ್ತೆ?"

ನನ್ನ ಆ ಪ್ರಶ್ನೆಯು ಹಾಲಾ ಗದರುವಂತೆ ಮಾಡಿತು. "ಶ್! ಸ್ವಲ್ಪ ಸುಮ್ನೆ ಇರ್ತಿಯ? ಕಿಡಿಗೇಡಿ, ಊರ ಕಿಡಿಗೇಡಿನ ತಂದು! ನಾನು ಮಾತಾಡೋಕಾದ್ರೂ ಬಿಡ್ತಿಯೊ ಇಲ್ಲೊ?"

ಹನೀಮ್ ಹಾಲಾಗೆ ಚೆಶ್ಮೆಯಲ್ಲಿದ್ದ ಯಾವುದೇ ಮನೆಯಲ್ಲಿರಲು ಮನಸ್ಸು ಒಪ್ಪಲಿಲ್ಲ. ಹಾಗಾಗಿ ಅವರಿಗೆ ಪರ್ಯಾಯ ದ್ವೀಪದ ನಡುಗಡ್ಡೆಯ ಉತ್ತರದ ತುದಿಯಲ್ಲಿ ಒಂದು ಮನೆ ಮತ್ತು ಒಂದು ಗದ್ದೆಯನ್ನು ಕೊಡಮಾಡಲಾಯಿತು. ಅವಳು ತನ್ನ ಜೊತೆಗೆ ತಂದಿದ್ದ ಕಣ್ಣೀರು ಮರದ ರೆಂಬೆ ಈಗ ಒಂದು ಮರದ ಪೀಪಾಯಿಯಲ್ಲಿ ಚಿಕ್ಕಮರವಾಗಿ ಬೆಳೆದಿತ್ತು.

ನನ್ನ ನಾನಿಯ ಕುಟುಂಬ ಈಗ ನೆಲೆಸಿದ್ದ ಮನೆಯ ಮೇಲ್ಛಾವಣಿಯನ್ನು ದುರಸ್ತಿ ಮಾಡುತ್ತಿರುವಾಗ ನನ್ನ ಅಬ್ಬು ನನ್ನಮ್ಮಿಯನ್ನು ಮೊದಲ ಬಾರಿ ನೋಡಿದ್ದು... ಅಮ್ಮಿ ಅಬ್ಬುಗೆ ಆಗಲೆ ತುಂಬಾ ಇಷ್ಟವಾದರಂತೆ. ಆದರೆ ಅಂದಿನ ಹಿರಿಯರು ವಲಸೆ ಬಂದವರಿಗೆ ಹೆಣ್ಣು ಮಕ್ಕಳನ್ನು ಮದುವೆ ಮಾಡಿಕೊಡಲು ಹಿಂಜರಿಯುತ್ತಿದ್ದರು. "ನಮ್ಮನ್ನೆಲ್ಲ ಅವರು ದೇಶದ್ರೋಹಿಗಳ ಸಂತಾನ ಅಂತಾನೆ ಕರೀತಾ ಇದ್ರು ಆಗ!" ಎಂದು ಅಬ್ಬು ನಿಟ್ಟುಸಿರಿಟ್ಟ. ಆಮೇಲೆ ಅಬ್ಬು ಮನೆಕಡೆಯೋರೆಲ್ಲ ಚಿಯೋಸ್‌ನಿಂದ ಬಂದದ್ದು ಅಂತ ಗೊತ್ತಾದ ಮೇಲೆನೆ ನಾನಾ ನಾನಿ ಈ ಮದುವೆಗೆ ಒಪ್ಪಿಗೆ ಕೊಟ್ಟರಂತೆ. ಒಂದೊಮ್ಮೆ ಅವರ ನೆರೆಹೊರೆಯವರಾಗಿದ್ದ ಎಸ್ಟಿಫಾನೋಸ್ ಎಫೆಂಡಿ ಕೂಡ ಆ ನಡುಗಡ್ಡೆಯಲ್ಲೆ ವಾಸ ಆಗಿದ್ದರಿಂದ ಅವರು ನಮ್ಮ ಜನಗಳ ಹಾಗೆ ಅನ್ನೋ ವಿಶ್ವಾಸ ಹುಟ್ಟಿಸಿತಂತೆ!

ಅದರ ಮುಂದಿನ ಕಥೆಯೂ ನನಗೆ ಚೆನ್ನಾಗಿ ಗೊತ್ತಿತ್ತು; ದೀಪಸ್ತಂಭದ ಮನೆ ಕಟ್ಟಲ್ಪಟ್ಟದ್ದು ಎಷ್ಟೋ ವರ್ಷಗಳ ನಂತರ. ಅಬ್ಬು ಆಗ ಬರಿ ಕಟ್ಟಡದ ಕೆಲಸ ಮಾಡಿದರೆ ನಾವು ಕಾಂಕ್ರೀಟ್ ಮತ್ತು ಇಟ್ಟಿಗೆ ಇಡುವ ಕೆಲಸದಲ್ಲಿ ಅವನಿಗೆ ಸಹಾಯ ಮಾಡಿದೆವು. ಅದಾದ ಮೇಲೆ ಅಬ್ಬುವನ್ನೆ ದೀಪಸ್ತಂಭದ ಮನೆಯ ಉಸ್ತುವಾರಿಗೆ ನೇಮಕ ಮಾಡಲಾಯಿತು. ಮೊದಮೊದಲು ಅಮ್ಮಿ ಅಲ್ಲಿಗೆ ಹೋಗಲು ಹಿಂಜರಿಯುತ್ತಿದ್ದಳು. ಅಲ್ಲಿನ ಒಂಟಿತನ ನಮ್ಮನ್ನೆಲ್ಲ ಮುಸುಕುವುದೆಂದು ಅವಳು ಮನಗಂಡಿದ್ದಳೆನಿಸುತ್ತದೆ. ಆದರೆ ಅಬ್ಬು ಅಷ್ಟೊತ್ತಿಗಾಗಲೆ ಗಟ್ಟಿ ನಿರ್ಧಾರ ಮಾಡಿಬಿಟ್ಟಿದ್ದ. ಹಾಗಾಗಿ ಅವಳು ತುಟಿ ಕಚ್ಚಿ ಸುಮ್ಮನಿರಬೇಕಾಯಿತು.

ನಮ್ಮ ಚೂರು ಪಾರು ಪೀಠೋಪಕರಣಗಳು, ಹಾಸಿಗೆ ಸಾಮಾನುಗಳನ್ನು ದೀಪಸ್ತಂಭದ ಮನೆಗೆ ಸಾಗಿಸಲು ಹೇಸರಗತ್ತೆಗಳ ಬೆನ್ನ ಮೇಲೆ ಹಾಕಿ ನಾವುಗಳು ಕಾಲ್ನಡಿಗೆಯಲ್ಲೇ ಎಷ್ಟೋ ಬಾರಿ ಓಡಾಡಬೇಕಾಯಿತು. ಹನೀಮ್ ಹಾಲಾ ಮತ್ತು ಕಟ್ಟಿಗೆಯ ಪೀಪಾಯಲ್ಲಿನ ಕಣ್ಣೀರು ಮರ ಕೊನೆಯಲ್ಲಿ ಬಂತು. ಆ ಮರವನ್ನು ಜೊತೆಗೆ ತರಲು ಅಬ್ಬು ಮೊದಲು ಒಪ್ಪಿರಲಿಲ್ಲ. ಆದರೆ ಹನೀಮ್ ಹಾಲಾ "ಆ ಮರ ಬರದೆ ಇದ್ರೆ ನಾನೂ ಬರಲ್ಲ" ಅಂತ ಒಂದೆ ಸಮನೆ ಹಠ ಹಿಡಿದ ಸಲುವಾಗಿ, ಅಬ್ಬು ಮಣಿದು ಒಂದೆರಡು ಮರದ ದಬ್ಬೆಗಳನ್ನು ತರಿಸಿ ಒಂದಕ್ಕೊಂದು ಕಟ್ಟಿ, ಕತ್ತೆಗಳ ಮೇಲೆ ಹೇರಿ, ಅದರ ಮೇಲೆ ಮರವಿದ್ದ ಪೀಪಾಯಿ ಹೊರಿಸಿ ಸಾಗಿಸಿದ್ದ.

ದೀಪಸ್ತಂಭದ ಮನೆ ಮುಟ್ಟುತ್ತಿದ್ದಂತೆ ಹನೀಮ್ ಹಾಲಾ ಕತ್ತೆಯಿಂದ ಇಳಿಯುತ್ತಾ ಒಂದು ಬಾರಿ ಬಿಸ್ಮಿಲ್ಲಾಹ್ ಹಿರ್ರಹುಮಾ ನಿರ್ರಹಿಮ್ ಪ್ರಾರ್ಥನೆಯನ್ನು ಮಾಡಿದಳು. ನೆಲ ಮುಟ್ಟಿದ ತಕ್ಷಣ ಮತ್ತೊಮ್ಮೆ ಪಠಿಸಿದಳು. ಕಣಿವೆ ಅಂಚಿನ ಬಳಿಗೆ ನಡೆದು ದೂರದ ಚಿಯೋಸ್‌ನತ್ತ ತುಸು ಹೊತ್ತು ದೃಷ್ಟಿ ಹಾಯಿಸಿದಳು. ಆಮೇಲೆ ನಮ್ಮ ಕಡೆ ತಿರುಗಿ ದ್ವೀಪಕ್ಕೆ ಮುಖಮಾಡಿಕೊಂಡಿದ್ದ ದೀಪಸ್ತಂಭದ ಪಕ್ಕದ ಜಾಗವನ್ನು ತೋರಿಸಿ "ಇದನ್ನು ಅಲ್ಲಿ ನೆಡೋಣ" ಎಂದಳು. ಇಷ್ಟು ವರ್ಷಗಳ ಕಾಲ ಇರ್ಮ್ಮೀರಿನಲ್ಲೇ ತಮ್ಮ ಹಳ್ಳಿಯಲ್ಲೇ ಇದ್ದರೂ ಎಂದೂ ಆ ಮರವನ್ನು ನೆಡುವ ಪ್ರಸ್ತಾಪವನ್ನೇ ಮಾಡಿರದ ಹಾಲಾ ಆಗ ಆ ರೀತಿ ಹೇಳಿದ್ದು ಕೇಳಿ ಅಬ್ಬು ಆಶ್ಚರ್ಯ ಚಕಿತನಾದ. ಈಗ ನನಗನಿಸುತ್ತದೆ; ಹನೀಮ್ ಹಾಲಾಳ ಒಳಮನಸ್ಸಿಗೆ ಅನಿಸಿರಬೇಕು. ಇದೇ ನಮ್ಮ ಮನೆ. ಇದೇ ನಮ್ಮ ಅಂತಿಮ ನಿಲ್ದಾಣ ಎಂದು! ನಾವೆಲ್ಲ ಸೇರಿ ಮರ ನೆಡಲು ಗುಂಡಿ ತೋಡಿದೆವು. ಹನೀಮ್ ಹಾಲಾ ಅದಕ್ಕೆ ಜೀವ ಜಲವನ್ನಿತ್ತಳು. ನಮ್ಮ ಜೊತೆಗೇ ಬಂದಿದ್ದ ವಲಸೆಗಾರ ಕಣ್ಣೀರು ಮರ ಈ ಮಣ್ಣಿನಲ್ಲಿ ಬೇರು ಬಿಡುವುದು ಎಂದು ನಮಗೆಲ್ಲ ಖಚಿತವಾಯಿತು.

ಅಬ್ಬು ಮತ್ತೆ ಮಾತಿಗೆ ಶುರುವಿಟ್ಟುಕೊಂಡ "ಚಿಯೋಸ್‌ನಲ್ಲಿ ನಮ್ಮನ್ನು ಧ್ವಂಸ ಮಾಡಿದ್ದು ಬರೀ ಭೂಕಂಪ ಅಲ್ಲ. ಅಷ್ಟು ವರ್ಷ ನಮ್ಮ ಜೊತೆಗೇ ಇದ್ದು ಕಡೆಗೆ ನಮಗೆ ಬೆನ್ನು ತಿರುಗಿಸಿ ಓಡಿ ಹೋದ ಆ ದೇಶದ್ರೋಹಿ ನನ್ನ ಮಕ್ಕಳು." ಗ್ರೀಕ್ ಸೈನಿಕರು ಅವರ ಫಿರಂಗಿಗಳನ್ನು ದೋಣಿಗಳ ಮೇಲೆ ಹೂಡಿಕೊಂಡು ನಮ್ಮ ದ್ವೀಪದ

ಮೇಲೆ ದಾಳಿ ಎತ್ತಿ ಬಂದಾಗ ಇನ್ನು ನಮಗೆ ಅಲ್ಲಿ ಉಳಿಗಾಲವಿಲ್ಲವೆಂಬುದು ನಮಗೆ ತಿಳಿದಿತ್ತು. ನಮ್ಮದಾದುದನ್ನೆಲ್ಲ ಬೇರು ಸಹಿತ ಕಿತ್ತು ಹಾಕಿಕೊಂಡು ಪೂರ್ವದತ್ತ ತೇಲಿ ಹೋಗಬೇಕಾದ ನಮ್ಮ ಪರಿಸ್ಥಿತಿ ನೋಡಿ ನಮ್ಮ ಗ್ರೀಕ್ ಮಿತ್ರರು ಕೇಕೆ ಹಾಕಿ ನಗುತ್ತಿದ್ದರು. ನಾನು ಅಲ್ಲಿಯವರೆಗೆ ಅವರನ್ನು ನಮ್ಮ ಹಿತೈಷಿಗಳು ಎಂದೆ ಭಾವಿಸಿದ್ದೆ. ಗ್ರೀಸ್‌ನವರೊಂದಿಗೆ ಎಂದಿಗೂ ಸ್ನೇಹ ಸಾಧ್ಯವಿಲ್ಲ ಎಂಬುದು ನನಗೆ ಗೊತ್ತಾದದ್ದು ಆಗಲೇ!"

"ಸಾಕ್ ನಿಲ್ಸೋ!" ಹನೀಮ್ ಹಾಲಾ ಬೈಯಲು ಶುರುಮಾಡಿದಳು. "ನಿನ್ನ ದೋಸ್ತರೆಲ್ಲಾ ಮಾನಗೇಡಿಗಳೆ ಆಗಿದ್ದರು. ಅವರ ಬಗ್ಗೆ ಏನು ಹೇಳ್ತಿ ನೀನು!" ಎಂದು ಸಿಟ್ಟಿನಿಂದ ಕಂಪಿಸುತ್ತಿದ್ದಳು. ಅವಳ ಬಾಯಲ್ಲಿ ಗ್ರೀಕರನ್ನು ಬೈಯುವ ಎಲ್ಲಾ ಅವಾಚ್ಯ ಶಬ್ದಗಳೆಲ್ಲ ಇನ್ನೇನು ಮಳೆಯ ಹಾಗೆ ಸುರಿಯುವುದರಲ್ಲಿತ್ತು. ಆದರೆ ಅವಳೆ ಸ್ವಲ್ಪ ಹೊತ್ತಿನ ನಂತರ ಸುಧಾರಿಸಿಕೊಂಡು ಬಂದರಿನಲ್ಲಿದ್ದ ಮೀನುಗಾರರು ಮತ್ತು ವ್ಯಾಪಾರಿಗಳ ಬಗ್ಗೆ ಮಾತನಾಡತೊಡಗಿದಳು. ಹಾಗೆಯೇ ಬೇಸಿಗೆಯಲ್ಲಿ ಊರ ದಕ್ಷಿಣದಲ್ಲಿದ್ದ ಕಣ್ಣೀರು ಮರದ ತೋಪುಗಳಿಗೆ ತಾನು ಹೋಗುತ್ತಿದ್ದುದನ್ನು ಒಂದು ಯಕ್ಷಕತೆಯಂತೆ ಹೇಳಿದಳು.

"ನೀವು ಗಂಡಸ್ರು, ಮರದ ಅಂಟು, ನೆಲದ ಮಣ್ಣಿನ ಜತೀಗೆ ಬೆರೀಬಾರದು ಅಂತ ಗಿಡದ ಬುಡಕ್ಕ ಸುಣ್ಣದ ಪುಡಿ ಹಾಕುತ್ತಾ ಹೋಗ್ತಾ ಇದ್ರಿ. ನಾವು ಹೆಂಗಸ್ರು ಆಮೇಲೆ ನೆಲದ ಮೇಲೆ ಕೂತ್ಕೊಂಡು ಊರ ಸುದ್ದಿ ಮಾತಾಡ್ತಾ, ನಗಾಡ್ತಾ, ಗ್ರೀಕ್ ಮತ್ತೆ ಟರ್ಕಿಯ ಹಾಡು ಹಾಡ್ತಾ ನಾವು ಒಟ್ಟು ಮಾಡಿದ ಅಂಟನ್ನ ಸ್ವಚ್ಛ ಮಾಡ್ತಾ ಇದ್ವಿ. ನಾವು ಆ ನಡುಗಡ್ಡೆ ಬಿಟ್ಟುಬರೋ ದಿನ ನಮ್ಮ ಅಕ್ಕಪಕ್ಕದವರೆಲ್ಲಾ ಬುಟ್ಟಿ ಬುಟ್ಟಿ ತುಂಬಾ ದಿನಸಿ ಸಾಮಾನು ತಗೊಬಂದು ಕೊಟ್ಟು ನಮ್ಮನ್ನು ಕಣ್ತುಂಬಿಕೊಂಡು ಟಾಟಾ ಮಾಡಿದ್ರು..."

"ನೀ ಏನಾದರೂ ಹೇಳು ಆಪಾ. ಆ ಗ್ರೀಕ್‌ನೋರ ಜೊತೆ ಸವಾಸ ಬೇಡ. ಮಾತು ಮುಗ್ಸೋಣ. ನಾನಿದ್ದದ್ದು ಇದ್ದಂಗೇಳ್ತಾ ಇದೀನಿ!" ರಾಕಿ ಸಾರಾಯಿಯ ನಶೆ ಏರಿದ ಪರಿಣಾಮವೊ ಎಂಬಂತೆ ಅಬ್ಬು ತೊದಲುತ್ತಾ ತೊದಲುತ್ತಾ ಹೇಳುತ್ತಿದ್ದ. ತದನಂತರದಲ್ಲಿ ಸ್ವಲ್ಪ ದೂರ ದಿಟ್ಟಿಸಿ ಮತ್ತೆ ಮಾತು ಮುಂದುವರೆಸಿದ. ಸ್ಪಷ್ಟವಾಗಿ ಮಾತಾಡುವ ಹಂಬಲದಲ್ಲಿದ್ದ. ಅರ್ಧ ಅವನೊಳಗಿನ ರಾಕಿ ಸಾರಾಯಿ ಮಾತಾಡುತ್ತಿತ್ತು. ಇನ್ನರ್ಧ ಅವನ ಕಳೆದ ಬದುಕಿನ ನೆನಪುಗಳು ಮಾತಾಗಿ ಹೊರಬರುತ್ತಿದ್ದವು.

"ನಡುಗಡ್ಡೆಯಿಂದ ಈ ಜಾಗ ನೋಡ್ತಾ ಇದ್ರೆ ಭಾಳ ವಿಚಿತ್ರವಾಗಿ ಕಾಣ್ತಾ ಇತ್ತು. ಜೀವಾನೆ ಇಲ್ದಿರೊ ಬಂಜರುನೆಲದ ಥರ... ವಿಚಿತ್ರವಾಗಿ... ಅದೇ ಈಗ ನೋಡಿದ್ರೆ ಒಳ್ಳೆ ತೆಳ್ಳಗಿರೋ ಪೆನ್ಸಿಲ್ ತರ ಕಾಣತ್ತೇನೋ! ಆವತ್ ನಂಗೆ ನಮ್ಮನ್ನೆಲ್ಲ ಮುಂದೊಂದಿನ ಆ ನಡುಗಡ್ಡೆಯಿಂದ ಒದ್ದು ಹೊರಗಾಕ್ತಾರೆ, ನಾವು ನಮ್ಮದು ಅಂತಿರೋದನ್ನೆಲ್ಲ ಬಿಟ್ಟು ದೋಣಿಗಳಲ್ಲಿ ಒತ್ತೊತ್ತಾಗಿ ಕೂತ್ಕೊಂಡು ಈ ದಡಕ್ಕೆ

ಬಂದುಬಿಡ್ತೀವಿ ಅಂತ ಅನಿಸಿರಲೆ ಇಲ್ಲ..." ಇದನ್ನು ಹೇಳುತ್ತಾ ಅಬ್ಬು ಕುಡಿಯುತ್ತಿದ್ದ ರಾಕಿ ಸಾರಾಯಿಯ ಒಂದು ದೊಡ್ಡ ಗುಟುಕನ್ನೇ ಹೀರಿದ. ಸ್ವಲ್ಪ ತಡೆದು ಉಕ್ಕಿಬಂದ ಸಿಟ್ಟಿನಿಂದ "ನಾವು ಬಿಟ್ಟು ಬಂದ ಮನೇಲೀಗ ಯಾವ್ಯಾವನಿದಾನೊ ಅವನಿಗೆ ಆ ಮನೇಲಿ ನೆಮ್ಮದಿ ಅನ್ನೋದು ಸಿಗದೆ ಇರಲಿ. ಬರಿ ಅವನಲ್ಲ! ಅವನ ಏಳೇಳು ಸಂತಾನಗಳು ನರಳಲಿ. ಅದೆ ದುವಾ ನಂದು..."

ಹಾಲಾ "ಛೇ ಬಿಡ್ತು ಅನ್ನು!" ಎಂದು ಗದರುವ ಧ್ವನಿಯಲ್ಲಿ ಜೋರಾಗಿ ಗುಡುಗಿದಳು.

ಅಬ್ಬು ಮೌನದಿಂದಲೇ ತನ್ನ ಕೈಯಲ್ಲಿದ್ದ ಖಾಲಿ ಸಾರಾಯಿ ಲೋಟವನ್ನು ಕಣ್ಣಿನ ನೇರಕ್ಕೆ ಹಿಡಿದು ದಿಟ್ಟಿಸಿದ. ಮತ್ತೊಮ್ಮೆ ತುಂಬಿಸಿಕೊಳ್ಳುವವರೆಗೂ ಗೊಣಗುತ್ತಲಿದ್ದ. ಅರ್ಧಕ್ಕಿಂತ ಹೆಚ್ಚು ರಾಕಿ ಸಾರಾಯಿಯೆ ತುಂಬಿ ಮೇಲ್ಲೊಂದಿಷ್ಟು ಚಿಮುಕಿಸಿದಂತೆ ಮಾಡಿ ನೀರು ತುಂಬಿಸಿಕೊಂಡ. ಇನ್ನೊಂದು ಸಿಗರೇಟು ಹಚ್ಚಿದವನೇ ಅಸ್ಮಾಲಿಯ ಹಾಡನ್ನು ಹಾಡತೊಡಗಿದ. ಹಾಡು ನಮ್ಮನ್ನು ಆವರಿಸುವಾಗ "ಯೆಮನ್ ಸೈನ್ಯಕ್ಕೆ ಕಳಿಸಿದಾಗ ಅವನಿನ್ನು ಹೊಸ ಮದುಮಗ..." ಹನೀಮ್ ಹಾಲಾ ತನ್ನ ಎದೆಯ ಮೇಲಿದ್ದ ಶೌರ್ಯ ಪದಕವನ್ನು ಸವರುತ್ತಾ ಕಣ್ಣಂಚನ್ನು ಸೆರಗಿನಿಂದ ಒರೆಸುತ್ತಾ ನುಡಿದಳು.

"ಚಿಯೋಸ್ ದೀಪಸ್ತಂಭದ ಮನೆ ನೋಡಿದ್ರಾ? ದೀಪ ಹತ್ತಿದ್ಯ?" ಅಬ್ಬು ಕೇಳಿದ. ದಿನವೂ ಈ ಪ್ರಶ್ನೆ ಕೇಳದಿದ್ದರೆ ಅವನಿಗೆ ಸಮಾಧಾನವಿರಲಿಲ್ಲ. ಪ್ರತಿ ಬಾರಿಯೂ ನಾವು ಹೌದೆಂದು ಉತ್ತರಿಸಿದಾಗ ಅವನ ತಾಯ್ನಾಡಿನಿಂದ ಅವನ ಬಾಲ್ಯದಿಂದ ಒಂದು ಪತ್ರ ತಲುಪಿದೆಯೇನೋ ಎಂಬಂತೆ ಅವನ ಮುಖ ಹೊಳೆಯುತ್ತಿತ್ತು.

"ಉರಿತಾ ಇರಬೇಕು ಉರಿತಾ ಇರಬೇಕು" ಎಂದು ತನ್ನಷ್ಟಕ್ಕೆ ತಾನೆ ಹೇಳಿಕೊಂಡ. "ನಮ್ಮದು ಅಂತಿದ್ದನ್ನೆಲ್ಲ ಅಲ್ಲಿರೊ ರಣಹದ್ದುಗಳಿಗೇ ಆ ಗ್ರೀಕ್ ದೇಶದ್ರೋಹಿಗಳಿಗೇ ಬಿಟ್ಟು ಬಂದಿದೀವಿ..." ಎಂದು ಹಳಹಳಿಸಿದ.

"ಅಬ್ಬು ನೀವು ಸಜಾಕ್ ಅಲ್ಲೇ ಯಾಕಿರಲಿಲ್ಲ? ಈಗ ನೋಡಿದ್ರೆ ಎಷ್ಟೊಂದು ಖಾಲಿ ಮನೆಗಳಿದಾವೆ." ನನ್ನಕ್ಕ ಪ್ರಶ್ನಿಸಿದಳು.

"ನಿಮ್ಮ ಸಜಾಕ್ ಅಷ್ಟೊಂದು ಒಳ್ಳೆ ಜಾಗ ಆಗಿದ್ರೆ ನಿನ್ನಮ್ಮಿ ಅಲ್ಲಿಂದ ಹೊರಡ್ತಾನೆ ಇರ್ಲಿಲ್ಲ. ಏನಿದೆ ಅಲ್ಲಿ? ಎಲ್ಲದಕ್ಕೂ ದೂರ. ಬರಿ ಗಾಳಿ ಹೊಡೆತಕ್ಕೆ ಸಿಕ್ಕಿ ತತ್ತರಿಸೊ ಜನಗಳೆ ಇಲ್ಲದ ಪಾಳು ಜಾಗ ಅದು" ಎಂದ.

ಅಬ್ಬುವಿನ ಈ ಮಾತುಗಳು ಅಮ್ಮಿಯ ಮನಸ್ಸನ್ನು ನೋಯಿಸಿತು. ಏನೋ ಹೇಳುವಂತೆ ಅವಳ ತುಟಿಗಳು ಅದುರಿದವು. ಮತ್ತೆ ನಾಲಗೆ ಕಚ್ಚಿ ಸುಮ್ಮನಾದಳು. ಸಜಾಕ್‌ನ ವಿಷಯ ಬಂದದ್ದೆ ನನ್ನ ಕಿವಿ ನೆಟ್ಟಗಾಯಿತು.

"ಅಬ್ಬು ಅಬ್ಬು... ಆ ಸಜಾಕ್‌ನ ಕ್ಯಾಪ್ಟನ್ ಇದಾನಲ್ಲ! ಅವನ ಹಡಗು ಈ ಕಡೆ ಹಾಯೊವಾಗ ಬೈನಾಕುಲರಿನಲ್ಲಿ ನಮ್ಮ ದಡವನ್ನೆ ನೋಡ್ತಾ ಇದ್ದ."

"ಗೂಢಾಚಾರ ಮಾಡ್ತಾ ಇರ್ಬೇಕು. ಗ್ರೀಕ್ ಸಂತಾನನೆ ಅಲ್ವಾ?" ಅಬ್ಬು ಚುಚ್ಚಿದ.

ಅಬ್ಬು ಹಾಗೆ ಹೇಳಿದ ಕೂಡಲೆ "ನೋಡು ನೋಡು ನೀನು ಹೇಳಿದ್ದೆಲ್ಲ ಸುಳ್ಳು" ಎನ್ನುವ ನೋಟ ಬೀರಿದೆ. ಜಗತ್ತಿನಲ್ಲೇ ಅತ್ಯಂತ ಸಾಧು ಪ್ರಾಣಿ ಎನ್ನಬಹುದಾದ ನನ್ನಮ್ಮಿ ಆಗ ನನ್ನೆಡೆ ಒಂದು ಕಳ್ಳ ನೋಟ ಬೀರುತ್ತಾ "ಹೌದಲ್ಲ... ಆ ಸುನ್ನತಿ ಮಾಡೋನು ಯಾವಾಗ ಬರ್ತಾನಂತೆ?" ಎಂದಳು. ನನ್ನ ನೋಟ ಅವಳನ್ನು ನೋಯಿಸಿತೆನ್ನುವುದು ಆಗ ನನಗೆ ಅರ್ಥವಾಯಿತು.

"ಶನಿವಾರ" ಅಬ್ಬು ಉತ್ತರಿಸಿದ. "ನೀನು ಶುಕ್ರವಾರನೆ ಹೋಗು. ನಿನ್ನಮ್ಮಿ ಜೊತೆ ಸ್ವಲ್ಪ ಹೊತ್ತು ಕಳೆದ ಹಾಗಾಗತ್ತೆ. ಹುಡುಗ್ರನ್ನ ನಮಾಜಿಗೆ ಕಳಿಸು. ನಾನು ದೀಪ ಹತ್ತಿಸಿ ಬೆಳಿಗ್ಗೆ ಬರ್ತೀನಿ" ಎಂದ. ಕೂಡಲೆ ನನ್ನತ್ತ ತಿರುಗಿ "ಈ ಸಲ ತಪ್ಪಿಸಿಕೊಳ್ಳಂಗಿಲ್ಲ ನೋಡು ಹುಡುಗ!" ಎಂದು ಎಚ್ಚರಿಸಿದ.

"ನನ್ನ ಸುನ್ನತಿನೂ ಮಾಡ್ತಾರ ಅಬ್ಬು? ಹೋದ ಸರ್ತಿನೆ ಹೇಳಿದ್ರಿ. ಈ ವರ್ಷ ನನಗೂ ಸುನ್ನತಿ ಮಾಡಿಸ್ತಿನಿ ಅಂತ!" ಇಲಿಯಾಸ್ ಮಧ್ಯ ಪ್ರವೇಶಿಸಿದ. ಯಾ ಅಲ್ಲಾಹ್ ಸುನ್ನತಿ ಅಂದ್ರೆ ಯಾಕಿಷ್ಟು ಜೀವ ಬಿಡ್ತಾನಿವನು? ನನ್ನ ಬದಲಿಗೆ ಇವನ ಬುಲ್ಲಿನೆ ಕತ್ತರಿಸಿದರೆ ಒಳ್ಳೇದಿತ್ತು ಎನಿಸಿತು.

ಇಲಿಯಾಸನ ಆ ಪ್ರಶ್ನೆಗೆ ಅಬ್ಬು ಉತ್ತರಿಸುವ ಬದಲು ಅಮ್ಮಿಯ ಕಣ್ಣಿಗೆ ಬಿದ್ದರು. ಕೂಡಲೆ ಊಟದ ಟೇಬಲ್ಲಿನಿಂದಲೆ ಕಣ್ಣುತಪ್ಪಿಸಿ ಸಿಗರೇಟು ಹಚ್ಚಿ ಆಳವಾದ ಉಸಿರೊಂದನ್ನು ಒಳಗೆಳೆದುಕೊಂಡರು.

ಅಮ್ಮಿ ಮತ್ತು ಆಪಾ ಊಟದ ಮೇಜನ್ನು ಸ್ವಚ್ಛಗೊಳಿಸಿ ಪಾತ್ರೆಗಳನ್ನು ಬೂದಿಯಿಂದ ಉಜ್ಜುವಷ್ಟರಲ್ಲಿ ಹನೀಮ್ ಹಾಲಾ ನಮಾಜಿಗೆ ಕೂತುಕೊಂಡರು. ಎದ್ದು ನಿಂತು ಮಾಡುವ ನಮಸ್ಕಾರದ ನಂತರ ತಕ್ಷಣ ಬಗ್ಗಿ ನಮಸ್ಕಾರವನ್ನು ಪ್ರಾರಂಭಿಸುತ್ತಾ ಅವಳು ಎತ್ತರದ ಧ್ವನಿಯಲ್ಲಿ ಅವಳ ಮಂಡಿ ನೋವಿನ ಕಡೆ ನಮ್ಮ ಗಮನ ಸೆಳೆಯುತ್ತಿದ್ದಳು. ಇಲಿಯಾಸ್ ಮತ್ತು ನಾನು ಅವಳ ನಮಾಜಿನ ವೇಳೆ ಏನಾದರೂ ತುಂಟಾಟ ಮಾಡುತ್ತಿದ್ದರೆ ಅವಳ ಸ್ವರ ಇನ್ನೂ ತಾರಕಕ್ಕೇರಿದ ಕೀರಲು ದನಿಯಲ್ಲಿ ಪ್ರಾರ್ಥಿಸುತ್ತಿದ್ದಳು.

ಅವಳು ತಸ್ಬೀಹಾ ಬಳಸಿ ಜಪ ಮುಗಿಸಿ ನಮಸ್ಕಾರಗಳನ್ನು ಅರ್ಪಿಸಿ ಟಿನ್ ಡಬ್ಬಿಯಲ್ಲಿನ ಅವಳ ನೆಚ್ಚಿನ ನೇರಳೆ ಹೂಗಳು ಮತ್ತು ಜಿರಾನಿಯಂ ಹೂಗಳ ಜೊತೆ ಹರಟುತ್ತಿದ್ದಳು. ಆಮೇಲೆ ಅವಳ ಮಂಡಿ ನೋವನ್ನು ಶಪಿಸುತ್ತಾ, ಏದುಸಿರು ಬಿಡುತ್ತಾ ಕಣ್ಣೀರುಮರದ ಬಳಿ ಹೋಗಿ ಅದರ ದೃಢವಾದ ಎಲೆಗಳನ್ನು ಸವರುತ್ತಿದ್ದಳು. ತದನಂತರ ಸಮುದ್ರಕ್ಕೆ ಮುಖ ಮಾಡುತ್ತಿದ್ದ ಅವಳ ಕೈ ಕುರ್ಚಿಯಲ್ಲಿ ಕುಳಿತು ಮತ್ತೆ ಜಪಮಾಲೆ ಎಣಿಸುತ್ತ ಲೈಲಾ ಲೀಲಾ ಲೈಲಾ ಲೀಲಾ ಎಂದು ಗೊಣಗುತ್ತಿದ್ದಳು. ಅವಳ ಧ್ವನಿಯಲ್ಲಿ ಮೊಟಕು ಮೊಟಕಾಗಿ ಅದು ನಮಗೆ ಹಾಗೆ ಕೇಳಿಸುತ್ತಿತ್ತು. ಆದರೆ ಅದು ನಿಜದಲ್ಲಿ ಲಾ ಇಲಾಹೆ ಇಲ್ ಅಲ್ಲಾಹ್ ಆಗಿರುತ್ತಿತ್ತು. ಅವಳನ್ನು ಅಣಕಿಸುತ್ತಿದ್ದ ನಮಗೆ ಅಮ್ಮಿಯ ಬೈಗುಳ ಎಂದೂ ತಪ್ಪುತ್ತಿರಲಿಲ್ಲ. ನಾವು ಮಾಡುತ್ತಿರುವುದು ಪಾಪದ ಕೆಲಸ ಎಂದು ಅಮ್ಮಿ ಹೇಳುತ್ತಿದ್ದಳು.

ಊಟದ ಮನೆಯ ಕೆಲಸ ಮುಗಿಯುತ್ತಿದ್ದಂತೆ ನಾವು ಮೂವರು ಅಕ್ಕ ತಮ್ಮಂದಿರು ದೀಪಸ್ತಂಭದ ಮಿನಾರನ್ನು ಏರಿ ಹೋಗಿ ಮಿನುಗುತ್ತಿದ್ದ ಬೆಳಕಿನ ಕೆಳಗೆ ಹಾಯಾಗಿ ಮಲಗುತ್ತಿದ್ದೆವು. ಸಮುದ್ರದ ನವಿರುಗಾಳಿ ನಮ್ಮ ಗಲ್ಲಗಳನ್ನು ಸವರುವಂತೆ ಬೀಸುತ್ತಿತ್ತು. ನೀರಿನ ಅಲೆಗಳ ನಡುವೆ ಅರ್ಧಚಂದ್ರನ ಬಿಂಬ ಮಿನುಗುತ್ತಿತ್ತು.

ಇಲಿಯಾಸ್‌ನಿಗಂತೂ ಆ ಸುನ್ನತಿಯ ವಿಷಯ ತಲೆಯಲ್ಲಿ ಹುಳದಂತೆ ಕೊರೆಯುತ್ತಿತ್ತು. "ಬೇಕಾದ್ರೆ ಊರೆಲ್ಲ ಹುಡುಕಿ ನೋಡಿ. ಸುನ್ನತಿ ಮಾಡಿಸಿಕೊಳ್ಳದೆ ಇರೊ ನನ್ನ ವಯಸ್ಸಿನ ಹುಡುಗರೆ ಇಲ್ಲ." ಅವನ ದನಿಯಲ್ಲಿ ವಿಷಾದವಿತ್ತು. "ಅಷ್ಟಕ್ಕೂ ನನಗೆ ಸುನ್ನತಿ ಮಾಡಿಸಲ್ಲ ಅಂದ್ರೆ ನಾನು ಯಾಕೆ ಬರ್ಬೇಕು ನಿಮ್ಮ ಜೊತೆ? ಹುಡುಗರೆಲ್ಲ ಉಚ್ಚೆ ಹೊಯ್ಯುತ್ತಾ ನನ್ನ ನೋಡಿ ಚಿಪ್ಪು ಚಿಪ್ಪು ಅಂತ ಕಾಡಿಸ್ತಾರೆ."

ಅವನ ಸಪ್ಪೆ ಮುಖ ನೋಡಿ ಆಪಾ ಅವನನ್ನು ಹುರಿದುಂಬಿಸುವಂತೆ ಅವನ ತಲೆ ನೇವರಿಸಿದಳು.

"ನನ್ನ ನೋಡಿ ಯಾರಾದ್ರು ಉಚ್ಚೆ ಹೊಯ್ತಾ ಕಾಡಿಸಿದ್ರೆ ಅವರ ಬುಲ್ಲಿನೆ ಕೊಯ್ದುಬಿಡ್ತಿನಿ." ಇಲಿಯಾಸ್ ಚೂಪು ಮುಖ ಮಾಡಿಕೊಂಡು ಅವನ ತಲೆಯನ್ನು ಭುಜಗಳ ಮಧ್ಯೆ ಹುದುಗಿಸಿ ಬಗ್ಗಿ ಕುಳಿತ. ಆಪಾ ಅವನನ್ನು ರಮಿಸಲು ಕಚಗುಳಿ ಇಡತೊಡಗಿದಳು. ಅವನು ಚೀರುವವರೆಗೂ ಕಚಗುಳಿ ಮುಂದುವರೆದಿತ್ತು.

"ನೋಡಲ್ಲಿ!" ನಾನು ಇಲಿಯಾಸ್‌ನಿಗಂದೆ; "ಚಿಯೊಸ್‌ನ ದೀಪದಮನೆ ಉರಿತಾ ಇದೆ. ನಾನು ನಿನಗೆ ಹೇಳಲಿಲ್ವ? ಆಗಿನ್ನೂ ಕತ್ತಲಾಗಿರಲಿಲ್ಲವಲ್ಲ! ಅದಕ್ಕೆ ನಮಗೆ ಕಾಣ್ತಾ ಇರಲಿಲ್ಲ."

"ಆಪಾ ಇವತ್ತು ರಾತ್ರಿ ಇಲ್ಲೆ ಮಲಗೋಣವಾ? ನಾವು ಮೂವರೂ ಒಟ್ಟಿಗೆ ಮಲಗಿ ಎಷ್ಟು ದಿನ ಆದ್ವು?"

"ಇವತ್ತಷ್ಟು ಗಾಳಿನೂ ಇಲ್ಲ" ಎಂದು ಸಹಮತವಿತ್ತೆ.

ಆಪಾ ಹೂಗುಟ್ಟಿದಳು. ನಾವಿಬ್ಬರು ಹುಡುಗರು ಚಾಪೆ ಮತ್ತು ಹೊದಿಕೆಗಳನ್ನು ತರಲು ಕೆಳಗೆ ಓಡಿದೆವು.

ಆಪಾ ನಮ್ಮಿಬ್ಬರನ್ನು ತಾಯಿ ಕೋಳಿಯಂತೆ ತನ್ನ ರೆಕ್ಕೆಗಳಲ್ಲಿ ಸೆಳೆದುಕೊಂಡಳು. ಅವಳ ಮೈಗಂಧ ನನ್ನನ್ನು ಯಾವಾಗಲೂ ಸುಂದರ ನಿದ್ದೆಗೆ ಜಾರಿಸುತ್ತಿತ್ತು. ಆಪಾ ಆಗಿನ್ನೂ ಚಿಕ್ಕ ಹುಡುಗಿ. ಅಮ್ಮಿ ಗದ್ದೆಯಲ್ಲಿ ಕೆಲಸ ಮಾಡುವಾಗ ಅವಳು ತುರಿಕೆ ಮರದ ಕೆಳಗಡೆ ನನ್ನನ್ನು ನೋಡಿಕೊಳ್ಳುತ್ತಿದ್ದಳು. ನಾನು ಅಳುವಾಗ ಅವಳ ಹಾಲಿಲ್ಲದ ಮೊಲೆಯ ಕೊಟ್ಟು ಸಮಾಧಾನ ಮಾಡುತ್ತಿದ್ದಳು. ಅಮ್ಮಿ ಮಾಡುತ್ತಿದ್ದುದನ್ನೇ ಅನುಕರಿಸುತ್ತಿದ್ದಳೆನಿಸುತ್ತದೆ! ಅವಳ ಆ ಮಾತೃತ್ವದ ಕಂಪು ನನ್ನ ಮನಸ್ಸಿನಲ್ಲಿ ಆಳವಾದ ನೆನಪಾಗಿ ನೆಲೆಸಿದೆ. ಅವಳನ್ನು ತಬ್ಬಿಕೊಳ್ಳುವುದು ನನಗೆ ಯಾವಾಗಲೂ ಹಿತವೆನಿಸುತ್ತದೆ ಮತ್ತು ನೇರ ನಿದ್ದೆಗೆ ನೂಕುತ್ತದೆ. ಆದರೆ ಆ ರಾತ್ರಿ ನನಗೆ ಆಗಲೇ ನಿದ್ದೆ ಮಾಡುವುದು ಬೇಕಾಗಿರಲಿಲ್ಲ.

ನಾನು "ಆಪಾ..." ಎಂದಷ್ಟೇ ಹೇಳಿ ಸುಮ್ಮನುಳಿದೆ. ನನ್ನ ದನಿ ನಾನು ಹೇಳುತ್ತಿರುವುದು ಗಂಭೀರ ವಿಷಯವೆಂದು ಊಹಿಸಿ ಆಪಾ ನನ್ನ ಮುಖವನ್ನೆ ದಿಟ್ಟಿಸಿದಳು.

"ಆಪಾ ಮಿಸ್ಟರ್ ಈಥಮ್ ಏನು ಹೇಳಿದ್ರು ಗೊತ್ತಾ?"

"ಏನು ಹೇಳಿದ್ರು?"

"ಏನು ಹೇಳಿದ್ರು ಅಂದ್ರೆ..." ಅಷ್ಟು ಹೇಳಿ ಏನೂ ಮುಂದುವರೆಸದೆ ಇದ್ದಾಗ "ಮುಂದಕ್ಕೆ ಹೇಳೊ!" ಎಂದು ಮೆತ್ತಗೆ ಅಂಜದೆ ಹೇಳು ಎನ್ನುವ ಅಭಯದಲ್ಲಿ ನುಡಿದಳು.

"ಟೀಚರ್ಸ್ ಆಗೋಕೀಗ ದೊಡ್ಡ ದೊಡ್ಡ ಸಂಸ್ಥೆಗಳೇ ಆಗಿದಾವಂತೆ. ಆದಷ್ಟು ಬೇಗ ಪರೀಕ್ಷೆಗಳೂ ಬರ್ತಾವಂತೆ. ನೀನು ಚೆನ್ನಾಗಿ ಓದೋ ಹುಡುಗ, ಪ್ರತಿಭಾವಂತ. ನಿನ್ನಬ್ಬುಗೆ ಹೇಳು ಸೇರಿಸೋಕೆ" ಎಂದರು.

"ಹಂದಿ ನೀನು. ಏನೊ ದೊಡ್ಡ ವಿಷಯನೆ ಇದೆ ಅಂತ ಅಂದುಕೊಂಡೆ! ಈಥಮ್ ಸಾರ್ ನಿಂಗೆ ಆ ಪುಸ್ತಕ ಎಲ್ಲ ಕೊಟ್ಟಿದ್ದಲ್ವ?"

ಇಲಿಯಾಸ್ ತಡೆಯಲಾಗದ ಹುರುಪಿನಿಂದ ಚೀರಿದ – "ಹಾಗಾದ್ರೆ ನೀನು ಇಝ್ಮೀರಿಗೆ ಹೋಗ್ತೀಯ ಅಂತಾಯ್ತು." ತಕ್ಷಣವೆ ಆಪಾ ಅವನನ್ನು ಸುಮ್ಮನಿರಿಸುವಂತೆ "ಶ್ ಶ್ ಶ್... ಮೆತ್ತಗೆ ಮಾತಾಡು. ಅಬ್ಬುಗೆ ಕೇಳಿಸತ್ತೆ" ಎಂದಳು.

"ಕೇಳಿಸಿಕೊಳ್ತಾನೆ. ಕೇಳಿಸಿಕೊಳ್ಳದೆ ಇರ್ತಾನಾ?" ತನ್ನಷ್ಟಕ್ಕೇ ಎಂಬಂತೆ ಮಣಮಣಿಸಿದ. "ಅಬ್ಬು ನಿನ್ನನ್ನ ಹೋಗೋದಕ್ಕೆ ಬಿಡೋದೂ ಇಲ್ಲ. ನೀನು ಹೋಗಿಬಿಟ್ರೆ ಇಲ್ಲಿ ಮನೆ ಗದ್ದೆ ಕೆಲಸ ಎಲ್ಲಾ ಯಾರು ನೋಡಿಕೊಳ್ಳೋದು? ಈಗ ನೋಡು..." ಎನ್ನುವಲ್ಲಿ ಅವನ ದನಿ ನಡುಗುತ್ತಿತ್ತು. ಗಂಟಲಲ್ಲಿ ನುಂಗಲಾರದ ತುತ್ತು ಸಿಕ್ಕಿಹಾಕಿಕೊಂಡ ಹಾಗೆ! "ಎಲ್ಲಾ ನನ್ನಿಂದಲೇ!" ಅವನ ಕಣ್ಣುಗಳು ತುಂಬಿದವು. ತುಂಬುಗಣ್ಣುಗಳಿಂದಲೇ ಮುಂದುವರೆಸಿದ "ನಾನಿಷ್ಟು ರೋಗಿಷ್ಟ ಆಗಿಲ್ಲದೆ ಇದ್ರೆ, ನಾನು ಮನೆಗೆಲಸ ಮಾಡೊ ತರ ಇದ್ದಿದ್ರೆ, ನಿನ್ನ ಇಝ್ಮೀರಿಗೆ ಕಳಿಸೋಕೆ ಅಬ್ಬು ತಲೆಕೆಡಿಸಿಕೋತಾನೆ ಇರಲಿಲ್ಲ."

"ಅಬ್ಬು ಕಳಿಸೋದಕ್ಕೂ ನಿನಗೂ ಏನು ಸಂಬಂಧನೋ ದಿವಾನೆ?" ಎಂದು ಆಪಾ ಅವನಿಗೆ ಬೈದಳು.

"ನನಗೊತ್ತು. ನಾನೊಬ್ಬನೆ ಈ ಮನೇಲಿ ತಿನ್ನೋಕೆ ಅರ್ಹ ಅಲ್ಲ."

"ಬಾಯಿಮುಚ್ಚು ಬೇಕೂಫ! ಇನ್ನೊಂದ್ ಸಲ ಹಾಗೆ ಹೇಳಬೇಡ" ಅವಳು ಮತ್ತೆ ಬೈದಳು. ಆಮೇಲೆ ಅವನನ್ನು ಸಮಾಧಾನ ಪಡಿಸುವಂತೆ "ನಾನಾದ್ರೂ ಏನುಪಯೋಗಕ್ಕೆ ಬರ್ತೀನಿ?" ಎಂದೂ ಸೇರಿಸಿದಳು.

"ಆದ್ರೆ ನೀನು ಹುಡುಗಿ!" ಇಲಿಯಾಸ್ ಮುಸುಗುಟ್ಟಿದ.

"ಹೌದೌದು. ಆದ್ರೆ ನಿನ್ನ ತರ ಹುಡುಗಿ ಹಂಗೆ ಮುಸುಗುಟ್ತಾ ಇಲ್ಲ" ಎಂದು ಅವನ ಭುಜವನ್ನು ಹುಡುಗಾಟದಿಂದ ಎಂಬಂತೆ ಚಪ್ಪರಿಸುತ್ತಾ ಹೇಳಿದಳು. ಇಲಿಯಾಸ್

ತನ್ನನ್ನು ತಾನು ಹಳಿದುಕೊಳ್ಳುತ್ತಿದ್ದುದನ್ನು ನೋಡಿ ನನಗೆ ಖೇದವಾಯಿತು. ಅವನ ದುಃಖ ನೋಡಿ ನನಗೆ ಹೊಟ್ಟೆಯಲ್ಲೆಲ್ಲಾ ಸಂಕಟ ಉಮ್ಮಳಿಸಿತು. "ನನಗೂ ಇಝ್ಮೀರಿಗೆ ಹೋಗೋದು ಇಷ್ಟ ಇಲ್ಲ. ಅಲ್ಲಿ ಹೋಗಿಯಾದ್ರು ಏನು ಮಾಡೋದು? ಅಬ್ಬು ಹೇಳಿದ್ದು ನೆನಪಿಲ್ವ, ಅಲ್ಲಿ ಬ್ರೆಡ್ಡನ್ನೂ ರೇಷನ್ನಲ್ಲಿ ಕೊಡ್ತಾರಂತೆ. ಸುಮ್ನೆ ಅಲ್ಲಿಗೆಲ್ಲಾ ಉಪವಾಸ ಸಾಯೋದಕ್ಕೆ ಹೋಗಲಾ? ಸುಮ್ಮನೆ ಮಾತಿಗೆ ಹೇಳಿದೆ ಅಷ್ಟೆ... ಇಝ್ಮೀರ್ ಗಿಝ್ಮೀರ್ ಎಲ್ಲ ಹೋಗೊಕಿಷ್ಟ ಇಲ್ಲ ನಂಗೆ."

■

ಮರುದಿನ ಬೆಳಗಿನ ಜಾವದಲ್ಲಿಯೇ ಜೋರಾದ ಗುಂಡಿನ ಸದ್ದಿಗೆ ನಮಗೆ ಎಚ್ಚರವಾಯಿತು. ಎದ್ದವರೇ ಗ್ಯಾಲರಿ ಡೆಕ್ಕಿಗೆ ಹೋಗಿ ಎಲ್ಲಿಂದ ಶಬ್ದ ಬರುತ್ತಿದೆ ಎಂದು ನೋಡಿದೆವು. ಮಿನಾರಿನಿಂದ ಕೆಳಗೆ ಬಂದು ಪಕ್ಕದಲ್ಲಿದ್ದ ಗುಡ್ಡದ ತುದಿಗೆ ಹೋದೆವು. ಗವಾಕ್ಷಿ ಗವಿಯ ಬಾಗಿಲಲ್ಲಿ ಅಬ್ಬು ತನ್ನ ಕೋವಿ ಹಿಡಿದು ನಿಂತಿದ್ದು ಕಾಣಿಸಿತು. ನಮ್ಮನ್ನು ಕಂಡ ತಕ್ಷಣ ಅಲ್ಲಿಗೆ ಬರುವಂತೆ ಕೂಗು ಹಾಕಿದ. ಗುಹೆಯ ಬಾಗಿಲಲ್ಲಿ ದೊಡ್ಡ ನೀರುನಾಯಿ ಒದ್ದಾಡುತ್ತಾ ಸಾಯುತ್ತಿರುವಂತೆ ಇತ್ತು.

"ನಮ್ಮ ಬಲೆನೆಲ್ಲ ಹರಿದು ಚೂರು ಮಾಡ್ತಾ ಇದ್ದ ಈ ಪೀಡೆನ ಅಂತೂ ಹಿಡಿದುಬಿಟ್ಟೆ!" ಅವನು ಜಂಭ ಕೊಚ್ಚಿಕೊಂಡ.

ಗುಂಡು ಆ ಪ್ರಾಣಿಯ ಎದೆ ಸೀಳಿತ್ತು. ಉಸಿರಿಗಾಗಿ ವಿಲಿ ವಿಲಿ ಒದ್ದಾಡುತ್ತಿತ್ತು. ಅದರ ಕಡು ಕಪ್ಪು ಕಣ್ಣುಗಳು ಕರುಣೆಗಾಗಿ ಬೇಡುವಂತಿದ್ದವು.

"ಅಬ್ಬು ಇವತ್ತು ಪವಿತ್ರವಾದ ದಿನ. ಇವತ್ಯಾಕೆ ಪ್ರಾಣೀನ ಕೊಂದೆ ನೀನು?" ಆಪಾ ಗೊಣಗುತ್ತಲೇ ಕೇಳಿದಳು. ಅಬ್ಬುಗೆ ಆ ಮಾತುಗಳನ್ನು ಕೇಳಿ ಆಶ್ಚರ್ಯವಾಯಿತು. "ಏನು ಪವಿತ್ರದ ದಿನ ಇವತ್ತು?" ಅಬ್ಬು ಹುಬ್ಬೇರಿಸುತ್ತಲೇ ಕೇಳಿದರು.

"ನಾಳೆ ಹಿದ್ರೆಲೆಝ್ ಹಬ್ಬ ಇದೆ. ಮರೆತೇಬಿಟ್ಯ?"

"ಅದ್ರಲ್ಲೇನಿದೆ ಪವಿತ್ರವಾದ್ದು?" ಎಂದು ಹೇಳುತ್ತಾ ದೊಡ್ಡದೊಂದು ಕಲ್ಲಿನಿಂದ ಆ ನೀರುನಾಯಿಯ ತಲೆಯ ಮೇಲೆ ಜಜ್ಜಿ ಅದರ ಒದ್ದಾಟವನ್ನು ನಿಲ್ಲಿಸಿದ.

"ಬನ್ನಿ ಬನ್ನಿ ಇದನ್ನ ನೀರಿಗೆ ತಳ್ಳೋಕೆ ಸಹಾಯ ಮಾಡಿ. ಕಡೆಪಕ್ಷ ಮೀನಿಗಾದ್ರು ಆಹಾರ ಆಗ್ಲಿ" ಎಂದು ಕರೆದಿದ್ದನ್ನು ಕೇಳಿದೆಯೊ ಕೇಳಿಲ್ಲವೋ ಎನ್ನುವ ಹಾಗೆ ಆಪಾ ನಿಂತಿದ್ದಳು. ಅವಳ ತುಟಿಗಳು ಸಿಟ್ಟಿನಿಂದ ಕಂಪಿಸುತ್ತಿದ್ದವು.

ನಾವು ನೀರುನಾಯಿಯನ್ನು ನೀರೊಳಗೆ ತಳ್ಳುತ್ತಿದ್ದಂತೆ ಗುಹೆಯ ಬಾಗಿಲಿನಿಂದ ಅದರ ಪುಟ್ಟ ಮರಿ ಓಡಿ ಹೊರಬಂದು ಅನಾಥಭಾವದಲ್ಲಿ ನಮ್ಮನ್ನೇ ಪಿಳಿಪಿಳಿ ನೋಡತೊಡಗಿತು. ಆ ಕ್ಷಣ ಆಪಾಳ ದುಃಖ ಎಲ್ಲೆ ಮೀರಿ ಅವಳ ಕಣ್ಣುಗಳಿಂದ ದಳದಳ ನೀರು ಹರಿಯತೊಡಗಿತು ಮತ್ತು ಅಬ್ಬುವಿನ ಮೇಲೆ ಜೋರಾಗಿ

ಚೀರತೊಡಗಿದಳು. "ನೋಡಬ್ಬು, ಅದಕ್ಕೆ ಮರಿ ಇತ್ತು. ನೀನು ಹಬ್ಬದ ದಿನ ಆ ಮರೀನ ಅನಾಥ ಮಾಡಿಬಿಟ್ಟೆ"

ಅವಳ ಕಣ್ಣುಗಳಲ್ಲಿ ಅಂತಹ ವೇದನೆಯನ್ನು ಹಿಂದೆಂದೂ ನಾನು ನೋಡಿರಲಿಲ್ಲ. ಹೋದ ವರ್ಷ ಕಲ್ಲಿನ ಮೇಲಿಂದ ಬಿದ್ದು ಅವಳ ತಲೆಯೇ ಸೀಳಿದ್ದಾಗಲು ಒಂದು ಹನಿ ಕಣ್ಣೀರು ಹಾಕಿರಲಿಲ್ಲ. ಟ್ಯೂನಾ ಮೀನು ಹಿಡಿಯುವ ದೊಡ್ಡ ಕೊಕ್ಕೆ ಅವಳ ಕೈಯನ್ನು ನೇರ ಇರಿದಾಗಲೂ ಅವಳ ಮುಖ ಕೊಂಚವೂ ಕಿವುಚಿರಲಿಲ್ಲ. ನಾನು ಮತ್ತು ಇಲಿಯಾಸ್ ಕೂಡಾ ಅದೆಷ್ಟು ಉದ್ವಿಗ್ನರಾಗಿದ್ದೆವು! ಆದರೆ ಈಗ ಅವಳೊಬ್ಬ ಹುಡುಗಿಯಂತೆ ಬಿಕ್ಕಿಬಿಕ್ಕಿ ರೋದಿಸುತ್ತಿದ್ದಾಳೆ! ಉಪದ್ರ ಕೊಡುತ್ತಿದ್ದ ಪ್ರಾಣಿಯೊಂದು ಸತ್ತಿರುವುದಕ್ಕೆ ಬರೀ ಅಳುವಲ್ಲ... ಅವಳು ನಮ್ಮ ಕಣ್ಣೆದುರೇ ಆ ದುಃಖಪ್ರವಾಹದಲ್ಲಿ ಕರಗಿ ಕೊಚ್ಚಿ ಹೋಗಿಬಿಡುವಳೇನೋ ಎಂಬಂತಹ ರೋದನ! ಅವಳೊಬ್ಬ ಹುಡುಗಿ ಎಂದು ನನಗೆ ಭಾಸವಾದ ಅಪರೂಪದ ಕ್ಷಣಗಳಲ್ಲಿ ಅದೂ ಒಂದಾಗಿತ್ತು. ನಾವು ಹುಡುಗರು ದೇಹಕ್ಕೆ ಗಾಯವಾದರೆ ಮಾತ್ರ ಅಳುವವರು. ಆದರೆ ನಮ್ಮ ದೇಹದಲ್ಲಿ ಎಲ್ಲೂ ನೋವಿರದಿದ್ದರೂ ಅಳುವುದು ಹುಡುಗಿಯರ ಲಕ್ಷಣವೇನು? ನೀವು ಎಷ್ಟೆ ಭಂಡರಾದರೂ ಹುಡುಗಿಯಾಗಿದ್ದರೆ ಇಂದಿಲ್ಲ ನಾಳೆ ಕಾರಣವಿಲ್ಲದೆ ಅತ್ತೇ ಅಳುತ್ತೀರಿ, ನೆನಪಿಡಿ!

ಇಲಿಯಾಸ್ ಮತ್ತು ನಾನು ಮರಗಟ್ಟಿದವರಂತೆ ಏನೂ ಮಾತಾಡಲು ಪದಗಳಿಲ್ಲದೆ ಅವಳನ್ನೇ ದಿಟ್ಟಿಸಿದೆವು. ಅಬ್ಬೂ ಸಹಿತ ಆ ನೀರುನಾಯಿಯ ಮರಿಯನ್ನು ನೋಡಿ ಕಲ್ಲುಗಂಬದಂತೆ ನಿಂತುಬಿಟ್ಟಿದ್ದ. ಮೈಯೆಲ್ಲ ನಡುಗುತ್ತ ವಿಷಾದವೇ ಮೈತುಂಬಿ ನಾಚಿಕೆಯಿಂದ ಅವಮಾನದಿಂದ ಮುಖ ತಿರುಗಿಸುತ್ತಾ "ದೇವರೇ ಈ ಪವಿತ್ರ ದಿನದಂದು ಎಂತಹ ಪಾಪ ಮಾಡಿಬಿಟ್ಟೆ ನಾನು!" ಎಂದು ಪ್ರಾಯಶ್ಚಿತ್ತದಂತೆ ಗೊಣಗಲಾರಂಭಿಸಿದ.

ಕೊನೆಗೆ ಏನು ಮಾಡಲೂ ತೋಚದೆ ಅಲ್ಲಿ ನಿಲ್ಲಲೂ ಆಗದೆ ಕತ್ತೆಯನ್ನೇರಿ ಹಳ್ಳಿಯ ಕಡೆಗೆ ದೌಡಾಯಿಸಿಯೇ ಬಿಟ್ಟ. ಅವನು ಹೊರಟ ತಕ್ಷಣ ನಾನು ನಮ್ಮ ಮಿನಾರಿನ ಮೇಲೇರಿದೆ. ಇಲಿಯಾಸ್ ತನ್ನ ಪ್ರೀತಿಯ ಕಣ್ಣೀರು ಮರಕ್ಕೆ ನೀರೆರೆದು ಸ್ವಲ್ಪ ಹೊತ್ತಿನ ನಂತರ ಮೇಲಕ್ಕೆ ಬಂದು ನನ್ನ ಜೊತೆಗೂಡಿದ. ಆಪಾ ಎಲ್ಲೂ ಕಾಣಿಸಲಿಲ್ಲ. ಇಡೀ ದಿವಸ ಅವಳು ಕಣ್ಮರೆಯಾಗಿಯೇ ಇದ್ದಳು.

ಮೌನವಾಗಿ ಸಮುದ್ರವನ್ನು ನೆಟ್ಟ ನೋಟದಿಂದ ವೀಕ್ಷಿಸುತ್ತಿದ್ದ ನಮಗೆ ಪರಭಕ್ಷಕರಿಂದ ತಪ್ಪಿಸಿಕೊಳ್ಳಲು ನೆಗೆಯುತ್ತಿದ್ದ ಬಾಸ್ ಮೀನುಗಳು ಸಮುದ್ರದ ಮೇಲೆ ಮಳೆ ಹನಿ ಕೆನೆಗಟ್ಟುತ್ತಿರುವಂತೆ ತೋರುತ್ತಿದ್ದವು. ದಡದ ಬಳಿ ದೊಡ್ಡ ಟ್ಯೂನ ಮೀನೊಂದು ಚಂಗನೆ ನೆಗೆಯುತ್ತಿರಲು ಲೆಸ್ಬೋಸಿಗೆ ಹೊರಟಿದ್ದ ಬಿಳಿ ಹಡಗು ಬಲ ಪಕ್ಕದಲ್ಲಿ ಕಾಣಿಸಿಕೊಂಡಿತು. ಕೈ ಬೀಸಲು ನಮಗೆ ಯಾವುದೇ ಉತ್ಸಾಹವಿರಲಿಲ್ಲ. ನಾವು ನಿಂತಲ್ಲಿಂದ ಮಿಸುಕಾಡಲೇ ಇಲ್ಲ. ನಮ್ಮ ಉದಾಸೀನವನ್ನು ಗಮನಿಸಿ ನೆರಿಸ್ಸಾಳ ಅಣ್ಣ ಜೋರಾಗಿ ಹಡಗಿನ ಹಾರನ್ ಮೊಳಗಿಸಿದ. ಹಾರನ್ ಸದ್ದು ಎಷ್ಟು

ಜೋರಾಗಿತ್ತೆಂದರೆ "ನಿರ್ಜೀವ ಕಲ್ಲಿನ ತರಹ ನಿಲ್ಲುವಂತಹದ್ದೇನಾಯ್ತು ಈ ಭೂಮಿ ಮೇಲೆ ಮೂರ್ಖರಾ?" ಎಂದು ಗುಡುಗುವಂತಿತ್ತು.

ಇಲಿಯಾಸ್ ಸ್ವಲ್ಪ ಹೊತ್ತು ಕಣ್ಣೀರು ಮರದ ಬುಡದಲ್ಲಿ ಕುಳಿತು ಮತ್ತೆ ನನ್ನ ಹತ್ತಿರ ಬಂದ. ಮೌನದಲ್ಲೆ ಇಬ್ಬರೂ ಸುಮಾರು ಹೊತ್ತು ಕಳೆದೆವು. ಮಧ್ಯಾಹ್ನವಾದ ಮೇಲೆಯೇ ನಮ್ಮ ಮನಸ್ಥಿತಿ ತುಸು ಗೆಲುವಾಯಿತು. ಲೆಸ್ಬೋಸ್‌ನಿಂದ ಚಿಯೋಸಿಗೆ ಹೋಗುತ್ತಿದ್ದ ಬಿಳಿ ಹಡಗಿಗೆ ನಾವು ಕೈಬೀಸಿದೆವು. ಕ್ಯಾಪ್ಟನ್ ಸಹ ಹಾರನ್ ಜೋರಾಗಿ ಮೊಳಗಿಸಿ ನಮಗೆ ಶುಭಾಶಯ ಕೋರಿದ. ಆದರೆ ಅದು ವಿದಾಯದ ಕಹಳೆಯಾಗಿತ್ತು ಎಂಬುದು ನಮಗಾರಿಗೂ ತಿಳಿದಿರಲಿಲ್ಲ.

■

ಮನೆಯಲ್ಲಿನ ನನ್ನ ಎರಡನೆಯ ರಾತ್ರಿ, ಇಲಿಯಾಸ್ ಮತ್ತು ನಾನು ಇಬ್ಬರೂ ದೀಪಸ್ತಂಭದ ಮನೆಯಲ್ಲಿ ಮಲಗಿದೆವು. ಆಪಾ ಮಾತ್ರ ಗವಾಕ್ಷಿಗವಿಯಲ್ಲಿ* ಆ ಅನಾಥ ನೀರುನಾಯಿ ಹಸುಳೆಯೊಂದಿಗೆ ಮಲಗಿದಳು. ನನಗೆ ನಿದ್ದೆ ಬಿಟ್ಟು ಬಿಟ್ಟು ಬರುತ್ತಿತ್ತು. ಕಣ್ಣುಮುಚ್ಚಿದರೆ ಕೆಟ್ಟ ಕನಸುಗಳು ಬಿದ್ದವು. ಆಪಾಳ ಹೃದಯ ವಿದ್ರಾವಕ ರೋದನವನ್ನು ನೆನೆಯುತ್ತಲೇ ನನ್ನ ಎದೆಯನ್ನು ಹಿಂಡಿ ಹಿಪ್ಪೆ ಮಾಡಿದಷ್ಟು ನೋವಾಯಿತು. ಯಾವುದೋ ನನಗರಿಯದ ಭಾರವೊಂದು ಹೃದಯವನ್ನು ಆವರಿಸಿ ಬಿಟ್ಟಿತ್ತು. ಅವಳ ಹೃದಯದಾಳದಿಂದ ಬಂದ ಚೀತ್ಕಾರದ ಧ್ವನಿ ನನ್ನ ಮನದಾಳದಿಂದ ಮರೆಯಾಗುತ್ತಲೇ ಇರಲಿಲ್ಲ. ನನ್ನ ಕೆನ್ನೆ ಒದ್ದೆಯಾಯಿತು. ಅವಳ ಬಳಿ ಹೋಗಿ ಅವಳನ್ನು ತಬ್ಬಿ ಅವಳ ಎದೆಯ ಮೇಲೆ ನಿದ್ದೆ ಮಾಡಬೇಕೆಂಬ ಉತ್ಕಟ ಹಂಬಲವಾಯಿತು.

ಆದರೆ ಎಷ್ಟೇ ಹವಣಿಸಿದರೂ ಹೋಗಲಾಗಲಿಲ್ಲ. ಕಣ್ಣರೆಪ್ಪೆ ಮುಚ್ಚುವವರೆಗೂ ದುಃಖಿಸಿ ದುಃಖಿಸಿ ಅಳುತ್ತಿದ್ದ ಅವಳ ದನಿಯೇ ತಲೆಯಲ್ಲಿ ಅನುರಣಿಸುತ್ತಿತ್ತು. ಹೇಗೋ ಹತ್ತಿದ ನಿದ್ದೆಯಿಂದ ಥಟಕ್ಕನೆ ಎದ್ದು ಕೂತೆ. ಆ ನೀರುನಾಯಿಮರಿ ಕರುಣಾಜನಕವಾಗಿ ಕೂಗುತ್ತಿರುವ ಸದ್ದು ಎಲ್ಲಿಂದಲೋ ಕೇಳಿಬರುತ್ತಿತ್ತು. ಒಂದು ಕ್ಷಣಕ್ಕೆ ನರಿಯೇನಾದರೂ ಹಾವಳಿ ಮಾಡಿದೆಯೇನೋ ಎಂದೆನಿಸಿ ನಾನು ಇಲಿಯಾಸ್‌ನನ್ನು ತಟ್ಟಿ ಎಬ್ಬಿಸಿದೆ.

ಜೇನುಗೂಡಿನ ಗುನುಗುವಿಕೆಯಂಥದ್ದನ್ನೇ ಹೋಲುವ ವಿಚಿತ್ರವಾದ ಮೊರೆತ ಸಮುದ್ರದಾಳದಿಂದ ಕೇಳಿ ಬರುತ್ತಿತ್ತು. ನಿದ್ದೆಗಣ್ಣುಗಳಲ್ಲೇ ಬೆಳಕಿನ ಮನೆಯ ಮಿನುಕಿನಲ್ಲಿ ಏನಾದರೂ ಕಂಡೀತೆ ಎಂದು ಹುಡುಕುತ್ತಾ ಹೊರಟೆವು. ಸಮುದ್ರ ಒಂದು ದಟ್ಟ ನೀಲಿ ಶೂನ್ಯದಲ್ಲಿ ಕಳೆದು ಹೋದಂತಿತ್ತು. ಗಾಳಿ ಸ್ತಬ್ಧವಾಗಿತ್ತು. ನಕ್ಷತ್ರ ಕಣ್ಣು ಮುಚ್ಚಿದ್ದವು.

---

* ಗುಹೆಯ ಅಥವಾ ಲಾವಾ ಟ್ಯೂಬಿನ ಮೇಲ್ಛಾವಣಿಯ ಬಾಯಿತೆರೆದ ರಂಧ್ರದಂತೆ ಕಾಣುವ ಜಾಗ. ಈ ರಂಧ್ರದಿಂದ ಬೆಳಕು ಗುಹೆಯ ಒಳಗಡೆ ಪ್ರವೇಶಿಸುತ್ತದೆ. ಬೆಳಗಿನ ಸುಮಾರು ಎಂಟರಿಂದ ಹನ್ನೊಂದು ಗಂಟೆಯವರೆಗೂ ಬೆಳಕಿನ ಅದ್ಭುತ ವಿದ್ಯಮಾನದಂತೆ ಇದು ಗೋಚರಿಸುತ್ತದೆ. ನಮ್ಮ ಮನೆಗಳಲ್ಲಿ ಕಾಣುವ ಗವಾಕ್ಷಿಯ ತರ ಕಾಣುತ್ತಿರುವುದಕ್ಕೆ ಈ ಪದವನ್ನು ಟಂಕಿಸಲಾಗಿದೆ.

ಹಿಂದಿನ ದಿನದ ರಾತ್ರಿಯ ಅರ್ಧಚಂದ್ರನನ್ನು ಕತ್ತಲು ನುಂಗಿ ಹಾಕಿದಂತಿತ್ತು. ಇಡೀ ಆಕಾಶವೇ ನರಳುತ್ತಿರುವಂತೆ ಕಾಣುತ್ತಿತ್ತು. ಗಾಳಿ ಮೇಲೇರಲು ಆಗದೆ ತನ್ನ ಭಾರದಿಂದಲೇ ಕುಸಿದು ನಮ್ಮನ್ನು ಹೊಸಕಿ ಬಿಡುವುದೇನೋ ಅನಿಸುತ್ತಿತ್ತು.

ಮುಂದಿನ ಕ್ಷಣವೇ ಲೆಸ್ಬೋಸ್‌ನ ಆಕಾಶದಲ್ಲಿ ಕಡು ಕೇಸರಿ ಬಣ್ಣದ ಮಿಂಚು ಒಮ್ಮೆಲೇ ಸೀಳಿತು. ಗೆರೆಯಂತಿದ್ದ ಮಿಂಚು ನೋಡ ನೋಡುತ್ತಿದ್ದಂತೆಯೇ ವೇಗವಾಗಿ ಹಬ್ಬುತ್ತಾ ಇಡೀ ನಡುಗಡ್ಡೆಯನ್ನೇ ಆಕ್ರಮಿಸಿತು. ದೂರದಿಂದ ಅಸ್ಪಷ್ಟ ಆಕ್ರಂದನಗಳು ಕೇಳಿಬರತೊಡಗಿದವು. ದೀಪಸ್ತಂಭದ ಮನೆಯ ಸುರುಳಿಯಾಕಾರದ ಮೆಟ್ಟಿಲುಗಳಿಂದ ಗಾಬರಿಯಿಂದ ಚೀರುತ್ತಾ ಮುಗ್ಗರಿಸುತ್ತಾ ಜಿಗಿಯುತ್ತಾ ದಡಬಡಾಯಿಸಿ ಮನೆಯೊಳಗೆ ಬಂದೆವು.

ನಮ್ಮ ಕೂಗು ಕೇಳಿ ಅಬ್ಬು ಧಡ್ಡನೆ ಎದ್ದು ಕೂತು ನಮ್ಮನ್ನೇ ದಿಟ್ಟಿಸುತ್ತಾ "ಏನಾಯಿತು?" ಎಂದು ಆತಂಕದಿಂದ ಕೇಳಿದ. ನಾವು ತೊದತೊದಲುತ್ತಲೇ "ಗೊತ್ತಿಲ್ಲ... ಎದುರುಗಡೆ ದ್ವೀಪ... ಲೆಸ್ಬೋಸ್... ಏನೋ ಆಗಿದೆ..." ಎಂದು ಏದುಸಿರು ಬಿಡುತ್ತಾ ಹೇಳಿದೆವು. ಅವನು ಛಂಗನೆ ಎದ್ದು ಹಾರುವಂತೆ ಮೂರು ಮೂರು ಮೆಟ್ಟಿಲುಗಳನ್ನು ಒಟ್ಟೊಟ್ಟಿಗೇ ಹತ್ತುತ್ತಾ, ಅವನ ಹಿಂದೆ ನಮ್ಮನ್ನೂ ಸೆಳೆದೊಯ್ದನು.

ಆಕಾಶದ ಮೊರೆತ ಮುಂದುವರೆದಿತ್ತು. ಅಬ್ಬು ದೂರದಲ್ಲಿ ಮಿನುಗುತ್ತಿದ್ದ ಬೆಳಕನ್ನು ತನ್ನ ಬೈನಾಕುಲರ್ ಮೂಲಕ ನೋಡುತ್ತಾ "ಅಯ್ಯೋ! ಹುಡುಗ್ರಾ! ಪ್ಲೊಮಾರಿ ಹತ್ತಿ ಉರಿತಾ ಇದೆ" ಎಂದು ಚೀರಿದ. ಮತ್ತೊಮ್ಮೆ ಬೈನಾಕುಲರಿನಲ್ಲಿ ದಿಟ್ಟಿಸಿ "ಬರಿ ಪ್ಲೊಮಾರಿ ಮಾತ್ರ ಅಲ್ರೋ! ಇಡೀ ಲೆಸ್ಬೋಸಿಗೆ ಬೆಂಕಿಹತ್ತಿಬಿಟ್ಟಿದೆ!" ಮತ್ತೆ ಚೀರಿದ.

ಮರುದಿನದ ಬೆಳಗಿನವರೆಗೆ ಹಿಂದೆಂದೂ ಅಂತಹ ಆತಂಕವನ್ನು ಅವನ ಕಣ್ಣುಗಳಲ್ಲಿ ನಾವು ಕಂಡಿರಲಿಲ್ಲ. ನಮ್ಮ ಮನೆಯೇ ಬೆಂಕಿಗೆ ತುತ್ತಾದಂತೆ ಮೇಲೂ ಕೆಳಗೂ ನೆಗೆಯುತ್ತಾ, ಅಬ್ಬು ನಮ್ಮನ್ನು ಕೆಟ್ಟುಹೋದ ಟೇಪ್ ರೆಕಾರ್ಡರಿನಂತೆ, ಸಮುದ್ರದ ಮೇಲೊಂದು ಕಣ್ಣಿಟ್ಟಿರುವಂತೆ ಮತ್ತೆ ಮತ್ತೆ ಎಚ್ಚರಿಸುತ್ತಿದ್ದ. ಬೆಳಕು ಮೂಡುತ್ತಲೇ ಕತ್ತೆಗೆ ಜೀನು ಹಾಕಿ ಇನ್ನಿಲ್ಲದಂತೆ ಹಿಂದಕ್ಕೆ ತಿರುಗಿ ಎಚ್ಚರಿಕೆಯ ಮಾತುಗಳನ್ನು ನುಡಿಯುತ್ತಾ ಹಳ್ಳಿಯತ್ತ ನಡೆದ. ಅವನು ನಡೆಯುತ್ತಾ ಚುಕ್ಕೆಯಾಗಿ ಮರೆಯಾಗುವವರೆಗೂ, ಬೆಳಗಿನ ತಂಗಾಳಿಯಲ್ಲಿ ಅವನ ಉದ್ವಿಗ್ನಗೊಂಡ ದನಿ ಕಳೆದುಹೋಗುವವರೆಗೂ ನಾವು ಅವನ ಕಡೆ ದೃಷ್ಟಿ ನೆಟ್ಟು ನಿಂತೇ ಇದ್ದೆವು.

ಅಬ್ಬು ಹೇಳಿದಂತೆ ಇಲಿಯಾಸ್ ಮತ್ತು ನಾನು ಸಮುದ್ರದ ಮೇಲೆ ನೆಟ್ಟ ನೋಟವನ್ನು ಬದಲಿಸಲಿಲ್ಲ. ದೀಪಸ್ತಂಭದ ತುದಿಯಲ್ಲಿ ನಿಂತು ಗಂಟೆಗಟ್ಟಲೆ ಸಮುದ್ರದ ಆತಂಕಕಾರಿ ನಿಶ್ಚಲತೆಯನ್ನು ನೋಡುತ್ತಲೇ ಇದ್ದೆವು. ಹನೀಮ್ ಹಾಲಾ ಕೂಡ ತನ್ನ ಕುರ್ಚಿಯನ್ನು ಕಣಿವೆಯ ಅಂಚಿಗೆ ವರ್ಗಾಯಿಸಿ ತಸ್ಬೀಹದ ಮಣಿಗಳನ್ನು ಎಣಿಸುತ್ತ ಸಮುದ್ರದತ್ತಲೇ ದೃಷ್ಟಿ ನೆಟ್ಟಿದ್ದಳು. ಆಪಾ ಮತ್ತೊಂದು ಜಗತ್ತಿನಲ್ಲಿದ್ದಳು. ಅರೆ ಹುಚ್ಚಿಯಂತೆ ಕೈಯಲ್ಲಿ ಆಡಿನ ಹಾಲಿನ ಪಾತ್ರೆ ಹಿಡಿದು ಕಲ್ಲು ಬಂಡೆಗಳ ಮೇಲಿಂದ ಕೆಳಗೆ ಗವಿಯತ್ತ ಹೋಗುತ್ತಿದ್ದುದು ಕಾಣಿಸಿತು. ತಾಸು ತಾಸು ಕಾದರೂ

ನಾವು ಯಾವುದಕ್ಕಾಗಿ ಕಾಯುತ್ತಿದ್ದೇವೆ ಎಂಬುದೊಂದೂ ತಿಳಿಯದೆ ಅದರಲ್ಲಿ ಆಸಕ್ತಿ ಹೋಗಿದ್ದರಿಂದ ಸಜಾಕ್‌ನ ಕ್ಯಾಪ್ಟನ್ನಿಗಾಗಿ ಕಾಯತೊಡಗಿದೆವು. ಆದರೆ ಅಂದು ಆ ಬಿಳಿಹಡಗು ತನ್ನ ಪ್ರಯಾಣಿಕರನ್ನು ಹೊತ್ತು ತೇಲಿ ಬರಲೇ ಇಲ್ಲ.

ಅಬ್ಬು ಅಂತೂ ಮರಳಿದಾಗ ಮುಸ್ಸಂಜೆಯಾಗುತ್ತಿತ್ತು. "ಜರ್ಮನ್ ವಿಮಾನಗಳು ನೆನ್ನೆ ಲೆಸ್ಬೋಸ್‌ನ ಮೇಲೆ ಬಾಂಬ್ ಹಾಕಿದವು. ರಾತ್ರಿ ನಾವು ಕಂಡ ಬೆಂಕಿ ಅದೇನೆ! ಲೆಸ್ಬೋಸ್ ಮತ್ತು ಚಿಯೋಸ್ ಎರಡನ್ನೂ ಆಕ್ರಮಿಸಿಬಿಟ್ಟಿದಾರೆ." ಅಬ್ಬು ಕತ್ತೆಯಿಂದ ಇಳಿಯುತ್ತಾ ಹೇಳಿದ. ಅವನ ಮುಖ ಆತಂಕದಿಂದ ಉದ್ವಿಗ್ನಗೊಂಡಿತ್ತು. ಏದುಸಿರು ಬಿಡುತ್ತಿದ್ದ ಅವನನ್ನು ನೋಡಿದರೆ ಕತ್ತೆ ಇವನನ್ನು ಹೊತ್ತೊಯ್ಯುವ ಬದಲು ಇವನೇ ಕತ್ತೆಯನ್ನು ಹಳ್ಳಿಗೆ ಹೊತ್ತೊಯ್ದು ವಾಪಾಸ್ ತಂದಂತಿತ್ತು. ರಾತ್ರಿ ಊಟಕ್ಕೆ ಕೂತ ಹೊತ್ತಲ್ಲಿ ಮಾತೆ ಇಲ್ಲದಂತೆ ಕಂಡರೂ ತನ್ನಷ್ಟಕ್ಕೆ ತಾನೇ ಮಾತನಾಡಿಕೊಳ್ಳುತ್ತಿದ್ದಂತಿತ್ತು. ಯಾವ ಕ್ಷಣದಲ್ಲಾದರೂ ಅವನ ಬಾಯಿಂದ ಆಚೆ ಬರಬಹುದಾಗಿದ್ದ ಶಬ್ದಕ್ಕೆ ಕಾತರಿಸಿ ನಮ್ಮ ಕಣ್ಣು ಕಿವಿಗಳೆರಡೂ ಅವನ ಮೇಲೆಯೆ ನೆಟ್ಟಿದ್ದವು. ಅವನು ಏನಾದರೂ ಹೇಳಲಿ ಎಂದು ತಾಳ್ಮೆಯಿಂದ ಕಾಯುತ್ತಿದ್ದೆವು. ಕಡೆಗೂ ಅಬ್ಬು ಮೌನಮುರಿದು ಹೇಳಿದ "ಪರಿಸ್ಥಿತಿ ಕೆಟ್ಟಿದೆ." ಅವನ ದನಿ ಅದರ ನಿಜ ಹೇಳುತ್ತಿತ್ತು. "ಸರ್ಕಾರದಿಂದ ಆದೇಶ ಬಂದಿದೆ. ನನ್ನ ವಯಸ್ಸಿನವರನ್ನೆಲ್ಲ ಮತ್ತೆ ಮೀಸಲುಪಡೆ ಸೇರಿಸುತ್ತಾರಂತೆ!" ಎಂದ. ಹಾಗೆಂದರೇನೆಂದು ತಿಳಿಯದೆ ನಾನು ಮತ್ತು ಇಲಿಯಾಸ್ ಯೋಚಿಸುತ್ತಿರಲು ಹನೀಮ್ ಹಾಲಾ ಜೋರಾಗಿ ಸಲಾವತ್ ಪಠಿಸಲು ಶುರುಮಾಡಿದಳು. ನಮಗದು ಕಿರಿಕಿರಿಯಾಯಿತು. ಅಮ್ಮಿ ತನ್ನ ಮೊಣಕಾಲುಗಳನ್ನು ಬಡಿದುಕೊಳ್ಳುತ್ತಾ "ಅಯ್ಯೊ ಅಯ್ಯೊ... ಮತ್ತೆ ನಿಮ್ಮನ್ನ ಸೈನ್ಯಕ್ಕೆ ತಗೋತಾ ಇದಾರ?" ಎಂದು ಕೂಗಲಾರಂಭಿಸಿದಳು. ನಮಗೆ ಊಟ ಗಂಟಲಲ್ಲಿ ಇಳಿಯದಂತಾಯಿತು. ಪರಿಸ್ಥಿತಿ ನಿಜಕ್ಕೂ ಕೆಟ್ಟಿತ್ತು. ಕೆಟ್ಟಿತ್ತು ಎನ್ನುವ ಪದವೇ ಅದರ ಮುಂದೆ ಕಿರಿದು ಎನ್ನುವಷ್ಟು!

"ಏಯ್! ಈಕೆ! ಸುಮ್ಮನೆ ನನ್ನ ತಲೆ ಕೆಡಿಸ್ಬೇಡ. ನಾ ಎಲ್ಲಿಗೂ ಹೋಗ್ತಾ ಇಲ್ಲ. ನಾನು ಹೇಳಿದ್ದು ನಿನಗೆ ಕೇಳಿಸಿತೋ ಇಲ್ಲೊ? ನಾನು ಮೀಸಲು ಪಡೆ ಅಂತ ಅಷ್ಟೆ ಹೇಳಿದ್ದು" ಎಂದು ಬೈದ. "ಯುದ್ಧ ನಡೀತಿರಬೇಕಾದರೆ ದೀಪದ ಮನೆ ಬಿಟ್ಟು ಹೇಗೆ ಹೋಗೋದು? ಆದ್ರು ಮೇಲಿನ ಸಾಹೇಬ್ರು ಹೇಳಿದಾರೆ. ಯಾವಾಗ ಬೇಕಾದರೂ ಕರೀಬಹುದು, ತಯಾರಿರು ಅಂತ" ಅಬ್ಬುವಿನ ಮಾತುಗಳು ಅಮ್ಮಿಗೆ ಯಾವುದೇ ಸಮಾಧಾನ ತರಲಿಲ್ಲ.

ಅವನ ಮಾತು ಕೇಳುತ್ತಿದ್ದಂತೆ ಹಲವು ವರ್ಷಗಳ ಹಿಂದಿನ ಸಂಗತಿಯೊಂದನ್ನು ನಾನು ನೆನೆಸಿಕೊಂಡೆ. ಅದೊಂದು ದಿನ ಬೆಳಗಿನ ನಮಾಜ್ ವೇಳೆ ಅಬ್ಬು ನಮ್ಮ ಕಣ್ಣುಗಳಿಗೆ ಮತ್ತು ಹನೀಮ್ ಹಾಲಾಳ ಕೈಗೆ ಮುತ್ತನಿಕ್ಕಿ ಅಮ್ಮಿ ಕಟ್ಟಿಕೊಟ್ಟ ಒಣಗಿದ ಬ್ರೆಡ್ಡಿನ ಗಂಟನ್ನು ಹಿಡಿದು ಹೊರಟೇ ಹೋಗಿದ್ದ. ಅವನಂದು ಸೈನ್ಯದ ಸಮವಸ್ತ್ರ ಧರಿಸಿದ್ದ. ಅಲ್ಲಿಯವರೆಗೂ ನಾವು ಗಸ್ತು ಕಾನ್ಸ್ಟೇಬಲ್‌ಗಳನ್ನು ಹೊರತಾಗಿ ಬೇರೆ ಯಾರನ್ನೂ ಸೈನ್ಯದ ಸಮವಸ್ತ್ರದಲ್ಲಿ ನೋಡಿರಲೇ ಇಲ್ಲ. ಅಬ್ಬುವನ್ನು ಆ ದಿರಿಸಿನಲ್ಲಿ

ನೋಡಿ ಹೆಮ್ಮೆಯಾಗುತ್ತಿದ್ದರೂ ಅವನು ಹೊರಟುಹೋಗುತ್ತಿರುವುದಕ್ಕೆ ಬೇಸರವೂ ಆಗುತ್ತಿತ್ತು.

ಅವನು ಹೋಗುವ ಹಿಂದಿನ ರಾತ್ರಿ ಹನೀಮ್ ಹಾಲಾ ಎಡೆಬಿಡದೆ ಪ್ರಾರ್ಥಿಸಿದ್ದಳು. ನಾವು ಮೂವರೂ ಅಕ್ಕತಮ್ಮಂದಿರು ಹಾಸಿಗೆಯಲ್ಲಿ ಅತ್ತಿಂದಿತ್ತ ಹೊರಳಾಡುತ್ತಿರುವಾಗ ಅಮ್ಮಿ ಆ ಸಮವಸ್ತ್ರದ ಮೇಲಿನ ಪ್ರತಿ ಗುಂಡಿಯನ್ನು ಮತ್ತೆ ಮತ್ತೆ ಬಿಗಿಯಾಗಿ ಹೊಲೆಯುವುದರಲ್ಲಿ ತನ್ನನ್ನು ತಾನು ತೊಡಗಿಸಿಕೊಂಡಿದ್ದಳು. "ಅಬ್ಬು ಯಾಕೆ ಹೋಗ್ತಾ ಇರೋದು?" ಅಂತ ಕೇಳಿದ್ದಕ್ಕೆ ಅಮ್ಮಿ "ನಮ್ಮನ್ನು ಶತ್ರುಗಳಿಂದ ಕಾಪಾಡಲು!" ಎಂದು ಹೇಳಿದ್ದ ಆ ಉತ್ತರ ಅಬ್ಬುವನ್ನು ನಮ್ಮ ಕಣ್ಣಲ್ಲಿ ದೊಡ್ಡ ನಾಯಕನನ್ನಾಗಿ ಮಾಡಿತ್ತು. ಅವನು ಹೊರಗಿದ್ದಷ್ಟು ಕಾಲ ನಾವು ಸೈನಿಕರ ಆಟ ಆಡದ ದಿನಗಳೇ ಇರಲಿಲ್ಲ.

ನಮ್ಮನ್ನು ಶಿಕ್ಷಿಸುವಾಗ ಅಬ್ಬುವಿನ ಕೈಗಳು ಬಹಳ ಕಠೋರ ಹಾಗೂ ಧಾರಾಳವಾಗಿ ಬಳಕೆಯಾಗುತ್ತಿದ್ದವು. ಇಲಿಯಾಸ್ ಏನು ಮಾಡಿದರೂ ಸಹಿಸಿಕೊಳ್ಳುತ್ತಿದ್ದ ಅಬ್ಬು ನನ್ನನ್ನು ಗುದ್ದುವಾಗ ಮಾತ್ರ ಹಿಂಜರಿಯುತ್ತಿರಲಿಲ್ಲ. ಅಬ್ಬುವಿಗೆ ಭಯ ಪಡುತ್ತಿದ್ದರೂ ಅವನು ಹೋದ ಸಲ ಸೈನ್ಯ ಸೇರಿ ಹೊರಗಿದ್ದಾಗ ನಾವು ತುಂಬಾ ನೆನೆಸಿಕೊಳ್ಳುತ್ತಿದ್ದೆವು. ಅಬ್ಬು ಇಲ್ಲದೆ ನಾವು ಇರಲಾಗದು ಎಂಬ ಸತ್ಯ ನಮಗಾಗಲೇ ಅರಿವಾಗಿತ್ತು. ಕೆಲವು ವಾರಗಳ ನಂತರ ಇಸ್ತಾನ್‌ಬೂಲಿನಿಂದ ಅವನ ಪತ್ರ ಬಂತು. ಅದರಲ್ಲಿ ನಮ್ಮೆಲ್ಲರ ನೆನಪಿನಿಂದಾಗಿರುವ ದುಃಖದಿಂದ ಸಿಗರೇಟ್‌ನಿಂದ ಸುಟ್ಟು ಗುರುತು ಮಾಡಿದ್ದ.

ಅದನ್ನು ನೋಡಿದಾಗಲೆಲ್ಲ ಅಮ್ಮಿಯ ದುಃಖ ಉಕ್ಕಿ ಹರಿಯುತ್ತಿತ್ತು. "ಪ್ರೀತಿಯ ಹಾಲಾ, ನಿನ್ನ ಪವಿತ್ರವಾದ ಕೈಗಳಿಗೆ ನನ್ನ ಮುತ್ತುಗಳು!" ಎಂದು ಪತ್ರದ ಕೊಟ್ಟ ಕೊನೆಯಲ್ಲಿ ಹನೀಮ್ ಹಾಲಾಗೆ ಅರ್ಥವಾಗಲೆಂದೇ ಹಳೆಯ ಲಿಪಿಯಲ್ಲಿ ಬರೆದಿದ್ದ. "ಆ ಪತ್ರ ಓದೋ, ನಿನ್ನಬ್ಬು ಏನು ಬರೆದಿದಾನೊ ನೋಡೋಣ!" ಎಂದು ಅಮ್ಮಿ ದಿನದಲ್ಲಿ ಹಲವು ಬಾರಿ ಆ ಪುಟದರ್ಧವನ್ನು ಮತ್ತೆ ಮತ್ತೆ ಓದಲು ಪೀಡಿಸುತ್ತಿದ್ದಳು. ಪ್ರತಿ ಬಾರಿ ತಾನು ಮಾಡುತ್ತಿದ್ದ ಕೆಲಸವನ್ನು ಅಲ್ಲಿಗೇ ಬಿಟ್ಟು ಹತ್ತಿರ ಬಂದು ಮೈಯೆಲ್ಲಾ ಕಿವಿಯಾಗಿ ಮೊಟ್ಟಮೊದಲ ಬಾರಿ ಕೇಳುತ್ತಿರುವಂತೆ ಆಲಿಸುತ್ತಿದ್ದಳು. ಅಬ್ಬು ದೀಪಸ್ತಂಭದ ನಿರ್ವಾಹಕನಾಗಿದ್ದರಿಂದ ಕೆಲವೇ ವಾರಗಳಲ್ಲಿ ಅಬ್ಬುವನ್ನು ಮರಳಿ ಕಳಿಸಿದ್ದರು.

ಆದರೆ ಈಗಿನ ಪರಿಸ್ಥಿತಿ ಬೇರೆಯೇ ಆಗಿತ್ತು. ಹಳ್ಳಿಯಲ್ಲಿ ಆಯುಧ ಹೊರಬಲ್ಲಷ್ಟು ಶಕ್ತಿ ಇರುವ ಪ್ರತಿ ಗಂಡಸನ್ನೂ ಸೈನ್ಯಕ್ಕೆ ಸೇರಿಸಲಾಗುತ್ತಿತ್ತು. ಜರ್ಮನ್ನರು ಬಾಂಬುಗಳ ಮಳೆಯನ್ನೇ ಸುರಿಸುತ್ತಿರುವಾಗ ಅದು ಹೇಗಾದರೂ ಅಬ್ಬು ಬೇಗ ವಾಪಸಾಗಬಹುದಿತ್ತು? ಅಷ್ಟಕ್ಕೂ ಈ ಮೀಸಲು ಪಡೆ ವಿಷಯ ಅದೆಲ್ಲಿಂದ ಬಂತು? ಅದೂ ನಾನು ಓದು ಮುಗಿಸಿ ಮನೆಗೆ ಮರಳಿ ಬಂದ ಸಮಯದಲ್ಲೇ?

"ಇದೇನಿದು ಈ ತರ ಆಗೋಯ್ತು? ಹುಡುಗ ಮನೆಗೆ ಬಂದಾಗಲೇ ಹೀಗಾಗಬೇಕಾ?" ಎಂದು ಅಮ್ಮಿ ನನ್ನ ಪರವಾಗಿ ಮಾತನಾಡುವಂತೆ ಹೇಳಿದಾಗ,

ಅಬ್ಬು ಅದಕ್ಕೆ ಪ್ರತ್ಯುತ್ತರವಾಗಿ ಅಮ್ಮಿಗೆ ಗದರಿದ. "ಇದೇನೆ ಇದು ಹೀಗ್ ಮಾತಾಡ್ತಾ ಇದೀಯಲ್ಲ? ಹುಚ್ಚಿ! ಯುದ್ಧ ನಡೀತಾ ಇದೆ. ನಮ್ಮ ಮೂಗಿನ ಕೆಳಗೇ ಇದೆ. ನಿನ್ನೆ ರಾತ್ರಿ ನೀನೇ ಕಣ್ಣಾರೆ ನೋಡಿದ್ಯಲ್ಲ!" ಎಂದವನೆ ನಮ್ಮ ಕಡೆಗೆ ತಿರುಗಿ "ನಾಳೆ ಬೆಳಿಗ್ಗೆ ಎದ್ದ ಕೂಡಲೆ ಮಾಡೋ ಮೊದಲನೆ ಕೆಲಸ ಅಂದ್ರೆ ದೀಪಸ್ತಂಭದ ಮನೆ ಬಗ್ಗೆ ನೀವು ಏನೆಲ್ಲಾ ತಿಳಿದುಕೊಳ್ಳಬೇಕೊ ಅದೆಲ್ಲ ಹೇಳಿಕೊಡೋದು. ತಯಾರಾಗಿರಿ. ಅಕಸ್ಮಾತ್ ನಾನೇನಾದ್ರು ಹೋಗಬೇಕಾಗಿ ಬಂದ್ರೆ ಬೇಕಾಗತ್ತೆ" ಅಂದ.

"ಅಬ್ಬು ಅಬ್ಬು ನಮ್ಮನ್ನು ಟ್ಯಾಂಕ್ ಶೆಡ್ಡೊಳಗೂ ಕರ್ಕೊಂಡ್ಹೋಗ್ತೀರ?" ಎಂದು ಇಲಿಯಾಸ್ ಮತ್ತು ನಾನು ಇಬ್ಬರೂ ಒಂದೇ ಸಮಯಕ್ಕೆ ಕೇಳಿದೆವು. ಈ ಟ್ಯಾಂಕ್ ಶೆಡ್ಡು ಲಾಟೀನಿಗೆ ಬೇಕಾಗುವ ದೈತ್ಯಾಕಾರದ ಅಸಿಟಲಿನ್ ತೊಟ್ಟಿಗಳನ್ನು ಇಡುವ ಉಗ್ರಾಣವಾಗಿತ್ತು. ಇದು ನಮ್ಮ ಮನೆ ಮತ್ತು ದೀಪಸ್ತಂಭದ ನಡುವೆ ಇತ್ತು. ಅದಕ್ಕೆ ಯಾವಾಗಲೂ ಬೀಗ ಜಡಿದಿರುತ್ತಿದ್ದರಿಂದ ಯಾವುದೇ ಪ್ರಸಂಗದಲ್ಲೂ ನಮಗೆ ಅಲ್ಲಿ ಪ್ರವೇಶವಿರಲಿಲ್ಲ.

"ಹೌದು ಮತ್ತೆ!" ಎಂದು ಅಬ್ಬು ಉತ್ತರಿಸಿದ್ದ. ಆಪಾ ಆ ಉತ್ತರಕ್ಕೆ ತಕ್ಷಣ ಪ್ರತಿರೋಧವೊಡ್ಡಿದ್ದಳು. "ಅಬ್ಬು, ನಂಗೆಲ್ಲಾ ಗೊತ್ತು, ಹೋದ ಸಲ ಸೈನ್ಯಕ್ಕೆ ಹೋಗೋವಾಗ ನೀವೇ ಕಲಿಸಿಕೊಟ್ಟಿದ್ರಲ್ಲ? ನೆನಪಿದ್ಯಾ? ಆಗ ನಾನೆ ಅಲ್ವ ದೀಪಸ್ತಂಭದ ಮನೆ ನೋಡಿಕೊಂಡಿದ್ದು?" ನೀರುನಾಯಿಯ ಸಾವಿನ ಪ್ರಸಂಗದ ನಂತರ ಅವಳು ಅದೇ ಮೊದಲು ಮಾತನಾಡಿದ್ದಳು. ಅಬ್ಬು ಹೊರಟು ಹೋಗುತ್ತಾನೆಂದು ಅವನನ್ನು ಕ್ಷಮಿಸಿಬಿಟ್ಟಿದ್ದಳೇನೋ!

"ಅದು ಆಗ ಮಗಳೆ! ಇನ್ಮೇಲೆ ನೀನು ದೀಪಸ್ತಂಭದ ಮನೆ ಕೆಲಸ ನೋಡಿಕೊಳ್ಳೋದು ಬೇಡ. ಈಗ ನಮ್ಮ ಹುಡುಗರು ಕೈಗೆ ಬಂದಿದಾರೆ. ಇವರು ಕಲೀಲಿ."

"ಯಾಕೆ? ಅದ್ಯಾಕೆ ಹಾಗೆ? ನಾನ್ಯಾಕೆ ನೋಡಿಕೊಳ್ಳಬಾರದು?" ಆಪಾ ಮತ್ತೆ ಪ್ರತಿರೋಧಿಸಿದಳು. ಅಬ್ಬುವಿಗೆ ಈಗ ಪಿತ್ತ ನೆತ್ತಿಗೇರುತ್ತದೆ ಅಂದುಕೊಂಡೆವು. ಆದರೆ ಹಾಗೇನೂ ಆಗಲಿಲ್ಲ.

"ಅಯ್ಯೋ ನನ್ನ ಮುದ್ದಿನ ಮಗಳೇ! ಕೂಸೆ! ನೀ ಎಲ್ಲಾದ್ರೂ ಯಾವುದಾದ್ರೂ ಹುಡುಗಿ ಅಥವಾ ಹೆಂಗಸು ದೀಪಸ್ತಂಭದ ಮನೆ ನೋಡಿಕೊಳ್ಳೋದನ್ನ ನೋಡಿದ್ಯ? ಅದರ ಬಗ್ಗೆ ಕೇಳಿದ್ಯಾ?" ಎಂದು ಶಾಂತವಾಗಿಯೆ ಉತ್ತರಿಸಿದ. "ಹೆಂಗಸರು ಇಲ್ಲಿ ಒಬ್ಬೊಬ್ರೆ ಇರಕ್ಕಾಗಲ್ಲ ಮಗಳೆ. ಇಲ್ಲಿ ಎಲ್ಲಾ ತರದ ಗಂಡಸ್ರು ಇರ್ತಾರೆ. ಒಳ್ಳೆವ್ರು, ಕೆಟ್ಟವ್ರು, ತಲೆಕೆಟ್ಟವ್ರು..." ಈ ಮಾತುಗಳನ್ನು ಕೇಳಿ ಧೈರ್ಯ ತಂದುಕೊಂಡ ಇಲಿಯಾಸ್ ಉತ್ಸುಕತೆಯಿಂದ ಹೇಳಿದ. "ಹೇಗಿದ್ರೂ ದೊಡ್ಡವನಾದ ಮೇಲೆ ನಾನೇ ದೀಪಸ್ತಂಭದ ಮನೆ ನೋಡಿಕೊಳ್ಳೋದು ಅಲ್ವಾ ಅಬ್ಬು!"

ಅಬ್ಬು ಈಗ ನನ್ನನ್ನೆ ಹುಡುಕಿ "ಮತ್ತೆ ನೀನು?" ಎನ್ನುವ ಪ್ರಶ್ನಾರ್ಥಕ ದೃಷ್ಟಿ ತಪ್ಪಿಸಲು ನಾನು ತಲೆ ತಗ್ಗಿಸಿದೆ. ಇಲ್ಲ ದೀಪಸ್ತಂಭದ ಮನೆ ನಿರ್ವಾಹಕ ಆಗುವ

ಯಾವುದೇ ಆಸೆ ನನಗಿರಲಿಲ್ಲ.

"ಅದಷ್ಟೆ ಅಲ್ಲ ಹುಡುಗ್ರ..." ಅಪ್ಪ ಒಂದು ದೀರ್ಘ ನಿಟ್ಟುಸಿರು ಬಿಡುತ್ತಾ ಹೇಳಿದ. "ಸರ್ಕಾರದ ಆದೇಶದಲ್ಲಿ ಇನ್ನು ಏನೇನೋ ಇದೆ..." ಎಂದು ಹೇಳಿದ್ದೇ ತಡ, ಹನೀಮ್ ಹಾಲಾ ಮತ್ತೊಮ್ಮೆ ಸಲಾವತ್ ಪಠಿಸಲು ಶುರುಮಾಡಿದಳು. ಅಮ್ಮಿ ಈಗ ಊಟ ಮಾಡುವುದನ್ನೇ ನಿಲ್ಲಿಸಿದಳು. ನಮಗೂ ಇನ್ನು ಮುಂದಕ್ಕೆ ತಿನ್ನಲಾಗಲಿಲ್ಲ. ನಾವೆಲ್ಲರೂ ತಟ್ಟೆಗಳ ಹಾಗೆ ಕಣ್ಣುಬಿಟ್ಟುಕೊಂಡು ಮತ್ತೇನು ಕಾದಿದೆಯೋ ಎಂದು ಅಬ್ಬುವಿನ ಬಾಯನ್ನೆ ನೋಡಲು ಶುರುಮಾಡಿದೆವು.

"ನಾವೊಂದು ಸೂರು ಕಟ್ಟಬೇಕು. ಅದೇ ಆ ಕಣ್ಣೀರು ಮರದ ಹಿಂದುಗಡೆ, ಬಚ್ಚಲುಮನೆ ಕೆಳಗಡೆ ಒಂದು ದಿಬ್ಬ ಇದ್ಯಲ್ಲ, ಅಲ್ಲೊಂದು ದೊಡ್ಡ ಗುಂಡಿ ತೋಡಣ. ಪ್ರತಿ ಮನೆಯವ್ರು ಸಹ ಆ ಮನೆಲಿರೋರೆಲ್ಲಾ ಅಡಗಿಕೊಳ್ಳೊ ತರ ಒಂದು ದೊಡ್ಡ ಗುಂಡಿ ತೋಡಬೇಕು ಅಂತ ಸರ್ಕಾರದ ಆದೇಶದಲ್ಲಿದೆ. ಹಂಗೆ ಗುಂಡಿ ತೋಡಿ ಅದನ್ನ ರೆಂಬೆ ಕೊಂಬೆಗಳಿಂದ ಮುಚ್ಚಿಡಬೇಕು. ಪೇಟೆಯಿಂದ ಒಂದು ಉಸ್ತುವಾರಿ ಸಮಿತಿ ಹಳ್ಳಿಗೆ ಬಂದು ಎಲ್ಲರೂ ಸರಿಯಾಗಿ ಗುಂಡಿ ತೋಡಿದ್ದಾರಾ ಅಂತ ಎಲ್ಲ ಮನೆಗಳನ್ನೂ ಒಂದೊಂದಾಗಿ ಪರಿಶೀಲನೆ ಮಾಡುತ್ತಂತೆ!"

"ಆದರೆ ಅಬ್ಬು ಈ ಗುಂಡಿ ಯಾಕೆ ತೋಡೋದು?" ಇಲಿಯಾಸ್ ಕೇಳಿದ.

"ಅದಕ್ಕುತ್ತರ ಮೇಲೆನೆ ಇದ್ಯಲ್ಲೋ ಹುಡುಗ! ಅವ್ರು ಬಾಂಬಿನ ದಾಳಿ ಅಂತ ಮಾಡಿದಾಗ ನಮ್ಮ ಜೀವ ನಾವು ಉಳಿಸಿಕೊಳ್ಳೊದಕ್ಕೆ!" ಎಂದು ಅಬ್ಬು ಉತ್ತರಿಸಿದ.

ಬಾಂಬಿನ ಶಬ್ದ ಕೇಳಿದ್ದೇ ತಡ, ಹನೀಮ್ ಹಾಲಾ ತನ್ನ ಅಂಗೈಗಳಿಂದ ಮುಖವನ್ನು ಸವರಿಕೊಂಡು ಹೃದಯದುಂಬಿದ ಸಲಾವತ್ತೊಂದನ್ನು ಪಠಿಸಿದ್ದೆ ನಮ್ಮನ್ನು ನೋಡಿ "ಮತ್ತೆ ಯುದ್ಧಾನಾ..." ಎಂದು ಕಿರುಚಿಯೇ ಬಿಟ್ಟಳು. ಅವಳ ಆ ದನಿಯನ್ನು ಕೇಳಿ ನಾವೆಲ್ಲ ದಿಗ್ಮೂಢರಾಗಿಬಿಟ್ಟೆವು. "ಮತ್ತೆ ಯುದ್ಧಾನಾ... ಸಾಕಿನ್ನ. ನಿಮ್ಮ ಯುದ್ಧಗಳಿಂದ ನಮಗೆ ಸಾಕಾಗಿದೆ" ಎಂದು ಹೇಳಿದಳು.

ಅವಳು 'ನಿಮ್ಮ ಯುದ್ಧ' ಎಂದು ಹೇಳಿದವು ನಮ್ಮ ಯುದ್ಧಗಳೇ ಆಗಿದ್ದವು. ಯುದ್ಧ ಅವಳ ಹೃದಯವನ್ನು ಸುಟ್ಟು ಹಾಕಿತ್ತು. ಎಪಿರಸ್ ಶತ್ರು ಸೈನ್ಯ ಆಕ್ರಮಿಸಿದ್ದ ಐಯೋನಿನಾ ಪ್ರಾಂತದಲ್ಲಿ ಒಟ್ಟೋಮನ್ ಅಧಿಕಾರಿಯಾಗಿದ್ದ ತನ್ನ ಹಿರಿಯಮಗ ಯಾವುದೋ ರೋಗಕ್ಕೆ ತುತ್ತಾಗಿ ಸಾವನ್ನಪ್ಪಿದ ಎಂಬ ವಾರ್ತೆ ಅವಳ ಗುಂಡಿಗೆಯನ್ನೇ ಸೀಳಿಬಿಟ್ಟಿತ್ತು. ವಿಶ್ವಯುದ್ಧ ಆಗುವಾಗ ಗಲ್ಲಿಪೋಲಿ ಊರಿನಲ್ಲಿ ಸಾಕ್ಷಾತ್ ಅಲ್ಲಾಹನ ದೇವತೆಗಳಿಂದ ರಕ್ಷಿಸಲ್ಪಟ್ಟಿದ್ದ ಅವಳ ಮುದ್ದು ಮಗ, ಇಝ್ಮೀರ್ ಆಕ್ರಮಿಸಲ್ಪಟ್ಟಾಗ ಕೂಡಲೆ ಕೋವಿ ಹಿಡಿದು ಅನಟೋಲಿಯಾ ದಾಟಿ ಹೋಗಿ, ಗುಡ್ಡಗಾಡು ಸೇರಿದ್ದ. ನಂತರ ಕೆಮಾಲ್ ಪಾಶಾನ ಸೈನ್ಯದಲ್ಲಿ ಕಾಲಾಳುವಾಗಿ ಸೇರ್ಪಡೆಯಾಗಿದ್ದ. ಪಾಶಾನ ಸೈನಿಕರು ಗ್ರೀಕರನ್ನು ಇಝ್ಮೀರಿನ ಸಮುದ್ರಕ್ಕೆ ತಳ್ಳಿದ ದಿನದಿಂದಲೇ ಹನೀಮ್ ಹಾಲಾ ಮಗನ ಬರವಿಗಾಗಿ ಕಾಯುತ್ತಿದ್ದಳು. ಸ್ವಾತಂತ್ರ್ಯ ಸಂಗ್ರಾಮ ಕೊನೆಗೊಂಡರೂ ಅವನು ಮರಳಿ ಬರಲಿಲ್ಲ. ಗಣರಾಜ್ಯದ ಘೋಷಣೆಯಾದ ಸ್ವಲ್ಪ ದಿನಗಳಲ್ಲಿ ಮಗನ

ಬದಲಾಗಿ ಅವಳಿಗೆ ದೊರಕಿದ್ದು ಕೆಂಪು ರಿಬ್ಬನ್ ಕಟ್ಟಿದ್ದ ಒಂದು ಕಂಚಿನ ಪದಕ! ಅವನ ನೆನಪಿನಲ್ಲಿ ಅವಳದನ್ನು ತನ್ನ ಎದೆಯ ಮೇಲೆ ಹಾಕಿಕೊಂಡವಳು ಎಂದೂ ತೆಗೆಯಲೇ ಇಲ್ಲ.

ಆ ದಿನದ ಊಟದ ವೇಳೆಗೆ ಎಲ್ಲರ ಮನಸ್ಸು ಕದಡಿತ್ತು. ಮೇಜು ಸ್ವಚ್ಛ ಆಗುವುದಕ್ಕೂ ಕಾಯದೆ ಹಾಲಾ ಮೇಲಕ್ಕೆದ್ದು ಅವಳ ಪ್ರಾರ್ಥನೆಯ ಜಮಖಾನವನ್ನು ನೆಲದ ಮೇಲೆ ಹಾಸಿದಳು. ಸಾಯಂಕಾಲದ ಈ ಎಲ್ಲಾ ಗದ್ದಲದಿಂದಾಗಿ ಅವಳು ತನ್ನ ಸಂಜೆಯ ಪ್ರಾರ್ಥನೆಯನ್ನು ಮರೆತೆ ಬಿಟ್ಟಿದ್ದಳು. ರಾತ್ರಿಯ ಪ್ರಾರ್ಥನೆ ಮುಗಿಸಿ, ತಪ್ಪಿ ಹೋದ ಇನ್ನೊಂದನ್ನು ಹೆಚ್ಚಾಗಿ ಅರ್ಪಿಸಿ ಅವಳು ಮನೆಯ ಹೊರಗಿದ್ದ ತನ್ನ ಕುರ್ಚಿಯಲ್ಲಿ ಕುಸಿದು ಕೂತಳು. ಈಶಾನ್ಯಕ್ಕೆ ಮುಖಮಾಡಿ 'ಲೇಲಲೀಲಾ ಲೇಲಲೀಲಾ' ಎಂದು ತಸ್ಬೀಹಾ ಜಪಮಾಲೆ ಎಣಿಸುತ್ತ ಅವಳ ಪದಕವನ್ನು ಸವರುತ್ತಾ ಅವಳ ಮಕ್ಕಳ ಹೆಸರುಗಳನ್ನು ಮತ್ತೆ ಮತ್ತೆ ಉಚ್ಚರಿಸಿದಳು. ಯುದ್ಧದ ಉಲ್ಲೇಖ ಮಾತ್ರದಿಂದಲೇ ಅವಳ ಹೃದಯದ ನೋವು ಉಲ್ಬಣಗೊಂಡಿತ್ತು.

“ನಮ್ಮೇಲೆ ದೊಡ್ಡ ಜವಾಬ್ದಾರಿ ಇದೆ. ಎಲ್ಲಾನು ತುಂಬಾ ಎಚ್ಚರದಿಂದ ನಿಭಾಯಿಸಬೇಕು” ಅಬ್ಬು ಮುಂದುವರಿಸಿದ.

“ನಾವು ಮೈಯೆಲ್ಲ ಕಣ್ಣಾಗಿರಬೇಕು. ದೀಪಸ್ತಂಭದ ಮನೆಯ ಮೂಲಕ ಯಾವುದೇ ಯುದ್ಧ ನೌಕೆಗಳು ಇಲ್ಲಾಂದ್ರೆ ಬೇರೆ ದೇಶದ ಹುಟ್ಟು ದೋಣಿಗಳು ಕಾಣಿಸತ್ತಾ ಎಂದು ನೋಡ್ತಾ ಕಾಯ್ತಾ ಇರ್ಬೇಕು. ಯಾವುದಾದ್ರೂ ವಿಮಾನ ಕಂಡ್ರೂ ಕಾಣಿಸಬಹುದು ಅಂತ ಆಕಾಶದ ಮೇಲೂ ಒಂದು ಕಣ್ಣಿಟ್ಟಿರಬೇಕು. ಕೆಲವಕ್ಕೆ ಒಂದೇ ರೆಕ್ಕೆ ಇರತ್ತೆ. ಇನ್ನು ಕೆಲವಕ್ಕೆ ಎರಡು. ಕೆಲವು ಹೊಸ ಜಾಗ ಹುಡುಕ್ಕೊಂಡು ಬಂದ್ರೆ ಇನ್ನೂ ಕೆಲವು ಬಾಂಬ್ ದಾಳಿ ಮಾಡಕ್ಕೆ ಅಂತಾನೆ ಬರ್ತವೆ. ಯಾವುದೇ ಕ್ಷಣದಲ್ಲಿ ಏನೇ ಕಂಡರೂ ಆ ಕೂಡಲೆ ನಾವೆಲ್ಲ ನಮ್ಮ ಗುಂಡಿಯ ಆಶ್ರಯಕ್ಕೆ ಓಡಬೇಕು. ಅಷ್ಟೇ ಅಲ್ಲ. ಪ್ರತಿ ಹಳ್ಳಿಗೂ ಪ್ರತ್ಯೇಕವಾಗಿ ಒಂದೊಂದು ಟೆಲಿಫೋನ್ ಬರತ್ತೆ. ಅದರ ಪಕ್ಕದಲ್ಲಿ ಯಾರಾದರೂ ಹಳ್ಳಿಯವರು ಸರದಿ ಪ್ರಕಾರ ಹಗಲು ರಾತ್ರಿ ಅನ್ನದೆ ಪಹರೆಗೆ ನಿಂತಿರಬೇಕು. ಅಕಸ್ಮಾತ್ ಏನಾದ್ರೂ ಫೋನ್ ಬಂದಿದ್ದನ್ನ ಗಮನಿಸದಿದ್ರೆ ಆ ಸರದಿಯಲ್ಲಿರೋರಿಗೆ ಜೈಲು ಶಿಕ್ಷೆನೇ ಆಗತ್ತೆ.”

“ಪೋಸ್ಟಾಫೀಸಲ್ಲಿರೊ ಫೋನ್ ತರಾನೆ ಇರತ್ತಾ?” ಎಂದು ನಾವು ಮೂರೂ ಜನ ಒಕ್ಕೊರಲಿನಿಂದ ಕೇಳಿದೆವು.

“ಹಾ ಅದೇ ತರ.”

“ಅಷ್ಟಕ್ಕೂ ಈ ಟೆಲಿಫೋನೆಲ್ಲ ಯಾಕಬ್ಬು?”

“ಯಾಕಂದ್ರೆ ಬೇಕಾದಾಗ ಮ್ಯಾಗ್ನೆಟೊನ ತಿರುಗಿಸಿ ಅಹಲ್ಪುನಲ್ಲಿರೊ ಅಧಿಕಾರಿಗಳನ್ನ ಎಚ್ಚರಿಸೋಕೆ! ಏನಾದರೂ ಅಪಾಯ ಇದೆ ಅಂತ ಅನಿಸಿದ ತಕ್ಷಣ ನಾವು ಹಳ್ಳಿಗೆ ಹೋಗಿ ಅವರಿಗೆ ವರದಿ ಮಾಡಬೇಕು. ಆದು ಅಲ್ಲಿರೊ ಸಾಹೇಬ್ರಿಗೆ ಸ್ಟೇಷನ್ಗೆ ಸುದ್ದಿ ಕೊಡೋಕೆ ಅನುಕೂಲ ಆಗತ್ತೆ.”

ಅಬ್ಬು ಹೇಳುತ್ತಿರುವುದನ್ನು ಉಸಿರು ಬಿಗಿಹಿಡಿದು ಕೇಳುತ್ತಿದ್ದೆವು. ಇಲಿಯಾಸ್ ತುದಿಬೆರಳಿನಲ್ಲಿ ನಿಂತವನೆ "ಇವತ್ತು ಮಿನಾರಿನ ಪಹರೆ ನಂದು!" ಅಂತ ಹೇಳಿದ. ಅದಕ್ಕೆ ನಾನು "ನಾನೂ ನಾನೂ!" ಎಂದು ಸೇರಿಸಿದೆ. ನನ್ನ ಕಣ್ಣು ಚಿಯೋಸಿನ ಕಡೆಗಿತ್ತು. ಮನಸ್ಸೆಲ್ಲಾ ನೆರಿಸ್ಸಾಳ ಮೇಲೆಯೆ ಇತ್ತು. ಜರ್ಮನ್ನರು ಲೆಸ್ಬೋಸ್ ಮತ್ತು ಚಿಯೋಸನ್ನು ಆಕ್ರಮಿಸಿದ ಸುದ್ದಿ ಅಬ್ಬುವಿನಿಂದ ಬಂದ ಕ್ಷಣದಿಂದಲೇ ಅವಳು ನನ್ನ ತಲೆ ಹೊಕ್ಕುಬಿಟ್ಟಿದ್ದಳು. ಆಕ್ರಮಣ ಎಂದರೇನು ಎಂದು ಸ್ಪಷ್ಟವಾಗಿ ತಿಳಿಯದಿದ್ದರೂ ಅದೊಂದು ಆಪತ್ತು ಎಂಬುದರ ಅರಿವಾಗಿತ್ತು. ನಿನ್ನೆಯಂತೆ ಮತ್ತೊಮ್ಮೆ ಚಿಯೋಸಿನ ಮೇಲೆ ಬಾಂಬ್ ದಾಳಿಯ ಶಕ್ಯತೆಯನ್ನು ಊಹಿಸಿ ನನ್ನ ಹೊಟ್ಟೆಯಲ್ಲಿ ಚಿಟ್ಟೆಗಳೇ ಓಡಾಡತೊಡಗಿದವು.

"ಚಿಯೋಸಿನ ದೀಪ ಉರಿತಾ ಇಲ್ಲ!" ಗ್ಯಾಲರಿ ಡೆಕ್ಕನ್ನು ಮುಟ್ಟಿದ ತಕ್ಷಣ ಇಲಿಯಾಸ್ ಹೇಳಿದ. ಮೊದಲೆ ಆತಂಕಗೊಂಡಿದ್ದ ನನಗೆ ಅವನ ಆ ಮಾತುಗಳಿಂದ ಮತ್ತಷ್ಟು ಪಿಚ್ಚೆನ್ನಿಸಿ ಕೋಪದಿಂದ ಅವನ ಬಾಯಿ ಮುಚ್ಚಿಸಲೆಂಬಂತೆ "ಅದು ಉರೀತಾ ಇರ್ಬೇಕು. ಆದರೆ ನಿನಗೆ ಕಾಣಿಸ್ತಿಲ್ಲ ಅಷ್ಟೆ. ನಿನಗೆ ಯಾವತ್ತಾದ್ರು ಏನಾದ್ರು ನೆಟ್ಟಗೆ ಕಾಣಿಸಿದ್ಯ?" ಎಂದು ಅವನನ್ನು ಕುಕ್ಕಿದೆ. ಮತ್ತೆ ಇಬ್ಬರೂ ಬೈನಾಕುಲರಿಗಾಗಿ ಕಿತ್ತಾಡಿ ಮತ್ತೊಮ್ಮೆ ನೋಡಿದೆವು. ಇಲಿಯಾಸ್ ಹೇಳಿದ್ದು ಸರಿಯಾಗಿತ್ತು. ಚಿಯೋಸ್ ದ್ವೀಪ ಒಂದು ಕರಿ ಛಾಯೆಯ ಶಾಪಕ್ಕೆ ತುತ್ತಾದಂತಿತ್ತು. ಮತ್ತೆ ಒಬ್ಬರನ್ನೊಬ್ಬರು ತಳ್ಳುತ್ತಾ ನಾವಿಬ್ಬರೂ ನಮ್ಮ ಮೊಟ್ಟಮೊದಲ ಮಿಲಿಟರಿ ವರದಿ ಒಪ್ಪಿಸುವುದಕ್ಕಾಗಿ ಮಹಡಿಯಿಂದ ಕೆಳಗೆ ಓಡಿದೆವು. ಸುದ್ದಿ ಕೇಳಿ ಅಬ್ಬುವಿನ ಮುಖ ಕಪ್ಪುಗಟ್ಟಿತು. ಅವನು ನಮ್ಮಗಳ ಜೊತೆಗೆ ಅವಸರವಸರವಾಗಿ ಮೇಲಕ್ಕೆ ಬಂದು ಬೈನಾಕುಲರಿನ ಮೂಲಕ ಆ ಕತ್ತಲಲ್ಲೇ ಪರಿಶೀಲಿಸಿದ. "ನೀವು ಹೇಳಿದ್ದು ನಿಜ ಹುಡುಗ್ರ. ಆ ದೀಪ ಉರಿತಾ ಇಲ್ಲ."

ಮರುದಿನ ಮುಂಜಾನೆಯಿಂದ ಅಲ್ಲಿಯವರೆಗೂ ನಮಗೆ ಪ್ರವೇಶವಿಲ್ಲದಿದ್ದ ಟ್ಯಾಂಕ್ ಷೆಡ್ಡಿನಲ್ಲಿ ನಮ್ಮ ದೀಪಸ್ತಂಭದ ಮನೆಯ ತರಬೇತಿ ಪ್ರಾರಂಭವಾಯಿತು. ಅಬ್ಬು ಯಾವಾಗಲೂ ಹೇಳುತ್ತಿದ್ದ "ಒಂದು ಸಣ್ಣ ಕಿಡಿ ಹತ್ತಿದರೂ ನೀವು ಪುಡಿಪುಡಿಯಾಗಿ ಹೋಗ್ತೀರಿ!" ಆ ಎಚ್ಚರಿಕೆಯಿಂದ ಭಯಭೀತರಾಗಿ ನಾವು ಎಂದೂ ಒಳಗೆ ಹೋಗುವ ಧೈರ್ಯ ಮಾಡಿರಲಿಲ್ಲ. ಆದರೆ ಅಲ್ಲೇನಿದೆ ಎಂಬುದರ ಬಗ್ಗೆ ನಮ್ಮ ಕುತೂಹಲ ಹೇಳತೀರದಾಗಿತ್ತು. ಟ್ಯಾಂಕಿನ ಕವಾಟಗಳನ್ನು ಮುಚ್ಚುವ ಮತ್ತು ತೆರೆಯುವ ವಿಧಾನಗಳನ್ನು, ಕೊಳಾಯಿಗಳ ಜೋಡಣೆ ಮತ್ತು ಸೋರುವಿಕೆಯನ್ನು ಕಂಡುಹಿಡಿಯಲು ಮೇಣದಬತ್ತಿಯನ್ನು ಎಚ್ಚರಿಕೆಯಿಂದ ಉಪಯೋಗಿಸುವ ವಿಧಾನಗಳನ್ನು ಅಬ್ಬು ತೋರಿಸಿಕೊಟ್ಟ. "ಈ ಜ್ವಾಲೆ ಕಂಪಿಸ್ತಾ ಹರಡೊ ಮರುಕ್ಷಣನೇ ಮೇಣದಬತ್ತಿನ ಬಾಗಿಲಿಂದ ಆಚೆ ಎಸೆದು ಕವಾಟವನ್ನು ಮುಚ್ಚಿಬಿಡಬೇಕು. ಇಲ್ಲಾಂದ್ರೆ ಈ ಕಟ್ಟಿಗೆ ಕೊಳ್ಳಿ ತರ ನೀವು ಉರಿದು ಹೋಗ್ತೀರಿ. ಆಮೇಲೆ ಆ ಅಲ್ಲಾನೆ ಕಾಪಾಡ್ಬೇಕು ನಿಮ್ಮನ್ನ ಅಷ್ಟೆ!"

ಒತ್ತಡದ ಮಾಪಕವನ್ನು ಓದುತ್ತಾ ಕೊಂಚ ಗಂಟು ಮುಖ ಹಾಕಿಕೊಂಡು ಅಬ್ಬು "ಗ್ಯಾಸ್ ಬಹಳ ಕಡಿಮೆಯಾಗಿ ಬಿಟ್ಟಿದೆ. ಒಂದು ವರ್ಷ ಆಗ್ತಾ ಬಂತು. ಇನ್ನೂ ನಮಗೆ ಹೊಸ ಟ್ಯಾಂಕುಗಳನ್ನ ಕೊಟ್ಟಿಲ್ಲ. ಇಸ್ತಾನ್‌ಬೂಲಿಗೆ ಪತ್ರ ಬರ್ದು ಬರ್ದು ಸಾಕಾಯ್ತು. ಅವರ ಕಡೆಯಿಂದ ಒಂದು ಉತ್ರನೂ ಬರಲಿಲ್ಲ. ಈಗಿರೊ ಗ್ಯಾಸ್ ಬರಿ ಒಂದು ವಾರಕ್ಕಷ್ಟೆ ಸಾಕಾಗತ್ತೆ."

"ಟ್ಯಾಂಕುಗಳು ಬರದೆ ಇದ್ರೆ ಏನು ಗತಿ ಅಬ್ಬು?" ಇಲಿಯಾಸ್ ಕೇಳಿದ.

"ಯಾಕ್ ಬರಲ್ಲ? ಬಂದೆ ಬರ್ತವೆ. ಬಂದೆ ಬರ್ತವೆ. ಇಷ್ಟು ದೊಡ್ಡ ದೀಪಸ್ತಂಭದ ಮನೇನ ಸರ್ಕಾರ ಏನು ಕತ್ತಲಲ್ಲಿ ಮುಳುಗಿಸಿಬಿಡತ್ತಾ?"

"ಆದ್ರೆ ಅಬ್ಬ ಚಿಯೋಸಿನ ದೀಪ ನಂದೇ ಹೋಯ್ತಲ್ಲ ಮತ್ತೆ!" ನಾನೆಂದೆ.

"ಅದೇ ಬೇರೆ!" ತನಗೆ ತಾನೆ ಸಮಾಧಾನ ಮಾಡಿಕೊಳ್ಳುವಂತೆ ಮತ್ತೆ ಮತ್ತೆ ಹೇಳಿಕೊಂಡ "ಅದೇ ಬೇರೆ!"

ದೀಪ ಸ್ತಂಭದ ಮನೆಯ ದಾಖಲೆಗಳನ್ನು ಸರಿಯಾಗಿ ಬರೆದಿಡುವ ರೀತಿಯನ್ನು ನಮಗೆ ತೋರಿಸಿಕೊಟ್ಟ. ಪ್ರತಿ ತಿಂಗಳು ನಗರದ ಪೋಸ್ಟ್ ಆಫೀಸಿನಿಂದ ಅದನ್ನು ಮೇಲಧಿಕಾರಿಗಳಿಗೆ ಕಳಿಸಬೇಕಾಗಿತ್ತು. ದಿನವೂ ಬೆಳಿಗ್ಗೆ ದೀಪಸ್ತಂಭದ ಮನೆಯ ಭೂತಗನ್ನಡಿಯ ಮೇಲಿದ್ದ ಭಾರದ ಮುಚ್ಚಳವನ್ನು ಎತ್ತಿ ಕನ್ನಡಿಯನ್ನು ಸ್ಪಿರಿಟಿನಿಂದ ಸ್ವಚ್ಛ ಮಾಡುತ್ತಿದ್ದೆವು. ಅದರಿಂದ ಉರಿಯುವ ಜ್ವಾಲೆ ಇನ್ನೂ ಪ್ರಖರವಾಗುತ್ತಿತ್ತು ಇದನ್ನೆಲ್ಲ ಮೊದಲ ಬಾರಿ ಮಾಡುತ್ತಿದ್ದೇವೆ ಎಂಬಂತೆ ಅಬ್ಬು ಮತ್ತೆ ಮತ್ತೆ ವಿವರಿಸಿ ಹೇಳಿದ. ದಾರಿ ದೀಪವನ್ನು ಬೆಂಕಿಕಡ್ಡಿಯಿಂದ ನಿಧಾನಕ್ಕೆ ಹೇಗೆ ಸ್ವಚ್ಛ ಮಾಡುವುದು. ಕವಾಟ ಮತ್ತು ದಿಕ್ಸೂಚಿಗಳನ್ನು ಹೇಗೆ ಸಂರಕ್ಷಿಸುವುದು ಹಾಗೂ ಬೆಂಕಿ ಹಚ್ಚಿ ದೀಪ ಉರಿಸುವುದು ಹೇಗೆ – ಎಲ್ಲವನ್ನೂ ವಿವರಿಸಿ ದಿನವಿಡೀ ಅವುಗಳ ಬಗ್ಗೆ ಪ್ರಶ್ನೆ ಕೇಳುತ್ತ ನಾವು ಸರಿಯಾಗಿ ತಿಳಿದಿದ್ದೇವೆಯೋ ಇಲ್ಲವೋ ಎಂಬುದನ್ನು ಖಚಿತಪಡಿಸಿಕೊಳ್ಳುತ್ತಿದ್ದ.

ಮಿನಾರು ಅತಿ ಎತ್ತರವಿದ್ದರಿಂದ ಕೆಲವೊಮ್ಮೆ ಹುಳ ಹಾಗೂ ಪತಂಗಗಳು ಬಂದು ಸಿಲುಕಿ ಬಿಡುತ್ತಿದ್ದವು. ಗಾಜಿನ ಮೇಲೆ ಯಾವುದೇ ಗೀರುಗಳು ಉಂಟಾಗದಂತೆ ಸತ್ತ ಹುಳುಗಳ ಕಲೆಗಳನ್ನು ಉಜ್ಜಿದರೆ ಮಾತ್ರ ದೀಪವನ್ನು ದಕ್ಷವಾಗಿ ಕಾಪಾಡಿಕೊಳ್ಳಬಹುದಾಗಿತ್ತು ಎಂದು ಅಬ್ಬು ವಿಶದವಾಗಿ ವಿವರಣೆ ಕೊಟ್ಟಿದ್ದ.

ಸಾಯಂಕಾಲ ನಾನು ಮತ್ತು ಇಲಿಯಾಸ್ ನಮ್ಮ ಹೊದಿಕೆಗಳನ್ನು ತೆಗೆದುಕೊಂಡು ಗ್ಯಾಲರಿ ಡೆಕ್ಕಿಗೆ ಹೋದೆವು. ಮಿನಾರು ಗಾಳಿಗೆ ಅಲುಗಾಡುತ್ತಿತ್ತು. ಲಾಟೀನಿನ ಮಿಣುಕು ಬಿಟ್ಟರೆ ಆ ಕಡುಗತ್ತಲಲ್ಲಿ ಬೇರೆ ಯಾವುದೇ ಬೆಳಕಿರಲಿಲ್ಲ. ಅಂದಿನಿಂದ ಹೇಗೆ ನಿಕೋಲಿಯ ಹಡಗು ಇತ್ತ ಕಡೆ ಬರಲಿಲ್ಲವೋ ಹಾಗೆಯೇ ಚಿಯೋಸಿನ ಬೆಳಕು ಅಂದು ಮತ್ತು ಅದರ ಮುಂದಿನ ಎಷ್ಟೋ ರಾತ್ರಿಗಳಂದು ಉರಿಯಲೇ ಇಲ್ಲ. ಗಾಳಿಯನ್ನು ಒಳಗೆಳೆದುಕೊಳ್ಳುತ್ತಾ ನಾನು ನೆರಿಸ್ಸಾಳನ್ನು ನೆನೆದೆ. ಆ ಬಿಳಿ ಹಡಗನ್ನು ಕಂಡಾಗಲೆಲ್ಲಾ ಅವಳ ಮುಖ ಮತ್ತು ಧ್ವನಿಯನ್ನು ನಾನು ಊಹಿಸಿಕೊಳ್ಳುತ್ತಿದ್ದೆ. ಆ

ಸಂತೋಷ ಹೇಳಲಸದಳವಾಗಿತ್ತು. ಹಡಗು ಮರಳಿ ಬರದಿದ್ದರೆ ನಾನೆಲ್ಲಿ ಅವಳ ಮುಖವನ್ನೇ ಮರೆತು ಬಿಡುತ್ತೀನೋ ಎಂದು ಕಳವಳಕ್ಕೂ ಒಳಗಾಗುತ್ತಿದ್ದೆ.

ದೀಪಸ್ತಂಭದ ಕಡೆಯಿಂದ ಜೋರಾಗಿ ಬಂದ ಶಬ್ದ ನನ್ನ ನೆನಪಿನ ಸರಣಿಯನ್ನು ಕತ್ತರಿಸಿತು. ಕನ್ನಡಿಯ ಮೇಲೆ ಬಿದ್ದಿದ್ದ ಪುಟ್ಟದೊಂದು ಗೂಬೆಯ ಮರಿ ಬಂದು ನನ್ನ ಕಾಲ ಬಳಿ ಬಿತ್ತು! ಕೆಲವು ಮುಂಜಾನೆಗಳಲ್ಲಿ ಬೆಳಕಿನ ಪ್ರಖರತೆಯಿಂದ ಕುರುಡಾಗಿ ಮಿನಾರಿಗೆ ಡಿಕ್ಕಿ ಹೊಡೆದು ಗ್ಯಾಲರಿ ಡೆಕ್ಕಿನಲ್ಲಿ ಸತ್ತು ಬಿದ್ದ ಇಲ್ಲವೇ ಗಾಯಗೊಂಡ ಹಕ್ಕಿಗಳನ್ನು ನಾವು ನೋಡುತ್ತಿದ್ದೆವು. ಮೈನಾ ಹಕ್ಕಿಗಳೇ ಹೆಚ್ಚಾಗಿ ಕಾಣಸಿಗುತ್ತಿದ್ದವು. ಅವುಗಳ ಒದ್ದಾಟವನ್ನು ಕೊನೆಗಾಣಿಸಲು ನಾವು ಎರಡು ಬೆರಳುಗಳಿಂದ ಅವುಗಳ ಕತ್ತು ಮುರಿದುಬಿಡುತ್ತಿದ್ದೆವು!

ಅಂಗಾತ ಬಿದ್ದು ನಿಶ್ಚಲವಾಗಿದ್ದ ಆ ಗೂಬೆಯನ್ನು ನಾನು ಕೈಗೆತ್ತಿಕೊಂಡೆ. ಅದರ ಕಾಲುಗಳು ಪಡಪಡಿಸುತ್ತಿದ್ದವು. ಅದು ತನ್ನ ದೊಡ್ಡ ಕಣ್ಣುಗಳನ್ನು ಒಂದು ಕ್ಷಣ ತೆರೆದು ಅದರ ಕಾಲುಗುರಿನಿಂದ ನನ್ನ ಕೈ ಬೆರಳನ್ನು ಗಟ್ಟಿಯಾಗಿ ಹಿಡಿದುಕೊಂಡಿತು.

"ಅಜ್ಜಜ್ಜೋ... ಇನ್ನೂ ಉಸಿರಾಡ್ತಾ ಇದೆ" ಎಂದು ಉಸುರಿದೆ. "ಆದ್ರೆ ಪಾಪ, ಎಷ್ಟು ಗಾಯ ಆಗಿದೆ ಅಂದ್ರೆ ಉಳಿಯೋ ಹಾಗೆ ಕಾಣ್ತಾ ಇಲ್ಲ..."

ಹಕ್ಕಿಮರಿ ಕಣ್ಣು ಪಿಳುಕಿಸಿತು. ಅದು ಚುಂಚನ್ನು ತೆರೆದು ಮತ್ತೆ ಮುಚ್ಚಿದ್ದು 'ನನ್ನ ಹಿಂಸಿಸಬೇಡಿ' ಎಂದು ಅಂಗಲಾಚುವ ಹಾಗಿತ್ತು... "ಅದ್ನ ಸಾಯಿಸ್ಬೇಡ ನೀನು!" ಇಲಿಯಾಸ್ ಗದರಿದ. "ನೋಡು, ಎಷ್ಟು ವಿಲವಿಲ ಅಂತಿದೆ." ಅಂದ.

ಅಷ್ಟೊತ್ತಿಗಾಗಲೇ ಚಂದ್ರ ಮೋಡಗಳಿಂದ ಆಚೆ ಬರುತ್ತಿದ್ದ. ಮನೆಯ ಮುಂದುಗಡೆ ನೋಡಿದರೆ ನಮಗಲ್ಲಿ ಆಪಾ ಕಾಣಿಸಿದಳು. ಅವಳಲ್ಲಿ ಹಳದಿ ಗುಲಾಬಿ ಗಿಡದ ಕೆಳಗೆ ಕುಣಿ ತೋಡುತ್ತಿದ್ದಳು. ಒಮ್ಮೆಲೇ ನಮಗದು ಹಿದ್ರಿಲೆಝ್ ಹಬ್ಬವೆಂಬುದು ನೆನಪಿಗೆ ಬಂದಿದ್ದೆ ತಡ ನಾವು ನಮ್ಮ ಪಹರೆಯ ಕೆಲಸವನ್ನು ಮರೆತು, ಗೂಬೆಯನ್ನು ನೆಲದ ಮೇಲಿಟ್ಟು ಮಹಡಿ ಇಳಿದು ಕೆಳಕ್ಕೆ ಧಾವಿಸಿದೆವು. ಮನೆಯೆಲ್ಲಾ ನಿದ್ರಾ ದೇವಿಗೆ ಶರಣಾದಂತಿತ್ತು. ಅಬ್ಬುವಿನ ಗೊರಕೆ, ಹನೀಮ್ ಹಾಲಾಳ ಅರ್ಥವೇ ಆಗದ ಗೊಣಗುವಿಕೆಗಳನ್ನು ಕೇಳಿಸಿಕೊಳ್ಳುತ್ತಲೇ ನಾವು ಗುಲಾಬಿ ಗಿಡದ ಕಡೆಗೆ ಓಡಿದೆವು.

ನನಗೆ ನೆನಪಿದ್ದಂತೆ ಹಿದ್ರಿಲೆಝ್ ಹಬ್ಬವನ್ನು ಮನೆಮಂದಿಯೆಲ್ಲ ಸೇರಿ ಆಚರಿಸದೆ ಇದ್ದುದು ಅದೇ ಮೊದಲ ಸಲವಾಗಿತ್ತು. ಸಾಮಾನ್ಯವಾಗಿ ಹಿದ್ರೆಲೆಝ್ ಹಬ್ಬಗಳ ಬೆಳಿಗ್ಗೆ ಅಮ್ಮಿ ಮಾಡುತ್ತಿದ್ದ ಮೊದಲ ಕೆಲಸವೆಂದರೆ ಬೆಟ್ಟದ ಸುತ್ತಮುತ್ತಲಿಂದ ಡೈಸಿ ಸೇರಿದಂತೆ ಹೆಕ್ಕಿ ತಂದ ಎಲ್ಲ ವಿಧದ ಕಾಡು ಹೂಗಳನ್ನು ದೊಡ್ಡದೊಂದು ಪಾತ್ರೆಯಲ್ಲಿ ಹಾಕಿ ಮಾಡಿದ ಸುಗಂಧದ ನೀರಿನಿಂದ ನಮಗೆಲ್ಲ ಸ್ನಾನ ಮಾಡಿಸುತ್ತಿದ್ದಳು. ಅದು ನಮಗೆಲ್ಲ ಸಮೃದ್ಧಿಯನ್ನು ತರುತ್ತದೆನ್ನುವುದು ಅವಳ ನಂಬಿಕೆಯಾಗಿತ್ತು. ಆಮೇಲೆ ಚೊಕೆಲೆಕ್ ಚೀಸ್ ಮತ್ತು ಸುವಾಸಿತ ಮೂಲಿಕೆಗಳಿಂದ ರುಚಿಯಾದ ಖಾರದ ತಿಂಡಿಗಳನ್ನು ತಯಾರು ಮಾಡುತ್ತಿದ್ದಳು. ನಂತರ ಅಮ್ಮಿ ತನ್ನ ಬಾಲ್ಯದಲ್ಲಿ ಸಜಾಕಿನಲ್ಲಿ ಮಾಡುತ್ತಿದ್ದಂತೆ ಹಬ್ಬದ ಮೊಟ್ಟೆಗಳನ್ನು ನೈಸರ್ಗಿಕ ಬೇರುಗಳ ನೀರಲ್ಲಿ ಕುದಿಸಿ ಕೆಂಬಣ್ಣ

ಬೆರೆಸಿ ಇಡುತ್ತಿದ್ದಳು. ನಾವು ಒಂದಕ್ಕೊಂದು ಸ್ವಲ್ಪವೇ ಸ್ಪರ್ಶಿಸಿ ಸಂಭ್ರಮಿಸುತ್ತಿದ್ದೆವು. ಎಲ್ಲರೂ ಸೇರಿ ಮನೆಯ ಮುಂದಿನ ಹುಲ್ಲಿನ ಮೇಲೆ ತೋಟದೂಟ ಮಾಡುತ್ತಿದ್ದೆವು. ಸಂಜೆ ಎಲ್ಲರೂ ಮನಸ್ಸಿನಲ್ಲಿ ಏನಾದರೂ ಸಂಕಲ್ಪ ಮಾಡಿ ಅದು ನೆರವೇರಲೆಂದು ಪ್ರಾರ್ಥಿಸಿ ಯಾವುದಾದರೂ ಸಾಂಕೇತಿಕವಾದ ಒಂದು ವಸ್ತುವನ್ನು ಗುಲಾಬಿ ಗಿಡದ ಕೆಳಗೆ ಹೂಳುತ್ತಿದ್ದೆವು. ಒಬ್ಬರು ಒಂದೇ ಆಶಯಕ್ಕಾಗಿ ಪ್ರಾರ್ಥಿಸಬೇಕೆಂಬ ಆದೇಶವಿದ್ದರೂ ನಾನು ಹುಡುಗತನದಿಂದ ಒಂದಕ್ಕಿಂತ ಹೆಚ್ಚು ಬೇಡಿಕೆಗಳನ್ನು ಒಡಂಬಡಿಸುತ್ತಿದ್ದೆ.

"ಹಾಗೆಲ್ಲಾ ಮಾಡೋ ಹಾಗೆ ಇಲ್ಲ!" ಎಂದು ಹನೀಮ್ ಹಾಲಾ ಹುಕುಂ ಮಾಡುತ್ತಿದ್ದಳು.

"ನಿಮ್ಮ ಆಸೆ ಈಡೇರಬೇಕು ಅಂದ್ರೆ ನಿಮಗಿದು ಬೇಕೇ ಬೇಕು ಅನ್ನೋದೊಂದನ್ನು ಮಾತ್ರ ಬೇಡಿಕೋಬೇಕು!" ಎನ್ನುತ್ತಿದ್ದಳು.

ಗುಲಾಬಿ ಗಿಡದ ಕೆಳಗೆ ಅಂದು ಸಂಜೆ ಆಪಾ ಏನನ್ನು ಹೂತಿದ್ದಳು ಎಂಬುದನ್ನು ತಿಳಿದುಕೊಳ್ಳುವ ಕುತೂಹಲವನ್ನು ನಾವು ಹತ್ತಿಕ್ಕದಾಗಿದ್ದೆವು. ಅವಳು ಕುಣಿತೋಡಿದ್ದ ಜಾಗದಿಂದ ಸ್ವಲ್ಪ ದೂರದಲ್ಲೇ ನಮ್ಮ ಪುಟ್ಟ ಗುಂಡಿಗಳನ್ನು ತೋಡುತ್ತಾ ಅವಳ ಆಸೆಯೂ ಈಡೇರಲಿ ಎಂದು ಮನಸಿನಲ್ಲಿ ಅಂದುಕೊಂಡೆವು. ಅದೇ ನಮ್ಮ ಗುರುತರ ಇಚ್ಛೆಯೂ ಆಗಿತ್ತು. ಅಂತೆಯೆ ಗುಲಾಬಿ ಗಿಡದ ಕೆಳಗೆ ನಾವೇನು ಹೂಳುವುದು ಎನ್ನುವ ಯೋಚನೆಯೂ ಆಗುತ್ತಿತ್ತು.

ಇಲಿಯಾಸ್ ಅವನ ಪ್ರೀತಿಯ ಕಣ್ಣೀರು ಗಿಡದ ಎಲೆಯೊಂದನ್ನು ಕಿತ್ತುಕೊಂಡ. ಆಮೇಲೆ ಅಬ್ಬು ಯಾವಾಗಲೋ ಅಪರೂಪಕ್ಕೊಮ್ಮೆ ಪೇಟೆಯಿಂದ ತಂದು ನೆಲಮಾಳಿಗೆಯ ಮೂಲೆಯಲ್ಲಿ ಬಿಸಾಕಿರುತ್ತಿದ್ದ ಯೇನಿ ಅಸಿರ್ ದಿನಪತ್ರಿಕೆಯ ಗಂಟಿನಿಂದ ಪತ್ರಿಕೆಗಳನ್ನು ಕಿತ್ತು ಅದರ ಮೇಲಿನ ಚಿತ್ರ ಹಾಗೂ ಅಕ್ಷರಗಳ ಮೇಲೆ ಕಣ್ಣು ಹಾಯಿಸಿ ಅದರಲ್ಲೊಂದು ಕೈಯಳತೆಯದನ್ನು ಕಿತ್ತುಕೊಂಡು ಅದರಲ್ಲಿ ಎಲೆಯನ್ನು ಜಾಗರೂಕವಾಗಿರಿಸಿ ಸುತ್ತಿದ. ದಿನಪತ್ರಿಕೆಯದೊಂದು ತುಣುಕು, ಅದರಲ್ಲಿಟ್ಟ ಎಲೆ ಅವೆಲ್ಲ ಏನು ಸಂಕೇತಿಸುತ್ತಿದ್ದವು ಎಂಬುದು ನನಗೆ ಸೋಜಿಗವಾಗುತ್ತಿತ್ತು. ಇಲಿಯಾಸ್ ಅದನ್ನು ಕುಣಿಯಲ್ಲಿ ಹೂತ ಮೇಲೆ ಮಣ್ಣು ಸೇರಿಸಿ ಸಮತಟ್ಟು ಮಾಡಿದ. ಅವನದೇನು ಬೇಡಿರಬಹುದೆಂಬುದು ನನ್ನ ತಲೆಯಲ್ಲಿ ಕೊರೆಯುತ್ತಿತ್ತು.

ನಾನು ಗೊಂದಲದಲ್ಲಿದ್ದೆ. ನಾನೇನು ಬೇಡುವುದೆಂದು ನಿರ್ಧಾರವನ್ನೇ ಮಾಡಿರಲಿಲ್ಲ. ನಿಜ ಹೇಳಬೇಕೆಂದರೆ ನಿನ್ನೆಯವರೆಗೂ ನನಗೇನು ಬೇಕೆಂದು ಸ್ಪಷ್ಟವಿತ್ತು. ನೆರಿಸ್ಸಾ ನನಗೆ ದೊರೆಯಲಿ ಎಂದೇ ಬೇಡುವವನಿದ್ದೆ. ಸಜಾಕಿನಲ್ಲಿ ಅವಳನ್ನು ಮೊಟ್ಟ ಮೊದಲ ಬಾರಿ ನೋಡಿದ ರಾತ್ರಿ ನಾನಿಯ ಮನೆಯಲ್ಲಿ ನಿದ್ದೆ ಬರದೆ ಹೊರಳಾಡುವಾಗಲೆ ಈ ಆಸೆ ನನ್ನಲ್ಲಿ ಕುಡಿ ಮೂಡಿತ್ತು. ಮುಂದೆ ಬರಲಿರುವ ಹಿದ್ರೆಲೆಝ್ ಹಬ್ಬದಲ್ಲಿ ನಾನು ದೊಡ್ಡವನಾದ ಮೇಲೆ ನೆರಿಸ್ಸಾಳನ್ನು ಮದುವೆಯಾಗಬೇಕೆಂದು ಬೇಡುವುದು ಎಂದು ನಿಶ್ಚಯ ಕೂಡ ಮಾಡಿಟ್ಟುಕೊಂಡಿದ್ದೆ. ಆದರೆ ಅದಕ್ಕಾಗಿ ನಾನು ಮೊದಲು

ದೊಡ್ಡವನಾಗಬೇಕಾಗಿತ್ತು! ಅದಕ್ಕೆ ವರ್ಷಗಟ್ಟಲೆ ಕಾಯಬೇಕಿತ್ತು. ಅಷ್ಟು ಕಾಲ ಕಾಯುವುದೋ ಇಲ್ಲ ಬೇರೆ ಬೇಡಿಕೆಗಳನ್ನು ಒಡಂಬಡಿಸುವುದೊ ಎಂಬುದು ನನ್ನ ತಾಕಲಾಟವಾಗಿತ್ತು. ಉದಾಹರಣೆಗೆ ಇರ್ಖ್ಮೇರಿನಲ್ಲಿರೊ ಶಾಲೆಗೆ ಹೋಗಲು ನನಗೆಷ್ಟೇ ಮನಸ್ಸಿಲ್ಲವೆಂದು ಎಲ್ಲರ ಬಳಿ ಹೇಳಿಕೊಳ್ಳುತ್ತಾ ಬಂದರೂ ನನಗೆ ಪರೀಕ್ಷೆ ತೆಗೆದುಕೊಂಡು ಪಾಸ್ ಆಗಬೇಕೆಂಬ ಅಭಿಲಾಷೆ ಇತ್ತು. ಪಾಸಾದರೂ ಫೇಲಾದರೂ ಒಂದು ವರ್ಷದಲ್ಲೇ ನಿರ್ಣಯವಾಗಿ ಬಿಡುತ್ತಿತ್ತಲ್ಲ! ಅದಕ್ಕಾಗಿ ಅದನ್ನು ಮುಂದಿನ ಹಿದ್ರಿಲೆಝ್ ಹಬ್ಬದವರೆಗೆ ಮುಂದೂಡುವುದು ಸರಿ ಕಾಣುತ್ತಿರಲಿಲ್ಲ! ಆದರೆ ಅಬ್ಬುವಿಗೆ ಸೈನ್ಯಕ್ಕೆ ಸೇರುವ ಬುಲಾವ್ ಬರುವ ಸಾಧ್ಯತೆಯು ಇದ್ದೇ ಇತ್ತು. ಹಾಗೆ ಬುಲಾವ್ ಬಂದರೆ ಅವನು ಹೋಗಲೇಬೇಕಾಗುತ್ತಿತ್ತು. ಈ ಎಲ್ಲ ವಿಚಾರಗಳು ನನ್ನ ಮನಸ್ಸಿನಲ್ಲಿ ಕೋಲಾಹಲವೆಬ್ಬಿಸುತ್ತಿರುವಾಗ ನೆರಿಸ್ಸಾಳನ್ನು ಮದುವೆಯಾಗಬೇಕು ಎಂದು ಬೇಡುವ ನಿರ್ಧಾರ ಸಡಿಲಗೊಳ್ಳುತ್ತಿತ್ತು. ಆದರೆ ಹಲವು ತಿಂಗಳುಗಳ ಹಿಂದೆ ನನಗದು ಇನ್ನಿಲ್ಲದಂತೆ ಕಾಡಿತ್ತು. ನನ್ನ ಮನಸಿನಲ್ಲಿ ಮಾಡಿದ ನಿರ್ಧಾರಕ್ಕೆ ವಿರುದ್ಧ ಹೋದರೆ ಮುಗ್ಧ ಪ್ರೀತಿಗೆ ದ್ರೋಹ ಬಗೆದ ಹಾಗಾಗುತ್ತಿತ್ತು. ಹಾಗೇನಾದರೂ ಆದರೆ ಆ ಅಲ್ಲಾಹು ನನ್ನ ಬೇಡಿಕೆಯನ್ನು ಎಂದಿಗೂ ನೆರವೇರಿಸುತ್ತಿರಲಿಲ್ಲ. ನಾನು ಮತ್ತು ನೆರಿಸ್ಸಾಳನ್ನು ಎಂದಿಗೂ ಒಟ್ಟಿಗೆ ಸೇರಿಸುವುದಿಲ್ಲವೆಂದು ಭಯವಾಗುತ್ತಿತ್ತು.

ನನ್ನ ಎದೆಯೊಳಗಿನ ಬಿರುಗಾಳಿಯ ಯಾವುದೇ ಸುಳಿವಿಲ್ಲದೆ ಇಲಿಯಾಸ್ ನನ್ನ ಪಕ್ಕ ಕುಳಿತು ನಾನು ಬೇಡಿಕೆ ಇಡುವುದನ್ನು ನೋಡಲು ಸಹನೆಯಿಂದ ಕಾಯುತ್ತಿದ್ದ. ಮನೆಯ ಸೂರಿನಿಂದ ಬೀಸುತ್ತಿದ್ದ ಗಾಳಿಯಲ್ಲಿ ನೆರಿಸ್ಸಾಳ ಸಮ್ಮೋಹಕ ಜೋಗುಳ ಅಲೆ ಅಲೆಯಾಗಿ ತೇಲಿ ಬಂದಂತೆ ಭಾಸವಾಗಿ ನಾನು ಪರೀಕ್ಷೆಯ ವಿಷಯ ಮರೆತು ಒಂದು ಬೆಣಚುಕಲ್ಲಿನ ಮೇಲೆ ಅವಳ ದೊಡ್ಡ ದೊಡ್ಡ ಕಣ್ಣುಗಳ ಚಿತ್ರವನ್ನು ನನ್ನ ಕೈ ಬೆರಳುಗಳಿಂದಲೇ ಮೂಡಿಸಿದೆ. ಅವಳ ಶಿರವಸ್ತ್ರದಿಂದ ಹೊರಗೆ ಇಣುಕುತ್ತಿದ್ದ ಸುಂದರ ಕೂದಲುಗಳೆಂಬಂತೆ ಆ ಕಲ್ಲಿನ ಮೇಲೆ ಹಲವು ಕಡೆ ಗೀರು ಮೂಡಿಸಿದೆ. ಇನ್ನೇನು ಆ ಬೆಣಚುಕಲ್ಲನ್ನು ಹೂಳಬೇಕು ಮನಸ್ಸಿನಲ್ಲಿ ಮತ್ತೆ ಪರೀಕ್ಷೆಯ ಯೋಚನೆ ಬಂದುದೇ ತಡ ನನ್ನ ಕೈ ಅಲ್ಲೇ ಸ್ಥಗಿತವಾಯಿತು. ಅಬ್ಬುವಿಗೆ ಸೈನ್ಯದ ಕರೆ ಬರಬಹುದೆಂಬ ಆಲೋಚನೆ ಮತ್ತೆ ಮನದಾಳದಿಂದ ತೇಲಿ ಬಂತು. ಪರೀಕ್ಷೆಯಲ್ಲಿ ತೇರ್ಗಡೆಯಾಗಿ ನಾನೂ ಹೊರಟು ಹೋದರೆ ನನ್ನ ಕುಟುಂಬದಿಂದ ಇಬ್ಬರು ಗಂಡಸರು ಹೊರಹೋಗಿಬಿಟ್ಟಂತಾಗಿಬಿಡುತ್ತಿತ್ತು. ಹಾಗಾಗಿ ಬೆರಳಿಗೆ ಕೊಂಚ ಎಂಜಲು ಸವರಿ ತಕ್ಷಣ ಬೆಣಚು ಕಲ್ಲಿನ ಮೇಲಿದ್ದ ಕೂದಲುಗಳನ್ನು ಅಳಿಸಿದೆ. ಮೂಗಿನ ಕೆಳಗೆ ಅಬ್ಬುವಿನ ಮೀಸೆಯನ್ನು ಸೂಚಿಸುವಂತೆ ದಪ್ಪ ಆಕೃತಿ ಬರೆದೆ. ಒಲ್ಲದ ಮನಸ್ಸಿನಿಂದಲೇ ಆ ಯಾತನಾಮಯ ನಿರ್ಧಾರವನ್ನು ಮಾಡಿದೆ. ಸದ್ಯಕ್ಕೆ ನೆರಿಸ್ಸಾಳನ್ನು ಪಡೆಯುವ ಆಸೆಯುನ್ನು ಮುಂದಿನ ಹಿದ್ರಿಲೆಝ್ ಹಬ್ಬಕ್ಕೆ ಮುಂದೂಡಿ ಅಬ್ಬುವನ್ನು ಸೈನ್ಯದ ಬುಲಾವಿನಿಂದ ದೂರವಿರಿಸುವಂತೆ ಅಲ್ಲಾಹುವಿನಲ್ಲಿ ಮೊರೆ ಇಡೋಣವೆಂಬ ಯೋಚನೆಯನ್ನು ಹದಕ್ಕೆ ತಂದೆ.

ಕಾದು ಕಾದು ಬೇಸತ್ತ ಇಲಿಯಾಸ್ ಅದೇನದು ನೀನು ಮಾಡುತ್ತಿರುವುದೆಂದು ಪ್ರಶ್ನಿಸಿದ. ನಾನು ಚಕ್ಕನೆ ಬೆಣಚು ಕಲ್ಲನ್ನು ಕೈಯಲ್ಲಿ ಮುಚ್ಚಿಟ್ಟುಕೊಂಡು "ಇಲ್ಯಾ, ಯಾರಿಗೂ ಹೇಳಬಾರದು ನೋಡು ಮತ್ತೆ!" ಎಂದೆ. ಇಲಿಯಾಸ್ ಬಲವಂತವನ್ನೇನು ಮಾಡಲಿಲ್ಲ.

ಇಲಿಯಾಸ್ ತನ್ನ ಅಂಗೈಗಳನ್ನು ಚಾಚಿ ಪ್ರಾರ್ಥನೆ ಪೂರೈಸಿ ಎದ್ದು ಮನೆಯತ್ತ ನಡೆದ. ಪ್ರಯಾಸದಿಂದ ಎಳೆದು ಹಾಕುತ್ತಿದ್ದ ಆ ದುರ್ಬಲ ಕಾಲುಗಳನ್ನು ನೋಡುತ್ತಿದ್ದರೆ ನನಗೆ ವಿಚಿತ್ರ ಕಳವಳವಾಯಿತು. ಸಂಕಟವಾಯಿತು. ಔಷಧಿ ನಿಯಮಿತವಾಗಿ ಸಿಗದಿದ್ದುದರಿಂದ ಹೋದ ವರ್ಷದಿಂದಲೇ ಅವನು ಇನ್ನೂ ಕೃಶಕಾಯನಾಗಿದ್ದ. ತನ್ನ ಕಾಲುಗಳನ್ನೇ ಎಡವಿ ಬಿದ್ದು ಮೇಲೆ ಏಳಲೇ ಆಗದೇನೋ ಅನಿಸುವಂತಿದ್ದ. ನಮ್ಮ ಜೀವನದಲ್ಲಿ ಅವನು ಇಲ್ಲದೆ ಇರಬಹುದಾದ ಕ್ಷಣಗಳ ಒಂದು ಅಚಾನಕ್ ಆಲೋಚನೆಯೆ ಮನಸ್ಸಿನಲ್ಲಿ ಒಂದು ದೊಡ್ಡ ಶೂನ್ಯವನ್ನೇ ನಿರ್ಮಿಸಿತು. ಆ ಶೂನ್ಯತೆ ಯಾರನ್ನಾದರೂ ತುಂಬಿ ಬಿಡಬಹುದಾದ ಅತ್ಯಂತ ಅಸಹ್ಯ ಭಾವ ಎಂದು ಆ ಗಳಿಗೆಯಲ್ಲಿ ನನಗೆ ಹೊಳೆಯಿತು. ಭಾವನೆಗಳು, ಆಸೆಗಳು ಮತ್ತು ಆತಂಕಗಳ ತಾಕಲಾಟದಲ್ಲಿ ನನ್ನ ಮನಸ್ಸು ದೊಡ್ಡ ಕೋಲಾಹಲಕ್ಕೆ ಒಳಗಾಯಿತು ಮತ್ತು ಅದೇ ಕ್ಷಣದಲ್ಲಿ ಒಂದು ದೃಢವಾದ ನಿರ್ಧಾರ ಮನವನ್ನು ತುಂಬಿತು. ಮತ್ತೆ ಚಕಚಕನೆ ಎಂಜಲಿನಿಂದ ಬೆಣಚು ಕಲ್ಲನೆಲ್ಲ ಒರೆಸಿ ಇಲಿಯಾಸನ ನಗು ಮುಖವನ್ನು ಅದರ ಮೇಲೆ ಬೆರಳುಗಳಿಂದ ಬರೆದೆ. ಅಂಗೈ ಚಾಚಿ ಬೇಡಿಕೆಯನ್ನು ದೇವರಲ್ಲಿಟ್ಟು, ಪ್ರಾರ್ಥನೆ ಪೂರೈಸಿ ಇಲಿಯಾಸ್ ನ ಹಿಂದೆ ಮನೆಯತ್ತ ಓಡಿದೆ. ಕಂಬಿಯ ಮೇಲೆ ನಿನ್ನೆ ತಂದಿದ್ದ ಗೂಬೆಯ ಮರಿ ನಮ್ಮನ್ನು ನೋಡಿ ಕೂಗು ಹಾಕಿತು. ಒಂದೆರಡು ಬಾರಿ ಕಣ್ಣು ಪಿಳುಕಿಸಿ, ರೆಕ್ಕೆ ಬಿಚ್ಚಿ ಫಡಫಡಿಸಿ ಮೇಲಕ್ಕೇರಿ ಹಾರುತ್ತಾ ಕತ್ತಲಲ್ಲಿ ಕರಗಿ ಹೋಯಿತು.

■

ಮರುದಿನದಿಂದ ನಾವು ಆಶ್ರಯ ತಾಣದ ಗುಂಡಿಯನ್ನು ತೋಡಲಾರಂಭಿಸಿದೆವು. ಉಪ್ಪು ಗಾಳಿಯಿಂದಾಗಿ ಗಟ್ಟಿಯಾಗಿದ್ದ ನೆಲವನ್ನು ತಲೆಗೊಂದು ಕರವಸ್ತ್ರವನ್ನು ಸುತ್ತಿಕೊಂಡು, ತನ್ನ ಶಕ್ತಿಯನ್ನೆಲ್ಲಾ ಒಂದುಗೂಡಿಸಿ ಗುದ್ದಲಿಯಿಂದ ನೆಲವನ್ನು ಅಬ್ಬು ಅಗೆಯುತ್ತಿದ್ದರೆ ಅವನ ಅಂಗಿ ಬೆವರಿನಲ್ಲಿ ತೋಯ್ದು ತೊಪ್ಪೆಯಾಗಿತ್ತು. ಆಪಾ ಅಗೆದ ಮಣ್ಣನ್ನು ಬಕೆಟ್ಟುಗಳಲ್ಲಿ ತುಂಬುತ್ತಿದ್ದಳು. ನಾನದನ್ನು ಕೊಂಡು ಹೋಗಿ ಮರಗಳ ತಳಕ್ಕೆ ಸುರಿಯುತ್ತಿದ್ದೆ. ಇಲಿಯಾಸ್ ದೀಪಸ್ತಂಭದ ಮೇಲೆ ಕುಳಿತು ನಿರಾಶೆಯ ಮುಖದಿಂದ ನಮ್ಮನ್ನೇ ನೋಡುತ್ತಿದ್ದ. ನಾನು ಅವನನ್ನು ಸಮಾಧಾನ ಪಡಿಸಲು ಕಡುಕಂದು ಬಣ್ಣದ ಆ ಮಣ್ಣನ್ನು ಗೊಬ್ಬರವೇನೋ ಎಂಬಂತೆ ನಟಿಸುತ್ತಾ ಅದರಿಂದ ಚಿಕ್ಕ ಕಲ್ಲುಗಳನ್ನು ಹೆಕ್ಕಿ ತೆಗೆದು ಕಣ್ಣೀರು ಗಿಡದ ಬುಡಕ್ಕೆ ಒಂದು ಬಕೆಟ್ ಮಣ್ಣು ಸುರಿದೆ.

ದೀಪಸ್ತಂಭದ ಪಹರೆಯ ನೆವ ಮಾಡಿ ಅಬ್ಬು ಇಲಿಯಾಸ್‌ನನ್ನು ಪರಿಶ್ರಮದ ಕೆಲಸಕ್ಕೆ ಹಚ್ಚುತ್ತಿರಲಿಲ್ಲ. ಆದರೆ ಇಲಿಯಾಸ್‌ನಿಗೆ ನಾನು ಹೊರದೂಡಲ್ಪಟ್ಟಿದ್ದೇನೆ ಎಂದು ಅನಿಸುತ್ತಿದ್ದುದು ಸಹಜವೇ ಆಗಿತ್ತು. ಬೀದಿಯಲ್ಲಾಡುವ ಗೆಳೆಯರನ್ನು ನೋಡಿ ಹಾಸಿಗೆ ಹಿಡಿದ ಮಗು ಬೇಸರ ಪಡುವಂತೆ, ಆ ನಮ್ಮ ಗಡಿಬಿಡಿಯ ಕೆಲಸಗಳಲ್ಲಿ ಹೇಗಾದರೂ ಸಹಾಯ ಮಾಡಬೇಕು ಎಂದು ಅವನಿಗೆ ಅನಿಸುತ್ತಿತ್ತು. ಹಿಂದಿನ ದಿನ ನಮ್ಮ ಆಸೆಗಳಿಗೆ ಕುಡಿಯೊಡೆಸಿದ್ದ ಹಳದಿ ಗುಲಾಬಿ ಗಿಡದ ಬುಡಕ್ಕೆ ಇನ್ನೊಂದು ಬಕೆಟ್ ಮಣ್ಣೆರೆಯುತ್ತಾ ನಾನು ತಲೆಯೆತ್ತಿ ನೋಡಿದೆ. ನಮ್ಮಿಬ್ಬರ ಕಣ್ಣುಗಳು ಒಂದಾಗಿ ಇಬ್ಬರ ಮುಖಗಳೂ ಅರಳಿದವು. ಇಲಿಯಾಸ್ ಮುಗುಳ್ನಕ್ಕ. ನಾನೂ ಮುಗುಳ್ನಕ್ಕೆ.

ಮರುದಿನ ಬೆಳಿಗ್ಗೆ ಕೊಂಚ ಹೊತ್ತೇರುತ್ತಿದ್ದಂತೆ ನಾನು ಮಣ್ಣೆರೆದಿದ್ದ ಕಣ್ಣೀರುಮರದ ಬುಡಕ್ಕೆ ಹಾಲಾ ಸ್ವಲ್ಪ ಸುಣ್ಣವನ್ನೆರಚಿದಳು. ನಮ್ಮ ಗುಂಡಿ ತೋಡುವ ಕೆಲಸ ಇನ್ನೇನು ಮುಗಿಯಬೇಕು ಅಷ್ಟರಲ್ಲಿ ದ್ರಾಕ್ಷಿ ಕೆಲಸಕ್ಕೆ ಉಪಯೋಗಿಸುವ ಕೊಂಬಿನಂಥ ಹಿಡಿಯನ್ನು ಹೊಂದಿದ್ದ ಚಂದ್ರಾಕಾರದ ಚಾಕುವನ್ನು ಕೈಯಲ್ಲಿ ಹಿಡಿದು ಏದುಸಿರು ಬಿಡುತ್ತಾ ಲಗುಬಗೆಯಿಂದ ಮರದ ಬುಡಕ್ಕೆ ಬಂದಳು. ಚಾಕುವನ್ನು ನೋಡಿ ಅಬ್ಬು ಕ್ಷಣಾರ್ಧ ಆಶ್ಚರ್ಯಚಕಿತನಾದ. ಕೈಯಲ್ಲಿದ್ದ ಗುದ್ದಲಿಯನ್ನು ನೆಲದ ಮೇಲೆ ಇರಿಸಿ ಅದರ ಹಿಡಿಯ ಮೇಲೆ ಗದ್ದ ಊರಿ, ಮೂಗಿನ ತುದಿಯಿಂದ ತೊಟ್ಟಿಕ್ಕುತ್ತಿದ್ದ ಬೆವರೊರೆಸಿಕೊಳ್ಳುತ್ತಾ ತನ್ನ ಅಕ್ಕನನ್ನು "ಆಪಾ ಇದು ಬಹಳ ಬೇಗ ಆಗಲಿಲ್ವಾ? ಇದಿನ್ನೂ ಜೂನ್ ತಿಂಗಳು!" ಎಂದು ಹುಬ್ಬೇರಿಸಿದ. ಹನೀಮ್ ಹಾಲಾಳ ಮೌನದಲ್ಲಿದ್ದ ಹಠಮಾರಿತನ ಅವನನ್ನು ತಡೆಯಿತು. ಅವನು ಇಲಿಯಾಸ್‌ನತ್ತ ತಿರುಗಿ ಕೆಳಗಿಳಿದು ಬರುವಂತೆ ಸನ್ನೆ ಮಾಡಿದ. ನಮ್ಮ ಕಣ್ಣೀರು ಮರ ಯಾವತ್ತೂ ಅಂಟನ್ನು ಸ್ರವಿಸಿಯೇ ಇರಲಿಲ್ಲವಾದ್ದರಿಂದ ಈ ವಿಷಯದಲ್ಲಿ ವಾದ ಮಾಡುವುದ್ಯಾಕೆಂದು ಅಬ್ಬುವಿಗೆ ಅನಿಸಿರಬಹುದು.

"ಇಲ್ಯಾ, ನಿನ್ನಮ್ಮಿನೂ ಬರಕ್ಹೇಳು" ಎಂದು ಕೂಗಿದ. ನಾವೆಲ್ಲರೂ ಕಣ್ಣೀರು ಮರದತ್ತ ಧಾವಿಸಿದೆವು.

ಹನೀಮ್ ಹಾಲಾ ಎಂದೂ ಕೈಯಿಂದ ಕೈಗೆ ಚಾಕುವನ್ನು ವರ್ಗಾಯಿಸುತ್ತಿರಲಿಲ್ಲ. ಹುಡುಗರು ಕೈ ತಗುಲಿಸಿಕೊಂಡು ರಕ್ತ ಚಿಮ್ಮಿ ಬಿಟ್ಟರೆ ಎಂಬುದು ಅವಳ ಭಯವಾಗಿತ್ತು. ನಾವವಳ ಕಣ್ಣುತಪ್ಪಿಸಿ ಆ ರೀತಿಯೇನಾದರೂ ಮಾಡಿದರೆ ಸಿಕ್ಕಾಪಟ್ಟೆ ಸಿಟ್ಟಾಗುತ್ತಿದ್ದಳು. ಹಾಗಾಗಿ ಕೈಯಲ್ಲಿದ್ದ ಚಾಕುವನ್ನು ಗಿಡದ ಬುಡದಲ್ಲಿಟ್ಟಳು. ಅಬ್ಬು "ಬಿಸ್ಮಿಲ್ಲಾಹಿರ್ರಹುಮಾನಿರ್ರಹಿಮ್" ಪಠಿಸಿ ಅದನ್ನು ಕೈಗೆತ್ತಿಕೊಳ್ಳುವ ಹೊತ್ತಿಗೆ ಇಲಿಯಾಸ್ ಉತ್ಸುಕನಾಗಿ "ಅಬ್ಬು ಅಬ್ಬು ಈ ವರ್ಷ ನಾನ್ ಮಾಡ್ತಿನಬ್ಬು..." ಎಂದು ಗೋಗರೆದ.

ಅಬ್ಬು ಅಭಿಮಾನದಿಂದ ಅವನತ್ತ ನೋಡುತ್ತಾ ಚಾಕುವನ್ನು ಆ ಕೆಂಪು ಬಿಳಿ ನೆಲದ ಮೇಲೆ ಮತ್ತೆ ಇಡುತ್ತಾ "ಆಯ್ತು ನನ್ನ ಮುದ್ದು ಮುನ್ನಾ, ನೀನೆ ಮಾಡು, ನೋಡಣ" ಎಂದ.

ಮೊದಮೊದಲಿಗೆ ಅಬ್ಬು ಒಪ್ಪಿಬಿಟ್ಟ ಎಂಬುದನ್ನು ನಂಬದಾದ ಇಲಿಯಾಸ್, ಅಬ್ಬು ತನ್ನ ಮನಸ್ಸನ್ನು ಬದಲಾಯಿಸುವ ಮುನ್ನವೇ ಉತ್ಸಾಹದಿಂದ ಚಕ್ಕನೆ ಚಾಕುವನ್ನು ಕೈಗೆತ್ತಿಕೊಂಡ. ಅದೊಂದು ಧಾರ್ಮಿಕ ಆಚರಣೆ ಎಂಬಂತೆ ನಾವೆಲ್ಲ ಪ್ರಾರ್ಥನೆ ಸಲ್ಲಿಸಿದೆವು. ಇಲಿಯಾಸ್ ಕತ್ತಿಯಿಂದ ಮರದ ಕಾಂಡವನ್ನು ಹಲವು ಬಾರಿ ಕೊರೆದ. ಏನೂ ಪ್ರಯೋಜನವಿಲ್ಲವೆಂದು ತಿಳಿದಿದ್ದರೂ ಅಬ್ಬು ಸೂಚನೆ ಕೊಡುವುದನ್ನು ನಿಲ್ಲಿಸಲಿಲ್ಲ "ತುಂಬಾ ಒಳಗಡೆ ಕೊರಿಬೇಡ. ನೀನು ಮರಕ್ಕೆ ನೋವು ಮಾಡ್ತಿ... ತೊಗಟೆ ಕೆಳಗಿರೋ ಮರದ ನರ ಸಿಗೊವಷ್ಟಕ್ಕೆ ಕೊಯ್ದರೆ ಸಾಕು."

ಇಲಿಯಾಸ್ ಜಾಗ್ರತೆಯಿಂದ ಋತುವಿನ ಮೊದಲ ಕಾಂಡವನ್ನು ಗೀರುತ್ತಿದ್ದರೆ ಹನೀಮ್ ಹಾಲಾ ಎಡೆಬಿಡದೆ ಪ್ರಾರ್ಥಿಸುತ್ತಾ ಅವನನ್ನು ಹರಸುತ್ತಿದ್ದಳು.

ಈ ಎಲ್ಲ ಗಲಿಬಿಲಿಗಳ ನಡುವೆ ನನ್ನ ಸುನ್ನತಿಯ ವಿಷಯ ಎಲ್ಲರಿಗೂ ಮರೆತೇ ಹೋಗಿದೆ ಎಂದು ನಾನು ಒಳಗೊಳಗೇ ಖುಷಿಪಡುತ್ತಿದ್ದೆ. ಯುದ್ಧದ ಕಾಲ, ಬಾಂಬ್ ದಾಳಿಗಳಾಗುತ್ತಿವೆ, ಎಲ್ಲೆಡೆ ಬೆಂಕಿ ಹತ್ತಿ ಉರಿಯುತ್ತಿದೆ, ಹಳ್ಳಿ ಹಳ್ಳಿಗಳಿಗೆ ಟೆಲಿಫೋನ್ ಕಳಿಸಲಾಗುತ್ತಿದೆ, ಅಷ್ಟೇ ಅಲ್ಲ ನಾವು ಈ ಆಶ್ರಯದಾಣದ ದೊಡ್ಡ ಗುಂಡಿ ತೋಡುತ್ತಿದ್ದೇವೆ. ಈ ಸಂದರ್ಭದಲ್ಲಿ ನನ್ನ ಬುಲ್ಲಿಯ ಬಗ್ಗೆ ಯಾರಿಗಾದರೂ ನೆನಪಿರುತ್ತದೆ ಎಂದುಕೊಂಡಿದ್ದೆ. ಆದರೆ ಹಾಗಾಗಲಿಲ್ಲ.

ಮೂರು ದಿನಗಳ ನಂತರ ಹಳ್ಳಿಗೆ ಹೋಗಲು ಹನೀಮ್ ಹಾಲಾ ಗಂಟು ಮೂಟೆ ಕಟ್ಟುತ್ತಿರುವುದನ್ನು ನೋಡಿ ನಾನೇ ನನ್ನ ಯೋಚನೆಗಳಲ್ಲಿ ಎಡವಿದೆ ಎನಿಸಿತು. ಕತ್ತೆಯ ಮೇಲೆ ಕೂತ ಹನೀಮ್ ಹಾಲಾಳನ್ನು ನಾವೆಲ್ಲ ಸಾಲಾಗಿ ಕಾಲ್ನಡಿಗೆಯಲ್ಲಿ ಹಿಂಬಾಲಿಸುತ್ತಿದ್ದರೆ, ನನ್ನ ಒಳ ಮನಸ್ಸು ಜರ್ಮನ್ ವಿಮಾನಗಳು ಬಾಂಬುದಾಳಿಯನ್ನಾದರೂ ಮಾಡಬಾರದೆ ಎನಿಸಿತು. ಲೆಸ್ಬೋಸಿಗೆ ಲೆಸ್ಬೋಸೆ ಬೆಂಕಿ ಹತ್ತಿಕೊಂಡು ಉರಿದ ಹಾಗೆ ಇಲ್ಲಾದರೂ ಆಗಿದ್ದರೆ ಚೆನ್ನಾಗಿತ್ತು ಎಂದುಕೊಂಡೆ. ಸಾರ್ಫಿನಿಕ್ ಪ್ರದೇಶದಲ್ಲಿ ಆಗಿತ್ತೆನ್ನಲಾದ ಭೂಕಂಪವಾದರೂ ಇಲ್ಲಾಗಬೇಕು, ಆದರೆ ಯಾರೂ ಸಾಯಬಾರದು. ಕೇವಲ ಸುನ್ನತಿಯಿಂದ ಬಚಾವಾದರೆ ಸಾಕೆಂದು ನನಗೆ ನಾನೇ ಹೇಳಿಕೊಂಡೆ. ಕಡೆಪಕ್ಷ ಸುನ್ನತಿ ಮಾಡುವವನಾದರೂ ಹಳ್ಳಿಗೆ ಬರುವ ದಾರಿಯಲ್ಲಿ, ಕತ್ತೆಯಿಂದ ಉರುಳಿ ಬಿದ್ದು ಸಾಯಲಿ! ಅವನ ಹೆಣವನ್ನು ನರಿ ನಾಯಿಗಳು ತಿನ್ನಲಿ!

ಆ ದಿನದ ಸಾಯಂಕಾಲ ನಾನಿಯ ಮನೆಯಲ್ಲಿ ಅಮ್ಮಿ ನನಗೆ ದೊಡ್ಡ ಟಿನ್ ದಬರಿಯಲ್ಲಿ ಸ್ನಾನ ಮಾಡಿಸುತ್ತಿದ್ದಾಗಲೂ ನಾನು ಆ ರೀತಿಯ ಆಸೆಗಳನ್ನು ವ್ಯಕ್ತಪಡಿಸುವುದನ್ನು ನಿಲ್ಲಿಸಲಿಲ್ಲ. ಅಮ್ಮಿಗೆ ತಲೆ ಚಿಟ್ಟೆದ್ದು ಕೈಯಲ್ಲಿದ್ದ ಇಟ್ಟಿಗೆ ಗಾತ್ರದ ಆಲಿವ್ ಎಣ್ಣೆಯ ಸೋಪಿನಿಂದಲೇ ನನ್ನ ತಲೆಗೊಂದು ಕುಟ್ಟಿದಳು. ಆ ದಬರಿಯನ್ನು ಇನ್ನೆಂದೂ ಕಣ್ಣಿನಿಂದಲೂ ನೋಡಬಾರದೆಂದುಕೊಂಡೆ. ಆ ಘಾಟು ವಾಸನೆಯ ಸೋಪು ನನ್ನ ಕಣ್ಣುಗಳನ್ನು ಉರಿಸದೇ ಇದ್ದರೆ, ಸೊಂಟಕ್ಕೆ ಟವಲ್ ಸುತ್ತಿಕೊಂಡು ಅಲ್ಲಿಂದ ಓಡಿ ಗುಡ್ಡ ದಾಟಿ ಪರಾರಿಯಾಗಿ ಬಿಡುತ್ತಿದ್ದೆ.

ಮರುದಿನ ಬೆಳಿಗ್ಗೆ ನಾನಿಯ ಮನೆಯಲ್ಲಿ ಭಯಾನಕ ಗದ್ದಲವೆದ್ದಿತ್ತು. ಅಮ್ಮಿ ತನ್ನ ಸಹನೆ ಕಳೆದುಕೊಂಡು ಗುಡ್ಡದ ತುದಿಯಿಂದ ಹಾರಿಬಿಡಬೇಕು ಎಂದೆನಿಸಿದ ಕೆಲವೇ ಕೆಲವು ಸನ್ನಿವೇಶಗಳಲ್ಲಿ ಅದೂ ಒಂದಾಗಿತ್ತು. 'ನನಗೂ ಸುನ್ನತಿ ಮಾಡ್ಸಿ!" ಎಂದು ಇಲಿಯಾಸ್ ಕಣ್ಣರಳಿಸಿ, ಅರಚುತ್ತಿದ್ದರೆ 'ನನಗೆ ಸುನ್ನತಿ ಬೇಡ್ವೇ ಬೇಡ' ಎಂದು ನಾನು ಮನೆಯ ಛಾವಣಿ ಹಾರಿಹೋಗುವಂತೆ ಕೂಗುತ್ತಿದ್ದೆ. ನನ್ನ ಅಮ್ಮಿ, ಅಬ್ಬುವಿನ ಹಳೆಯ ಅಂಗಿಯೊಂದನ್ನು ಬಳಸಿ ಮಾಡಿದ್ದ ಮೊಣಕಾಲವರೆಗೂ ಬರುತ್ತಿದ್ದ ಸುನ್ನತಿಯ ನಿಲುವಂಗಿ ಹಾಕಿಕೊ ಎಂದು ಒತ್ತಾಯಿಸುತ್ತಿದ್ದಳು. ನಾನು ನೋಡಿದರೆ ಸುನ್ನತಿಯೂ ಬೇಡ ಏನೂ ಬೇಡ ಎಂದು ಹಠ ಹಿಡಿದಿದ್ದೆ.

ಇದಿಷ್ಟು ಸಾಲದೆಂಬಂತೆ ನಾನಿಯ ಕೈಯಲ್ಲಿದ್ದ ಹೊಸ ಫ್ರಾಕನ್ನು ನೋಡಿದವಳೆ ಆಪಾ "ನಾನು ಈ ಹುಡುಗೀರ ತರ ಇರೊ ಬಟ್ಟೆ ಎಲ್ಲ ಹಾಕಲ್ಲ ತಗಿರಿ!" ಎಂದು ರಚ್ಚೆ ಹಿಡಿದಿದ್ದಳು. ಅದಕ್ಕೆ ನಾನಿ "ನೋಡು ನೀನು ಈ ಅನಿಷ್ಟದ ತೇಪೆ ಹಾಕಿದ ಪ್ಯಾಂಟಲ್ಲೆಲ್ಲ ಹೊರಗಡೆ ಹೋಗೊ ಹಾಗಿಲ್ಲ!" ಎಂದು ಗದರಿದಳು. ಆ ಇಡೀ ಗದ್ದಲದಲ್ಲಿ ಶಾಂತಸ್ವರೂಪಿಯಾಗಿ ಕೂತವಳೆಂದರೆ ಹನೀಮ್ ಹಾಲಾ ಒಬ್ಬಳೆ. ಅವಳು ತನ್ನ ಪಾಡಿಗೆ ತಾನು ಲಾಯಿಲಾಹ ಲಾಯಿಲಾಹ ಪಠಿಸುತ್ತಾ ತಸ್ಬೀಹಾದ ಮಣಿಗಳನ್ನು ಎಣಿಸುತ್ತಿದ್ದಳು.

ಆಪಾ ತನ್ನಿಂದ ಆ ಬಟ್ಟೆ ತೊಡಲು ಆಗೋದೆ ಇಲ್ಲ ಎಂದು ಹಠ ಮಾಡಿದಾಗ "ಲೇ ಹಾಳಾದೋಳೆ, ಆ ಸುನ್ನತಿ ಮಾಡೋನು, ನೀನು ಹಾಕಿದ ಬಟ್ಟೆ ನೋಡಿ ನಿನಿಗೇ ಸುನ್ನತಿ ಮಾಡಿದ್ರು ಮಾಡಿದ್ನೆ! ನೋಡು ಏನು ಮಾಡ್ತಿಯೊ!" ಎಂದು ಹೆದರಿಸಿದಾಗಲೆ ಆಪಾ ಹೂಗಳ ಚಿತ್ತಾರವಿದ್ದ ಆ ಕೆಂಪು ಫ್ರಾಕ್ ತೊಟ್ಟುಕೊಳ್ಳಲು ಒಪ್ಪಿದಳು. ಆದರೆ ತಲೆಗೆ ಬಿಳಿ ಬಣ್ಣದ ರಿಬ್ಬನ್ ಕಟ್ಟಿಕೊಳ್ಳಲು ತಕರಾರು ತೆಗೆದಾಗ ನಾನು ಕೂಡ ಮತ್ತೆ ನನಗೆ ಸುನ್ನತಿ ಬೇಡವೆಂದು ಕಿರುಚಲು ಶುರುಮಾಡಿದೆ. ಬೇರೆ ಸಮಯದಲ್ಲಾದರೆ ಆಪಾ ಫ್ರಾಕ್ ಧರಿಸಿದ ಸಮಯದಲ್ಲೆಲ್ಲಾ "ಹಾ, ಪರವಾಗಿಲ್ಲ, ಈಗ ನೀನು ಹುಡುಗಿ ತರ ಕಾಣ್ತಾ ಇದೀಯ ನೋಡು!" ಎಂದು ಕೀಟಲೆ ಮಾಡ್ತಾ ಇದ್ದೆ. ಆದರೆ ನಾನೇ ಅತ್ಯಂತ ದುರ್ಭರ ಪರಿಸ್ಥಿತಿಯಲ್ಲಿದ್ದರಿಂದ ಬೇರೆ ಯಾರನ್ನೂ ತಡವಿಕೊಳ್ಳುವ ಸಾಮರ್ಥ್ಯ ನನ್ನಲ್ಲಿರಲಿಲ್ಲ.

ಮುಂದಿನ ಸ್ವಲ್ಪ ಹೊತ್ತಿನಲ್ಲೇ ಅಬ್ಬು ಮನೆಗೆ ಬರಲು ನಾವೆಲ್ಲ ವಿಧಿಯಿಲ್ಲದೆ ಗಪ್ ಚುಪ್ ಆದೆವು. ಮಧ್ಯಾಹ್ನದ ವೇಳೆಗೆ ಬೆಟ್ಟದಂಚಿನ ಆರಂಭದಲ್ಲಿ ಕ್ಲಾರಿನೆಟ್ ವಾದನದ ಸದ್ದು ಕೇಳಿಸಿತು. ನನ್ನ ಕಿವಿಗಳಿಗದು ಪ್ರಳಯವನ್ನು ಘೋಷಿಸಲು ದೇವದೂತನು ಊದುವ ಎಚ್ಚರಿಕೆಯ ದನಿಯಂತೆ ಕೇಳಿಸಿತು. ಕ್ಲಾರಿನೆಟ್ ಬಾರಿಸುವವನು ಮತ್ತು ಡ್ರಮ್ ಬಾರಿಸುವವನ ತುತ್ತೂರಿ ಬಳಗದೊಂದಿಗೆ, ವಾಸ್ತವದಲ್ಲಿ ಆ ಹಳ್ಳಿಯ ಕ್ಷೌರಿಕನೇ ಆಗಿದ್ದ ಸುನ್ನತಿ ಮಾಡುವವನು ಬೆಟ್ಟದಂಚಿನಿಂದ ಊರನ್ನು ಪ್ರವೇಶಿಸಿ, ತಕ್ಷಣವೇ ತನ್ನ ಹತ್ಯಾಕಾಂಡವನ್ನು ಪ್ರಾರಂಭಿಸಿದ. ದೂರದಲ್ಲಿ ಮಗುವೊಂದರ ಅರಚಾಟ ಕೇಳಿಸಿದಾಗ ನನ್ನ ಕಣ್ಣೀರು ಧಾರೆ ಧಾರೆಯಾಗಿ ಹರಿದು ನಾನು ಆ ಅಳುವಿನಲ್ಲಿ ಒಂದಾದೆ.

ಆ ಸುನ್ನತಿಯವನು, ಅವನ ಹಿಂದೆ ರಣವಾದ್ಯ ಮೊಳಗಿಸುತ್ತಿದ್ದ ಸಂಗೀತಗಾರನ ಕಿವಿಗಡಚಿಕ್ಕುವ ಆರ್ಭಟದ ಡ್ರಮ್ ಬಡಿತದ ಜೊತೆಗೆ ಮಕ್ಕಳ ಹೃದಯ ಸೀಳುವ ಕೂಗುಗಳು ಮನೆಯಿಂದ ಮನೆಗೆ ಸಾಗುತ್ತಿದ್ದಂತೆ ಸೈತಾನರ ಸೇನೆ ಹತ್ತಿರ ಬರುತ್ತಿದ್ದಂತೆ ಅನಿಸುತ್ತಿತ್ತು. ನಾನು ಬಲಿಗೆ ಸಿದ್ಧ ಮಾಡಿಟ್ಟಂತಿದ್ದ ಕುರಿಮರಿಯಂತೆ ಮನೆಯಂಗಳದಲ್ಲಿ ಕಾಯುತ್ತಿದ್ದೆ. ನಾನೆಲ್ಲೂ ಓಡಿಹೋಗಬಾರದೆಂದು ಕೈಕೋಳಗಳಂತೆ ಅಬ್ಬು ಬಿಗಿಯಾಗಿ ನನ್ನ ಮಣಿಕಟ್ಟನ್ನು ಹಿಡಿದಿದ್ದರು. ಕ್ಲಾರಿನೆಟಿಸ್ಟ್ ನುಡಿಸುತ್ತಿದ್ದ ಹೃದಯವಿದ್ರಾವಕ ಜಾನಪದ ರಾಗದ ಹಿನ್ನೆಲೆಯೊಂದಿಗೆ ಸುನ್ನತಿ ಮಾಡುವವನು ನಮ್ಮ ಮನೆಯ ಬಾಗಿಲ ಬಳಿ ಬಂದು ನಿಂತ. ನಾನು ಅಬ್ಬುವಿನ ಕೈಯಿಂದ ತಪ್ಪಿಸಿಕೊಳ್ಳುವ ವ್ಯರ್ಥ ಪ್ರಯತ್ನ ಮಾಡಿದೆ.

ಹೊರಗಡೆ ದೊಡ್ಡದಾಗಿ ತೆರೆದಿದ್ದ ಎರಡು ರೆಕ್ಕೆಯ ಗೇಟಿನ ಹತ್ತಿರ ಅಕ್ಕಪಕ್ಕದ ಮನೆಯ ಗಂಡಸರು ನಿಂತಿದ್ದರು. ಅವರು ತುಟಿಗಳಲ್ಲಿ ಸಿಗರೇಟುಗಳನ್ನು ತೂಗಾಡಿಸುತ್ತಾ, ಶವಗಳು ಕಂಡೊಡನೆ ಗುಂಪುಗೂಡಲು ಕಾಯುತ್ತಿರುವ ರಣಹದ್ದುಗಳ ರೆಕ್ಕೆಗಳಂತೆ ಅವರ ತೋಳುಗಳನ್ನು ತೆರೆದುಕೊಂಡು, ಒಮ್ಮೊಮ್ಮೆ ಒಂಟಿಗಾಲಿನಲ್ಲಿ ಕುಣಿಯುತ್ತಾ, ಮತ್ತೊಮ್ಮೆ ಕೆಳಗೆ ಕುಸಿದು ಮೊಣಕಾಲಿನಿಂದ ನೆಲವನ್ನು ಬಡಿಯುತ್ತಾ, ಮತ್ತೆ ಎದ್ದು ನಿಂತು ಕುಡಿದು ಮತ್ತೇರಿದ ಹುಚ್ಚರಂತೆ ಜಿಗಿಯುತ್ತಾ, ಆ ಡ್ರಮ್ಮಿನ ಪ್ರತಿ ಬಡಿತಕ್ಕೂ ರಸ್ತೆ ಗುಡಿಸುವ ಭಂಗಿಯಲ್ಲಿ ಕುಣಿಯುತ್ತಿದ್ದರು. ಇಲ್ಲಿ ನನ್ನ ಅರಚಾಟ ಹೆಚ್ಚಾದಂತೆಲ್ಲಾ ಅಲ್ಲಿ ಡ್ರಮ್ಮರ್ ಕೂಡ ಜೋರಾಗಿ ಬಾರಿಸುತ್ತಿದ್ದ ಮತ್ತು ಕ್ಲಾರಿನೆಟಿಸ್ಟ್ ತನ್ನ ಶ್ವಾಸಕೋಶದ ಎಲ್ಲಾ ಶಕ್ತಿಬಳಸಿ ಊದುತ್ತಿದ್ದಾನೇನೊ ಎಂದೆನಿಸುತ್ತಿತ್ತು.

ಆ ಕ್ಷಣದಲ್ಲಿ ಅನಿರೀಕ್ಷಿತವಾಗಿ, ಅಲ್ಲಾಹುವಿನ ದೇವದೂತರೆ ಬಂದಂತೆ,ಇಲಿಯಾಸ್ ನನ್ನ ಮತ್ತು ಆ ಸುನ್ನತಿಯವನ ನಡುವೆ ಓಡಿ ಬಂದವನೆ "ನನಗೆ ಮೊದ್ಲು ಸುನ್ನತಿ ಮಾಡಿ" ಎಂದ. ಇನ್ನೂ ಹೂ ವಿನ್ಯಾಸದ ಕೆಂಪು ಫ್ರಾಕಿನಲ್ಲಿದ್ದ ಆಪಾ ಅವನನ್ನು ಬಾಚಿ ಹಿಡಿದು ತನ್ನೆಡೆಗೆ ಸೆಳೆದುಕೊಂಡಳು. ಆ ಸುನ್ನತಿಯವನು ಅಬ್ಬು ಕಡೆಗೆ ವಿಷಣ್ಣನಾಗಿ ನೋಡಿದ. ಅಬ್ಬು ಇನ್ನೂ ಹೆಚ್ಚಿನ ದುಃಖದ ಮನಸ್ಥಿತಿಯಲ್ಲಿದ್ದ. ಧೈರ್ಯಶಾಲಿ ಜಟ್ಟಿಯಂತೆ ಕಾಣುತ್ತಿದ್ದ ಅಬ್ಬು ಮಾತನಾಡಲು ಪದಗಳೇ ಸಿಗದೆ, ಉಮ್ಮಳಿಸಿ ಬರುತ್ತಿರುವ ದುಃಖವನ್ನು ತಡೆಹಿಡಿಯುತ್ತಾ, ಮುಖ ಸಣ್ಣಗೆ ಮಾಡಿಕೊಂಡ ಅಸಹಾಯಕ ಕುರಿಮರಿಯಂತೆ ಕಾಣುತ್ತಿದ್ದ. ಅವನಿಂದ ಯಾವುದೇ ಪ್ರತಿಕ್ರಿಯೆ ಬರದಿದ್ದಾಗ, ಸುನ್ನತಿಯವನೆ "ಇಲ್ಲೊ ಹುಡ್ಗ, ನಿನಿಗೆ ಸುನ್ನತಿ ಮಾಡಕಾಗಲ್ಲ ನಿನಿಗೆ!" ಎಂದ. ಅದಕ್ಕುತ್ತರವಾಗಿ "ಯಾಕಾಗಲ್ಲ?" ಎಂದ ಇಲಿಯಾಸ್‌ನ ಮುಖದಲ್ಲಿ ದೈನ್ಯವಿತ್ತು. ಕಪಾಳದ ಮೇಲೆ ಕಣ್ಣೀರನ್ನು ದಳದಳ ಹರಿಸುತ್ತಾ "ಸ್ವಲ್ಪೇ ಸ್ವಲ್ಪ ರಕ್ತ ಬಂದ್ರೆ ನಾನೇನು ಸತ್ತೋಗಲ್ಲ! ನನಗಿಂತ ಸಣ್ಣ ಸಣ್ಣ ಹುಡುಗರಿಗೆಲ್ಲ ಸುನ್ನತಿ ಆಗಿದೆ. ಆದ್ರೆ ನಾನೊಬ್ನೆ ಸುನ್ನತಿ ಆಗದೆ ಉಳಿದಿರೋದು" ಎಂದ. "ಅದಕ್ಕೇ ಹುಡುಗಾ, ಬೇಡ ಅಂತ ಹೇಳ್ತ ಇರೋದು!" ಎಂದು ನನಗೆ ಪರಿಚಿತವಾದ ದನಿಯೊಂದು ಮಧ್ಯ ಪ್ರವೇಶಿಸಿತು. ಅದು ಮಿಸ್ಟರ್ ಈಥಮ್ ಅವರ ಧ್ವನಿಯಾಗಿತ್ತು. ಶಾಲೆ

ಬಿಟ್ಟಾಗಿನಿಂದ ಅವರ ಧ್ವನಿಯನ್ನು ಕೇಳಿರಲೇ ಇಲ್ಲ. ನನ್ನ ಭಯಭೀತ ಪರಿಸ್ಥಿತಿಯಲ್ಲಿ ನಾನು ಅವರ ಉಪಸ್ಥಿತಿಯನ್ನು ಗಮನಿಸಿಯೇ ಇರಲಿಲ್ಲ. ಅವರು ನೋಡಿದರೆ ಸುನ್ನತಿ ಮಾಡುವವನ ಪಕ್ಕವೆ ನಿಂತಿದ್ದರು. "ನಿಂಗೂ ಯಾಕೆ ಸುನ್ನತಿ ಮಾಡ್ತಾ ಇಲ್ಲ ಅಂದ್ರೆ, ಸಾಮಾನ್ಯವಾಗಿ ವಯಸ್ಸಲ್ಲಿ ದೊಡ್ಡೋರು, ಸುನ್ನತಿ ಮಾಡಿಸಿಕೊಳ್ಳೊ ಸಣ್ಣ ಹುಡುಗರ ಮೇಲೆ ನಿಗಾವಹಿಸಬೇಕು. ಆ ನೋಡಿಕೊಳ್ಳೋನು ಕೂಡ ಎಲ್ಲರ ದೊಡ್ಡಣ್ಣನ ತರ ಇರ್ಬೇಕು. ಈಗ ಹೇಳು ಹುಡ್ಗ. ನಿಂಗೂ ಸುನ್ನತಿ ಮಾಡಿಬಿಟ್ರೆ ನಿನ್ನ ತಮ್ಮನ ನೋಡಿಕೊಳ್ಳೊ ಜವಾಬ್ದಾರಿನ ಯಾರಿಗೆ ಕೊಡೋದು?" ಎಂದು ಅನುಮಾನ ಬಾರದ ವಿಶ್ವಾಸದ ದನಿಯಲ್ಲಿ ತಿಳಿಹೇಳಿದರು.

"ಖಂಡಿತವಾಗಲೂ ಇದಕ್ಕೇನೆ ನಿಂಗೆ ಸುನ್ನತಿ ಮಾಡ್ತಾ ಇಲ್ಲ!" ಎಂದು ಇಲಿಯಾಸ್‌ನಿಗೆ ಹೇಳಿದ ವ್ಯಕ್ತಿಯೇ ಮಿಸ್ಟರ್ ಈಥೆಮ್ ಕಡೆಗೆ ಧನ್ಯತಾ ಭಾವದಿಂದ ನೋಡಿದ. "ಈಗ ನೋಡು. ಈ ಮಕ್ಕಳಿಗೆಲ್ಲಾ ಸುನ್ನತಿ ಮಾಡೊವಾಗ ಆಗಿರೊ ಗಾಯಕ್ಕೆ ದಿನಾಲು ಮದ್ದು ಮಾಡಬೇಕು. ಅದಿಕ್ಕೋಸ್ಕರ ನಾನು ದಿನಾನು ಹಳ್ಳಿಗೆ ಬರಕ್ಕಾಗತ್ತಾ? ಇಲ್ಲ ತಾನೆ? ಅದಿಕ್ಕೆ ಈ ಕೆಲಸ ಎಲ್ಲಾ ಮನೆಲಿರೊ ಬಢೆ ಭಾಯಿ, ಅದ್ರಲ್ಲು ಜವಾಬ್ದಾರಿ ಇರೋ ಹುಡುಗನೆ ಮಾಡ್ಬೇಕು ಅಂತಿದೆ. ಅದಿಕ್ಕೆ ನಾವು ನಿನಗೆ ಸುನ್ನತಿ ಮಾಡ್ತ ಇಲ್ಲ."

ಅದಕ್ಕೆ ಮುಸುಗುಡುತ್ತಲೆ ಇಲಿಯಾಸ್ "ನಿಜವಾಗ್ಲೂ? ನೀವು ನಂಗೆ ಸುಮ್ಮಸುಮ್ಮನೆ ಸುಳ್ಳು ಹೇಳಿ ತಮಾಷೆ ಮಾಡ್ತಿಲ್ಲ ತಾನೆ?" ಎಂದ.

"ಅಯ್ಯೋ ಮೇರಾ ಜಾನ್! ನಾನ್ಯಾಕೆ ನಿಂಗೆ ತಮಾಷೆ ಮಾಡ್ಲಿ? ನೀನೇನು ಸಣ್ಣ ಹುಡುಗನಾ? ಈ ಕೆಲಸ ಮಾಡೋಕೆ ಜಾಣ ಹುಡುಗ್ರೆ ಬೇಕು. ಅದನ್ನ ನೀನಲ್ಲದೆ ಇನ್ಯಾರು ಮಾಡೋದು?" ಎಂದು ಕೇಳಿ ಮಾತು ಮುಗಿಸಿದ ಸುನ್ನತಿಯವನು ನನ್ನ ಸಮೀಪ ಬಂದೆ ಬಿಟ್ಟ. ನನ್ನ ಹೃದಯ ಜೋರಾಗಿ ಬಡಿದುಕೊಳ್ಳುವುದು ನನಗೇ ಕೇಳಿಸುತ್ತಿದ್ದರೂ ಮಿಸ್ಟರ್ ಈಥಮ್ ಅವರ ಮುಂದೆ ದೊಡ್ಡ ರಂಪ ಮಾಡಲು ನನಗೆ ಸುತರಾಂ ಇಷ್ಟವಿರಲಿಲ್ಲ. ನನ್ನ ಅಕ್ಕಪಕ್ಕದಲ್ಲಿ ಅಬ್ಬು ಮತ್ತು ಮಿಸ್ಟರ್ ಈಥಮ್ ನನ್ನ ಕೈಗಳನ್ನು ಗಟ್ಟಿಯಾಗಿ ಹಿಡಿದಿದ್ದರು. ಮಿಸುಕಾಡಲೂ ಆಗದಂತಹ ಕಬ್ಬಿಣದ ಕವಚದ ಬಿಗಿಹಿಡಿತ ಅವರದ್ದಾಗಿತ್ತು. ನಾನು ಉಸಿರನ್ನು ಬಿಗಿಹಿಡಿದೆ. ಅದನ್ನು ಕೊಯ್ಯುವಾಗ ಚೂರೆಂದರೆ ಚೂರೂ ಅಳಲಿಲ್ಲ, ಚೀರಲಿಲ್ಲ. ಸುನ್ನತಿಯವನು ಕೊಯ್ದ ಜಾಗಕ್ಕೆ ಹತ್ತಿಯನ್ನು ಇರಿಸುತ್ತಿದ್ದಾಗ, ಮಿಸ್ಟರ್ ಈಥಮ್ ನನ್ನ ಕಿವಿಯಲ್ಲಿ "ಭೇಷ್ ! ಸ್ವಲ್ಪ ಗುಣ ಆದ್ಮೇಲೆ ಬಂದು ಭೇಟಿ ಆಗು, ಪರೀಕ್ಷೆ ಬಗ್ಗೆ ಮಾತಾಡೋಣ" ಎಂದರು.

ಅಂದು ಸಾಯಂಕಾಲ ಕತ್ತಲಾಗುವ ಮೊದಲೇ ದೀಪ ಬೆಳಗುವುದಕ್ಕಾಗಿ ಅಬ್ಬು ದೀಪಸ್ತಂಭದ ಮನೆಗೆ ಬೇಗನೇ ಹೊರಟುಹೋದ. ನಾವು ಕೆಲವು ದಿವಸ ಹಳ್ಳಿಯಲ್ಲಿ ಉಳಿಯುವುದಿತ್ತು. ಇಲಿಯಾಸ್ ಬೆಳ್ಳಿಯಂತಹ ಬಿಳಿಯ ಹತ್ತಿಯ ಚಿಕ್ಕ ಗಂಟು ಮತ್ತು ಸುನ್ನತಿಯವನು ಕೊಟ್ಟಿದ್ದ ಅಯೋಡಿನ್ ಟಿಂಕ್ಚರ್ ಬಾಟಲಿ ಹಿಡಿದುಕೊಂಡು ಸುನ್ನತಿಯಾಗಿದ್ದ ಹುಡುಗರ ಪ್ರತಿ ಮನೆಗೂ ಭೇಟಿಗಾಗಿ ಹೊರಟ. ಬೆಟ್ಟ ಹತ್ತಿ ಇಳಿದು

ಪ್ರತಿ ಮನೆಯ ಸುನ್ನತಿ ಹುಡುಗರನ್ನು ಶುಶ್ರೂಷೆ ಮಾಡಿ ಮನೆಗೆ ಬಂದ. ನಾನು ನಾನಿಯ ಮನೆಯ ಅಂಗಳದಲ್ಲಿ ಹಾಸಿಗೆಯಲ್ಲಿ ಮಲಗಿದ್ದೆ. ಈಗ ಭಯಪಡುವ ಯಾವುದೇ ಕಾರಣವಿಲ್ಲದಿದ್ದರಿಂದ ಮತ್ತು ಅಬ್ಬು ಮತ್ತು ಮಿಸ್ಟರ್ ಈಥಮ್ ಇಬ್ಬರೂ ಹತ್ತತ್ತು ಕುರೂಶ್‌ಗಳನ್ನು ಕೊಟ್ಟಿದ್ದರಿಂದ ನನಗೆ ಸಂತೋಷವೇ ಆಗಿತ್ತು.

ಅಷ್ಟೆ ಅಲ್ಲದೆ ಅಮ್ಮಿ ಮತ್ತು ನಾನಿ ಕಡೆಯಿಂದ ಸಿಗುತ್ತಿದ್ದ ಕಾಳಜಿಯಿಂದ ಸಂತುಷ್ಟಗೊಳ್ಳುತ್ತಿದ್ದ ನಾನು ಬೇಕಂತಲೆ ಆಗಾಗ ಮುಖ ಕಿವುಚಿಕೊಂಡು 'ಅಮ್ಮಿ ನೋವು', 'ನಾನಿ ನೋವು' ಎಂದು ನರಳುತ್ತಾ ನನ್ನ ಇರುವನ್ನು ನೆನಪಿಸುತ್ತಿದ್ದೆ. ಇಲಿಯಾಸ್ ನನ್ನ ಗಾಯಕ್ಕೆ ಮದ್ದು ಮಾಡಲು ಬಂದಾಗ ನಾನು ಸುಮ್ಮ ಸುಮ್ಮನೆ ನೋವಾಗುತ್ತಿದೆ ಎಂದು ನಟಿಸುತ್ತಾ ಗದರಿದೆ. ಆಗ ಆಪಾನೆ "ನಾಚಿಕೆಯಾಗಲ್ವ? ನೀನೀಗ ದೊಡ್ಡ ಹುಡುಗ ಆಗಿದ್ಯ. ನೆನಪಿರ್ಲಿ!" ಎಂದು ಬೈದಳು. ಆಗ ಅವಳಿನ್ನೂ ಹುಡುಗಿಯ ಫ್ರಾಕನ್ನೆ ತೊಟ್ಟಿದ್ದಳಾದ್ದರಿಂದ "ನಿನ್ನ ಕೆಲಸ ನೀನು ನೋಡ್ಕೊ ಹೋಗೆ. ಹುಡ್ಗಿ ವೇಷದೋಳೆ!" ಎಂದು ಹೇಳಿ ಅವಳ ಬಾಯಿ ಮುಚ್ಚಿಸಲು ಪ್ರಯತ್ನಿಸಿದೆ. ನಿಜ ಹೇಳಬೇಕೆಂದರೆ ಆ ಉಡುಪಿನಲ್ಲಿ ಅವಳೀಗ ವಿಚಿತ್ರವಾಗೇನೂ ಕಾಣುತ್ತಿರಲಿಲ್ಲ. ಅಷ್ಟೇ ಯಾಕೆ, ಆ ಫ್ರಾಕು ಅವಳನ್ನು ಅತ್ಯಂತ ಚೆಲುವೆಯಾಗಿ ತೋರುತ್ತಿತ್ತು.

"ಆಪಾ, ಏನ್ ಗೊತ್ತಾ? ಈ ಫ್ರಾಕ್ ನಿಂಗೆ ತುಂಬಾ ಚೆನ್ನಾಗಿ ಕಾಣತ್ತೆ!" ಎಂದು ನನ್ನ ಮನಸ್ಸನ್ನೇ ಓದುತ್ತಿರುವವನಂತೆ ಇಲಿಯಾಸ್ ಹೇಳಿದ. ಅದಕ್ಕವಳು "ಏನೋ ನನ್ನ ಆಡ್ಕೊತಾ ಇದಿಯಾ?" ಎಂದಾಗ "ತಿನ್ನೊ ಅನ್ನದ ಮೇಲಾಣೆ. ಕುರಾನಿನ ಮೇಲಾಣೆ. ನೀನಿದನ್ನ ಯಾವಾಗಲೂ ಹಾಕ್ಕೊತಾ ಇರ್ಬೇಕು. ನೀನಿದರಲ್ಲಿ ತುಂಬಾ ಚೆನ್ನಾಗಿ ಕಾಣ್ತೀಯ!" ಅಂತಂದ.

ಅದಕ್ಕವಳು ನಾಚುತ್ತಾ "ನಿಜ್ವಾಗ್ಲೂ!" ಎಂದು ಮುಖವನ್ನರಳಿಸಿದಳು. ಬೇರೆ ಸಮಯದಲ್ಲಾಗಿದ್ದರೆ ನಾನೂ ಹೌದು ಹೌದೆಂದು ದನಿಗೂಡಿಸುತ್ತಿದ್ದೆ. ಆದರೆ ನಾನಿನ್ನೂ ನೋವಿನಲ್ಲಿರುವಂತಹ ನಾಟಕ ಮಾಡ್ತಾ ಇದ್ದದ್ದರಿಂದ ಸುಮ್ಮನುಳಿದೆ. ಅದೇ ಹೊತ್ತಿಗೆ ಅಲ್ಲಿಗೆ ಬಂದ ನಾನಿ "ಇವಳ್ಯಾವತ್ತೂ ತಗ್ಗಿ ಬಗ್ಗಿ ಹುಡುಗಿ ತರ ಗಂಭೀರವಾಗಿ ನಡೆದಿದ್ದೇ ಇಲ್ಲ" ಎಂದು ಗೊಣಗಿದಳು. ಆ ಮಾತುಗಳಿಗೆ ಕಿರಿಕಿರಿಗೊಂಡವಳಂತೆ ಆಪಾ ಒಳಗಡೆಗೆ ಹೊರಟು ಹೋದಳು.

ಮನೆಯಲ್ಲಿದ್ದು ಉಪಚಾರ ಮಾಡಿಸಿಕೊಳ್ಳುವುದು ಹಿತಕರವೇ ಆಗಿದ್ದರೂ ದಿನಗಳು ಕಳೆದಂತೆ ಬೇಸರವಾಗಲಾರಂಭಿಸಿತು. ಅಂತೆಯೇ ನನ್ನ ಜೊತೆಗೇ ಸುನ್ನತಿ ಮಾಡಿಸಿಕೊಂಡಿದ್ದ ಸಮದುಃಖಿಗಳ ಹುಡುಗರ ಗುಂಪು ತಮ್ಮ ಬಿಳಿ ನಿಲುವಂಗಿಗಳನ್ನು ಮುಂದೆ ಎತ್ತಿ ಹಿಡಿದುಕೊಂಡು, ಬರಿಗಾಲಲ್ಲಿ ನಮ್ಮ ಮನೆ ಬಾಗಿಲಿಗೆ ಬರುತ್ತಿದ್ದಂತೆ ನನ್ನ ಕಣ್ಣುಗಳು ಹೊಳೆದು ನನ್ನಲ್ಲಿ ಎಲ್ಲಿಲ್ಲದ ಉತ್ಸಾಹ ಮೂಡಿತು.

"ಅರೆ ಭಾಯ್, ಉಠೊ ಉಠೊ, ನಾವೆಲ್ಲ ನಮ್ಮ ಹಳ್ಳಿಗೆ ಬಂದಿರೊ ಮ್ಯಾಗ್ನೆಟೋ ಟೆಲಿಫೋನ್ ನೋಡಿಕೊಂಡು ಬರೋಕೆ ಹೋಗ್ತಾ ಇದೀವಿ. ನೀನೂ ಬಾ. ಏಳೇಳು!" ಎಂದು ಒಂದೆ ಸಮನೆ ಕೂಗಿದರು. ನಾನು ಥಟ್ಟನೆ ಹಾಸಿಗೆಯಿಂದೆದ್ದು

ನನ್ನ ಗಾಯದ ಬುಲ್ಲಿಯನ್ನು ರಕ್ಷಿಸಲು ಅದರ ಮೇಲೆ ಬೋರಲು ಹಾಕಿದ್ದ ಹಿಟ್ಟಿನ ಬ್ಯಾಗನ್ನು ತೂರಿ, ಇಲಿಯಾಸ್ ಜೊತೆಯಲ್ಲಿ ಆ ಹುಡುಗರ ಹಿಂದೆ ಓಡಿದೆ. ಆಪಾ ಕೂಡ ಹೊರಡುವ ತರಾತುರಿಯಲ್ಲಿದ್ದಳು. ನಾನಿ "ಏಯ್! ಹುಡುಗ್ರ ಮಧ್ಯೆ ನಿನಗೇನೆ ಕೆಲ್ಸ?" ಎಂದು ಗದರಿಸಿದ್ದಕ್ಕೆ ಅಸಮಾಧಾನದಿಂದಲೇ ಮನೆಯಲ್ಲೇ ಉಳಿದಳು. ನಮ್ಮ ನಿಲುವಂಗಿಗಳನ್ನು ಒಂದು ಕೈಯಿಂದ ಹಿಡಿದೆತ್ತಿಕೊಂಡು ನಾವೆಲ್ಲ ಹಳ್ಳಿಯ ಹೊಸ ಕಛೇರಿಯೊಳಗೆ ನುಗ್ಗಿದೆವು. ಊರಿನ ಕುರಿಗಾಹಿ ರುಸ್ತುಮ್ ಭಾಯ್, ಪಹರೆಯಲ್ಲಿದ್ದವನು ನಮಗೆ ಟೆಲಿಫೋನನ್ನು ಮುಟ್ಟುವುದಿರಲಿ, ಅದರ ಸಮೀಪ ಹೋಗಲೂ ಅನುಮತಿ ಕೊಡಲಿಲ್ಲ. ಅದಕ್ಕಾಗಿ ನಾವೆಲ್ಲ ಬೇರೆ ದಾರಿಯಿಲ್ಲದೆ ಎದುರುಗಿದ್ದ ಸೋಫಾದಲ್ಲಿ ಗುಂಪಾಗಿ ಕುಳಿತು ನೋಡುತ್ತಿದ್ದೆವು. ಅದು ಮುಂಚೆ ಇರುತ್ತಿದ್ದ ಹಳ್ಳಿಯ ಟೆಲಿಫೋನಿಗಿಂತ ಏನೂ ಬೇರೆಯಾಗಿರದ್ದನ್ನು ಕಂಡು ನಿರಾಶೆಯಾಯಿತು. ಯುದ್ಧದ ವೇಳೆಯಲ್ಲಿ ಪ್ರಧಾನ ಕಛೇರಿಯನ್ನು ಎಚ್ಚರಿಸಲು ಬಳಸಬಹುದಾದ ಉಪಕರಣ ಬಹಳ ವಿಶಿಷ್ಟವಾಗಿರಬಹುದು, ಭವ್ಯವಾಗಿರಬಹುದು, ಸ್ವಲ್ಪ ಭಯ ಹುಟ್ಟಿಸುವಂತಿರಬಹುದು ಎಂಬುದು ನಮ್ಮ ನಿರೀಕ್ಷೆಯಾಗಿತ್ತು.

"ಇದೇನ್ರೊ ಇದು ಇಷ್ಟು ಚಿಕ್ಕದಾಗಿದೆ?" ಎಂದು ನಮ್ಮಲ್ಲೊಬ್ಬ ಹುಡುಗ ಹೇಳಿದ.

"ಇದಕ್ಕಿಂತ ಹನೀಮ್ ಹಾಲಾ ಕಾಫಿ ಮಿಲ್ ಹಿಡಿಕೇನೆ ದೊಡ್ಡದಿದೆ!" ಎಂದು ಇಲಿಯಾಸ್ ಮುಖ ತಿರುವಿದ.

ನಮ್ಮೆಲ್ಲರ ಮಾತುಗಳನ್ನ ಕೇಳಿ ಬೇಸರ ಮತ್ತು ಅವಮಾನದಿಂದ ಎಂಬಂತೆ ರುಸ್ತುಮ್ "ಹೋಹೋ! ನಿಮಗೇ ಎಲ್ಲಾ ಗೊತ್ತಿರೊ ಥರ ಮಾತಾಡ್ತಿರಾ" ಎಂದು ಬೈದು, ತಾನೇ ಆ ಟೆಲಿಫೋನನ್ನು ಆವಿಷ್ಕಾರ ಮಾಡಿದವನಂತೆ ಸೊಕ್ಕಿನಿಂದ ಮಾತನಾಡತೊಡಗಿದ. "ಇವತ್ತೇನಾದರೂ ಈ ಹಳ್ಳೀಲಿ ನಾವೆಲ್ಲ ಶಾಂತಿಯಿಂದ ಬದುಕ್ತಾ ಇದೀವಿ ಅಂತಂದ್ರೆ ಅದಕ್ಕೆ ಈ ಟೆಲಿಫೋನೆ ಕಾರಣ. ತಿಳ್ಕೊಳಿ" ಎಂದ. ನಾವೆಲ್ಲಾ ಅದು ಹೇಗೆ ಈ ಪುಟ್ಟ ಸಲಕರಣೆ ಅಂತಹ ಮಹತ್ವದ ಕೆಲಸ ಮಾಡುತ್ತದೆಂದು ಬೆರಗಾದಾಗ, ಅವನು ಮತ್ತೆ ಸೇರಿಸಿದ. "ಮೇಲಿರೋ ಅಧಿಕಾರಿ ಏನಾದರೂ ಆದೇಶ ಹೊರಡಿಸಬೇಕು ಅಂತಂದ್ರೆ ಈ ಟೆಲಿಫೋನು ಟಿರಿರಿಣ್ ಟಿರಿರಿಣ್ ಅಂತ ಸದ್ದು ಮಾಡತ್ತೆ. ಆಗ ನಾನಿದನ್ನ ಎತ್ತಿಕೊಂಡ್ರೆ ಸಾಹೇಬ್ರು ಮೊದ್ಲು ಆದೇಶ ಹೇಳೋದು ನನಗೇನೆ! ಊರ ಮುಖ್ಯಸ್ಥರಿಗೂ ಅಲ್ಲ, ಮತ್ಯಾರಿಗೂ ಅಲ್ಲ!" ಎಂದು ಜಂಭ ಕೊಚ್ಚಿಕೊಂಡ.

ನಮಗೆ ಟೆಲಿಫೋನೇನೂ ಹೊಸತಾಗಿರಲಿಲ್ಲ. ನಾವದನ್ನು ಊರ ಪೋಸ್ಟ್ ಆಫೀಸಿನಲ್ಲಿ ನೋಡಿದ್ದೆವು. ಅಷ್ಟೇ ಅಲ್ಲ, ಅಬ್ಬು ಇಲಿಯಾಸ್‌ನ ತಪಾಸಣೆಗಾಗಿ ಇಝ್ಮೀರಿನ ವೈದ್ಯಕೀಯ ಆಸ್ಪತ್ರೆಗೆ ಕರೆದುಕೊಂಡು ಹೋದಾಗ ಅವನೂ ಅಲ್ಲಿಯೂ ಟೆಲಿಫೋನನ್ನು ನೋಡಿದ್ದ. ಆದರೆ ಅದು ಟಿರಿರಿಣ್ ಟಿರಿರಿಣ್ ಎಂದು ಸದ್ದು ಮಾಡುತ್ತದೆನ್ನುವುದು ನಮಗೆ ಗೊತ್ತಿರಲಿಲ್ಲ. ಹಾಗೆ ಸದ್ದು ಮಾಡುವ ಅದರ ಗಂಟೆ ಎಲ್ಲಿದೆ ಎಂದು ಅದೆಷ್ಟು ನಿಟ್ಟಿಸಿದರೂ ನಮಗೆ ಏನೂ ಕಾಣಿಸಲಿಲ್ಲ.

ಮರುದಿನ ಬೆಳಿಗ್ಗೆ ನಾವು ಮತ್ತೆ ಟೆಲಿಫೋನು ನೋಡಲು ಹೋದೆವು. ಮತ್ತೆ ಸೋಫಾದ ಮೇಲೆ ವಿರಾಜಮಾನರಾಗಿ ಅದನ್ನೇ ಗಮನಿಸುತ್ತಾ ಮೊಳಗಬಹುದಾದ ಟಿರಿರಿಣ್ ಟಿರಿರಿಣ್ ಗಂಟೆಗಾಗಿ ಕಾಯುತ್ತಿದ್ದೆವು. ಊರ ಮುಖ್ಯಸ್ಥ ಬಂದು ನಮ್ಮನ್ನೆಲ್ಲ ಅಲ್ಲಿಂದ "ಹೋಗ್ತಿರೊ ಇಲ್ಲೊ!" ಎಂದು ಬೆದರಿಸಿ ಓಡಿಸಿದ. ಕೂಡಲೆ ನಾವು ನಮ್ಮ ಆಟದ ಕೋಲಿನ ಕುದುರೆಗಳನ್ನೇರಿ ಆ ಮಣ್ಣು ರಸ್ತೆಯಲ್ಲಿ ಟುಕು ಟುಕು ಟುಕು ಎಂದು ಕೆನೆಯುತ್ತಾ ಓಡಿದೆವು. ಸುಸ್ತಾದಾಗ ನೆರಳ ಜಾಗ ಹುಡುಕಿ ಗೋಲಿಯಾಟ ಆಡಿದೆವು.

ಅದೂ ಬೇಸರವಾಗಿ ನಮ್ಮ ಅಬ್ಬೂಗಳು ಸುನ್ನತಿಯ ದಿನ ಕೊಟ್ಟಿದ್ದ ಖರ್ಚಿನ ದುಡ್ಡಿನಿಂದ ರೂಸ್ಟರ್ ಲಾಲಿಪಾಪು ಕೊಳ್ಳಲು ಕಿರಾಣಿ ಅಂಗಡಿಯ ಕಡೆ ಹೆಜ್ಜೆ ಹಾಕಿದೆವು. ಉಳಿದ ಪುಡಿಗಾಸು ಸೇರಿಸಿ ಒಂದು ರಬ್ಬರ್ ಚೆಂಡನ್ನು ಖರೀದಿಸುವುದೆಂದು ಎಲ್ಲರೂ ಸೇರಿ ತೀರ್ಮಾನಿಸಿದೆವು. ಇಲಿಯಾಸ್‌ನಿಗೆ ನೀಲಿ ಬಣ್ಣದ ಚೆಂಡು ಬೇಕಿತ್ತು. ಆದರೆ ಅದು ದೇಶದ್ರೋಹಿಗಳ ಬಣ್ಣವೆಂದು ಉಳಿದ ಮಕ್ಕಳು ವಿರೋಧಿಸಲು ಹಸಿರು ಚೆಂಡನ್ನು ಕೊಂಡುಕೊಂಡೆವು. ಕಲ್ಲುಗಳಿಂದ ಗೋಲುಗಳನ್ನು ನಿರ್ಮಿಸಿ ಇಲಿಯಾಸ್ ಹೆಚ್ಚು ಓಡಾಡುವುದು ಬೇಡವೆಂದು ಅವನನ್ನೇ ಗೋಲ್ ಕೀಪರ್ ಮಾಡಿದೆವು. ನಮ್ಮ ಒರಟು ಕಾಲುಗಳಿಗೆ ಆ ರಬ್ಬರ್ ಚೆಂಡು ಸಾಟಿಯಾಗದೆ, ಊರೆಲ್ಲಾ ಧೂಳೆಬ್ಬಿಸುತ್ತಿದ್ದ ನಮ್ಮ ಚೆಂಡಾಟ ಶುರುವಾದ ಸ್ವಲ್ಪ ಹೊತ್ತಿನಲ್ಲೇ ಕಿತ್ತುಬಂದು ಚೂರು ಚೂರಾಯಿತು.

ಅತ್ತಿತ್ತ ನೋಡುತ್ತಿದ್ದಂತೆ ಬೆಟ್ಟವನ್ನು ಇಳಿಯುತ್ತಾ ನಗುತ್ತಾ ಮಾತನಾಡುತ್ತಿದ್ದ ಹಳ್ಳಿಯ ಹೆಂಗಸರನ್ನು ಕಂಡೆವು. ಅವರ ಮಾತಿನಲ್ಲಿ ಘೋಚಾ ಪ್ರದೇಶದಿಂದ ಬಂದಿದ್ದನೆನ್ನಲಾದ ಕುಂಬಾರನ ವಿಷಯ ಕೇಳಿಸಿದೊಡನೆ ಹೊಸದೊಂದು ಸಾಹಸದ ನಿರೀಕ್ಷೆಯಿಂದ ನಮ್ಮ ಆಟವನ್ನು ಅಲ್ಲಿಯೇ ಬಿಟ್ಟು, ನಮ್ಮ ಕೋಲು ಕುದುರೆಗಳ ಮೇಲೆ ಸವಾರಿ ಮಾಡುತ್ತಾ ಆ ಹೆಂಗಸರಿಗಿಂತ ಮುಂಚೆಯೇ ಸಮುದ್ರದಡಕ್ಕೆ ಬಂದು ಸೇರಿದೆವು. ಘೋಚಾದ ಆ ಕುಂಬಾರ ಕಟ್ಟಿಗೆಯ ತಂಗುದಾಣದಲ್ಲಿ ತನ್ನ ದೋಣಿಗೆ ಲಂಗರು ಹಾಕಿದ್ದ. ಎಲ್ಲೆಡೆ ಒಂದು ಅಥವಾ ಎರಡು ಹಿಡಿಗಳನ್ನು ಹೊಂದಿದ್ದ ವಿಧವಿಧವಾದ ಟೆರ್ರಾಕೋಟಾ ಮಣ್ಣಿನ ಜಾಡಿಗಳನ್ನು ತೂಗು ಬಿಟ್ಟಿದ್ದ. ಛಾವಣಿಯ ಮೇಲೆ ರಾಶಿ ರಾಶಿ ಮಣ್ಣಿನ ಪಾತ್ರೆಗಳು ಮತ್ತು ಗಿಂಡಿಗಳನ್ನು ತುಂಬಿಕೊಂಡು ಆ ಹುಟ್ಟು ದೋಣಿಯೆಲ್ಲಾ ಕೆಂಪು ಜೇಡಿ ಮಣ್ಣಿನಿಂದಲೇ ನಿರ್ಮಾಣವಾಗಿದೆಯೇನೋ ಎಂಬಂತಿತ್ತು. ಸ್ವಲ್ಪ ಹೊತ್ತಿನಲ್ಲೇ ಹೂವಿನ ಫ್ರಾಕು ಧರಿಸಿದ್ದ ಆಪಾನೊಂದಿಗೆ ಅಮ್ಮಿ ಕೂಡ ಅಲ್ಲಿಗೆ ಬಂದಳು. ಹಳ್ಳಿಯ ಹೆಂಗಸರು ಕುಂಬಾರನ ಬಳಿ ಉತ್ಸಾಹದಿಂದ ಚೌಕಾಶಿ ಮಾಡುವುದನ್ನು ಮುಸಿಮುಸಿ ನಗುತ್ತಾ ನೋಡಿ ಕಣ್ತುಂಬಿಕೊಂಡೆವು. ಅವರು ತಾವು ಕೊಂಡುಕೊಂಡ ಜಾಡಿಗಳನ್ನು, ಪಾತ್ರೆಗಳನ್ನು ಹೊತ್ತುಕೊಂಡು ಹಳ್ಳಿಗೆ ಮರಳಲು ಹೊರಳುತಿರಲಾಗಿ ನಾವು ನಮ್ಮ ಸವಾರಿ ಕೋಲುಗಳನ್ನು ಏರಿ ಟುಕುಟುಕುಟುಕು ಕುದುರೆಸವಾರಿ ಮಾಡುತ್ತಾ ಅವರಿಗಿಂತ ಮುಂಚಿತವಾಗಿಯೇ ಓಡಿ ಊರು ಸೇರಿಕೊಂಡೆವು.

ದಾರಿಯಲ್ಲಿ ಬರುವಾಗ ಸುನ್ನತಿಯ ದಿನ ಮಿಸ್ಟರ್ ಈಥಮ್ ಹೇಳಿದ್ದ ವಿಷಯ ತಕ್ಷಣ ಜ್ಞಾಪಕಕ್ಕೆ ಬಂತು. ನಾನು ಗುಂಪನ್ನು ಬಿಟ್ಟು ಕಾಫಿ ಅಂಗಡಿಯ ಬಳಿ ಬಂದೆ. ಹಗಲಿನ ವೇಳೆಯಾದ್ದರಿಂದ ಊರ ಜನರೆಲ್ಲ ಗದ್ದೆ ಕೆಲಸಕ್ಕೆ ತೆರಳಿದ್ದರು. ಕೆಲವೇ ಕೆಲವು ಹಳ್ಳಿಯ ಹಳೆಯ ಮುದುಕರು, ಕೆಲವು ಆಲಸಿ ಯುವಕರು ತಮ್ಮ ಆಕ್ಟೋಪಸ್‌ಗಳಂತ ಹಂಚಿಕಡ್ಡಿ ಕಾಲುಗಳನ್ನು ಇಳಿಬಿಟ್ಟುಕೊಂಡು ಅಲ್ಲಿದ್ದ ಮೂರೇ ಮೂರು ಕುರ್ಚಿಗಳಲ್ಲಿ ಕುಳಿತಿದ್ದರು. ನಾನು ಸಾಯಂಕಾಲದ ಪ್ರಾರ್ಥನೆಯ ನಂತರ ಮತ್ತೆ ಅಲ್ಲಿಗೆ ಹೋದಾಗ ಗದ್ದೆ ಕೆಲಸ ಪೂರೈಸಿ ಬಂದಿದ್ದ ಹಳ್ಳಿಗರೊಂದಿಗೆ ಹರಟುತ್ತಾ ಮಿಸ್ಟರ್ ಈಥಮ್ ಅಲ್ಲಿ ಕುಳಿತಿದ್ದರು. ನನ್ನನ್ನು ನೋಡಿದೊಡನೆಯೆ ಅವರ ಕಣ್ಣುಗಳು ಅರಳಿದವು. ತಮಗಾಗಿ ಅವರು ಒಂದು ಕಾಫಿ ಮತ್ತು ನನಗೋಸ್ಕರ ನನ್ನಿಷ್ಟದ ಚಳಿಗಾಲದ ಪಾನೀಯವೆಂದು ಅವರು ಅರಿತಿದ್ದ ಸೋಮಾಟಾ* ಚಹಾವನ್ನು ತರಿಸಿದರು. ಆ ಚಾಯಿವಾಲಾ ಭಾವಣಿಯ ಮೇಲೆ ಬರೆದಿದ್ದ ಮಿಸ್ಟರ್ ಈಥಮ್ ಹೆಸರಿನ ಮುಂದೆ ಅಲ್ಲಿ ಉದ್ದನೆಯ ದಾರಕ್ಕೆ ಕಟ್ಟಿ ಇಳಿಬಿಟ್ಟಿದ್ದ ಬಳಪದ ತುಂಡಿನಿಂದ ಎರಡು ಗೆರೆಗಳನ್ನು ಬರೆದ. ಅದು ಅವನ ಲೆಕ್ಕವಿಡುವ ಪದ್ಧತಿಯಾಗಿತ್ತು. ಲೆಕ್ಕ ಚುಕ್ತಾ ಆದಾಗ ಇನ್ನೊಂದು ಕಡ್ಡಿಗೆ ಕಟ್ಟಿದ ಸ್ಪಂಜಿನಿಂದ ಅದನ್ನು ಅಳಿಸಿಬಿಡುತ್ತಿದ್ದ.

ನನ್ನ ಚಹಾ ಸಪ್ಪೆಸಪ್ಪೆಯಾಗಿ ಮತ್ತು ಕೊಂಚ ಕಹಿಯಾಗಿಯೇ ಇತ್ತು. ಯುದ್ಧ ನಾಶ ಮಾಡಿದ್ದ ಹಲವು ಸಂಗತಿಗಳಲ್ಲಿ ಈ ಸೋಮಾಟಾ ಚಹಾ ಕೂಡ ಸೇರಿತ್ತು. ಸಕ್ಕರೆಯ ಅಭಾವವಿದ್ದದ್ದರಿಂದ ಚಾಯಿವಾಲಾ ಕಹಿ ಬಾದಾಮಿಗಳನ್ನೆ ಎರಡುಪಟ್ಟು ಹಾಕಿದ್ದ. ಪಾಲಿಗೆ ಬಂದದ್ದನ್ನೇ ಕೃತಜ್ಞತಾಭಾವದಿಂದ ಗುಟುಕರಿಸತೊಡಗಿದೆ. ಆಗಲೇ ಮಿಸ್ಟರ್ ಈಥಮ್ ಕೇಳಿದರು; "ಪರೀಕ್ಷೆಗೆ ಓದ್ತಾ ಇದಿಯಾ ಅಲ್ವಾ?"

"ಇನ್ನೂ ಶುರು ಮಾಡಿಲ್ಲ ಸರ್!" ಎಂದು ಚಹಾ ಹೀರುತ್ತಲೆ ಉತ್ತರಿಸಿದೆ.

"ನಿನ್ನಬ್ಬು ಹತ್ರ ಪರೀಕ್ಷೆ ಬಗ್ಗೆ ಮಾತಾಡಿದ್ಯ?"

ಮಾತಿಲ್ಲದೆ ತಲೆ ತಗ್ಗಿಸಿದ ನನ್ನನ್ನು ನೋಡಿಯೇ ಅವರು ವಿಷಯ ಗ್ರಹಿಸಿದರು. ನನ್ನ ಕಣ್ಣಲ್ಲಿ ಕಣ್ಣಿಟ್ಟು ನೋಡಿದರೆ ಸಾಕು, ಅವರಿಗೆ ಯಾವಾಗಲೂ ಎಲ್ಲವೂ ಅರ್ಥವಾಗಿ ಬಿಡುತ್ತಿತ್ತು. ಅವರು ಬರಿ ಓದು ಬರಹವಷ್ಟೆ ಅಲ್ಲ, ಜಗತ್ತಿನಲ್ಲಿರುವ ಹಲವಾರು ವಿಷಯಗಳ ಬಗೆಗೆ ತಿಳಿಸಿಕೊಟ್ಟವರು ಆಗಿದ್ದರು. ಅವರಂಥ ಇನ್ನೊಬ್ಬರನ್ನು ನಾನು ನೋಡಿರಲಿಲ್ಲ. ನಾನು ಅವರನ್ನು ಆರಾಧಿಸುತ್ತಿದ್ದೆ. ಏಕೆಂದರೆ ಅವರಿಗೆ ಎಲ್ಲವೂ ಗೊತ್ತಿತ್ತು... ಪ್ರಾಥಮಿಕ ಶಾಲಾ ಶಿಕ್ಷಣ ಮುಗಿಸಿದ ನಂತರ ವಿದ್ಯಾಭ್ಯಾಸ ಮುಂದುವರಿಸಬೇಕೆಂಬ ನನ್ನ ಇಚ್ಛೆಗೆ ಅವರೇ ಕಾರಣರಾಗಿದ್ದರು. ನನಗೆ ಅವರಂತೆಯೇ ಆಗಬೇಕಿತ್ತು. ಅವರು ಯಾವುದೇ ವಿಷಯದ ಬಗ್ಗೆ ಮಾತನಾಡಲು ಬಾಯಿ ತೆರೆದರೂ ಊರಿನ ಜನರೆಲ್ಲಾ ಮೆಚ್ಚುಗೆಯಿಂದ ಗದ್ದಲವಿಲ್ಲದೆ ಮೈಯೆಲ್ಲಾ ಕಿವಿಯಾಗಿ ಕೇಳುತ್ತಿದ್ದರು. ಅವರು ತುಂಬಾ ಚೆನ್ನಾಗಿ ಮಾತನಾಡುತ್ತಿದ್ದರು. ಹದಿನೈದನೇ ಶತಮಾನದಲ್ಲಿ ವಾಸವಾಗಿದ್ದ ತತ್ವಜ್ಞಾನಿ ಮತ್ತು ಕ್ರಾಂತಿಕಾರಿ ಬೋರ್ಕ್ಲುಸ್ ಮುಸ್ತಫಾನ

* ಬಾದಾಮಿ, ಸಕ್ಕರೆ ಮತ್ತು ದಾಲ್ಚಿನ್ನಿ ಹಾಕಿಮಾಡಿದ ಮಸಾಲಾ ಚಹಾ

ಸೈನಿಕರನ್ನು ಹೆಲ್ ಸ್ಟ್ರೀಮ್ ಪ್ರದೇಶದಲ್ಲಿ ಹೇಗೆ ಕತ್ತರಿಸಲಾಯಿತು ಮತ್ತು ರಕ್ತದ ಬಂಡೆಗೆ ಆ ಹೆಸರೇಕೆ ಬಂತು ಎಂಬುದನ್ನು ಕಣ್ಣಿಗೆ ಕಟ್ಟುವಂತೆ ವಿವರಿಸುತ್ತಿದ್ದರು. ಚಳಿಗಾಲದ ಮಣ್ಣಿನಲ್ಲಿ ಕುಡಿಯೊಡೆಯುವ ಸಮ್ಮೋಹನಗೊಳಿಸುವ ಸುಗಂಧ ಬೀರುವ ಡ್ಯಾಫೊಡಿಲ್ ಹೂಗಳ ಬಗ್ಗೆ ಎಷ್ಟು ಚೆಂದದ ಕಥೆಯನ್ನು ಹೇಳುತ್ತಿದ್ದರೆಂದರೆ ನಾವು ಅವರ ಕಥೆಗಳಲ್ಲಿ ಬರುತ್ತಿದ್ದ ನಾರ್ಸಿಸಸ್ ತನ್ನ ಪ್ರತಿಬಿಂಬವನ್ನೇ ಪ್ರೀತಿಸಿದ ಆ ನೀರಸೆಲೆಯನ್ನು ಹುಡುಕಬೇಕು ಎಂದುಕೊಳ್ಳುತ್ತಿದ್ದೆವು. ಆ ವಸಂತಕ್ಕಾಗಿ ಕಾಯುತ್ತಿದ್ದೆವು. ಮಿಸ್ಟರ್ ಈಥಮ್ ಕರಾಬುರುನ್ ಪ್ರಾಂತದ ಬಗ್ಗೆ ಹೇಳುತ್ತಾ ಇದು ಹೋಮರನ ವಿಂಡಿ ಮಿಮಾಸ್ ಎಂದು ಹೇಳುತ್ತಿದ್ದರೆ ಚಿಕ್ಕಮಕ್ಕಳಾದ ನಾವು ಅದು ಸಾರ್ಪಿನಿಕ್ ಹಳ್ಳಿಯ ವಿಷಯವೇನೋ ಎಂದುಕೊಳ್ಳುತ್ತಿದ್ದೆವು. ಅವರ ಕಥೆ ಹೇಳುವ ಮಾಂತ್ರಿಕ ಶಕ್ತಿ ಆ ಮಟ್ಟಿಗಿತ್ತು. ಅದಷ್ಟೆ ಅಲ್ಲದೆ ಅವರು ಶಾಲೆಯಲ್ಲಿ ಅಂಕಗಣಿತ, ರೇಖಾಗಣಿತ, ಭೂಗೋಳ ಶಾಸ್ತ್ರ, ವ್ಯಾಕರಣ ಮುಂತಾದ ಎಲ್ಲಾ ವಿಷಯಗಳನ್ನು ಬೋಧಿಸುತ್ತಿದ್ದರು, ಅವರು ಎಂದೂ ಆಲಸಿಯಾಗಿ ಕೂರುತ್ತಿರಲಿಲ್ಲ. ಹಲವಾರು ಕೆಲಸಗಳಲ್ಲಿ ಯಾವಾಗಲೂ ತಮ್ಮನ್ನು ತಾವು ತೊಡಗಿಸಿಕೊಂಡಿರುತ್ತಿದ್ದರು. ಆಲಿವ್‌ನ ಶೇಖರಣೆ ಮತ್ತು ಸಾಬೂನು ಮಾಡಲಿಕ್ಕೆ ಎಣ್ಣೆಯನ್ನು ಸೋಸುವ ಕ್ರಿಯೆಯ ವಿವರಗಳನ್ನು ಬೇರೆ ಎಲ್ಲರಿಗಿಂತಲೂ ಹೆಚ್ಚಾಗಿ ಬಲ್ಲವರಾಗಿದ್ದರು. ಊರಿನಲ್ಲಿ ಯಾರಿಗೇ ಅನಾರೋಗ್ಯವಾದರೂ ಮೊತ್ತ ಮೊದಲು ಅವರ ಮನೆಯ ಬಾಗಿಲನ್ನೇ ತಟ್ಟಲಾಗುತ್ತಿತ್ತು. ಯಾರ ಕೊಟ್ಟಿಗೆಯಲ್ಲಾದರೂ ಹಸುವಿನ ಹೆರಿಗೆಯಲ್ಲಿ ತೊಂದರೆ ಆದರೆ ಮೊದಲು ಸಹಾಯಕ್ಕೆ ಕರೆಯುತ್ತಿದ್ದುದು ಅವರನ್ನೇ!

"ನಾನು ನಿನ್ನಬ್ಬು ಹತ್ರ ಮಾತಾಡ್ತೀನಿ. ನೀನು ಅದ್ರ ಬಗ್ಗೆ ಏನೂ ಚಿಂತೆ ಮಾಡ್ಬೇಡ. ನಿನಗೆ ಸುನ್ನತಿ ಆಗೊ ಹೊತ್ತಲ್ಲಿ ನಿನ್ನನ್ನ ಹಿಡಿದುಕೊಂಡಿದ್ದ ಕಿರ್ವೆ* ನಾನೇ ಆದ್ದರಿಂದ ನಾನು ಹೇಳಿದ್ರೆ ನಿನ್ನಬ್ಬು ಇಲ್ಲ ಅನ್ನಲಿಕ್ಕಿಲ್ಲ. ನೀನು ಯಾವುದರ ಬಗ್ಗೆನೂ ತಲೆಕೆಡಿಸಿಕೊಳ್ಳದೆ ಸುಮ್ಮನೆ ನಿನ್ನ ಪಾಡಿಗೆ ನೀನು ಅಭ್ಯಾಸ ಮಾಡ್ಬೇಕು. ಯಾವ ಚಿಂತೆನೂ ಮಾಡ್ಬೇಡ" ಎಂದು ನನ್ನ ಭುಜದ ಮೇಲೆ ಸ್ನೇಹದಿಂದ ಒಂದೆರಡು ಬಾರಿ ಚಪ್ಪರಿಸುತ್ತಾ ಅವರು ಹೇಳಿದರು.

ಮನೆಗೆ ಬಂದಾಗ ನನ್ನ ಮನಸ್ಸು ಅಲ್ಲೋಲಕಲ್ಲೋಲವಾಗಿತ್ತು. ನಾನು ಧೈರ್ಯಗೆಡುತ್ತಿದ್ದ ವೇಳೆಯಲ್ಲಿಯೇ ಮಿಸ್ಟರ್ ಈಥಮ್ ಹೇಳಿದ ಮಾತುಗಳು ಮತ್ತೆ ನನ್ನ ಹೊಟ್ಟೆಯಲ್ಲಿ ಚಿಟ್ಟೆಗಳನ್ನೆ ಬಿಟ್ಟಹಾಗಿದ್ದವು. ಆದರೆ ಅಬ್ಬುವಿಗೆ ಹೇಳುವುದಾದರೂ ಹೇಗೆ? ಮಿಸ್ಟರ್ ಈಥಮ್ ಒಂದು ಮಾತು ಅಬ್ಬುವಿಗೆ ಹೇಳಿದರೂ, ಅಬ್ಬು ಆಮೇಲೆ ಆ ಎಲ್ಲಾ ಕೋಪವನ್ನೂ ನನ್ನ ಮೇಲೆಯೇ ತೆಗೆಯುತ್ತಾರೆ! ಅದು ಯಾವ ಸ್ವರೂಪದ್ದಾಗಿರುತ್ತದೆಂದು ಯಾರಿಗೆ ಗೊತ್ತು?

---

* ಮಕ್ಕಳಿಗೆ ಸುನ್ನತಿ ಮಾಡುವ ಸಮಯದಲ್ಲಿ ಹಿರೀಕನ ಸ್ಥಾನದಲ್ಲಿ ನಿಂತು ಅವರನ್ನು ಅಲುಗಾಡದೆ ತಪ್ಪಿಸಿಕೊಳ್ಳದಂತೆ ಹಿಡಿದುಕೊಳ್ಳುವುದರಿಂದ ಹಿಡಿದು ಅವರಿಗೆ ಧೈರ್ಯ ತುಂಬುವ ಕೆಲಸ ಮಾಡುವವರನ್ನು ಟರ್ಕಿ ಭಾಷೆಯಲ್ಲಿ ಕಿರ್ವೆ ಎನ್ನುತ್ತಾರೆ.

ನಾನು ಓದಬೇಕೆಂದು ನನ್ನ ಮನಸ್ಸು ಹಂಬಲಿಸುತ್ತಿತ್ತು. ನಾನು ಓದಿ ಮಿಸ್ಟರ್ ಈಥಮ್‌ರಂತೆಯೇ ಆಗಬೇಕಿತ್ತು. ಆಗ ನಾನೂ ಕಲಿತು, ಇತರರಿಗೂ ಕಲಿಸಬಹುದಿತ್ತು. ಅದರೆ ಈಗ ಯಾವುದೇ ಚಿಂತೆ ಇಲ್ಲದೆ ಓದಿನ ಕಡೆಗೆ ಗಮನಹರಿಸುವುದಾದರೂ ಹೇಗೆ ಸಾಧ್ಯವಿತ್ತು? ಮೇಲಾಗಿ ನಾವು ಇಝ್ಮೀರಿನ ಉಳಿದ ಮಕ್ಕಳಂತೆ ಅಲ್ಲವೇ ಅಲ್ಲ. ಅವರ ಬೇಸಿಗೆ ರಜೆಯ ದಿನಗಳು ನಮಗೆ ಬಿಸಿಲಲ್ಲಿ ಬಸವಳಿಯುತ್ತ, ಬೆವರು ಸುರಿಸುತ್ತಾ ಗದ್ದೆಯಲ್ಲಿ ದುಡಿಯುವ ದಿನಗಳಾಗಿದ್ದವು. ಹೊಲದ ಕೆಲಸಗಳೆಲ್ಲ ನಮ್ಮ ಬರುವನ್ನೇ ಎದುರು ನೋಡುತ್ತಿದ್ದವೇನೊ ಎನ್ನುವ ಹಾಗಿರುತ್ತಿದ್ದವು. ಹಿದ್ರಿಲಾಸ್ ಹಬ್ಬದ ವೇಳೆ ಶಾಲೆ ಮುಗಿಯುತ್ತಿದ್ದಂತೆ ನಾವು ನಮ್ಮ ಗುದ್ದಲಿ, ಪಿಕಾಸೆಗಳನ್ನೆತ್ತಿಕೊಂಡು ಗದ್ದೆಗೆ ಹೋಗಿ, ಒಂದು ಚೂರೂ ಬಿಡುವಿಲ್ಲದೆ ನಮ್ಮ ಕೈಗಳಲ್ಲಿ ಬೊಬ್ಬೆ ಬರುವವರೆಗೂ ಹೊಗೆಸೊಪ್ಪಿನ ಬಿತ್ತನೆಗೆ ಕುಣಿತೋಡುತ್ತಿದ್ದೆವು. ಶರತ್ಕಾಲ ಬರುವವರೆಗೂ ತೋಟದ ಕೆಲಸಗಳಲ್ಲಿ ನಾನು ಮತ್ತು ಆಪಾ ಇಬ್ಬರೂ ಅಬ್ಬುವಿನ ಬಲಗೈ ಬಂಟರೆ ಆಗಿರುತ್ತಿದ್ದೆವು. ಚಂದ್ರನ ಬೆಳಕಿನಲ್ಲಿ ರಾತ್ರಿಯಿಡೀ ಹೊಗೆಸೊಪ್ಪಿನ ಕುಡಿಗಳನ್ನು ನಾವು ತರಿಯುತ್ತಿದ್ದರೆ ಶಹರದ ಮಕ್ಕಳು ಅವರ ಹಾಸಿಗೆಗಳಲ್ಲಿ ಆರಾಮಾಗಿ ಮಲಗಿ ಕನಸು ಕಾಣುತ್ತಿದ್ದಾರೆ ಎನಿಸುತ್ತಿತ್ತು. ಶರತ್ಕಾಲ ಬಂದಾಗ ಆ ಮಕ್ಕಳಿಗೆ ಶಾಲೆಗೆ ಮರಳುವ ಸಂಭ್ರಮ. ನಾವು ಮಾತ್ರ ಹುಲ್ಲು ಮೆದೆಗಳನ್ನು ಸಾಗಿಸುತ್ತಾ ಕಟ್ಟಿಗೆ ಆರಿಸುತ್ತಾ ಇರಬೇಕಾಗಿದ್ದರಿಂದ ದಿನ ಕಳೆದು ಹೋಗುತ್ತಿದ್ದವು. ಆದರೂ ನಮ್ಮ ಕೆಲಸಗಳು ಮುಗಿಯುತ್ತಲೇ ಇರಲಿಲ್ಲ. ಚಳಿಗಾಲದಲ್ಲಿ ಬಿರುಕುಬಿಟ್ಟ ಕೈಗಳಿಂದ ಆಲಿವ್‌ಗಳನ್ನು ಶೇಖರಿಸುತ್ತಿದ್ದೆವು. ಇಝ್ಮೀರಿನ ಶಾಲೆಗೆ ಹೋದರೆ ವಾರಾಂತ್ಯಗಳಲ್ಲಿ ಶಾಲೆ ಬಿಟ್ಟ ತಕ್ಷಣ ಓಡಿ ಬಂದು ಇಲ್ಲಿಯ ಕೆಲಸಗಳಲ್ಲಿ ಸಹಾಯ ಮಾಡುವ ಯಾವ ಮಾರ್ಗಗಳೂ ಇರುತ್ತಿರಲಿಲ್ಲ. ಶಾಲೆ ಬಿಡುವುದನ್ನು ಕಾಯುತ್ತಾ ಕೂರುವಷ್ಟು ತಾಳ್ಮೆ ಮಣ್ಣಿಗೂ ಇರುವುದಿಲ್ಲ. ಅದೇ ಆಲೋಚನೆ ಮತ್ತು ಚಿಂತೆಯಲ್ಲಿ ಮುಳುಗಿಹೋಗಿದ್ದವನು ಕಾಕತಾಳೀಯವೆಂಬಂತೆ ಕತ್ತಲೆಯಲ್ಲೇ ಕಳೆದುಹೋಗಿದ್ದೆ. ಆ ಕ್ಷಣದಲ್ಲೇ ನನ್ನ ಪಾಲಿನ ದಾರಿಯನ್ನು ಬೆಳಗುವ ಟಾರ್ಚೊಂದರ ತಲಾಶಿಯಲ್ಲಿ ಮುಳುಗಿದೆ. ಇಝ್ಮೀರಿಗೆ ಕಳಿಸುವ ಮೊದಲೇ ಅಬ್ಬು ಯುದ್ಧದಲ್ಲಿ ಸಾವನ್ನಪ್ಪುವ ಸಾಧ್ಯತೆಯಿತ್ತು. ನನ್ನ ಮನಸ್ಸಿನೊಳಗಿನ ಗೊಂದಲಗಳನ್ನು ಹೇಳಿಕೊಳ್ಳಲು ಬಾರದವನಾಗಿದ್ದೆ. ಒಂದೊಮ್ಮೆ ಅಬ್ಬು ಒಪ್ಪಿಗೆ ಕೊಟ್ಟರೂ ಎಲ್ಲವನ್ನೂ ಎಲ್ಲರನ್ನೂ ಹಿಂದಕ್ಕೆ ಬಿಟ್ಟು ಹೊರಡುವ ಗಟ್ಟಿಮನಸ್ಸು ಕೂಡ ನನ್ನಲ್ಲಿರಲಿಲ್ಲ. ಹಳ್ಳಿಶಾಲೆಯಲ್ಲಿ ಓದುತ್ತಿರುವಾಗಲೂ, ಯಾವಾಗ ನನ್ನ ದೀಪಸ್ತಂಭದ ಮನೆಗೆ ಬರುತ್ತೀನೊ ಎಂದು ಕಾತರದಿಂದ ಕಾಯುತ್ತಿದ್ದೆ. ಇಲಿಯಾಸ್ ಮತ್ತು ಫೆರಿಹಾ ಆಪಾಳನ್ನು ಬಿಟ್ಟು ನಾನೊಬ್ಬನೆ ಒಂಟಿಯಾಗಿ ಅಷ್ಟು ದೊಡ್ಡದಾದ ದೂರದ ಶಹರದಲ್ಲಿ ಏನು ಮಾಡುವುದಿತ್ತು? ಈ ಹಳ್ಳಿ ಶಾಲೆಯ ಹುಡುಗರ ಜಾಗವನ್ನು ಹೊಸ ಶಾಲೆಯ ಹುಡುಗರು ಎಂದಿಗೂ ತುಂಬುತ್ತಿರಲಿಲ್ಲ. ಅಲ್ಲಿ ನನಗೆ ತಿನ್ನಲು ಬ್ರೆಡ್ ಸಿಗದೆ ಹೋದರೆ? ನಾನು ಹಸಿದುಕೊಂಡು ನರಳುವ ಪರಿಸ್ಥಿತಿ ಒದಗಿಬಂದರೆ? ಅಂಥದ್ದೇನು ಅಡುಗೆ ಮಾಡಿರದಿದ್ದರೂ ಜಾದೂ ಎಂಬಂತೆ ಅಮ್ಮಿ ಸೃಷ್ಟಿಸುತ್ತಿದ್ದ ಮುಸುರೆ ಪಾತ್ರೆಗಳ

ಅನುಪಸ್ಥಿತಿಯನ್ನು ನಾನು ತುಂಬುವುದು ಹೇಗೆ? ನನಗೆ ಹುಷಾರಿಲ್ಲದಿದ್ದಾಗ ನನ್ನ ತಲೆ ನೇವರಿಸುವವರು ಯಾರು? ನನಗೆ ಕೆಮ್ಮಾದಾಗ ನನ್ನ ಎದೆ ಮತ್ತು ಬೆನ್ನುಗಳನ್ನು ಅಯೋಡಿನ್ ಟಿಂಕ್ಚರುಗಳಿಂದ ಸವರುವವರು ಯಾರು? ನನಗೆ ಬಿಸಿಬಿಸಿ ಸೂಪು ಮಾಡಿಕೊಡುವವರು ಯಾರು? ನನ್ನ ಮೇಲೆ ಬೀಳಬಹುದಾದ ಕೆಟ್ಟ ಕಣ್ಣುಗಳನ್ನು ಓಡಿಸಲು ಹನೀಮ್ ಹಾಲಾಳಂತೆ ಪ್ರಾರ್ಥಿಸಿ ನನ್ನ ಮುಖದ ಮೇಲೆ ಉಫ್ ಉಫ್ ಎಂದು ಊದುವವರು ಯಾರು? ದೃಷ್ಟಿ ತೆಗೆಯುವವರು ಯಾರು? ನಾನಿಲ್ಲದೆ ಎಲ್ಲ ಕೆಲಸ ಅಬ್ಬು ಒಬ್ಬನೇ ಮಾಡಬಲ್ಲನಾದರೂ ಹೇಗೆ? ಮತ್ತು ಅಬ್ಬು ಇಲ್ಲದೆ ನನ್ನ ಗತಿ ಏನು? ಯೋಚನೆಗಳ ತಾಕಲಾಟಗಳ ಸುಳಿಯಲ್ಲಿ ಬಿದ್ದಿದ್ದೆ.

■

ಮರುದಿನ ಮತ್ತೆ ಉರಿಬಿಸಿಲಲ್ಲೇ ನಾವು ಗೋಲಿಯಾಟವಾಡಲು ಬೀದಿಗಿಳಿದೆವು. ಕೊರೆಯುವ ಚಳಿಗಾಲದ ದಿನಗಳಲ್ಲಿ ಎಷ್ಟು ಬೇಗ ಕತ್ತಲಾಗುತ್ತಿತ್ತೆಂದರೆ ಶಾಲೆ ಮುಗಿದ ಮೇಲೆ ಯಾವ ಬೀದಿ ಆಟಕ್ಕೂ ಸಮಯವೇ ಇರುತ್ತಿರಲಿಲ್ಲ. ಬೇಸಿಗೆ ಚಳಿಗಾಲ ಎರಡರಲ್ಲಿಯೂ ದೀಪಸ್ತಂಭದ ಮನೆಯಲ್ಲಿಯೇ ಬಂಧಿಯಾಗಿರುತ್ತಿದ್ದ ಇಲಿಯಾಸ್, ಈಗ ಬೇರೆ ಮಕ್ಕಳೊಡನೆ ಆಟವಾಡಲು ಅತ್ಯಂತ ಉತ್ಸುಕನಾಗಿದ್ದ. ಅವನು ಆಟದಲ್ಲಿ ಎಲ್ಲರನ್ನೂ ಸುಲಭವಾಗಿ ಸೋಲಿಸಿಯೇ ಬಿಡುತ್ತಿದ್ದ. ಸುನ್ನತಿ ಮಾಡಿಸಿಕೊಂಡಿದ್ದ ಹುಡುಗರೆಲ್ಲ ಇನ್ನೂ ಉದ್ದನೆಯ ನಿಲುವಂಗಿಗಳನ್ನು ತೊಟ್ಟುಕೊಂಡಿರುತ್ತಿದ್ದರು. ನಾನು ಬಿಟ್ಟುಬಿಟ್ಟಿದ್ದೆ. ಆದರೆ ಗಾಯವಾದ ಜಾಗ ನೋಯದಿರಲಿ ಎಂದು ಪ್ಯಾಂಟಿನೊಳಗೆ ಅಂಗಿಯನ್ನು ಸಿಗಿಸಿಕೊಳ್ಳದೆ ಅದನ್ನು ಹೊರಗಡೆಗೆ ಬಿಟ್ಟಿರುತ್ತಿದ್ದೆ.

ಊರ ಮುಖ್ಯಸ್ಥ ನಮ್ಮೆದುರಿಗೆ ಬರುವುದನ್ನು ನೋಡಿದ್ದೆ ಗೋಲಿಯಾಟ ಆಡುವುದನ್ನು ನಿಲ್ಲಿಸಿ ಎದ್ದು ನಿಂತೆವು. ಅವರು ನಮ್ಮ ಹತ್ತಿರಕ್ಕೆ ಬಂದವರೆ "ಹಾ ನಡಿರಿ ನಡಿರಿ, ಎಲ್ರು ಚೂರು ಕುರುಚಲು ಹತ್ತಿಕಟಿಗಿ ಪೊಳ್ಳು ಕಟಿಗೆಗಳನ್ನ ಹೆಕ್ಕಿ ತರೋದಕ್ಕೆ ಸಹಾಯ ಮಾಡಬರ್‍ರಿ." ಹಣೆಯಲ್ಲಿ ಕೆಲವು ಗಂಟುಗೆರೆಗಳನ್ನು ಮೂಡಿಸಿಕೊಳ್ಳುತ್ತಾ, ಗಾಳಿಯಲ್ಲಿ ಕೈಬೀಸುತ್ತಲೆ ನಮಗೆ ಆಜ್ಞೆ ಮಾಡಿದರು.

"ಗಂಡಾಳುಗಳೆಲ್ಲ ಗುಡ್ಡದ ತುದಿಗೆ ದೊಡ್ಡದೊಂದು ಕುಣಿ ತೋಡ್ತಾ ಇದಾರೆ. ನೀವೆಲ್ಲ ಸೇರಿ ಅದನ್ನು ಕುರುಚಲು ಕಟ್ಟಿಗೆಗಳಿಂದ ಮುಚ್ಬೇಕು" ಎಂದರು. ನಾವುಗಳು ಯಾಕೆ ಏನು ಎಂದೇನು ವಿಚಾರಿಸದೆ ಪೊಳ್ಳು ಕಟ್ಟಿಗೆಗಳನ್ನು, ಒಣಹುಲ್ಲುಗಳನ್ನು ಶೇಖರಿಸುವ ಕೆಲಸದಲ್ಲಿ ತೊಡಗಿದೆವು. ಯಾರು ಹೆಚ್ಚು ಹೆಚ್ಚು ಕೊಂಡೊಯ್ಯುತ್ತಾರೆ ಎಂದು ನಮ್ಮಲ್ಲಿಯೇ ಹುಮ್ಮಸ್ಸಿನ ಸ್ಪರ್ಧೆ ಏರ್ಪಟ್ಟಿತು. ಹಳ್ಳಿಯ ಹೆಂಗಸರು ಕತ್ತೆಗಳ ಮೇಲೆ ಪೊಳ್ಳುಕಟ್ಟಿಗೆಗಳನ್ನು ಗುಂಡಿಯವರೆಗೂ ಸಾಗಿಸುತ್ತಿದ್ದರು. ಗುಂಡಿ ಇನ್ನೇನು ತುಂಬಿತು ಎನ್ನುವ ಹೊತ್ತಿಗೆ ಊರ ಮುಖ್ಯಸ್ಥ ಒಂದು ಟಿನ್ ಬಟುಮಿ ಎಣ್ಣೆ ಹಿಡಿದುಕೊಂಡು ಬಂದ. ನಮ್ಮೆಲ್ಲರ ಒಗ್ಗಟ್ಟಿನ ಪ್ರಯತ್ನದಿಂದ ಸಂತುಷ್ಟನಾದಂತೆ

ತೋರುತ್ತಿದ್ದ. ಅವನು ಹಳ್ಳಿಗರ ಕಡೆಗೆ ತಿರುಗಿ, ತಾನಿನ್ನೇನು ಭಾಷಣ ಮಾಡುವೆನೆಂಬ ಭಂಗಿಯಲ್ಲಿ, ಒಂದು ಕೈಯನ್ನು ಅವನ ಜುಬ್ಬಾದ ಜೇಬಿನಲ್ಲಿಳಿಸಿ, ಗಂಟಲು ಸರಿ ಮಾಡಿಕೊಂಡು ಶುರುಮಾಡಿದ.

"ನೋಡ್ರಪ್ಪಾ, ನಮಗೆ ಟೆಲಿಫೋನ್ ಮೂಲಕ ಆದೇಶ ಬಂದಿದೆ. ಈ ದಾಳಿಯಿಂದ ಏನಾದರೂ ಅನಾಹುತ ಆದ್ರೆ ಬೇರೆ ಹಳ್ಳಿ ಜನರನ್ನು ಎಚ್ಚರಿಸೋಕೆ ಕುರುಚಲಿಗೆ ಬೆಂಕಿ ಇಡಬೇಕು ಅಂತ!" ಎಂದು ಮುಂದಕ್ಕೆ ಹೇಳುತ್ತಲೇ ಹೋದರಾದರೂ ನಮ್ಮ ಮಕ್ಕಳ ಸೈನ್ಯದ ಗಮನ ಟೆಲಿಫೋನ್ ಎಂಬ ಶಬ್ದಕ್ಕೇ ನಿಂತುಹೋಯಿತು. ಆದೇಶ ಬಂದಿದೆ ಅಂದರೆ ಟೆಲಿಫೋನು ಟರಿರಿಣ್ ಟರಿರಿಣ್ ಎಂದು ರಿಂಗಣಿಸಿರಲೇಬೇಕು. ಅಷ್ಟೆಲ್ಲಾ ಕಾದರೂ ಅದನ್ನು ಕೇಳುವ ಅವಕಾಶ ಕಳೆದುಕೊಂಡೇ ಬಿಟ್ಟೆವಲ್ಲಾ ಎಂದು ಕಿರಿಕಿರಿಯಾಯಿತು.

ನಮಗೆ ಬೇಸರವಾದಾಗಲೆಲ್ಲಾ ನಾವು ನಮ್ಮ ಮನೆಯ ಆಚೆಯಿರುತ್ತಿದ್ದ ಕೊಂಕರ್ ಮರದ ಮೊನಚಾದ ಹಣ್ಣುಗಳನ್ನು ಶತ್ರುವಿಮಾನಗಳೆಂದು ಭಾವಿಸಿ ಕಲ್ಲೆಸೆಯಲು ಶುರುವಿಕ್ಕಿಕೊಂಡು ಬಿಡುತ್ತಿದ್ದೆವು. ಅಂದೂ ಹಾಗೆ ಮಾಡುತ್ತಿರುವಾಗ ನನ್ನ ಆಪಾ, ನಾನಿಯ ಒತ್ತಾಯದಿಂದ ಕೈಕಸೂತಿಯಿಂದ ಹೂಗಳ ವಿನ್ಯಾಸ ಮಾಡಿದ್ದ ಉಡುಪನ್ನು ತೊಟ್ಟಿದ್ದವಳು, ಕೈಯಲ್ಲೊಂದು ಪೊರಕೆ ಹಿಡಿದು ಮನೆಯಿಂದ ಹೊರಗೆ ಬಂದದ್ದು ಕಾಣಿಸಿತು.

ಅವಳ ಕಡೆಗೆ ಬೆರಳು ತೋರಿಸುತ್ತಾ ಹೊಟ್ಟೆ ಹಿಡಿದುಕೊಂಡು ಗಹಗಹಿಸಿ ನಗುತ್ತಾ ನಮ್ಮ ಗುಂಪಿನಲ್ಲೇ ಒಬ್ಬನಾದ ಇದ್ರಿಸ್ "ಅಲ್ನೋಡ್ರೊ, ಫರಿಹಾ! ಗಂಡುಬೀರಿ ಫರಿಹಾ! ಒಳ್ಳೆ ಹೂ ಹೂವಿನ ಬಟ್ಟೆ ಹಾಕೊಂಡು ಚಮಕ್ ಚಮಕ್ ಅಂತಿದಾಳೆ!" ಎಂದು ಕುಹಕವಾಡಿದ. ಇದ್ರಿಸ್ ನನಗಿಂತ ಒಂದು ವರ್ಷ ದೊಡ್ಡವನಷ್ಟೇ ಅಲ್ಲ, ಅಲ್ಲಿದ್ದ ಎಲ್ಲಾ ಹುಡುಗರಿಗಿಂತ ಎತ್ತರದವನು ಮತ್ತು ದೈತ್ಯದೇಹದವನೂ ಆಗಿದ್ದ. ಯಾರೂ ಅವನೊಂದಿಗೆ ಜಗಳದ ದುಸ್ಸಾಹಸಕ್ಕೆ ಕೈ ಹಾಕುತ್ತಿರಲಿಲ್ಲ. ಅವನು ತನ್ನ ಕುಚೇಷ್ಟೆ ಮುಂದುವರಿಸಿದ. "ಎಲ್ರೂ ಹೇಳ್ತಾರಪ್ಪ! ಅವಳು ನಾಲ್ಕು ಗೋಡೆ ನಡುವೆನೆ ಉಳ್ಕೊಂಡ್ ಬಿಡ್ತಾಳೆ ಅಂತ! ಆದ್ರೆ ಅವಳು ಆ ದೊಡ್ಡದಾಗಿರೋ ದೀಪದ ಮನೆಲಿರೋದರಿಂದ, ಅಲ್ಲೇ ಉಳಕೊಂಡುಬಿಡ್ತಾಳೆ ಕಣ್ರೋ!" ಎಂದು ಅವಳಿಗೆ ಮದುವೆಯೇ ಆಗುವುದಿಲ್ಲ ಎನ್ನುವುದನ್ನು ಸೂಚಿಸಿ ಜೋರಾಗಿ ನಕ್ಕ. ನನ್ನ ಮತ್ತು ಇಲಿಯಾಸ್‌ನನ್ನು ಹೊರತುಪಡಿಸಿ ಎಲ್ಲರೂ ನಕ್ಕರು. ಇಲಿಯಾಸ್ ತಡೆಯಲಾರದೆ "ಕ್ಯಾರೆರೆ? ನೀನೇನ್ ಮಾತಾಡ್ತಾ ಇದೀಯ ಅಂತ ನಿಂಗೆ ಗೊತ್ತಿದ್ಯ?" ಎಂದು ಗದರಿದ. ಅದಕ್ಕವನು ತನ್ನ ಸೊಂಟದ ಮೇಲೆ ಕೈಯಿಕ್ಕಿಕೊಂಡು "ಅಯ್ಯೋ ರೋಗಿಷ್ಟ ನನ್ನ ಮಗನೆ! ಏನೋ ಮಾಡ್ತಿಯ?" ಎನ್ನುತ್ತಾ ಇಲಿಯಾಸನ ಮೇಲೆ ಏರಿ ಹೋಗಿ ಭುಜ ಹಿಡಿದು ತಳ್ಳಿದ. ಇನ್ನು ನನಗೆ ಸುಮ್ಮನಿರಲಾಗಲಿಲ್ಲ. ನನ್ನ ಸಹನೆಯ ಕಟ್ಟೆ ಒಡೆದುಹೋಗಿತ್ತು. ಮುಂದೇನಾಯಿತೆಂದು ನನಗೆ ಸ್ಪಷ್ಟವಾಗಿ ನೆನಪಿಲ್ಲ ಆದರೆ ಕಣ್ಣು ತೆರೆದಾಗ ಇದ್ರಿಸ್ ನೆಲದ ಮೇಲೆ ಬಿದ್ದಿದ್ದ. ನಾನವನ

ಮೈ ಮೇಲೆ ಕುಳಿತು ಅವನ ಮುಖಕ್ಕೆ ಧಕುಂ ಧಕುಂ ಎಂದು ಗುದ್ದುತ್ತಿದ್ದೆ. ಸುತ್ತ ನಿಂತಿರುವ ಮಕ್ಕಳು ಗಾಬರಿಯಿಂದ ನೋಡುತ್ತಿದ್ದರು. ಅಲ್ಲಿಗೆ ಹೇಗೆ ಬಂದರೋ ಏನೊ! ಅಮ್ಮಿ, ಆಪಾ ಮತ್ತು ನೆರೆಮನೆಯ ಕೆಲವು ಹೆಂಗಸರೆಲ್ಲಾ ಸೇರಿ ಅವನನ್ನು ನನ್ನಿಂದ ಬಿಡಿಸಿದರು. ನನ್ನ ತೋಳುಹಿಡಿದು ಮನೆಗೆ ಎಳೆದುಕೊಂಡು ಹೋದರು. ಮುಖಮೂತಿ ಎಲ್ಲಾ ರಕ್ತಸಿಕ್ತವಾಗಿದ್ದ ಇದ್ರಿಸ್ ಅಲ್ಲೇ ಬಿದ್ದಿದ್ದ. ಕಾರ್ನೆಲ್ ಕಟ್ಟೆಗೆಯಿಂದ ಮನೆಯಲ್ಲಿ ನನಗೆ ಸರಿಯಾಗಿ ಬೀಳುವುದೆಂದು ಅಂದುಕೊಂಡೆ. ಮನೆಯಲ್ಲಿ ಅಮ್ಮಿ ಕೆಂಡಾಮಂಡಲವಾಗಿದ್ದಳು. ನಮ್ಮ ಅದೃಷ್ಟವೆಂಬಂತೆ ಇದ್ರಿಸ್‌ನ ಅಬ್ಬು ಸೈನ್ಯದಲ್ಲಿದ್ದಾನೆಂದು ತಿಳಿದು ಕೊಂಚ ಸಮಾಧಾನವಾದರೂ ಈ ವಿಷಯ ಕೇಳಿದ ಅವನ ಗಯ್ಯಾಳಿ ಅಮ್ಮಿಯೆಲ್ಲಿ ಗದ್ದೆ ದಾಟಿ, ಓಡೋಡಿ ನಮ್ಮ ಮನೆಬಾಗಿಲಿಗೆ ಬಂದು ಗಲಾಟೆ ಎಬ್ಬಿಸಿಬಿಡುವಳೊ ಎಂಬ ಭಯದಿಂದ ಹನೀಮ್ ಹಾಲಾಳನ್ನು ಕತ್ತೆಯ ಮೇಲೆ ಕೂರಿಸಿಕೊಂಡು ಕೂಡಲೆ ದೀಪಸ್ತಂಭದ ಮನೆಗೆ ಬಂದುಬಿಟ್ಟೆವು.

ಅಬ್ಬುವಿಗೆ ಈ ವಿಷಯ ತಿಳಿದಕೂಡಲೆ ನನ್ನನ್ನು ಕೊಂದೇಬಿಡುತ್ತಾರೆಂದು ನಾನು ಹೆದರಿಕೊಂಡುಬಿಟ್ಟಿದ್ದೆ. ಆದರೆ ಆಶ್ಚರ್ಯವೆಂಬಂತೆ ಅವನು ಶಾಂತವಾಗಿಯೇ ಇದ್ದ. "ಅಲ್ಲಲೆ ಕತ್ತೆ! ನೀನ್ಯಾಕೆ ಅವನಿಗೆ ಹೊಡೆಯೋದಕ್ಕೆ ಹೋಗಿದ್ದೆ?" ಕೇಳಿದನಷ್ಟೆ! ಇಲಿಯಾಸ್ ಮತ್ತು ನಾನು, ನಮಗರಿವಿಲ್ಲದಂತೆ ಆಪಾನ ಕಡೆಗೆ ದೃಷ್ಟಿ ಹಾಯಿಸಿದೆವು. ಒಬ್ಬರೊಬ್ಬರ ಮುಖವನ್ನು ಕಳ್ಳರಂತೆ ನೋಡುತ್ತಾ ತಲೆ ತಗ್ಗಿಸಿದೆವು. ನಮ್ಮಲ್ಲಿ ಒಂದು ಮಾನಸಿಕ ಒಪ್ಪಂದವಾಗಿತ್ತು, ಆಪಾಗೆ ಯಾವುದೇ ರೀತಿಯಲ್ಲಿ ಬೇಸರವಾಗದಂತಿರಬೇಕು ಎಂದುಕೊಂಡಿದ್ದೆವು. ಆದ್ದರಿಂದ ಇದೆಲ್ಲ ಅವಳಿಗಾದ ಅವಮಾನದಿಂದ ಪ್ರಾರಂಭವಾಯಿತು ಎನ್ನುವುದನ್ನು ಹೇಳುವಂತಿರಲಿಲ್ಲ. ಪ್ರಾಮಾಣಿಕವಾಗಿ ಹೇಳಬೇಕೆಂದರೆ ನಾವು ಯಾವ ವಿಷಯವನ್ನೂ ಮಾತನಾಡಲೇ ಬಾರದೆಂದು ತೀರ್ಮಾನಿಸಿಬಿಟ್ಟಿದ್ದೆವು. ಆದರೆ ಅಬ್ಬು ಪಟ್ಟು ಬಿಡದೆ ಕೇಳಿದಾಗ ಇಲಿಯಾಸ್ ನೆಲ ನೋಡುತ್ತಲೇ, "ಅವನು ಇದ್ರಿಸ್, ಅವನೇ ಮೊದಲು ಶುರು ಮಾಡಿದ ಅಬ್ಬು" ಎಂದು ಸಿಟ್ಟಿನಿಂದಲೇ ಅಂದ.

"ಯಾಕೆ?" ಎಂದು ಅಬ್ಬು ಕೇಳಿದ.

"ಅವನು ನಂಗೆ ರೋಗಿಷ್ಟ ನನ್ನ ಮಗನೆ ಅಂತ ಹೀಯಾಳಿಸಿದ" ಅಂತಂದ.

ಈಗ ಅಬ್ಬು ನನ್ನನ್ನು ಬಯ್ಯಬೇಕೊ ಹೊಗಳಬೇಕೊ ಎಂದು ಗೊಂದಲಗೊಂಡ! ಮತ್ತೆ ಕೊಂಚ ಸಾವರಿಸಿಕೊಂಡು "ಆ ಸುವ್ವರ್‌ಗೆ ಹಂಗೆ ಆಗಬೇಕು. ನೀ ಒಳ್ಳೆ ಕೆಲಸಾನೆ ಮಾಡಿದಿ ಬಿಡು" ಎಂದು ನನ್ನ ಬೆನ್ನನ್ನು ಜೋರಾಗಿ ಹೆಮ್ಮೆಯಿಂದ ಚಪ್ಪರಿಸುತ್ತ "ಅವನ ಮುಖಕ್ಕಷ್ಟೆ ಗುದ್ದೋದಲ್ಲ ಅವನ ತಲೆ ಎರಡು ಹೋಳು ಮಾಡಬೇಕಿತ್ತು" ಎಂದ.

■

ಕತ್ತಲಾಗುತ್ತಿದ್ದಂತೆ ನಾವು ಮೂವರೂ ಮತ್ತೆ ಮಿನಾರನ್ನೇರಿದೆವು. ನಾನಾಗ ಮಿಸ್ಟರ್ ಈಥಮ್ ಅವರೊಂದಿಗೆ ಆದ ಮಾತುಕತೆಯ ವಿಷಯವನ್ನು ಹೇಳುತ್ತಾ ನಾನಿನ್ನೂ ಓದಲು ಶುರುವೇ ಮಾಡದಿರುವ ವಿಷಯವನ್ನು ಅವಳಿಗೆ ಹೇಳಿದಾಗ ಆಪಾ ನನ್ನನ್ನು ಚೆನ್ನಾಗಿ ತರಾಟೆಗೆ ತೆಗೆದುಕೊಂಡಳು. ಆದರೆ ಮುಂದಿನ ಸವಾಲುಗಳನ್ನೂ ಅವಳೇ ಚೆನ್ನಾಗಿ ಬಲ್ಲವಳಾಗಿದ್ದಳು. ಬಾಂಬ್ ದಾಳಿ, ಯುದ್ಧದ ಆತಂಕ, ಸುನ್ನತಿಯ ಸಡಗರ ಇಷ್ಟೆಲ್ಲಾ ಸಾಲದೆಂಬಂತೆ ಆಶ್ರಯದಾಣದ ಗುಂಡಿ ತೋಡುವ ಕೆಲಸ... ಇವೆಲ್ಲವುಗಳ ನಡುವೆ ತೋಟ ಹಾಗೂ ಗದ್ದೆಯ ಕೆಲಸಗಳನ್ನು ಮರೆತೇಬಿಟ್ಟಿದ್ದೆವು. ಮರುದಿನದಿಂದಲೇ ಗದ್ದೆ ಉಳುವ ಕೆಲಸ ನಮ್ಮನ್ನು ಎದುರುನೋಡುತ್ತಿತ್ತು. ಹೀಗಿರುವಾಗ ಒಳಗಡೆ ಓದುವ ಅದೆಷ್ಟೇ ಆಸೆ ಇದ್ದರೂ ಓದಲು ಕೂರುವುದಕ್ಕೆ ಸಾಧ್ಯವಿರಲಿಲ್ಲ.

"ಹೇ, ಅಮ್ಮಿ ಹತ್ರ ಒಂದ್ಸಲ ಮಾತಾಡಿ ನೋಡಿದ್ರೆ ಹೆಂಗೆ? ಅವಳು ಏನಾರ ಪರಿಹಾರ ಕಂಡುಹಿಡಿದೆ ಹಿಡೀತಾಳೆ" ಎಂದು ಇಲಿಯಾಸ್ ಹೇಳಿದ. ಆದರೆ ಅವಳಿಗೆ ಹೇಳುವುದಾದರೂ ಹೇಗೆ? ನಾನು ಮನೆಬಿಟ್ಟು ಹೋಗುವ ವಿಷಯಕ್ಕೇ ಅವಳಿಗೆ ಸಿಟ್ಟು ಬಂದು ನನ್ನನ್ನ ಮಾತನಾಡಿಸೋದೆ ಬಿಟ್ಟುಬಿಟ್ಟರೆ? ಎಂದು ಭುಗಿಲಾಗುತ್ತಿತ್ತು.

ನಾನು ಸುಮ್ಮನೆ ಅನಗತ್ಯವಾಗಿ ಕಾರಣವಿಲ್ಲದೆ ಚಿಂತೆ ಮಾಡುತ್ತಿದ್ದೆನೆನಿಸುತ್ತದೆ. ಏಕೆಂದರೆ ಅಮ್ಮಿ ನನ್ನ ಸಹಾಯಕ್ಕೆ ನಿಂತಳು. ಆಪಾನ ಬಾಯಿಂದ ನನ್ನೊಳಗಿನ ದಿಗಿಲಿನ ವಿಷಯ ತಿಳಿದೊಡನೆಯೆ ಅವಳು ಬಟ್ಟೆ ಬೀರುವಿನಲ್ಲಿ ಬಚ್ಚಿಟ್ಟಿದ್ದ ಪುಸ್ತಕಗಳನ್ನು ಮೆತ್ತಗೆ ಹೊರತೆಗೆದು ಒಂದು ತೂಗು ಚೀಲಕ್ಕೆ ವರ್ಗಾಯಿಸಿದಳು. ಅಬ್ಬು ಬೇರೆ ಯಾವುದೋ ಕೆಲಸಕ್ಕೆ ಹೋದ ಕೂಡಲೇ ಗದ್ದೆಯಲ್ಲಿ ಆ ಚೀಲವನ್ನು ನನ್ನ ಕೈಗೆ ಕೊಟ್ಟಳು. ನಾನು ಹೊಲದ ಪಕ್ಕದ ತುರಿಕೆ ಮರದ ನೆರಳಿನಲ್ಲಿ ಕುಳಿತು ಅಭ್ಯಾಸ ಮಾಡಲು ಪ್ರಯತ್ನಿಸುತ್ತಿದ್ದಾಗ ಕೆಲಸ ಹಿಂದೆಬೀಳಬಾರದೆಂದು ಅಮ್ಮಿ ಮತ್ತು ಆಪಾ ಬಿಸಿಲಲ್ಲಿ ಬಸವಳಿಯುತ್ತಾ, ಬೆವರು ಸುರಿಸುತ್ತಾ ಗದ್ದೆಯಲ್ಲಿ ಎಡಬಿಡದೆ ತಮ್ಮನ್ನು ತೊಡಗಿಸಿಕೊಂಡರು. ಅವರನ್ನು ಗಮನಿಸುತ್ತಾ ನನ್ನ ಮನಸ್ಸು ವಿಚಲಿತವಾಗಿ ಶಾಲೆಯಲ್ಲಿ ಮಿಸ್ಟರ್ ಈಥಮ್ ಹೇಳಿದ ಹಳೆಯ ಸಂಗತಿ ನೆನಪಿಸಿಕೊಂಡೆ. ಅವರು ವಿದ್ಯಾಭ್ಯಾಸವನ್ನು ಪೈರಿನ ಕುಡಿಯ ಬೆಳವಣಿಗೆಗೆ ಹೋಲಿಸುತ್ತಿದ್ದರು. ಮಣ್ಣನ್ನು ಹದ ಮಾಡಿ ಬೀಜ ಬಿತ್ತಿ ಅದಕ್ಕೆ ನೀರುಣಿಸುವಂತೆ ವಿದ್ಯೆಯನ್ನು ಪಡೆಯುವುದಕ್ಕೆ ಸಾಕಷ್ಟು ಶ್ರಮ ಪಡಬೇಕು ಎಂದೆನ್ನುತ್ತಿದ್ದರು.

ಗದ್ದೆಯಲ್ಲಿ ತಮ್ಮ ಪಾಲಿನ ಕೆಲಸ ಪೂರೈಸಿ ಅಮ್ಮಿ ಮತ್ತು ಆಪಾ ನಾನು ಉಳಬೇಕಾಗಿದ್ದ ಭಾಗಕ್ಕೆ ಬಂದರು. ಅವರು ಹಾಗೆ ಬೆವರು ಸುರಿಸುವುದನ್ನು ನೋಡಿ ನನ್ನ ಹೃದಯ ಕಿತ್ತು ಬಂತು. ಪಾಪಪ್ರಜ್ಞೆ ಉಕ್ಕಿ ಬಂತು. ಆ ಕ್ಷಣಕ್ಕೆ ಓದುವುದು ಬರೆಯುವುದೆಲ್ಲ ವ್ಯರ್ಥವಿಲಾಪದಂತೆ ಅನಿಸತೊಡಗಿತು. ಆಗ ನನ್ನ ಮನಸ್ಸಲ್ಲಿ ನಡೆಯುತ್ತಿದ್ದ ಅಲ್ಲೋಲ ಕಲ್ಲೋಲವನ್ನು ಗಮನಿಸಿದವಳಂತೆ ಅಮ್ಮಿ ಬಗ್ಗಿದ್ದಲ್ಲಿಂದ ಮೇಲೆದ್ದು ನನ್ನ ಕಡೆಗೊಂದು ಹೂನಗೆ ಬೀರಿದಳು. ಅದು ಸಾವಿರ ಮಾತುಗಳಿಗೆ

ಸಮನಾಗಿತ್ತು. ಮುಖದ ಮೇಲೆ ತಣ್ಣೀರೆರಚಿದಂತೆ ನನ್ನನ್ನು ಹೊಡೆದೆಬ್ಬಿಸಿತು! ಅವರು ನನಗೋಸ್ಕರ ಇದನ್ನು ಮಾಡುತ್ತಿದ್ದಾರೆ. ನಾನು ಕಲಿತು ವಿದ್ಯಾವಂತನಾಗಲಿ ಎಂದೇ ಅವರು ಈ ಕಷ್ಟ ತೆಗೆದುಕೊಳ್ಳುತ್ತಿದ್ದಾರೆ. ಅವರು ಉತ್ತು ಬೆವರ ನೀರು ಹರಿಸುತ್ತಿರುವುದು ಬರೀ ಗದ್ದೆಯನ್ನಲ್ಲಷ್ಟೆ ಅಲ್ಲದೆ ನನ್ನ ಜ್ಞಾನದ ನೆಲವನ್ನು ಕೂಡ! ಅಮ್ಮಿ ತನ್ನ ಆ ಒಂದು ನೋಟದಿಂದ ನನ್ನಲ್ಲಿದ್ದ ಪಾಪಪ್ರಜ್ಞೆಯ ಶೂನ್ಯವನ್ನು ಉತ್ಸಾಹದ ಚಿಲುಮೆಯಿಂದ ತುಂಬಿ ಬಿಟ್ಟಳು! ಅವರ ಬೆವರಿನ ದುಡಿಮೆಗೆ ನಾನು ಬೆಲೆ ಕಟ್ಟಲೇಬೇಕಿತ್ತು, ಆ ತ್ಯಾಗ ಪರಿಶ್ರಮ ವ್ಯರ್ಥವಾಗದಂತೆ ಎಚ್ಚರಿಕೆವಹಿಸುವುದೇ ನನ್ನ ಗುರುತರ ಜವಾಬ್ದಾರಿಯಾಗಿತ್ತು. ನನ್ನ ಆಪಾ ಅವಳ ಹಿಂಗೈಯಿಂದ ಹುಬ್ಬಿನ ಮೇಲೆ ನಿಂತಿದ್ದ ಬೆವರಹನಿಗಳನ್ನು ಒರೆಸಿಕೊಳ್ಳುತ್ತಾ ನನ್ನ ಕಡೆಗೊಂದು ಮುದ್ದಾದ ನಗು ಚೆಲ್ಲುತ್ತಾ ಉಸುರಿದಳು.

"ಸರಿ, ಅದೇನು ಓದ್ತಾ ಇದಿಯೊ ಜೋರಾಗೋದು. ನಾವೂ ಸ್ವಲ್ಪ ಕಲಿಯಣ" ಎಂದಳು.

ಹೀಗೆ ಹುರುಪಿಗೆದ್ದ ನಾನು ಇಡೀ ದಿವಸ ಗಂಟಲು ಹರಿಯುವಂತೆ ಜೋರಾಗಿ ಓದಿದೆ! ನಮ್ಮೆಲ್ಲರ ಜೊತೆ ಸುತ್ತಲಿದ್ದ ಗಿಡಗಳು, ಮರಗಳು, ಸೀಗಲ್ ಹಕ್ಕಿಗಳು, ಅಷ್ಟೇ ಏಕೆ ಗಾಳಿಯು ಸಹ ಅಭ್ಯಾಸದಲ್ಲಿ ತೊಡಗಿಕೊಂಡುಬಿಟ್ಟಿತು.

ರಾತ್ರಿ ಹೊತ್ತು ನಾನು ದೀಪಸ್ತಂಭದ ಮನೆಯ ಲಾಟೀನಿನ ಮಿಣುಕುದೀಪದ ಬೆಳಕಿನಲ್ಲೆ ಓದುವುದಕ್ಕೆ ಪ್ರಯತ್ನಿಸಿದೆ. ಅಬ್ಬು ಹೇಳುತ್ತಿದ್ದದ್ದು ನೆನಪಾಯಿತು. ಈ ಜಗತ್ತಿನಲ್ಲಿ ಒಂದು ಲಕ್ಷದ ಇಪ್ಪತ್ತು ಸಾವಿರ ದೀಪಸ್ತಂಭದ ಮನೆಗಳಿವೆ. ಪ್ರತಿಯೊಂದಕ್ಕೂ ತನ್ನದೆ ಆದ ಬೆಳಕಿನ ಧಾರೆಯ ವಿಶಿಷ್ಟ ವಿನ್ಯಾಸವಿದೆ. ಕೆಲವು ಸತತವಾಗಿ ಉರಿಯುವುದರಿಂದ ಕತ್ತಲು ಆವರಿಸುವ ಕ್ಷಣಹೊತ್ತಿನ ಸಮಯವೂ ಅವಕ್ಕೆ ಇರುವುದಿಲ್ಲ. ಕೆಲವು ಎಷ್ಟು ಪ್ರಖರವಾಗಿರುತ್ತವೆಂದರೆ ಸಮುದ್ರವನ್ನೇ ಸೀಳಿ ಬಿಡುವಂತೆ ಮಿನುಗುತ್ತವೆ. ನಮ್ಮ ದೀಪಸ್ತಂಭದ ಬೆಳಕಿನ ಧಾರೆಯೂ ಹೆಚ್ಚು ಹೆಚ್ಚು ಹೊತ್ತು ಉರಿ ಉರಿಯುವಂಥದ್ದಾಗಿರಬೇಕಿತ್ತು ಎಂದು ನನಗಾಗ ಅನಿಸಿತು. ಮುಂದೆ ಎಂದಾದರೂ ಯಾರಿಗಾದರೂ ಅಭ್ಯಾಸ ಮಾಡುವುದಕ್ಕೆ ಈ ಬೆಳಕು ಅವಶ್ಯವಾಗಬಹುದೆಂಬುದನ್ನು ಈ ದೀಪಸ್ತಂಭವನ್ನು ಕಟ್ಟಿದವರು ಕಲ್ಪನೆಯನ್ನೂ ಕೂಡ ಮಾಡಿರಲಿಕ್ಕಿಲ್ಲ ಎನಿಸಿತು.

ನಮ್ಮ ದೀಪಸ್ತಂಭದ ಬೆಳಕಿನ ಧಾರೆಯ ವಿನ್ಯಾಸ ಹೇಗಿತ್ತೆಂದರೆ ಅದು ಮೂರು ಬಾರಿ ಪುಟ್ಟ ಪುಟ್ಟದಾಗಿ ಮಿನುಗಿ ಅದರ ಮುಂದಿನ ಬಾರಿ ಅದರ ಮೂರರಷ್ಟು ಬೆಳಕಿನ ದೊಡ್ಡ ಮಿನುಗನ್ನು ಸೂಸುತ್ತಿತ್ತು. ನಾನು ಪುಟ್ಟ ಪುಟ್ಟ ಮಿನುಗಿನಲ್ಲಿ ಅರ್ಧ ವಾಕ್ಯವನ್ನು ಓದಿ ಮನಸ್ಸಿನಲ್ಲಿರಿಸಿಕೊಂಡಿರುತ್ತಿದ್ದುದನ್ನು ದೊಡ್ಡ ಮಿನುಗು ಬಂದಾಗ ಮತ್ತೊಮ್ಮೆ ಖಚಿತಪಡಿಸಿಕೊಂಡು ಓದುತ್ತಿದ್ದೆ. ಮುಂದಿನ ಮಿನುಗಿನ ಸರಣಿಯಲ್ಲಿ ಓದಿದ್ದನ್ನು ಮನನ ಮಾಡಿಕೊಳ್ಳುತ್ತಿದ್ದೆ. ಹೀಗೆ ಮಾಡಿ ಮಾಡಿ ಅಂದು ರಾತ್ರಿ ನನ್ನ ಕಣ್ಣುಗಳು ಸೋತು ತಾವಾಗಿಯೇ ಮುಚ್ಚುವವರೆಗೆ ನಾನು ಮೂರು ಪುಟಗಳನ್ನು ನೆನಪಿಟ್ಟುಕೊಳ್ಳುವಷ್ಟು ಮಾತ್ರ ಸಮರ್ಥನಾಗಿದ್ದೆ.

ಒಂದು ವಾರದಷ್ಟರಲ್ಲಿ ಒಂದು ಮಿನುಗಿನ ಸರಣಿಯಲ್ಲಿ ಕೇವಲ ಒಂದೂವರೆ ವಾಕ್ಯ ಓದಿಕೊಳ್ಳುವಷ್ಟರ ಮಟ್ಟಿಗೆ ಪ್ರಗತಿ ಸಾಧಿಸಿದೆ. ಎಷ್ಟೋ ರಾತ್ರಿಗಳಲ್ಲಿ ಗಾಳಿ ಭರ್ರನೆ ಬೀಸುವಾಗ ನನಗರಿವಿಲ್ಲದಂತೆಯೆ ನಿದ್ದೆಗೆ ಜಾರಿಬಿಡುತ್ತಿದ್ದೆ. ಆ ಮಿಣಮಿಣಸುವ ಮಿನುಗು ನಾನು ಕಣ್ಣು ಮುಚ್ಚಿದಾಗಲೂ ನನ್ನ ಮನಸ್ಸಿನಲ್ಲಿ ಬೆಳಗಿನವರೆಗೂ ಮಿಣುಕರಿಸುತ್ತಲೇ ಇರುತ್ತಿತ್ತು. ಈ ರೀತಿಯ ಮಿಣುಕು ಬೆಳಕಿನಲ್ಲಿನ ಓದು ಹೆಚ್ಚುದಿನಗಳವರೆಗೆ ನಡೆಯುವಂತಿರಲಿಲ್ಲ. ಈ ಬೆಳವಣಿಗೆಗಳಿಂದ ಮಂಕಾದ ನನ್ನ ಮುಖವನ್ನು ನೋಡಿ ಆಪಾ "ಏನ್ ಸಮಾಚಾರ?" ಎಂದು ಕೇಳಿದಳು. "ಈ ತರ ನಿಧಾನಕ್ಕೆ ಓದ್ತಾ ಕೂತ್ರೆ ನಾನು ಸಾಯೋತನ ಓದಿದ್ರೂ ಈ ಎಲ್ಲಾ ಪುಸ್ತಕಗಳನ್ನ ಮುಗಿಸೋಕೆ ಸಾಧ್ಯ ಇಲ್ಲ!" ಎಂದೆ.

ಮಿನಾರಿನ ಬಾಗಿಲ ಬಳಿ ಒಂದು ಬುಡ್ಡಿ ದೀಪವನ್ನು ಯಾವಾಗಲೂ ಇಳಿಬಿಟ್ಟಿರಲಾಗುತ್ತಿತ್ತು. ಅದು ಸರ್ಕಾರಕ್ಕೆ ಸೇರಿದ್ದರಿಂದ ಅಬ್ಬು ಅದನ್ನು ಬಳಸಲು ಒಪ್ಪುತ್ತಿರಲಿಲ್ಲ. ಅದು ಒಡೆದು ಗಿಡೆದು ಹೋದರೇನು ಗತಿ ಎಂದು ಅಬ್ಬು ಭಯ ಪಡುತ್ತಿದ್ದ. ಅಷ್ಟು ಮೀರಿ ಒಳ್ಳೆ ಗೂಬೆಗಳಂತೆ ಆ ಕಡುಗತ್ತಲಲ್ಲೂ ಆ ಮೆಟ್ಟಿಲುಗಳನ್ನು ಸಲೀಸಾಗಿ ಏರಿಳಿಯುವ ನಮಗೆ ಅದರ ಅವಶ್ಯಕತೆಯೂ ಕಂಡುಬಂದಿರಲಿಲ್ಲ.

"ಸಾಯಂಕಾಲ ಅದೇನು ಅಂತ ನೋಡಣ!" ಎಂದು ಆಪಾ ಹೇಳಿದಾಗಿನಿಂದ ಬುಡ್ಡಿದೀಪದ ಬೆಳಕಿನಲ್ಲಿ ಓದಬಹುದೆಂಬ ಕನಸಿನಿಂದಾಗಿ ನಾನು ಸಂಜೆಯಾಗುವುದನ್ನೇ ಕಾಯುತ್ತಿದ್ದೆ. ಆದರೆ ಆ ದೀಪದಲ್ಲಿ ಒಂದು ಹನಿ ಎಣ್ಣೆಯೂ ಇರಲಿಲ್ಲ. ಬತ್ತಿ ಕೂಡ ಒಣಗಿದ ಮೂಳೆಯಂತಾಗಿತ್ತು.

ಅಬ್ಬು ಯಾವಾಗಲೂ ಸೀಮೆಎಣ್ಣೆ ಡಬ್ಬಿಯನ್ನು ಟ್ಯಾಂಕ್ ಷೆಡ್‌ನಲ್ಲಿ ಬೀಗ ಜಡಿದೆ ಇಟ್ಟಿರುತ್ತಿದ್ದ. ಜರ್ಮನ್ ಯುದ್ಧ ಶುರುವಾದಾಗಿನಿಂದ ಸರ್ಕಾರ ಪ್ರತಿ ಮನೆಗೆ ಅರ್ಧ ಲೀಟರಿಗಿಂತ ಹೆಚ್ಚು ಸೀಮೆಎಣ್ಣೆಯನ್ನು ಕೊಡುತ್ತಿರಲಿಲ್ಲ.

"ನಾವು ಗುಂಡಿ ತೋಡಿ ಕುರುಚಲು ತುಂಬಿದೆವಲ್ಲ, ಅಲ್ಲಿ ಸಾಹೇಬ್ರು ಒಂದು ಡಬ್ಬಿ ಎಣ್ಣೆನ ಅಲ್ಲೇ ಬಿಟ್ಟಿದ್ರು. ನೆನಪಿದ್ಯ? ಬೆಳಿಗ್ಗೆ ಹೋಗಿ ಸ್ವಲ್ಪ ಇಸಿದುಕೊಂಡು ಬರಬೋದಾ ಯೋಚಿಸ್ಬೇಕು" ಇಲಿಯಾಸ್ ತನ್ನಷ್ಟಕ್ಕೆ ತಾನೆಂಬಂತೆ ಮಣಮಣಿಸಿದ.

"ಅದು ಸರ್ಕಾರಕ್ಕೆ ಸೇರಿದ್ದು ಇಲ್ವಾ! ಕದ್ದು ತಂದ ಎಣ್ಣೆ ದೀಪದಲ್ಲಿ ನಾನು ಓದ್ಬೇಕು ಅಂತ ನಿನ್ನಾಸೆನಾ?" ಎಂದು ನಾನವನನ್ನು ಸುಮ್ಮನಿರಿಸಿದೆ. ಆಗ ಸಹಾಯಕ್ಕೆ ಬಂದಿದ್ದೂ ಕೂಡ ಅಮ್ಮಿಯೆ!

ಮರುದಿನ ಸಾಯಂಕಾಲ ಆ ಬುಡ್ಡಿದೀಪಕ್ಕೆ ಆಲಿವ್ ಎಣ್ಣೆ ತುಂಬಿ ಗ್ಯಾಲರಿ ಡೆಕ್ಕಿಗೆ ತಂದಾಗ ನಾನು ಚಂದ್ರನ ಮೇಲೆ ತೇಲುತ್ತಿದ್ದೆ. ಅದನ್ನು ನನ್ನ ಕೈಯಲ್ಲಿಟ್ಟು ಕೆಳಗಡೆ ಹೋಗುತ್ತಾ ಅವಳು ಎಚ್ಚರಿಸಿದಳು. "ಅಬ್ಬು ನಿದ್ದೆ ಮಾಡೋತನಕ ಬಳಸಬೇಡ. ಆತ ನೋಡಿದ್ರೆ ಕಷ್ಟ!"

ಅರ್ಧ ರಾತ್ರಿ ಕಳೆದು, ನಿದ್ದೆ ಮೀರಿ ಬಂದು, ನನ್ನ ತಲೆ ತಾನೇ ತಾನಾಗಿ ಪುಸ್ತಕದ ಮೇಲೆ ಕುಸಿಯುವವರೆಗೂ ಆ ಮಿಣಿ ಮಿಣಿ ದೀಪದ ಬೆಳಕಿನಲ್ಲಿ ನಾನು

ಓದಿದೆ. ಆಲಿವ್ ಎಣ್ಣೆಯ ವಾಸನೆ ತಲೆ ಚಿಟ್ಟು ಹಿಡಿಸುತ್ತಿದ್ದಂತೆ, ದೀಪ ಮಧ್ಯ ಮಧ್ಯ ಕಿರುಗುಟ್ಟುತ್ತಿತ್ತು. ನನ್ನ ಉತ್ಸಾಹದ ಉದ್ವೇಗ ಅದೆಷ್ಟಿತ್ತೆಂದರೆ ನಾನು ಓದಿದ ವಾಕ್ಯಗಳೆಲ್ಲ ದೀಪದ ಹುಳುಗಳಂತೆ ಮೇಲಕ್ಕೆ ಹಾರುತ್ತಾ ನನ್ನ ತಲೆಯಲ್ಲಿ ಭದ್ರವಾಗಿ ನೆಲೆಯಾಗುತ್ತಿವೆಯೆಂದು ಅಂದುಕೊಳ್ಳುತ್ತಿದ್ದೆ! ಮರುದಿನ ಅಬ್ಬು ಅವನ ತಿಂಗಳ ಕೆಲಸದ ವರದಿ ಒಪ್ಪಿಸಿ, ಸಂಬಳ ಪಡೆದು ಬರುವುದಕ್ಕಾಗಿ ಊರಿಗೆ ಹೋದದ್ದರಿಂದ ಯಾವುದೇ ಹೆದರಿಕೆ ಇಲ್ಲದೆ ಇಡೀ ದಿನ ತುರಿಕೆ ಮರದ ನೆರಳಲ್ಲಿ ಎಡೆಬಿಡದೆ ಅಭ್ಯಾಸ ಮಾಡಿದೆ. ಅಮ್ಮಿ ಮತ್ತು ಆಪಾ ಕಷ್ಟಪಟ್ಟು ಗದ್ದೆ ಕೆಲಸ ಮಾಡುವುದನ್ನು ನೋಡಿ ಮನಸ್ಸು ಕಳವಳಗೊಂಡು ಓದಿಗೆ ತೊಂದರೆಯಾಗಬಹುದೆಂದು ಹೆದರಿ ಈ ಬಾರಿ ಅವರಿಗೆ ಬೆನ್ನು ಮಾಡಿ ಓದಲು ಕುಳಿತುಕೊಂಡೆ. ಅವರಿಬ್ಬರೂ ಸಂಜೆಯ ವೇಳೆಗೆ ಅದೆಷ್ಟು ದಣಿದಿದ್ದರೆಂದರೆ ಊಟದ ಹೊತ್ತಿನಲ್ಲಿ ಅವರ ತಲೆಗಳು ತಟ್ಟೆಯ ಮೇಲೆಯೇ ಕುಸಿದು ಬೀಳುವಂತಿದ್ದವು.

ಅಬ್ಬು "ನಾನು ಪೋಸ್ಟ್ ಆಫೀಸಿನಲ್ಲಿ ನಿಮ್ಮ ಮೇಷ್ಟ್ರನ್ನು ಭೇಟಿಯಾದೆ!" ಎಂದು ಹೇಳಿದಾಗ ಮುಂದೆ ಏನಾಗುವುದೆಂಬುದನ್ನು ಊಹಿಸುವುದು ನನಗೆ ಕಷ್ಟ ಸಾಧ್ಯವಾಗಿರಲಿಲ್ಲ. "ನೀನು ಟೀಚರ್ ಪರೀಕ್ಷೆ ಕಟ್ಟೋದಕ್ಕೆ ಆಸೆ ಪಡ್ತಾ ಇದ್ದೆ ಅಂತ ಅವರು ಹೇಳಿದ್ರು" ಎಂದಾಗ ಅಮ್ಮಿ ಮತ್ತು ಆಪಾ ಆಶ್ಚರ್ಯದಿಂದ ತಕ್ಷಣ ತಲೆ ಎತ್ತಿದರು. "ಮತ್ತೆ ನನಗ್ಯಾಕೆ ಹೇಳಲಿಲ್ಲ?" ಅಬ್ಬು ಯಾವುದೇ ಭಾವನೆಗಳನ್ನು ತೋರ್ಪಡಿಸದೆ ಹೇಳಿದ್ದ. ನನಗೆ ಅವನ ಕಣ್ಣಲ್ಲಿ ಕಣ್ಣಿಟ್ಟು ನೋಡಲಾಗದೆ, ಧೈರ್ಯವೆಲ್ಲ ಕುಗ್ಗಿದಂತಾಗಿ, ಎದೆ ಡವಡವನೆ ಹೊಡೆದುಕೊಳ್ಳಲಾರಂಭಿಸಿತು. ತಲೆ ತಗ್ಗಿಸಿ, "ಹೇಳೊನಿದ್ದೆ ಅಬ್ಬು" ಎಂದು ಉತ್ತರಿಸಿದೆ ಅಥವಾ ಉತ್ತರಿಸಿದೆ ಎಂದು ಭಾವಿಸಿದೆ. ಆ ಭಯದಲ್ಲಿ ಅದೇನುತ್ತರ ಕೊಟ್ಟೆನೊ ನನಗೇ ತಿಳಿಯದು. "ಯಾವಾಗ ಹೇಳ್ತಿದ್ದಿ?" ಎಂದು ಅಬ್ಬು ಕೇಳಿದ. "ನಾನದಕ್ಕೆ ಅರ್ಜಿ ಫಾರಂ ತರ್ಬೇಕು. ಮತ್ತದಕ್ಕೆ ಸಹಿ ಹಾಕ್ಬೇಕು. ಅಲ್ಲೇನು?" ಅಮ್ಮಿ ಆಗ ತನ್ನೆಲ್ಲಾ ಧೈರ್ಯ ಒಗ್ಗೂಡಿಸಿಕೊಂಡು ತಲೆಯೆತ್ತಿದವಳೆ "ಹಾಗಾದ್ರೆ ನೀವು ಸಹಿ ಮಾಡ್ತೀರಾ?" ಎಂದು ಕೇಳಿದಳು. ಅಬ್ಬು "ನೋಡೋಣ" ಎಂದಷ್ಟೇ ಹೇಳಿದ. ಯಾವುದಾದರೂ ವಿಷಯ ಅವನಿಗೆ ಪ್ರಿಯವಲ್ಲದಿದ್ದಾಗ ಅವನು "ನೋಡೋಣ" ಎಂದಷ್ಟೇ ಹೇಳುತ್ತಿದ್ದ.

ನನ್ನ ಆಸಕ್ತಿಯೆಲ್ಲ ಜರ್ರನೆ ಇಳಿದು ಹೋಗಿತ್ತು. ಅಂದು ಸಂಜೆ ಅಭ್ಯಾಸ ಮಾಡಲು ಮನಸ್ಸಾಗುತ್ತಲೇ ಇರಲಿಲ್ಲ. ಅಬ್ಬುವಿನ ಸಿಟ್ಟು ನನ್ನ ಮನಸ್ಸಿನಿಂದ ದೂರವಾಗುತ್ತಲೇ ಇರಲಿಲ್ಲ. ಅಮ್ಮಿ ನಿಧಾನಕ್ಕೆ ನನ್ನ ಹತ್ತಿರ ಬಂದು ತಲೆಯ ಮೇಲೆ ಕೈ ಆಡಿಸುತ್ತಾ ಸಮಾಧಾನ ಮಾಡಿದಳು. "ನೀನು ಓದೋದನ್ನ ನಿಲ್ಲಿಸ್ಬೇಡ! ನಿನ್ನಬ್ಬುನ ಹೇಗಾದ್ರೂ ಮಾಡಿ ಒಂದಿಲ್ಲ ಇನ್ನೊಂದು ರೀತೀಲಿ ಒಪ್ಸಣ" ಎಂದಳು. ನನಗದರಲ್ಲಿ ವಿಶ್ವಾಸವಿರಲಿಲ್ಲ.

ಆದರೆ ಓದುವುದನ್ನು ಅಲ್ಲಿಯೇ ನಿಲ್ಲಿಸಿ ಬಿಟ್ಟರೆ ಆ ಮಿಣುಕು ದೀಪದಲ್ಲಿ ಓದಿದ್ದು, ದೀಪದ ಹುಳುಗಳಂತೆ ಶಬ್ದಗಳು ನನ್ನ ಮನಸ್ಸಿನಲ್ಲಿ ನೆಲೆಯಾಗಿದ್ದು, ಅಷ್ಟೇ

ಅಲ್ಲ ನನ್ನ ಪಾಲಿನ ಗದ್ದೆ ಕೆಲಸವನ್ನೂ ಮಾಡಿ ಕೈಯೆಲ್ಲಾ ಬಿರುಕಾಗಿದ್ದ ಆಪಾ ಮತ್ತು ಅಮ್ಮಿಯ ಪರಿಶ್ರಮ ಎಲ್ಲದಕ್ಕೂ ದ್ರೋಹ ಬಗೆದಂತಾಗುತ್ತಿತ್ತು

ಏನಾದರಾಗಲಿ ಎಂದುಕೊಳ್ಳುತ್ತಾ ಗೋಡೆಯ ಮೇಲಿನ ಬುಡ್ಡಿದೀಪವನ್ನು ಕೈಯಲ್ಲೆತ್ತಿಕೊಂಡು ಮೆಟ್ಟಿಲ ಮೇಲೆ ಕಾಲೆಳೆಯುತ್ತಾ ಮಹಡಿಗೆ ಹೋದೆ. ಗ್ಯಾಲರಿ ಡೆಕ್ಕು ತಲುಪುತ್ತಿದ್ದಂತೆ ಬಿಡುಬೀಸಾಗಿ ತೇಲಿ ಬಂದ ಈಶಾನ್ಯ ಗಾಳಿ ನನ್ನ ಮೇಲೆ ರಪ್ಪನೆ ಬೀಸಿ ಅಪ್ಪಳಿಸಿತು. ಆಯ ತಪ್ಪಿದ ನನ್ನ ಕೈಯಿಂದ ಲಾಟೀನು ಕೆಳಗಡೆ ಬಿದ್ದುಬಿಟ್ಟಿತು. ಎಲ್ಲ ಕಡೆ ಚೆಲ್ಲಿದ ಎಣ್ಣೆ! ಅದರ ಮೇಲೆಲ್ಲಾ ಚೂರು ಚೂರಾದ ಗಾಜಿನ ತುಣುಕುಗಳು! ಈಗ ಅಬ್ಬು ನನ್ನನ್ನು ಕೊಂದೇ ಬಿಡುವನೆಂದು ಖಾತರಿ ಆಯಿತು. ಮುಖದಿಂದ ಅಳು ಉಕ್ಕಿ ಹರಿಯುತ್ತಾ, ಅಂಗೈ ಬೆರಳುಗಳಿಂದ ರಕ್ತ ಚಿಮ್ಮುತ್ತಿರಲು ಆ ಗಾಜಿನ ತುಣುಕುಗಳನ್ನು ಬಳಿದು ಹಾಕಲು ಪ್ರಾರಂಭಿಸಿದೆ. ಇಲಿಯಾಸ್ ಮೇಲೆ ಬಂದವನು ನನ್ನ ಪರಿಸ್ಥಿತಿ ನೋಡಿ ಗಾಬರಿಯಾಗಿ ತಕ್ಷಣವೇ ಆಪಾಳನ್ನು ಕರೆತಂದ. ಎಣ್ಣೆ ಮತ್ತು ರಕ್ತ ಮೈಯೆಲ್ಲಾ ಸವರಿಕೊಂಡು ನಾನು ಗ್ಯಾಲರಿ ಡೆಕ್ಕಿನ ನೆಲವನ್ನು ಹುಚ್ಚನಂತೆ ಉಜ್ಜುತ್ತಿರಲು, ಎಣ್ಣೆ ಮತ್ತಷ್ಟು ಹರಡುತ್ತಿತ್ತು. ಕೈಯಿಂದ ರಕ್ತ ಬಳಬಳನೇ ಸುರಿಯುತ್ತಿತ್ತು. ಒಂದು ವೇಳೆ ಆಪಾ ನನ್ನ ಕಾಲರ್ ಹಿಡಿದೆಳೆದು ನನ್ನನ್ನು ಒಂದೆಡೆ ಕುಳ್ಳಿರಿಸದಿದ್ದರೆ ಅದೆಷ್ಟು ಹೊತ್ತು ನನ್ನ ಪರದಾಟ ಸಾಗುತ್ತಿತ್ತೋ ಏನೋ! ಅತ್ಯಂತ ಭಯಭೀತನಾಗಿ ಮಿಣುಕು ದೀಪದ ಕೆಳಗೆ ಕುಳಿತು ಜಗತ್ತೇ ಮುಳುಗಿ ಹೋಯಿತೆಂಬಂತೆ ಒಂದೇ ಸವನೆ ಅಳುತ್ತಿದ್ದ ನನ್ನನ್ನು ಸಮಾಧಾನ ಮಾಡುತ್ತಾ ಆಪಾ ನನ್ನ ಕೈ, ಬಟ್ಟೆ ಮತ್ತು ನೆಲವನ್ನು ಸೋಪು ನೀರು ತಂದು ಒರೆಸಿ ಆದಷ್ಟು ಸ್ವಚ್ಛ ಮಾಡಿದಳು. ಇಲಿಯಾಸ್ ಏನು ಮಾಡಬೇಕು ಮತ್ತು ಏನು ಹೇಳಬೇಕೆಂದು ತೋಚದೆ ದಿಗ್ಮೂಢನಾಗಿ ಕುಳಿತುಬಿಟ್ಟಿದ್ದ.

"ನಿನ್ನ ಕೈಯಲ್ಲೆಲ್ಲಾ ಗಾಜಿನ ಚೂರು ಸೇರಿಕೊಂಡು ಬಿಟ್ಟವಲ್ಲೋ! ಲಾಟೀನು ಕೆಳಗಡೆ ಬಿದ್ದ ತಕ್ಷಣ ನನ್ನನ್ಯಾಕೆ ಕರಿಲಿಲ್ಲ?" ಆಪಾಗೆ ಸಿಟ್ಟು ಬಂದಿತ್ತೋ ಅಥವಾ ಬೇಸರವಾಗಿತ್ತೋ ಎಂಬುದನ್ನು ಅರಿಯದಾದೆ. ನೆಲವನ್ನೆಲ್ಲ ಸ್ವಚ್ಛಗೊಳಿಸಿದ ನಂತರ ಆ ಮಿಣಿ ಮಿಣಿ ಬೆಳಕಿನಲ್ಲೇ ನನ್ನ ಕೈಯಲ್ಲಿ ಸೇರಿಕೊಂಡಿದ್ದ ಗಾಜಿನ ಚೂರುಗಳನ್ನು ಸೂಜಿಯ ಸಹಾಯದಿಂದ ಹೊರ ತೆಗೆಯಲಾರಂಭಿಸಿದಳು.

"ಅಬ್ಬು ನನ್ನನ್ನು ಕೊಂದೇ ಬಿಡ್ತಾನೆ" ನಾನು ಮುಸುಮುಸು ಅಳುತ್ತಾ ಹೇಳಿದೆ.

"ಹಂಗಂತ ಅವನು ಕೊಲ್ಲೋಕಿಂತ ಮೊದ್ಲು ನೀನೇ ನಿನ್ನನ್ನ ಕೊಂದುಕೊಳ್ಳಲು ಹೊರಟಿದ್ಯಾ?" ಎಂದಳು. ಹೌದು, ಅವಳಿಗೆ ಕೋಪವೇ ಬಂದಿತ್ತು.

"ಸರಿ, ಆಗಿದ್ದು ಆಗಿ ಹೋಯ್ತು. ಅಬ್ಬು ಆ ಲಾಟೀನು ಅನ್ನೋದೊಂದು ಇದೆ ಅಂತಾನೆ ಮರೆತಿರಬಹುದು. ಅದನ್ನ ನಾವು ಬಳಸಿಯೆ ಇಲ್ಲ ಅಂತಂದುಕೊಂಡರಾಯಿತು" ಎಂದು ಹೇಳುತ್ತಾ ನನ್ನನ್ನು ಸಮಾಧಾನ ಪಡಿಸಲು ನೋಡಿದಳು.

ಈಗ ನನ್ನ ವಿಷಯದಲ್ಲಿ ಯಾವುದು ಅತ್ಯಂತ ದುರ್ಭರ ಎಂಬುದೇ ನನಗೆ ತಿಳಿಯದಾಯಿತು. ಲಾಟೀನು ದೀಪ ಒಡೆದು ಚೂರು ಚೂರಾದದ್ದೆ ಅಥವಾ ನನ್ನ

ಕೈ ಗಾಯವಾದದ್ದೆ ಅಥವಾ ಮತ್ತೆ ನಾನು ಮಿಣುಕು ದೀಪದಲ್ಲೇ ಓದಬೇಕಾದ ಅಸಹಾಯಕತೆಯೇ?

ಇಂದಲ್ಲ ನಾಳೆ ಗೋಡೆಯ ಮೇಲಿನ ಬರಿದಾದ ಮೊಳೆಯನ್ನು ಅಬ್ಬು ಗಮನಿಸಿಯೇ ಗಮನಿಸುತ್ತಾನೆ. ಆ ದೀಪ ಸರ್ಕಾರದ ಆಸ್ತಿ ಆದ್ದರಿಂದ ಅವನಿಗೆ ಇನ್ನೂ ಹೆಚ್ಚಿನ ಸಿಟ್ಟು ಬರುತ್ತದೆ. ಆಗ ಏನು ಹೇಳುವುದು ನಾನು? ಆ ಲಾಟೀನನ್ನು ಕೆಳಗಿಳಿಸಿ ನಾನೇನು ಮಾಡುತ್ತಿದ್ದೆ ಎಂದರೆ ಏನಂತ ಉತ್ತರಿಸುವುದು?

ಆ ಭಯಂಕರ ರಾತ್ರಿಯ ಮರುದಿನ, ಗದ್ದೆ ಕೆಲಸದ ವೇಳೆಗೆ, ನಾನು ಅಬ್ಬುವಿನ ಕಡೆಗೆ ನಡುನಡುವೆ ಕಳ್ಳ ನೋಟ ಬೀರುತ್ತಿದ್ದೆ. ಅವನಿಗೇನಾದರೂ ಸುಳಿವು ಸಿಕ್ಕಿಬಿಟ್ಟಿದ್ದರೆ? ನನಗೆ ಸಾಯಂಕಾಲ ಆಗುವುದೇ ಬೇಡ ಎನಿಸುತ್ತಿತ್ತು. ಒಮ್ಮೊಮ್ಮೆ ಆರಾಮದ ಜೀವನ ರೂಢಿಯಾಗಿ ಬಿಟ್ಟರೆ ಮತ್ತೆ ಕಷ್ಟಕ್ಕೆ ಹೊಂದಿಕೊಳ್ಳುವುದು ಅದೆಷ್ಟು ಕಷ್ಟ! ಮತ್ತೆ ಮಿಣ ಮಿಣ ಬೆಳಕಿನ ನಡುನಡುವೆ ಅರ್ಧಂಬರ್ಧ ವಾಕ್ಯಗಳನ್ನು ಓದಿ ನೆನಪಿಟ್ಟುಕೊಳ್ಳಬೇಕಾದ ದುಃಸ್ಥಿತಿಯನ್ನು ನೆನೆಸಿಕೊಂಡು ನನ್ನ ಹೃದಯವೇ ಅಳುತ್ತಿತ್ತು.

ಸಾಯಂಕಾಲ ಅಬ್ಬು ದೀಪಸ್ತಂಭದ ಮನೆಯ ದೀಪ ಹೊತ್ತಿಸಲು ಮೇಲಕ್ಕೆ ಹೋಗಲು ಸಿದ್ಧನಾಗುತ್ತಿರುವುದನ್ನು ನೋಡಿ “ಅಬ್ಬು ಅಬ್ಬು ನಾನೇ ಹೊತ್ತಿಸ್ತೀನಿ” ಎನ್ನುತ್ತಾ, ಸದ್ಯ ಲಾಟೀನು ಇಲ್ಲದಿರುವುದು ಅಬ್ಬುವಿನ ಗಮನಕ್ಕೆ ಬಾರದಿರಲಿ ಎಂದು ಆಶಿಸುತ್ತಾ, ಲಗುಬಗೆಯಿಂದ ನೆಗೆಯುತ್ತಾ ಮೇಲಕ್ಕೆ ಓಡಿದೆ. ಗ್ಯಾಲರಿ ಡೆಕ್ಕನ್ನು ಸೇರುತ್ತಿದ್ದಂತೆ ಕಾಲಲ್ಲಿನ ಶಕ್ತಿಯೇ ಉಡುಗಿದಂತಾಯಿತು. ಆಪಾ ಅದೆಷ್ಟೇ ಚೆನ್ನಾಗಿ ಒರೆಸಿದ್ದರೂ ಆಲಿವ್ ಎಣ್ಣೆಯ ವಾಸನೆ ಅಲ್ಲೆಲ್ಲ ವ್ಯಾಪಕವಾಗಿ ಆವರಿಸಿಕೊಂಡು ಬಿಟ್ಟಿತ್ತು. ಈಶಾನ್ಯದ ಗಾಳಿಯು ಎಣ್ಣೆಯ ಘಮಲಿನಿಂದ ಸೇರಿಕೊಂಡಂತೆಯೇ ಬೀಸಿ ಬರುತ್ತಿತ್ತು!

ಅಂದಿನ ರಾತ್ರಿ ಊಟದ ಸಮಯದಲ್ಲಿ ಹಾಲಾ ಮಾಡಿದ್ದ ಅವರೆಕಾಳು ಮತ್ತು ಮೊಸರಿನ ಸೂಪನ್ನು ಅಬ್ಬುವಿಗೆ ಬಡಿಸಬೇಕಾದಾಗ ನನ್ನ ಕೈಯ ಗಾಯಗಳನ್ನು ಮರೆಮಾಚಲು ಶತ ಪ್ರಯತ್ನ ಮಾಡಿದೆ. ಊಟದ ಬಳಿಕ, ನಾನು ಮಿನಾರನ್ನೇರಿದಾಗ ಇಲಿಯಾಸ್ ಕೂಡ ಜೊತೆಗೆ ಬಂದ. ನನ್ನ ಓದು ಶುರುವಾದಾಗಿನಿಂದ ನಾವು ಮುಂಚಿನಂತೆ ಹರಟುತ್ತಿರಲಿಲ್ಲ. ಗಡಿಯಾರದ ಸದ್ದು ಟಿಕ್ ಟಿಕ್ ಟಿಕ್ ಟಿಕ್ ಆವಾಝ್ ಮಾಡುತ್ತಿದ್ದಂತೆ ಕತ್ತಲನ್ನೇ ನಿಟ್ಟಿಸುತ್ತಾ ನನ್ನನ್ನು ಅಭ್ಯಾಸಕ್ಕೆ ಎಡೆ ಮಾಡಿಕೊಡುತ್ತಾ ಮೌನವಾಗಿ ಜೊತೆಯಲ್ಲಿ ಕೂರುತ್ತಿದ್ದ.

“ಭಾಯ್! ಈ ಮಿಣಮಿಣ ಅನ್ನೋ ಬೆಳಕಿನಲ್ಲಿ ಓದೋದು ಕಷ್ಟ ಆಗತ್ತೆ ಅಲ್ವಾ?” ಇಲಿಯಾಸ್ ಬೇಸರದಿಂದಲೇ ಕೇಳಿದ.

“ಏನೋ ಬೇರೆ ದಾರಿ ಇರೋ ಹಾಗೆ ಕೇಳೋದು ನೋಡು!” ಎಂದು ತಿರುಗಿಸಿಕೊಟ್ಟೆ.

ಮಾರನೆ ದಿನದ ಸಾಯಂಕಾಲ ನಾವು ದೀಪಸ್ತಂಭದ ಮಿನಾರನ್ನೇರಿದ ಸ್ವಲ್ಪ ಹೊತ್ತಲ್ಲೇ ಮೂರು ಲೋಟ ಬೆಲ್ಲದ ಚಹಾ ಇದ್ದ ತಟ್ಟೆಯನ್ನು ಎತ್ತಿಕೊಂಡು ಆಪಾ

ಬಂದಳು. ಸಕ್ಕರೆಯ ಅಭಾವದಿಂದಾಗಿ ನಮಗೆ ಇದೇ ಈಗ ಅಮೃತವಾಗಿತ್ತು.

"ತಗೋ ಇದನ್ನ ಕುಡಿ. ಇದು ನಿನ್ನ ಚುರುಕು ಮಾಡತ್ತೆ" ಎಂದು ಕುಳಿತುಕೊಳ್ಳುತ್ತಾ ಹೇಳಿದಳು.

ಈ ಚಹಾ ವಿರಾಮದಲ್ಲಿ ನಾವು ಹರಟೆ ಹೊಡೆಯುತ್ತಿರುವಂತೆಯೇ ಇಲಿಯಾಸ್ ಒಮ್ಮೆಲೇ ಜೋರಾಗಿ ಪದ್ಯ ವಾಚಿಸುವ ಧಾಟಿಯಲ್ಲಿ ಹೇಳಲು ಶುರುಮಾಡಿದ.

"ಗಣರಾಜ್ಯವು ಟರ್ಕಿ ರಾಷ್ಟ್ರವನ್ನು ಅಲ್ಲಿನ ಜನರನ್ನು ಪ್ರಜೆಗಳನ್ನಾಗಿ ಉನ್ನತೀಕರಿಸಿದೆ."

ನನ್ನ ಆಶ್ಚರ್ಯ ಚಕಿತ ಮುಖಭಾವಕ್ಕೆ ಉತ್ತರವೆಂಬಂತೆ ಗಂಟಲು ಸರಿಪಡಿಸಿಕೊಂಡು ಮತ್ತೆ ಮುಂದುವರಿಸಿದ.

"ಪ್ರಜೆಗಳ ವೈಯಕ್ತಿಕ ಸಾಮರ್ಥ್ಯಕ್ಕೆ ಮೀರಿದ ಕಾರ್ಯಗಳನ್ನು ಸರ್ಕಾರ ಕೈಗೆತ್ತಿಕೊಳ್ಳುತ್ತದೆ.

ಅದು ನಮ್ಮ ರಾಷ್ಟ್ರವನ್ನು ಶತ್ರುಗಳಿಂದ ರಕ್ಷಿಸುತ್ತದೆ. ಶಾಂತಿ ಪರಿಪಾಲನೆಗಾಗಿ, ಶಿಕ್ಷಣಕ್ಕಾಗಿ, ರಸ್ತೆ ನಿರ್ಮಾಣಕ್ಕಾಗಿ, ಉಗಿಬಂಡಿಗಳ ತಯಾರಿಕೆಗಾಗಿ ಮತ್ತು ನಮ್ಮ ಸೈನಿಕರನ್ನು ಸಶಸ್ತ್ರರನ್ನಾಗಿಸಲು ಅಗಾಧ ಹಣ ವೆಚ್ಚ ಮಾಡುತ್ತದೆ. ಅಧಿಕಾರಿಗಳನ್ನು ಮತ್ತು ಶಿಕ್ಷಕರನ್ನು ನೇಮಕಾತಿ ಮಾಡಲು ಹಾಗೂ ದೇಶದ ಅವಶ್ಯಕತೆಗಳನ್ನೆಲ್ಲ ಪೂರೈಸಲು ಸರ್ಕಾರ ಯಾವಾಗಲೂ ಕಾರ್ಯಸನ್ನದ್ಧವಾಗಿರುತ್ತದೆ. ಅದರೆ ಈ ಕೆಲಸದಲ್ಲಿ ನಾವು ನಮ್ಮ ಅಳಿಲು ಸೇವೆ ಸಲ್ಲಿಸಲು ನಿಯಮಿತವಾಗಿ ತೆರಿಗೆ ಕೊಡಬೇಕು. ತೆರಿಗೆ ಪಾವತಿಸುವುದು ನಾಗರಿಕರ ಆದ್ಯ ಕರ್ತವ್ಯ!"

ಇವನಿಗೇನಾದರೂ ಜ್ವರ ಗಿರ ಬಂತಾ ಎಂದು ಆಪಾ ಇಲಿಯಾಸನ ಹಣೆ ಮುಟ್ಟಿ ಪರೀಕ್ಷಿಸುತ್ತಿರಲು ತುಂಟನಗೆ ನಗುತ್ತಾ ಅವನ ಅಂಗಿಯಲ್ಲಿ ಹುದುಗಿಸಿಟ್ಟ ನನ್ನ ಪೌರನೀತಿ ಪಠ್ಯಪುಸ್ತಕವನ್ನು ಹೊರತೆಗೆದೆ.

"ಈ ದೀಪದ ಮನೇಲಿ ಸುಮ್ನೆ ಕಾಯೋದು ಬಿಟ್ಟು ನನಗೆ ಬೇರೇನೂ ಕೆಲ್ಸ ಇರಲಿಲ್ಲ. ಅದಿಕ್ಕೆ ಈ ಪುಸ್ತಕ ಓದಿದೆ," ಎಂದ.

"ನೀನೂ ಪರೀಕ್ಷೆಗೆ ಕೂತ್ಕೊಳ್ತಾ ಇಲ್ಲ ತಾನೆ?" ಆಪಾ ಕೀಟಲೆ ಮಾಡಿದಾಗ ಅವನು ತಲೆತಗ್ಗಿಸಿದ.

"ನಾನು ಪರೀಕ್ಷೆಲಿ ಪಾಸಾದ್ರೂ ನನ್ನನ್ನವರು ಒಳಗೆ ಸೇರಿಸಲ್ಲ. ಟೀಚರ್ ಇನ್ಸ್‌ಟಿಟ್ಯೂಟ್ ಸೇರಿಕೊಬೇಕು ಅಂದ್ರೆ ಆರೋಗ್ಯ ಪ್ರಮಾಣ ಪತ್ರ ಬೇಕಲ್ವಾ? ನನಗದನ್ನ ಯಾವ ಡಾಕ್ಟರ್ ಕೊಡ್ತಾರೆ?" ನಂತರ ಅವನು ನನ್ನ ಕಡೆ ತಿರುಗಿದ.

"ಮಿಣಿ ಮಿಣಿ ದೀಪದಲ್ಲಿ ಓದೋದು ಕಷ್ಟ ಅಂತ ಹೇಳಿದ್ಯಲ್ಲ ನೀನು?" ಎಂದ.

ಅದೊಂದು ಕಗ್ಗತ್ತಲ ರಾತ್ರಿ. ಚಂದ್ರ ತಾನು ಮುಳುಗಿ ತಾರೆಗಳನ್ನೂ ತನ್ನ ಜೊತೆಗೆ ಮುಳುಗಿಸಿ ಬಿಟ್ಟಿದ್ದ. ಆದರೆ ಇಲಿಯಾಸನ ಕಣ್ಣುಗಳು ವಿಶ್ವಾಸದಿಂದ ಹೊಳೆಯುತ್ತಿದ್ದವು! ಅವನ ಆ ಭರವಸೆ ನಮ್ಮೆಲ್ಲರನ್ನೂ ತನ್ನ ಆಶ್ರಯದಲ್ಲಿ ಉಳಿಸಿಕೊಂಡುಬಿಡುವಂತಿತ್ತು. ಅವನ ಮುಖದಲ್ಲಿನ ನಗು 'ಜಗತ್ತಿನಲ್ಲಿ ಸಾವೊಂದನ್ನು

ಬಿಟ್ಟು ಇನ್ನೆಲ್ಲದಕ್ಕೂ ಚಿಕಿತ್ಸೆ ಇದೆ' ಎಂದು ಸಾರಿ ಹೇಳುವಂತೆ ತೋರುತ್ತಿತ್ತು. ಮುಂದಿನ ಕ್ಷಣದಲ್ಲಿ ಮಿಂಚಿದ ಬೆಳಕಿನಲ್ಲಿ ಆ ನಗುವನ್ನು ಬುದ್ಧಿವಂತಿಕೆಯ ಗಾಂಭೀರ್ಯ ಕೊಂಚ ಮರೆಮಾಚಿತು.

"ಇಡೀ ದಿವಸ ಸಮುದ್ರಾನ ನೋಡಿಕೊಂಡಿರೋ ಬದಲು ಎಷ್ಟಾಗುತ್ತೋ ಅಷ್ಟನ್ನ ಓದಿಕೊಂಡು ಸಾಯಂಕಾಲ ನಿನ್ನತ್ರ ಹಂಚಿಕೊಳ್ಳೇಕು ಅಂತ ಕಾದಿದ್ದೆ" ಅವನು ಮುಂದುವರಿಸಿದ. ಮುಂದಿನ ಬಾರಿ ದೀಪ ಮಿಂಚಿದಾಗ ಸೈನ್ಯಕ್ಕೆ ಸೇರುವ ವಯಸ್ಸಿಗೆ ಬಂದ ತರುಣನ ಮುಖದಲ್ಲಿ ಕಂಡು ಬರುವ ಆತ್ಮವಿಶ್ವಾಸ ನನಗವನಲ್ಲಿ ಗೋಚರಿಸಿತು. ಪ್ರತಿ ಬಾರಿ ದೀಪಸ್ತಂಭದ ಮಿಣುಕುದೀಪ ಮಿಂಚಿದಾಗಲೂ ಅವನು ಹೆಚ್ಚು ಹೆಚ್ಚು ಪ್ರಬುದ್ಧನಾಗುತ್ತಾ ಅವನ ಕೋಲುಮುಖ ಗಂಭೀರವಾಗಿ ನಮ್ಮ ಮನಸ್ಸನ್ನು ಸೆಳೆಯುತ್ತಿತ್ತು. ಕೊನೆಗವನು "ನಿನ್ನ ಪರೀಕ್ಷೆವರೆಗೂ ನಾನಿದೇ ರೀತಿ ಓದ್ತಾ ಓದ್ತಾ ಸಾಯಂಕಾಲ ನಿನ್ನೆದುರಿಗೆ ಒಪ್ಪಿಸಿಬಿಡ್ತೀನಿ. ಆಗ ನಿಂಗೂ ಸಹಾಯ ಆಗತ್ತೆ" ಎಂದು ಘೋಷಿಸಿದಾಗ ಅಲ್ಲಿ ಒಬ್ಬ ಪಕ್ವನಾದ ವಯಸ್ಕ ವ್ಯಕ್ತಿ ಇದ್ದಂತೆ ಭಾಸವಾಯಿತು. ಇಂದಿನವರೆಗೂ ಅವನ ಕೃಶ ಶರೀರವನ್ನೇ ಗಮನಿಸುತ್ತಾ, ಮುಂದೊಂದು ದಿನ ನಾವಿಬ್ಬರೂ ಸಮಾನ ವಯಸ್ಕರಾಗುತ್ತೇವೆ ಎಂದು ನನಗಿದ್ದ ಭ್ರಮೆ ಆ ಕ್ಷಣದಲ್ಲಿ ಕರಗಿ, ಕೆಲವೇ ಕೆಲವು ಮಿಂಚಿನ ಕ್ಷಣಗಳಲ್ಲಿ ನಾನು ಎಂದೂ ಮುಟ್ಟಲಾಗದ ಪ್ರಬುದ್ಧತೆಗೆ ಅವನು ತಲುಪಿಬಿಟ್ಟಿದ್ದಾನೆ ಎಂಬ ಜ್ಞಾನೋದಯ ನನಗಾಯಿತು. ಇಲಿಯಾಸನ ಮೇಲೆ ಉಕ್ಕಿ ಬರುತ್ತಿದ್ದ ಮುದ್ದನ್ನು ಆಪಾ ಹತ್ತಿಕ್ಕದಾದಳು. ಅವನನ್ನು ಬಿಗಿದಪ್ಪಿ ಮುದ್ದಾಡಿ ಹುಡುಗಿಯರಂತೆ ಕೇಕೆ ಹಾಕಿದಳು!

ಬೆಳಕು ಮಿಂಚಿದಂತೆಲ್ಲ ಇಲಿಯಾಸ್ ಬೆಳೆಯುತ್ತಲೇ ಹೋದ! ನಮ್ಮ ಶಾಲಾ ಕೊಠಡಿಯ ಗೋಡೆಯ ಮೇಲಿದ್ದ ಅಟಾಟರ್ಕನ ಭಾವಚಿತ್ರದಂತೆ ಕಾಣಿಸಿಕೊಳ್ಳುತ್ತಾ ಬೃಹದಾಕಾರದ ನಾಯಕನಾಗಿ ಬೆಳೆದು ಬಿಟ್ಟ, ಅವನ ಕಣ್ಣ ಬೆಳಕು ಮಿಣುಕು ದೀಪದ ಹೊಳಪನ್ನು ಸಹಿತ ನಾಚಿಸುತ್ತಿತ್ತು! ನನಗೆ ಆ ಕ್ಷಣದಲ್ಲಿ ಅಳು ಉಕ್ಕಿ ಬಂತು. ನಾನೂ ಸಹ ಅವನನ್ನು ಅಪ್ಪಿಕೊಳ್ಳಬೇಕೆನಿಸಿತು. ಆದರೆ ಪ್ರೀತಿ ತೋರಿಸಲು ಹುಡುಗರು ಒಬ್ಬರನ್ನೊಬ್ಬರು ಅಪ್ಪಿಕೊಳ್ಳಲಾಗುತ್ತಿರಲಿಲ್ಲವಲ್ಲ!

■

ಮರುದಿನದಿಂದ ನಾವು ಇಲಿಯಾಸ್ ಹೇಳಿದಂತೆಯೇ ಪಾಲಿಸಲಾರಂಭಿಸಿದೆವು. ನನಗೀಗ ಒಬ್ಬ ಹೊಸ ಮೇಷ್ಟ್ರು ಸಿಕ್ಕಿದ್ದ. ಆಪಾನ ತೊಡೆಯ ಮೇಲೆ ತಲೆ ಇಟ್ಟು, ಕಣ್ಣು ಮುಚ್ಚಿ ಅವನ ಮಾತು ಕೇಳುತ್ತಾ ನನಗೆ ನಿದ್ದೆ ಬರುವವರೆಗೂ ಅಭ್ಯಾಸ ಮುಂದುವರೆಸುತ್ತಿದ್ದೆ. ಅವನ ಹೊಸ ಕೆಲಸವನ್ನು ಬಹಳ ಗಂಭೀರವಾಗಿಯೆ ತೆಗೆದುಕೊಂಡಿದ್ದ. ನನಗೆ ತೂಕಡಿಕೆ ಬರುವ ಕ್ಷಣದಲ್ಲೇ ಮೇಷ್ಟ್ರಂತೆ ತನ್ನ ಧ್ವನಿ ಎತ್ತರಿಸಿ 'ರಾಷ್ಟ್ರದೆಡೆಗೆ ಪ್ರತಿಯೊಬ್ಬ ನಾಗರಿಕನ ಕರ್ತವ್ಯ ಮತ್ತು ಜವಾಬ್ದಾರಿಗಳು

ಯಾವುವು? ಹೇಳು ನೋಡೋಣ? ಸರಿ ಮತ್ತೆ ಆರು ತತ್ವಗಳನ್ನು ಪಟ್ಟಿ ಮಾಡು ಹಂಗಾರೆ" ಎಂದು ಎಚ್ಚರಿಸುತ್ತಿದ್ದ.

ಹೀಗೆ ದಿನಗಳು ಸರಿದಿರಲು, ಒಂದು ದಿನ ನಾವು ಹೊಗೆಸೊಪ್ಪಿನ ಗದ್ದೆಯ ಕೆಲಸ ಮುಗಿಸಿ ಮನೆಗೆ ಬರುತ್ತಿದ್ದಾಗ ಊರ ಮುಖ್ಯಸ್ಥರ ಜೊತೆಗೆ, ವಿಚಿತ್ರ ಉಡುಪು ಧರಿಸಿದ್ದ ಮತ್ತು ಒಂದು ಮರದ ಪೆಟ್ಟಿಗೆ ಹಾಗೂ ಹಲವಾರು ಮರದ ಸಂದೂಕಗಳನ್ನು ಹೇರಿದ್ದ ಹೇಸರಗತ್ತೆಯನ್ನು ಜೀನು ಹಾಕಿ ಎಳೆದು ತರುತ್ತಿದ್ದ ವ್ಯಕ್ತಿಯೊಬ್ಬನನ್ನು ಕಂಡೆವು. ಬೆಕ್ಕಿನ ಕಣ್ಣುಗಳನ್ನು ಹೊಂದಿದ್ದ ಅವನ ಅಗಲವಾದ ಟೋಪಿಯಿಂದ ಬೆಳ್ಳಿ ಕೂದಲುಗಳು ಇಣುಕುತ್ತಿದ್ದವು. ಅವನ ಗಲ್ಲಗಳು ಗರಿಕಿತ್ತ ಕೋಳಿಯ ಮೈಯಂತೆ ಗುಲಾಬಿ ಬಣ್ಣದ್ದಾಗಿ ರೋಮರಹಿತವಾಗಿದ್ದರೂ ನಮ್ಮ ಹೋತವನ್ನು ಹೋಲುವಂತೆ ಅವನ ಗದ್ದದಿಂದ ಉದ್ದನೆಯ ಗಡ್ಡ ಜೋಲಾಡುತ್ತಿತ್ತು.

"ಈ ಮನುಷ್ಯಾ ಯುರೋಪ್ ದೇಶದವ. ಇವನೊಬ್ಬ ಛಾಯಾಗ್ರಾಹಕ! ಫೋಟೋ ತೆಗಿತಾನೆ!" ಎಂದು ಹೆಮ್ಮೆಯಿಂದ ಎದೆಯುಬ್ಬಿಸುತ್ತ ಮುಖ್ಯಸ್ಥರು ಹೇಳಿದರು. "ಮಾನ್ಯ ರಾಜ್ಯಪಾಲರಿಂದಲೇ ವಿಶೇಷವಾದ ಅನುಮತಿ ಪತ್ರವನ್ನ ಪಡೆದಿದಾನೆ!" ಎಂದು ಸೇರಿಸಿದರು.

'ರಾಜ್ಯಪಾಲ' ಎಂಬ ಶಬ್ದ ಕಿವಿಗೆ ಬೀಳುತ್ತಲೇ ಹನೀಮ್ ಹಾಲಾಳಿಂದ ಒಂದು ಪ್ರಾರ್ಥನಾ ಸ್ವರ ಹೊರಹೊಮ್ಮಿತು. ಅಬ್ಬು ಉಗುಳು ನುಂಗಿದ. "ಇವನೇನಾದರೂ ಕಿರುಕುಳ ಕೊಡಲು ಬಂದಿರೋ ಬೇಹುಗಾರ ಕೂಡ ಆಗಿರಬೋದು ಅಲ್ವ?"

"ಇಲ್ಲ... ಇಲ್ಲ... ನಾನು ಬೇಹುಗಾರ ಅಲ್ಲ!" ಎಂದು ಥಟ್ಟನೆ ಆ ವ್ಯಕ್ತಿ ಮಾತನಾಡಲಾರಂಭಿಸಿದ.

ಅಬ್ಬುವಿಗೆ ಆಶ್ಚರ್ಯವಾಯಿತು. ಆ ವ್ಯಕ್ತಿಗೆ ಟರ್ಕಿ ಭಾಷೆ ಬರುತ್ತಿರಬಹುದು ಎಂದು ಅವನು ಯೋಚಿಸಿರಲಿಲ್ಲ. ಆದರೆ ಅಬ್ಬು ಏನು ಯೋಚಿಸುತ್ತಾನೆ ಎಂಬುದಕ್ಕೆ ಅಲ್ಲಿ ಮಹತ್ವವಿದ್ದಂತಿರಲಿಲ್ಲ. ಆ ವಿದೇಶಿಯು ಸಂದೂಕದಿಂದ ಕ್ಯಾಮರಾವೊಂದನ್ನು ಹೊರ ತೆಗೆದು ಬಂಡೆಯ ಅಂಚಿನ ಬಳಿಗೆ ನಡೆದ. ಮುಖ್ಯಸ್ಥರು ಅವನ ಪಕ್ಕದಲ್ಲಿ ಹೆಜ್ಜೆ ಹಾಕಿದರು. ಅಬ್ಬು ಗೌರವದಿಂದ ಕೈಗಳನ್ನು ಮುಗಿದುಕೊಂಡು, ಅವರಿಬ್ಬರ ಹಿಂದೆ ಒಂದೆರಡು ಹೆಜ್ಜೆ ದೂರದಲ್ಲಿ ನಡೆದ. ರಾಜ್ಯಪಾಲರಿಂದಲೇ ಅನುಮತಿ ಪಡೆದು ಬಂದಿರುವ ಆ ಮಹನೀಯನಿಗೆ ಮಾರ್ಗದರ್ಶಿ ಆಗುವುದು ಅತ್ಯಂತ ಹೆಮ್ಮೆಯ ವಿಷಯವಾಗಿದ್ದ ಊರ ಮುಖ್ಯಸ್ಥರು, ಅವನು ತನ್ನ ಮೂರು ಕಾಲಿನ ಸ್ಟ್ಯಾಂಡನ್ನು ಇರಿಸಿ ಫೋಟೋ ತೆಗೆಯಲು ತಯಾರಾಗುತ್ತಿದ್ದಾಗ ಅಬ್ಬುವನ್ನು ಕುರಿತು ಅಪ್ಪಣೆ ಹೊರಡಿಸಿದರು. "ಅವನಿಗೆ ಲೆಸ್ಬೋಸ್ ಚಿಯೋಸ್ ಎಲ್ಲ ತೋರಿಸು. ಅದರ ಬಗ್ಗೆ ಎಲ್ಲ ಸರಿಯಾಗಿ ಹೇಳು." ಅಬ್ಬು ತನ್ನ ಮೊದಲಿನ ಪ್ರಮಾದಕ್ಕಾಗಿ ಅವಮಾನಿತನಾಗಿ ಇನ್ನೂ ಹೆಚ್ಚಿನ ಗೌರವದಿಂದ ಮುಂದಕ್ಕೆ ಬಾಗುತ್ತ, ತೊದಲುತ್ತಾ ಮುಖ್ಯಸ್ಥರು ಸೂಚಿಸಿದ ಜಾಗಗಳನ್ನು ಅವನಿಗೆ ತೋರಿದ.

"ನನಗೆ ಗ್ರೀಕ್ ಭಾಷೆ ಬರಲ್ಲ" ಎಂದು ಆ ವ್ಯಕ್ತಿ ಹೇಳಿದರೂ ಅದನ್ನು ಪರಿಗಣಿಸದೆ ಗ್ರೀಕ್‌ನಲ್ಲಿಯೇ ಮಾತು ಮುಂದುವರಿಸಿದ. ಒಬ್ಬ ಮನುಷ್ಯ ಟರ್ಕಿಯವನಲ್ಲದಿದ್ದರೆ ಅವನೊಂದಿಗೆ ಎದುರಾಳಿ ಭಾಷೆಯಾದ ಗ್ರೀಕ್‌ನಲ್ಲಿ ತಾನೆ ಮಾತನಾಡಬೇಕಲ್ಲವೆ?

"ಸುಮಾರು ಹಡಗುಗಳು ಹೋಗ್ತಾವಲ್ಲ ಈ ಕಡೆಯಿಂದ?" ಅವನು ಮತ್ತೆ ಟರ್ಕಿ ಭಾಷೆಯಲ್ಲಿ ಕೇಳಿದ. ಊರಿನ ಮುಖ್ಯಸ್ಥ ಮತ್ತೆ ಅನುವಾದಿಸಿದ. "ಸುಮಾರು ಹಡಗುಗಳು ಈ ಕಡೆಯಿಂದನೆ ಹೋಗ್ತಾವಲ್ಲ ಅಂತ ಕೇಳ್ತಾ ಇದಾನೆ" ಎಂದ. ಅಬ್ಬು ಮತ್ತೆ ಗ್ರೀಕ್ ಭಾಷೆಯಲ್ಲೆ ಉತ್ತರಿಸಿದ. ಇದರಿಂದ ಬೇಸತ್ತ ಅವನು ಪ್ರಶ್ನೆಗಳನ್ನು ಕೇಳುವುದನ್ನೆ ನಿಲ್ಲಿಸಿ ಮತ್ತೆ ಫೋಟೋಗ್ರಫಿಯ ಮೇಲೆ ಗಮನಹರಿಸಿದ.

ಅಷ್ಟಾದರೂ ಊರಿನ ಮುಖ್ಯಸ್ಥ ಬಾಯಿ ಮುಚ್ಚಿಕೊಳ್ಳದೆ ಆ ವಿದೇಶಿಯವನ ಸುತ್ತ ಡ್ರೋನಿನ ಹಾಗೆ ಬೆಂಬಿಡದೆ ಸುತ್ತತೊಡಗಿದ. "ಹೇಳವನಿಗೆ, ಜರ್ಮನ್ ವಿಮಾನಗಳು ಯಾವ ರೀತಿ ಲೆಸ್ಬೋಸ್ನ ಮೇಲೆ ದಾಳಿ ಮಾಡಿದ್ವು ಅನ್ನೋದನ್ನ ವಿವರಿಸು" ಎಂದು ಅಬ್ಬುವಿಗೆ ಆಜ್ಞಾಪಿಸಿದ. ಈ ಎಲ್ಲ ಕಿರಿಕಿರಿಯ ಹೊರತಾಗಿಯೂ ಅವನು ಫೋಟೋಗ್ರಾಫುಗಳನ್ನು ತೆಗೆಯಲು ಪ್ರಯತ್ನಿಸುತ್ತಿದ್ದ. ನಾವು ಮೂವರು ಅಕ್ಕತಮ್ಮಂದಿರು ಅವನಿಂದ ಸ್ವಲ್ಪ ದೂರದಲ್ಲಿ ಬಂಡೆಯ ಮೇಲೆ ಕುಳಿತುಕೊಂಡು ಅವನನ್ನೇ ನೋಡುತ್ತಿದ್ದೆವು. ಅವನು ತನ್ನ ಟ್ರೈಪಾಡ್ ಸ್ಟ್ಯಾಂಡನ್ನು ಹೆಗಲ ಮೇಲೆ ಹೊತ್ತುಕೊಂಡು ಅತ್ತಿಂದಿತ್ತ ನಡೆದಾಡುತ್ತಾ ಅನೇಕ ಫೋಟೋಗಳನ್ನು ಕ್ಲಿಕ್ಕಿಸಿದ.

ಇನ್ನೇನು ಕ್ಯಾಮರಾವನ್ನು ಮತ್ತೆ ಪೆಟ್ಟಿಗೆಯೊಳಗಿಡಬೇಕು ಎನ್ನುವಾಗ ಅವನಿಗೇನನಿಸಿತೊ ಏನೊ ನಮ್ಮ ಕಡೆಗೆ ತಿರುಗಿ "ನಾನು ನಿಮ್ದೆಲ್ಲಾ ಒಂದು ಫೋಟೋ ತಗೋಬೇಕು ಅಂತಿದೀನಿ. ಲೈಟ್‌ಹೌಸ್ ಫ್ಯಾಮಿಲಿ ಫೋಟೋ!" ಎಂದ.

ಅಬ್ಬು ಮೊದಮೊದಲು ಕೊಂಚ ಹಿಂಜರಿದರೂ ಊರ ಮುಖ್ಯಸ್ಥರ ಕಡೆಗೊಮ್ಮೆ ಅನುಮತಿಗೆಂಬಂತೆ ನೋಡಿದ. ಊರ ಮುಖ್ಯಸ್ಥರು ಅನುಮತಿ ಕೊಡುತ್ತಿರುವಂತೆ ತಲೆ ಅಲ್ಲಾಡಿಸಿದ ಕೂಡಲೇ ಅಬ್ಬು ಉತ್ಸಾಹದಿಂದಲೇ "ಬನ್ನಿ, ಎಲ್ಲಾ ಬನ್ನಿ!" ಎನ್ನುತ್ತಾ ಕೂಗಿದ. ನಾವು ಹನೀಮ್ ಹಾಲಾಳ ಕುರ್ಚಿಯನ್ನು ಛಾಯಾಗ್ರಾಹಕ ಗುರುತುಮಾಡಿದ ಜಾಗಕ್ಕೆ ಸ್ಥಳಾಂತರಿಸಿದೆವು. ಹನೀಮ್ ಹಾಲಾ ಅವಳ ತಲೆ ವಸ್ತ್ರ ಮತ್ತು ಶೌರ್ಯ ಪದಕವನ್ನು ಸರಿ ಮಾಡಿಕೊಳ್ಳುತ್ತಾ ತಾನು ಸೈನ್ಯಾಧಿಕಾರಿಯ ಸೊಸೆಯೇನೋ ಎಂಬಂತೆ ಠೀವಿಯಿಂದ ವಿದೇಶಿಯನ ಜೊತೆ ಗ್ರೀಕ್ ಭಾಷೆಯಲ್ಲಿಯೇ ಮಾತನಾಡಿದಳು. ಹೂವಿನ ಚಿತ್ತಾರದ ಅಂಗಿ ಹಾಕಿ ಬರುವಂತೆ ಇಲಿಯಾಸ್ ಆಪಾಳನ್ನು ಗೋಗರೆದ. ಆಪಾ ಮೊದಮೊದಲಿಗೆ ಹಿಂಜರಿದರೂ ಕಡೆಗೆ ಮನಸ್ಸು ಮಾಡಿ ಫ್ರಾಕು ತೊಟ್ಟುಕೊಂಡು ಬರಲು ಒಳಗಡೆ ಹೋಗುತ್ತಿರುವಾಗ ಫೋಟೋಗ್ರಾಫರ್ "ಬೇರೆ ಬಟ್ಟೆ ಏನೂ ಬೇಡ. ನೀವ್ಹೆಂಗಿದ್ರೋ ಹಾಗೆ ಇರ್ಲಿ. ಫೋಟೋ ನ್ಯಾಚುರಲ್ ಬರತ್ತೆ" ಎಂದು ಆಪಾಳನ್ನು ತಡೆದ. ಹನೀಮ್ ಹಾಲಾ ಅದಕ್ಕೆ ಗ್ರೀಕ್‌ನಲ್ಲಿಯೇ ಉತ್ತರಿಸಿದಳು. ಊರಿನ ಮುಖ್ಯಸ್ಥರು ಲಗುಬಗೆಯಿಂದ ಹನೀಮ್ ಹಾಲಾಳ ಪಕ್ಕಕ್ಕೆ ಬಂದು ಒಂದು ಕೈಯನ್ನು ಪ್ಯಾಂಟ್

ಜೇಬಿನಲ್ಲಿ, ಇನ್ನೊಂದನ್ನು ಕೋಟಿನ ಕಿಸೆಯಲ್ಲಿ ಇರಿಸಿ ಜಂಭದಲ್ಲಿ ಫೋಟೋಗೆ ನಿಂತುಕೊಂಡ. ಆದರೆ ಫೋಟೋಗ್ರಾಫರ್ "ನೀವಾಚೆ ಬನ್ನಿ. ಈ ಫೋಟೋ ಬರಿ ಲೈಟ್‌ಹೌಸ್ ಫ್ಯಾಮಿಲಿದು!" ಎನ್ನುತ್ತಾ ಅವನನ್ನು ಫೋಟೋದಿಂದ ಆಚೆ ಹೋಗಲು ಸೂಚಿಸಿದ. ಅದರಿಂದ ಅವಮಾನಿತರಾದ ಮುಖ್ಯಸ್ಥರು ಅಲ್ಲಿಂದ ದೂರ ಸರಿದು ತಮ್ಮ ಹೇಸರಗತ್ತೆಯ ಬಳಿ ಹೋಗಿ ನಿಂತು ಕಾಯತೊಡಗಿದರು. ನಾವೆಲ್ಲ ಹನೀಮ್ ಹಾಲಾ ಕುಳಿತ ಕುರ್ಚಿಯ ಆಚೀಚೆ ಸಾಲಾಗಿ ನಿಂತುಕೊಳ್ಳತೊಡಗಿದೆವು.

ಅಬ್ಬು, ಹನೀಮ್ ಹಾಲಾಳ ಎಡಪಕ್ಕದ ಕೊಂಚ ಹಿಂದೆ ನಿಂತು, ನನ್ನನ್ನು ಅವನ ಮುಂದಿರುವಂತೆ ಸೆಳೆದು ನಿಲ್ಲಿಸಿಕೊಂಡ. ಅಬ್ಬು ತನ್ನ ಕೈಬೆರಳುಗಳಿಂದ ಇಲ್ಲಿ ಬಂದು ನಿಲ್ಲು ಎನ್ನುವಂತೆ ಸನ್ನೆ ಮಾಡಿದ. ಅಮ್ಮಿ ಅವನ ಪಕ್ಕದಲ್ಲಿ ಮತ್ತು ಹನೀಮ್ ಹಾಲಾಳ ಹಿಂದುಗಡೆ ಮೌನವಾಗಿಯೇ ಬಂದುನಿಂತಳು. ಇಲಿಯಾಸ್ ಮೊದಲಿಗೆ ನನ್ನ ಬದಿಗೆ ಬಂದು ನಿಂತರೂ ಆ ಫೋಟೋಗ್ರಾಫರ್ ಮತ್ತೊಂದು ಬದಿಗೆ ನಿಲ್ಲಲು ಹೇಳಿದ್ದರಿಂದ ಹನೀಮ್ ಹಾಲಾಳ ಕುರ್ಚಿಯ ಬಲಭಾಗಕ್ಕೆ ಹೋಗಿನಿಂತ. ಕುರ್ಚಿಯ ಎಡಬಲಗಳಲ್ಲಿ ನಾವಿಬ್ಬರೂ ಹುಡುಗರು ನಿಂತುಕೊಂಡುಬಿಟ್ಟಿದ್ದನ್ನು ನೋಡಿ ಆಪಾಗೆ ತಾನೆಲ್ಲಿ ನಿಲ್ಲಬೇಕೆಂದು ತೋಚಲಿಲ್ಲ. ಒಂದರೆ ಕ್ಷಣ ಹಿಂಜರಿಕೆಯಲ್ಲಿ ನಾಲ್ಕು ಹೆಜ್ಜೆ ದಿಕ್ಕುತೋಚದೆ ಸರಿಸಿ ಕೊನೆಗೆ ನನ್ನ ಎಡ ಪಕ್ಕದಲ್ಲಿ ಬಂದು ನಿಂತುಕೊಂಡಳು. ಫೋಟೋಗ್ರಾಫರ್ ಚಿಟಿಕೆ ಹೊಡೆಯೋದರ ಮೂಲಕ ನಾವೆಲ್ಲ ಅವನ ಕಡೆಗೆ ನೋಡಬೇಕೆಂದು ಸೂಚಿಸಿದಾಗ ಹನೀಮ್ ಹಾಲಾ ಅವಳ ತಲೆ ವಸ್ತ್ರವನ್ನು ಮತ್ತೊಮ್ಮೆ ಸರಿಪಡಿಸಿಕೊಂಡಳು. ನಾನು ಆಪಾಳತ್ತ ನೋಡಿದೆ. ಅವಳು ಆತಂಕದಿಂದ ಕಟ್ಟಿಗೆಯ ಗೊಂಬೆಯ ಹಾಗೆ ಸೆಟೆದು ನಿಂತಿದ್ದಳು. ನಾನೂ ಅವಳನ್ನು ಅನುಕರಿಸಿದೆ. ನಾವೆಲ್ಲ ನೆಟ್ಟ ನೋಟದಿಂದ ಕ್ಲಿಕ್ ಮಾಡುವ ಫೋಟೋಗ್ರಾಫರನ ಬೆರಳುಗಳನ್ನೇ ದಿಟ್ಟಿಸಿದೆವು. ಕೊಟ್ಟ ಕೊನೆಯಲ್ಲಿ ನಾನೊಂದು ಬಿರುಸಿನ ಮಿಲಿಟರಿ ಸಲಾಮ್ ಮಾಡಿದೆ!

ಫೋಟೋಗ್ರಾಫರ್ ತನ್ನ ಕ್ಯಾಮೆರಾವನ್ನು ಪೆಟ್ಟಿಗೆಯೊಳಗೆ ಸೇರಿಸಿ ಹೊರಡಲು ತಯಾರಿ ಮಾಡುತ್ತಿದ್ದಾಗ ಮುಖ್ಯಸ್ಥರು ಕೊಂಚ ಬಾಗಿ ನನ್ನ ಕಿವಿಯಲ್ಲಿ ಪಿಸುಗುಟ್ಟಿದ್ದನ್ನು ನೋಡಿ ಅಮ್ಮಿ ತುಸು ಕಾತರದಿಂದಲೇ ವಿಷಯವೇನೆಂದು ಕೇಳಿದಳು. "ಪರೀಕ್ಷೆ ಮುಂದಿನ ವಾರ ಶುರು ಆಗತ್ತೆ ಅಂತ ಮಿಸ್ಟರ್ ಈಥಮ್ ಹೇಳಿ ಕಳುಹಿಸಿದ್ದಾರೆ!" ನಾನು ನಡುಗುವ ಧ್ವನಿಯಲ್ಲಿ ಉತ್ತರಿಸಿದೆ.

ಆ ಫೋಟೋಗ್ರಾಫರನೊಂದಿಗಿನ ಭೇಟಿ ನಮ್ಮ ಮುಂದಿನ ಎಷ್ಟೋ ದಿನಗಳ ಮಾತುಕತೆಗೆ ವಸ್ತುವಾಯಿತು. ಹೊಗೆಸೊಪ್ಪನ್ನು ಹರಡುವಾಗಲೆಲ್ಲ ಮತ್ತೆ ಮತ್ತೆ ಅವನ ವಿಷಯಕ್ಕೆ ಮಾತುಗಳು ಹೊರಳುತ್ತಿದ್ದವು. ಅವನ ಟರ್ಕಿ ಭಾಷಾ ಶೈಲಿಯನ್ನು ಅಣಕಿಸುತ್ತಾ, ಮುಖ್ಯಸ್ಥರಿಗೆ ಫೋಟೋದಲ್ಲಿರಲು ಅವಕಾಶ ಸಿಕ್ಕದೆ ಇದ್ದದ್ದು ಒಂದು ರೀತಿಯಲ್ಲಿ ಅವರ ಉದ್ಧಟತನಕ್ಕೆ ಸಿಕ್ಕ ಪ್ರತಿಫಲ ಎನ್ನುತ್ತಾ ಜೋರಾಗಿ ನಗುತ್ತಿದ್ದೆವು. ಆಪಾ ಒಂದು ಹಿಡಿ ಹುಲ್ಲನ್ನು ಅವಳ ಗದ್ದದ ಕೆಳಗಿರಿಸಿಕೊಂಡು ಫೋಟೋಗ್ರಾಫರ್

ಹೇಳಿದ್ದನ್ನೇ ನಿಧಾನವಾಗಿ ನಿರಾಸಕ್ತಿಯಿಂದ "ಲೈಟ್‌ಹೌಸ್ ಫ್ಯಾಮಿಲಿ" ಎಂದು ನಕ್ಕಳು.

ಅಬ್ಬು ತನಗೇನೂ ಆಸಕ್ತಿ ಇಲ್ಲದವನಂತೆ ನಟಿಸುತ್ತಿದ್ದವನು "ಹರಟೆ ಸಾಕು. ನಡೀರಿ ನಿಮ್ಮ ನಿಮ್ಮ ಕೆಲಸಕ್ಕೆ!" ಎಂದು ಹುಸಿಕೋಪವನ್ನು ತೋರುತ್ತ ಉಕ್ಕಿ ಬರುತ್ತಿರುವ ನಗುವನ್ನು ತಡೆದುಕೊಳ್ಳಲಾಗದೆ ಕೇಕೆ ಹಾಕಿದ. ಇಲಿಯಾಸ್‌ನ ಮುಖದಲ್ಲಂತೂ ಸಂತೋಷ ಬುಗ್ಗೆಯಂತೆ ಉಕ್ಕಿ ಹರಿಯುತ್ತಿತ್ತು. ಆದರೂ ಆಪಾ ಹೂವಿನ ಫ್ರಾಕನ್ನು ಉಟ್ಟುಕೊಳ್ಳಲು ಆಸ್ಪದ ಕೊಡಲಾರದ ಆ ಫೋಟೋಗ್ರಾಫರನ ಬಗ್ಗೆ ಆರೋಪ ಮಾಡುವುದನ್ನು ನಿಲ್ಲಿಸಲಿಲ್ಲ. "ಅದ್ಯಾಕವನು ನಿನ್ನನ್ನ ತಡಿಬೇಕಿತ್ತು? ಆ ಫ್ರಾಕಲ್ಲಿ ನೀನೆಷ್ಟು ಚೆನ್ನಾಗಿ ಕಾಣ್ತೀಯ ಅಂತ ಅವನು ನೋಡಬೇಕಿತ್ತು!"

"ಅಯ್ಯೋ ಇರಲಿ ಬಿಡೊ. ನಾವೇನು ಆ ಫೋಟೋನ ದಿನಾ ನೋಡ್ತ ಕೂತಿರ್ತಿವ?" ಎಂದು ಅವನನ್ನು ಸಮಾಧಾನ ಮಾಡುವ ಧಾಟಿಯಲ್ಲಿ ಹೇಳಿದಳು. ಅಬ್ಬು ಗದರಿದ ತಕ್ಷಣ ನಾವೆಲ್ಲಾ ತುಸು ಮೌನವಾಗುತ್ತಿದ್ದರೂ ಆ ಪ್ರಸಂಗದ ಬಗ್ಗೆ ಚರ್ಚಿಸುವ ಆಮಿಷಕ್ಕೆ ಮತ್ತೆ ಮತ್ತೆ ಒಳಗಾಗುತ್ತಾ, ಅದರ ಕುರಿತೇ ಮಾತಾಡುತ್ತಾ, ನಗುತ್ತಾ ಮತ್ತು ನಾವು ಯಾವ ಯಾವ ಪೋಸು ಕೊಟ್ಟೆವೆಂಬುದನ್ನು ನೆನೆಯುತ್ತಾ ಕಾಲ ಕಳೆದೆವು.

ಅದೇ ಹೊತ್ತಿಗೆ ಅಮ್ಮಿ ನಡುವೆ ಬಾಯಿ ಹಾಕಿದಳು. "ನನ್ನಮ್ಮಿಗೇನೋ ಮೈ ಹುಷಾರಿಲ್ಲ ಅಂತ ಸಾಹೇಬ್ರು ಹೇಳ್ತಾ ಇದ್ರು. ನಾನಲ್ಲಿಗೋಗಿ ಸ್ವಲ್ಪ ಬಿಸಿಬಿಸಿ ಸೂಪು ಮಾಡಿಕೊಟ್ಟು ನೋಡಿಕೊಂಡು ಬರ್ತೀನಿ" ಎಂದಳು. ಹನೀಮ್ ಹಾಲಾ ಕೂಡಲೆ ಆತಂಕದಿಂದಲೇ ಕಾಳಜಿಯಿಂದ "ಏನಾಯ್ತುವ್ರಿಗೆ?" ಎಂದು ಪ್ರಶ್ನಿಸಿದಳು. ಅಮ್ಮಿಯ ಕಡೆಯಿಂದ "ಏನಿಲ್ಲ, ನೆಗಡಿಯಾಗಿದೆಯಂತೆ" ಎಂಬ ನಿರ್ಭಾವುಕ ಉತ್ತರ ಬಂದಿತು. ಅಬ್ಬು ಅದಕ್ಕೆ "ಇಂಥಾ ಬೇಸಿಗೇಲಿ ಎಂಥಾ ನೆಗಡಿ?" ಎಂದು ಗೊಣಗಿದರು.

ಆಪಾ ಮಾತನ್ನು ಮತ್ತೆ ಆ ಫೋಟೋಗ್ರಾಫರನ ವಿಷಯಕ್ಕೆ ತಂದು ನಿಲ್ಲಿಸಿದಳು. "ಅವ್ರು ಫೋಟೊನ ನಮಗೆ ಕಳಿಸಿಕೊಟ್ಟಿದ್ರೆ ಚೆನ್ನಾಗಿತ್ತು. ಕಟ್ಟು ಹಾಕಿಸಿ ಗೋಡೆ ಮೇಲೆ ನೇತಾಕಬೋದಿತ್ತು!" ಎಂದವಳೆ ಮತ್ತೊಮ್ಮೆ ಆ ಫೋಟೋಗ್ರಾಫರನನ್ನು ಅಣಕಿಸುವ ದನಿಯಲ್ಲಿ "ಅದಕ್ಕೆ ದಿ... ಲೈಟ್... ಹೌಸ್... ಫ್ಯಾಮಿಲಿ ಅಂತ ಹೆಸರಿಡಬಹುದಿತ್ತು" ಎಂದು ನಕ್ಕಳು.

ನಮ್ಮ ಕುಟುಂಬದ ಸದಸ್ಯರನ್ನೆಲ್ಲ ಸೆರೆಹಿಡಿದಿದ್ದ, ನಾವು ಎಂದೂ ನೋಡಿರದ ಆ ಒಂದು ಫೋಟೋ, ಮುಂದೆ ನೋಡುತ್ತೀವೆಂದು ಯಾವ ಗ್ಯಾರಂಟಿಯೂ ಇಲ್ಲದ ಫೋಟೊ, ನಮಗೆ ಅರಿಯದ ಜಾಗದಲ್ಲಿ, ಪರಿಚಯವೇ ಇಲ್ಲದ ವ್ಯಕ್ತಿಯ ಬಳಿ ಇತ್ತಲ್ಲ ಎಂಬ ವಿಚಾರವೇ ಅತ್ಯಂತ ಸೋಜಿಗದ್ದಾಗಿತ್ತು. ನಾವೆಲ್ಲ ಒಟ್ಟಿಗೆ ಇದ್ದ ಚಿತ್ರವೊಂದು ನಮ್ಮ ಮನೆಯ ಹೊರಗೆಲ್ಲೋ ಇದೆ ಎಂಬ ಯೋಚನೆಯೇ ನಮ್ಮನ್ನು ಪುಳಕಗೊಳಿಸಲು ಸಾಕಾಗಿತ್ತು.

ಎಲ್ಲರೊಂದಿಗೆ ನಾನು ನಗುತ್ತಿದ್ದೆನಾದರೂ ಮನಸ್ಸಿನಲ್ಲಿ ಭಾವನೆಗಳ ತಾಕಲಾಟ ನಡೆದೇ ಇತ್ತು. ಮುಖ್ಯಸ್ಥರು ನನ್ನ ಕಿವಿಯಲ್ಲಿ ಹೇಳಿದ್ದ ವಿಷಯ ನೆನಪಾದಾಗಲೆಲ್ಲ ಆತಂಕ ಉಂಟಾಗುತ್ತಿತ್ತು. ಪ್ರವೇಶ ಪರೀಕ್ಷೆಯ ಸಮಯ ಹೀಗೆ ಧುತ್ತೆಂದು ಎದುರಾಗಬಹುದೆಂದು ನಾನು ನಿರೀಕ್ಷಿಸಿರಲಿಲ್ಲ. ಆ ಕ್ಷಣವನ್ನು ಎದುರಿಸುವ ಧೈರ್ಯವೂ ನನ್ನಲ್ಲಿರಲಿಲ್ಲ. ಅಬ್ಬು ತನ್ನ ಸಹಿ ಮಾಡಿದ ಅರ್ಜಿಯನ್ನು ಸಲ್ಲಿಸಿರಲಿಕ್ಕಿಲ್ಲವೆಂದೆ ಅಂದುಕೊಂಡೆ. ಪರೀಕ್ಷೆಗಾಗಿ ಪ್ರಯಾಣ ಬೆಳೆಸುವುದಾದರೂ ಹೇಗೆ? ಅಬ್ಬುವಿನೆದುರು ಸುಳ್ಳುಗಳ ಸರಪಳಿಯನ್ನೇ ಪೋಣಿಸಬೇಕಾಗಬಹುದು. ಇನ್ನೆರಡು ದಿನಕ್ಕೆ ಪರೀಕ್ಷೆ. ನಾನಂತೂ ಪರೀಕ್ಷೆಗೆ ಹೋಗುವ ಸಾಧ್ಯತೆಗಳು ವಿರಳವೆಂದೇ ನನ್ನ ಮನಸ್ಸನ್ನು ಹತೋಟಿಗೆ ತರುವ ಪ್ರಯತ್ನ ಮಾಡುತ್ತಿದ್ದೆ.

ಅಂದು ಸಾಯಂಕಾಲ ಬೀಸುತ್ತಿದ್ದ ಗಾಳಿಯ ಹೊಡೆತವನ್ನು ತಡೆಯಲಾರದೆ ನಾವು ಮಿನಾರಿನ ಒಳಭಾಗದಲ್ಲಿದ್ದ ಮೆಟ್ಟಿಲುಗಳ ಮೇಲೆ ಕುಳಿತುಕೊಂಡೆವು. ಇಲಿಯಾಸ್ ಅಂದು ತಾನು ಓದಿದ್ದ ಪರಿಸರ ವಿಜ್ಞಾನದ ಪಾಠವನ್ನು ನನ್ನ ಮುಂದೆ ಹೇಳುತ್ತಿದ್ದ. ನನ್ನ ಮನಸ್ಸು ಅದನ್ನು ಕಲಿಯುವ ಸ್ಥಿತಿಯಲ್ಲಿರಲಿಲ್ಲ. ನಾವು ಸುಮ್ಮನೆ ಸಮಯವನ್ನು ವ್ಯರ್ಥಗೊಳಿಸುತ್ತಿದ್ದೇವೆ ಎನಿಸಿತು. ಆದರೆ ಇಲಿಯಾಸ್ ನನಗೋಸ್ಕರ ಪಡುತ್ತಿದ್ದ ಪರಿಶ್ರಮವನ್ನು ಅಲ್ಲಗಳೆಯಲಾಗದೆ ಏನೊಂದೂ ಹೇಳದೆ ಸುಮ್ಮನಾದೆ. ನನಗೆ ಉಸಿರುಗಟ್ಟುತ್ತಿದೆ ಎನಿಸಲು ಶುರುವಾಯಿತು; ಅಂತಹ ಹತಾಶೆಯ ಕಪಿಮುಷ್ಟಿಯಲ್ಲಿ ನಾನಿದ್ದೆ. ನಾನೊಮ್ಮೆ ಜೋರಾಗಿ ಗಂಟಲು ಹರಿಯುವಂತೆ ಚೀರಿಕೊಳ್ಳಬೇಕಿತ್ತು.

ಮರುದಿನ ಬೆಳಿಗ್ಗೆ ತಂಬಾಕು ಸೀಳಿಕೊಂಡು ವಾಪಸ್ ಬಂದ ಕೂಡಲೆ ಅಮ್ಮಿ ಹುಶಾರಿಲ್ಲದ ನಾನಿಗೆ ಸೂಪು ಮಾಡಿಕೊಟ್ಟು ಆರೈಕೆ ಮಾಡಹೊರಡಲು ತಯಾರಾಗತೊಡಗಿದಳು. “ಎಷ್ಟು ಮಾಡಿದ್ರೂ ಸಾಲದಷ್ಟು ಕೆಲ್ಸ ಇಲ್ಲಿ ಬಿದ್ದಿರೊ ಹೊತ್ತಲ್ಲೇ ಈ ಮುದುಕಿ ಹುಶಾರು ತಪ್ಪಿ ಬೀಳ್ಬೇಕಾ?” ಎಂದು ಅಬ್ಬು ಗೊಣಗುತ್ತಿದ್ದ. ಆದರೆ ನಿಜವಾಗಿಯೂ ಅವನ ತಲೆಕೊರೆಯುತ್ತಿದ್ದ ವಿಷಯ ಬೇರೆಯೆ ಇತ್ತು.

ಟ್ಯಾಂಕ್ ಷೆಡ್ಡಿನ ಒಳಕ್ಕೂ ಹೊರಕ್ಕೂ ಹಲವಾರು ಬಾರಿ ಓಡಾಡುತ್ತಾ, ಅಸಿಟಲಿನ್ ಬಾಟಲಿಗಳ ಒತ್ತಡವನ್ನು ಪರೀಕ್ಷಿಸುತ್ತಾ, ಬೆನ್ನ ಹಿಂದೆ ಕೈಕಟ್ಟಿಕೊಂಡು ತನ್ನಷ್ಟಕ್ಕೆ ತಾನೇ ಮಾತನಾಡಿಕೊಳ್ಳುತ್ತಿದ್ದ.

“ಅದೆಷ್ಟು ಸಲ ವರದಿ ಬರ್ದಿದೀವಿ. ಖಾಲಿಯಾಗ್ತ ಇದೆ. ಖಾಲಿಯಾಗ್ತ ಇದೆ ಅಂತ!”

ಸಾಯಂಕಾಲದ ಹೊತ್ತಿಗೆ ಹಳ್ಳಿಯಿಂದ ವಾಪಸ್ ಬಂದ ಅಮ್ಮಿ “ಬರ್ತ ಇರಬೋದು... ದಾರಿಲಿರಬಹುದು” ಎಂದು ಅವನನ್ನು ಸಮಾಧಾನ ಮಾಡುವ ಪ್ರಯತ್ನಕ್ಕೆ ಮೊದಲಾದಳು. “ಹೌದೌದು. ಬಹುಶಃ ಅವರು ನಿಜವಾಗಿಯೂ ದಾರಿಲಿರಬಹುದು. ಇಝ್ಮೀರಿನ ಉಗ್ರಾಣದಲ್ಲಿ ಅವು ಸಿಕ್ಕಾಕಿಕೊಂಡಿರಬಹುದು” ಎಂದು ಅಬ್ಬು ತನಗೆ ತಾನೇ ಹೇಳಿಕೊಂಡ. ಅದರ ಮರುದಿನ ಅಸಿಟಲಿನ್

ಬಾಟಲಿಗಳ ಪೂರೈಕೆಯ ಬಗ್ಗೆ ಇಸ್ತಾನ್‌ಬೂಲಿಗೆ ಅಂಚೆ ಕಳಿಸುವುದಕ್ಕಾಗಿ ಅಬ್ಬು ಹೊರಡುತ್ತಿದ್ದಂತೆ ಅಮ್ಮಿ ನನ್ನ ಪುಸ್ತಕಗಳನ್ನು ನನ್ನ ಕೈಯಲ್ಲಿರಿಸುತ್ತಾ "ತಕ್ಷಣ ಹಳ್ಳಿಗೆ ಹೊರಡು. ಪರೀಕ್ಷೆಗೆ ಬಂದೇ ಬರ್ತಿ ಅಂತ ನಿಮ್ಮ ಮೇಷ್ಟ್ರು ಅಲ್ಲಿ ಕಾಯ್ತಾ ಇರ್ತಾರೆ. ಒಳ್ಳೇದಾಗಲಿ" ಎಂದಳು.

ಬಿಟ್ಟ ಕಣ್ಣುಗಳನ್ನು ಬಿಟ್ಟಂತೆಯೆ ನೋಡುತ್ತಾ "ಅಬ್ಬುನೆ ಸಹಿ ಮಾಡಿದ್ರಾ?" ಎಂದು ಕೇಳಿದ್ದಕ್ಕೆ ಅವಳು ತಲೆತಗ್ಗಿಸಿಕೊಂಡು "ಇಲ್ಲ, ನಾನೆ ಮಾಡಿದೆ. ಅದಕ್ಕೋಸ್ಕರನೆ ಹಳ್ಳಿಗೋಗಿದ್ದು!"

"ಆದ್ರೆ ನಿಂಗೆ ಸಹಿ ಹಾಕಕೆಲ್ಲಿ ಬರತ್ತೆ?"

"ಹೆಬ್ಬೆಟ್ಟು ಒತ್ತಿದಿನಿ."

"ಆದ್ರೆ ಅಬ್ಬುಗೆ ಏನು ಹೇಳೊದಮ್ಮಿ?"

"ನಾನಿಗೆ ಮೈ ಹುಷಾರಿಲ್ಲ. ಅವಳ ಆರೈಕೆಗಂತ ಹಳ್ಳಿಗೆ ಹೋಗಿದ್ದೀಯಾ ಅಂತ ನಾನು ಹೇಳ್ತೀನಿ. ಅದರ ಬಗ್ಗೆ ನೀನು ಚಿಂತೆ ಮಾಡಬೇಡ. ನೀನು ಇವತ್ತು ರಾತ್ರಿ ಅವಳ ಜೊತೆನೇ ಇದ್ದರೆ ನಾವು ಸುಳ್ಳು ಹೇಳಿದಂಗೆ ಆಗಲ್ಲ. ಅಲ್ಲಿಂದಾನೆ ಬೆಳಗ್ಗೆ ಮತ್ತೆ ಶಹರಕ್ಕೆ ಹೋಗು. ನಿನ್ನ ಪರೀಕ್ಷೆ ಮುಗಿಯೋತನಕ ನೀನು ಸಿಕ್ಕಿಹಾಕಿಕೊಳ್ಳದಿರೋ ಹಾಗೆ ನಾವೆಲ್ಲ ನೋಡಿಕೋತೀವಿ!"

"ಅಬ್ಬುಗೆ ಕೋಪ ಬಂದ್ರೆ?"

"ಬಂದ್ರೆ?" ಅಮ್ಮಿ ಸಿಡುಕಿದಳು.

ಆ ಸಿಟ್ಟಿನ ಭಾವ ಅವಳ ಕಣ್ಣುಗಳಲ್ಲಿ ನಾನು ಮೊದಲೆಂದೂ ಕಂಡಿರದ ಹುರುಪೊಂದನ್ನು ತುಂಬಿತು. ಇಲಿಯಾಸ್ ಕೂಡ ನಾನು ಆಗಲೇ ಪರೀಕ್ಷೆಯಲ್ಲಿ ತೇರ್ಗಡೆಯಾಗಿಬಿಟ್ಟಿದ್ದೇನೆ ಎಂಬಂತೆ ಚಪ್ಪಾಳೆ ತಟ್ಟುತ್ತಾ ಸಂತೋಷದಿಂದ ನಗುತ್ತಾ ಮೇಲೆ ಕೆಳಗೆ ನೆಗೆದಾಡಿದ. ಊರುಗೋಲಿನ ಮೇಲೆ ಇನ್ನಷ್ಟು ಬಾಗಿದ್ದ ಹಾಲಾಳ ಬೊಚ್ಚು ಬಾಯಿಯು ನಗುವಿನಿಂದ ವಿಜೃಂಭಿಸುತ್ತಿತ್ತು! ಒಂದಷ್ಟು ದುಡ್ಡಿನ ಕೈಗಂಟನ್ನು ನನ್ನ ಕೈಯಲ್ಲಿ ತುರುಕುತ್ತಾ ಅಮ್ಮಿ ನನ್ನ ತಲೆ ನೇವರಿಸಿದಳು. ನಾನು ಅವಳ ಕೈಗೆ ಮುತ್ತಿಕ್ಕಿದೆ. ಪ್ರಾರ್ಥನೆಯ ಆಶಯಗಳೊಂದಿಗೆ ನನ್ನನ್ನು ಬೀಳ್ಕೊಟ್ಟಳು. ನಾನು ಹೊರಟ ಮೇಲೆ ನನ್ನ ಹಿಂದೆ ಒಂದು ದೊಡ್ಡ ಬಾಟಲಿ ನೀರು ಸುರಿದಳು. ಆಪಾ ಮತ್ತು ಇಲಿಯಾಸ್ ನನ್ನ ಜೊತೆ ಬೆಟ್ಟದ ತುದಿಯವರೆಗೂ ಬಂದರು. ನಮ್ಮ ಮನೆಯ ಕಣ್ಣಳತೆಯಿಂದ ದೂರವಾಗುತ್ತಿದ್ದಂತೆ ನಾನು ಮೊದಲು ಆಪಾಳನ್ನು ಬಿಗಿದಪ್ಪಿದೆ. ಇಲಿಯಾಸ್ ನನ್ನ ಜೊತೆ ಇನ್ನೂ ಸ್ವಲ್ಪ ದೂರ ಹೆಜ್ಜೆ ಹಾಕಬಯಸಿದ. ಯಾವುದೋ ವಿಷಯವನ್ನು ನನ್ನ ಹತ್ತಿರ ಹೇಳಬೇಕೆನ್ನುವುದು ನನಗೆ ಅರ್ಥವಾಯಿತು.

"ಪರೀಕ್ಷೆಲಿ ಯಾವ್ಯಾವ ಪ್ರಶ್ನೆ ಕೇಳ್ತಾರೊ ಏನೊ?" ಎನ್ನುತ್ತಾ ಅವನೆ ಕಾತರಿಸುತ್ತಿದ್ದ ದನಿಯಲ್ಲಿ ಹೇಳಿದ. ಅಷ್ಟು ದಿನ ನನ್ನ ಜೊತೆ ಜೊತೆಗೆ ಅಭ್ಯಾಸ ಮಾಡಿದ್ದರಿಂದ ತಾನೇ ಪರೀಕ್ಷೆಗೆ ಹೋಗುತ್ತಿರುವವನಂತೆ ನನ್ನಷ್ಟೇ ಉತ್ಸಾಹದಲ್ಲಿ

ಅವನಿದ್ದ. “ನೀನು ವಾಪಸ್ ಬಂದ ಮೇಲೆ ನನಗೆ ಹೇಳ್ಬೇಕು” ಮತ್ತೆ ಗಂಭೀರ ಮುಖ ಮಾಡಿ “ನೀನು ಪಾಸ್ ಆಗೇ ಆಗ್ತೀಯ! ಚಿಂತೆ ಮಾಡ್ಬೇಡ” ಎಂದ.

“ನಾನು ಪಾಸಾದರೆ ನೀನೂ ಪಾಸ್ ಆದಂಗೇ ಲೆಕ್ಕ!” ನಾನೂ ಉತ್ಸಾಹದಿಂದಲೆ ಉತ್ತರವಿತ್ತೆ. ಕಾಲಿಗೆ ಚುಚ್ಚುತ್ತಿದ್ದ ಕಲ್ಲುಗಳತ್ತ ಎಳ್ಳಷ್ಟೂ ಗಮನಹರಿಸದಷ್ಟು ನಾವು ಮೈ ಮರೆತಿದ್ದೆವು.

ಅವನ ಮುಖವನ್ನು ಒಂದು ಹೆಮ್ಮೆಯ ನಗು ಆವರಿಸಿತು.

“ನಿಂಗೊಂದು ವಿಷ್ಯ ಗೊತ್ತಾ?” ಎಂದು ಕೇಳಿದ. “ಹಿದ್ರೆಲೆಝ್ ಹಬ್ಬದಲ್ಲಿ ನೀನು ಪರೀಕ್ಷೆಲಿ ಪಾಸ್ ಆಗ್ಬೇಕು ಅಂತ ಬೇಡಿಕೊಂಡಿದ್ದೆ. ನಿನ್ನನ್ನ ನೆನೆಸಿಕೊಂಡು ಕಣ್ಣೀರು ಮರದ ಎಲೆ ಇಟ್ಟೆ, ನಿನ್ನ ಶಾಲೆ ನೆನೆಸಿಕೊಂಡು ಆ ದಿನಪತ್ರಿಕೆ ಹಾಳೆ ಇಟ್ಟೆ. ಮನಸಲ್ಲಿ ತುಂಬಾ ಬೇಡಿಕೊಂಡೆ. ಹಾಲಾ ಹೇಳ್ತಾ ಇರ್ತಾಳೆ; ನಾವು ಅಂದುಕೊಂಡದ್ದನ್ನು ಯಾರ ಹತ್ತಿರಾನೂ ಹೇಳಬಾರದಂತೆ. ಆದ್ರೆ ಮಕ್ಕಳು ಹೇಳಿದ್ರೆ ಆ ಅಲ್ಲಾಹ್ ಕ್ಷಮಿಸೆ ಕ್ಷಮಿಸ್ತಾನೆ. ಅಲ್ವಾ?”

ನಾವು ಸ್ವಲ್ಪ ಹೊತ್ತು ಏನೂ ಮಾತಿಲ್ಲದೆ ಹೆಜ್ಜೆ ಹಾಕಿದೆವು. ಅವನು ಕೊಂಚ ಅಳುಕುತ್ತಲೇ “ನೀನೇನು ಬೇಡಿಕೊಂಡಿದ್ದೆ?” ಎಂದು ಕೇಳಿದ. ನಿರ್ಧಾರ ತೆಗೆದುಕೊಳ್ಳುವಾಗ ನಾನು ಅನುಭವಿಸಿದ್ದ ಹೊಯ್ದಾಟಗಳೆಲ್ಲ ನಮ್ಮ ಕಣ್ಮುಂದೆ ಬಂದವು. “ನಾನೂ ಕೂಡ ಪರೀಕ್ಷೆ ಪಾಸಾಗಲಿ ಅಂತಾನೆ ಬೇಡಿಕೊಂಡೆ!” ನಾನೇಕೆ ಸುಳ್ಳು ಹೇಳಿದೆನೋ ಗೊತ್ತಿಲ್ಲ.

“ನೋಡು, ನೋಡು, ನಾವಿಬ್ಬರೂ ಒಂದೇ ಅಂದುಕೊಂಡಿರೋದರಿಂದ ನೀನು ಪರೀಕ್ಷೆಲಿ ಪಾಸಾಗೋದರಲ್ಲಿ ಯಾವುದೇ ಅನುಮಾನ ಇಲ್ಲ” ಅವನು ಆತ್ಮವಿಶ್ವಾಸದಿಂದಲೇ ಹೇಳಿದ.

ನಾವು ಇನ್ನೊಂದು ಬೆಟ್ಟವನ್ನೇ ಏರಬೇಕಾಗಿತ್ತು. ಇಲಿಯಾಸನಿಗೆ ಉಸಿರಾಡಲು ತೊಂದರೆ ಆಗುತ್ತಿದ್ದುದನ್ನು ಗಮನಿಸಿ ಮನೆಗೆ ಮರಳುವಂತೆ ಒತ್ತಾಯಿಸಿದೆ. ಮನಸಿಲ್ಲದ ಮನಸ್ಸಿನಿಂದ ಅವನು ಹೂಗುಟ್ಟಿದ. ನಾವಿಬ್ಬರೂ ಒಬ್ಬರನ್ನೊಬ್ಬರು ಪ್ರೀತಿಯಿಂದ ಬಿಗಿದಪ್ಪಿಕೊಂಡೆವು. ಬರಿಗಾಲಿನಲ್ಲಿದ್ದ ಅಣ್ಣ ಬೆಟ್ಟದಿಂದ ಕೆಳಕ್ಕೆ ಪ್ರಯಾಸದಿಂದ ಹೆಜ್ಜೆ ಇಡುವುದನ್ನೇ ನೋಡುತ್ತಾ ಸ್ವಲ್ಪ ಹೊತ್ತು ಅಲ್ಲೇ ನಿಂತೆ. ಅವನೆಷ್ಟು ಸೊರಗಿದ್ದನೆಂದರೆ, ಗಾಳಿಯ ಹೊಡೆತಕ್ಕೆ ತೂರಿ ಹೋಗಿ ಕಾಲು ದಾರಿಯಿಂದ ಆಚೆಗೆ ಬಿದ್ದುಬಿಡುವನು ಎಂದೆನಿಸುತ್ತಿತ್ತು.

ಆಗ ನನಗೆ ನನ್ನ ಭಾವನೆಗಳನ್ನು ತಡೆಯಲಾಗಲಿಲ್ಲ... ಬಾಯಿಯ ಸುತ್ತ ಅಂಗೈಗಳನ್ನು ಬಳಸಿ ಹಿಡಿದು ಅವನಿಗೆ ಕೇಳಿಸುವಂತೆ ಜೋರಾಗಿ ಅರಚಿದೆ “ನಾನು ಬೇಡಿಕೊಂಡದ್ದು ನೀನು ಬೇಗ ಗುಣ ಆಗಲಿ ಅಂತ!” ಭರ್ರೋ ಎಂದು ಬೀಸುತ್ತಿದ್ದ ಗಾಳಿ ನನ್ನ ಮಾತನ್ನು ಒಯ್ದು ಮೇಲೆ ಆಕಾಶದತ್ತ ತೂರಿಬಿಟ್ಟಿತು. ನಾನು ಹೇಳಿದ್ದು ಇಲಿಯಾಸ್‌ನಿಗೆ ಸ್ಪಷ್ಟವಾಗಿ ಕೇಳಿಸಲಿಲ್ಲ ಆದರೆ ನನ್ನ ಧ್ವನಿ ಅವನನ್ನು ತಲುಪಿದ ತಕ್ಷಣ ಅವನು ನನ್ನೆಡೆಗೆ ತಿರುಗಿ ನಗುತ್ತಾ ಕೈ ಎತ್ತಿ ಬೀಸಿದ.

ಎರಡನೆಯ ಅಧ್ಯಾಯ

ಎನಿಲಿಮನ್ ಊರಿಗೆ ಹೋಗಲು ಕಾಲುನಡಿಗೆಯಲ್ಲಿ ಸಾಮಾನ್ಯವಾಗಿ ಎರಡು ಗಂಟೆ ಕಾಲ ಬೇಕಾಗುವ ದಾರಿಯನ್ನು ಓಡುತ್ತಾ ಕ್ರಮಿಸಿದ್ದ ನಾನು ಬೆವೆತು ನೀರಾಗಿದ್ದೆ.

ಪರೀಕ್ಷೆ ಮುಗಿದ ತಕ್ಷಣ ಮಿಸ್ಟರ್ ಈಥಮ್ ಮತ್ತು ಶಹರದ ಶಿಕ್ಷಣ ಸಚಿವಾಲಯದಿಂದ ಬಂದಿದ್ದ ಅಧಿಕಾರಿಯ ಕೈಗೆ ಮುತ್ತಿಟ್ಟು ವಿದಾಯ ಹೇಳಿ ಇಲಿಯಾಸ್‌ನ ಜೊತೆ ಪ್ರಶ್ನೋತ್ತರಗಳ ವಿಷಯ ಹಂಚಿಕೊಳ್ಳುವ ತವಕದಲ್ಲಿ ನಾನು ನೆಟ್ಟಗೆ ಮನೆಗೆ ಹೊರಟಿದ್ದೆ. ಮನೆಯಲ್ಲಿ ಎಲ್ಲರೂ ನನ್ನ ಬರುವನ್ನು ಎದುರು ನೋಡುತ್ತಿದ್ದಿರಬೇಕು.

ಓಡಿ ಓಡಿ ದಣಿದು ಬಾಯಾರಿದ್ದ ನಾನು ಹಳ್ಳಿಯನ್ನು ಸೇರಿದ ತಕ್ಷಣ ಕುಡಿಯಲು ನೀರು ಕೇಳೋಣವೆಂದುಕೊಂಡು ನನ್ನ ಕಣ್ಣಿಗೆ ಬಿದ್ದ ಮೊದಲ ಮನೆಯ ಬಾಗಿಲು ತಟ್ಟಿದೆ. ನಾನಿಯ ಒಳ್ಳೆಯ ಸ್ನೇಹಿತೆಯೇ ಆಗಿದ್ದ ನಜ್ಮಿಯೆ ಪುಪ್ಪಿ ಬಾಗಿಲು ತೆರೆದಳು. ಅವಳಿಗೆ ಸಲಾಮ್ ಕೂಡ ಹೇಳಲಾಗದ ಸ್ಥಿತಿಯಲ್ಲಿದ್ದ ನಾನು 'ನೀರು... ನೀರು..." ಎಂದು ಬೇಡಿದೆ. ದಾಹದಿಂದ ಬಳಲಿದ್ದ ನನ್ನನ್ನು ನೋಡಿ ಕೊಂಚ ಆಶ್ಚರ್ಯವಾದರೂ ತಕ್ಷಣ ಸಾವರಿಸಿಕೊಂಡು ಗಡಿಬಿಡಿಯಿಂದ ಒಳಗೆ ಹೋಗಿ ಒಂದು ದೊಡ್ಡ ಹೂಜಿಯಲ್ಲಿ ನೀರು ತಂದವಳು, ಕರುಣೆಯಿಂದ ನೋಡುತ್ತಾ ಅದನ್ನು ನನ್ನ ಕೈಗೆ ಕೊಟ್ಟಳು. ನಾನು ಮೂರು ಲೋಟ ನೀರನ್ನು ಗಟಗಟನೆ ಕುಡಿದ ಮೇಲೂ ಅವಳು ನನ್ನತ್ತ ಮರುಕ ತುಂಬಿದ ನೋಟವನ್ನೇ ಬೀರುತ್ತಿದ್ದಳು.

ಗೂಡಂಗಡಿಯಲ್ಲಿ ಕಾಫಿ ಹೀರುತ್ತಿದ್ದ ಮುದುಕರೂ ತಮ್ಮ ತಮ್ಮಲ್ಲೆ ಪಿಸುಗುಟ್ಟುತ್ತಾ ನನ್ನತ್ತ ಕರುಣೆ ತುಂಬಿದ ದೃಷ್ಟಿ ಬೀರಿದರು. ಮುಂದೆ ಸಾಗಲಾಗಿ, ಬಲೆಗಳನ್ನು ರಿಪೇರಿ ಮಾಡುತ್ತಿದ್ದ ಮೀನುಗಾರರ ಮುಖದಲ್ಲೂ ಅಂತದೇ ಕರುಣಾನೋಟದ ಮುಂದುವರಿಕೆಯನ್ನು ಗಮನಿಸಿದೆ. ಸುತ್ತಲಿದ್ದ ಎಲ್ಲ ಕಣ್ಣುಗಳಲ್ಲೂ ಅದೇ ಭಾವ! ನನಗದು ವಿಚಿತ್ರವೆನಿಸಿತು. ಆದರೂ ಅದರ ಬಗ್ಗೆ ಅಷ್ಟು ಲಕ್ಷ್ಯಗೊಡದೆ ಬೇಗ ದೀಪಸ್ತಂಭದ ಮನೆಯನ್ನು ಸೇರಲು ಮತ್ತೆ ಓಡಲಾರಂಭಿಸಿದೆ.

ನಿನ್ನೆ ಬೆಳಿಗ್ಗೆ ನಾನಿ ಅವಳ ಜಳಕ ಮತ್ತು ನಮಾಝ್ ಎಲ್ಲವನ್ನೂ ಮುಗಿಸಿದ ಮೇಲೆ ನನ್ನನ್ನು ಶುಭಾಶಯಗಳೊಂದಿಗೆ ಪರೀಕ್ಷೆಗೆ ಬೀಳ್ಕೊಟ್ಟಿದ್ದಳು. ಅದು ಮುಗಿದ ನಂತರ ಮನೆಗೆ ಬಂದು ತನ್ನನ್ನು ಭೇಟಿಯಾಗಿ ಹೋಗಬೇಕೆಂದು ಹೇಳಿದ್ದಳು.

ಆತಂಕದಿಂದ ನನ್ನ ತುಟಿ ಕಡಿಯುತ್ತಾ ಇನ್ನೂ ಮುಂಜಾನೆಯ ಮಬ್ಬುಗತ್ತಲು ಕವಿದಿದ್ದ ಕಾಲುದಾರಿಗಳನ್ನು ಬಳಸಿ ನಾನು ಶಹರಕ್ಕೆ ಹೊರಟಾಗ, ದೂರದಲ್ಲಿ ಕೋಳಿಗಳ ಕೂಗು ಕೇಳಿಸುತ್ತಿತ್ತು. ಆಲಿವ್‌ನಿಂದ ಆವೃತ್ತವಾದ ಬೆಟ್ಟಗಳ ಮೇಲೆ ಕಾಲುದಾರಿಗಳಲ್ಲಿ ನಡೆಯುವಾಗ, ಒಣನದಿಯ ದಂಡೆಯ ಮೇಲೆ ಬೆಳೆದ ಲಾರೆಲ್ ವೃಕ್ಷಗಳ ಪರಿಮಳ ಮತ್ತು ಪೊಪ್ಲಾರ್ ಎಲೆಗಳ ಮರ್ಮರದ ಸದ್ದನ್ನೂ ಮೀರಿ ಇಲಿಯಾಸ್‌ನ ದನಿಯು ಕಿವಿಯಲ್ಲಿ ಮೊರೆಯುತ್ತಿತ್ತು. ಅವನು ನನಗೆ ಓದಿ ಹೇಳಿದ್ದನ್ನೆಲ್ಲ ಜ್ಞಾಪಿಸಿಕೊಳ್ಳುತ್ತಾ, ಲಗುಬಗೆಯಿಂದ ಶಹರದ ಶಾಲೆಯ ಬಾಗಿಲು ಮುಟ್ಟಿದೆ. ಅಲ್ಲಿ ಮಿಸ್ಟರ್ ಈಥಮ್ ಅವರನ್ನು ಕಂಡ ತಕ್ಷಣ ನನ್ನ ಮನಸ್ಸು ಸ್ವಲ್ಪ ನಿರಾಳವಾಯಿತು. ಇರ್ಖ್ಮೀರಿನಿಂದ ಬಂದಿದ್ದ ಟೈ ಮತ್ತು ಟೋಪಿ ಧರಿಸಿದ್ದ ಸಿಡುಕು ಮೋರೆಯ ಅಧಿಕಾರಿಯನ್ನು ನೋಡಿ ಆಗಬಹುದಾಗಿದ್ದ ಆತಂಕವನ್ನು ಮಿಸ್ಟರ್ ಈಥಮ್ ಅವರ ಶಾಂತ ಹಾಗೂ ಸೌಮ್ಯವಾದ ಮುಖ ಮರೆಮಾಚಿತ್ತು.

ಪರೀಕ್ಷೆ ಮುಗಿದ ಮೇಲೆ ನಾನಿಗೆ ಕೊಟ್ಟಿದ್ದ ಮಾತು ನೆನಪಿಗೆ ಬಂದರೂ ಅವಳ ಮನೆಗೆ ಹೋಗಿ ಸಮಯ ವ್ಯರ್ಥ ಮಾಡಲು ನನಗೆ ಮನಸ್ಸು ಬರಲಿಲ್ಲ. ನಾನು ಬೇಗನೆ ಮನೆ ತಲುಪಿ ಇಲಿಯಾಸ್‌ನನ್ನು ಆದಷ್ಟು ಬೇಗ ಭೇಟಿಯಾಗಬೇಕಿತ್ತು. ನನ್ನ ಯಾವ ಉತ್ತರಗಳು ಸರಿಯಾಗಿದ್ದವು? ಯಾವ ಉತ್ತರಗಳು ತಪ್ಪಾದವು? ಎಂಬುದನ್ನು ಅವನೊಂದಿಗೆ ಚರ್ಚಿಸಬೇಕಿತ್ತು. ಹಾಗೆ ಹಳ್ಳಿಯನ್ನು ಮರೆತು ನಮ್ಮ ಮನೆಯತ್ತ ನಡೆಯುತ್ತಿದ್ದಾಗ ಇದ್ದಕ್ಕಿದ್ದಂತೆ ಹಂಝಾಬುಕುವಿನ ಸಮುದ್ರದಡದ ಕಡೆಗೆ ಕಾಲು ತಿರುಗಿಸಿದೆ. ಸಮುದ್ರದಡವನ್ನು ತಲುಪಿದಾಗ ಅಲ್ಲಿನ ಅಲೆಗಳ ಮೊರೆತ, ಬೀಸುತ್ತಿದ್ದ ಗಾಳಿ, ಚಿಮ್ಮಿ ನೆಗೆಯುತ್ತಿದ್ದ ಚಿನ್ನದ ಬಣ್ಣದ ಮೀನುಗಳನ್ನು ನೋಡಿದಾಗ ದಾರಿಯುದ್ದಕ್ಕೂ ಬೆವರ ಸ್ನಾನ ಮಾಡಿದ್ದ ನಾನು ನೀರಿಗೆ ಧುಮುಕುವ ಆಸೆಯನ್ನು ಹತ್ತಿಕ್ಕದಾದೆ. ತೊಟ್ಟಿದ್ದ ಪ್ಯಾಂಟನ್ನು ಅಲ್ಲಿಯೇ ಕಳಚಿಟ್ಟು ಕೈಬೀಸಿ ಕರೆಯುತ್ತಿದ್ದ ನೀರಿನತ್ತ ಓಡಿದೆ. ಐದಾರು ಬಾರಿ ಮುಳುಗು ಹಾಕಿ, ಮೈತಣ್ಣಗಾದಾಗ, ತಟಕ್ಕೆ ಬಂದು ಚಕಚಕನೆ ಒದ್ದೆ ಚಡ್ಡಿಯ ಮೇಲೆಯೇ ಪ್ಯಾಂಟ್ ಧರಿಸಿಕೊಂಡು ಮತ್ತೆ ಬೆಟ್ಟದತ್ತ ಓಡಿದೆ.

ಅರ್ಧದಾರಿಗೆ ಬಂದು ತಲುಪಿದಾಗ, ದೂರದ ಡ್ರೋನ್ ನನ್ನ ಹೆಜ್ಜೆಗಳನ್ನು ನಿಧಾನಗೊಳಿಸಿತು. ಆ ಸದ್ದನ್ನು ಗಮನವಿಟ್ಟು ಆಲಿಸಲು ಹಾಗೂ ಅದೆಲ್ಲಿಂದ ಬರುತ್ತಿದೆ ಎಂದು ಕಂಡುಹಿಡಿಯಲು ನಾನು ಸಣ್ಣ ಸಣ್ಣ ಹೆಜ್ಜೆಗಳನ್ನು ಇಡತೊಡಗಿದೆ. ಒಂದೆರಡು ಹೆಜ್ಜೆ ಇಟ್ಟಿದ್ದೆನೋ ಇಲ್ಲವೋ, ಒಮ್ಮೆಲೆ ಬೆಟ್ಟದ ಮೇಲಿನ ಆಕಾಶದಲ್ಲಿ ಒಂದು ಬೈಪ್ಲೇನ್ ಗೋಚರಿಸಿತು. ಮುಂದೆ ಒಂದು ಪ್ರೊಪೆಲಾರ್ ಇತ್ತು. ಅದು ಕಣಜಕೀಟದಂತೆ ಗುಯ್ಯಿಗುಡುತ್ತಿತ್ತು. ರೆಕ್ಕೆಗಳನ್ನು ಫಡಫಡಿಸುತ್ತಾ ಈಜುತ್ತಿದೆಯೇನೊ

ಎನ್ನುವ ಹಾಗೆ ಹಾರುತ್ತಿದ್ದ ಅದರ ಬಾಲದ ಬಳಿ ದೊಡ್ಡದೊಂದು ಕಪ್ಪು ಶಿಲುಬೆ ಇತ್ತು.

ಮುತ್ತುವ ಜೇನ್ನೊಣಗಳಿಂದ ತಪ್ಪಿಸಿಕೊಳ್ಳಲು ಓಡುವವರಂತೆ, ನಾನು ನಾಗಾಲೋಟದಿಂದ ಬೆಟ್ಟದಿಂದ ಕೆಳಕ್ಕಿಳಿಯತೊಡಗಿದೆ. ಆ ಬೈಪ್ಲೇನಿನಲ್ಲಿದ್ದವರು ನನ್ನನ್ನು ಕಂಡಿರುವ ಸಾಧ್ಯತೆ ತುಂಬಾ ಕಡಿಮೆಯಾದರೂ ಅದರ ಪ್ರೊಪೆಲಾರ್‌ನ ವಿಚಿತ್ರ ಸದ್ದು ಕತ್ತಿನ ಹಿಂದುಗಡೆಗೇ ಬಂದುಬಿಟ್ಟಿದೆಯೆನಿಸುತ್ತಿತ್ತು. ಯಾವ ಕ್ಷಣದಲ್ಲಾದರೂ ಬಾರ್ಲಿಯ ತೆನೆಯಂತೆ ನನ್ನನ್ನು ಕತ್ತರಿಸಿಬಿಡಬಹುದು ಇಲ್ಲವೇ ಬಾಂಬಿನ ಮಳೆಗರೆಯಬಹುದು ಎಂದು ಕಲ್ಪಿಸಿಕೊಳ್ಳುವಷ್ಟು ನಾನು ಹೆದರಿ ಬಿಟ್ಟಿದ್ದೆ! ಓಡುತ್ತಿರುವಾಗಲೇ ಗಾಯದ ಮೇಲೆ ಉಪ್ಪು ಸವರಿದ ಹಾಗೆ ಮೊನೊಪ್ಲೇನ್ ಮತ್ತು ಬೈಪ್ಲೇನುಗಳ ಬಗ್ಗೆ ಅಬ್ಬು ಹೇಳಿದ್ದನ್ನು ಜ್ಞಾಪಿಸಿಕೊಳ್ಳತೊಡಗಿದೆ. ಒಮ್ಮೆಲೆ, ನಮ್ಮ ಮನೆಯವರೆಲ್ಲರ ನೆನಪಾಗಿ ಅವರ ಸ್ಥಿತಿಯ ಬಗ್ಗೆ ಊಹಿಸಲೂ ಸಹ ಆತಂಕವಾಯಿತು. 'ಅಲ್ಲಾಹುವಿನ ದಯದಿಂದ ಅವರೆಲ್ಲ ಆಶ್ರಯ ತಾಣ ಸೇರಿದ್ರೆ ಸಾಕು' ಎಂದು ಪ್ರಾರ್ಥಿಸಿದೆ. ನಮ್ಮ ದೀಪ ಸ್ತಂಭದ ಮನೆ ಮೇಲೆ ಬಾಂಬಿನ ಮಳೆ ಸುರಿಸಿಯೇ ಈ ಕಡೆ ಬರುತ್ತಿದ್ದರೆ? ಇಲ್ಲ, ಇಲ್ಲ, ಹಾಗಾಗಿದ್ದರೆ ನನಗೆ ಕೇಳಿಸುತ್ತಿರಲಿಲ್ಲವೇ? ಲೆಸ್ಬೋಸ್ ಮೇಲೆ ಬಾಂಬ್ ಬಿದ್ದ ಶಬ್ದಕ್ಕೇ ಅಂದು ರಾತ್ರಿ ನನಗೆ ಎಚ್ಚರವಾಗಿತ್ತಲ್ಲವೇ? ಹೀಗೆ ಯೋಚನೆಗಳು ನನ್ನನ್ನು ಬೆಂಬತ್ತುತ್ತಿರಲು ಎಡವಿ ಬಿದ್ದೆ. ಉರುಳುರುಳುತ್ತಾ ನನ್ನ ಮೊಣಕೈ ಮತ್ತು ಮೊಣಕಾಲುಗಳನ್ನು ತರಚಿಕೊಂಡೆ. ಅಲ್ಲಿಂದ ಎದ್ದು ತಲೆಯೆತ್ತಿದಾಗ ಬೈಪ್ಲೇನ್ ಕಾಣಿಸಲಿಲ್ಲ! ಒಂದು ಕನಸಿನಂತೆ ಕಾಣಿಸಿಕೊಂಡು ಮಾಯವಾಗಿ ಬಿಟ್ಟಿತ್ತು! ಮತ್ತೆ ಒಮ್ಮೆ ಅನುಮಾನದಿಂದ ಸುತ್ತಲೂ ನೋಡಿದೆ. ಅದೆಲ್ಲಾದರೂ ಅಡಗಿ ಕುಳಿತು ನನ್ನ ಮೇಲೆ ದಾಳಿ ಮಾಡಲು ಕಾಯ್ದುಕೊಂಡಿಲ್ಲವೆಂದು ಖಚಿತಪಡಿಸಿಕೊಂಡು ದೀಪಸ್ತಂಭದ ಮನೆಯತ್ತ ನನ್ನ ಓಟ ಮುಂದುವರಿಸಿದೆ. ಒಂದು ದೊಡ್ಡ ಸಂತಸದ ನಗು ನನ್ನ ಮುಖದ ಮೇಲೆ ಮೂಡಿತು.

ಈಗ ಬರೀ ಪರೀಕ್ಷೆಯ ಬಗ್ಗೆ ಅಷ್ಟೇ ಅಲ್ಲ, ಇಲಿಯಾಸ್‌ನೊಂದಿಗೆ ಹಂಚಿಕೊಳ್ಳಲು ನನ್ನ ಬಳಿ ಅದೆಷ್ಟು ವಿಷಯಗಳಿದ್ದವು! ಆ ಬೈಪ್ಲೇನನ್ನು ನೋಡಿದ್ದನ್ನು ನಾನು ಬಣ್ಣ ಹಚ್ಚಿ ವಿವರಿಸಲು ಉತ್ಸುಕನಾಗಿದ್ದೆ! ಅದು ಎಷ್ಟು ಹತ್ತಿರದಲ್ಲಿ ಹಾರಿತ್ತೆಂದರೆ ಅದರ ರೆಕ್ಕೆಗಳು ನನ್ನ ತಲೆಯನ್ನು ಇನ್ನೇನು ಮುಟ್ಟೇ ಬಿಡುತ್ತಿದ್ದವು ಎಂದೆಲ್ಲಾ ಹೇಳುವವನಿದ್ದೆ! ಬೆಟ್ಟದ ತುದಿಗೆ ಬಂದಾಗ ನನಗೋಸ್ಕರ ಮನೆಯ ಹೊರಗಡೆಯೇ ಎಲ್ಲರೂ ಕಾಯುತ್ತಿರುತ್ತಾರೆ ಎಂಬುದೇ ನನ್ನ ನಿರೀಕ್ಷೆಯಾಗಿತ್ತು. ಆದರೆ ಯಾರೂ ಕಾಣಿಸಲಿಲ್ಲ. ಒಂದು ಕ್ಷಣ ಗೊಂದಲವುಂಟಾಗಿ ಅಲ್ಲಿಯೇ ನಿಂತೆ. ಇಂತಹ ಪರಿಸ್ಥಿತಿಯನ್ನು ನಾನು ಊಹಿಸಿಯೇ ಇರಲಿಲ್ಲ. ಅಮ್ಮಿಯ ಅಡುಗೆಯ ಸುವಾಸನೆ ತೇಲಿ ಬರಬಹುದು, ಇಲಿಯಾಸ್ ಮತ್ತು ಆಪಾ ಧೂಳೆಬ್ಬಿಸುತ್ತಾ ಓಡಿ ಬಂದು ಉತ್ಸಾಹದಿಂದ ನನ್ನ ಪರೀಕ್ಷೆಯ ಬಗ್ಗೆ ವಿಚಾರಿಸಬಹುದೆಂಬುದೇ ನನ್ನ ನಿರೀಕ್ಷೆಯಾಗಿತ್ತು. ನಾಲಗೆ ಹೊರಚಾಚಿಕೊಂಡ ಬೀದಿ ನಾಯಿಯಂತೆ, ನಾನಿಲ್ಲಿ ಮೈಲುಗಟ್ಟಲೆ ಅವರಿಗೋಸ್ಕರ,

ಅವರು ನನ್ನ ಬಗ್ಗೆ ಕಳವಳಗೊಳ್ಳಬಾರದು ಎನ್ನುವ ಒಂದೇ ಉದ್ದೇಶದಿಂದ ಓಡಿ ಓಡಿ ಬಂದಿದ್ದೆ. ಆದರೆ ನನ್ನನ್ನು ಸ್ವಾಗತಿಸಲು ಅವರ್ಯಾರೂ ಇರಲಿಲ್ಲ. ಕೊಂಚ ಕಿರಿಕಿರಿ ಎನಿಸಿದರೂ ಆ ವಿಮಾನದ ವಿಷಯ ನೆನಪಾಗಿ ಅವರೆಲ್ಲ ಆಶ್ರಯದಾಣದಲ್ಲಿ ತಂಗಿರಬಹುದು ಎಂದು ಅಲ್ಲಿಗೆ ಧಾವಿಸಿದೆ. ಹೌದಲ್ಲಾ! ಇಷ್ಟು ದೊಡ್ಡ ಗುಂಡಿ ತೋಡಿಬಿಟ್ಟದ್ದನ್ನು ಇಂತಹ ವೇಳೆಯಲ್ಲಿ ಅಲ್ಲದೆ ಇನ್ಯಾವಾಗ ಆಶ್ರಯಿಸುವುದು? ಇನ್ನೇನು ಗುಂಡಿಯನ್ನು ತಲುಪಬೇಕು ಎನ್ನುವಷ್ಟರಲ್ಲಿ ಯಾರೋ ನರಳುತ್ತಿರುವಂತಹ ಶಬ್ದ ಕೇಳಿದಂತಾಯಿತು. ಗಮನವಿಟ್ಟು ಆಲಿಸಿದಾಗ, ಅದು ನಮ್ಮ ಮನೆಯೊಳಗಿಂದಲೇ ಬರುತ್ತಿತ್ತು ಎಂಬುದು ಅರಿವಾಯಿತು. ಆತಂಕದಿಂದ ಕುರುಚಲು ಪೊದೆಗಳನ್ನು ಹಾರುತ್ತ ಮನೆಯತ್ತ ಓಡಿದೆ.

ಟ್ಯಾಂಕ್ ಷೆಡ್ಡಿನ ಬಾಗಿಲು ದೊಡ್ಡದಾಗಿ ತೆರೆದಿತ್ತು. ಅದು ಸಾಮಾನ್ಯ ಸಂಗತಿಯಂತೂ ಆಗಿರಲಿಲ್ಲ. ಚಕ್ಕನೆ ಮನೆಯೊಳಗೆ ಕಾಲಿಟ್ಟ ಕೂಡಲೇ ಕಾಣಿಸಿದ್ದು ಸೋಫಾದ ಮೇಲೆ ಮುದ್ದೆಯಾಗಿ ಬಿದ್ದಿದ್ದ ನನ್ನಮ್ಮಿ! ಅರೆಬರೆ ಎಚ್ಚರವಿದ್ದವಳಂತೆ, ಅವಳ ಬಟ್ಟೆಗೆಲ್ಲಾ ಬೆಂಕಿ ಹಿಡಿದು ಬಿಟ್ಟಿದೆಯೇನೋ ಎಂಬಂತೆ ಕೂಗುತ್ತಾ ಅವುಗಳನ್ನು ಹಿಡಿದು ಎಳೆದಾಡುತ್ತಿದ್ದಳು. ಅವಳ ಕಾಲ ಬಳಿ ನೆಲಕ್ಕೆ ಕುಸಿದಿದ್ದ ಹನೀಮ್ ಹಾಲಾ ಅವಳ ಮೊಣಕಾಲುಗಳನ್ನು ತಟ್ಟಿಕೊಳ್ಳುತ್ತಾ ರೋದಿಸುತ್ತಿದ್ದಳು. ಮನೆಯಲ್ಲಿ ಬೇರೆ ಇನ್ನಾರೂ ಕಾಣಿಸಲಿಲ್ಲ. ನಾನು ಒಳಗೆ ಬಂದ ತಕ್ಷಣ ಭೂತ ನೋಡಿದವರಂತೆ ಬೆಚ್ಚಿದರಾದರೂ, ಅವರ ಹೃದಯವಿದ್ರಾವಕ ಆಕ್ರಂದನ ಕೊಂಚ ಶಮನವಾದಂತೆ ಅನಿಸಿತು. ನಾನು ಅಮ್ಮಿಯ ಕಡೆಗೆ ಓಡುತ್ತಿದ್ದಂತೆ ಅವಳು ಏಳಲು ಪ್ರಯತ್ನಿಸುತ್ತಾ ತನ್ನ ತೋಳುಗಳನ್ನು ತೆರೆದಳು. ಪರಿಸ್ಥಿತಿಯ ಯಾವುದೇ ಅರಿವಿಲ್ಲದಿದ್ದರೂ ಜೋರಾಗಿ ಅಳಲಾರಂಭಿಸಿದೆ. ನಾನು ಅಳುತ್ತಿದ್ದಂತೆ ಮತ್ತೆ ಅವರ ದುಃಖ ಮುಗಿಲು ಮುಟ್ಟಿತು. ನಡುಗುವ ಧ್ವನಿಯಲ್ಲಿ "ಉಳಿದವರೆಲ್ಲ ಎಲ್ಲಿ?" ಎಂದು ಕೇಳಿದೆ. ಯಾವುದೇ ಉತ್ತರ ದೊರೆಯಲಿಲ್ಲ. ಅವರ ರೋದನದಲ್ಲಿ ನನ್ನ ಧ್ವನಿ ಮುಳುಗಿಯೇ ಹೋಗುತ್ತಿತ್ತು. 'ಆಪಾ ಎಲ್ಲಿ ಅಮ್ಮಿ?" ಎಂದು ಗಂಟಲು ಹರಿಯುವಂತೆ ಕಿರುಚಿದೆ. ಮತ್ತೂ ಉತ್ತರ ಬರಲಿಲ್ಲ! ನಾನು "ಇಲಿಯಾಸ್ ಎಲ್ಲಿ?" ಎಂದು ಕೇಳಿದ್ದೆ ತಡ ಅಮ್ಮಿ ತನ್ನ ಎದೆಯನ್ನು ಬಡಿದುಕೊಳ್ಳುತ್ತಾ ಜೋರಾಗಿ ಕಿರುಚುತ್ತಾ ನೆಲಕ್ಕುರುಳಿದಳು.

ನಾನು ಬಾಗಿಲಿನಿಂದ ಹೊರಗೋಡಿದವನೇ ಆಶ್ರಯದಾಣದತ್ತ ಧಾವಿಸಿದೆ. ಆದರೆ ಅಲ್ಲಿ ಒಬ್ಬರೂ ಇರಲಿಲ್ಲ. ಕೂಡಲೇ ದೀಪಸ್ತಂಭದ ತುದಿಗೋಡಿದೆ. ಅಲ್ಲೂ ಯಾರೂ ಕಾಣಿಸಲಿಲ್ಲ. ಮೆಟ್ಟಿಲಿಳಿದು ಕಣಿವೆಯ ತುದಿಗೆ ಹೋಗಿ ಮೀನು ಹಿಡಿಯುತ್ತಿರಬಹುದೇನೋ ಎಂದುಕೊಂಡು ಹುಡುಕಿದೆ. ಅಲ್ಲೂ ಯಾರೂ ಕಾಣದಿದ್ದಾಗ ಕಣಿವೆಯ ಇನ್ನೊಂದು ಪಕ್ಕಕ್ಕೆ ಓಡಿ ಸುತ್ತ ಕಣ್ಣು ಹಾಯಿಸಿದೆ. ಅಲೆಗಳು ನೊರೆನೊರೆಯಾಗಿ ದಡಕ್ಕೆ ಬಂದು ಅಪ್ಪಳಿಸುತ್ತಿದ್ದವು. ನೀರಿನಲ್ಲಿ ಏನೋ ಹೊಳೆಯುವ ವಸ್ತು ಕಂಡಂತಾಯಿತು. ಕಡಿದಾದ ದಾರಿಯಲ್ಲಿ ಕೆಳಗೆ ಹೋಗಿ ನೋಡಿದರೆ ಅದು ದೈತ್ಯಾಕಾರದ ಅಸಿಟಲಿನ್ ಬಾಟಲಿ! ಅರ್ಧ ನೀರಲ್ಲಿ, ಅರ್ಧ

ಬೆಣಚು ಕಲ್ಲುಗಳ ಮೇಲೆ ಬಿದ್ದು ತೇಲುತ್ತಲಿತ್ತು. ಏನೊಂದೂ ಅರ್ಥವಾಗದೆ, ಗವಾಕ್ಷಿಗವಿಯಲ್ಲಿ ಏನಾದರೂ ಆಪಾ ಇರಬಹುದೆಂದೆನಿಸಿ ಅಲ್ಲಿಗೆ ಹೋದೆ. ಅವಳು ಅಲ್ಲಿ ಗೋಡೆಗೊರಗಿ ನಿಂತು, ಶೂನ್ಯದಲ್ಲಿ ದೃಷ್ಟಿ ಇಟ್ಟವಳು ನನ್ನನ್ನು ಕಂಡ ತಕ್ಷಣ ಜೋರಾಗಿ ಅಳಲಾರಂಭಿಸಿದಳು.

"ಆಪಾ ಏನಾಯ್ತು? ಯಾಕೆಲ್ರೂ ಅಳ್ತಾ ಇದಾರೆ?"

"ಇಲಿಯಾಸ್..." ಎಂದಷ್ಟೇ ಹೇಳಿ ಮುಂದಕ್ಕೆ ಏನೊಂದೂ ಹೇಳಲಾಗದೆ ಉಸಿರುಗಟ್ಟಿದಂತಾಗಿ ಗದ್ಗದಿತಳಾದಳು.

ಹೌದು! ಇಲಿಯಾಸ್‌ನಿಗೇನೊ ಆಗಿದೆ ಎನ್ನುತ್ತಾ ಮತ್ತೆ ಅಳಲಾರಂಭಿಸಿದೆ. ಆದರೆ ಈ ಬಾರಿ ನಾನ್ಯಾಕೆ ಅಳುತ್ತಿದ್ದೆ ಎಂದು ಗೊತ್ತಿತ್ತು.

"ಇಲ್ಯಾ... ಅವನು ಸತ್ತಿದಾನೆ ಅಂತ ಮಾತ್ರ ಹೇಳ್ಬೇಡ. ನಾನು ಬರೋತನಕ ಕಾಯೋಕಾಗ್ತಾ ಇರ್ಲಿಲ್ವಾ?"

"ಅಬ್ಬು ಅವನನ್ನ ಕ್ರಿಟಿಕೋಸ್ ಕ್ಯಾಪ್ಟನ್ ಯಾಹ್ಯಾನ ಮೋಟಾರ್ ಬೋಟಲ್ಲಿ ಇರ್ಖ್ಮೀರಿನ ಆಸ್ಪತ್ರೆಗೆ ಕರ್ಕೊಂಡೋಗಿದಾನೆ" ಎಂದು ಆಪಾ ಹೇಳಿದಳು.

ಆಸ್ಪತ್ರೆ ಎಂಬ ಶಬ್ದ ಕೇಳಿ ಆ ದುಃಖದ ನಡುವೆಯೂ ಒಂದು ತಣ್ಣನೆಯ ಗಾಳಿ ನನ್ನ ಎದೆಯನ್ನು ತುಂಬಿದಂತಾಯಿತು. ಆಸ್ಪತ್ರೆಗೆ ಕರೆದುಕೊಂಡು ಹೋಗಿದ್ದಾರೆ ಅಂದರೆ ಅವನಿನ್ನೂ ಸತ್ತಿಲ್ಲ. ಬದುಕಿದ್ದಾನೆ!

ಆಪಾ ನಡೆದ ಸಂಗತಿಯನ್ನು ಅಳುತ್ತಾ ಮುಸುಗುಡುತ್ತಾ ಕಣ್ಣೊರೆಸಿಕೊಳ್ಳುತ್ತಾ ವಿವರಿಸಿದಳು. ಹೊಸ ಅಸಿಟಲಿನ್ ಬಾಟಲಿಗಳನ್ನು M/V ಉಸಾಕ್ ಹಡಗಿನಲ್ಲಿ ತರಲಾಗಿತ್ತೆಂಬ ಸುದ್ದಿ ಬಂದೊಡನೆ ಅಬ್ಬು ಇಲಿಯಾಸ್‌ನನ್ನು ಜೊತೆಗೆ ಕರೆದುಕೊಂಡು ಬಂದರಿಗೆ ಹೋಗಿದ್ದ. ಬಂದರು ಕಟ್ಟೆಯ ಮೇಲೆ ಅವುಗಳನ್ನು ಇಳಿಸಿದ್ದರಾದರೂ ಕೊಂಡೊಯ್ಯಬೇಕಾಗಿದ್ದ ಲಾರಿ ಕೆಟ್ಟು ಹೋಗಿದ್ದರಿಂದ ಹಳ್ಳಿಗೆ ರವಾನೆ ಮಾಡಿರಲಿಲ್ಲ. ಯುದ್ಧದ ಕಾಲವಾದ್ದರಿಂದ ಲಾರಿ ರಿಪೇರಿಯಾಗುವ ಸಾಧ್ಯತೆಗಳು ಹೆಚ್ಚಿರಲಿಲ್ಲ. ನಮ್ಮ ಶೆಡ್ಡಿನಲ್ಲಿದ್ದ ಅನಿಲ ಬೇಗನೆ ಮುಗಿದು ಹೋಗುವ ಆತಂಕದಲ್ಲಿದ್ದ ಅಬ್ಬು, ಕ್ಯಾಪ್ಟನ್ ಯಾಹ್ಯಾನ ಮೋಟಾರ್ ಬೋಟಿಗೆ ಹಾಕಿ ಅವುಗಳನ್ನು ಸಾಗಿಸಿದ. ದೀಪಸ್ತಂಭದ ಮೇಲೆ ನಿಂತು ಅದನ್ನು ನೋಡಿದ ಆಪಾ ಸಹಾಯ ಮಾಡಲೆಂದು ಸಮುದ್ರದಡಕ್ಕೆ ಹೋದಳು. ಎಲ್ಲರೂ ಅಸಿಟಲಿನ್ ಬಾಟಲಿಗಳನ್ನು ಒಂದೊಂದಾಗಿ ಮೇಲಕ್ಕೆ ಸಾಗಿಸುತ್ತಿರಲಾಗಿ, ಇಲಿಯಾಸ್ ಕೂಡ ಸಹಾಯ ಮಾಡಲು ಆಸೆಪಟ್ಟ. ಅವನಿಗೆ ಬೇಸರ ಮಾಡಬಾರದೆಂದು ಅಬ್ಬು, ಬಾಟಲಿಯ ಒಂದು ತುದಿಯನ್ನು ಅವನಿಗೆ ಹಿಡಿದು ತರಲು ಆಸ್ಪದ ಮಾಡಿಕೊಟ್ಟ.

ಹೇಳುತ್ತಾ ಹೇಳುತ್ತಾ ಅಕ್ಕ ಹೃದಯ ಬಿರಿಯುವಂತೆ ಚೀರಿದಳು. ಬಿಕ್ಕಿಬಿಕ್ಕಿ ಅಳಲಾರಂಭಿಸಿದಳು. ಅವಳ ದುಃಖ ಅದೆಷ್ಟಿತ್ತೆಂದರೆ, ಆ ನೀರುನಾಯಿ ಸತ್ತಾಗ ಅವಳು ಸುರಿಸಿದ್ದ ಕಂಬನಿ ಈಗಿನ ದುಃಖಸಮುದ್ರದ ಒಂದು ಹನಿ ಮಾತ್ರವೇ ಆಗಬಹುದಿತ್ತು ಎಂದು ನನಗೆ ತೋರಿತು.

"ಆ ದರಿದ್ರ ಬಾಟಲಿನ ನಾವು ಹೆಚ್ಚು ಕಡಿಮೆ ಮೇಲೆ ಸಾಗಿಸಿದ್ವಿ, ಆದ್ರೆ ಹೆಂಗಾಯ್ತು ಅಂತ ಗೊತ್ತಿಲ್ಲ. ಅದು ಆಯತಪ್ಪಿ ಬಿದ್ದು ಬೆಟ್ಟದಿಂದ ಕೆಳಗೆ ಉರುಳ್ತಾ ಉರುಳ್ತಾ ಇಲಿಯಾಸ್‌ನನ್ನೂ ಜೊತೆಗೆ ಕರೆದುಕೊಂಡು ಹೋಗಿಬಿಡ್ತು."

■

ನಾನು ಅಂದು ಕತ್ತಲಾಗುವವರೆಗೆ ಆಪಾನೊಂದಿಗೆ ಗವಾಕ್ಷಿಗವಿಯಲ್ಲೇ ಇದ್ದೆ. ಗವಿಯ ಗೋಡೆಗಳನ್ನ ಆವರಿಸಿದ್ದ ಸಮುದ್ರಪಾಚಿಗೆ ಒರಗಿಕೊಂಡು ಇಬ್ಬರು ಮಾತಿಲ್ಲದೆ ರೋದಿಸುತ್ತಾ ಒಬ್ಬರನ್ನೊಬ್ಬರು ಸಂತೈಸುವ ಪ್ರಯತ್ನ ಮಾಡಿದೆವು. ಕತ್ತಲಲ್ಲಿ ಮುಳುಗಿದ್ದ ನಮ್ಮ ಮನೆ ಇನ್ನೂ ಹೆಚ್ಚು ರೋದಿಸುತ್ತಿತ್ತು. ಕತ್ತಲಿಗಿಂತ ಗಾಢವಾದ ವರ್ಣಿಸಲಾರದ ವೇದನೆ ನನ್ನ ಎದೆಯನ್ನು ಆವರಿಸಿತ್ತು.

ಮನೆಯನ್ನು ದಾಟಿ ಮತ್ತೆ ಮಿನಾರನ್ನೇರಿದೆ. ಕತ್ತಲಲ್ಲೇ ನಿಟ್ಟಿಸುತ್ತ ಮಿಣುಕು ದೀಪದ ಬುಡದಲ್ಲಿ ಕುಳಿತು ಪ್ರಾರ್ಥನೆ ಮಾಡಿದೆ. ಹಿಂದೆಂದೂ ಇಲ್ಲದ ಗಮನಕ್ಕೆ ಹೆಚ್ಚು ಬಾರದ ಗಡಿಯಾರದ ಶಬ್ದ ಕಿರಿಕಿರಿ ಉಂಟು ಮಾಡುತ್ತಿತ್ತು. ಎರಡೂ ಕಿವಿಗಳನ್ನು ಕೈಗಳಿಂದ ಮುಚ್ಚಿಕೊಂಡು ಬಾಯಿ ತೆರೆದು ಮೌನವಾಗಿಯೇ ಗಂಟಲೊಳಗೆ ಹುದುಗಿದಂತೆ ಕಿರುಚಿದೆ. ಮಧ್ಯರಾತ್ರಿಯ ವೇಳೆ ದೀಪ ಒಮ್ಮೆಲೇ ನಂದಿಬಿಟ್ಟಿತು. ನಾನು ಅದು ಉರಿಯದಿದ್ದುದನ್ನು ನೋಡಿದ್ದು ಅದೇ ಮೊದಲು! ಅದನ್ನು ಸರಿಪಡಿಸಲು ನೂರು ಪ್ರಯತ್ನ ಮಾಡಿದೆ. ಕವಾಟವನ್ನು ಮುಚ್ಚಿ, ಮತ್ತೆ ತೆರೆದು ಹಲವು ಬಾರಿ ಯತ್ನಿಸಿದೆ. ಏನೂ ಪ್ರಯೋಜನವಾಗಲಿಲ್ಲ. ಬಾಟಲಿಯಲ್ಲಿನ ಅಸಿಟಲಿನ್ ಮುಗಿದು ಹೋಗಿರಬಹುದು. ಇನ್ನೂ ದುರ್ಭರವಾದ ನೀರವತೆ ರಾತ್ರಿಯನ್ನಾವರಿಸಿತು.

ಬೆಳಗಾಗುತ್ತಿದ್ದಂತೆ ಸಮುದ್ರದ ಮೇಲೆ ತೆಳ್ಳನೆಯ ಮಂಜು ಕವಿದಿತ್ತು. ಬಿಳಿ - ಗುಲಾಬಿ ಮೋಡಗಳ ಹೊಗೆ ಆಕಾಶ ಮತ್ತು ಸಮುದ್ರವನ್ನು ವಿಲೀನಗೊಳಿಸುತ್ತಿತ್ತು. ನಾನು ಕಾಲೆಳೆಯುತ್ತಾ ಕಡಿಬಂಡೆಯಡಿಗೆ ಹೋದೆ. ಆ ಬಾಟಲಿ ಇನ್ನೂ ಹೆಚ್ಚು ಹೂತು ಹೋಗಿತ್ತು. ಅದರ ಕವಾಟವನ್ನು ಹಿಡಿದೆಳೆಯುತ್ತಾ ನಾನು ತಲೆ ಎತ್ತಿದೆ. ಅದು ಒಂದು ಚೂರೂ ಅಲ್ಲಾಡಲಿಲ್ಲ. ಸಿಟ್ಟಿನಿಂದ ಅದಕ್ಕೆ ಜೋರಾಗಿ ಒದ್ದೆ. ಒದ್ದಾಗ ಕಾಲು ನೋವಾಯಿತೆ ಹೊರತು ಇನ್ನಾವ ಪ್ರಯೋಜನವೂ ಆಗಲಿಲ್ಲ. ಆದರೂ ಆ ನೋವು ನನ್ನ ಮನದಾಳದ ನೋವನ್ನು ಕೊಂಚ ಹೊತ್ತು ಶಮನ ಮಾಡುತ್ತಿರುವಂತೆನಿಸಿ, ದಣಿದು ಬಸವಳಿಯುವವರೆಗೂ ಬಾಟಲಿಯನ್ನು ಒದೆಯುತ್ತಲೇ ಇದ್ದೆ.

ಮುಂದಿನ ಎರಡು ದಿನ ಎರಡು ಯುಗಗಳಂತೆ ಕಳೆದವು. ಮರುದಿನ ಬೆಳಿಗ್ಗೆ ಶಾಲೆಯಲ್ಲಿ ನನ್ನೊಂದಿಗೆ ಓದುತ್ತಿದ್ದ ಊರ ಮುಖ್ಯಸ್ಥರ ಮಗ ಏದುಸಿರು ಬಿಡುತ್ತಾ ನಮ್ಮ ಮನೆಗೆ ಬಂದ. ಅಬ್ಬು ಫೋನ್ ಮಾಡಿ ತಾವು ಮರುದಿನ ದೋಣಿಯಲ್ಲಿ ಬರುತ್ತಿರುವುದಾಗಿಯೂ ಬಂದರಿನ ಬಳಿ ಆ ಹೊತ್ತಿಗೆ ನಾವು ಹೋಗಬೇಕೆಂದು

ತಿಳಿಸಿದ್ದ. ಅಮ್ಮಿ ಮತ್ತು ಹನೀಮ್ ಹಾಲಾ ಒಳಗೆಲ್ಲೋ ಕ್ಷೀಣವಾಗಿ ಉಸಿರಾಡುತ್ತಿದ್ದ ಶಕ್ತಿಯನ್ನು ಒಗ್ಗೂಡಿಸಿ 'ಇಲಿಯಾಸ್ ಹೇಗಿದಾನೆ' ಎಂದು ಕೇಳಿದರು.

ಆ ಹುಡುಗನಿಗೆ ಯಾವ ವಿಷಯವೂ ಗೊತ್ತಿರಲಿಲ್ಲ. ಸುದ್ದಿ ಮುಟ್ಟಿಸಿದ ತಕ್ಷಣ ಅವನು ಬಂದ ಕೆಲಸವಾಯಿತಲ್ಲ ಎಂಬಂತೆ ಏನೂ ಉತ್ತರ ಕೊಡದೆ ತನ್ನ ತೆಳುಕಡ್ಡಿ ಕಾಲುಗಳಿಂದ ಜಿಗಿಯುತ್ತಾ ಅವನ ಮನೆಯತ್ತ ದೌಡಾಯಿಸಿದ.

ಇಲ್ಲಿ ಚಿಂತೆಯಿಂದ ನಮ್ಮ ತಲೆಗಳೆಲ್ಲ ಒಡೆದುಹೋಗುತ್ತವೇನೋ ಎಂದೆನಿಸುತ್ತಿತ್ತು. ರಾತ್ರಿ ಇಡೀ ನಿದ್ದೆ ಇಲ್ಲದೆ ಕಳೆದು ಮರುದಿನ ಬೆಳಿಗ್ಗೆ ಹಾಲಾಳನ್ನು ಕತ್ತೆಯ ಮೇಲೆ ಕುಳ್ಳಿರಿಸಿಕೊಂಡು ಹಳ್ಳಿಗೆ ಹೋಗಿ ಒಂದೇ ಸವನೆ ಅತ್ತೂ ಅತ್ತು ಸುಸ್ತಾಗಿದ್ದ ನಾನಿಯನ್ನೂ ಜೊತೆಗೆ ಕರೆದುಕೊಂಡು ಬಂದರಿಗೆ ತಲುಪಿ ಅಬ್ಬು ಮತ್ತು ಇಲಿಯಾಸ್ ಯಾವಾಗ ಬರುತ್ತಾರೋ ಎಂದು ಎದುರು ನೋಡುತ್ತಾ ಕುಳಿತೆವು.

ಕ್ಷಣಗಳು ಗಂಟೆಗಳಂತೆ, ಗಂಟೆಗಳು ದಿನಗಳಂತೆ ಭಾಸವಾಗುತ್ತಿರಲು ಅಂತೂ ಎಷ್ಟೋ ಹೊತ್ತಿನ ನಂತರ ಬೋಟು ಕಪ್ಪು ಹೊಗೆಯುಗುಳುತ್ತಾ ನೀರ ಮೇಲೆ ತೇಲಿ ಬರುವುದು ಗೋಚರಿಸಿತು. ಹಳ್ಳಿಯ ನಮ್ಮ ಕೆಲವು ಪರಿಚಯಸ್ಥರ ಜೊತೆಗೆ ಬೋಟಿನಿಂದ ಇಳಿಯುತ್ತಿದ್ದ ಅಬ್ಬುವಿನ ಹೆಗಲ ಮೇಲೆ ಒಂದು ಶವಪೆಟ್ಟಿಗೆ ಇತ್ತು.

■

ಮಿನಾರೆಟ್ ಇಲ್ಲದ ಹಳ್ಳಿಯ ಮಸೀದಿಯಿಂದ ಸೆಲಾ ಮೊಳಗಿತು. ಅಸರ್ ನಮಾಝಿನ ನಂತರ ನಾವು ಇಲಿಯಾಸ್‌ನನ್ನು ಹೂಳಿದೆವು. ಶವಚಾದರದಲ್ಲಿ ಸುತ್ತಿದ್ದ ಅವನ ಹಗುರವಾದ ದೇಹವನ್ನು ಅಬ್ಬು ಮತ್ತು ನಾನು ತಣ್ಣಗೆ ಕೊರೆಯುತ್ತಿದ್ದ ಅವನ ಹಾಸಿಗೆಯಲ್ಲಿ ಮಲಗಿಸಿದೆವು. ಅದು ಶವದ ಹೊದಿಕೆಯಾಗಿರದೆ ಸುನ್ನತಿ ಮಾಡುವಾಗ ಧರಿಸುವ ನಿಲುವಂಗಿ ಎಂದು ನಾನು ಕಲ್ಪಿಸಿಕೊಳ್ಳುತ್ತಿದ್ದೆ. ಎಷ್ಟು ಬಯಸಿದರೂ ಆ ನಿಲುವಂಗಿಯನ್ನು ಧರಿಸುವ ಅವಕಾಶ ಇಲಿಯಾಸ್‌ಗೆ ದೊರೆತೇ ಇರಲಿಲ್ಲ.

ಸಲಿಕೆಗಳು ಮಣ್ಣನ್ನು ಅಗೆದು ಪಕ್ಕಕ್ಕೆ ಎಸೆಯುತ್ತಿದ್ದವು. ಅಕ್ಕಪಕ್ಕದ ಹೆಂಗಸರ ಭುಜಕ್ಕೊರಗಿ ಅಮ್ಮಿ ಮೌನದಲ್ಲಿಯೇ ಕೂತಿದ್ದಳು. ಹನೀಮ್ ಹಾಲಾ ಒಮ್ಮೆಲೇ ಗಂಟಲು ಹರಿಯುವಂತೆ "ನನ್ನ ಪುಟ್ಟ ಕೂಸು ಅಲ್ಲಿ ಒಬ್ಬನೆ ಹೆಂಗಿರ್ತಾನೆ?" ಎಂದು ಕೂಗಿ ರೋಧಿಸಲಾರಂಭಿಸಿದಂತೆ ಗುದ್ದಲಿ, ಸಲಿಕೆಗಳು ಒಂದು ಕ್ಷಣ ಸ್ತಬ್ಧವಾದವು. ಹಾಲಾ ಇಲಿಯಾಸನನ್ನು ದೀಪಸ್ತಂಭದ ಮನೆಯ ಉದ್ಯಾನದಲ್ಲಿ, ಅವನ ಪ್ರೀತಿಯ ಕಣ್ಣೀರುಮರದ ಬುಡದಲ್ಲಿ ಹೂಳಬೇಕೆಂದು ಗೋಗರೆಯುತ್ತಿದ್ದಳು. ಖಬ್ರಿಸ್ತಾನದ ಹೊರತಾಗಿ, ಬೇರೆಲ್ಲೂ ಶವಸಂಸ್ಕಾರ ಮಾಡುವುದು ಕಾನೂನುಬಾಹಿರ ಎಂದು ನಾಯಕರು ಹೇಳುತ್ತಿದ್ದಂತೆ ಗುದ್ದಲಿಗಳು ಮತ್ತೆ ತಮ್ಮ ಕೆಲಸ ಪ್ರಾರಂಭಿಸಿದವು. ತನ್ನ ಮೈಮೇಲೆ ಮಣ್ಣು ಸುರಿಸಿಕೊಳ್ಳುತ್ತಾ, ಇಲಿಯಾಸ್ ನನ್ನ ಬಾಲ್ಯದ ನೆನಪುಗಳನ್ನೆಲ್ಲ ತನ್ನ ಜೊತೆಗೆ ತೆಗೆದುಕೊಂಡು ಆ ಕುಣಿಯಲ್ಲಿ ಮರೆಯಾಗಿಬಿಟ್ಟ.

ಅಂತ್ಯ ಸಂಸ್ಕಾರ ಮುಗಿಯುತ್ತಿದ್ದಂತೆ ಅಬ್ಬು, ಇಲಿಯಾಸ್‌ನನ್ನು ಹೊತ್ತು ತಂದಿದ್ದ ಶವಪೆಟ್ಟಿಗೆಯನ್ನು ಭುಜದ ಮೇಲೆ ಹೊತ್ತುಕೊಂಡು ಬಂದರಿಗೆ ಹೊರಟ. ಕಾರಣ ಏನೆಂಬುದು ನಮಗೆ ಸ್ವಲ್ಪ ಹೊತ್ತಿನ ನಂತರವಷ್ಟೇ ತಿಳಿದು ಬಂತು. ಇಝ್ಮೀರಿನ ಶವಪೆಟ್ಟಿಗೆಯನ್ನು ದೂರ ಕೊಂಡೊಯ್ಯಲು ನಿರಾಕರಿಸಿದ್ದರು. ಅಬ್ಬು ಅದನ್ನು ಕೂಡಲೇ ಮರಳಿ ಕೊಡುವುದಾಗಿ ಪರಿಪರಿಯಾಗಿ ಬೇಡಿಕೊಂಡಿದ್ದರೂ ಒಪ್ಪಿರಲಿಲ್ಲ. ಇಲಿಯಾಸ್‌ನನ್ನು ಕಂಬಳಿಯಲ್ಲಿ ಸುತ್ತಿ, ತೊಡೆಯ ಮೇಲೆ ಮಲಗಿಸಿಕೊಂಡು ತರುವುದಲ್ಲದೆ ಬೇರೆ ದಾರಿ ತೋಚಿರಲಿಲ್ಲ. ಉಸಾಕ್ ಹಡಗಿನ ಕಪ್ತಾನನಿಗೆ ಈ ವಿಷಯ ತಿಳಿದಾಗ ಅವನು ಅಲ್ಲಿಯ ಅಧಿಕಾರಿಗಳನ್ನು ತರಾಟೆಗೆ ತೆಗೆದುಕೊಂಡಿದ್ದ. 'ಮನಸ್ಸಾಕ್ಷಿ ಇರೊ ಮನುಷ್ಯರಾ ನೀವೆಲ್ಲರೂ..?' ಎಂದು ಬೈದು, ಎಚ್ಚರಿಸಿ ಅಬ್ಬುವಿನ ಪರವಾಗಿ ಅದನ್ನು ಮರಳಿಸುವ ಬಗ್ಗೆ ತಾನು ಮಾತು ಕೊಡುವುದಾಗಿ ಹೇಳಿದ ಮೇಲೆಯೇ ಅಬ್ಬುವಿಗೆ ಶವಪೆಟ್ಟಿಗೆ ಸಿಕ್ಕಿತ್ತು. ಇಲಿಯಾಸ್‌ನನ್ನು ಅದರಲ್ಲಿರಿಸಿಕೊಂಡು ಕಪ್ತಾನ ಮತ್ತು ಇನ್ನಿತರ ಬಂದರು ಕಟ್ಟೆಯ ಕೆಲಸಗಾರರೊಂದಿಗೆ ಅಬ್ಬು ನಮ್ಮ ಊರಿಗೆ ಶವಪೆಟ್ಟಿಗೆಯಲ್ಲಿ ಇಲಿಯಾಸ್‌ನನ್ನು ಇರಿಸಿಕೊಂಡು ಬಂದಿದ್ದ.

ಕೊಟ್ಟ ಮಾತಿಗೆ ತಪ್ಪದೆ, ಅಬ್ಬು ಅದನ್ನು ಖುದ್ದಾಗಿ ಕಪ್ತಾನನಿಗೆ ಮರಳಿಸಲು ಹೊರಟಿದ್ದ. ಮನಃಪೂರ್ತಿ ಅಳಲೂ ಸಮಯವಿಲ್ಲದೆ ಅವನು ಹೊರಟು ನಿಂತಾಗ ನಮ್ಮಲ್ಲಿ ಸ್ಮಶಾನ ಮೌನ ಆವರಿಸಿತು.

ನಾನಿಯ ಮನೆಯ ಅಂಗಳವೆಲ್ಲಾ ಹಬ್ಬದ ಮನೆಯ ಪ್ರಾರ್ಥನೆಯಲ್ಲಿ ತುಂಬಿಹೋಗುವಂತೆ ತುಂಬಿಹೋಗಿತ್ತು. ಅಷ್ಟೆಲ್ಲ ಜನಜಂಗುಳಿಯ ಮಧ್ಯೆಯೂ ಇಲಿಯಾಸ್ ಇಲ್ಲದೆ ನಾನು ಒಂಟಿ ಎನಿಸುತ್ತಿತ್ತು. ಮೂಲೆಯಲ್ಲಿ ಆಪಾನ ತೊಡೆಯ ಮೇಲೆ ಮಲಗಿದ್ದ ನನಗೆ ಇಲಿಯಾಸ್ ಮಿನಾರದ ತುದಿಯಲ್ಲಿ ನಮಗಾಗಿ ಕಾಯುತ್ತಿರಬಹುದು ಎನಿಸಿತು. ಮೆಟ್ಟಿಲುಗಳ ಮೇಲೆ ದಾಪುಗಾಲು ಹಾಕುತ್ತಾ, ನಾವಿಬ್ಬರೂ ಹುಡುಗಾಟವಾಡುತ್ತಾ, ಒಬ್ಬರನ್ನೊಬ್ಬರು ಕೀಟಲೆ ಮಾಡುತ್ತಿದ್ದದ್ದು ನೆನಪಾಗಿ ತಕ್ಷಣ ದೀಪ ಸ್ತಂಭಕ್ಕೆ ಹೊರಡಬೇಕೆನಿಸಿತು. "ಆಪಾ... ಮೇಲೆ ದೀಪದ ಮನೆಗೆ ಹೋಗೋಣ್ವಾ?" ಎಂದು ಉಸುರಿದಾಗ ಆಪಾ ಏನೂ ಹೇಳದೆ ನವಿರಾಗಿ ನನ್ನ ತಲೆಗೂದಲಲ್ಲಿ ಕೈ ಆಡಿಸಿದಳು. ಆ ಗದ್ದಲದ ವಾತಾವರಣದಲ್ಲಿ ಕುಳಿತು ನನ್ನ ದುಗುಡ ಇನ್ನೂ ಹೆಚ್ಚಾಗತೊಡಗಿತು. ದುಃಖದ ಕಟ್ಟೆಯೊಡೆದು ನಾನು ಹುಚ್ಚನಂತೆ ಬಿಕ್ಕಿಬಿಕ್ಕಿ ಅಳಲಾರಂಭಿಸಿದೆ. ಯಾರಿಗೂ ಸಮಾಧಾನ ಮಾಡಲು ಸಾಧ್ಯವಾಗಲಿಲ್ಲ. ಅತ್ತೂ ಅತ್ತೂ ನನಗೆ ಪ್ರಜ್ಞೆ ತಪ್ಪಿತು.

ಬೆಳಿಗ್ಗೆ ಪ್ರಾರ್ಥನೆಯ ಕರೆಗಿಂತ ಮೊದಲೇ ಖಬ್ರಿಸ್ಥಾನದಿಂದ ಇಲಿಯಾಸ್‌ನ ಧ್ವನಿ ಕೇಳಿಸಿದಂತೆ ಭಾಸವಾಗಿ ನಾನು ಬೇಗ ಬೇಗನೆ ಅಲ್ಲಿಗೆ ಹೊರಟುಬಿಟ್ಟೆ. ಯಾವುದೋ ದೊಡ್ಡ ಗಾತ್ರದ ಮನುಷ್ಯನ ಗೋರಿಯೇನೋ ಅನ್ನುವಷ್ಟು ಅವನು ಮಲಗಿದ್ದ ಸ್ಥಳದಲ್ಲಿ ಕಟ್ಟೆ ಕಟ್ಟಲಾಗಿತ್ತು. ಕಟ್ಟೆಗೆಯ ಬೋರ್ಡಿನ ಮೇಲೆ ಕಲ್ಲಿದ್ದಲಿನಲ್ಲಿ ಬರೆದಿದ್ದ ಅವನ ಹೆಸರನ್ನು ನೋಡಿ ಮೈಯೆಲ್ಲ ಮಂಜುಗಡ್ಡೆಯಂತೆ ಹೆಪ್ಪಾಯಿತು. ಹಲ್ಲುಗಳು

ಕಟಕಟಿಸುತ್ತಿರಲು ನಾನು ಜೋರಾಗಿ ನಡುಗತೊಡಗಿದೆ. ಯಾ ಅಲ್ಲಾಹ್! ಒಂದು ಗೋರಿಯ ಮೇಲೆ ಅವನ ಹೆಸರು ಗೀಚಿದ್ದನ್ನು ನೋಡುವುದು ವಿಲಕ್ಷಣವಾಗಿ ಕಂಡು ಸಂಕಟ ತರುತ್ತಿತ್ತು.

'ಹಿದ್ರೆಲೆಝ್ ಹಬ್ಬದ ದಿನ ನೀನು ಗುಣಮುಖ ಆಗಲಿ ಅಂತ ಬೇಡಿಕೊಂಡಿದ್ದೆ. ನಾವು ಬೇಡಿಕೊಂಡಿದ್ದನ್ನ ಯಾರಿಗಾದರೂ ಹೇಳಿಬಿಟ್ಟರೆ ಅಲ್ಲಾ ಅದನ್ನ ಈಡೇರಿಸಲ್ಲ ಅಲ್ವಾ? ಅದಕ್ಕೇ ನಾನದನ್ನು ನಿನಗೆ ಬಾಯಿಬಿಟ್ಟು ಹೇಳಿರಲಿಲ್ಲ. ಆದರೂ ನಾವು ಮಕ್ಕಳು ಹೇಳಿದ್ರೆ ಅಲ್ಲಾಹ್ ಒಪ್ತಾನೆ ಅಂತ ನೀನು ಹೇಳಿದಾಗ ಆಸೆ ತಡಿಲಾಗದೆ ಪರೀಕ್ಷೆಗೆ ಹೋಗೊ ಮುಂಚೆ ಕೂಗಿ ಹೇಳಿದ್ದೆ! ಆದರೆ ಗಾಳಿಯೊಂದಿಗೆ ನನ್ನ ಧ್ವನಿ ತೇಲಿ ಹೋಗಿತ್ತು! ನಾನು ಮತ್ತೆ ಪ್ರಯತ್ನ ಮಾಡಬೇಕಿತ್ತು, ಇನ್ನೂ ಜೋರಾಗಿ ಕೂಗಬೇಕಿತ್ತು. ನಿನಗೆ ಕೇಳಿಸೋ ತರ ಕೂಗಬೇಕಿತ್ತು. ಇಲ್ಲ ಅಂದ್ರೆ, ನಿನ್ನತ್ರ ಓಡಿ ಬಂದು ಹೇಳಿಬಿಡಬೇಕಿತ್ತು! ಅದು ಈಡೇರುತ್ತಿತ್ತೋ ಇಲ್ಲವೋ ಗೊತ್ತಿಲ್ಲ, ಆದರೆ ಕಡೆಪಕ್ಷ ನಿನಗಾದ್ರೂ ಗೊತ್ತಾಗ್ತಾ ಇತ್ತು. ಎಷ್ಟೋ ಹೊತ್ತು ಬಿಕ್ಕುತ್ತಾ ಬಿಕ್ಕುತ್ತಾ ರೋದಿಸಿದೆ.

ಅಷ್ಟೊತ್ತಿಗೆ ಆಪಾ ಸಹ ಅಲ್ಲಿಗೆ ಬಂದಳು. ಅವಳು ನನ್ನನ್ನ ಹುಡುಕುತ್ತಾ ಬಂದಿದ್ದಳೋ ಅಥವಾ ಇಲಿಯಾಸ್‌ನ ಹತ್ತಿರ ಮಾತನಾಡಲು ಬಯಸಿ ಬಂದಿದ್ದಳೊ ತಿಳಿಯದು. ಇಬ್ಬರೂ ನಮ್ಮ ಅಂಗೈಗಳನ್ನು ಆಕಾಶಕ್ಕೆ ಚಾಚಿ ಮೂರು ಇಖ್ಲಾ ಸೂರಾ ಮತ್ತು ಒಂದು ಫಾತಿಹಾವನ್ನು ಪಠಿಸಿ ದುಃಖವನ್ನು ನುಂಗಿಕೊಳ್ಳುತ್ತಾ ಕಾಲೆಳೆದುಕೊಂಡು ನಾನಿ ಮನೆಗೆ ಬಂದೆವು.

ಮುಗ್ಧಜೀವವೊಂದನ್ನು ನುಂಗಿ ಹಾಕಿದ್ದ ಭೂಮಿಯ ಫಲವತ್ತತೆಯನ್ನು ಕಾಪಾಡಿಕೊಳ್ಳಬೇಕಾದ ಅವಶ್ಯಕತೆಯಾದರೂ ಏನು ಎಂದು ನನಗೆ ಅನಿಸುತ್ತಿತ್ತು. ಆದರೂ ಆಗಬೇಕಾದ ಗದ್ದೆಯ ಕೆಲಸಕ್ಕಾಗಿ ಹಳ್ಳಿಯವರೆಲ್ಲ ಮರಳಿ ಹೋಗಲು ಸಿದ್ಧರಾಗುತ್ತಿದ್ದಂತೆ ನಾವೂ ಸಹ ಇಲಿಯಾಸ್‌ನನ್ನು ಅಲ್ಲಿಯೇ ಒಬ್ಬಂಟಿಯಾಗಿ ಬಿಟ್ಟು ದೀಪಸ್ತಂಭದ ಮನೆಗೆ ಹೊರಟೆವು. ನಾನಿಯನ್ನು ಕರೆದೊಯ್ಯಬೇಕೆಂದು ಬಯಸಿ, ಅಮ್ಮಿ ಒತ್ತಾಯ ಮಾಡಿದರೂ ಅವಳು ಮನೆಗೆ ಶೋಕ ವ್ಯಕ್ತಪಡಿಸಲು ಬರಬಹುದಾದ ನೆಂಟರನ್ನು ಇದಿರುಗೊಳ್ಳಬೇಕಾದ ಅವಶ್ಯಕತೆಯನ್ನು ಹೇಳಿ ತನ್ನ ಮನೆಯಲ್ಲಿಯೇ ಉಳಿದಳು. ಅವಳೊಬ್ಬಳೇ ಅದೆಷ್ಟು ಅಳಬಹುದು ಎಂಬ ಕಲ್ಪನೆ ನಮ್ಮೆಲ್ಲರ ದುಃಖವನ್ನು ಮತ್ತಷ್ಟು ಹೆಚ್ಚಿಸುತ್ತಿತ್ತು.

ಅಂದು ರಾತ್ರಿ ನಾವೆಲ್ಲ ಊಟಕ್ಕೆ ಕುಳಿತಾಗ, ಮೇಜಿನ ಮುಂದೆ ಯಾವಾಗಲೂ ತನ್ನ ಮೊಣಕಾಲನ್ನು ಮೇಲೆಳೆದುಕೊಂಡು, ಅದಕ್ಕೆ ಗದ್ದವಿಟ್ಟು ಕೂರುತ್ತಿದ್ದ ಇಲಿಯಾಸನ ಕೃಶ ದೇಹ ಆಶ್ರಯಿಸುತ್ತಿದ್ದ ಜಾಗ ಖಾಲಿಯಾಗಿತ್ತು. ಆ ಸಣ್ಣ ಖಾಲಿಬಿದ್ದ ಜಾಗ ನಮ್ಮನ್ನೆಲ್ಲಾ ತನ್ನೊಳಗೆ ಸೆಳೆದುಕೊಳ್ಳುತ್ತಿದ್ದ ಒಂದು ದೈತ್ಯಾಕಾರದ ಸುಳಿಯಾಗಿತ್ತು. ಆತ್ಮವು ತೊರೆದು ಹೋದ ದೇಹಗಳಂತೆ ಗಾಢ ಮೌನದಿಂದ ಆವೃತರಾಗಿದ್ದ ಅಮ್ಮಿ ಮತ್ತು ಆಪಾ ತಮ್ಮ ನಿಸ್ತೇಜ ಕಣ್ಣುಗಳಿಂದ ಶೂನ್ಯವನ್ನು ನಿಟ್ಟಿಸುತ್ತಿದ್ದರು. ಅಷ್ಟು ವರ್ಷಗಳಿಂದ ಎಷ್ಟೊಂದು ಮಕ್ಕಳನ್ನು ಕಳೆದುಕೊಂಡು

ದುಃಖದಿಂದ ನೆರಿಗೆಗಟ್ಟಿದ್ದ ಹಾಲಾಳ ಮುಖ ಇನ್ನೂ ಹೆಚ್ಚು ಮುದುಡಿತ್ತು. ಅವಳ ಹಣೆಯ ಮೇಲಾಗಲಿ, ಕಣ್ಣುಗಳ ಸುತ್ತಲಾಗಲಿ ಇನ್ನೂ ಒಂದೇ ಒಂದು ನೆರಿಗೆಗೂ ಜಾಗವಿರಲಿಲ್ಲ. ಇಲಿಯಾಸ್‌ನನ್ನು ಕಳೆದುಕೊಂಡುದನ್ನು ಅವಳಿನ್ನೂ ಒಪ್ಪಿಕೊಂಡೇ ಇರಲಿಲ್ಲ. "ಅವನನ್ನು ಸ್ಮಶಾನದಲ್ಲಿ ಒಬ್ಬನನ್ನೇ ಬಿಡಬಾರದಾಗಿತ್ತು. ಏನಾದರಾಗಲಿ ಅವನನ್ನ ಇಲ್ಲೇ ಹೂಳಬೇಕಾಗಿತ್ತು. ಇಲ್ಲೇ... ಕಣ್ಣೀರುಮರದ ಕೆಳಗೆ!" ಎಂದು ಗೊಣಗುತ್ತಿದ್ದಳು. ತನ್ನ ಕೈಗಳಿಂದಲೇ ತನ್ನ ಮಗುವನ್ನು ಮಣ್ಣು ಮಾಡಿದ್ದ ಅಬ್ಬು ಆ ಒಂದೆರಡು ದಿನಗಳಲ್ಲಿ ಹಾಲಾಳಷ್ಟೇ ವಯಸ್ಸಾದವನಂತೆ ದುಃಖದಿಂದ ಜರ್ಜರಿತನಾಗಿದ್ದ. ರಕ್ತದುಂಡೆಗಳಾಗಿದ್ದ ಅವನ ಕಣ್ಣುಗಳಿಂದ ಹೊಮ್ಮುತ್ತಿದ್ದ ಕಣ್ಣೀರ ಧಾರೆಯನ್ನು ಪ್ರಯತ್ನ ಪೂರ್ವಕ ತಡೆ ಹಿಡಿಯುತ್ತಿದ್ದ. ಅವು ಹೊರಗೆ ಚಿಮ್ಮದೇ, ಅವನೊಳಗೇ ಇಳಿದು ಒಳಗಿನ ದುಃಖಾಗ್ನಿಯನ್ನು ನಂದಿಸಲು ವ್ಯರ್ಥ ಪ್ರಯತ್ನ ಮಾಡುತ್ತಿದ್ದವು. ಬಾಯಲ್ಲಿದ್ದ ತುತ್ತನ್ನು ನುಂಗುವುದನ್ನು ಮರೆತು ಅನ್ಯ ಮನಸ್ಕನಾಗಿ ದೂರದಲ್ಲಿ ದೃಷ್ಟಿ ಇಟ್ಟು ಕುಳಿತಿದ್ದ. ಅವನ ಅವ್ಯಕ್ತವಾದ ಹತಾಶೆ ನಿರುದ್ವೇಗದಂತೆ ತೋರಿದರೂ ಅವನ ಅಂತರಾಳವನ್ನು ಕರಗಿಸಿಬಿಡುತ್ತಿರುವ ಸತ್ಯ ಹೃದಯವಿದ್ರಾವಕ ವಾಸ್ತವವಾಗಿತ್ತು. ಆ ಸಂದರ್ಭದಲ್ಲಿ ಅನುಚಿತವೆಂಬ ಅರಿವಿದ್ದರೂ, ಅಲ್ಲಿಯ ವಾತಾವರಣವನ್ನು ತಿಳಿಗೊಳಿಸುವ ಪ್ರಯತ್ನದಲ್ಲಿ ಅಬ್ಬುವನ್ನು ಕುರಿತು "ಬಾಟಲಿಗಳು ಖಾಲಿ ಆಗಿದಾವೆ. ದೀಪ ಉರಿತಾ ಇಲ್ಲ. ಚಿಯೋಸಿನ ದೀಪದ ತರ ನಮ್ಮದೂ ಸಹ ನಂದಿಬಿಟ್ಟಿದೆ!" ಎಂದೆ.

'ಸರಿ, ನಾಳೆ ಬೆಳಿಗ್ಗೆನೆ ಬಾಟಲಿಗಳನ್ನ ಜೋಡಿಸಿಬಿಡೋಣ' ಎಂದು ಅವನು ಹೇಳಬಹುದು ಎಂಬ ನಿರೀಕ್ಷೆಯನ್ನು ಸುಳ್ಳು ಮಾಡಿ, ಅವನು ಮೌನವಾಗಿದ್ದ. ಆದರೂ ಬಾಯಲ್ಲಿದ್ದ ತುತ್ತನ್ನು ಜ್ಞಾಪಿಸಿಕೊಂಡಂತೆ ಒಂದೆರಡು ಬಾರಿ ಆಗಿದು ನುಂಗುವುದಕ್ಕಿಂತ ಮುಂಚೆ "ಆ ದೀಪ ಇನ್ನೆಂದೂ ಉರಿಯಲ್ಲ" ಎಂದು ನಿರುದ್ವೇಗದಿಂದ ಹೇಳಿದ.

"ಉರಿಯಲ್ವಾ?" ಎಂದು ನಾವೆಲ್ಲ ಆಶ್ಚರ್ಯದಿಂದ ಕೇಳಿದೆವು.

"ಇಲ್ಲ! ದಫನ್ ಆದ ಮೇಲೆ ಸಾಹೇಬ್ರು ಹೇಳಿದ್ರು. ಬೆಳಕಿನ ನಿರ್ಬಂಧದ ಆದೇಶ ಬಂದಿದ್ಯಂತೆ. ಅದರ ಪ್ರಕಾರ ಎಲ್ಲಾ ಮನೆಗಳೂ ಒಂದು ಸ್ವಲ್ಪ ಬೆಳಕು ಸಹಿತ ಹೊರಗಡೆ ಹೋಗದೆ ಇರೋ ತರ ಪರದೆ ಮುಚ್ಚಬೇಕಂತೆ. ಎಲ್ಲಾ ದೀಪಗಳನೂ ಅತಿ ಕಡಿಮೆ ಉರಿಸ್ಬೇಕು ಅಂತ ಹೇಳಿದಾರೆ. ದೀಪಸ್ತಂಭವನ್ನಂತೂ ಉರಿಸೋ ಹಂಗೇನೆ ಇಲ್ಲ."

"ಅದು ಅವಾಗ್ಲೆ ನಂದಿಹೋಗಿಬಿಟ್ಟಿದೆ ಅಬ್ಬು!" ಅಕ್ಕ ಹೇಳಿದಳು.

ಏನೋ ಉತ್ತರಿಸುವವನಂತೆ ಅಬ್ಬುವಿನ ತುಟಿ ಸ್ವಲ್ಪ ಅದುರಿದರೂ ಮಾತು ಹೊರಬರುವ ಮೊದಲೇ ದುಃಖ ಉಕ್ಕಿ ಬಂದು ಜೋರಾಗಿ ಬಿಕ್ಕುತ್ತಾ ಅಳಲಾರಂಭಿಸಿದ. ಅವನ ಎದೆ ದುಃಖದಿಂದ ತುಂಬಿ ತುಳುಕುತ್ತಿದ್ದಂತೆ ಕಣ್ಣೀರು ಹರಿಯದೆ ಇರಲು ಬೇರೆ ದಾರಿಯೇ ಇರಲಿಲ್ಲ. ಮಕ್ಕಳಂತೆ ದುಃಖಿಸಿ ದುಃಖಿಸಿ ಅಳಲು ಶುರುಮಾಡಿದ.

"ಅಯ್ಯೋ ನನ್ನ ಕೂಸೇ, ನಾವು ಇನ್ನೊಂದೆರಡು ದಿನ ಕಾಯಬಹುದಿತ್ತಲ್ಲ? ದೀಪ ಉರಿಸೊ ಅಗತ್ಯನೆ ಬೀಳ್ತಾ ಇರಲಿಲ್ಲ! ನೀನ್ಹಿಂಗೆ ವ್ಯರ್ಥವಾಗಿ ಸಾಯ್ತಾನೂ ಇರಲಿಲ್ಲ!"

■

ಕಣ್ಣೀರು ಮರ ಕೂಡ ಇಲಿಯಾಸ್‌ನಿಗಾಗಿ ಮರುಗಿತು. ಮರುದಿನ ಬೆಳಗಾಗುತ್ತಿದ್ದಂತೆ ಹಾಲಾಳ ಕೂಗು ನಮ್ಮನ್ನೆಲ್ಲಾ ಎಬ್ಬಿಸಿಬಿಟ್ಟಿತು. ಮರದ ಕೆಳಗೆ ಬಗ್ಗಿ ಕುಳಿತು ತನ್ನ ಮೊಣಕಾಲು ತಟ್ಟುತ್ತಾ "ಅಳ್ತಾ ಇದೆ. ಕಣ್ಣೀರು ಮರ ಅಳ್ತಾ ಇದೆ. ಬರ್ರೋ..." ಎಂದು ಕೂಗಿದಳು. ಸೂರ್ಯನ ಬೆಳಕಿನಲ್ಲಿ ಮಂಜಿನ ಹನಿಗಳಂತೆ ಹೊಳೆಯುತ್ತಿದ್ದ ಹಲವಾರು ಅಂಟಿನ ಹನಿಗಳು ಮರದ ಕಾಂಡದಿಂದ ಒಸರುತ್ತಿದ್ದವು. "ನನ್ನ ಭಯ್ಯಾ ಸತ್ತಿದ್ದಾಗ್ಲೂ ಹಿಂಗೇ ಅತ್ತಿತ್ತು. ಈಗ್ಲೂ ಹಿಂಗೇ ಅಳ್ತಾ ಇದೆ. ಆ ಅಲ್ಲಾಹ್ ಹೆಂಗೆಲ್ಲಾ ಆಟ ಆಡ್ತಾನೆ ನೋಡ್ರಿ!" ಅವಳ ಅಳುವಿಗೆ ಪಾರವೇ ಇರಲಿಲ್ಲ.

ಆ ಅಗಲಿಕೆಯ ನೋವಿನ ಗಾಳಿ ಎಲ್ಲೆಡೆ ಊಳಿಡುತ್ತಿತ್ತು. ದೀಪಸ್ತಂಭ ಕತ್ತಲಲ್ಲಿ ಮುಳುಗಿದ್ದರೆ, ಕಣ್ಣೀರುಮರ ಸ್ಫಟಿಕದಂತ ದುಃಖದ ಕಣ್ಣೀರನ್ನು ಎಡೆಬಿಡದೆ ಸ್ರವಿಸುತ್ತಿತ್ತು. ಇಲಿಯಾಸ್ ಇಲ್ಲದ ದಿನಗಳು ಶೂನ್ಯವಾಗಿದ್ದವು. ನಾವು ಅದೇ ಸ್ಮಶಾನ ಮೌನದಲ್ಲಿಯೇ ಗದ್ದೆ ಕೆಲಸ ಮುಂದುವರಿಸಿದೆವು. ಹೊಗೆಸೊಪ್ಪಿನ ಎಲೆಗಳನ್ನು ತರಿದು ಒಣ ಹಾಕಿದೆವು. ಯಾಂತ್ರಿಕವಾಗಿ ಊಟ, ನಿದ್ದೆ, ಮತ್ತೆ ಎಚ್ಚರ, ಮತ್ತೆ ಕೆಲಸ! ಜೀವನವೆಂಬುದು ಬರೀ ಉಸಿರಾಟ ಮತ್ತು ಕೆಲಸಕ್ಕೆ ಮಾತ್ರ ಸೀಮಿತ ಎನ್ನುವಂತೆ ಸಾಗುತ್ತಿತ್ತು. ಆದರೆ ಅದು ನಮ್ಮ ರೂಢಿಯ ಜೀವನಕ್ಕಿಂತ ಸಂಪೂರ್ಣ ಭಿನ್ನವಾಗಿತ್ತು. ದೀಪಸ್ತಂಭ ಮತ್ತು ಇಲಿಯಾಸ್ ಎಂಬ ನಮ್ಮ ಜೀವನದ ಎರಡು ಬೆಳಕುಗಳು ಒಂದೇ ಸಮಯಕ್ಕೆ ನಂದಿ ಹೋಗಿದ್ದವು. ಸೂರ್ಯಾಸ್ತವಾಗುತ್ತಿದ್ದಂತೆ ಅವನೊಂದಿಗೆ ಮೆಟ್ಟಿಲೇರಿ, ದೀಪ ಬೆಳಗಿಸಲು 'ನಾನು... ನೀನು... ನಾನು... ನೀನು' ಎಂದು ಹುಡುಗಾಟ ಮಾಡುವುದು ಇನ್ನು ಸಾಧ್ಯವೇ ಇಲ್ಲ ಎಂಬುದನ್ನು ನನ್ನ ಮನಸ್ಸು ಒಪ್ಪಿಕೊಳ್ಳಲು ಸಿದ್ಧವಿರಲಿಲ್ಲ.

ಸಾವಿನ ಜೊತೆಗೆ ಬಂದಿದ್ದ ದುಃಖದ ಕರಾಳ ಛಾಯೆ ಸಮಯವನ್ನು ಪರೀಕ್ಷಿಸುತ್ತಿರಲು ಒಂದೊಂದು ಕ್ಷಣವೂ ಯುಗಗಳಂತೆ ಸರಿಯುತ್ತಿದ್ದವು. ನಮ್ಮನ್ನೆಲ್ಲ ಇರಿಯುತ್ತಿದ್ದ ಆ ದರಿದ್ರ ಮೌನವನ್ನು ಭೇದಿಸಲು ಭರ್ರೋ ಎಂದು ಬೀಸುತ್ತಿದ್ದ ಗಾಳಿಗಾಗಲಿ, ಒಂದೇ ಸಮನೆ ಗೊಣಗುತ್ತಿದ್ದ ಹಾಲಾಳ ದುವಾದ ಸ್ವರಗಳಿಗಾಗಲಿ, ಅವಳ ತಸ್ಬೀಹಾ ಜಪಮಣಿಯ ಕಿಣಿಕಿಣಿಗಾಗಲಿ ಸಾಧ್ಯವಿರಲಿಲ್ಲ. ಆ ಮೌನದ ಜೊತೆ ಸತತವಾಗಿ ತೇಲಿ ಬರುತ್ತಿದ್ದ ಇನ್ನೊಂದು ನಾದವೆಂದರೆ ಅಮ್ಮಿ ಒಂದೇ ಸಮನೆ ಹಗಲು ರಾತ್ರಿ ಹಾಡುತ್ತಿದ್ದ ಜೋಗುಳದ ಸ್ವರ! ಇಲಿಯಾಸ್ ಮತ್ತೆ ಹುಟ್ಟಿ ಬಂದು ಅವನನ್ನು ಮಲಗಿಸಲು ಜೋಗುಳ ಹಾಡುತ್ತಿರುವಂತೆ ಅವಳು ಬಿಟ್ಟುಬಿಡದೆ ಹಾಡುತ್ತಿದ್ದಳು.

ಅದು ನಮ್ಮ ಹೃದಯವನ್ನೇ ಹಿಂಡುತ್ತಿತ್ತು. ನೆರಿಸ್ಸಾಳಿಗಿಂತ ಚೂರು ತಗ್ಗು ಧ್ವನಿಯ ಮೊರೆತದಂತೆ ಅದು ನನಗೆ ಕೇಳಿಸುತ್ತಿತ್ತು. ಆ ಜೋಗುಳ ಎಲ್ಲಿಂದ ಬರುತ್ತಿದೆ – ನಮ್ಮ ಮನೆಯಿಂದಲೇ ಅಥವಾ ಎದುರಿಗಿದ್ದ ದ್ವೀಪದಿಂದಲೇ ಎಂಬುದನ್ನು ನಾನು ಊಹಿಸುತ್ತಿರಲು ಆಪಾ ಅಲ್ಲಿಗೆ ಬರುತ್ತಿದ್ದಳು. ನಾವಿಬ್ಬರೂ ಪರಿಸ್ಥಿತಿಯ ಕ್ರೌರ್ಯದಿಂದ ಹತಾಶರಾಗಿ ನಂದಿ ಹೋಗಿದ್ದ ದೀಪಸ್ತಂಭದ ಗ್ಯಾಲರಿ ಡೆಕ್ಕಿನ ಮೂಲೆಯಲ್ಲಿ ನಮ್ಮ ನೆನಪುಗಳಲ್ಲಿ, ಒಂಟಿತನದಲ್ಲಿ ಮುಳುಗಿ ಕತ್ತಲಲ್ಲಿ ಕಾಲದೂಡುತ್ತಿದ್ದೆವು.

ಹಾಲಾಳಂತೆ ಅಮ್ಮಿಯೂ ಸಹ ಇಲಿಯಾಸ್‌ನ ಸಾವಿನ ನಂತರ ಧರಿಸಿದ ಕಪ್ಪು ತಲೆ ವಸ್ತ್ರವನ್ನು ಕಳಚಲೇ ಇಲ್ಲ. ಕಾಲಚಕ್ರಕ್ಕೆ ಸಿಲುಕಿ ಇಲಿಯಾಸ್‌ನ ಸಾವಿನ ದುಃಖವು ನನ್ನ ಹೃದಯದಾಳದಲ್ಲಿ ಒಂದು ಹನಿಯಾಗಿ ಹೆಪ್ಪುಗಟ್ಟಿದರೂ, ಅಮ್ಮಿಯ ನೋವಿನ ಜ್ವಾಲೆ ಅವಳ ಹೃದಯದಲ್ಲಿ ಉರಿಯುವುದನ್ನು ನಿಲ್ಲಿಸಲೇ ಇಲ್ಲ. ಕೊನೆಯ ಉಸಿರುವವರೆಗೂ ಮರಳಿ ಬರುತ್ತಿದ್ದ ನೋವಿನ ಸೆಲೆಗಳಲ್ಲಿ ಆ ಜೋಗುಳಗಳನ್ನು ಹೊಸೆಯುವುದನ್ನು ಅವಳು ನಿಲ್ಲಿಸಲೇ ಇಲ್ಲ. ಕಣ್ಣೀರುಮರದಿಂದ, ಪವಾಡಸದೃಶವೆಂಬಂತೆ ಹೊರಹೊಮ್ಮುತ್ತಿದ್ದ ಕಣ್ಣೀರ ಹನಿಗಳನ್ನು ಸವರುತ್ತಾ ಹಾಲಾ ಅದೆಷ್ಟೋ ದಿನ ಶೋಕಿಸಿದಳು. ಅವಳನ್ನು ಆ ಜಾಗದಿಂದ ದೂರ ಮಾಡುವುದೇ ಸಾಧ್ಯವಾಗದಾಯಿತು. ಕೊನೆಗೊಮ್ಮೆ ಅವಳ ಒತ್ತಾಯಕ್ಕೆ ಮಣಿದು, ಅವಳ ಆರಾಮು ಕುರ್ಚಿಯನ್ನೇ ಅಲ್ಲಿಗೆ ಸಾಗಿಸಿದ ನಂತರ, ಅವಳ ತಸ್ಬೀಹಾ ಜಪಮಣಿಯ ಸದ್ದು ಮತ್ತು ದುವಾದ ಸೊಲ್ಲುಗಳನ್ನು ಬೀಸುತ್ತಿದ್ದ ಗಾಳಿ ಮನೆಯಿಂದ ದೂರಕ್ಕೆ ಕೊಂಡೊಯ್ಯಲಾರಂಭಿಸಿತು. ಕೆಲ ದಿನಗಳ ನಂತರ ಅತ್ಯಂತ ವ್ಯಾಕುಲಳಾಗಿ, ಸಮಯದ ಪರಿವೆಯೇ ಇಲ್ಲದೆ, ಬುದ್ಧಿ ಮಂಕಾದಂತೆ ನಿನ್ನೆ ಯಾವುದೋ, ಇವತ್ತು ಯಾವುದೋ ಎನ್ನುವುದನ್ನೇ ಗುರುತಿಸದಾದಳು. ಅವಳು ಆ ಕಣ್ಣೀರುಮರವನ್ನೇ ಇಲಿಯಾಸ್ ಎಂದೋ, ಯುದ್ಧದಲ್ಲಿ ಸತ್ತ ತನ್ನ ಮಕ್ಕಳು ಎಂದೋ, ಅಥವಾ ಅವಳ ತಮ್ಮನೆಂದೋ ಸಂಬೋಧಿಸುತ್ತಾ ಅದರೊಡನೆ ಹರಟುತ್ತಾ ಕೂತುಬಿಡುತ್ತಿದ್ದಳು.

ಅಬ್ಬುವಿನ ಮೌನ ಎಲ್ಲದಕ್ಕಿಂತ ಅಸಹನೀಯವಾಗಿತ್ತು. ಅವನು ಗಡ್ಡ ಮೀಸೆ ಕೆರೆದುಕೊಳ್ಳುವುದನ್ನೇ ಬಿಟ್ಟಿದ್ದರಿಂದ ಮತ್ತು ಯಾವಾಗಲೂ ಅನ್ಯಮನಸ್ಕನಾಗಿರುತ್ತಿದ್ದರಿಂದ ಒಮ್ಮೆಲೇ ಮುಪ್ಪು ಅಡರಿಬಿಟ್ಟಂತೆ ತೋರುತ್ತಿದ್ದ. ಊಟದ ವೇಳೆಗೆ ನೆಲಮಾಳಿಗೆಯಿಂದ ಸಾರಾಯಿ ಬಾಟಲಿ ತರುತ್ತಿದ್ದನಾದರೂ ಆ ರಾಕಿ ಸಾರಾಯಿ ಅವನ ಮನಸ್ಥಿತಿಯನ್ನು ಬದಲಾಯಿಸುತ್ತಿರಲಿಲ್ಲ. ಯಾವುದೇ ಮಾತುಗಳೂ ಹೊರ ಬರುತ್ತಿರಲಿಲ್ಲ. ಇನ್ನೂ ಹೆಚ್ಚು ನೋವು ಮಾಡುತ್ತವೆ ಎಂಬಂತೆ ಸಾರಾಯಿಯ ಒಂದೆರಡು ಗುಟುಕುಗಳನ್ನು ನುಂಗಿ, ಸಿಗರೇಟ್ ಹಚ್ಚಿ, ತೇವವಾದ ಕಣ್ಣುಗಳಿಂದ ನಮ್ಮ ಅರಿವಿಗೆ ನಿಲುಕದ ಯಾವುದೋ ಸ್ಥಳಗಳನ್ನು ಅರಸುತ್ತಾ ಇರುವಂತೆ ಇರುತ್ತಿದ್ದ.

ಅಂದು ತಿಂಗಳ ವರದಿಯನ್ನು ಒಪ್ಪಿಸಲು ಪ್ರತಿಸಲಕ್ಕಿಂತ ಕೆಲವು ವಾರ ತಡವಾಗಿಯೇ ಅಬ್ಬು ಶಹರಕ್ಕೆ ಹೋದ. ಅದು ಕೊನೆಯ ವರದಿಯಾಗಿದ್ದರಿಂದಲೋ ಏನೋ ಸಮಯಕ್ಕೆ ಸರಿಯಾಗಿ ಕಳಿಸುವುದನ್ನು ಅವನ ಮನಸ್ಸು ಒಪ್ಪಿರಲಿಲ್ಲ.

ಬೆಳಕಿನ ನಿರ್ಬಂಧವಿದ್ದುದರಿಂದ ದೀಪ ಬೆಳಗಿಸುವುದೇ ಬೇಡವೆಂದು ನಾವು ರಾತ್ರಿ ಊಟವನ್ನು ಇನ್ನೂ ಸೂರ್ಯನ ಬೆಳಕಿರುವಾಗಲೇ ಬೇಗನೆ ಮಾಡಿಬಿಡುತ್ತಿದ್ದೆವು. ಊಟದ ಮೇಜನ್ನು ಅಣಿಗೊಳಿಸಿ ಅಬ್ಬು ಬರುವುದಕ್ಕಾಗಿ ಕಾಯುತ್ತಿದ್ದೆವು. ಅಂದು ಅಬ್ಬು ಒಳಬರುತ್ತಿದ್ದಂತೆಯೇ ಅವನು ತನ್ನ ಖಾಲಿಯಾದ ಸಾರಾಯಿ ಬಾಟಲಿ ಹಿಡಿದುಕೊಂಡು ನೆಲಮಾಳಿಗೆಗೆ ತುಂಬಿಸಿಕೊಂಡು ಬರಲು ಹೋದ. ಅಮ್ಮಿ ಕತ್ತೆಯ ಮೇಲಿದ್ದ ತಡಿಚೀಲವನ್ನು ಕೆಳಗಿಳಿಸುತ್ತಾ ಅದರಲ್ಲಿದ್ದ ದಿನಪತ್ರಿಕೆಯನ್ನು ಹೊರತೆಗೆದು ಸರಿಯಾಗಿ ಮಡಚಿ ಅಬ್ಬುವಿಗೆ ಆಮೇಲೆ ಓದಲು ಅನುಕೂಲವಾಗುವಂತೆ ಸೋಫಾದ ಪಕ್ಕದಲ್ಲಿರಿಸಿದಳು. ಅದನ್ನು ನನ್ನ ಕೈಗೆ ಕೊಡುವಂತೆ ಅಬ್ಬು ಅಮ್ಮಿಗೆ ಸನ್ನೆ ಮಾಡಿದ.

"ಪೋಸ್ಟ್ ಆಫೀಸ್ ಕೆಲಸಗಾರ ನನ್ನ ಸಂಬಳಾನ ಕವರಲ್ಲಿ ಹಾಕಿಟ್ಟಿದ್ದ!" ಅಬ್ಬು ಮಾತು ಆರಂಭಿಸಿದ. "ಯಾವ ಸಂಬಳ ಅಂತ ನಾನು ಕೇಳಿದೆ. ದೀಪಸ್ತಂಭ ಅಂತೂ ಕೆಲಸ ಮಾಡ್ತಾ ಇಲ್ಲ. ಹಂಗಿರಬೇಕಾದ್ರೆ ಈ ಸಂಬಳ ಎಲ್ಲಾ ಯಾಕೆ? ಯುದ್ಧದ ಈ ತತ್ವಾರದ ಕಾಲದಲ್ಲಿ ನಾನು ಕೆಲಸ ಮಾಡದೆ ಇರೊ ದುಡ್ಡನ್ನ ಪಡೆಯೋದಾದ್ರೂ ಹೆಂಗೆ ಅಂತ ಕೇಳಿದೆ..." ಎಂದು ರಾಕಿ ಸಾರಾಯಿಯನ್ನು ದೊಡ್ಡದಾಗಿ ಗುಟುಕರಿಸುತ್ತಾ ಹೇಳಿದ. ಮಾತನಾಡುತ್ತಾ ಆ ದಿನಪತ್ರಿಕೆಯನ್ನು ನನ್ನ ಮುಖದ ಎದುರು ಹಿಡಿದ! ಇಲಿಯಾಸ್‌ನ ಸಾವಿನ ನಂತರ ಏನನ್ನಾದರೂ ಅವನು ಬಾಯಿ ಬಿಟ್ಟು ಹೇಳಿದ್ದು ಅದೇ ಮೊದಲಾಗಿತ್ತು. ಅದಕ್ಕಾಗಿ ನಾನೆಷ್ಟು ಹಂಬಲಿಸುತ್ತಿದ್ದೆ!

"ದೀಪ ಉರೀದೇ ಇರಬಹುದು. ಆದ್ರೆ ನಿನ್ನ ನೌಕರಿ ಹಾಗೇ ಇದೆ ಅಂತ ಹೇಳಿ ಸಂಬಳ ತಗೊಳ್ಳಲೇಬೇಕು ಅಂತ ಒತ್ತಾಯ ಮಾಡಿದ" ಎಂದು ಹೇಳುತ್ತಾ ನನ್ನತ್ತ ತಿರುಗಿ "ಮಧ್ಯದ ಪುಟ ನೋಡು!" ಎಂದ.

ನಾನು ಅವನು ಸೂಚಿಸಿದ ಪುಟವನ್ನು ತೆರೆದು ಅಲ್ಲಿನ ಶೀರ್ಷಿಕೆಯನ್ನು ನೋಡಿದವನೆ ಬೆಚ್ಚಿ, ತಪ್ಪಿತಸ್ಥನಂತೆ ತಕ್ಷಣವೇ ಅದನ್ನು ಮಡಿಚಿಬಿಟ್ಟೆ! ನನ್ನ ಎದೆಯ ಬಡಿತ ನನ್ನ ಕಿವಿಗಳಿಗೆ ತಲುಪುತ್ತಾ ಇದ್ದಂತೆ ನಾನು ಹೆದರಿ ಕಂಗಾಲಾಗಿ ತಲೆತಗ್ಗಿಸಿದೆ. ಅಬ್ಬು ಇನ್ನೊಂದು ಗುಟುಕು ಹೀರುತ್ತಾ ನನ್ನ ಕೆನ್ನೆಗೊಂದು ಬಾರಿಸಿದ ರೀತಿಯಲ್ಲಿ "ನಾನೇನು ಹೇಳಿದ್ನೊ ಅದನ್ನ ಜೋರಾಗಿ ಓದೋ ಮಗನೆ!" ಎಂದು ಆಜ್ಞಾಪಿಸಿದ. "ತಪ್ಪಾಯ್ತು ಅಬ್ಬು!" ಎಂದು ತಲೆ ಮೇಲೆ ಎತ್ತದೆ ನಾನು ಕುಯ್ಗುಟ್ಟಿದೆ. ಅಳು ಉಕ್ಕಿ ಉಕ್ಕಿ ಬರುತ್ತಿತ್ತು.

"ಓದು ಅಂದೆ!" ಮತ್ತೆ ಅಬ್ಬು ಗುಡುಗಿದ. ಹೆದರುತ್ತ ಆ ಪುಟ ತೆರೆದು ನಡುಗುವ ಧ್ವನಿಯಲ್ಲಿ ಓದಲಾರಂಭಿಸಿದೆ.

"ಇಝ್ಮೀರ್ ಜಿಲ್ಲಾ ಸಂಸ್ಥೆಯ ಪ್ರವೇಶ ಪರೀಕ್ಷೆಯಲ್ಲಿ ಉತ್ತೀರ್ಣರಾದವರ ಪಟ್ಟಿ!" ಶೀರ್ಷಿಕೆಯನ್ನು ಓದಿ ಸುಮ್ಮನಾದೆ. ಅಬ್ಬು ಧ್ವನಿ ಏರಿಸಿ "ನಿಲ್ಲಿಸಬೇಡ ಓದೋ!" ಎಂದು ಗದರಿದ. ನಾನು ಅಳಲಾರಂಭಿಸಿದೆ. ಪಟ್ಟಿಯಲ್ಲಿ ಮೊತ್ತ ಮೊದಲು

ದಪ್ಪನೆಯ ಅಕ್ಷರಗಳಲ್ಲಿ ಮುದ್ರಿತವಾಗಿದ್ದ ನನ್ನ ಹೆಸರನ್ನೇ ನಾನು ಓದುತ್ತಿದ್ದಂತೆ ಅಮ್ಮಿ ಮತ್ತು ಆಪಾ ಒಂದೇ ಧ್ವನಿಯಲ್ಲಿ ಉತ್ಸಾಹದಿಂದ ಕೂಗಿದರು! ಹಾಲಾ ಸಲಾವತ್ ಹೇಳಲು ಪ್ರಾರಂಭಿಸಿದಳು.

"ಮೇರಾ ಶೇರ್ ಇಡೀ ಜಿಲ್ಲೆಗೇ ಪೆಹಲಾ ಆಯಾ ಹೈ! ಜಿಲ್ಲೆಗೇ ಮೊದಲು! ಊರಿನ ಎಲ್ರೂ ಈ ವಿಷಯಾನೆ ಮಾತಾಡ್ತಾ ಇದಾರೆ. ಭೇಶ್ ಮಗನೆ ಭೇಶ್!" ಅವನ ಕಣ್ಣುಗಳಲ್ಲಿ ಕಂಬನಿ ಉಕ್ಕುತ್ತಿತ್ತು. ವಿಷಾದ ಭರಿತ ಹೆಮ್ಮೆಯ ನಗೆ ಅವನ ಮುಖದಲ್ಲಿ ನೆಲೆಸಿತ್ತು. ಆದರೆ ನಾನು ನನ್ನ ಕನಸುಗಳನ್ನು ಇಲಿಯಾಸ್‌ನೊಂದಿಗೆ ಹೂತು ಹಾಕಿಬಿಟ್ಟಿದ್ದೆ. ಆ ಪತ್ರಿಕೆಯಲ್ಲಿದ್ದ ವಿಷಯ ನನ್ನ ಭೂತಕಾಲಕ್ಕೆ ಸೇರಿ ಹೋಗಿ ವರ್ತಮಾನದಲ್ಲಿ ಯಾವುದೇ ಉತ್ಸಾಹಕ್ಕೂ ಕಾರಣವಾಗಿರಲಿಲ್ಲ. ನಾನು ದೃಢವಾದ ಧ್ವನಿಯಲ್ಲಿ "ನನಗೆ ಮುಂದಕ್ಕೆ ಓದೋದು ಇಷ್ಟ ಇಲ್ಲ" ಎಂದೆ. ನನ್ನ ಕುಟುಂಬಕ್ಕೆ ಇನ್ನೂ ಯಾವುದೇ ನಷ್ಟವನ್ನು ಉಂಟುಮಾಡುವ ಆಸೆಯಾಗಲಿ, ಹಕ್ಕಾಗಲಿ ನನ್ನದಾಗಿರಲಿಲ್ಲ.

■

ಕೆಲವು ದಿನಗಳ ನಂತರ ಊರ ಮುಖ್ಯಸ್ಥರು ಮನೆಗೆ ಬಂದರು. ಅವರು ಸುದ್ದಿಯಿಲ್ಲದೇ ಮನೆಗೆ ಬಂದ ಉದಾಹರಣೆಯೇ ಇಲ್ಲದ್ದರಿಂದ ದ್ರಾಕ್ಷಿಯನ್ನು ವಿಂಗಡಿಸುತ್ತಾ, ಸ್ವಚ್ಛಗೊಳಿಸುತ್ತಾ ಕುಳಿತಿದ್ದ ನಾವು ಮನೆಯ ನೆರಳಿನಲ್ಲಿ ಅಬ್ಬುವಿನೊಡನೆ ಕುಳಿತಿದ್ದ ಊರ ಮುಖ್ಯಸ್ಥರು ಯಾವ ವಿಷಯ ಮಾತನಾಡುತ್ತಿರಬಹುದು ಎಂದು ಕುತೂಹಲದಿಂದ ಮೈಯೆಲ್ಲಾ ಕಿವಿಯಾಗಿ ಕಾಯುತ್ತಿದ್ದೆವು.

ಅವರು ತಮ್ಮ ಸಂಭಾಷಣೆಯ ನಡುವೆ ನನ್ನತ್ತ ಒಮ್ಮೆಲೇ ತಿರುಗಿ ಹೆಮ್ಮೆಯಿಂದ ಎಂಬಂತೆ "ಅಬ್ಬಾ! ನಮ್ಮ ಜಿಲ್ಲೆಗೇ ಫಸ್ಟ್ ಬಂದ ನಮ್ಮೂರಿನ ಸಿಂಹಾನ ಕಣ್ತುಂಬ ನೋಡಿದೆ. ಇನ್ನ ನಾನು ಆರಾಮಾಗಿ ಸಾಯಬಹುದು!" ಎಂದು ಉದ್ಗಾರ ತೆಗೆದು ಮತ್ತೆ ಮಾತನಾಡುತ್ತಿದ್ದ ವಿಷಯ ಮುಂದುವರಿಸಿದರು.

"ತೋಟಗದ್ದೆಗಳಲ್ಲಿ ಕೆಲಸ ಮಾಡೋರು ಯಾರೂ ಉಳಿದಿಲ್ಲ. ಪಾದರಸದ ಗಣಿಗಳಲ್ಲಿ ಚಿಕ್ಕ ಚಿಕ್ಕ ಮಕ್ಕಳನ್ನ ಕೂಲಿ ಕೆಲಸಕ್ಕೆ ಬಳಸಿಕೊಳ್ತಾ ಇದಾರೆ. ಹಳ್ಳಿಗಳೆಲ್ಲ ಬರಿದಾಗಿದಾವೆ. ಗಂಡಸರೆಲ್ಲ ಸೈನ್ಯ ಸೇರಿ, ಬೆಳೆಗಳು ಕೊಳೆತು ಹೋಗ್ತಾ ಇದಾವೆ. ಗದ್ದೆಗಳು ಪಾಚಿಗಟ್ತಾ ಇದಾವೆ. ಸುಗ್ಗಿ ಮಾಡೋಕೂ ಕೂಡ ಜನ ಇಲ್ಲ. ಆದ್ರೆ ಈ ಕೃಷಿ ಇಲಾಖೆ ಕೊಯ್ಲು ಮಾಡದೆ ಇರೋ ಬೆಳೆಗಳ ಮೇಲೂ ತೆರಿಗೆ ಹಾಕ್ತಾ ಇದೆ. ಏನ್ ಹೇಳೊದಿವರಿಗೆ?" ಜೋರಾಗಿ ಸಿಗರೇಟಿನ ಧಂ ಎಳೆದು ಮೂಗು ಬಾಯಿಗಳಿಂದ ಹೊಗೆಯುಗುಳಿದ.

"ಈ ಊರಲ್ಲಿ ಟೈಫಸ್ ರೋಗ ಹಬ್ಬುತಾ ಇದ್ದಂಗಿತ್ತು. ಆದ್ರೆ ಈ ಊರವರೆಲ್ಲಾ ಟೈಫಸ್‌ನ ಆಫೀಸ್ ಅಂತ ತಪ್ಪು ಅರ್ಥ ಮಾಡಿಕೊಂಡ್ರು. ಅಯ್ಯಯ್ಯೋ, ನಾವೆಲ್ಲಾ

ಮುಳುಗಿ ಹೋಗಿಬಿಟ್ವಿ... ನಮ್ಮತ್ರ ಇರೋದೆ ಅಲ್ಪ ಸಲ್ಪ ಗೋಧಿಕಾಳುಗಳು. ಈ ಆಫೀಸು ಅದನ್ನೂ ನಮ್ಮಿಂದ ಕಿತ್ತುಕೊಳ್ಳೋಕೆ ಬರ್ತಾ ಇದಾರೆ ಅಂತ ಹಲ್ಲಾಬೋಲ್ ನಡೆಸಿದ್ರು. ಅದು ಆಫೀಸಲ್ಲ ಟೈಫಸ್ ಅಂತ ಗೊತ್ತಾದ ಮೇಲೆ ಸುಮ್ಮನಾದ್ರು. ನಿಂಗೆ ಇದನ್ನೆಲ್ಲಾ ಕಲ್ಪಿಸಿಕೊಳ್ಳೊಕಾದ್ರೂ ಆಗತ್ತಾ?" ಎಂದು ಮುಖ್ಯಸ್ಥರು ಇದ್ದಕ್ಕಿದ್ದಂತೆ ಮಾತು ನಿಲ್ಲಿಸಿ ಮುಗುಳ್ನಕ್ಕರು. ತಮ್ಮ ಅಧಿಕೃತ ಸ್ಥಾನದ ಕಾರಣದಿಂದಾಗಿ ಅವರು ಯಾವಾಗಲೂ ಸರ್ಕಾರವನ್ನು ಬಹಿರಂಗವಾಗಿ ಟೀಕಿಸದಂತೆ ಎಚ್ಚರ ವಹಿಸುತ್ತಿದ್ದರು. ಅಷ್ಟಕ್ಕೆ ಮಾತು ನಿಲ್ಲಿಸಿದ ಮುಖ್ಯಸ್ಥರು ತಾವಾಡುವ ಮಾತುಗಳನ್ನು ತಮ್ಮ ತಲೆಯಲ್ಲಿ ಅಳೆದು ತೂಗುತ್ತಿದ್ದಾಗ ಅಬ್ಬು ಮತ್ತೆ ಮಾತುಗಳನ್ನಾರಂಭಿಸಿಬಿಟ್ಟ.

"ಅಂದ್ರೆ ನಿಮ್ಮಾತಿನ ಅರ್ಥ; ನಾವು ಕೈಯಿಂದ ಮಣ್ಣಗೆದು ಉತ್ತಿ ಬಿತ್ತಿ ಬೆಳೆಯೋದು ಇಝ್ಮೀರ್ ಮತ್ತೆ ಇಸ್ತಾಂಬೂಲಿನ ಐಷಾರಾಮಿ ಹೆಂಗಸ್ರು ಗಂಡಸ್ರು ತಿಂದು ಕೊಬ್ಬಲಿ ಅಂತನಾ? ವಾಹ್ ಕ್ಯಾ ಬಾತ್ ಹೈ!" ಎಂದವನೆ ಅವನ ಮುಖದ ಮೇಲೊಂದು ಇರಿಯುವ ನಗುವನ್ನು ಹೇರಿಕೊಂಡು "ರೈತನೇ ರಾಷ್ಟ್ರದ ಅಧಿಪತಿ ಅನ್ನೊ ನಿಮ್ಮ ಘೋಷವಾಕ್ಯ ಏನಾಯ್ತು?" ಎಂದ. ಇನ್ನು ಮುಖ್ಯಸ್ಥರಿಗೆ ಸುಮ್ಮನಿರುವುದಾಗಲಿಲ್ಲ.

"ಶಹರದಲ್ಲಿರೋರು ನಮಗಿಂತ ಒಳ್ಳೆ ಸ್ಥಿತಿಲಿದಾರೆ ಅಂತ ನಿನಗನಿಸ್ತಾ ಇದ್ಯಾ? ತಿನ್ನೋಕೆ ಬ್ರೆಡ್ಡಿಲ್ಲ. ಶಹರದ ಜನ ಕೂಡ ಹಸಿದುಕೊಂಡಿದಾರೆ." ಅವರಾಡಿದ ಮಾತಿಗೆ ತಕ್ಷಣವೆ ಪಶ್ಚಾತ್ತಾಪ ಪಡುತ್ತಾ ಆಡಿದ ಅವೇ ಮಾತುಗಳನ್ನು ಸ್ವಲ್ಪ ಮೃದುಗೊಳಿಸಿ ಹೇಳಲು ಪ್ರಯತ್ನಿಸುತ್ತಾ "ಅ... ಅ... ಅಂದ್ರೆ ಇಡೀ ಜಗತ್ತೆ ಯುದ್ಧದಲ್ಲಿ ಮುಳುಗಿಹೋಗಿದೆ. ಎಲ್ಲರೂ ಹಸಿದುಕೊಂಡಿದಾರೆ. ಇಂತ ಕಾಲದಲ್ಲಿ ನಮ್ಮ ಹೊಟ್ಟೆಗಳು ಹೆಂಗಾದರೂ ತುಂಬಿರೋದಕ್ಕೆ ಸಾಧ್ಯ ಹೇಳು? ಹಾಗೆ ನೋಡಿದ್ರೆ ಈಗ ಸಿಗ್ತಾ ಇರೋದಕ್ಕನೆ ನಾವು ಆ ಅಲ್ಲಾಹುಗೆ ಕೃತಜ್ಞತೆ ಹೇಳ್ಬೇಕು. ಗ್ರೀಸಲ್ಲಿ ಜನರ ಪರಿಸ್ಥಿತಿ ಏನಾಗ್ತಾ ಇದೆ ಅಂತ ನಿನಗೊತ್ತಿಲ್ವಾ? ಜನ ಹಸಿವಿನಿಂದ ಬಳಲ್ತಾ ಇದಾರೆ. ರೋಗರುಜಿನಗಳಿಂದ ಸಾಯ್ತಾ ಇದಾರೆ. ದಿನ ದಿನಾನು ಬೀದಿಗಳಲ್ಲಿ ಸತ್ತು ಬಿದ್ದಿರೋರನ್ನ ಕಸ ಎತ್ತುವ ಗಾಡಿಗಳಲ್ಲಿ ಹೊತ್ತೊಯ್ತಾ ಇದಾರಂತೆ. ಹೆಣಗಳನ್ನು ಒಂದರ ಮೇಲೊಂದು ಪೇರಿಸಿ ಗುಂಡಿಗಳಲ್ಲಿ ಎಸಿತಾ ಇದಾರಂತೆ. ಪಾಪದ ಜನ... ಸಾವುಗಳನ್ನು ವರದಿ ಮಾಡೋ ಬದಲು ಸ್ವಂತ ಅವರ ತಂದೆ ತಾಯಿ ಮಕ್ಕಳನ್ನೆ ಯಾರಿಗೂ ಗೊತ್ತಾಗದೆ ಇರೋ ತರ, ನಡುರಾತ್ರೀಲಿ ಹೂತು ಹಾಕ್ತಾ ಇದಾರಂತೆ. ಕಾರಣ ಇಷ್ಟೆ! ಅವರ ರೇಷನ್ ಕಾರ್ಡ್ ಬಳಸಿ ಎಪ್ಪತ್ತೆ ಎಪ್ಪತ್ತು ಗ್ರಾಂ ಹೆಚ್ಚುವರಿ ಬ್ರೆಡ್ ಪಡಿಬೋದು ಅಂತ! ಬದುಕಿರೋರು ಸಹ ಜೀವಂತ ಶವಗಳ ತರ ಓಡಾಡ್ತಾ ಇದಾರೆ. ಜರ್ಮನ್ನರು ಮಿಡತೆಗಳ ಹಿಂಡಿನ ತರ ಎಲ್ಲಾ ಕಡೆ ಲೂಟಿ ಮಾಡ್ತಾ ಇದಾರೆ. ಎಲ್ಲರನ್ನ ಹಸಿವಿನ ಕೂಪಕ್ಕೆ ತಳ್ತಾ ಇದಾರೆ. ಅವರ ಸೈನಿಕರಿಗಷ್ಟೇ ಸಿಗಬೇಕು ಅಂತ ಇರೊ ಬರೊ ಆಹಾರ ಎಲ್ಲಾ ಮುಟ್ಟುಗೋಲು ಹಾಕ್ಕೋತಾ ಇದಾರೆ. ಅಥೆನ್ಸಲ್ಲಿ ಜನ ಅದೆಷ್ಟು ಹತಾಶರಾಗಿದಾರೆ ಅಂದ್ರೆ ಬೀದಿ ನಾಯಿ ಬೆಕ್ಕುಗಳನ್ನೂ ಬಿಡದೇ ತಿಂತಾ ಇದಾರಂತೆ. ಶಹರದಲ್ಲಿ ಒಂದು ಒಣ ಹುಲ್ಲುಗರಿಕೆ ಕೂಡ ಉಳಿದಿಲ್ಲ ಅಂತಿದಾರೆ.

ಹಸಿವಿನಿಂದ ಸಾಯೋ ಭಯ ಅವರನ್ನ ಹಾಗೆ ಮಾಡಿಸ್ತಿದೆ. ನೂರಾರು ಮಕ್ಕಳು ದಿನ ದಿನನೂ ಸಾಯ್ತಾ ಇದಾರೆ. ಬೆಟ್ಟಗಳಿಂದ ತಾಯಂದಿರ ಆಕ್ರಂದನ ಪ್ರತಿಧ್ವನಿಸ್ತಾ ಇದೆ."

ಚಿಂತಾಕ್ರಾಂತ ಮುಖದಿಂದ ಮತ್ತೆ ಸಿಗರೇಟಿನ ಧಂ ಎಳೆದು ಅವರು ಚಿಯೋಸ್ ದ್ವೀಪದತ್ತ ದೃಷ್ಟಿ ಹಾಯಿಸಿದರು. "ದ್ವೀಪಗಳ ಸ್ಥಿತಿ ಇನ್ನೂ ಗಂಭೀರ ಇದೆ" ಎಂದು ದುಃಖದಿಂದ ಮುಂದುವರಿಸುತ್ತಾ "ನಾನು ಸ್ವಲ್ಪ ದಿನಗಳ ಹಿಂದೆ ಅಷ್ಟೆ ಇಝ್ಮೀರಿನಲ್ಲಿದ್ದೆ. ಆಗ ರೆಡ್ ಕ್ರೆಸ್ಕೆಂಟ್ ಮುದ್ರೆ ಇದ್ದ ಗೋಧಿ ಹಿಟ್ಟು ತುಂಬಿದ್ದ ಚೀಲಗಳನ್ನ ಒಂದು ದೊಡ್ಡದಾದ ಹಾಯಿ ದೋಣಿಯಲ್ಲಿ ಒಟ್ಟು ಮಾಡ್ತಾ ಇರೋದನ್ನ ನೋಡಿದೆ. ಸರ್ಕಾರ ದ್ವೀಪಗಳತ್ತ ಸಹಾಯ ಹಸ್ತ ಚಾಚತಾ ಇತ್ತು. ಇದೇನೂ ಬಹಳ ದಿನ ನಡೆಯತ್ತೆ ಅಂತ ನನಗನಿಸಲ್ಲ. ಚಿಯೋಸ್‌ನಲ್ಲೂ ಪರಿಸ್ಥಿತಿ ಹದಗೆಟ್ಟಿದೆ. ಎಲ್ಲಾ ಕಡೆ ಹಸಿವು ಮತ್ತೆ ರೋಗ! ಪ್ರತಿರೋಧಿ ಹೋರಾಟಗಾರರು ಒಂದು ಕಡೆ ಹಸಿವನ್ನು ಎದುರಿಸುತ್ತಾ ಮತ್ತೊಂದು ಕಡೆ ಆಕ್ರಮಣಕಾರರ ವಿರುದ್ಧನೂ ಹೊಂಚುದಾಳಿ ಕೂಡ ಮಾಡ್ತಾ ಇದಾರೆ. ದೂರದ ಇಲ್ದಿರಿ ಊರಿನವರೆಗೂ ಹಾರಿಸ್ತಾ ಇರೊ ಗುಂಡಿನ ಸದ್ದು ಕೇಳಿಸ್ತಾ ಇದೆ. ತರುಣ ಪ್ರತಿರೋಧಿಗಳು ಕಂಡ ತಕ್ಷಣ ಜರ್ಮನ್ನರು ಅವರನ್ನ ಫೈರಿಂಗ್ ಸ್ಕ್ವಾಡ್ ಎದುರುಗಡೆ ನಿಲ್ಲಿಸ್ತಾ ಇದಾರೆ. ಅವರು ಧಡುಂ ಧಡುಂ ಅಂತ ಗುಂಡು ಹಾರಿಸ್ತಾ ಇದಾರೆ."

"ಅಲ್ಲಾ ಸಾಹೇಬ್ರೆ ಇದೆಲ್ಲಾ ನೀವು ಎಲ್ಲಿ ಕೇಳಿಕೊಂಡು ಬಂದ್ರಿ ಅಂತಾ!" ಎಂದು ಅಬ್ಬು ತುಸು ಅನುಮಾನದಿಂದಲೇ ವಿಚಾರಿಸಿದ.

"ಜೀವ ಉಳಿಸಿಕೊಳ್ಳೊದಕ್ಕೆ ಅಂತ ಡಿಂಜಿಗಳಲ್ಲಿ*, ಹಾಯಿದೋಣಿಗಳಲ್ಲಿ ತುಂಬಿಕೊಂಡು ಬಂದಿರೋ ಗ್ರೀಕರಿಂದ ಚೆಶ್ಮೆ ಊರು ತುಂಬಿ ಹೋಗಿದೆ. ಮನೆ, ಅಂಗಡಿ, ಗೋದಾಮುಗಳೆಲ್ಲಾ ಅಯ್ಯೋ ಪಾಪ ಅನಿಸೊ ತರ ಇರೋ ಆ ಶೈತಾನಗಳೆ ಕಾಣ್ತಾರೆ. ಅದರ ಮೇಲೆ ಆ ರೆಡ್ ಕ್ರೆಸೆಂಟ್‌ನವರು ಆ ದರಿದ್ರದವರ ಊಟದ ವ್ಯವಸ್ಥೆಗಾಗಿ ಸೂಪ್ ಮಾಡಿ ಕೊಡುವ ಅಡುಗೆಮನೆ ತೆರೀತಾ ಇದಾರೆ. ಚಿಯೋಸ್‌ನ ರಾಜ್ಯಪಾಲರ ಕುಟುಂಬ ಸಹಿತ ಅಲ್ಲಿ ಆಶ್ರಯ ಕೇಳಿಕೊಂಡು ಹೋಗಿದ್ಯಂತೆ."

ತನ್ನ ಮಾತುಗಳ ಪರಿಣಾಮ ಅಬ್ಬುವಿನ ಮೇಲೆ ಹೇಗಾಗುತ್ತಿದೆ ಎಂಬುದನ್ನು ಅಳೆಯುವುದಕ್ಕೋಸ್ಕರ ದನಿತಗ್ಗಿಸಿ ಸಿಗರೇಟಿನ ಹೊಗೆಯಿಂದ ಚುಚ್ಚುತ್ತಿದ್ದ ಕಣ್ಣುಗಳನ್ನು ಕಿರಿದಾಗಿಸಿ ಏನೋ ಗೌಪ್ಯವಾಗಿ ಹೇಳುವಂತೆ ಮತ್ತೆ ಮಾತನಾಡಿದರು.

"ಅವತ್ತೊಂದಿನ ಹಳ್ಳಿ ಜನ ಎಲ್ಲ ಸಮುದ್ರ ದಡದ ಹತ್ರ ನಮ್ಮೂರಿನವರೇ ಅಲ್ಲದವರನ್ನ ನೋಡಿದ್ವಿ ಅಂತಂದ್ರು, ನಾ ಮೌಸರ್ ಪಿಸ್ತೂಲ್ ಹಿಡಿದುಕೊಂಡೆ ಅಲ್ಲಿಗೆ ಹೋದೆ. ಹೆಂಗಸರು, ಮಕ್ಕಳು, ದೊಡ್ಡವರು, ಚಿಕ್ಕವರು – ಏನಿಲ್ಲಾ ಅಂದ್ರು

* ಪುಟ್ಟದಾದ ತೆರೆದ ದೋಣಿ. ಇದಕ್ಕೆ ಬಳಸುವ ಹುಟ್ಟುಗಳು ಸಾಮಾನ್ಯವಾಗಿ ಉದ್ದವಿರುತ್ತದೆ. ಇದನ್ನು ಎಮರ್ಜೆನ್ಸಿ ಸಂದರ್ಭದಲ್ಲಿ ಹಡಗಿನಿಂದ ದಡಕ್ಕೆ ಸೇರಿಸಲು ಮತ್ತು ಕೆಲವೊಮ್ಮೆ ಪ್ರವಾಸದ ಮೋಜಿಗೂ ಬಳಸಾಗುತ್ತದೆ.

ಒಂದು ಇಪ್ಪತ್ತೇಳು ಜನದ ಹತ್ತತ್ರ ಡಿಂಜಿ ದೋಣಿ ಹತ್ತಿಕೊಂಡು ಬಂದುಬಿಟ್ಟಿದ್ರು. ಹಿಂದೆ ಬಿಟ್ಟು ಬಂದಿದ್ದ ನರಕದ ಕೂಪಕ್ಕೇನೆ ನಾವೆಲ್ಲಿ ವಾಪಾಸ್ ಕಳಿಸಿಗಿಳಿಸೇವೆಂದು ಹೆದರಿಕೊಂಡು ಇಲ್ಲಿಗೆ ಬಂದ ತಕ್ಷಣ ಅವರು ಹತ್ತಿಕೊಂಡು ಬಂದಿದ್ದ ದೋಣಿಯನ್ನೆ ಮುರಿದುಹಾಕಿದರು. ಅಯ್ಯೋ ಪಾಪ ಅನಿಸೋ ಆ ಶೈತಾನಗಳು ಭಯದಿಂದ ನಡುಗುತ್ತಿರೋದನ್ನ ನೋಡಿ ನಮ್ಮ ಹೃದಯಾನೆ ಒಡೆದುಹೋಯಿತು. ನಾವು ಅವರ ಹತ್ರ ಮಾತಾಡಣ, ಪ್ರಶ್ನೆ ಕೇಳಣ ಅಂದ್ರೆ ಹೇಗೆ ಕೇಳೋದು? ಗ್ರೀಕ್ ಭಾಷೆ ಬರೊ ನಿನ್ನನ್ನ ಕರಿಯೋಣ ಅಂದ್ರೆ ನೀನು ದೂರ ಇದ್ದೀಯ. ಕಡೆಗೆ ನಾವೆ ಅವರನ್ನ "ನಿಮ್ಮಲ್ಲಿ ಯಾರಿಗಾದ್ರೂ ಟರ್ಕಿ ಭಾಷೆ ಬರತ್ತಾ?" ಅಂತ ಕೇಳಿದ್ವಿ, ಆಶ್ಚರ್ಯ ಅನ್ನೋ ಹಾಗೆ ಅಲ್ಲಿದ್ದ ಎಲ್ರಿಗೂ ಹೆಚ್ಚು ಕಡಿಮೆ ಟರ್ಕಿ ಭಾಷೆ ಬರ್ತಾ ಇತ್ತು. ಜನರ ವಿನಿಮಯ ಅಂತ ಒಂದು ನಡೀತಲ್ಲ, ಆ ಹೊತ್ತಲ್ಲಿ ಇಲ್ಲಿಂದ ಹೋಗಿದ್ದ ಗ್ರೀಕರು ಅನ್ನತ್ತೆ! 'ಲೆಸ್ಬೋಸಿಂದ ಓಡಿಹೋದವ್ರು' ಅಂತ ಅವರೇ ಬಾಯಿಬಿಟ್ಟು ಹೇಳಿದ್ರು. ಹಸಿವು ನೀರಡಿಕೆಯಿಂದ ಬಳಲಿ ಬೆಂಡಾಗಿದ್ದ ಅವರನ್ನ ನೋಡೋಕಾಗದೆ ಹಳ್ಳಿ ಜನಾನೆ ಬುಟ್ಟಿಗಟ್ಲೆ ದ್ರಾಕ್ಷಿ ಮತ್ತೆ ಅಂಜೂರಗಳನ್ನ ಹೊತ್ತುಕೊಂಡು ತಂದು ಅವರ ಮುಂದಿಟ್ರು. ಅಷ್ಟು ಹಸಿವಿನಿಂದ ಸಾಯ್ತಾ ಇದ್ರೂ ಬುಟ್ಟಿಗಳಲ್ಲಿ ವಿಷದ ಹಾವಿದೆಯೇನೋ ಅನ್ನೋತರ ನೋಡ್ತಾ ಇದ್ರೆ ವಿನಾ ಒಬ್ಬರೂ ಹಣ್ಣುಗಳನ್ನು ಮುಟ್ಲಿಲ್ಲ! ಆಗ ನನಗೆ ಅದು ಏನಕ್ಕೆ ಅಂತ ಹೊಳೀತು. ಆಮೇಲೆ ನಾನೊಂದು ಗೊಂಚಲಿಂದ ಒಂದೆರಡು ದ್ರಾಕ್ಷಿ ತಗೊಂಡು ಬಾಯಲ್ಲಿಟ್ಕೊಂಡೆ. ಆಮೇಲೆ ನೋಡಿ, ಅವರು ಬುಟ್ಟಿಗಳಿಗೆ ಮುಗಿಬಿದ್ರು!"

"ಆದ್ರೆ ಅವರ್ಯಾಕೆ ಬುಟ್ಟಿ ಇಟ್ಟ ತಕ್ಷಣಾನೆ ತಿನ್ನಲಿಲ್ಲ?" ಅಬ್ಬು ಕೇಳಿದ.

"ಗ್ರೀಕರು ಆಕ್ರಮಣ ಮಾಡಿದಾಗ ಇವರು ಇಲ್ಲಿದ್ದುಕೊಂಡು ಸಹಕಾರ ಕೊಟ್ಟಿದ್ರಲ್ಲ? ಆ ಸೇಡು ತೀರಿಸಿಕೊಳ್ಳೋದಕ್ಕೆ ಟರ್ಕಿಗಳು ಎಲ್ಲಿ ವಿಷ ಹಾಕಿಬಿಟ್ಟಾರೋ ಅಂತ ಅವರಿಗೆ ಅನುಮಾನ!"

"ಅವರನ್ನು ವಿಷ ಹಾಕಿ ಕೊಂದೇ ಬಿಡಬೇಕಿತ್ತವರು. ತಪ್ಪು ಮಾಡಿದ್ರು!" ಎನ್ನುತ್ತಾ ಅಬ್ಬು ಸಿಟ್ಟಿನಿಂದ ಹೇಳಿದ.

ತಕ್ಷಣವೇ "ನಾಲಗೆ ಮೇಲೆ ಹಿಡಿತ ಇರಲಿ!" ಎಂದು ಮುಖ್ಯಸ್ಥರು ಗುಡುಗಿದರು. "ನಮ್ಮ ಹತ್ತಿರಕ್ಕೆ ಕರುಣೆ ತೋರಿಸಿ ಅಂತ ಬರುವ ಬಡ ಸಂತ್ರಸ್ತರಿಗೆ ನಾವು ಸಹಾಯ ಮಾಡಲೇಬೇಕಲ್ವಾ?"

"ಆದ್ರೆ ಈಗದು ಜಾಸ್ತಿ ಆಯ್ತು" ಅಬ್ಬು ರೇಗಿದ. ಏರುತ್ತಿರುವ ಕೋಪದಲ್ಲಿ ಅವನು "ಬ್ರಿಟಿಷರ ಒತ್ತಾಸೆಯಿಂದಾನೆ ಅವರು ನಮ್ಮ ದೇಶಾನ ಆಕ್ರಮಿಸಿದವರಲ್ಲವ? ನೂರಾರು ವರ್ಷ ಒಂದೇ ತಟ್ಟೆಯಲ್ಲಿ ಉಂಡು ಗ್ರೀಕ್ ಸೈನ್ಯ ದಾಳಿ ಮಾಡಿದಾಗ ಅವರ ಪರವಹಿಸಿ ನಮ್ಮನ್ನೇ ಒದ್ದು ಹೋದ್ರಲ್ವ? ನೀವು ಯಾವ ಕರುಣೆ ಬಗ್ಗೆ ಮಾತಾಡ್ತಾ ಇದೀರಿ?"

ಕಣ್ಣೀರುಮರದ ಕೆಳಗೆ ಕುಳಿತು ತಸ್ಬೀಹಾ ಜಪಮಣಿ ಎಣಿಸುತ್ತಿರುವ ಹನೀಮ್

ಹಾಲಾಳ ಎದೆಯ ಮೇಲಿನ ಕಂಚಿನ ಶೌರ್ಯ ಪದಕದತ್ತ ನೋಡುತ್ತಾ ಅಬ್ಬು "ನಾವು ನಮ್ಮ ಜೀವದ ಹಂಗು ಬಿಟ್ಟು ಆ ದೇಶದ್ರೋಹಿಗಳಿಂದ ಈ ನಾಡನ್ನು ಕಾಪಾಡಿಕೊಂಡಿದ್ವಿ, ಮತ್ತೆ ಈಗ ಅವರು ಇಲ್ಲಿ ಆರಾಮಾಗಿ ಬಂದಿರ್ಲಿ ಅಂತ ಅವರನ್ನ ಸ್ವಾಗತ ಮಾಡೋದಾ?" ಎಂದು ಹೇಳುವಾಗಲೆ ನಮಗೆಲ್ಲಾ ಆಶ್ಚರ್ಯ ಆಗುವಂತೆ ಅಮ್ಮಿಯ ಧ್ವನಿ ಕೇಳಿಸಿತು.

"ಮತ್ತಿನ್ನೇನು ಮಾಡೋದು? ಆ ಪಾಪದವರನ್ನು ಸಾಯಲು ಬಿಟ್ಟು ಬಿಡೋದಾ?" ಅವಳು ಎರಡು ಚಹಾ ತುಂಬಿದ ಲೋಟಗಳಿದ್ದ ತಟ್ಟೆಯನ್ನು ಹಿಡಿದು ಹೊರ ಬರುತ್ತಿದ್ದಳು. ಅಮ್ಮಿ ಮರೆಯಲ್ಲಿ ನಿಂತು ಕೇಳಿಸಿಕೊಳ್ಳುತ್ತಿದ್ದಳೆಂದೋ ಅಥವಾ ಎಂದೂ ಮಾತನಾಡದ ಅವಳು ಊರ ಮುಖ್ಯಸ್ಥರ ಎದುರಿಗೆ ತನ್ನನ್ನು ಟೀಕಿಸಲು ಇದೇ ಕ್ಷಣವನ್ನ ಆರಿಸಿಕೊಂಡಿದ್ದಳು ಎಂದೋ – ಅಂತೂ ಅವಳು ಎದುರಿಗೆ ಬರುತ್ತಿದ್ದಂತೆ ಅಬ್ಬುವಿನ ಕೋಪ ಭುಗಿಲೆದ್ದಿತು. "ಮುತ್ತಿನಂತ ಮಾತು ಹೇಳಿದ್ರು ನೋಡು ನಮ್ಮ ಭಾಭಿ!" ಎಂದು ಊರ ಮುಖ್ಯಸ್ಥರು ಅಮ್ಮಿಯ ಬೆಂಬಲಕ್ಕೆ ನಿಂತದ್ದು ಅಬ್ಬುಗೆ ಮತ್ತಷ್ಟು ಕೆಣಕಿ ನೋವು ತಂದಿತು.

"ನಮ್ಮನ್ನ ಚಿಯೋಸ್‌ನಿಂದ ಹೊರಗಡೆ ಹಾಕ್ತಾ ಇರಬೇಕಾದ್ರೆ ಅವರೂ ಹೀಗೇ ಹೇಳಿದ್ರಾ? ನಾವೊಂದು ಸಲ ತೊಲಗಿದ್ರೆ ಅವರು ಆರಾಮಾಗಿರಬೋದು ಅಂತ ಕಾಯ್ತಾ ಕೂತಿದ್ರು! ನಾವು ಹೊರಟಿರಬೇಕಾದ್ರೆ ಹಿಂದೆ ಡ್ರಮ್ ಬಾರಿಸ್ತಾ ಇರಲಿಲ್ವ?" ಎಂದು ಅವಳತ್ತ ಸಿಟ್ಟಿನ ನೋಟವನ್ನು ಬೀರಿದ.

"ಹಾಗೆ ನೋಡಿದ್ರೆ ಎಲ್ಲರೂ ಒಂದಲ್ಲ ಒಂದು ರೀತಿ ಬಹಿಷ್ಕೃತರಾಗಿದ್ದರು. ಈಗ ಸಜಾಕ್ ಅನ್ನೇ ನೋಡಿ. ಇಪ್ಪತ್ತು ವರ್ಷಗಳ ಹಿಂದೆ ಇದೆಲ್ಲ ದ್ರಾಕ್ಷಿತೋಟಗಳಿಂದ ತುಂಬಿ ತುಳುಕ್ತಾ ಇತ್ತು. ಎಲ್ಲಿ ಕಾಲಿಟ್ರೂ ಸುಲ್ತಾನ್ ದ್ರಾಕ್ಷಿ ಘಮ ಮೂಗಿಗೆ ಬಡೀತಿತ್ತು. ನೀವು ಕನಸಲ್ಲಿ ಅಂದುಕೊಂಡಿದ್ದಕ್ಕೂ ಎದುರುಗಡೆ ನೋಡ್ತ ಇರೋದಕ್ಕೂ ವ್ಯತ್ಯಾಸನೆ ಇರ್ಲಿಲ್ಲ. ಆದ್ರೆ ಈಗ? ಸಜಾಕ್‌ನ ತುಂಬ ಬರಿ ಹಲ್ಲಿಗಳೇ ಇದಾವೆ!" ಎಂದು ಮುಖ್ಯಸ್ಥರು ಹೇಳಿದರು.

"ಹಂಗಂದ್ರೆ ನಿಮ್ಮ ಮಾತಿನರ್ಥ! ನೂರಾರು ವರ್ಷ ಇಲ್ಲಿ ತಿಂದು ತೇಗಿದ್ದಕ್ಕಾಗಿ ಆ ದ್ರೋಹಿಗಳಿಗೆ ಶೌರ್ಯಪದಕ ಕೊಟ್ಟು ಗೌರವಿಸಬೇಕಾಗಿತ್ತಾ?" ಅಬ್ಬುವಿನ ಸಿಟ್ಟು ಹೆಚ್ಚಾಗುತ್ತಲೆ ಇತ್ತು.

"ಆಯ್ತಪ್ಪ, ಸರಿ, ನೀನು ಹೇಳೋದ್ರಲ್ಲಿ ಒಂದರ್ಥ ಇದೆ ಒಪ್ಪಿಕೋತೀನಿ. ಆದ್ರೆ ನೀನು ಮತ್ತೆ ನಿನ್ನಕ್ಕ ನಿನ್ನ ತವರಿಗೆ ವಾಪಸ್ ಬಂದ್ರಿ. ಆದ್ರೆ ಆ ದರಿದ್ರದವರು ಈಗ ಪರದೇಸಿಗಳೇನೋ ಸರಿ. ಬರಗಾಲದಿಂದ ತಪ್ಪಿಸಿಕೊಳ್ಳೋದಕ್ಕೆ ಅಂತ ಮಕ್ಕಳು ಮರಿ ಕಟ್ಕೊಂಡು ನಮ್ಮ ಆಶ್ರಯ ಬಯಸಿ ಬಂದಿದ್ದಾರೆ. ಎಷ್ಟೊಂದು ಜನ ನೋಡಿದೆಯಾ?"

ಅಬ್ಬುವನ್ನು ಅವರ ಯಾವ ಮಾತುಗಳಿಂದಲೂ ಸಮಾಧಾನ ಮಾಡಲು ಸಾಧ್ಯವೇ ಇರಲಿಲ್ಲ. ಸಿಗರೇಟ್ ಎಳೆಯುತ್ತಾ "ಅವರು ಇಲ್ಲಿಗೆ ಬರೋ ಮೊದ್ಲು ನಮ್ಮ ಅನುಮತಿ ಪಡೆದಿದ್ರ? ಹಾಗಿದ್ದರೆ, ಗ್ರೀಕ್‌ನವರಿಗೆ ಆಶ್ರಯ ಕೊಟ್ಟ ಟರ್ಕಿಗಳು ಅಂತ

ನಮ್ಮ ಮೇಲೆ ಜರ್ಮನ್ನರು ದಾಳಿ ಮಾಡಿದ್ರೆ?" ಎಂದು ವಾದ ಮುಂದುವರಿಸಿದ. ಇಂತಹ ಪ್ರತಿಕ್ರಿಯೆಯನ್ನು ನಿರೀಕ್ಷಿಸದೆ ಇದ್ದ ಮುಖ್ಯಸ್ಥರು, ಕಾಫಿ ಹೀರುತ್ತಿದ್ದವರು ಒಮ್ಮೆಲೇ ಉಸಿರು ಸಿಕ್ಕಂತಾಗಿ ಸಾವರಿಸಿಕೊಂಡು,

"ನಾವೇನು ಯುದ್ಧದಲ್ಲಿ ಭಾಗಿಗಳಾಗಿಲ್ಲ. ಇಷ್ಟಕ್ಕೂ ಜರ್ಮನಿಯವರ ಜೊತೆಗೆ ನಮಗೆ ಯಾವ ಹಗೆತನನೂ ಇಲ್ಲ."

"ಓಹೋ, ನಾವು ಹಂಗೆ ಹೇಳಿದ್ರೆ ಜರ್ಮನ್ನರು ಕೇಳಿಬಿಡ್ತಾರೆ ಅನ್ನೋಹಾಗೆ! ಈಗಾಗ್ಲೇ ಅಲ್ಲಿಂದ ಓಡಿ ಬರೋ ಯಹೂದಿ ಬುದ್ಧಿಜೀವಿಗಳಿಗೆ ಜಾಗ ಕೊಡ್ತೀವಿ ಅಂದಿದ್ದಕ್ಕೇನೆ ಅವರು ಗುರ್ ಅಂದಿದ್ದನ್ನ ಮರೀಬೇಡಿ. ನಮ್ಮ ಮೇಲೆ ಯುದ್ಧಕ್ಕೆ ಬರೋ ಎಲ್ಲಾ ತಾಕತ್ತೂ ಅವರಿಗಿದೆ!"

"ಅವರು ಯುದ್ಧ ಮಾಡಿದ್ರೆ ನಾವು ಸುಮ್ನೆ ಕೂತಿರ್ತೀವಾ? ನಮ್ಮಲ್ಲಿ ಈಗ್ಲೆ ಹತ್ತು ಲಕ್ಷ ಸೈನಿಕರಿದಾರೆ. ನಮ್ಮ ಹೊಟ್ಟೆ ಕಟ್ಟಿ ಅವರಿಗೆ ಊಟ ಕೊಡ್ತಿರೋದೇನು ದಂಡಕ್ಕಾ? ಜರ್ಮನ್ನರು ಹಂಗೇನಾದ್ರೂ ದಾಳಿ ಮಾಡೋಕೆ ಬಂದ್ರೆ ಸರಿಯಾಗಿ ಜಿಲೇಬಿ ಕೊಟ್ಟು ಕಳಿಸೋದೆ!"

"ನೀವು ಹಂಗಂತೀರಿ, ಸರಿ. ಒಂದು ಪಕ್ಷ ಅವರು ಚೆಶ್ಮೆಯಿಂದ ಓಡಿಬಂದಿರೋ ಗ್ರೀಕರನ್ನು ನಮಗೆ ವಾಪಾಸ್ ಕೊಡಿ ಅಂತ ಕೇಳಿದ್ರೆ ಏನು ಮಾಡೋದು?" ಗೊಂದಲಕ್ಕೊಳಗಾದ ಮುಖ್ಯಸ್ಥರಿಂದ ಯಾವುದೇ ಉತ್ತರ ಬರದಾದಾಗ ಅಬ್ಬು ತನ್ನ ಪ್ರಶ್ನೆಗೆ ತಾನೇ ಉತ್ತರವಿತ್ತ "ನಾನು ಹೇಳ್ತ ಇದೀನಿ. ಹಂಗೇನಾದ್ರೂ ಅವರು ಕೇಳಿದ್ರೆ ಅವರಿಗೆ ಈ ಗ್ರೀಕರನ್ನ ಒಪ್ಪಿಸಿಬಿಡೋದೆ ಸರಿ! ಇವರಿಗೋಸ್ಕರ ನಾವು ಜರ್ಮನ್ನರ ಜೊತೆ ಯುದ್ಧ ಮಾಡೋಕಾಗತ್ತಾ? ಆ ದ್ರೋಹಿಗಳ ದೋಣಿಗಳನ್ನ ಇಲ್ಲಿ ಹತ್ತಿರ ಸುಳಿಯೋದಕ್ಕೂ ಬಿಡಬಾರದಾಗಿತ್ತು. ಅವರು ಎಲ್ಲಿಗೆ ಬೇಕಾದ್ರೂ ಹೋಗ್ಲಿ! ನರಕಕ್ಕಾದ್ರೂ ಹೋಗ್ಲಿ! ನಮಗೇನಂತೆ?" ಅವನ ಮೂಗು, ಬಾಯಿ, ಮೈಯಿಂದೆಲ್ಲಾ ಕೋಪದ ಹೊಗೆ ಹೊರಹೊಮ್ಮುತ್ತಿತ್ತು. ಹೊತ್ತಿ ಉರಿದುಬಿಡುವನೇನೋ ಎಂಬಂತೆ ಭಯಂಕರ ಸಿಟ್ಟು ಅವನನ್ನು ಆವರಿಸಿ ಬಿಟ್ಟಿತ್ತು. "ಯಾವನಾದ್ರೂ ದಾರಿತಪ್ಪಿ ಇಲ್ಲಿಗೆ ಬಂದ ಅಂತಿಟ್ಕೊಳಿ..." ಎಂದು ಅಬ್ಬು ಭುಸುಗುಟ್ಟಿದಾಗ;

"ಏನು? ಏನ್ ಮಾಡ್ತಿಯಾ?" ಎಂದು ಮುಖ್ಯಸ್ಥರು ಗದರಿದರು. "ನಾವು ನಿರಾಶ್ರಿತರನ್ನ ಒಪ್ಪಿಕೊಳ್ಳಬೇಕು ಅಂತ ಸರ್ಕಾರದ ಆದೇಶನೇ ಆಗಿದೆ. ಹೊಸ ಕಾಯ್ದೆ ಬಗ್ಗೆ ಕೇಳಿಲ್ವ ನೀನು? ಆಶ್ರಯ ಬಯಸಿ ಯಾರೇ ಬರಲಿ, ಯಾವುದೇ ಶರತ್ತುಗಳಿಲ್ಲದೆ ಸ್ವೀಕರಿಸಬೇಕು ಅಂತ ಸರಕಾರದ ಅಪ್ಪಣೆ ಆಗಿದೆ. ಅದನ್ನ ವಿರೋಧ ಮಾಡೋಕೆ ನೀನ್ಯಾರು?" ಮುಖ್ಯಸ್ಥರ ಮಾತುಗಳಿಂದ ಕಿರಿಕಿರಿಯಾದರೂ ಅಬ್ಬು, ಎಲ್ಲಿ ತನ್ನ ಯೋಚನೆಗಳನ್ನು ಮುಖ್ಯಸ್ಥರು ತಪ್ಪಾಗಿ ಅರ್ಥೈಸುವರೋ ಎಂದು ಚಿಂತೆಯಾಗಿ ಮೌನದಲ್ಲೇ ಸಿಗರೇಟಿನ ಹೊಗೆಯುಗುಳುತ್ತಾ ಕುಳಿತ. ಅವನ ಮೌನದಿಂದ ಉತ್ಸುಕಗೊಂಡು ತಾವೇ ಗೆದ್ದೆವೆಂದು ಬೀಗುತ್ತಾ ಮುಖ್ಯಸ್ಥರು ಮತ್ತೆ ಎಚ್ಚರಿಸಿದರು. "ಸುಮ್ನೆ ನಿನ್ನ ಕೆಲಸ ಎಷ್ಟಿದ್ಯೋ ಅಷ್ಟು ಮಾಡು."

ನಮ್ಮ ಕಡೆಗೆ ತಿರುಗಿ ಸಮಾಧಾನ ಮಾಡುವವರಂತೆ "ಸರ್ಕಾರಕ್ಕೆ ಏನು ಮಾಡಬೇಕು? ಏನು ಮಾಡಬಾರದು ಅಂತ ಚೆನ್ನಾಗಿ ಗೊತ್ತಿದೆ. ನೀನು ಸುಮ್ನೆ ಸಮುದ್ರದ ಮೇಲೊಂದು ಕಣ್ಣಿಡೋ ಕೆಲಸ ಮಾಡು. ಯಾವುದೇ ವಿಮಾನ ಆಗ್ಲಿ, ಹಡಗಾಗಲಿ ಕಣ್ಣಿಗೆ ಬಿದ್ದ ತಕ್ಷಣ ವರದಿ ಮಾಡ್ಬೇಕು. ನಾನದನ್ನ ನಗರಾಧಿಕಾರಿಗೆ ತಲುಪಿಸ್ತೀನಿ. ಅಲ್ಲಿಂದ ಅವರು ಜಿಲ್ಲಾಧಿಕಾರಿಗಳಿಗೆ ತಲುಪಿಸ್ತಾರೆ. ಆಮೇಲೆ ಅವರು ಏನು ಹೇಳ್ತಾರೊ ಹಾಗೆ! ಇಲ್ಯಾರೂ ಕಾನೂನನ್ನ ಕೈಗೆತ್ತಿಕೊಳ್ಳೊ ಕೆಲಸ ಮಾಡೋಹಾಗಿಲ್ಲ! ಗೊತ್ತಾಯ್ತಾ?"

ಬೆನ್ನ ಹಿಂದೆ ಕೈಕಟ್ಟಿಕೊಂಡು ಅವರು ಬೆಟ್ಟವನ್ನೇರಿ ಹೊರಡುತ್ತಿದ್ದಂತೆ ಅಬ್ಬು ಕೇಳಿಸದಷ್ಟು ತಗ್ಗಿನ ದನಿಯಲ್ಲಿ "ಈ ಜಗತ್ತಲ್ಲಿ ಏನಾಗ್ತಾ ಇದೆ ಹುಡುಗ್ರಾ? ನಾವೇ ಇಲ್ಲಿ ಹಸಿವಿನಿಂದ ಸಾಯ್ತಾ ಇದೀವಿ. ಇಷ್ಟಿದ್ರೂ ನಮ್ಮನ್ನ ಬೀದಿಪಾಲು ಮಾಡಿದ ಆ ಹಲ್ಕಟ್ ದೇಶದ್ರೋಹಿಗಳಿಗೆ ನಾವು ಆಶ್ರಯ ಕೊಡ್ಬೇಕಾ?" ಮುಖ್ಯಸ್ಥರು ಕಣ್ಮರೆಯಾಗುತ್ತಿದ್ದಂತೆ ಮತ್ತೆ ಎತ್ತರದ ಧ್ವನಿಯಲ್ಲಿ "ನಮಗೊಂದು ನಯಾಪೈಸೆ ಕರುಣೆ ತೋರಿಸದೆ ಇರೋರಿಗೆ ನಾವ್ಯಾಕೆ ಮರುಗಬೇಕು? ನಾನ್ ಹಾಗೆ ಮಾಡಿದ್ರೆ ಕೇಳಿ!"

■

ಋತುಕಾಲ ಬದಲಾದಂತೆ, ತಣ್ಣನೆಯ ಗಾಳಿ ಬೀಸಲಾರಂಭಿಸಿತ್ತು. ಸುಗ್ಗಿಯ ತಿಂಗಳು ಮುಗಿದಿತ್ತು. ಸಲಕರಣೆಗಳನ್ನೆಲ್ಲ ಉಗ್ರಾಣದಲ್ಲಿರಿಸಿ, ದ್ರಾಕ್ಷಿಯನ್ನು ಒಣಗಿಸುವ ಕೆಲಸ ಪ್ರಾರಂಭಿಸಿದೆವು. ಹಣ್ಣುಗಳ ತೊಟ್ಟು ಮುರಿದು, ಕೊಳೆತವುಗಳನ್ನು ಎತ್ತಿ ಬಿಸಾಕಿ, ಗೋಣಿಯ ಮೇಲೆ ಹರಡಿದ್ದ ಹಣ್ಣುಗಳಿಗೆ ಪೊಟ್ಯಾಶಿನಂತಹ ಒಲಿಯಾಂಡರ್‌ನ ದುರ್ಬಲ ದ್ರಾವಣವನ್ನು ಎರಚಿ ಅವನ್ನು ಚೆನ್ನಾಗಿ ಒಣಗಿಸಬೇಕಿತ್ತು.

ಮೋಡಗಳ ಅಡಿಯಿಂದ ಹಕ್ಕಿಗಳ ಗುಂಪೊಂದು ದಕ್ಷಿಣ ದಿಕ್ಕಿಗೆ ಹಾರುವುದನ್ನು ನೋಡಿ "ಈ ವರ್ಷ ಫ್ಲೆಮಿಂಗೋಗಳು ಬೇಗ ಹೊರಟ್ವು!" ಎಂದು ಆಪಾ ಹೇಳಿದಳು. "ಅವಕ್ಕೇನು? ಈಗ ಹೋದ್ರೋವು ವಸಂತ ಕಾಲದಲ್ಲಿ ಮತ್ತೆ ವಾಪಸ್ ಬರ್ತವೆ!" ಎಂದು ವಿಷಾದದಿಂದ ಅಮ್ಮಿ ಉಸುರಿದಳು. "ಆದರೆ ನನ್ನ ಮುದ್ದು ಮಗ? ಅವನೆಂದೂ ತಿರುಗಿ ಬರಲ್ಲವಲ್ಲ!" ಹಾಲಾ ಅದಕ್ಕೆ ಹೌದೆಂಬಂತೆ ತಲೆದೂಗುತ್ತಾ ತಗ್ಗಿನ ಧ್ವನಿಯಲ್ಲಿ ಕೇಳಿಸಿಯೂ ಕೇಳಿಸದಂತಹ ಧ್ವನಿಯಲ್ಲಿ ಪ್ರಾರ್ಥನೆ ಮಾಡಲು ಪ್ರಾರಂಭಿಸಿದಳು... ಆಪಾ ನನ್ನನ್ನು ನೋಡುತ್ತಾ "ಇನ್ನೇನು ನೀನೂ ಹೊರಡೊ ಸಮಯ ಬಂತು..." ಎಂದಳು. "ನಾನು ಹೋಗೋದಿಲ್ಲ! ಅವತ್ತೆ ಹೇಳಿದ್ನಲ್ಲ!" ಎಂದು ಅಸಮಾಧಾನದಿಂದ ಹೇಳಿದೆ. ಅವಳು ಆ ವಿಷಯವನ್ನು ಕೈಬಿಡಲು ಸಿದ್ಧಳಿರಲಿಲ್ಲ. ಅಂದಿನ ರಾತ್ರಿ ನಾನು ಮಿನಾರನ್ನೇರಿ ಹೋದಾಗ ಅವಳಾಗಲೇ ಅಲ್ಲಿ ನನಗಾಗಿ ಕಾಯುತ್ತಿದ್ದಳು. ನನ್ನ ನಾಡಿಯನ್ನೇ ಹಿಡಿದಂತೆ "ಇಲಿಯಾಸ್

ಬದುಕಿದ್ದಿದ್ದರೆ ಅವನಿಗದೆಷ್ಟು ಸಂತೋಷ ಆಗ್ತಾ ಇತ್ತು? ಯೋಚನೆ ಮಾಡು! ಅವನು ನಿನ್ನ ಈ ಸಾಧನೆ ಬಗ್ಗೆ ಅದೆಷ್ಟು ಹೆಮ್ಮೆಪಡ್ತಾ ಇದ್ದನೋ ಏನೋ!" ಅವಳ ಬಾಯಿ ಕಿರಿದಾಗಿ ನಗುವ ಪ್ರಯತ್ನವೆಂಬಂತೆ ಒಂದು ಕಡೆ ಬಿರಿದು ಅವಳ ಗಲ್ಲದಲ್ಲಿನ ಗುಳಿಯನ್ನು ಹೆಚ್ಚಿಸಿತು. ಆದರೆ ಅವಳ ಕಣ್ಣುಗಳಲ್ಲಿನ ಭಾವ, ನಡುಗುವ ಧ್ವನಿ ಎಲ್ಲವೂ ದುಃಖವನ್ನು ಮರೆಮಾಚದಾಗಿದ್ದವು. ಒಂದೇ ಸಮಯಕ್ಕೆ ಅಳುತ್ತಲೂ, ನಗುತ್ತಲೂ ಇದ್ದ ಅವಳ ಪರಿಸ್ಥಿತಿ ನನ್ನಲ್ಲೊಂದು ಬಗೆಯ ವಿಚಿತ್ರ ವೇದನೆಯನ್ನು ಹುಟ್ಟಿಸಿತು.

" ನಾನು ಯಾವ ಶಾಲೆಗೂ ಹೋಗೋದಿಲ್ಲ!" ಬೇಕೆಂತಲೇ ಜೋರು ಧ್ವನಿಯಲ್ಲಿ ಹೇಳಿದೆ.

"ಹೋಗೊದಿಲ್ಲ ಅಂದ್ರೆ ಏನರ್ಥ? ನೀ ನಮ್ಮನ್ನು ಅಷ್ಟು ಹಗುರವಾಗಿ ನೋಡ್ತಾ ಇದೀಯ? ನಿಂಗೆ ಅಭ್ಯಾಸದಲ್ಲಿ ಸಹಾಯ ಮಾಡೋಕೆ ಇಲಿಯಾಸ್ ಅಷ್ಟೊಂದಿನ ಕಳೆದದ್ದು ಮರೆತುಬಿಟ್ಯಾ? ಒಂದರ್ಥದಲ್ಲಿ ನಿನ್ನ ಜೊತೆಗೆ ಇಲಿಯಾಸ್ ಕೂಡ ಪರೀಕ್ಷೆಯಲ್ಲಿ ಪಾಸಾಗಿದಾನೆ! ಅವನ ಪರವಾಗಿ ಮಾತಾಡೋಕೆ ನಿನಗ್ಯಾವ ಹಕ್ಕು ಇಲ್ಲ! ನೀನು ಶಾಲೆಗೆ ಹೋದರೆ ನಿನ್ನೊಳಗಡೆಯಿಂದಲೇ ಅವನದನ್ನು ಅನುಭವಿಸ್ತಾನೆ! ಖುಷಿಪಡ್ತಾನೆ! ನೆನಪಿರ್ಲಿ" ಅವಳು ನನ್ನನ್ನು ನಿರುತ್ತರನನ್ನಾಗಿಸಿದಳು.

"ಮತ್ತೆ, ನಾನಿಲ್ಲದೆ... ನೀವೆಲ್ಲ ಏನು ಮಾಡ್ತೀರಿ?" ನಾನು ನಾಯಿ ಕುನ್ನಿಯಂತೆ ಕುಂಯಿಗುಟ್ಟಿದೆ.

ಅವಳು ನಡುಗುತ್ತಾ ನನ್ನನ್ನು ಬರಸೆಳೆದು ಅಪ್ಪಿದಳು. ಎಷ್ಟೋ ಹೊತ್ತು ನಾವಿಬ್ಬರೂ ಹಾಗೆಯೇ ಇದ್ದೆವು. ಅಲ್ಲಿಯೇ ಅದ್ಯಾವಾಗಲೋ ನಿದ್ದೆಗೆ ಜಾರಿದೆವು. ಮಧ್ಯರಾತ್ರಿಯಲ್ಲಿ ಒಮ್ಮೆಲೇ ಎಚ್ಚರವಾದಾಗ ನಾನಿನ್ನೂ ಅವಳ ತೋಳ ಸೆರೆಯಲ್ಲೇ ಇದ್ದೆ. ಮಾತಿನಲ್ಲಿ ಹೋಗೆಂದು ಹೇಳಿದ್ದರೂ ಅವಳ ಬಾಹುಗಳು ಬೇಡವೆನ್ನುವಂತೆ ನಿದ್ದೆಯಲ್ಲಿಯೂ ನನ್ನನ್ನು ನಿರ್ಬಂಧಿಸುತ್ತಿದ್ದವು. ತಣ್ಣಗೆ ಕೊರೆಯುತ್ತಿದ್ದ ಅವಳ ತೋಳುಗಳಿಂದ ಬಿಡಿಸಿಕೊಂಡು ನಾನು ಒಂದು ಹೊದಿಕೆ ತಂದು ಅವಳಿಗೆ ಹೊದಿಸಿದೆ. ಅವಳು ಅದೇನೋ ನನಗೆ ತಿಳಿಯದಂತೆ ಗೊಣಗಿ ಪಕ್ಕಕ್ಕೆ ತಿರುಗಿದಳು. ಮುಂದಿನ ಕ್ಷಣಗಳ ನೀರವತೆ ಮತ್ತೆ ಎಲ್ಲಾ ಶಬ್ದಗಳನ್ನು ನುಂಗಿ ಹಾಕಿತು. ಕೇಳಿಸದೆ ಇದ್ದ ಗಡಿಯಾರದ ಸದ್ದಿಗಾಗಿ ನನ್ನ ಕಿವಿಗಳು ಕಾತರಿಸಿದರೆ, ಆ ಗಾಢವಾದ ಕತ್ತಲೆಯಲ್ಲಿ ಮಿನುಗದಿದ್ದ ದೀಪಕ್ಕಾಗಿ ನನ್ನ ಕಣ್ಣುಗಳು ಅರಸಿದವು. ನನಗೆ ಮತ್ತೆ ಮಂಪರು ಆವರಿಸಿದಾಗ ರಾತ್ರಿ ಕಳೆದು ಬೆಳಗಾಗುತ್ತಿತ್ತು.

ನನಗೆ ಎಚ್ಚರವಾದಾಗ ಆಪಾ ಅಲ್ಲಿರಲಿಲ್ಲ. ಅವಳಿಗಾಗಿ ತಂದಿದ್ದ ಹೊದಿಕೆಯಲ್ಲಿ ನನ್ನನ್ನು ಬೆಚ್ಚಗೆ ಮಲಗಿಸಿ, ಅವಳು ಹೊರಟು ಹೋಗಿದ್ದಳು. ನಿದ್ದೆಗಣ್ಣುಗಳನ್ನು ಉಜ್ಜುತ್ತಾ ಎದ್ದ ನಾನು, ಅವಳು ದೀಪಸ್ತಂಭದ ಬಂಡೆಯ ಬಳಿಗೆ ಓಡಿ ಹೋಗುತ್ತಿರುವುದನ್ನು ನೋಡಿದೆ. ಅಲ್ಲಿಂದ ಹೊರಟು, ಲಗುಬಗೆಯಿಂದ ಮಿನಾರನ್ನೇರಿ ಬಂದವಳೇ, ಏದುಸಿರು ಬಿಡುತ್ತಾ ಅವಳು ನನಗೆ ಏನನ್ನೋ ಹೇಳತೊಡಗಿದಳು!. "ಅಲ್ಲಿ ಕೆಳಗೆ..."

ಅವಳು ಹೇಳಿದಳು. "ಗವಾಕ್ಷಿ ಗವೀಲಿ..."

"ಆ ಗವಿಯಲ್ಲಿ ಏನಿದೆ? ಕ್ಯಾಹೆ ಆಪಾ?" ನಾನು ಉದ್ವೇಗದಿಂದ ಕೇಳಿದೆ. ಅವಳು ಮಾತನಾಡಲಾಗದೆ ಉಸಿರುಗಟ್ಟುತ್ತಿದ್ದಳು.

"ಅಲ್ಲಿ ಇನ್ನೊಂದು ನೀರುನಾಯಿ ಇಲ್ಲ ತಾನೇ?"

ಅವಳು ಇಲ್ಲವೆಂದು ತಲೆಯಲ್ಲಾಡಿಸಿದಳು, ಉಸಿರೆಳೆದುಕೊಂಡು "ಅಲ್ಯಾರೋ ಇದಾರೆ!" ಎಂದಳು.

"ಏನ್ ನಿನ್ನ ಮಾತಿನರ್ಥ? ಯಾರೋ ಅಂದ್ರೆ?"

"ಗೊತ್ತಿಲ್ಲ! ಯಾರೋ ಒಟ್ನಲ್ಲಿದಾರೆ!"

"ನಾನಿ ಹೇಳಿದ್ದಲ್ಲ! ಜನರನ್ನು ಅಪಹರಿಸೋಕೆ ಬರೊ ಸಮುದ್ರಗಳ್ಳರಿರಬಹುದು! ಬಾ ತಕ್ಷಣ ಈ ಕೂಡ್ಲೆ ಅಬ್ಬೂಗೆ ಹೇಳಿಬಿಡೋಣ" ನಾನೊಂದು ಹೆಜ್ಜೆ ಮುಂದೆ ಇಟ್ಟೆ. ಅವಳು ನನ್ನನ್ನು ತಡೆದಳು. "ಸ್ವಲ್ಪ ಇರು. ಮೊದ್ಲು ನಾನು ಹೋಗಿ ನೋಡಿಕೊಂಡು ಬರ್ತೀನಿ."

ಅವಳು ಸ್ವಲ್ಪ ಸುಧಾರಿಸಿಕೊಂಡ ನಂತರ ಇಬ್ಬರೂ ಜೊತೆಯಲ್ಲೇ ಹೋಗಿ ನೋಡುವುದೆಂದು ತೀರ್ಮಾನಿಸಿದೆವು. ಕಳ್ಳರಂತೆ ಒಂದೊಂದೇ ಹೆಜ್ಜೆ ಇಡುತ್ತಾ, ಅಲ್ಲಿ ಬಿದ್ದಿದ್ದ ತುಕ್ಕು ಹಿಡಿದಿದ್ದ ಅಸಿಟಲಿನ್ ಬಾಟಲಿಯ ಕಡೆಗೊಮ್ಮೆ ನೋಡಿ, ಬೆಣಚುಕಲ್ಲುಗಳ ಮೇಲೆ ಹೆಜ್ಜೆಯ ಸದ್ದಾಗದಂತೆ ನಾವು ನಿಧಾನವಾಗಿ ಗವಾಕ್ಷಿಗವಿಯನ್ನು ಸಮೀಪಿಸಿದೆವು. ಗವಿಯ ಬಳಿ ಕಲ್ಲು ಬಂಡೆಗಳಿಗಾತುಕೊಂಡು ಅಡ್ಡವಾಗಿ ಅವಿಸಿಟ್ಟಿದ್ದ ಒಂದು ನೌಕೆ ಕಾಣಿಸಿತು. ಅದರ ಮುಂಬದಿಯಲ್ಲಿ ಬರೆದಿದ್ದ ಅಕ್ಷರಗಳು ಗ್ರೀಕ್‌ನಲ್ಲಿ ಇದ್ದುದರಿಂದ ನಾವು ಓದಲಾಗಲಿಲ್ಲ. ಒಂದು ದೊಡ್ಡ ಬಂಡೆಯ ಹಿಂದೆ ಮರೆಯಾಗಿ ಕುಳಿತು, ನಾವಿಬ್ಬರೂ ಉಸಿರು ಬಿಗಿ ಹಿಡಿದು ಗವಿಯ ಬಾಗಿಲನ್ನೇ ಗಮನಿಸುತ್ತಿದ್ದೆವು. ಕೆಲವೇ ನಿಮಿಷಗಳ ನಂತರ ಅಲ್ಲೊಬ್ಬ ತಲೆಗೂದಲು ಕೆದರಿದ್ದ ಯುವಕನನ್ನು ನೋಡಿ, ಒಮ್ಮೆಲೇ ಬೆಚ್ಚಿ ಕುಳಿತಲ್ಲಿಯೇ ಕುಸಿದೆವು! ಮತ್ತೆ ಧೈರ್ಯ ತಂದುಕೊಂಡು ತಲೆ ಎತ್ತುವ ವೇಳೆಗೆ ಅವನು ಅಲ್ಲಿರಲಿಲ್ಲ!

"ಚಿಯೋಸ್‌ನಿಂದ ಬಂದ ಗ್ರೀಕನಿರಬೇಕು!" ಆಪಾ ಪಿಸುಗುಟ್ಟಿದಳು.

"ನಾವ್ಯಾಕಿನ್ನೂ ಕಾಯ್ತಾ ಇದೀವಿ? ಬಾ, ಬೇಗನೆ ಹೋಗಿ ಅಬ್ಬೂಗೆ ವಿಷಯ ತಿಳಿಸೋಣ" ಎಂದು ಹೇಳಿದೆ.

"ಬೇಡ ಅಂತ ಹೇಳಿದ್ನಲ್ಲ! ಮೊದ್ಲು ಅವರ್ಯಾರು ಅಂತ ತಿಳ್ಕೋಳಣ."

"ಓ! ಆಪಾ, ನಾವು ಈ ರೀತಿಯ ಘಟನೆಗಳನ್ನ ತಕ್ಷಣ ವರದಿ ಮಾಡಬೇಕೆ ಹೊರತು ಇನ್ನೇನೂ ಮಾಡಬಾರದು ಅಂತ ಮುಖ್ಯಸ್ಥರು ಹೇಳಿದ್ದು ನೆನಪಿಲ್ವ? ಅವನು ರಾತ್ರಿ ಬಂದು ನಮ್ಮ ಕತ್ತು ಹಿಸುಕಿದರೆ ಏನು ಗತಿ? ಬಾ, ತಕ್ಷಣ ಹೋಗಿ ಅಬ್ಬೂಗೆ ಹೇಳಣ" ಎಂದು ನಾನು ಬಲವಂತ ಮಾಡಿದೆ.

"ಅಬ್ಬು ಇದನ್ನ ಹೇಗೆ ತಗೋತಾರೋ ಏನೋ! ಅಲ್ಲೊ ಒಂದು ಮಗು ಇದ್ರೂ ಇರಬಹುದಲ್ವಾ? ಆ ನೀರು ನಾಯಿನ ಕೊಂದಂಗೆ ಇವನನ್ನೂ ಅಬ್ಬು

ಕೊಂದುಬಿಡಬಹುದು! ಆಗದು ನಾವು ಮಾಡಿದ ಪಾಪ ಅಂತ ಆಗಲ್ವಾ?" ಅವಳ ಮಾತುಗಳು ನನ್ನನ್ನು ತಡೆದವು. ಹಲವು ತಿಂಗಳುಗಳ ಹಿಂದೆ ಕಪ್ಪಗೆ ಹೊಳೆಯುತ್ತಿದ್ದ ಕಣ್ಣುಗಳ ನೀರುನಾಯಿಮರಿ ಅದರ ಅಮ್ಮನನ್ನು ಹುಡುಕುತ್ತಾ ಅರಚುತ್ತಿದ್ದಾಗ ಆಪಾ ದುಃಖಿಸಿ ದುಃಖಿಸಿ ಅಳುತ್ತಿದ್ದದ್ದು ಥುತ್ತನೆ ನೆನಪಿಗೆ ಬಂದು "ಹಾಗಿದ್ರೆ ನಾವೀಗೇನು ಮಾಡಣ?" ಎಂದು ಕೇಳಿದೆ. "ನನಗೂ ಗೊತ್ತಾಗ್ತ ಇಲ್ಲ. ಆದ್ರೂ, ಎಷ್ಟು ಜನ ಇದಾರೆ ಅಂತ ಮೊದ್ಲು ಪತ್ತೆ ಮಾಡಣ ಬಾ!" ಎಂದಳು.

ನಮ್ಮ ಮನಸ್ಸೆಲ್ಲಾ ಆ ಗವಿಯಲ್ಲಿ ಏನು ನಡೆಯುತ್ತಿದೆ ಎಂಬುದರ ಮೇಲೆಯೇ ಕೇಂದ್ರೀಕೃತವಾಗಿದ್ದರೂ, ಯಾರಾದರೂ ನಮ್ಮನ್ನು ಹುಡುಕಿಕೊಂಡು ಬಂದುಗಿಂದಾರು ಎಂದು ಭಯವಾಗಿ ಮರಳಿ ಮನೆಗೆ ಹೋದೆವು. ದಿನವಿಡೀ ಕೆಲಸ ಮಾಡುವಾಗಲೂ, ಒಬ್ಬರು ಮತ್ತೊಬ್ಬರ ಕಡೆಗೆ ಕಳ್ಳ ನೋಟ ಬೀರುತ್ತಾ ಆ ಗೌಪ್ಯದ ಸಂಗತಿಯನ್ನು ಮೌನದಲ್ಲಿಯೇ ಹಂಚಿಕೊಂಡೆವು. ಅಮ್ಮಿ ಹೆಪ್ಪು ಹಾಕಬೇಕಾಗಿದ್ದ ಹಾಲನ್ನು ಪಾತ್ರೆಗೆ ಅಂಟದಂತೆ ಕಲಕುತ್ತಿದ್ದು, ಅತ್ತಕಡೆಯೇ ಗಮನವಿಟ್ಟಿರುವಾಗ, ಆಪಾ 'ನಡಿ ಹೊರಡಣ' ಎಂಬಂತೆ ನನ್ನತ್ತ ನೋಡಿದಳು. ಮತ್ತೊಮ್ಮೆ ನಾವು ಸದ್ದಿಲ್ಲದೆ ಕೆಳಕ್ಕಿಳಿದೆವು. ಈಗ ಧೈರ್ಯ ತಂದುಕೊಂಡು ಆ ನೌಕೆಯ ಸಮೀಪಕ್ಕೆ ಹೋಗಿಬಿಟ್ಟೆವು. ಕಿವಿಗೊಟ್ಟು ಆಲಿಸಿದರೂ ಏನೂ ಕೇಳಿಸಲಿಲ್ಲ. ಮಗು ಮಾತನಾಡುವ ಅಥವಾ ಅಳುವ ಯಾವುದೇ ಧ್ವನಿ ಇರಲಿಲ್ಲ. "ಮಕ್ಕಳಿದ್ದಿದ್ರೆ ಇಷ್ಟು ಹೊತ್ತಿಗಾಗ್ಲೇ ನಮಗೆ ಗೊತ್ತಾಗಬೇಕಿತ್ತಲ್ವಾ?" ಎಂದು ನಾನು ಪಿಸುಗುಟ್ಟಿದ ಕೂಡಲೇ ತನ್ನ ಮೊಣಕೈಯಿಂದ ಜೋರಾಗಿ ತಿವಿದು ಆಪಾ ನನ್ನನ್ನು ಸುಮ್ಮನಿರಿಸಿದಳು. ರಾತ್ರಿ ಊಟ ಮುಗಿಯುತ್ತಿದ್ದಂತೆ, ನಾವು ದೀಪಸ್ತಂಭಕ್ಕೆ ಹೋಗುತ್ತೇವೆ ಎಂದೆನ್ನುತ್ತಾ ಅಲ್ಲಿಂದ ನುಣುಚಿಕೊಂಡೆವು. ದೀಪಸ್ತಂಭದಿಂದ ಗವಾಕ್ಷಿ ಗವಿ ಕಾಣಿಸುತ್ತಿರಲಿಲ್ಲವಾದರೂ ಏನಾದರೂ ಸುಳಿವು ಸಿಕ್ಕಿತೇನೋ ಎಂದು ಜಾಗರೂಕರಾಗಿಯೇ ಇದ್ದೆವು. ಮನೆಯಲ್ಲಿರುವವರೆಲ್ಲ ಮಲಗಿದ ನಂತರ ಮತ್ತೆ ಆ ಗವಿಯತ್ತ ಹೋದೆವು. ಈಗ ಕತ್ತಲೆಯ ಭರವಸೆಯಿಂದ ಧೈರ್ಯ ತಂದುಕೊಂಡು ಆ ನೌಕೆಯ ಹಿಂದೆಯೇ ಅವಿತು ಕುಳಿತೆವು. ಅಷ್ಟೇನೂ ದೊಡ್ಡದಲ್ಲದ ಆ ನೌಕೆ ಎಷ್ಟು ಜನರನ್ನು ಇಲ್ಲಿಗೆ ಕರೆತಂದಿರಬಹುದು ಎಂಬುದೇ ನಮ್ಮ ಯೋಚನೆಯಾಗಿತ್ತು.

ಗವಿಯ ಬಾಗಿಲ ಬಳಿ ಅದೇ ಮನುಷ್ಯ ಕೆಮ್ಮುತ್ತಾ, ಕಷ್ಟಪಟ್ಟು ಕುಂಟುತ್ತಾ ಕಾಣಿಸಿಕೊಂಡ. ನೆಲದ ಮೇಲಿನ ಚಿಕ್ಕದಿಬ್ಬವನ್ನು ದಾಟಲು ಸಹ ಆಗದೆ ನರಳುತ್ತಾ ತನ್ನ ಕುಂಟು ಕಾಲನ್ನು ಎರಡು ಕೈಗಳಿಂದ ಹಿಡಿದೆತ್ತಿ ಮುಂದಕ್ಕಿಟ್ಟ. ಆ ಕಾಲು ನೆಲಕ್ಕೆ ಅಂಟಿಕೊಂಡೇ ಬಿಟ್ಟಿದೆಯೇನೋ ಎಂದು ನಮಗೆ ಭಾಸವಾಯಿತು. ಅಂತೂ ಕಷ್ಟಪಟ್ಟು ಆ ಬರೀ ಒಂದು ಅಂಗೈಯ ಎತ್ತರದ ದಿಬ್ಬವನ್ನು ಕ್ರಮಿಸಿ, ಒಂದೆರಡು ಹೆಜ್ಜೆ ಹಾಕಿ, ಸಮುದ್ರಕ್ಕೆ ಮುಖ ಮಾಡಿ ಕುಳಿತು ಕಾಲುಗಳನ್ನು ಮುಂದಕ್ಕೆ ಮಾಡಿದ. ಲೈಟರ್ ಒಂದು ಅವನ ಸಿಗರೇಟನ್ನು ಹೊತ್ತಿಸಲು ಕೆಲವು ಕ್ಷಣಗಳನ್ನೇ ತೆಗೆದುಕೊಂಡಿತು. ಹೊತ್ತಿದ ಕೂಡಲೇ ಅದರ ಪ್ರಕಾಶ ಅವನ ಮುಖದ ಮೇಲೆ ಮಂದ ಬೆಳಕು ಚೆಲ್ಲಿತು.

ನಂತರ ಅವನು ಗ್ರೀಕ್ ಭಾಷೆಯಲ್ಲಿ ಯಾವುದೋ ಹಾಡನ್ನು ಗುನುಗತೊಡಗಿದ. ಪ್ರತಿ ಬಾರಿ ಅವನ ಕೈ ಬಾಯಿಗೆ ಹೋದಾಗ ದೀಪದ ಹುಳು ಅವನ ತುಟಿಗಳನ್ನು ಪ್ರಕಾಶಿಸುತ್ತಿರುವಂತೆ ತೋರುತ್ತಿತ್ತು. ಅವನು ಸೇದುತ್ತಿದ್ದ ಸಿಗರೇಟಿನ ಹೊಗೆಯ ಘಾಟು ವಾಸನೆ ನಮ್ಮನ್ನು ತಲುಪಿತು. ಒಂದಾದ ಮೇಲೆ ಒಂದರಂತೆ ಹಲವಾರು ಹಾಡುಗಳನ್ನು ಹಾಡಿದ. ಹಾಡಿಯೇ ಹಾಡಿದ. ನಂತರ ಸ್ವಲ್ಪ ಹೊತ್ತು ಸುಮ್ಮನಾದರೂ ಅವನು ಅಲ್ಲಿಂದ ಮೇಲೇಳುವಂತೆಯೇ ತೋರುತ್ತಿರಲಿಲ್ಲ. ದೋಣಿಯ ಹಿಂದೆ ಕುಳಿತು, ಕಾದು ಕಾದು, ನಮ್ಮ ಕಾಲುಗಳು ಮರಗಟ್ಟಿದಂತಾದವು. ಅಂತೂ ಕೊನೆಗೊಮ್ಮೆ ಅವನು ಎದ್ದು ಗವಿಯೊಳಕ್ಕೆ ಹೋದ ಮೇಲೆ ನಾವು ದೀಪಸ್ತಂಭಕ್ಕೆ ಮರಳಿದೆವು. ಅಲ್ಲಿ ತಲುಪುತ್ತಿದ್ದಂತೆ ನಾನು "ನೋಡು, ಅಲ್ಲಿ ಇನ್ನಾರೂ ಇಲ್ಲ! ಇದ್ದಿದ್ರೆ ಒಂದೆರಡು ಮಾತುಗಳನ್ನಾದರೂ ಆಡ್ತಿದ್ರು ಅಲ್ವಾ?" ಎಂದೆ.

"ಇದರ ಬಗ್ಗೆ ಬೆಳಿಗ್ಗೆ ಯೋಚನೆ ಮಾಡಣ!" ಎನ್ನುತ್ತಾ ಆಪಾ ನಾನಾಡಿದ ಮಾತುಗಳನ್ನು ಗಣನೆಗೇ ತೆಗೆದುಕೊಳ್ಳಲಿಲ್ಲ.

ಮರುದಿನ ನಾವು ಮತ್ತೊಮ್ಮೆ ಅಲ್ಲಿಗೆ ಹೋಗಿ ಮತ್ತೆ ದೋಣಿಯ ಹಿಂದೆ ಅವಿತು ಕುಳಿತುಕೊಂಡೆವು. ಯಾರೂ ಕಾಣಿಸದಿದ್ದಾಗ, ಆಪಾ ಧೈರ್ಯ ತಂದುಕೊಂಡು ಒಂದೊಂದೇ ಹೆಜ್ಜೆ ಹಾಕುತ್ತಾ ಗವಿಯ ಬಾಗಿಲ ಬಳಿ ಹೋಗಿಬಿಟ್ಟಳು. ಆ ಮನುಷ್ಯ ಆ ಕ್ಷಣದಲ್ಲೇ ಹೊರಬರಲು ಇಬ್ಬರೂ ಒಬ್ಬರನ್ನೊಬ್ಬರು ನೋಡಿ ಭೂತ ಕಂಡವರಂತೆ ಬೆಚ್ಚಿದರು! ಆಪಾ ಸಾವರಿಸಿಕೊಂಡು, ಒಂದೇ ಏಟಿಗೆ ಅಲ್ಲಿಂದ ಓಡಲಾರಂಭಿಸಿದ್ದನ್ನು ನೋಡಿ ನಾನೂ ಅವಳನ್ನು ಹಿಂಬಾಲಿಸಿದೆ. ಕಾಲಿಗೆ ಚುಚ್ಚುತ್ತಿದ್ದ ಬೆಣಚು ಕಲ್ಲುಗಳನ್ನು ಲೆಕ್ಕಿಸದೆ, ಹುಚ್ಚರಂತೆ ನಾವು ಓಡುತ್ತಿರಲು ಆ ಮನುಷ್ಯ ಏನನ್ನೋ ಬೇಡುವವನಂತೆ ಕೂಗಿದ್ದು ಕೇಳಿಸುತ್ತಿತ್ತು.

ಸುರಕ್ಷಿತವೆನಿಸುವಷ್ಟು ದೂರಕ್ಕೆ ಓಡಿ ಬಂದ ಮೇಲೆ, ನಾವಿಬ್ಬರೂ ನಿಂತು ತಿರುಗಿ ನೋಡಿದೆವು. ಅವನು ನೆಲದ ಮೇಲೆ ಬಿದ್ದು, ಆ ಜಲ್ಲಿಗಳ ಮೇಲೆ ಅಡ್ಡಾದಿಡ್ಡಿ ತೆವಳುತ್ತಿದ್ದ. ನಮ್ಮನ್ನು ಹಿಂಬಾಲಿಸಲು ಪ್ರಯತ್ನಿಸಿದಾಗ, ಗಾಯಗೊಂಡಿದ್ದ ಅವನ ಕಾಲು ಸೋತು ಎಡವಿ ಬಿದ್ದುಬಿಟ್ಟಿರಬೇಕು. ಆದರೂ ನಾವು ಜಾಗರೂಕರಾಗಿಯೇ ಯಾವ ಕ್ಷಣದಲ್ಲಾದರೂ ಓಡಿ ಪರಾರಿಯಾಗಬೇಕೆಂಬ ತಯಾರಿಯಲ್ಲಿಯೇ ಇದ್ದೆವು. ಅವನು ತನ್ನ ಮುಖವನ್ನು ನೋವಿನಿಂದ ಹಿಂಡುತ್ತಾ, ಕೈಗಳನ್ನು ಪ್ರಾರ್ಥನೆಯೆಂಬಂತೆ ಮುಂದೆ ಚಾಚುತ್ತಾ, ನಮ್ಮನ್ನು ಹೆದರಿಸಬಾರದೆಂಬಂತೆ ಮೆಲ್ಲನೆಯ ಧ್ವನಿಯಲ್ಲಿ, 'ಪರಕಾಲು... ಪರಕಾಲು..' ಎಂದು ಮತ್ತೆ ಮತ್ತೆ ಹೇಳುತ್ತಿದ್ದ. ಆಪಾ ಹಿಂಜರಿಯುತ್ತಿದ್ದರೂ ನಾನವಳ ಕೈಹಿಡಿದೆಳೆದು "ನಡಿ, ಮನೆಗೋಗಣ!" ಎಂದು ಅವಸರಿಸಿದೆ. ನಾವು ಬಂಡೆಯ ಬಳಿಗೆ ಹೋಗುವವರೆಗೂ, ಅವನು ನಮ್ಮನ್ನು ಅಂಗಲಾಚಿ ಬೇಡುವವನಂತೆ ಏನನ್ನೋ ಹೇಳಲು ಪ್ರಯತ್ನಿಸುತ್ತಿದ್ದ.

"ಅವನದೇನು ಹೇಳೋಕೆ ಪ್ರಯತ್ನ ಪಡ್ತಾ ಇದಾನೊ ಏನೊ, ಪಾಪ..." ಆಪಾ ಚಿಂತೆಯಿಂದೆಂಬಂತೆ ಹೇಳಿದಳು. ನನ್ನ ಚಿಂತೆ ಬೇರೆಯದೇ ಆಗಿತ್ತು.

“ಆಪಾ, ನೀ ಮಾಡೋದು ಒಂದೊಂದಲ್ಲ! ಅವನಿಗೆ ನಾವು ದೀಪದ ಮನೇಲಿರ್ತಿವಿ ಅಂತ ಗೊತ್ತಾಯ್ತು ಅನ್ಸತ್ತೆ! ಇನ್ನ ನಾವು, ಬೇಹುಗಾರ ಬಂದಿದಾನೆ ಅಂತ ದೂರು ಕೊಡ್ತೀವಿ ಅಂದುಕೊಂಡು ಮಧ್ಯರಾತ್ರಿ ಹೊತ್ತಲ್ಲಿ ಬಂದು ನಮ್ಮ ಕತ್ತು ಸೀಳಿಬಿಟ್ರೆ?”

“ನಿಂಗೇನು ಹುಚ್ಚಾ?” ಎಂದು ಅವಳು ಗದರಿದಳು.

“ಅವನ ಕಾಲು ಮುರಿದಿದ್ದನ್ನ ನೋಡಲಿಲ್ವ? ಒಂದು ಹೆಜ್ಜೆನೂ ಮುಂದೆ ಇಡೋಕಾಗದೆ ಇದ್ದೋನು ಆ ಬಂಡೆ ದಾಟಿ ಹೆಂಗ್ ಬರ್ತಾನೆ? ಪಾಪ ಜೀವ ಉಳಿಸಿಕೊಳ್ಳೋಕೆ ಕಂಗಾಲಾಗಿ ನಡುಗಡ್ಡೆಯಿಂದ ಓಡಿ ಬಂದವನಿರಬೇಕು. ಅವನು ನಮಗೇನೂ ಮಾಡಲ್ಲ. ಸುಮ್ನೆ ದೋಷಾರೋಪಣೆ ಮಾಡೋದು ಬೇಡ. ಅವನು ನಮ್ಮನ್ನ ನೋಡಿ ನಮ್ಮಷ್ಟೇ ಹೆದರಿರಬಹುದು. ಯಾರಿಗೊತ್ತು? ಬೆಳಿಗ್ಗೆ ಆದ ತಕ್ಷಣ ಅವನ ದೋಣೀಲಿ ಇಲ್ಲಿಂದ ಓಡಿನೇ ಹೋಗಿಬಿಡಬಹುದು...”

ಕೊನೆಯ ಸಾಲನ್ನು ಹೇಳುವಾಗ ಅವನು ಹೊರಟು ಹೋದರೆ ಅವಳಿಗೆ ಬೇಸರವಾಗುವುದೇನೋ ಎಂಬಂತೆ ಅವಳ ಧ್ವನಿ ನಡುಗಿತು. ರಾತ್ರಿ ಊಟದ ವೇಳೆ ನಾವಿಬ್ಬರೂ ಒಬ್ಬರತ್ತ ಒಬ್ಬರು ಕಳ್ಳ ನೋಟ ಬೀರುತ್ತಿದ್ದೆವು. ಒಂದು ಗೌಪ್ಯವನ್ನಷ್ಟೇ ಅಲ್ಲ, ಒಬ್ಬ ತಲೆಮರೆಸಿಕೊಂಡು ಬಂದ ಗ್ರೀಕನನ್ನು ನಾವು ಅಡಗಿಸಿಟ್ಟುಬಿಟ್ಟಿದ್ದೆವು. ನಾನು ಮುಳ್ಳ ಮೇಲೆ ನಿಂತಂತಿದ್ದೆ. ಅಬ್ಬುವಿಗೆ ಈ ವಿಷಯ ತಿಳಿದರೆ ಮುಂದೇನಾಗಬಹುದು ಎಂದು ಊಹಿಸಲು ನನ್ನ ಮನಸ್ಸಿನಲ್ಲಿ ಆಸ್ಪದವಿರಲಿಲ್ಲ. ಆ ಗ್ರೀಕ್ ಮನುಷ್ಯನ ಬಗ್ಗೆ ಈಗ ಹೆಚ್ಚೇನೂ ಭಯವಿರಲಿಲ್ಲ. ಆ ಕುಂಟುಗಾಲಿನ ಮೇಲೆ ಅವನು ನಮ್ಮ ಮೇಲೇರಿ ಬಂದು ನಮ್ಮ ಕತ್ತು ಸೀಳಬಹುದು ಎಂದೇನೂ ಈಗ ಅನಿಸುತ್ತಿರಲಿಲ್ಲ. ಆಪಾ ಹೇಳಿದಂತೆ ಅವನೊಬ್ಬ ಪಾಪದ ಪ್ರಾಣಿಯೇ ಸರಿ! ಕೊಲೆಗಾರನಂತೆಯೋ, ಮತ್ತೊಂದರಂತೆಯೋ ತೋರುತ್ತಿರಲಿಲ್ಲ. ನಾವು ಓಡಿ ಬರುತ್ತಿದ್ದಾಗ ಅದೆಷ್ಟು ಅಂಗಲಾಚಿದ್ದನಲ್ಲ... ಅವನೇನು ಬೇಡುತ್ತಿದ್ದಿರಬಹುದು?

ನನ್ನ ಮನಸ್ಸಿನ ಭಾವನೆಗಳನ್ನು ಅರಿತಂತೆ ಅಬ್ಬು ಬಚ್ಚಲು ಮನೆಗೆ ಹೋದ ಸಮಯ ಸಾಧಿಸಿ ಆಪಾ ಹನೀಮ್ ಹಾಲಾಳ ಹತ್ತಿರ ಹೋಗಿ ಗ್ರೀಕ್ ಭಾಷೆಯಲ್ಲಿ ಪರಕಾಲು ಎಂದರೇನು? ಆ ರೀತಿಯ ಒಂದು ಶಬ್ದವಿದೆಯೇ ಎಂದು ಕೇಳಿದಳು. ಹಾಲಾ ಅವಳದೇ ಶೈಲಿಯಲ್ಲಿ ಆಪಾಳ ಉಚ್ಚಾರಣೆಯನ್ನು ಸರಿಪಡಿಸಿ ಹಾಗೆಂದರೆ “ದಯವಿಟ್ಟು” ಎಂದರ್ಥ! ಸಭ್ಯರಾದ ಗ್ರೀಕರು ಈ ರೀತಿಯ ಭಾಷೆಯನ್ನು ಉಪಯೋಗಿಸುತ್ತಾರೆ... ಈ ವಿಷಯ ಈಗೆಲ್ಲಿಂದ ಬಂತು ಎಂದು ಕೇಳಿದಳು.

“ ಏನಿಲ್ಲ ಏನಿಲ್ಲ...” ಆಪಾ ನುಣುಚಿಕೊಂಡಳು.

“ಮತ್ತೆ ನೀರೊ ಅಂದ್ರೆ?”

“ನೀರು.”

“ಮತ್ತೆ ಸೋಮಿ ಅಂದ್ರೆ?”

“ಸೋಮಿಯೇ?”

“ಹೌದು ಬರೀ ಸೋಮಿ!”

ನಾನು ಸಹ ಆ ಮನುಷ್ಯ ಹೇಳಿದ್ದ ರೀತಿಯನ್ನು ಅನುಕರಿಸುತ್ತಾ “ಸೋಮಿ, ಸೋಮಿ, ಸೋಮಿ... ಎಂದೆ!

“ಸೋಮಿ ಎಂದರೆ ಬ್ರೆಡ್ಡು!” ಅಬ್ಬು ಹೇಳಿದ!

ಅವನು ಮರಳಿ ಬಂದದ್ದನ್ನು ನಾವು ಗಮನಿಸಿರಲಿಲ್ಲ. ಥಟ್ಟನೆ ಸಿಕ್ಕಿಬಿದ್ದವರಂತೆ ನಿಂತಲ್ಲಿಯೇ ನೆಗೆದೆವು.

“ನೀನು ಎಬಡ ಬಬಡ ಉಚ್ಚಾರ ಮಾಡಿದೆ. ಅದಿಕ್ಕೆ ನಿಮ್ಮ ಹಾಲಾಗೆ ಅರ್ಥ ಆಗಿಲ್ಲ” ಅವನು ಶಾಂತವಾಗಿಯೇ ಮುಂದುವರೆಸಿದ. “ಅದ್ಸರಿ, ಈಗ ಈ ಶಬ್ದಗಳ ಅರ್ಥ ಯಾಕೆ ಕೇಳ್ತಾ ಇದೀರಿ? ನಮಕ್ ಹರಾಮ್ ನನ್ನ ಮಕ್ಕಳ ಭಾಷೆ ಕಲೀಬೇಕು ಅನ್ನೋ ಆಸೆ ಏನು?” ಅಬ್ಬು ಕೇಳಿದ್ದ.

“ಏನಿಲ್ಲ ಅಬ್ಬು, ನಾನಿ ಮತ್ತೆ ನಾನು ಸಜಾಕಿಗೆ ಹೋಗಿದ್ವಲ್ಲ! ಅಲ್ಲಿ ಒಬ್ಬ ಗ್ರೀಕ್ ಹುಡುಗೀನ ನೋಡಿದ್ವಿ! ಅವಳು ಮಾತಾಡಿದ್ದು ನೆನಪಿಗೆ ಬಂತು. ಅದಿಕ್ಕೆ ಕೇಳ್ತಾ ಇದ್ವಿ!” ಎಂದು ಬೀಸುವ ದೊಣ್ಣೆಯಿಂದ ತಪ್ಪಿಸಿಕೊಳ್ಳುವಂತೆ ಹೇಳಿದ್ದೆ.

“ಓಹೋ! ಸಜಾಕ್ ಅಲ್ಲಿ, ಗ್ರೀಕ್ ಹುಡುಗಿಯೊಬ್ಬಳು ನಿನ್ನನ್ನ ಬ್ರೆಡ್ಡಿಗೋಸ್ಕರ ಬೇಡಿದ್ಲಾ? ಹಂಗಂದ್ರೆ ತಲೆಮರೆಸಿಕೊಂಡು ಬಂದಿದ್ದೋಳಾದ್ರೂ ಆಗಿರಬಹುದು” ಎಂದು ಅಬ್ಬು ಹೇಳಿದ್ದ.

ಮರುದಿನ ಬೆಳಿಗ್ಗೆ ನನ್ನ ಕೈಯಲ್ಲಿ ಒಂದೆರಡು ಬಿಸ್ಕತ್ತುಗಳು ಹಾಗೂ ಆಪಾನ ಕೈಯಲ್ಲಿ ನೀರಿನ ಹೂಜಿಯೊಂದನ್ನು ಹಿಡಿದು ನಾವಿಬ್ಬರೂ ಕೊಂಚ ಉತ್ಸುಕತೆಯಿಂದಲೇ, ಬಂಡೆ ಇಳಿದು ಹೋದೆವು. ಈ ಬಾರಿ ನಮ್ಮ ಕಾಲಡಿಯಲ್ಲಿ ಬೆಣಚು ಕಲ್ಲುಗಳ ಶಬ್ದದ ಬಗ್ಗೆ ಯಾವುದೇ ಆತಂಕವಿರಲಿಲ್ಲ. ಅಲ್ಲಿ ನೌಕೆಯನ್ನು ನೋಡಿದ ತಕ್ಷಣ ಆಪಾ ಸಂತೋಷದಿಂದ ಎಂಬಂತೆ ಕಿರುಚಿದಳು “ಅವನು ಹೋಗಿಲ್ಲ!”

ಗವಿಬಾಗಿಲಲ್ಲಿ ನಿಂತು ಯಾವುದೇ ಕ್ಷಣದಲ್ಲಾದರೂ ಓಡಿ ಹೋಗಲು ಸಿದ್ಧರಾಗಿ ಒಳಗೆ ಇಣುಕಿದೆವು.

ಅವನು ಗೋಡೆಯ ಕಡೆ ಮುಖ ಮಾಡಿ, ಎಡಬದಿಗೆ ತಿರುಗಿ ನಿದ್ರಿಸುತ್ತಿದ್ದ. ನಾವು ತಂದಿದ್ದ ನೀರು ಮತ್ತು ಬಿಸ್ಕತ್ತನ್ನು ಅವನ ಪಕ್ಕದಲ್ಲಿಟ್ಟು ಹೊರಟು ಬರಬಹುದಿತ್ತು. ಆಪಾ ಪಿಸುಗುಟ್ಟಿದಳು; “ಅವನನ್ನು ಎಚ್ಚರಿಸೋದಾ?”

“ಹೆಂಗೆ?”

“ಶ್!” ಅಂತ ಅನ್ನಬಹುದು.

“ಹುಶ್ ಎಂದರೆ ಇವನಿಗೆ ಅರ್ಥ ಆಗತ್ತೆ ಅಂತಿಯಾ?”

"ಹಂಗಾರೆ, ಇನ್ನೇನು ಹೇಳೋದು?"

ಹಾಲಾಳನ್ನು ಗ್ರೀಕ್ ನಲ್ಲಿ 'ಹುಶ್' ಹೇಗೆ ಹೇಳಬೇಕು ಎಂದು ವಿಚಾರಿಸಲಿಲ್ಲವಲ್ಲ ಎಂದು ಬೇಸರದಿಂದ ನಿಟ್ಟುಸಿರಿಟ್ಟೆವು. ಆದರೂ ಹುಶ್ ಎಂದು ಹೇಳಿ ನಮ್ಮ ಅದೃಷ್ಟವನ್ನು ಪರೀಕ್ಷಿಸುವುದರ ಹೊರತಾಗಿ ನಮಗೆ ಬೇರೆ ದಾರಿ ಇರಲಿಲ್ಲ! ಅವನು ಗಾಢವಾಗಿ ನಿದ್ರಿಸುತ್ತಿದ್ದ. ಸುಮಾರು ಹೊತ್ತಾದ ಮೇಲೆ ನಾವು ಅವನ ಮೈ ಮೇಲೆ ಒಂದೆರಡು ಬೆಣಚು ಕಲ್ಲುಗಳನ್ನು ಎಸೆದರೆ ಹೇಗೆ ಎಂದು ಯೋಚಿಸುವಷ್ಟರಲ್ಲಿ ಅವನಿಗೆ ಎಚ್ಚರವಾಯಿತು. ಏನಾಗುತ್ತಿದೆ ಎಂಬುದು ಅವನ ಅರಿವಿಗೆ ಬರುವ ಮುನ್ನವೇ ನೀರಿನ ಸೂಜಿಯನ್ನು ಅವನ ಮುಂದಿರಿಸಿ, ಆಪಾ ಅಲ್ಲಿಂದ ಓಡಿದಳು.

ನೀರನ್ನು ನೋಡಿದೊಡನೆ, ಅವನ ನಿದ್ದೆಗಣ್ಣುಗಳು ಅಗಲವಾಗಿ ಅರಳಿ, ಅವನು ಹೂಜಿಯನ್ನು ಎತ್ತಿ ಬಾಯಿಗಿಟ್ಟು, ಜೀವನದಲ್ಲಿ ಮೊದಲ ಬಾರಿ ನೀರು ಕುಡಿಯುತ್ತಿದ್ದವನಂತೆ ಒಡ್ಡು ಒಡ್ಡಾಗಿ ಮೈಮೇಲೆಲ್ಲಾ ಚೆಲ್ಲಿಕೊಳ್ಳುತ್ತಾ ಕುಡಿಯಲಾರಂಭಿಸಿದ! ಬಾಯಿಯನ್ನು ಅಂಗೈಯ ಹಿಂಭಾಗದಿಂದ ಒರೆಸಿಕೊಂಡು ನಮ್ಮತ್ತ ಒಂದು ಕೃತಜ್ಞತೆ ತುಂಬಿದ ನೋಟ ಬೀರಿದ. ಆಪಾ ನನಗೆ ಆಣತಿ ಇಟ್ಟಂತೆ, ತನ್ನ ಹುಬ್ಬಿನಿಂದ ಸೂಚಿಸಲಾಗಿ, ಮುಂದೆ ನನ್ನ ಸರದಿ ಎಂದು ಅವನ ಸಮೀಪಕ್ಕೆ ಹೋಗಿ ನನ್ನ ಕೈಯಲ್ಲಿದ್ದ ಬಿಸ್ಕತ್ತನ್ನು ಮುಂದೆ ಚಾಚಿದೆ. ನನಗೀಗ ಯಾವುದೇ ತರಹದ ಭಯವಿರಲಿಲ್ಲ. ಅವನು ಆ ಕಲ್ಲಿನಂತೆ ಗಟ್ಟಿಯಾಗಿದ್ದ ಬಿಸ್ಕತ್ತುಗಳನ್ನು ಹೊಟ್ಟೆ ಬಾಕನಂತೆ ಅಗಿದಗಿದು ತಿನ್ನಲಾರಂಭಿಸಿದಾಗ ನಮಗಿಬ್ಬರಿಗೂ ನಗು ತಡೆಯಲಾಗಲಿಲ್ಲ. ಆಪಾ ಅವನ ಹತ್ತಿರ ಹೋಗಿ ಆ ಬಿಸ್ಕತ್ತುಗಳನ್ನು ತನ್ನ ಕೈಗೆತ್ತಿಕೊಂಡು ಆ ನೀರಿನ ಹೂಜಿಯಲ್ಲಿ ಮುಳುಗಿಸಿದಳು. "ನೋಡು!" ಅವಳೆಂದಳು. "ಇವುನ್ನ ಹೀಗೆ ನೆನೆಸಿ ಮೆತ್ತಗೆ ಮಾಡಿ ತಿನ್ನಬೇಕು! ಕಲ್ಲಿನಂತೆ ಗಟ್ಟಿಯಾದುವನ್ನು ಯಾರು ತಾನೆ ತಿಂತಾರೆ?" ಅವಳು ಒಂದು ಮಗುವಿನ ಜೊತೆ ಮಾತನಾಡುವಂತೆ ಮೆಲ್ಲನೆ ಮಾತನಾಡುತ್ತಿದ್ದಳು. ನಾವು ನಿಧಾನವಾಗಿ ಮಾತನಾಡಿದರೆ ನಮ್ಮ ಭಾಷೆ ಅವನಿಗೆ ಅರ್ಥವಾಗಬಹುದು ಎಂಬುದು ಅವಳ ಅನಿಸಿಕೆಯಾಗಿತ್ತು!

ನಾವು ಅವನೆದುರು ಗೋಡೆಯ ಬಳಿ ಕುಳಿತು ಆ ಮೆತ್ತಗಾದ ಬಿಸ್ಕತ್ತುಗಳನ್ನು ಅವನು ತಿನ್ನುತ್ತಿರುವುದನ್ನು ನೋಡುತ್ತಿದ್ದೆವು. ಸುಮಾರು ಇಪ್ಪತ್ತೈದು ವರ್ಷದವನಿರಬಹುದು ಎಂದು ನನ್ನ ಅಂದಾಜು. ಅವನ ಮುಖ ಕುರುಚಲು ಗಡ್ಡದಿಂದ ಕೂಡಿ ಸೂರ್ಯನ ಬಿಸಿಲಿಗೆ ಸುಟ್ಟಂತಿತ್ತು. ಮೈಮೇಲೆ ಉಪ್ಪಿನ ಕಲೆಗಳು, ಒಡೆದ ತುಟಿಗಳು, ಕೆದರಿದ ಕೂದಲಿದ್ದರೂ ಅವನ ಮುಖ ಹುಡುಗಿಯರ ಮುಖದಂತೆ ಸುಂದರವಾಗಿಯೇ ತೋರುತ್ತಿತ್ತು. ತೆಳ್ಳಗಿದ್ದ ಅವನ ದೇಹದಲ್ಲಿ ಉದ್ದನೆಯ ಕತ್ತು ಎದ್ದು ಕಾಣಿಸುತ್ತಿತ್ತು. ಮಾಸಲಾದ ಅಂಗಿಯ ಮೇಲೆ ಅಂಚಿನಲ್ಲಿ ಕಸೂತಿ ಮಾಡಿದ್ದ ತೋಳಿಲ್ಲದ ಕೋಟೊಂದನ್ನು ಧರಿಸಿದ್ದ. ಕಾಲಲ್ಲಿ ಚಪ್ಪಲಿಗಳಿರಲಿಲ್ಲ. ಅವನ ಎಡಪಾದ ಕಣಕಾಲಿನವರೆಗೂ ಒಂದು ನೇರಳೆ ಡ್ರಮ್ಮಿನಂತೆ ಊದಿಕೊಂಡು ಮಡಿಚಿದ್ದ ಕಪ್ಪು ಪ್ಯಾಂಟಿನ ತುದಿಯ ಕೆಳಗೆ ಭಯಾನಕವಾಗಿ ಕಾಣಿಸುತ್ತಿತ್ತು.

"ನೀನು ಸಜಾಕ್‌ನಿಂದ ಬಂದ್ಯಾ?" ಆಪಾ ತುಸು ಹೆಚ್ಚೇ ಮರುಕದ ಧ್ವನಿಯಲ್ಲಿ ಕೇಳಿದಳು.

ಇಲಿಯಾಸ್‌ನ ಸಾವಿನ ನಂತರ ಅವಳ ಕಣ್ಣುಗಳಲ್ಲಿ ಆ ರೀತಿ ಹೊಳಪು ನೋಡಿದ್ದು ಅದೇ ಮೊದಲು! ಅವನ ಆ ಖಾಲಿತನದ ನೋಟವನ್ನು ನೋಡಿ, ಅವಳು ಗವಿಯ ಬಾಗಿಲಿಗೆ ಬಂದು ಅಪ್ಪಳಿಸುತ್ತಿದ್ದ ಸಮುದ್ರದಲೆಗಳ ದಿಕ್ಕಿನಲ್ಲಿ ಕೈಮಾಡಿ ಮತ್ತೆ 'ಸರೇಸಾ*? ಮಸ್ತಿಕ?' ಎಂದಳು. "ನೇ**!" ಎಂದು ನಗುಮುಖದಿಂದ ತಲೆದೂಗಿದ.

ನಾವು ಮರಳಿ ನಗು ಬೀರಿದೆವು. ಈಗ ನಾವೆಲ್ಲ ಗ್ರೀಕಿನಲ್ಲಿ ಸಂಭಾಷಿಸುತ್ತಿದ್ದೆವು!

"ನಿನ್ನ ಹೆಸರೇನು?" ಅವಳು ಟರ್ಕಿಯಲ್ಲಿ ಕೇಳಿದಳು.

ಅವನಿಗೆ ಅರ್ಥವಾಗದಿದ್ದಾಗ ಅವಳು ನನ್ನ ಕಡೆಗೆ ಬೆರಳು ತೋರಿಸಿ, ನನ್ನ ಹೆಸರು ಹೇಳಿದಳು. ಮತ್ತು ತನ್ನ ಎದೆಯ ಮೇಲೆ ಎರಡು ಕೈ ಇಟ್ಟುಕೊಂಡು 'ಫೆರಿಹ! ನನ್ನ ಹೆಸರು ಫೆರಿಹ... ನಿನ್ನದೇನು?" ಎಂದಳು. ಅರ್ಥವಾಯಿತೆಂದು ಮುಗುಳುನಕ್ಕ ನಗು ಅವನ ಮುಖದಲ್ಲಿ ಹೊಮ್ಮಿತು. ನನ್ನ ಅಕ್ಕನ ಬೆರಳು ಮಾಡುತ್ತಾ ಅವನು "ಫೆರಿಹಾ" ಎಂದ.

"ಎಲಿಯಾಸ್"!" ಎಂದು ಅವನು ತನ್ನ ಎದೆ ತಟ್ಟಿಕೊಳ್ಳುತ್ತಾ ಹೇಳಿದ!

"ಅವನು ಇಲಿಯಾಸ್ ಎಂದನೇ? ಅವನ ಹೆಸರು ಇಲಿಯಾಸ್ ಎಂದೇ?" ಅಕ್ಕ ಕೂಗಿದಳು.

"ಹೌದು!" ನಾನು ಉತ್ತರಿಸಿದೆ.

ಅವಳ ಮುಖ ಕಪ್ಪಿಟ್ಟಿತು. ಅಳುವನ್ನು ತಡೆಯುವಂತೆ ತನ್ನ ತೆರೆದಿದ್ದ ಬಾಯಿಯನ್ನು ಕೈಯಿಂದ ಮುಚ್ಚುತ್ತಾ ಅವಳು ಗವಿಯಿಂದ ಆಚೆ ಓಡಿದಳು. ನಾನು ಅವಳನ್ನು ಹಿಂಬಾಲಿಸಿದೆ. ಅವಳು ದಿಕ್ಕುಗೆಟ್ಟಂತಾಗಿದ್ದಳು. ಅದೆಷ್ಟು ಜೋರಾಗಿ ಓಡುತ್ತಿದ್ದಳೆಂದರೆ ನಾನು ಬಂಡೆಯ ಅರ್ಧಕ್ಕೆ ಬರುವಷ್ಟರಲ್ಲಿ ಅವಳದನ್ನು ಕ್ರಮಿಸಿ ಮಾಯವಾಗಿಬಿಟ್ಟಿದ್ದಳು. ಅಲ್ಲಿನವರೆಗೆ ನಗುತ್ತಿದ್ದವಳಿಗೆ ಇದ್ದಕ್ಕಿದ್ದಂತೆ ಏನಾಯಿತು? ಅವನ ಹೆಸರು 'ಇಲಿಯಾಸ್' ಎಂದು ಅವಳಿಗೆ ಬೇಸರವೇ? ಅಥವಾ ದೇಶದ್ರೋಹಿಯೊಬ್ಬನ ಹೆಸರು ಮತ್ತು ತನ್ನ ಸತ್ತುಹೋಗಿರುವ ತಮ್ಮನ ಹೆಸರು ಒಂದೇ ಎಂದು ದುಃಖವೋ ನನಗೆ ತಿಳಿಯದಾಗಿತ್ತು. ಆದರೆ ಅವಳನ್ನು ಹುಡುಕಲೇಬೇಕಿತ್ತು ಎನ್ನುವುದಂತೂ ಆಗಿನ ನನ್ನ ಒತ್ತಡವಾಗಿತ್ತು. ನಾನು ಚಕಚಕನೆ ಮಿನಾರನ್ನೇರಿದೆ. ಅವಳು ಅಲ್ಲಿನ ಗ್ಯಾಲರಿ ಡೆಕ್ಕಿನ ಮೇಲೆ ಮೊಣಕಾಲುಗಳನ್ನು ಎದೆಗೊತ್ತಿ ಕುಳಿತುಕೊಂಡು ಚಳಿಯಾಗುತ್ತಿದೆ ಎಂಬಂತೆ ನಡುಗುತ್ತಾ ಮುಸುಗುಟ್ಟುತ್ತಿದ್ದಳು. ಅವಳನ್ನು ಸಮಾಧಾನ ಮಾಡಲು ಏನು ಹೇಳಬೇಕೆಂಬುದೇ ನನಗೆ ತಿಳಿಯದಂತಾಯಿತು. ಅವಳ ಆ ವರ್ತನೆಗೆ ಕಾರಣವೇನೆಂದು

---

* ಟರ್ಕಿ ಭಾಷೆಯಲ್ಲಿ ಚಿಯೋಸಿಗೆ ಸರೇಸಾ ಎನ್ನುತ್ತಾರೆ. ಮಸ್ತಿಕಾ ಎನ್ನುವುದು ಸಹ ಅಂಟುವ ಕಣ್ಣೀರು ಗಿಡದಿಂದಲೇ ಚಿಯೋಸಿಗೆ ಬಂದ ಹೆಸರು.

** ಗ್ರೀಕ್ ನಲ್ಲಿ ಹೌದು ಎಂದರ್ಥ.

ಗೊತ್ತಾಗದೆ ನನ್ನಿಂದ ಯಾವುದೇ ಮಾತುಗಳು ಹೊರಡದಾದವು. ಸಾಯಂಕಾಲದ ವೇಳೆ ಏನೂ ಆಗೇ ಇಲ್ಲವೇನೋ ಎಂಬಂತೆ ಅವಳು ನನ್ನತ್ತ ಬಂದಳು. ಬೆಳಗಿನ ತಳಮಳವೆಲ್ಲ ದೂರವಾಗಿತ್ತು. ಚಮತ್ಕಾರವೆಂಬಂತೆ ಮಿನುಗುತ್ತಿರುವ ಕಣ್ಣುಗಳಿಂದ ಗವಿಗೆ ಹೋಗೋಣ ಎಂದು ಪಿಸುಗುಟ್ಟಿದಳು. ಹರಡಿದ್ದ ದ್ರಾಕ್ಷಿಗಳನ್ನು ನಮ್ಮ ಜೇಬುಗಳಲ್ಲಿ ತುಂಬಿಸಿಕೊಂಡು ನಾವು ಅವಸರದಲ್ಲಿ ಬಂಡೆಯನ್ನೇರಿ ಎಲಿಯಾಸನ ಮುಂದೆ ಕೂತು ಅವನು ಅವುಗಳನ್ನು ಕಬಳಿಸುವುದನ್ನು ಮತ್ತೆ ನೋಡಿದೆವು. ನಮ್ಮ ಇಲ್ಲಿಯಾಸನಿಗೂ ದ್ರಾಕ್ಷಿ ಎಂದರೆ ತುಂಬಾ ಪ್ರೀತಿ! ಅವು ಒಣಗುವ ಮೊದಲೇ ಹೆಕ್ಕಿ ತಿನ್ನುತ್ತಿದ್ದ ಅವನಿಗೆ ಅಮ್ಮಿಯ ಬೈಗುಳ ತಪ್ಪುತ್ತಿರಲಿಲ್ಲ! ತೋಟದಲ್ಲಿ ಹೆಕ್ಕದೆ ಉಳಿದು ನೈಸರ್ಗಿಕವಾಗಿ ಒಣಗಿರುತ್ತಿದ್ದ ದ್ರಾಕ್ಷಿ ಗೊಂಚಲುಗಳನ್ನು ಹುಡುಕಿಕೊಂಡು ನಾವು ಮೂವರು ಕೊರೆಯುವ ಚಳಿಯನ್ನೂ ಲೆಕ್ಕಿಸದೆ ನುಗ್ಗುತ್ತಿದ್ದದ್ದು ನೆನಪಾಯಿತು. ನಾನು ಆಪಾನ ಮುಖ ನೋಡಿದಾಗ, ಅವಳು ಕೂಡ ಅದನ್ನೇ ಯೋಚಿಸುತ್ತಿದ್ದಳೆಂಬಂತೆ ಅವಳ ಮುಖದಲ್ಲಿ ಮಂದಸ್ಮಿತ ಹರಡುತ್ತಿತ್ತು.

ಎಲಿಯಾಸ್ ದ್ರಾಕ್ಷಿಗಳನ್ನು ಮುಕ್ಕುತ್ತಿರಲು ಆಪಾ "ನಿನ್ನ ಕಾಲಿಗೇನಾಯ್ತು?" ಎಂದಳು. ಅವನ ಖಾಲಿ ಮುಖ ಛಾಯೆ ನೋಡಿ ದಪ್ಪವಾಗಿ ನೇರಳೆ ಬಣ್ಣಕ್ಕೆ ತಿರುಗಿದ್ದ ಅವನ ಕಾಲಿನತ್ತ ಕೈ ಮಾಡುತ್ತಾ "ಪಾದ, ಪಾದ..." ಎಂದಳು. ಅವನು ಸನ್ನೆ ಮಾತಿನಲ್ಲಿ ವಿವರಿಸಿದ್ದೇನೆಂದರೆ, ಅವನ ದೋಣಿಯನ್ನು ದಡಕ್ಕೆ ಎಳೆದು ತರುತ್ತಿದ್ದಾಗ, ಜೋರಾದ ಅಲೆಯೊಂದು ಅವನನ್ನು ಮುಂದಕ್ಕೆ ತಳ್ಳಿ, ದೋಣಿಯನ್ನು ತೇಲಿ ಹೋಗದಂತೆ ಹಿಡಿದಿಡುವ ಪ್ರಯತ್ನದಲ್ಲಿ, ಅವನ ಕಾಲು ಬಂಡೆಗಳ ಮಧ್ಯೆ ಸಿಕ್ಕಿಬಿಟ್ಟಿತ್ತು. "ಮೂಳೆ ಮುರಿದಿದ್ಯೋ ಏನೋ?" ಆಪಾ ಆತಂಕದಲ್ಲಿ ಮೆಲು ಮಾತಿನಲ್ಲೇ ಆತಂಕ ವ್ಯಕ್ತಪಡಿಸಿದಳು.

ಮುಂದಿನ ಸಲ ನಾವು ಅಲ್ಲಿಗೆ ಹೋದಾಗ ಆಪಾ ಅವಳ ಕೈಯಲ್ಲಿ ಒಂದು ಗಾಯಕ್ಕೆ ಸವರುವ ಎಣ್ಣೆಯ ಬಾಟಲಿ ಮತ್ತು ತಾನೆ ಕತ್ತರಿಸಿ ಸಿದ್ಧಮಾಡಿದ್ದ ಬಟ್ಟೆಯ ಪಟ್ಟಿಗಳನ್ನು ಹಿಡಿದಿದ್ದಳು. ನೋವಿನಿಂದ ಎಲಿಯಾಸ್ ಕೂಗಿಕೊಳ್ಳುತ್ತಿದ್ದರೂ, ಅವನ ಕಾಲಿಗೆ ಎಣ್ಣೆ ತಿಕ್ಕಿ ಪಟ್ಟಿ ಮಾಡಿದಳು. ಈಗ ನಾವು ನಿಯಮಿತವಾಗಿ ಗವಿಗೆ ಹೋಗಲಾರಂಭಿಸಿದ್ದೆವು. ಒಂದು ದಿನ ದೊಡ್ಡ ಹೂಜಿಯ ತುಂಬಾ ನೀರನ್ನು ಕೊಂಡೊಯ್ದು ಅವನ ಕೈಗಳಲ್ಲಿ ಸುರಿಯುತ್ತಾ, ಉಪ್ಪುಪ್ಪಾಗಿದ್ದ ಅವನ ಮುಖವನ್ನು ತೊಳೆದು ಸ್ವಚ್ಛ ಮಾಡಿಕೊಳ್ಳಲು ಸಹಾಯ ಮಾಡಿದೆವು. ಪ್ರತಿ ಬಾರಿ ಅಲ್ಲಿಗೆ ಹೋದಾಗಲೂ ಅವನಿಗೆ ಏನಾದರೂ ಆಹಾರ ಕೊಂಡೊಯ್ಯುತ್ತಿದ್ದೆವು. ನಮ್ಮ ತೇಪೆ ಹಚ್ಚಿದ ಪ್ಯಾಂಟು ಜೇಬುಗಳಲ್ಲಿ ಹಣ್ಣು, ಅಂಜೂರ, ಬಾದಾಮಿ, ಬೇಯಿಸಿದ ಮೊಟ್ಟೆ ಈ ರೀತಿ ಏನನ್ನಾದರೂ ತುಂಬಿಸಿಕೊಂಡು ಬಂಡೆಯಿಂದ ಕೆಳಗಿಳಿಯುತ್ತಿದ್ದೆವು. ಇನ್ನೊಂದು ಬಾರಿ ಸ್ವಲ್ಪ ಬ್ರೆಡ್‌ನ ಜೊತೆ ಅಮ್ಮಿ ಒಣ ಹಾಕಿದ್ದ ಟೊಮ್ಯಾಟೋ ಮತ್ತು ಬೇಸಿಲ್ ಮಿಶ್ರಣವನ್ನು ಕದ್ದೊಯ್ದಿದ್ದೆವು. ಮತ್ತೊಮ್ಮೆ ಬಿಸ್ಕೆಟ್ಟು ನೆನೆಸಲು ಕೊಂಚ ಆಲಿವ್ ಎಣ್ಣೆ, ಮಗದೊಮ್ಮೆ ಸ್ವಲ್ಪ ಮೊಸರು ಇತ್ಯಾದಿ.

ನೋಡ ನೋಡುತ್ತಿದ್ದಂತೆ ಅವನ ದೇಹದ ಸ್ಥಿತಿ ಸುಧಾರಿಸಿತು. ಅವನ ಹಸಿವು ದಿನದಿಂದ ದಿನಕ್ಕೆ ಹೆಚ್ಚಾಗುತ್ತಿತ್ತು. ಆದರೆ ದಿನಗಳೆದಂತೆ ಯಾಕೋ ಆಪಾಳಿಗೆ ಹಸಿವು ಕಡಿಮೆಯಾಗುತ್ತಾ ಅವಳು ಬೆಳ್ಳಗೆ ಬಿಳಿಚಿಕೊಂಡಂತೆ ತೋರುತ್ತಿದ್ದಳು. ಅವಳು ಹೆಚ್ಚು ಹೆಚ್ಚಾಗಿ ಮೌನವಾಗಿಯೇ ಇರುತ್ತಿದ್ದಳು. ಎಷ್ಟೋ ಬಾರಿ ಯಾವುದೋ ಜಗತ್ತಿನಲ್ಲಿ ಕಳೆದು ಹೋಗಿರುವಂತೆ ನನಗೆ ಭಾಸವಾಗುತ್ತಿತ್ತು. ಒಂದು ದಿನ ಅಮ್ಮಿ ರಾತ್ರಿಯ ಊಟದ ವೇಳೆ ಆಪಾಗೆ ತುತ್ತು ಗಂಟಲಲ್ಲಿ ಇಳಿಯದಿರುವುದನ್ನು ಗಮನಿಸಿ ಅವಳ ಕೂದಲನ್ನು ಪ್ರೀತಿಯಿಂದ ನೇವರಿಸುತ್ತಾ "ನೀನು ಆರಾಮಿದ್ದಿಯಲ್ಲ ಮಗಳೇ? ನಿನ್ನ ಮುಖ ಅದ್ಯಾಕೋ ಬತ್ತಿಹೋಗಿರೋ ತರಹ, ಕೋಲು ಕೋಲಾಗಿರೋ ತರಹ ಇದೆ!" ಎಂದಳು.

ಅಂದು ಊಟವಾದ ಮೇಲೆ ಆಪಾ ಕೇಳಿದ ಪ್ರಶ್ನೆ ನನ್ನನ್ನು ಆಶ್ಚರ್ಯಚಕಿತನನ್ನಾಗಿಸಿತು!

"ನಾನು ಸುಂದರವಾಗಿದೀನಿ ಅಂತ ನಿನಗನಿಸತ್ತಾ?"

ನಾವು ಮಿನಾರಿನ ತುದಿಯಲ್ಲಿ ಕುಳಿತಿದ್ದೆವು. ಅಂದೇಕೋ ಸುತ್ತಲೂ ನಿಶ್ಶಬ್ದತೆ ತುಂಬಿ ಒಂದು ಚೂರೂ ಗಾಳಿ ಬೀಸುತ್ತಿರಲಿಲ್ಲ. ನಾನು ಚಿಯೋಸ್‌ನತ್ತ ಮುಖ ಮಾಡಿ ಕುಳಿತಿದ್ದೆ. ಅವಳು ಆ ಗವಾಕ್ಷಿಗವಿಯಲ್ಲಿ ಮುಸುಕಿದ್ದ ಕಾರಿರುಳತ್ತಲೇ ನಿಟ್ಟಿಸುತ್ತಿದ್ದಳು.

"ಏಯ್ ಹೋಗೆ! ನನಗದೆಲ್ಲ ಹೇಗೆ ಗೊತ್ತಾಗಬೇಕು?" ನಾನು ಪಟಾರ್ ಎಂದು ಹೇಳಿದೆ. ಎಂಥ ಮೂರ್ಖ ಮತ್ತು ಅರ್ಥಹೀನ ಪ್ರಶ್ನೆಯನ್ನವಳು ಕೇಳಿದ್ದಾಳೆ ಎನಿಸಿತ್ತು.

ಅದೇ ಪ್ರಶ್ನೆಯನ್ನು ತಿರುಗಿಸಿ ಮತ್ತೊಮ್ಮೆ ಕೇಳಿದಳು.

"ನಾನು ಕೇಳ್ತಿರೋದೇನಂದ್ರೆ, ನೀನೊಬ್ಬ ಗಂಡಸಾಗಿದ್ರೆ ನನ್ನನ್ನ ಮೋಹಿಸ್ತಾ ಇದ್ಯಾ?"

"ಏನ್ ನಿನ್ನ ಮಾತಿನರ್ಥ? ನಾನು ಗಂಡಸಲ್ವ? ಸುನ್ನತಿ ಕೂಡ ಆಗಿದೆ ನಂಗೆ!" ನನಗೆ ನಾನು ಗುಟುರು ಹಾಕಿದೆ.

"ನಾನು ಹೇಳ್ತಿರೋದು ಅದಲ್ಲ!" ಅವಳೊಮ್ಮೆ ನಿಟ್ಟುಸಿರಿಟ್ಟು ಹೇಳಬೇಕಾದದ್ದನ್ನೇನೋ ನುಂಗಿಕೊಂಡಳು. ಸ್ವಲ್ಪ ಹೊತ್ತು ಆಲೋಚನೆಯಲ್ಲಿ ಮುಳುಗಿ "ಅವನಿಗೆ ಇಲಿಯಾಸ್‌ನ ಹೋಲಿಕೆ ಇದೆ ಅಲ್ವಾ? ಇಲಿಯಾಸ್‌ನ ಮುಖ ಅದೆಷ್ಟು ಸುಂದರವಾಗಿತ್ತು! ಅವನಿಗೂ ನಕ್ಕಾಗಲೆಲ್ಲ ಗಲ್ಲದಲ್ಲಿ ಗುಳಿ ಬೀಳ್ತಾ ಇತ್ತು" ಎಂದಳು.

"ಇಲ್ಲ ಅಂತಹದೇನು ಇಲ್ಲ!"

ಅವಮಾನಿತಳಾದಂತೆ ಅವಳು ಮತ್ತೆ ತನ್ನ ಮಾತುಗಳನ್ನು ತಡೆದಳು. ಪಾಪ! ಅವಳು ಇನ್ನೇನು ಮಾಡಬಲ್ಲವಳಾಗಿದ್ದಳು? ಅಲ್ಲಿ ಅವಳಿಗೆ ತನ್ನ ಭಾವನೆಗಳನ್ನು ತೋಡಿಕೊಳ್ಳಲು ನಾನೊಬ್ಬನೇ ಇದ್ದೆ. ಆದರೆ ಅವಳ ಅಂತರಂಗವನ್ನು ಗೆಳೆಯನಂತೆ ಅರಿಯುವಷ್ಟು ಪ್ರಬುದ್ಧನಾಗಿರಲಿಲ್ಲ.

ಅದೊಂದು ವಿಚಿತ್ರವಾದ ರಾತ್ರಿಯಾಗಿತ್ತು, ನನ್ನ ಮಟ್ಟಿಗೆ ಅಷ್ಟೊಂದು ಮಹತ್ವದ್ದಾಗಿರಲಿಲ್ಲವಾದರೂ ಆಪಾಳ ಆಡದೆ ಉಳಿದು ಹೋದ ಮಾತುಗಳನ್ನು ಅವಳು ತನ್ನಲ್ಲಿಯೇ ಸೆರೆಹಿಡಿಯಬೇಕಾದ ರಾತ್ರಿ! ಉತ್ಕಟ ಮೌನದಲ್ಲಿ ಅವಳ ಮಾತುಗಳು ಕರಗಿ ಹೋದ ರಾತ್ರಿ! ಅಂದಿನಿಂದ ಎಷ್ಟೋ ವರ್ಷಗಳ ನಂತರವಷ್ಟೇ ನನಗೆ ಮೌನವನ್ನು ಅರ್ಥೈಸುವಂತಹ ಪ್ರಬುದ್ಧತೆ ಬಂದಿತು. ಅವಳ ಅಂದಿನ ದುಃಖ ನನ್ನ ಮನಸ್ಸಿನಲ್ಲಿ ತೀವ್ರವಾದ ನೋವಿನ ಬೀಜವನ್ನು ಬಿತ್ತಿದುದನ್ನು ಅರಿತುಕೊಳ್ಳುವ ಶಕ್ತಿ ಬರಲು ಅದೆಷ್ಟೋಕಾಲ ಮುಂದೆ ಸರಿಯಬೇಕಾಯಿತು.

ನಾವು ಗೌಪ್ಯವಾಗಿ ಗವಿಯಲ್ಲಿ ಯಾರೋ ಅಪರಿಚಿತನನ್ನು ಉಪಚರಿಸುತ್ತಿದ್ದೆವು. ನಾವು ವಿಚಲಿತರಾಗದಂತೆ ನಟಿಸುತ್ತಿದ್ದೆವಾದರೂ ಅಕಸ್ಮಾತ್ ಸಿಕ್ಕಿಹಾಕಿಕೊಂಡರೆ ಪರಿಸ್ಥಿತಿ ಏನಾಗಬಹುದೆಂಬ ಕಲ್ಪನೆಯೇ ತುಂಬಾ ಭಯವನ್ನುಂಟು ಮಾಡುತ್ತಿತ್ತು. ಒಂದು ದಿನ ಅಮ್ಮಿ ಒಮ್ಮಿಂದೊಮ್ಮೆಲೆ ಆ ಒಂದೇ ಹಿಡಿ ಇದ್ದ ನೀರಿನ ಹೂಜಿ ಕಾಣಿಸುತ್ತಿಲ್ಲವಲ್ಲ ಎಂದು ಕೇಳಿದಳು. ನಾನು ಮತ್ತು ಆಪಾ ಬೆಚ್ಚಿ ಒಬ್ಬರನ್ನೊಬ್ಬರತ್ತ ಕಳ್ಳ ನೋಟ ಬೀರಿದೆವು. 'ಅದು ಇನ್ನೆಲ್ಲಿರತ್ತೆ? ಆ ಗವಾಕ್ಷಿಗವಿಯಲ್ಲಿ!' ಎಂದು ಮನಸಿನಲ್ಲಿ ಅಂದುಕೊಳ್ಳುತ್ತಾ ನಾವಿಬ್ಬರು ತಲೆತಗ್ಗಿಸಿದ್ದನ್ನು ನೋಡಿ ಅಮ್ಮಿಗೆ ಅನುಮಾನ ಬಂತೇನೋ! ಆಪಾ ತಕ್ಷಣವೇ ಸುಳ್ಳೊಂದನ್ನು ಉಸುರಿದಳು "ಅದು ಬಾವಿಲಿದೆ ಮಿ! ನಾನದಕ್ಕೆ ಹಗ್ಗ ಕಟ್ಟಿ ಬಾವಿಗೆ ಇಳಿಸಿದಾಗ ಗಂಟು ಸರಿಯಾಗಿ ಬಿದ್ದಿರಲಿಲ್ಲ. ಅದು ಹೇಗೋ ಕೈ ತಪ್ಪಿ ಬಾವಿಯೊಳಗೆ ಬಿದ್ದುಬಿಡ್ತು!" ಅಮ್ಮಿ ಮುಂದೇನೂ ಹೇಳದೆ ಸುಮ್ಮನಾದರೂ ಕೂಡ ಈ ಮಾತುಕತೆ ಅಬ್ಬುವಿಗೆ ಬೇರೆ ವಿಷಯವೊಂದನ್ನು ಜ್ಞಾಪಿಸಿತು! "ಹೌದು ಮಕ್ಕಾ! ದೀಪಸ್ತಂಭದ ಮನೆಯ ಬುಡ್ಡಿ ದೀಪಕ್ಕೇನಾಯ್ತು?" ಆಪಾ ಮತ್ತು ನನ್ನಿಂದ ಏನೂ ಉತ್ತರ ಬರದಾದಾಗ ಅವನು "ಇಲಿಯಾಸ್ ಅದನ್ನ ಒಡೆದು ಹಾಕಿರಬೇಕು, ಆ ವಿಷಯ ಹೇಳೋಕೆ ಹೆದರಿ ಬಿಟ್ಟಿದ್ದನೇನೋ... ಕೊನೆ ಕೊನೆಲಿ ಪಹರೆ ಕಾಯುತ್ತಿದ್ದೋನು ಅವನೇ ಆಗಿದ್ದನಲ್ಲ?" ಎಂದು ನಿಟ್ಟುಸಿರಿಟ್ಟ.

ಅಂದು ರಾತ್ರಿ ನನಗೆ ಎಷ್ಟೇ ಹೊತ್ತಾದರೂ ನಿದ್ದೆ ಬರಲಿಲ್ಲ. ನನ್ನ ಮೌನದಿಂದ ನಾನು ಪರೋಕ್ಷವಾಗಿ ಇಲಿಯಾಸ್‌ನ ಮೇಲೆ ದೋಷಾರೋಪಣೆ ಮಾಡುತ್ತಿದ್ದೆ. ಸತ್ತು ಹೋಗಿರುವ ನನ್ನ ಅಣ್ಣನನ್ನು ಮತ್ತೆ ನಾನು ಕೊಲ್ಲುತ್ತಿದ್ದೇನೆ ಎಂದೆನಿಸತೊಡಗಿತು. ನಾನು ಬೆಳಗಾಗುತ್ತಲೇ ಅಬ್ಬುವಿಗೆ ನಿಜ ಹೇಳಿ ಬಿಡಬೇಕೆಂದು ಕಾಯುತ್ತಿದ್ದೆ. ಅವನು ಎದ್ದು ಇನ್ನೂ ಮುಖ ತೊಳೆಯುವುದಕ್ಕೆ ಹೋಗುವ ಮೊದಲೇ ಬಳಿಗೆ ಹೋಗಿ "ಅಬ್ಬು! ಆ ಲಾಟೀನನ್ನ ಒಡೆದು ಹಾಕಿದ್ದು ನಾನೇ! ಇಲಿಯಾಸ್‌ನದೇನೂ ತಪ್ಪಿಲ್ಲ. ರಾತ್ರಿ ಅಭ್ಯಾಸ ಮಾಡೋಕ್ಕೋಸ್ಕರ ಅದನ್ನು ಎತ್ತಿಕೊಂಡಿದ್ದೆ. ಕೈತಪ್ಪಿ ಬಿದ್ದುಬಿಟ್ಟಿತು!" ಅದಾದ ಮೇಲೆ ನನ್ನ ಹೃದಯದ ಭಾರ ಇಳಿದಂತಾಗಿ ನಿರುಮ್ಮಳವೆನಿಸಿತು. ನನ್ನ ತಪ್ಪೊಪ್ಪಿಗೆಯಿಂದ ನನ್ನ ಅಂತರಂಗ ನಿರ್ಮಲವಾಯಿತು.

ಆದರೆ ಈ ಎಲಿಯಾಸ್‌ನ ಉಪಚಾರದ ಸಾಹಸದಲ್ಲಿ, ನಾವು ಸಿಕ್ಕಿ ಬೀಳುವ ಹೆದರಿಕೆಯಿಂದ, ಭಯಭೀತರಾಗಿ ಕಳೆಯದ ಒಂದು ದಿನವಾದರೂ ಇರಲಿಲ್ಲ.

ಕಪಾಟಿನಿಂದ ಮಾಯವಾಗುತ್ತಿದ್ದ ಬ್ರೆಡ್ಡು, ಪಾತ್ರೆಯಲ್ಲಿ ಉಳಿದಿದ್ದ ಅಡುಗೆ ಇಲ್ಲವಾಗುವಿಕೆ, ಮನೆಯಲ್ಲಿದ್ದ ಹಣ್ಣುಗಳು ಕಡಿಮೆಯಾಗುವುದು... ಇವಕ್ಕೆಲ್ಲ ಏನಾದರೂ ನೆವ ಹೇಳಬಹುದಿತ್ತು. ಆದರೆ ಅಬ್ಬು ಸಮುದ್ರದಡದಲ್ಲಿ ಓಡಾಡುವುದನ್ನು ನೋಡಿದಾಗಲೆಲ್ಲ ಅತಿ ಹೆಚ್ಚಿನ ಕಳವಳವಾಗುತ್ತಿತ್ತು. ಒಂದು ದಿನ ಅವನು ಕಟ್ಟಿಗೆ ಆಯಲು ಹೋಗಿದ್ದ. ಬೃಹದಾಕಾರದ ಒಂದು ಆಲಿವ್ ಮರದ ರೆಂಬೆಯನ್ನು ಎಳೆದು ತಂದ. ಇನ್ನೊಂದು ದಿನ ಅವನು ಗವಿಯ ಬಾಗಿಲತ್ತಲೇ ಬರುತ್ತಿದ್ದುದನ್ನು ನಾವು ಉಸಿರು ಬಿಗಿಹಿಡಿದು ನೋಡುತ್ತಿದ್ದಂತೆ ನಮ್ಮ ಅದೃಷ್ಟ ಎನಿಸುವ ಹಾಗೆ ಯಾಕೋ ಅರ್ಧದಾರಿಯಲ್ಲಿ ನಿಂತು ಬಿಟ್ಟ. ಮತ್ತೊಂದು ದಿನ ಅವನು ನಮ್ಮತ್ತ ಬರುವುದನ್ನು ನೋಡಿ, ಪರಿಸ್ಥಿತಿಯನ್ನು ಅದೃಷ್ಟಕ್ಕೆ ಒಪ್ಪಿಸುವುದು ಬೇಡ ಎಂದು ಆಪಾ ತಾನಾಗಿಯೇ ಅವನ ಸಮೀಪಕ್ಕೆ ಓಡಿ ಹೋದಳು! ಅವಳು ಏನು ಹೇಳಿದಳೋ ಗೊತ್ತಿಲ್ಲ. ಅಬ್ಬುವಿನ ಗಮನ ಬೇರೆ ಕಡೆಗೆ ಹೋಯಿತು. ಅವರಿಬ್ಬರೂ ಜೊತೆಯಾಗಿಯೇ ಮನೆಗೆ ಹಿಂತಿರುಗಿದರು.

ಮುಂಬರುವ ದಿನಗಳಲ್ಲಿ ಮಂಜುಗಡ್ಡೆಯಂತಹ ಶೀತಲಗಾಳಿ ಬೀಸುವ ಸಾಧ್ಯತೆ ಇದ್ದುದರಿಂದ ಚಳಿಗಾಲಕ್ಕೆ ಉರುವಲು ಶೇಖರಣೆ ಮಾಡುವ ಕೆಲಸವಿತ್ತು. ಆಪಾ ಮತ್ತು ನಾನು ಕಟ್ಟಿಗೆ ಆಯುವ ಕೆಲಸಕ್ಕಾಗಿ ಜೊತೆಯಲ್ಲೇ ಹೊರಡುತ್ತಿದ್ದೆವು. ಅತ್ತಿತ್ತ ಓಡಾಡಿ, ಕಟ್ಟಿಗೆ ಗಂಟು ಕಟ್ಟಿಕೊಂಡು, ಬೆನ್ನ ಮೇಲೆ ಹೊತ್ತು ಮನೆಗೆ ಬರುತ್ತಿದ್ದೆವು. ಮನೆಗೆ ಬಂದೊಡನೆ ಗಂಟನ್ನು ನೆಲದ ಮೇಲೆ ಎಸೆದು, ಅವಳು ಜೊತೆಗೆ ಬರುವಂತೆ ಬೇಡಿಕೆಯ ನೋಟವನ್ನು ನನ್ನತ್ತ ಬೀರುತ್ತ ಬಂಡೆಯ ಅಂಚಿನೆಡೆ ಓಡಿ ಗವಿಯ ಬಾಗಿಲತ್ತ ನಿಟ್ಟಿಸುತ್ತಿದ್ದಳು. ಅವಳನ್ನು ಸಂತೋಷಪಡಿಸುವ ಒಂದೇ ಉದ್ದೇಶದಿಂದ ನಾನವಳನ್ನು ಹಿಂಬಾಲಿಸುತ್ತಿದ್ದೆ! ಆಪಾ ಆಡಿನ ಮರಿಯಷ್ಟೇ ವೇಗದಿಂದ ಕಲ್ಲುಗಳ ಮೇಲಿಂದ ನೆಗೆಯುತ್ತಾ ಓಡುತ್ತಿದ್ದರೆ, ನಾನು ಕಾಲೆಳೆಯುತ್ತಾ ನಿಧಾನವಾಗಿ ಹೆಜ್ಜೆ ಹಾಕುತ್ತಿದ್ದೆ. ಅರ್ಧದಾರಿಗೆ ಬರುತ್ತಿದ್ದಂತೆ ಕಣ್ಣಿಗೆ ಬೀಳುತ್ತಿದ್ದ ಅಸಿಟಲಿನ್ ಬಾಟಲಿಯನ್ನು ನೋಡಿ ಯಾವುದೋ ಖಬ್ರಿಸ್ಥಾನಕ್ಕೆ ಭೇಟಿ ನೀಡುತ್ತಿರುವಷ್ಟು ಬೇಸರವಾಗುತ್ತಿತ್ತು. ಅಲ್ಲಿ ಅವನ ನೆನಪಿಗಾಗಿ ಪ್ರಾರ್ಥನೆಯನ್ನು ಸಲ್ಲಿಸಿ ಮುಂದುವರಿಯುತ್ತಿದ್ದೆವು. ಗವಿಯ ಬಾಗಿಲಿಗೆ ಬರುತ್ತಿದ್ದಂತೆ ಆಪಾನ ಮುಖ ಅರಳುತ್ತಿತ್ತು. ಅವಳು ಸ್ವಲ್ಪ ನಾಚುವಂತೆಯೂ ತೋರುತ್ತಿತ್ತು. ಗ್ರೀಕ್ ಎಲಿಯಾಸ್‌ನ ಜೊತೆ ಅತಿ ಮಧುರವಾಗಿ ಮಾತನಾಡುತ್ತಾ, ಅವನ ಕಡೆ ಒಂದು ವಿಲಕ್ಷಣ ನೋಟ ಬೀರುತ್ತಿದ್ದಳು. ನನಗದರ ಅರ್ಥವೇ ಆಗುತ್ತಿರಲಿಲ್ಲ.

ದಿನೇ ದಿನೇ, ಅವಳಿಗೆ ಗವಿಯ ಬಳಿ ಹೋಗಲು ಕಾತರ ಹೆಚ್ಚಾದಷ್ಟು, ನನಗೆ ಅದರಲ್ಲಿ ಆಸಕ್ತಿ ಕಡಿಮೆಯಾಗತೊಡಗಿತ್ತು. ಇದರಲ್ಲಿ ಯಾವುದೇ ನಿಗೂಢತೆ ಇರಲಿಲ್ಲ ಅನಿಸುತ್ತದೆ. ನಿಜ ಹೇಳಬೇಕೆಂದರೆ, ಚಿಯೋಸಿನಿಂದ ಬಂದ ಈ ಗ್ರೀಕ್ ಕುಂಟನ ವಿಷಯದಲ್ಲಿ ನನಗೆ ಯಾವುದೇ ರೀತಿಯ ಆಕರ್ಷಣೆಯೂ ಇರಲಿಲ್ಲ. ಅವನು ಬಂದು ನಮ್ಮ ಕತ್ತು ಹಿಸುಕಿ ಬಿಡುವ ಸಾಧ್ಯತೆಗಳನ್ನು ನಾನು ದೂರ

ತಳ್ಳಿಬಿಟ್ಟಿದ್ದೆ. ಅಂದು ಅಮ್ಮಿ ಪಾತ್ರೆ ತೊಳೆಯುತ್ತಿದ್ದಾಗ ಆಪಾ ನನ್ನತ್ತ ಕಳ್ಳ ನೋಟ ಬೀರುತ್ತಾ ಅಲ್ಲಿ ಅವಳು ಅವನಿಗಾಗಿ ಇಟ್ಟಿದ್ದ ಸೂಪಿನ ಪಾತ್ರೆಯ ಕಡೆಗೆ ನನ್ನ ಗಮನ ಸೆಳೆದಳು. ನಾನು ಇಲ್ಲವೆನ್ನುವಂತೆ ತಲೆಯಾಡಿಸಿದೆ. ಮರುದಿನ ಮತ್ತೆ ಅವಳನ್ನು ಸಂತೋಷ ಪಡಿಸುವುದಕ್ಕಾಗಿಯಷ್ಟೇ ಗವಿಯ ಬಾಗಿಲಿಗೆ ಹಿಂಬಾಲಿಸಿದೆ. ಯಾವುದೇ ಪರಸ್ಪರ ಅರ್ಥವಾಗುವ ಭಾಷೆ ಇಲ್ಲದೆ, ಒಬ್ಬ ಅಪರಿಚಿತ ತಿನ್ನುವುದನ್ನು ನೋಡುತ್ತಾ ಕುಳಿತುಕೊಳ್ಳುವುದು ನನ್ನ ಪಾಲಿಗಂತೂ ಆಸಕ್ತಿಕರ ಸಂಗತಿಯಾಗಿರಲಿಲ್ಲ. ಅಂದಿನಿಂದ ನಾನು ಅಲ್ಲಿಗೆ ಹೋಗುವುದನ್ನು ಕಡಿಮೆ ಮಾಡಿದೆ. ಆದರೆ ಆಪಾ ನೆಪ ಮಾತ್ರದಲ್ಲಿಯೇ ಅಲ್ಲಿಗೆ ಹೊರಡಲು ಯಾವಾಗಲೂ ಉತ್ಸುಕಳಾಗಿರುತ್ತಿದ್ದಳು. ದಿನಕ್ರಮೇಣ ಅವಳ ಜೊತೆಗೆ ಗವಿಗೆ ಹೋಗದೆ ಇರಲು ಹೇಳುತ್ತಿದ್ದ ನೆವಗಳ ಖಜಾನೆಯೂ ಖಾಲಿಯಾಗ ತೊಡಗಿತು! ಅವಳು ನನ್ನೊಡನೆ ಮಾತನಾಡುವುದನ್ನು ಹೆಚ್ಚೂ ಕಡಿಮೆ ನಿಲ್ಲಿಸಿಯೇ ಬಿಟ್ಟಳು. ಅರ್ಥಂಬರ್ಥ ವಾಕ್ಯಗಳನ್ನು ಕೂಡ ಉಸುರುತ್ತಿರಲಿಲ್ಲ.

ಇಲಿಯಾಸ್ ಉರುಳಿ ಬಿದ್ದಷ್ಟು ಆಳವಾದ ಕಂದರವೊಂದು ನಮ್ಮಿಬ್ಬರ ಮಧ್ಯೆ ನಿರ್ಮಾಣವಾಗಿ ಬಿಟ್ಟಿತ್ತು. ತಾನು ಬದುಕುತ್ತಿರುವುದೇ ಆ ಗವಿ ಬಾಗಿಲಿಗೆ ಹೋಗಲು ಎಂಬಂತೆ ವರ್ತಿಸುತ್ತಿದ್ದ ಅವಳ ಜಗತ್ತಿನಲ್ಲಿ ನನಗೆ ಯಾವುದೇ ಸ್ಥಾನವೂ ಉಳಿದಿರಲಿಲ್ಲ. ಅವಳ ಜೊತೆ ಹೋಗುತ್ತಿರಲಿಲ್ಲವೆಂದು ಅವಳಿಗೆ ಸಿಟ್ಟು ಬಂದಿರಬಹುದು. ಚಳಿಗಾಲವೂ ಪ್ರಾರಂಭವಾಗಿದ್ದುದರಿಂದ, ನಾವು ದೀಪಸ್ತಂಭದ ಮನೆಯಲ್ಲಿ ರಾತ್ರಿ ಇಡೀ ಕಳೆಯುವುದು ಸಾಧ್ಯವಾಗುತ್ತಿರಲಿಲ್ಲ. ಅಪರೂಪಕ್ಕೊಮ್ಮೆ ಮಿನಾರಿನ ಬಳಿ ಇದ್ದಾಗಲೂ ಅವಳ ಮನಸ್ಸೆಲ್ಲಾ ಎಲಿಯಾಸ್‌ನ ಕಡೆಗೇ ಇರುತ್ತಿತ್ತು. ಅವನ ಬಗ್ಗೆ ಮಾತನಾಡಲು ಮಾತ್ರ ಅವಳು ತನ್ನ ಮೌನವನ್ನು ಮುರಿಯುತ್ತಿದ್ದಳು.

'ಅವನ ಕಾಲು ಈಗ ಗುಣಮುಖವಾಗುತ್ತಿದೆ' ಅಥವಾ 'ಅವನ ನೌಕೆಯ ಹೆಸರು ಸಿಮಿರ್ನಾ ಎಂದು!' 'ಅದರ ಅರ್ಥ ಏನೆಂದು ಹಾಲಾಳನ್ನ ಕೇಳಿದಾಗ, ಹಾಗಂದರೆ ಇಜಾಮೀರ್ ಎಂದು ಹೇಳಿದಳು" ಇತ್ಯಾದಿ. ಅವಳ ವಿವರಣೆಗಳಿಗೆ ನಾನು ಕಿವಿಗೊಡುತ್ತಿರಲಿಲ್ಲ. ನಾನು ಯಾವುದೇ ಆಸಕ್ತಿ ತೋರಿಸದೆ ಇರುವಾಗ ಅವಳು "ಇಲಿಯಾಸ್‌ನಿಗೆ ಒಂದು ಗಾಳಗಟ್ಟಿಗೆ ಬೇಕಂತೆ!" ಎಂಬ ಕ್ಷುಲ್ಲಕ ವಿಷಯಗಳನ್ನು ಮುಂದಿಡುತ್ತಿದ್ದಳು. ನನ್ನಿಂದ ಮತ್ತೆ ಯಾವುದೇ ಪ್ರತಿಕ್ರಿಯೆ ಬರದೇ ಹೋಗುವಾಗ ಒಂದು ಬೆಂಡಿಗೆ ಉದ್ದನೆಯ ದಾರವನ್ನು ಸುತ್ತಿಕೊಂಡು ಬಂಡೆಯ ಕಡೆಗೆ ಇಳಿದು ಹೊರಟಳು. ನಾನು ಅವಳ ಜೊತೆಗೆ ಹೋಗುವುದನ್ನು ಸಂಪೂರ್ಣ ನಿಲ್ಲಿಸಿಯೇ ಬಿಟ್ಟೆ.

ಆ ದೇಶದ್ರೋಹಿಗೆ ನನಗಿಂತ ಹೆಚ್ಚು ಆದರ ತೋರಿಸುವುದನ್ನು ನೋಡಿ ನನಗೆ ಬೇಸರವಾಗುತ್ತಿತ್ತು... ನೋವಾಗುತ್ತಿತ್ತು... ಅವಳು ಎಷ್ಟು ವಿಚಿತ್ರವಾಗಿ ವರ್ತಿಸುತ್ತಾಳೆ, ಎಷ್ಟು ಗೊಂದಲದಲ್ಲಿ ಇರುತ್ತಾಳೆ ಎಂಬುದನ್ನು ನೋಡಿ ವಿಷಾದವೂ ಆಗುತ್ತಿತ್ತು. ಅವಳು ಈಗೀಗ ಇಲಿಯಾಸ್ ಎಂದು ಹೇಳದೆ, ಸ್ಪಷ್ಟವಾಗಿ ಎಲಿಯಾಸ್ ಎನ್ನುತ್ತಿದ್ದಳು. ಹತ್ತೇ ದಿನಗಳ ಹಿಂದೆ ನಮಗೆ ಸಂಪೂರ್ಣ ಅಪರಿಚಿತನಾಗಿದ್ದ ವ್ಯಕ್ತಿಯಿಂದಾಗಿ

ನಾನು ಆಪಾನ ಪ್ರೀತಿಯನ್ನು ಕಳೆದುಕೊಳ್ಳುವಂತಾಗಿತ್ತು. ನಮ್ಮಿಬ್ಬರ ನಡುವಿನ ಅಂತರ ಹೆಚ್ಚಿದಂತೆಲ್ಲ, ನಾನು ಎಲಿಯಾಸ್ ಬಗ್ಗೆ ಅಸಡ್ಡೆ ತೋರಲು ಆರಂಭಿಸಿದೆ. ಅಷ್ಟೇ ಅಲ್ಲ, ನಾನು ಅವನನ್ನು ದ್ವೇಷಿಸಲು ಪ್ರಾರಂಭಿಸಿದೆ.

ಇಲಿಯಾಸ್ ಸಾವಿನ ನಂತರದ ನಲವತ್ತನೇ ದಿನದ ತಿಥಿಗಾಗಿ ನಾವೆಲ್ಲ ಹಳ್ಳಿಗೆ ಹೋಗಬೇಕಾದಾಗ, ಆಪಾ ಅವಳ ತೇಪೆ ಹಾಕಿದ ಪ್ಯಾಂಟಿನ ಬದಲಾಗಿ, ಹೂಗಳ ಚಿತ್ತಾರವಿದ್ದ ಫ್ರಾಕ್ ಧರಿಸಲು ನಿರ್ಧರಿಸಿದಳು. ನಾನಿಗೆ ಆಶ್ಚರ್ಯವಾಗುವಂತೆ ಆ ಚಿಟ್ಟೆಯಾಕಾರದ ಟೇಪುಗಳನ್ನು ಕೂಡ ತಲೆಯಲ್ಲಿ ಧರಿಸಿದಳು! ಕನಸಿನಂತಹ ಕಿರುನಗೆಯನ್ನು ಸೂಸುತ್ತಾ, ಇಲಿಯಾಸ್‌ನ ಗೋರಿಯ ಮಣ್ಣನ್ನು ಅವನದೇ ಕೂದಲೇನೋ ಎಂಬಂತೆ ನೇವರಿಸುತ್ತಾ “ನೋಡು ಇಲಿಯಾಸ್, ನೀನು ಇಷ್ಟಪಡ್ತಾ ಇದ್ಯಲ್ಲ! ಅದಿಕ್ಕೇ ನಾನು ಫ್ರಾಕನ್ನೇ ಹಾಕೊಂಡಿದೀನಿ!” ಎಂದಳು.

ನಾನಿಯ ಅಂಗಳದಲ್ಲಿ ಮಸ್ಲಿನ್ ಶಿರವಸ್ತ್ರ ಧರಿಸಿದ್ದ ಮತ್ತು ಗುಲಾಬಿಯ ಸುಗಂಧ ಸೂಸುತ್ತಿದ್ದ ಮಹಿಳೆಯರು ಪ್ರಾರ್ಥನೆ ಸಲ್ಲಿಸುತ್ತಿದ್ದಂತೆ ನಾನು ಮತ್ತು ಅಬ್ಬು ಸಿಹಿಯಾದ ಕರಿದ ತಿಂಡಿಯ ತಟ್ಟೆಗಳನ್ನು ಹಿಡಿದು ಕಾಫಿ ಹೌಸಿನಲ್ಲಿದ್ದ ಗಂಡಸರಿಗೆಲ್ಲ ಕೊಡಲು ಹೋದೆವು. ಅಲ್ಲಿ ಮಿಸ್ಟರ್ ಈಥಮ್ ಸಹ ಇದ್ದರು. ಮುದ್ದಿನಿಂದ ನನ್ನ ಕೆನ್ನೆಯನ್ನು ಹಗೂರಾಗಿ ತಟ್ಟುತ್ತಾ ಅವರು “ಇಡೀ ಕರಾಬುರಾನ್ ಪ್ರಾಂತ್ಯಕ್ಕೆ ಹೆಮ್ಮೆ ಮತ್ತು ಸಂತೋಷ ತಂದಿರೋ ನಮ್ಮ ಸಿಂಹ ಇದು ನೋಡಿ!” ಎನ್ನಲು ಅಬ್ಬು ಹೆಮ್ಮೆಯಿಂದ ಬೀಗಿದವನಂತೆ ತೋರಿತು. ಅವನು ತನ್ನ ಮೂರು ಬೆರಳುಗಳನ್ನು ಗಾಳಿಯಲ್ಲಿ ಎತ್ತಿ ಹಿಡಿದು “ಎಲ್ಲರಿಗೂ ನನ್ನ ಕಡೆಯಿಂದ ಚಹಾ!” ಎಂದು ಘೋಷಿಸಿದ.

“ಇನ್ನೇನು ಶಾಲೆ ಪ್ರಾರಂಭವಾಗಲು ಎರಡೇ ವಾರ ಇದೆ!” ಮಿಸ್ಟರ್ ಈಥಮ್ ನನ್ನತ್ತ ತಿರುಗಿ ಹೇಳಿದರು.

ಅಬ್ಬುವಿನ ಮುಖದ ಮೇಲಿನ ಅಭಿಮಾನದ ನಗು ಸ್ವಲ್ಪ ಕಂದಿದಂತೆ ಕಂಡರೂ ನನ್ನ ಪ್ರತಿರೋಧವನ್ನು ಅಲ್ಲಿಯೇ ಅವನು ತಡೆದ.

“ಅವನಲ್ಲಿ ವಸತಿಗೃಹದಲ್ಲಿರಬೇಕಲ್ವ? ಒಂದು ಹಾಸಿಗೆ ಹೊದಿಕೆ ಇತ್ಯಾದಿ ಬೇಕಾಗಬಹುದು ತಾನೆ?” ಕೇಳಿದ.

“ವಿದ್ಯಾರ್ಥಿ ನಿಲಯದಲ್ಲೇ ಎಲ್ಲಾ ವ್ಯವಸ್ಥೆ ಇರತ್ತೆ. ನಿನ್ನ ಮಗ ವಿದ್ಯಾರ್ಥಿ ವೇತನ ಕೂಡ ಪಡ್ಕೊಂಡಿದಾನೆ. ಸರ್ಕಾರನೇ ಎಲ್ಲ ಅನುಕೂಲಗಳನ್ನ ಮಾಡಿಕೊಡತ್ತೆ” ಎಂದು ಮಿಸ್ಟರ್ ಈಥಮ್ ಹೇಳಿದರು.

ಅವರಿಬ್ಬರೂ ನನ್ನ ಜೀವನದ ಮಹತ್ತರವಾದ ಘಟ್ಟವಾದ ಮುಂದಿನ ವಿದ್ಯಾಭ್ಯಾಸದ ಕುರಿತು ಚರ್ಚಿಸುತ್ತಿದ್ದರೂ ನಾನದರ ಆಸೆಯನ್ನೇ ಕೈಬಿಟ್ಟಂತೆ ಭಾಸವಾಗುತ್ತಿತ್ತು. ನಾನು ಹೋಗುವ ಸಾಧ್ಯತೆ ಏನಾದರೂ ಇದೆಯೆ? ಅಬ್ಬು ನನ್ನನ್ನು ಕಳಿಸುತ್ತಿರುವನೆ? ಅಬ್ಬು ಲಗುಬಗೆಯಿಂದ ಚಹಾ ಸೇವಿಸಿ ನಾನಿಯ ಮನೆಗೆ ಮರಳಬೇಕೆಂದು ಹೇಳಿದ. ನಾನು ಸ್ವಲ್ಪ ಹೊತ್ತು ಅಲ್ಲೇ ಮಿಸ್ಟರ್ ಈಥಮ್ ಅವರ ಜೊತೆ ಉಳಿದೆ.

"ನಿನ್ನ ಅಬ್ಬುಗೆ ನಿನ್ನನ್ನ ಕಂಡರೆ ಅದೆಷ್ಟು ಅಭಿಮಾನ! ಇರದೆ ಏನು ಮತ್ತೆ? ಅವರ ಮಗ ಇಡೀ ಪ್ರಾಂತ್ಯಕ್ಕೆ ಮೊದಲಿಗನಾಗಿದಾನೆ!" ಅಬ್ಬು ಕೈಯಲ್ಲಿ ಸಿಹಿತಿಂಡಿಯ ಖಾಲಿ ತಟ್ಟೆ ಹಿಡಿದು ಮರೆಯಾಗುತ್ತಿದ್ದಂತೆ ಮಿಸ್ಟರ್ ಈಥಮ್ ಹೇಳಿದರು.

"ನಾನು ಶಾಲೆಗೆ ಹೋಗೋದು ಅವರಿಗೆ ಇಷ್ಟ ಇರಲಿಲ್ಲ ಸರ್!" ನಾನು ಹೇಳಿದೆ. "ನಾನು ಹೊರಟು ಹೋದರೆ ಇಲ್ಲಿಯ ಕೆಲಸ ಎಲ್ಲಾ ಯಾರು ಮಾಡ್ತಾರೆ ಅಂತ ಅವರಿಗೆ ಆತಂಕ! ನಾನು ಫಸ್ಟ್ ಬಂದಿದೀನಿ ಅನ್ನೋ ಒಂದೇ ಕಾರಣಕ್ಕೆ ಅಬ್ಬು ಮನಸ್ಸು ಬದಲಾಯಿಸಿಬಿಡ್ತಾರಾ?" ನನಗೆ ಸಂತೋಷ ಪಡಬೇಕೋ ಬೇಡವೋ ಒಂದೂ ತಿಳಿಯದೆ ಮಿಸ್ಟರ್ ಈಥಮ್ ಅವರನ್ನು ಕೇಳಿದೆ.

ಅದಕ್ಕೆ ಮಿಸ್ಟರ್ ಈಥಮ್ "ಅಷ್ಟಿಲ್ಲ ಅಂದಿದ್ರೆ ಸಹಿ ಹಾಕೋಕೆ ಯಾಕೆ ಬರ್ತಾ ಇದ್ರು?" ಎಂದು ಪ್ರಶ್ನೆ ಹಾಕಿದ್ದು ನನ್ನನ್ನ ಹೆಚ್ಚಿನ ಗೊಂದಲಕ್ಕೆ ನೂಕಿತು.

ಸಹಿ ಮಾಡಿದ್ದು ನನ್ನ ಅಮ್ಮಿನೇ ಹೊರತು ಅಬ್ಬು ಅಲ್ಲ, ಅವಳು ಅನಕ್ಷರಸ್ಥೆ ಆದ್ದರಿಂದ ಹೆಬ್ಬೆಟ್ಟು ಒತ್ತಿದ್ಲು ಎಂದು ನಾನು ವಿವರಿಸಬಯಸಿದೆ. ಅವರು ತಲೆ ಅಲ್ಲಾಡಿಸಿದರು. ಅಬ್ಬು ಅಮ್ಮಿಗಿಂತ ಮೊದಲೇ ಶಾಲೆಗೆ ಹೋಗಿ ಅನುಮತಿ ಪತ್ರಕ್ಕೆ ಸಹಿ ಹಾಕಿದ್ದ, ಅಮ್ಮಿ ಆಮೇಲೆ ಬಂದಾಗ, ಅವಳು ಅಷ್ಟು ದೂರದಿಂದ ಕಷ್ಟಪಟ್ಟು ಬಿಸಿಲಲ್ಲಿ ಬಸವಳಿದು ಬಂದದ್ದನ್ನು ಗಮನಿಸಿ, ಅವಳನ್ನು ನೋಯಿಸಬಾರದೆಂದು ಮಿಸ್ಟರ್ ಈಥಮ್ ಅವಳ ಬೆರಳಚ್ಚನ್ನು ದಾಖಲಿಸಿದ್ದರು!

ಹಾಗಿದ್ದರೆ ಇಝ್ಮೀರಿಗೆ ಹೋಗಿ ವಿದ್ಯಾಭ್ಯಾಸ ಪಡೆದು ಮೇಷ್ಟ್ರಂತೆಯೇ ಆಗುವ ನನ್ನ ಕನಸು ನಿಜವಾಗುತ್ತಿತ್ತು! ನಾನು ನನ್ನ ಕಿವಿಗಳನ್ನೇ ನಂಬದಾದೆ!

■

ನಾನು ಇಝ್ಮೀರಿಗೆ ಹೊರಡುವುದು ದೃಢಪಟ್ಟ ಕೂಡಲೇ ಅಮ್ಮಿಯ ಕಾಳಜಿಯ ಸಡಗರ ಪ್ರಾರಂಭವಾಯಿತು! ಆ ಗಳಿಗೆಯಿಂದ ಅವಳ ಗಮನದ ಕೇಂದ್ರ ನಾನು ಮಾತ್ರವೇ ಆಗಿದ್ದೆ! ಇಲಿಯಾಸ್‌ನ ಸಾವಿನ ನಂತರ ನಮ್ಮನ್ನೆಲ್ಲಾ ಕವಿದಿದ್ದ ಮಂಕನ್ನು ಸ್ವಲ್ಪ ಮಟ್ಟಿಗಾದರೂ ಕಡಿಮೆ ಮಾಡುವಲ್ಲಿ ಈ ಹುನ್ನಾರ ಯಶಸ್ವಿಯಾಗಿತ್ತು. ಇಷ್ಟು ದಿನ ಅತ್ಯವಶ್ಯಕವಾದಾಗ ಮಾತ್ರ ಒಂದೊಂದು ಮಾತನಾಡುತ್ತಿದ್ದ ಅಮ್ಮಿ ಈಗ ಮಾತು ನಿಲ್ಲಿಸುತ್ತಲೇ ಇರಲಿಲ್ಲ. "ಅವನಿಗೆ ಚಾದರ್, ದಿಂಬು ಬೇಕಾಗಬಹುದು! ವಿಚಾರಿಸಿದೀರಿ ತಾನೇ? ನನ್ನ ಮುದ್ದು ಮಗನನ್ನ ಕೊರೆಯೊ ಚಳಿಯಲ್ಲಿ ಒದ್ದಾಡಲು ಬಿಡೋದಕ್ಕೆ ನಾನು ತಯಾರಿಲ್ಲ!"

ಅಬ್ಬುವಿಗೆ ತಲೆ ಚಿಟ್ಟುಹಿಡಿದಂತಾಗಿ ಗದರಿದ. "ಯಾ ಅಲ್ಲಾಹ್! ನನಗೆ ಸ್ವಲ್ಪ ಇವಳ ಗಡಿಬಿಡಿ ಸಹಿಸಿಕೊಳ್ಳೋ ಶಕ್ತಿ ಕೊಡು! ಅದೆಷ್ಟು ಸಲ ನಿಂಗೆ ತಿಳಿ ಹೇಳೋದು? ನಮ್ಮ ಮಗನಿಗೇನೂ ತೊಂದರೆ ಆಗಲ್ಲ ಜಾನ್!" ಎಂದು ಸಮಾಧಾನ ಮಾಡಿದರೂ ಅವಳ ತರಾತುರಿ ನಿಂತಿರಲಿಲ್ಲ. ನನ್ನ ಬೂಟುಗಳು ಹಳೆಯದಾಗಿರುವುದರಿಂದ

ಶಹರದ ಮಕ್ಕಳ ಎದುರು ನನಗೆ ಅವಮಾನವಾಗಬಹುದೆಂಬುದು ಅವಳ ಮುಂದಿನ ಆತಂಕದ ವಸ್ತು ವಿಷಯವಾದಾಗ, ಅಬ್ಬುವಿಗೆ ಪಿತ್ತ ನೆತ್ತಿಗೇರಿತು. ಮತ್ತೆ ದೇವರಲ್ಲಿ ತನಗೆ ಸಹನೆ ದಯಮಾಡು ಎಂದು ಬೇಡುತ್ತಾ ಜೋರಾಗಿ ಗುಟುರು ಹಾಕಿದ "ಅವನೇನು ವಿಜ್ಞಾನ ವಿಶ್ವವಿದ್ಯಾಲಯಕ್ಕೆ ಹೋಗ್ತಾ ಇಲ್ಲ. ಆ ಸಂಸ್ಥೆಗೆ ಕಲಿಯೋಕೆ ಬರೊ ಮಕ್ಕಳೆಲ್ಲ ಬಡ ರೈತರ ಮಕ್ಕಳೇ!" ಹನೀಮ್ ಹಾಲಾಳ ಸಲಾವತ್ ಸ್ವರಗಳು ಈ ಗೌಜಿಗತ್ತಲಕ್ಕೆ ಹೊಸೆದುಕೊಂಡಿತು.

ಮನೆಯಲ್ಲಿನ ಈ ಸರಸ ಕಲಹಗಳಿಗೆಲ್ಲ ನಾನೇ ಕೇಂದ್ರಬಿಂದುವಾಗಿದ್ದೆ. ಎಲ್ಲರೂ ಒಂದಲ್ಲ ಒಂದು ರೀತಿಯಲ್ಲಿ ಉತ್ಸಾಹದಲ್ಲಿದ್ದರೆ, ನನ್ನೊಳಗಿನ ತಾಕಲಾಟವನ್ನು ಹತ್ತಿಕ್ಕದಾದೆ. ನನ್ನ ಭಾವನೆಗಳನ್ನು ಪ್ರತ್ಯೇಕವಾಗಿ ಒರೆಗೆ ಹಚ್ಚಲು ಆಗದಷ್ಟು ಕ್ಲಿಷ್ಟ ಮನಸ್ಥಿತಿ ನನ್ನದಾಗಿತ್ತು. ಆದ್ದರಿಂದಲೇ ಅವರ ಸಡಗರದಲ್ಲಿ ಪಾಲುಗೊಳ್ಳುವುದು ನನಗೆ ಸುಲಭವಾಗಿರಲಿಲ್ಲ. ಇರ್ಝ್ಮೀರಿಗೆ ಹೋಗಿ ವಿದ್ಯಾಭ್ಯಾಸ ಮಾಡುವ ವಿಷಯ ನನ್ನ ಮನಸ್ಸನ್ನು ಒಂದು ಕ್ಷಣವೂ ಶಾಂತವಾಗಿರಲು ಬಿಡುತ್ತಿರಲಿಲ್ಲ. ಆ ಯೋಚನೆ ಅಲ್ಪ ಸಂತೋಷ, ಅಲ್ಪ ಆತಂಕ, ಅಷ್ಟೇ ಅಲ್ಲದೆ ಕೊಂಚ ಭಯ ಮತ್ತು ದುಃಖವನ್ನು ಒಂದೇ ಕ್ಷಣದಲ್ಲಿಯೇ ತರುತ್ತಿತ್ತು. ಮಾಗುವ ಮೊದಲೇ ಕಿತ್ತು ಹಾಕಿದ ಕಿತ್ತಳೆ ಹಣ್ಣಿನಂತೆ ಕೊಂಚ ಸಿಹಿ ಕೊಂಚ ಹುಳಿ ಮತ್ತು ಕಹಿ!

ಇದೆಲ್ಲಾ ಯಾವುದಾದರೂ ಹೊಸದರ ಸೂಚನೆಯೇ? ಇಲ್ಲಾ, ಆ ಬೇಸಿಗೆಯಲ್ಲಿ ನನ್ನ ಜೀವನದ ಒಂದು ಘಟ್ಟವೇ ಅಂತ್ಯ ಕಾಣುತ್ತಿತ್ತೋ ಏನೋ ಅರ್ಥವಾಗುತ್ತಿರಲಿಲ್ಲ. ನಾವು ಮೂವರು ಅಕ್ಕ ತಮ್ಮಂದಿರು ಜೊತೆಯಲ್ಲಿದ್ದಾಗ ಸಂಪೂರ್ಣ ನೆಮ್ಮದಿಯಿಂದ ಇರುತ್ತಿದ್ದೆವು. ಒಂಟಿತನ ನಮ್ಮನೆಂದೂ ಕಾಡುತ್ತಿರಲಿಲ್ಲ. ಬಾಹ್ಯಜಗತ್ತು ಸಂಪೂರ್ಣ ಮರೆತಿರುವ ದೀಪಸ್ತಂಭದ ಮನೆ ಎನ್ನುವ ಸ್ಥಳದ ಶೂನ್ಯವನ್ನು ನಾವು ನಾವೇ ತುಂಬಿಬಿಡುತ್ತಿದ್ದೆವು. ಬೇರೆ ಯಾವ ಸ್ನೇಹಿತರಿಲ್ಲದ್ದರಿಂದಲೋ ಏನೋ, ನಾವು ಎಂದೂ ಜಗಳವಾಡುತ್ತಿರಲಿಲ್ಲ. ನಮ್ಮ ಬಾಂಧವ್ಯ ಅತ್ಯಂತ ಗಾಢವಾಗಿತ್ತು.

ನಾವು ಜೊತೆಯಲ್ಲಿದ್ದಾಗ ಜಗತ್ತೇ ಸುಂದರವಾಗಿತ್ತು! ಆ ವರ್ಷದ ಶರತ್ಕಾಲ ಪ್ರತಿವರ್ಷಕ್ಕಿಂತ ಮುಂಚಿತವಾಗಿಯೇ ಬಂದಿತ್ತು. ಗುಡ್ಡದ ತುದಿಯಲ್ಲಿದ್ದ ಒಂಟಿ ಬಾದಾಮಿ ಮರ ಹಳದಿ ವರ್ಣಕ್ಕೆ ತಿರುಗಿತು. ಆದರೆ ಅದರ ಎಲೆಗಳು ಬೇಸಿಗೆ ಬರುವ ಮೊದಲೇ ಉದುರಿಬಿಟ್ಟವು. ದೇವದೂತರನ್ನು ಸೇರಿಕೊಳ್ಳಲು ಇಲಿಯಾಸ್ ಮೊದಲು ಹೊರಟಿದ್ದನಲ್ಲವೆ? ಈಗ ನಾನೂ ಬಹಳ ದೂರ ಹೊರಟುಬಿಟ್ಟಿದ್ದೆ! ಮೊದಲು ಮೂವರಾಗಿದ್ದ ನಾವು ನಂತರ ಇಬ್ಬರಾಗಿದ್ದೆವು, ದೀಪಸ್ತಂಭದ ಮನೆಯಲ್ಲಿ ಆಪಾಳ ಕೊನೆಯ ಜೊತೆಗಾರನಾದ ನನ್ನ ವಿದಾಯದ ಪ್ರಸ್ತಾಪದ ನಂತರ ಅವಳು ಇನ್ನೂ ಮಂಕಾದಳು. ಅಳು ಮುಖ ಮಾಡಿಕೊಂಡು, ನನ್ನನ್ನು ಆಗಾಗ ತಬ್ಬಿ ಮುದ್ದು ಮಾಡುತ್ತಲೇ ಇದ್ದಳು.

ಅವಳ ಪ್ರೀತಿಯ ಕಾಳಜಿಗಾಗಿ ನಾನೆಷ್ಟು ಕಾತರನಾಗಿದ್ದೆ ಎಂಬುದು ನನಗಾಗ ಅರಿವಾಗುತ್ತಿತ್ತು. ಅವಳು ಇಬ್ಬರು ತಮ್ಮಂದಿರ ಅನುಪಸ್ಥಿತಿಯನ್ನು ಸೈರಿಸಿಕೊಳ್ಳಬೇಕಾದ

ಸ್ಥಿತಿಯ ಬಗ್ಗೆ ನನಗೆ ಮರುಕವಾದರೂ, ಅವಳ ಪ್ರೀತಿಯನ್ನು ಮತ್ತು ಲಕ್ಷ್ಯವನ್ನು ಮರಳಿ ಪಡೆದದ್ದು ನನಗೆ ಅತ್ಯಂತ ಸಂತೋಷ ತಂದಿತ್ತು. ಗ್ರೀಕ್ ಎಲಿಯಾಸ್ ವಶಪಡಿಸಿಕೊಂಡು ಬಿಟ್ಟಿದ್ದ ಸ್ಥಾನ ನನಗೆ ಮರಳಿ ದೊರೆತುಬಿಟ್ಟಿತ್ತು.

ಅಂದು ರಾತ್ರಿ ಜೋರಾಗಿ ಬೀಸುತ್ತಿದ್ದ ಗಾಳಿಯನ್ನು ಲೆಕ್ಕಿಸದೆ, ಮಿನಾರಿನೊಳಗೆ ನಾನು ಅವಳನ್ನು ಬಿಗಿದಪ್ಪಿ ಹಾಯಾಗಿ ಮಲಗಿ ನಿದ್ರಿಸಿದೆ. ಮಂಜು ಮುಸುಕಿದ್ದ ಮರುದಿನದ ಬೆಳಗಿನಲ್ಲಿ ಕಣ್ಣು ತೆರೆಯುತ್ತಿದ್ದಂತೆ ನಾನು ಆಪಾಳ ಬಗೆಗಿನ ಧೋರಣೆ ಬದಲಿಸಿಕೊಂಡು ಅವಸರಪಟ್ಟೆ ಎನಿಸಿತು. ನನಗೆ ಬೆಚ್ಚಗೆ ಹೊದಿಸಿ, ಆಪಾ ಹೊರಟು ಹೋಗಿದ್ದಳು. ನಾನು ನಿಂತುಕೊಂಡು ಗವಿಯ ಬಾಗಿಲ ಕಡೆ ನೋಡಲು ಬಾಗಿದಾಗ ನನ್ನ ಹೊಟ್ಟೆಯಲ್ಲಿ ಹೇಳಲಾಗದ ವೇದನೆಯಾಯಿತು. ತುಂತುರು ಮಳೆಯಲ್ಲಿ ಹೂವಿನ ಚಿತ್ತಾರದ ಫ್ರಾಕ್ ಧರಿಸಿದ್ದ ಆಪಾ, ಸ್ವಲ್ಪವೂ ಆತುರವಿಲ್ಲದೆ ನಿಧಾನವಾಗಿ ಆ ಗವಿಬಾಗಿಲಿನಿಂದ ಹೊರಗೆ ಬರುತ್ತಿದ್ದಳು.

ಆ ಸುಂದರ ಉಡುಪಿನಲ್ಲಿ ಅವಳು ಎಲಿಯಾಸ್‌ನ ಬಳಿಗೆ ಹೋಗಿರುವುದನ್ನು ಗಮನಿಸಿ ನನಗೆ ಅತ್ಯಂತ ಕಳವಳವಾಯಿತು. ಅವಳು ನಿಧಾನವಾಗಿ ಮೇಲೇರಿ ಬಂದಾಗ ನಾನು ನಿದ್ದೆ ಬಂದವರಂತೆ ನಟಿಸಿದೆ. ಅವಳು ನನ್ನ ಬಳಿ ಬಂದು ಗಲ್ಲಕ್ಕೊಂದು ಹೂ ಮುತ್ತನಿತ್ತು ಮೃದುವಾಗಿ "ಏಳೊ... ಏಳೇಳು! ಈಗ... ಹೊತ್ತಾಯಿತು!" ಎಂದಳು. ನಾನು ಆಗ ತಾನೇ ಎಚ್ಚರವಾದಂತೆ ಮೈಮುರಿದು ಎದ್ದು ಹೊದಿಕೆಯನ್ನು ಪಕ್ಕಕ್ಕೆ ತಳ್ಳಿ ಅವಳ ಉಡುಪನ್ನೇ ನೋಡಿದೆ. ಆ ಕ್ಷಣದಲ್ಲಿ ನಾನು ನನ್ನ ಕಣ್ಣುಗಳನ್ನಾಗಲಿ ಬುದ್ಧಿಯನ್ನಾಗಲಿ ನಂಬದಾದೆ! ಆ ಹೂವಿನ ಚಿತ್ತಾರದ ಫ್ರಾಕಿನ ಬದಲು ಅವಳೀಗ ಗೋಣಿಯಂತಹ ದೊಗಳೆಯಾಗಿ ಭುಜದಿಂದ ಕೆಳಗಿಳಿಯುತ್ತಿದ್ದ ಅಬ್ಬುವಿನ ಹಸಿರು ಅಂಗಿ ಮತ್ತು ಎಲಾಸ್ಟಿಕ್ ಸೊಂಟಪಟ್ಟಿ ಇದ್ದ ತೇಪೆ ಹಾಕಿದ ಪ್ಯಾಂಟ್ ಧರಿಸಿದ್ದಳು!

ಸಾಯಂಕಾಲ ಮತ್ತೆ ಅವಳು ಬಂಡೆಯ ಬಳಿ ಹೋಗುವಾಗ ಅವಳ ಜೋಬಿನಲ್ಲಿ ಯಾವುದೋ ವಸ್ತುವನ್ನು ಅವಿತಿರಿಸಿಕೊಂಡಿರುವುದನ್ನು ಕಂಡು ಕಳ್ಳನಂತೆ ಅವಳನ್ನು ಹಿಂಬಾಲಿಸಿದೆ. ನಾನು ಗವಿಯ ಬಾಗಿಲಿಗೆ ಹೋಗಿ ಬಂಡೆಯೊಂದರ ಹಿಂದೆ ಅವಿತು ಕುಳಿತ ಕೆಲವೇ ಕ್ಷಣಗಳಲ್ಲಿ ಅವಳು ಹೊರಗೆ ಬರುತ್ತಿದ್ದಳು. ಈಗ ಮಾಮೂಲಿನ ಹಳೆಯ ಬಟ್ಟೆಗಳನ್ನೇ ಧರಿಸಿದ್ದಳು! ಸ್ವಲ್ಪ ಸಮಯದ ನಂತರ ನಾನು ಮಿನಾರಿನ ಬಳಿ ಅವಳನ್ನು ಸಮೀಪಿಸಿದಾಗ ಏನೂ ಆಗಿಲ್ಲದವರಂತೆ ನನ್ನನ್ನು ತಬ್ಬಿ "ಎಲ್ಲೋ ಹೋಗಿದ್ದೆ ನೀನು?" ಎಂದಳು. ಇದೊಂದು ನನಗೆ ಅರ್ಥವಾಗುತ್ತಿರಲಿಲ್ಲ! ಅವಳು ನನ್ನ ಜೊತೆ ಸಮಯ ಕಳೆಯಲೆಂದು, ಲಗುಬಗೆಯಿಂದ ಎಲಿಯಾಸ್‌ನಿಗೆ ಬ್ರೆಡ್ ಕೊಟ್ಟು ಮರಳಿ ಬಂದಿರಬಹುದು ಎಂದೂ ಸಹ ಅನಿಸುತ್ತಿತ್ತು.

ಮರುದಿನ ಸಾಯಂಕಾಲ ಯಾವುದೋ ಮನೆಗೆಲಸ ಪೂರೈಸಲು ಸಹಾಯ ಬೇಕಾಗಿ ಆಪಾಳನ್ನು ಹುಡುಕುತ್ತಿದ್ದ ಅಮ್ಮಿ ದನಿಯೆತ್ತರಿಸಿ ಕಿರುಚುತ್ತಿದ್ದಳು. ನನ್ನನ್ನು ಕಂಡೊಡನೆ "ಹೋಗು! ಎಲ್ಲೋದ್ಲೊ ಏನೊ? ಅವಳನ್ನ ಕರ್ಕೊಂಡು ಬಾ ಹೋಗು. ಇಲ್ಲೆ ಇದ್ಲು... ಅದೆಲ್ಲಿ ಮಾಯ ಆದ್ಲೋ ಏನೋ?" ಎಂದಳು. ನಾನು

ಗವಿಯತ್ತ ಹೋದೆ. ಆಪಾ ಅಲ್ಲಿ ತನ್ನ ಹೂವಿನ ಫ್ರಾಕ್ ಧರಿಸಿ, ಎಲಿಯಾಸ್‌ನ ಪಕ್ಕ ಕುಳಿತು ಅವನ ಮಾತುಗಳನ್ನು ಗಮನವಿಟ್ಟು ಆಲಿಸುತ್ತಿದ್ದಳು. ಗಬಗಬನೆ ಬ್ರೆಡ್ ತಿನ್ನುತ್ತಿದ್ದ ಅವನು ವಟಗುಟ್ಟುತ್ತಿದ್ದುದೆಲ್ಲಾ ಅರ್ಥವಾಗುತ್ತಿರುವ ರೀತಿಯಲ್ಲಿ ಅವಳು ತಲೆಯಲ್ಲಾಡಿಸುವುದನ್ನು ನೋಡಿ ನನಗೆ ಮೈಯೆಲ್ಲಾ ಉರಿದು ಹೋಯಿತು. ಹಾಗಿದ್ದರೆ ನಾನು ಹಿಂದಿನ ದಿನ ಸಂತೋಷಪಟ್ಟಿದ್ದೆಲ್ಲಾ ವ್ಯರ್ಥವೆ?

"ನೀನಿಲ್ಲಿ ಏನ್ ಮಾಡ್ತಾ ಇದಿಯಾ?" ನಾವು ಮೊದಲ ಬಾರಿ ಅಲ್ಲಿಗೆ ಹೋಗುತ್ತಿರುವುದು ಎಂಬಂತೆ ಕೂಗು ಹಾಕಿ ಎಲಿಯಾಸ್‌ನತ್ತ ಒಂದು ದೃಷ್ಟಿಯನ್ನೂ ಹಾಯಿಸದೆ, "ಅಮ್ಮಿ ನಿನ್ನ ಹುಡುಕ್ತಾ ಇದಾಳೆ" ಎಂದು ಗುಡುಗಿದವನೇ, ಅಲ್ಲಿಂದ ಒಂದೇ ಉಸುರಿನಲ್ಲಿ ಓಡಿಬಿಟ್ಟೆ. ನನ್ನ ಬೆನ್ನ ಹಿಂದೆ ಬೆಣಚುಕಲ್ಲುಗಳ ಮೇಲೆ ಅವಳ ಹೆಜ್ಜೆ ಸಪ್ಪಳ ಕೇಳಿಸಿದಾಗ, ನನ್ನನ್ನು ಸಮೀಪಿಸಲು ಅವಳು ಓಡುತ್ತಿರುವುದು ಅರಿವಾಗುತ್ತಿತ್ತು. ಅವಳಿಗೆ ಬೆನ್ನು ಮಾಡಿ ನಿಂತು, ಅವಳು ತನ್ನ ಹಳೆ ಬಟ್ಟೆ ಧರಿಸುವವರೆಗೆ ಕಾದಿದ್ದು ಅವಳತ್ತ ತಿರುಗಿದೆ. ಫ್ರಾಕ್ ಕಳಚಿ, ಆಪಾ ಅದನ್ನು ಜೋಪಾನವಾಗಿ ಮುಂಚೆ ಬಚ್ಚಿಟ್ಟಿದ್ದ ಜಾಗದಲ್ಲಿಯೇ ಇರಿಸಿದಳು... ಅವಳು ಏಕೆ ಫ್ರಾಕನ್ನು ಧರಿಸಿದ್ದಳೆಂದು ನಾನು ಕೇಳಲಿಲ್ಲ. ಅವಳೂ ಸಹ ಏನೂ ಹೇಳಲಿಲ್ಲ. ನನ್ನ ಎದೆಯಲ್ಲಿ ವಿಪರೀತ ಸಿಟ್ಟು ಹೆಪ್ಪುಗಟ್ಟಿತ್ತು. ನನ್ನ ಹಿಂದಿನ ದಿನದ ಸಂತೋಷ ಕ್ಷಣಿಕವಾಗಿತ್ತಷ್ಟೆ! ನಮ್ಮ ನಡುವೆ ಬಂಡೆಯಂತೆ ಅಡ್ಡ ಬಂದಿದ್ದ ಗ್ರೀಕ್ ಎಲಿಯಾಸ್ ದೂರವಾಗುವ ಯಾವುದೇ ಲಕ್ಷಣಗಳಿರಲಿಲ್ಲ. ಅಷ್ಟೇ ಅಲ್ಲದೆ ಹಿಂದೆ ಅವಳು ಧರಿಸಲು ಬೇಸರಿಸುತ್ತಿದ್ದ ಆ ಫ್ರಾಕನ್ನು ಈಗವಳು ಅವನಿಗೋಸ್ಕರ ಸಂತೋಷದಿಂದ ತೊಡುತ್ತಿದ್ದಳು. ಆ ಆಸೆಬುರುಕ ದೇಶದ್ರೋಹಿ ಅವಳ ಹೃದಯದಲ್ಲಿ ಒಂದು ಮಹತ್ತರ ಸ್ಥಾನವನ್ನು ಸಂಪಾದಿಸಿಬಿಟ್ಟಿದ್ದ.

ಮರುದಿನ ಬೆಳಿಗ್ಗೆ ಅವಳು ಕಣ್ಮರೆಯಾಗುತ್ತಿದ್ದಂತೆ ನಾನು ಕೂಡಲೆ ಅವಳ ಹಿಂದೆ ಬಂಡೆಗೆ ಇಳಿದು ಹೋದಾಗ, ಅವಳು ಹಳೆ ಬಟ್ಟೆಗಳನ್ನು ಅವಿಸಿಟ್ಟಿದ್ದ ಸ್ಥಳ ಕಾಣಿಸಿತು. ಆ ಬಟ್ಟೆಗಳನ್ನು ಹರಿದು ಚೂರು ಚೂರು ಮಾಡಿಬಿಡಬೇಕೆನಿಸಿತು! ಅವಳು ಆಮೇಲೆ ಮನೆಗೆ ಹೇಗೆ ಹೋಗಿಯಾಳು? ಫ್ರಾಕು ಧರಿಸಿದವಳನ್ನು ಕಂಡು ಎಲ್ಲರಿಗೂ ಅನುಮಾನ ಬರಲಾರದೆ? ಆದರೆ ಆ ಬಟ್ಟೆಗಳನ್ನು ಮುಟ್ಟುವಷ್ಟು ಕೂಡ ಮನಸ್ಸಾಗಲಿಲ್ಲ. ಅವುಗಳನ್ನು ಮುಟ್ಟಿದರೆ ಆಪಾಗೆ ದ್ರೋಹ ಮಾಡಿದಂತಾಗುವುದಲ್ಲವೆ?

ಬೆಣಚು ಕಲ್ಲುಗಳನ್ನು ಚಲ್ಲಾಪಿಲ್ಲಿ ಮಾಡುತ್ತಾ, ಸಮುದ್ರದ ದಡಕ್ಕೆ ಬಂದು ಕಾಲು ನೋಯುವವರೆಗೂ, ಅಲ್ಲಿ ಬಿದ್ದಿದ್ದ ಅಸಿಟಲಿನ್ ಬಾಟಲಿಯನ್ನು ಒದೆಯುವುದರಲ್ಲಿ ನಿರತನಾದೆ. "ಇಲಿಯಾಸ್, ನೀನು ಇಷ್ಟ ಪಡ್ತಾ ಇದ್ದ ಫ್ರಾಕನ್ನೀಗ ಫೆರಿಹಾ ಅವನ್ಯಾವನೋ ಗ್ರೀಕ್ ದೇಶದ್ರೋಹಿಗೋಸ್ಕರ ತೊಟ್ಕೋತಾಳೆ ಕಣೋ!" ಎಂದಿದ್ದೆ.

ಅಂದಿನಿಂದ ಆಪಾ ನನ್ನ ಮೇಲೆ ತೋರಿಸುತ್ತಿದ್ದ ಮಮತೆಯನ್ನು ಸೈರಿಸಲಾರದಷ್ಟು ನಾನು ಕುಪಿತನಾಗಿದೆ. ಅವಳು ನನ್ನನ್ನು ತಬ್ಬಿ ಮುದ್ದಾಡಲು ಬಂದ ಕೂಡಲೇ ಒರಟಾಗಿ ತಳ್ಳಿ ಓಡಿ ಬಿಡುತ್ತಿದ್ದೆ. ಸ್ವಲ್ಪ ದಿನಗಳ ನಂತರ ಅವಳು ನನ್ನನ್ನು ಮುದ್ದು

ಮಾಡುವ ಪ್ರಯತ್ನವನ್ನೇ ಕೈಬಿಟ್ಟಳು. ಅವಳು ಏನು ಮಾತಾಡಿದರೂ ಪ್ರತ್ಯುತ್ತರ ಕೊಡುತ್ತಿದ್ದೆ. ಅವಳು ಯಾವ ಪ್ರತಿಕ್ರಿಯೆಯನ್ನೂ ತೋರುತ್ತಿರಲಿಲ್ಲ. ನನ್ನ ವರ್ತನೆಗೆ ಕಾರಣವನ್ನು ಕೂಡ ಕೇಳುತ್ತಿರಲಿಲ್ಲ. ನನ್ನ ಮನಸ್ಸಿನ ಕಹಿ ಅವಳಿಗೆ ಅರ್ಥವಾಗುತ್ತಿತ್ತು. ನನ್ನ ಮುನಿಸಿಗೆ ಬರೀ ತಲೆ ತಗ್ಗಿಸಿ ಸುಮ್ಮನಿರುವುದಷ್ಟೇ ಅವಳ ಪ್ರತ್ಯುತ್ತರವಾಗಿತ್ತು. ಆದರೆ ಅವಳೇನಾದರೂ ಕೇಳಿದ್ದರೆ ನಾನೇನು ಉತ್ತರ ಕೊಡಬಲ್ಲವನಾಗಿದ್ದೆ? ನನ್ನಲ್ಲಿದ್ದ ಪ್ರಶ್ನೆಗಳಿಗೆ ಧ್ವನಿ ಕೊಡುವುದು ನನಗೆ ಸಾಧ್ಯವಿತ್ತೆ? 'ನೀನ್ಯಾಕೆ ನಿನ್ನ ಬಟ್ಟೆಗಳನ್ನು ಅಲ್ಲಿ ಅವಿಸಿಡುತ್ತೀಯಾ? ಆ ದೇಶದ್ರೋಹಿಯ ಬಳಿ ಹೋಗುವಾಗ ಹೂವಿನ ಫ್ರಾಕನ್ನೆ ಯಾಕೆ ತೊಟ್ಟುಕೋತೀಯಾ?' ನನಗೆ ನನ್ನ ಭಾವನೆಗಳಾಗಲಿ, ಆಪಾಳ ಮನಸ್ಸಾಗಲಿ – ಎರಡೂ ಸ್ಪಷ್ಟವಾಗುತ್ತಿರಲಿಲ್ಲ. ಅವಳು ನನ್ನ ಕಡೆ ನೋಡಿದಾಗ ಅವಳ ಕಣ್ಣುಗಳ ಆಳದಲ್ಲಿ ನನ್ನ ಪ್ರಶ್ನೆಗಳಿಗೆ ಉತ್ತರ ಹುಡುಕುತ್ತಿದ್ದೆ.

ನಾನು ಶಹರಕ್ಕೆ ಹೊರಡಬೇಕಾಗಿದ್ದ ಕೆಲವೇ ದಿನಗಳ ಮುಂಚಿತವಾಗಿ ಒಂದು ದಿನ ನಸುಕಿನಲ್ಲಿ ಹಾಲಾ, ಬಂಡೆಯ ಬಳಿ ಬೆನ್ನು ಬಾಗಿಸಿ ಇಣುಕುತ್ತಿದ್ದುದನ್ನು ನೋಡಿದೆ. ಸಾಮಾನ್ಯವಾಗಿ ಇಲಿಯಾಸ್ ಬಿದ್ದಿದ್ದ ಜಾಗವನ್ನು ಅವಳು ವೀಕ್ಷಿಸುತ್ತ ಇರಲಿಲ್ಲ. ನನಗೆ ಆಶ್ಚರ್ಯವಾಗಿ ಅವಳ ಹತ್ತಿರ ಹೋದೆ.

"ಅಲ್ಲಿರುವುದು ಫರಿಹಾ ಅಲ್ಲೇನೋ!" ಅವಳ ಜೋಲುತ್ತಿದ್ದ ಕಣ್ಣುಗಳನ್ನು ದೊಡ್ಡದಾಗಿ ತೆರೆಯುವ ಪ್ರಯತ್ನ ಮಾಡುತ್ತಾ ಗುಡುಗಿದಳು.

"ಯಾವ್ದೋ ಮದುವೆಗೆ ಹೋಗೊ ತರ ಆ ಫ್ರಾಕ್ ಹಾಕ್ಕೊಂಡು ಅಲ್ಲೇನು ಮಾಡ್ತಾ ಇದಾಳೆ?"

ಕೆಲವೇ ದಿನಗಳ ಹಿಂದಾಗಿದ್ದರೆ ಅವಳು ಆ ವಿಷಯವನ್ನು ಮುಂದುವರಿಸದಂತೆ ಏನಾದರೂ ನೆವ ಹೇಳಿ ಅವಳ ಗಮನ ಬೇರೆಡೆಗೆ ಸೆಳೆಯುತ್ತಿದ್ದೆ. ಆದರೆ ಈಗ ನನಗೆ ಅಂತಹದೇನೊಂದನ್ನೂ ಮಾಡುವ ಮನಸ್ಥಿತಿ ಇರಲಿಲ್ಲ. ಇನ್ನೂ ಹೆಚ್ಚಾಗಿ ಹೇಳಬೇಕೆಂದರೆ ಆಪಾ ಸಿಕ್ಕಿಬಿದ್ದಳಲ್ಲ ಎಂದು ನನಗೆ ವಿಕ್ಷಿಪ್ತ ಆನಂದ ಉಂಟಾಗಿ ಮನಸಲ್ಲೇ ಬೀಗುತ್ತಿದ್ದೆ.

"ಅವಳು ಆ ಮನೆಮುರುಕ ದೇಶದ್ರೋಹಿ ಎಲಿಯಾಸ್‌ನಿಗಾಗಿ ಅದನ್ನು ತೊಟ್ಕೊಂಡಿದಾಳೆ. ಅವನು ಚಿಯೋಸ್‌ನಿಂದ ತಲೆಮರೆಸಿಕೊಂಡು ಬಂದಿದಾನೆ. ಗವಾಕ್ಷಿಗವಿಯಲ್ಲಿ ಎಷ್ಟೋ ದಿನಗಳಿಂದ ಇದಾನೆ!" ಬಾಯಿಂದ ವಿಷ ಉಗುಳುತ್ತಿರುವವನಂತೆ "ಆಪಾ ಕದ್ದು ಮುಚ್ಚಿ ಅವನಿಗೋಸ್ಕರ ಊಟ ತಿಂಡಿ ತಗೋಂಡೋಗ್ತಾಳೆ!"

ಮಾತು ಮುಗಿಸಿದ ತಕ್ಷಣವೇ ನನ್ನ ಕೋಪ ಉಕ್ಕುವ ಹಾಲಿಗೆ ನೀರು ಬಿದ್ದಂತೆ ಜರ್‍ರನೆ ಇಳಿಯಿತಲ್ಲದೆ, ಪಶ್ಚಾತ್ತಾಪದ ನೆರಳು ನನ್ನನ್ನು ದಟ್ಟವಾಗಿ ಆವರಿಸಿಬಿಟ್ಟಿತು! ನಾನು ಆಪಾಳ ಮೇಲೆ ಚಾಡಿ ಹೇಳುತ್ತಿದ್ದೆ! ಹಾಲಾಳ ಎದುರು ಹೇಳಿದ ವಿಷಯ ನನಗೆ ಕೂಡ ಅಪರಿಚಿತವೆನಿಸಿತು! "ಅಲ್ಲಾಹ್! ಇದನ್ನೆಲ್ಲಾ ಹೇಳಿದ್ದು ನಾನೇನಾ?!" ಮೈಯೆಲ್ಲ ನಡುಗಲಾರಂಭಿಸಿತು. ಆದರೆ ಆದದ್ದು ಆಗಿ ಹೋಗಿತ್ತು.

ಆಪಾ ಕ್ಷಣಮಾತ್ರ ತಲೆಯೆತ್ತಿದ್ದರೆ ನಾವಿಬ್ಬರೂ ಕಾಣಿಸಿ, ಅವಳಿಗೆ ಎಲ್ಲವೂ ಅರ್ಥವಾಗುತ್ತಿತ್ತು. ಆದರೆ ಅವಳು ನಮ್ಮನ್ನು ಗಮನಿಸದಷ್ಟು ದೂರದಲ್ಲಿದ್ದಳು. 'ಥೂ, ಅವಳದೆಷ್ಟು ಅಜಾಗರೂಕಳಾಗಿದ್ದಾಳೆ? ಯಾಕವಳು ತನ್ನನ್ನೇ ತಾನು ಮರೆತವಳಂತೆ ವರ್ತಿಸುತ್ತಿದ್ದಾಳೆ?' ಎನಿಸಿತು. ಹನೀಮ್ ಹಾಲಾಳ ಮಂದದೃಷ್ಟಿಯು ಫೆರಿಹಾಳ ಲಾಲಿತ್ಯದ ಹೆಜ್ಜೆಗಳನ್ನೇ ಗಮನಿಸತೊಡಗಿದವು. ನಾನು ಅದೇ ಹೊತ್ತಿಗೆ ಹಾಲಾಳ ತೋಳನ್ನು ಹಿಡಿದು ಮನೆಯತ್ತ ಕರೆದುಕೊಂಡು ಹೋಗತೊಡಗಿದೆ. ಇಲ್ಲವೆಂದರೆ ಹಾಲಾಳು ಫೆರಿಹಾ ಮಿನಾರನ್ನ ಏರುವವರೆಗೂ ಅವಳನ್ನೆ ನೋಡುತ್ತ ನಿಂತೇಬಿಟ್ಟಿರುತ್ತಿದ್ದಳು.

ಅಂದು ರಾತ್ರಿ ಊಟದ ವೇಳೆಗೆ ಹನೀಮ್ ಹಾಲಾ ತನ್ನ ಮೂರು ತಿಂಗಳ ಉಪವಾಸ ವ್ರತವನ್ನು ಮುಕ್ತಾಯಗೊಳಿಸಿದಳು. ಅವಳು ಪ್ರತಿ ಬಾರಿ ನೀರು ಕುಡಿಯುವುದಕ್ಕಾಗಿಯೋ, ಪ್ರಾರ್ಥನೆ ಸಲ್ಲಿಸುವುದಕ್ಕಾಗಿಯೋ ಅಥವಾ ಊಟದಲ್ಲಿ ಉಪ್ಪು ಹೆಚ್ಚೆಂದು ಗೊಣಗುವುದಕ್ಕಾಗಿಯೋ ಬಾಯಿ ತೆರೆಯುತ್ತಿದ್ದಾಗಲೆಲ್ಲಾ ಇನ್ನೇನು ಆಪಾಳ ವಿಷಯ ಎಲ್ಲರಿಗೂ ಹೇಳಿಯೇ ಬಿಡುತ್ತಾಳೆ ಅಂದುಕೊಳ್ಳುತ್ತಿದ್ದೆ! ಆದರೆ ಅವಳು ಏನೂ ಹೇಳಲಿಲ್ಲ. ಊಟವಾದ ಮೇಲೆ ಆಪಾ ಅಲ್ಲಿಂದ ತಪ್ಪಿಸಿಕೊಳ್ಳಲು ಸನ್ನದ್ಧಳಾಗುತ್ತಿದ್ದಾಗ, ಹನೀಮ್ ಹಾಲಾ ಒಮ್ಮೆಲೆ ಅವಳನ್ನು ತಡೆದು "ಇಕಾ ಇಲ್ಲಿ! ಈ ದ್ರಾಕ್ಷಿ ಇದಾವೆ. ಇದನ್ನ ತಗೋಂಡೋಗಿ ಇಲಿಯಾಸ್‌ಗೆ ಕೊಡು. ಅವನಿಗೆ ತುಂಬಾ ಇಷ್ಟ" ಎಂದು ಪಿಸುಗುಟ್ಟಿದಳು.

ಆಪಾ ನಿಂತಲ್ಲಿಯೇ ಕಲ್ಲಾದಳು, ಸಹಾಯ ಬೇಡುವಂತೆ ನನ್ನತ್ತ ನೋಡಿದಳು. ನಾನು ದೃಷ್ಟಿಯನ್ನು ಬೇರೆಡೆಗೆ ತಿರುಗಿಸಿದೆ. ಅವಳು ಜೇಬುಗಳಲ್ಲಿ ದ್ರಾಕ್ಷಿ ತುಂಬಿಸಿಕೊಳ್ಳುತ್ತಿದ್ದಂತೆ, ಹಾಲಾ "ಕಣ್ಣೀರುಮರ ಯಾಕೋ ಬಾಗಿದೆ, ಅವನು ಬಂದು ಅದನ್ನು ನೇವರಿಸಬೇಕು" ಎನ್ನುತ್ತಾ ಊರುಗೋಲಿನ ಮೇಲೆ ಬಗ್ಗಿಕೊಂಡು ಪ್ರಾರ್ಥನೆಯನ್ನು ಗುನುಗುತ್ತಾ ತನ್ನ ಕುರ್ಚಿಗೆ ಹೋಗಿ ಕುಳಿತು ತಸ್ಬೀಹಾ ಜಪಮಣಿ ಎಣಿಸಲಾರಂಭಿಸಿದಳು. ಆಪಾ ಇದಕ್ಕೆಲ್ಲ ಏನು ವಿವರಣೆ ಎಂಬಂತೆ ನನ್ನತ್ತ ನೋಡುತ್ತಿದ್ದಂತೆ ಅವಳ ಕಣ್ಣಲ್ಲಿ ಕಣ್ಣಿಡಲು ನನಗೆ ತುಂಬಾ ನಾಚಿಕೆಯಾಗುತ್ತಿತ್ತು.

ಇಲಿಯಾಸ್‌ನ ಸಾವಿನ ನಂತರ ತುಸು ಮತಿಭ್ರಮಣೆಯಾದಂತಿದ್ದ ಹಾಲಾಳಿಗೆ, ನಡೆಯುತ್ತಿರುವ ಘಟನೆಗಳು ಸ್ಪಷ್ಟವಾಗಿ ತಿಳಿಯದಿದ್ದು ನನ್ನ ಮನಸಾಕ್ಷಿಗೆ ಕೊಂಚ ಸಮಾಧಾನ ತಂದಿತು. ಪ್ರಾಮಾಣಿಕವಾಗಿ ಹೇಳಬೇಕೆಂದರೆ, ಊರಿಗೆ ಹೊರಡುವ ಎರಡು ದಿನ ಮೊದಲು ಮನೆಯಲ್ಲಿ ದೊಡ್ಡ ರಾದ್ಧಾಂತವಾಗುವುದು ನನಗೆ ಎಳ್ಳಷ್ಟೂ ಬೇಕಿರಲಿಲ್ಲ. ಮನೆಯಲ್ಲಿಯೇ ಉಳಿದುಬಿಡಲೂ ಕೂಡ ಈಗ ನನಗೆ ಮನಸ್ಸಿರಲಿಲ್ಲ. ನಾನು ಯಾಕಾದರೂ ಇರಬೇಕು? ನನ್ನ ಆಪಾ ಮುಂಚಿನ ಆಪಾ ಆಗಿರಲಿಲ್ಲ ಅಥವಾ ಅಸೂಯೆಯಿಂದ ನಾನೇ ಸಂಪೂರ್ಣ ಬದಲಾಗಿಬಿಟ್ಟಿದ್ದೆ! ಕಾರಣ ಏನೇ ಇರಲಿ, ನಾನು ಹೊರಡುವ ವೇಳೆಯಲ್ಲಿ ನಮ್ಮಿಬ್ಬರ ಮನಸುಗಳು ದೂರವಾಗಿದ್ದವು. ನಾವು ಅಪರಿಚಿತರೆಂದೆನಿಸುತ್ತ ಅವಳನ್ನು ಒಬ್ಬಳನ್ನೇ ಬಿಟ್ಟು ಹೋಗಲು ನನಗೆ

ಯಾವುದೇ ರೀತಿಯ ವಿಷಾದವಿರಲಿಲ್ಲ. ಗ್ರೀಕ್ ಎಲಿಯಾಸ್ ಆವರಿಸಿಕೊಂಡಿದ್ದ ಅವಳ ಜಗತ್ತಿನಲ್ಲಿ ನನಗೆ ಯಾವುದೇ ಸ್ಥಾನವಿರಲಿಲ್ಲ. ನಾನು ಹೊರಡಲೇ ಬೇಕಿತ್ತು. ನನ್ನ ವಿಷಣ್ಣ ಮನಸ್ಸು, ಅವಳು ನನ್ನನ್ನು ಪ್ರೀತಿ ಮಾಡುವುದನ್ನೇ ನಿಲ್ಲಿಸಿಬಿಟ್ಟಿದ್ದಾಳೆ ಎಂದೇ ಯೋಚಿಸುತ್ತಿತ್ತು. ಭ್ರಮೆಯೆಂಬ ಕೀಟ ನನ್ನ ಮನಸ್ಸನ್ನು ಒಂದೇ ಸವನೆ ಕೊರೆಯುತ್ತಿರಲು, ನನ್ನ ಅಂತರಾಳವೆಲ್ಲ ಕಲಕಿ ರಾಡಿಯಾಗಿರಲು, ನಾನು ಹೊರಡುವ ಹಿಂದಿನ ದಿನ ಆ ಭಯಾನಕ ಪ್ರಸಂಗ ನಡೆದೇ ಹೋಯಿತು.

ಮೋಡಗಳಿಂದ ತುಂಬಿದ್ದ ಆಕಾಶ ಚಂಡಮಾರುತದ ಮುನ್ಸೂಚನೆಯನ್ನು ಸಾರುತ್ತಿತ್ತು. ಅಬ್ಬು ತನ್ನ ಕೋವಿಯನ್ನೆತ್ತಿಕೊಂಡು ಕಾಡು ಹಂದಿ ಬೇಟೆಗೆ ಹೊರಟಿದ್ದವನು, ಹವಾಮಾನ ಬಿಗಡಾಯಿಸಿದ್ದರಿಂದ ಬೇಗನೆ ಮನೆಗೆ ಮರಳಿ ಬಂದ. ಕೋವಿಯನ್ನು ನೆಲದ ಮೇಲಿರಿಸಿ, ಮೋಡಗಳಿಂದ ಕಪ್ಪಡರುತ್ತಿದ್ದ ಆಕಾಶವನ್ನೇ ನಿಟ್ಟಿಸುತ್ತಾ, ಆತಂಕದಿಂದ 'ಫೆರಿಹಾ ಎಲ್ಲಿ?' ಎಂದು ಕೇಳಿದ. ಮಳೆ ಸುರಿಯಲು ಪ್ರಾರಂಭವಾಗುವ ಮೊದಲು ಒಣಗಿದ ರೆಂಬೆ ಕೊಂಬೆಗಳನ್ನು ನೆಲ ಮಾಳಿಗೆಗೆ ಕೊಂಡೊಯ್ಯಬೇಕಿತ್ತು. ಕೆಲವೇ ನಿಮಿಷಗಳ ಹಿಂದೆ ಕೈಯಲ್ಲಿ ಚಿಕ್ಕ ಪಾತ್ರೆಯೊಂದನ್ನು ಹಿಡಿದುಕೊಂಡು ಆಪಾ ಬಂಡೆಯ ಹತ್ತಿರ ಹೋಗಿದ್ದನ್ನು ನಾನು ಗಮನಿಸಿದ್ದೆ. "ಆಪಾ ಇಲ್ಲಿಲ್ಲ ಅಬ್ಬು!" ಎಂದು ನಾನು ಹೇಳಿದೆ. "ಅವಳಿಲ್ಲ ಅಂದ್ರೆ ಏನರ್ಥ? ಎಲ್ಲಿ ಅವಳು?" ನಾನು ಸುಮ್ಮನೆ ಭುಜ ಎಗರಿಸಿದೆ. ಅನುಮಾನಾಸ್ಪದನಾಗಿ ಅಬ್ಬು ಮತ್ತೆ "ಫೆರಿಹಾ ಎಲ್ಲಿ?" ನಾನು ಮತ್ತೆ ಭುಜ ಎಗರಿಸಿದೆ. "ಅವಳು ಎಲ್ಲಿ ಹೇಳು! ನನ್ನನ್ನ ಸಿಟ್ಟಿಗೆಬ್ಬಿಸಬೇಡ!"

ನಾನು ಹೆದರಿ ಬಂಡೆಯತ್ತ ಕೈ ತೋರಿಸಿದೆ. ಅಬ್ಬು ಅತ್ತ ಕಡೆ ಪ್ರಶ್ನಾರ್ಥಕವಾಗಿ ನೋಡಿ ಮತ್ತೆ ಕೇಳಿದ. ಈಗ ನನ್ನ ಮೌನವೇ ಉತ್ತರವಾಯಿತು. ಅಬ್ಬು ಇನ್ನೇನು ನನ್ನ ಕೆನ್ನೆಗೆ ಒಂದು ಬಿಗಿಯುವವನಿದ್ದ, ಅಷ್ಟರಲ್ಲಿ ಕುರ್ಚಿಯಲ್ಲಿ ಕುಳಿತಿದ್ದ ಹಾಲಾ "ಇಷ್ಟು ಬೇಗ ಸಿಟ್ಟಾಗ ಬೇಡ ತಮ್ಮ. ಅವಳು ಕೆಳಗಡೆ ಗವಿಯಲ್ಲಿರುವ ನನ್ನ ಎಲಿಯಾಸ್‌ನಿಗಾಗಿ ಸೂಪ್ ತಗೊಂಡೋಗಿದಾಳೆ ಅಷ್ಟೆ!" ಎಂದು ಕೂಗು ಹಾಕಿದಳು. ಮತ್ತೆ ನನ್ನ ಕಂಗಾಲಾದ ಮುಖವನ್ನು ನೋಡಿದವನೇ ಅಬ್ಬು ಕೋಪದಿಂದ ಬಂಡೆಯತ್ತ ದಾಪುಗಾಲಿಟ್ಟ.

ಅವನು ಕೆಳಗಿಳಿಯುತ್ತಿದ್ದಂತೆ ಬಿರುಗಾಳಿ ಬೀಸಲಾರಂಭಿಸಿತು. ಒಮ್ಮೆಲೇ ಮೋಡ ಇಡುಗಿ ಕತ್ತಲು ಆವರಿಸಿ ಬಿಟ್ಟಿತು. ಬೀದಿ ಬದಿಯ ಗಟಾರುಗಳಲ್ಲಿ, ತಪ್ಪಿಸಿಕೊಂಡು ಓಡುವ ಬಲಿಪಶುಗಳಂತೆ ಹರಿಯುತ್ತಿದ್ದ ನೀರಿನ ಧಾರೆಯನ್ನು, ಗಾಳಿಯ ಹೊಡೆತ ಅಟ್ಟಿಸಿಕೊಂಡು ಹೋಗುತ್ತಿರುವಂತಿತ್ತು! ಆಕಾಶದಲ್ಲಿನ ಯಾವುದೋ ತುಪಾಕಿಯಿಂದ ಹೊರ ಬಿದ್ದ ಸಿಡಿಗುಂಡುಗಳಂತೆ ಮಳೆ ಹನಿಗಳು ಮಣ್ಣಿನ ಎದೆಯನ್ನು ಸೀಳಿ ಬಿಡುತ್ತಿದ್ದವು. ಕುರುಚಲು ಗಿಡಗಳೂ ಸಹ ದಟ್ಟಡವಿಯ ಮರಗಳಂತೆ ಮರ್ಮರಗುಟ್ಟುತ್ತಿದ್ದವು. ಉಕ್ಕುತ್ತಿದ್ದ ಸಮುದ್ರದ ಮೇಲೆ ಒಂದೇ ಸಮನೆ ಮಿಂಚುತ್ತಿದ್ದ ಆಕಾಶದ ಬೆಳಕಿನಲ್ಲಿ ನಮ್ಮ ಉರಿಯದ ಕಂದೀಲು ಸಹ ಗೋಚರವಾಗುತ್ತಿತ್ತು.

ನೀರಿನ ಅಲೆಗಳ ಮೇಲೆ ಮಿಂಚಿನ ರೌದ್ರನರ್ತನ ನಿರ್ಮಿಸುತ್ತಿದ್ದ ವಿನ್ಯಾಸಗಳನ್ನೇ ನಿಟ್ಟಿಸುತ್ತ ಹನೀಮ್ ಹಾಲಾ ಜೋರಾಗಿ ಸಲಾವತ್ ಹೇಳುತ್ತಿದ್ದಳು. ಆ ಹುಚ್ಚು ಗಾಳಿಗೆ ಒಮ್ಮೆಲೇ ತೆರೆದುಕೊಂಡಿದ್ದ ಕೊಟ್ಟಿಗೆಯ ಬಾಗಿಲನ್ನು ಭದ್ರ ಮಾಡಲು ಅಮ್ಮಿ ದೌಡಾಯಿಸಿದಳು.

ಆದರೆ ಮುಂಬರಲಿದ್ದ ಚಂಡಮಾರುತಕ್ಕೆ ಇದ್ಯಾವುದೂ ಸಾಟಿಯಾಗಿರಲಿಲ್ಲ. ಸುರಿಯುತ್ತಿದ್ದ ಮಳೆಯನ್ನೂ ಲೆಕ್ಕಿಸದೆ ಸಂಭವಿಸಲಿರುವ ಘಟನೆಗಳ ಪ್ರತಾಪದಿಂದ ಪಾರಾಗುವ ಹುನ್ನಾರದಲ್ಲಿ ನಾನು ಮಿನಾರನ್ನು ಏರಿ ಹೋದೆ. ಗ್ಯಾಲರಿ ಡೆಕ್ಕಿನ ಮೇಲೆ, ಒದ್ದೆಮುದ್ದೆಯಾಗಿ, ಒಳಗೂ, ಹೊರಗೂ ನಡಗುತ್ತಾ ಕುಳಿತು, ಪ್ರಾರ್ಥಿಸಲಾರಂಭಿಸಿದೆ. ನಮ್ಮ ದೀಪಸ್ತಂಭವನ್ನೇ ಆಕ್ರಮಿಸುವಂತೆ ನೊರೆನೊರೆಯಾಗಿ ಮೇಲಕ್ಕೇರುತ್ತಿದ್ದ ಸಮುದ್ರದ ಅಲೆಗಳು ಬಂಡೆಗೆ ಅಪ್ಪಳಿಸಿ ಮತ್ತೆ ರಭಸದಿಂದ ಹಿಂದಿರುಗುತ್ತಿದ್ದವು. ಸುಮಾರು ಹೊತ್ತು ಪ್ರಖರವಾಗಿ ಮಿಂಚಿದ ನಂತರ ಕಿವಿಗಡಚಿಕ್ಕುವಂತೆ ಸಿಡಿಲಿನ ಆರ್ಭಟ ಕೇಳಿಸಿತು. ಹಾಲಾಳ ಧ್ವನಿ ಅದರಲ್ಲಿ ಕರಗಿ ಹೋಗಿರಲು ಅಬ್ಬುವಿನ ಗುಡುಗು ಅದನ್ನು ಮೀರಿ ಕಿವಿಗಪ್ಪಳಿಸಿತು.

ಆ ಮಿಂಚಿನ ಪ್ರಕಾಶದಲ್ಲಿ ಅಬ್ಬು ಆಪಾಳನ್ನು ರಟ್ಟೆ ಹಿಡಿದು ಎಳೆದು ತರುತ್ತಿದ್ದುದು ಕಾಣಿಸಿತು. ಇನ್ನೊಮ್ಮೆ ಮಿಂಚು ಮಿಂಚಿದಾಗ ಅವಳು ನೆಲದ ಮೇಲೆಯೇ ಎಳೆಯಲ್ಪಡುತ್ತಿದ್ದಳು. ಜಾರಿ ಬಿದ್ದುಬಿಟ್ಟಿರಬೇಕು... ನಾನು ಆ ಗುಡುಗು ಸಿಡಿಲಿನ ಹೊಡೆತವನ್ನು ಪ್ರತಿರೋಧಿಸುವವನಂತೆ ಕಣ್ಣು ಕಿವಿಗಳೆರಡನ್ನೂ ಮುಚ್ಚಿಕೊಂಡೆ. ಮೊಣಕಾಲುಗಳನ್ನು ಎದೆಗೆಳೆದುಕೊಂಡು, ಅತ್ಯಂತ ಗಟ್ಟಿಯಾಗಿ ಕೈಯಿಂದ ಬಿಗಿದುಕೊಂಡು, ಕಿರಿದಾಗುತ್ತಾ, ಒದ್ದೆಯಾಗುತ್ತಾ ನಾನು ಹುಟ್ಟಿದ ದಿನ ಹೇಗಿದ್ದೆನೊ ಅಷ್ಟೇ ಗಾತ್ರಕ್ಕೆ ಇಳಿದುಬಿಟ್ಟೆ.

ಅವರು ಮನೆಯ ಬಳಿ ಬಂದಾಗ, ಆಪಾಳ ಹೂಚಿತ್ತಾರದ ಫ್ರಾಕು ಸಂಪೂರ್ಣವಾಗಿ ಮಣ್ಣಾಗಿಬಿಟ್ಟಿತ್ತು. ಅವಳು ಬೆಕ್ಕಿನ ಮರಿಯಂತೆ ಒಂದೇ ಸಮನೆ ನಡುಗುತ್ತಾ ಕಿರುಚುತ್ತಿದ್ದಳು. ಅಬ್ಬುವಿನ ಕೋಪದ ಮುಂದೆ ಬಿರುಗಾಳಿಯ ಆವೇಶ ಏನೇನೂ ಆಗಿರಲಿಲ್ಲ. ಅಬ್ಬು ಮನೆಯೊಳಕ್ಕೆ ಹೊಕ್ಕವನೇ ತನ್ನ ಕೋವಿಯನ್ನು ಹಿಡಿದು ಹೊರಬಂದ. ಅದು ಈಗ ಅವನ ಭುಜದ ಮೇಲಿರಲಿಲ್ಲ ಮತ್ತು ನೆಲದತ್ತ ಮುಖ ಮಾಡಿರಲಿಲ್ಲ.

ಅವನು ಬಂಡೆಯತ್ತ ನಡೆಯುತ್ತಿರಲು, ಆಪಾ ಅವನ ಕಾಲುಗಳನ್ನು ಗಟ್ಟಿಯಾಗಿ ಹಿಡಿದು ಆರ್ತಳಾಗಿ ಬೇಡತೊಡಗಿದಳು. ಇನ್ನೂ ಪರಿಸ್ಥಿತಿಯ ಅರಿವಿಲ್ಲದ ಅಮ್ಮಿ ಮತ್ತು ಹಾಲಾ ಇಬ್ಬರೂ ಭೀತಿಯಿಂದ ಮರಗಟ್ಟಿಬಿಟ್ಟಿದ್ದರು. ಅಬ್ಬು ಆಪಾಳನ್ನು ಜೋರಾಗಿ ಒದ್ದವನೇ ಮುಂದೆ ನಡೆಯಲಾರಂಭಿಸಿದ. ಆಪಾ ದಿಗ್ಗನೆದು ಅವನ ಹಿಂದೆ ಓಡಿದಳು. ಅಮ್ಮಿ ಮತ್ತು ನಾನು ಹಿಂಬಾಲಿಸಿದೆವು. ನಾವು ಬಂಡೆಯನ್ನು ಇಳಿಯುತ್ತಿರಲು ಹಾಲಾ ಭೋರ್ಗರೆಯುತ್ತಿದ್ದ ಆಕಾಶದತ್ತ ಪ್ರಾರ್ಥನಾ ಸ್ವರದಲ್ಲಿ ಅರಚುತ್ತಿದ್ದಳು. ಗವಿಯ ಬಾಗಿಲನ್ನು ತಲುಪುವವರೆಗೂ ಆಪಾ, ಮತ್ತೆ ಮತ್ತೆ

ಅಬ್ಬುವಿನ ಕಾಲುಗಳನ್ನು ಹಿಡಿದುಕೊಳ್ಳುತ್ತಾ ಮೊರೆ ಇಡುತ್ತಿದ್ದಳು. ಅಬ್ಬುವಿನ ಶಕ್ತಿಯ ಎದುರು ಅವಳು ದುರ್ಬಲಳಾಗಿ ಮತ್ತೆ ಮತ್ತೆ ಒದೆಯಲ್ಪಡುತ್ತಿದ್ದಳು. ಆ ಬಿರುಗಾಳಿಯಲ್ಲೂ ಶಾಂತನಾಗಿರುವಂತೆ ಎಲಿಯಾಸ್, ಗವಿಯ ಬಾಗಿಲಲ್ಲಿ ನಿಂತು ಸಿಗರೇಟ್ ಹೊಗೆ ಬಿಡುತ್ತಿದ್ದ. ಅಬ್ಬು ಕೋವಿಯನ್ನು ಅವನೆಡೆ ಗುರಿ ಇಟ್ಟಾಗಲೂ, ಅವನು ಒಂಚೂರೂ ಅಲ್ಲಾಡಲಿಲ್ಲ. ಆಪಾ ಅಬ್ಬುವಿನ ಕೈಹಿಡಿದೆಳೆಯುತ್ತಾ ದೀನಳಾಗಿ ಬೇಡುತ್ತಿದ್ದಳು. ಸಿಟ್ಟಿಗೆದ್ದ ಅಬ್ಬು ಅವಳ ಕೆನ್ನೆಗೆ ಜೋರಾಗಿ ಏಟು ಕೊಡಲಾಗಿ ಧೊಪ್ಪನೆ ಗವಿಯ ಗೋಡೆಗೆ ಅಪ್ಪಳಿಸಿದಳು. ತುಟಿ ಒಡೆದು ರಕ್ತ ಚಿಮ್ಮಲಾರಂಭಿಸಿತು. ಮತ್ತೆ ತೆವಳುತ್ತಾ ಹೋಗಿ ಅಬ್ಬುವಿನ ಕಾಲುಗಳನ್ನು ಭದ್ರವಾಗಿ ಹಿಡಿದುಕೊಂಡಳು. ಅವನ ಮೊಣಕಾಲಿನ ಪ್ರಹಾರಕ್ಕೆ ಅವಳ ಮೂಗಿನಿಂದ ಧಾರಾಕಾರ ರಕ್ತ ಸುರಿಯಲಾರಂಭಿಸಿತು. ಇಷ್ಟಾದರೂ ಅವಳು ಅಬ್ಬುವಿನ ಕಾಲುಗಳಿಂದ ತನ್ನ ಹಿಡಿತವನ್ನು ಸಡಿಲಿಸಲೇ ಇಲ್ಲ. ಅಮ್ಮಿ ಅವಳನ್ನು ಅಬ್ಬುವಿನ ಕೈಯಿಂದ ಬಿಡಿಸಿಕೊಳ್ಳಲು ಸೆಣಸಾಡುತ್ತಿದ್ದಳು. ರಕ್ಷಿಸಲು ಬಂದ ಎಲಿಯಾಸ್ ಅಬ್ಬುವಿನ ಕೋವಿಯ ಹಿಡಿಕೆಯಿಂದ ಹಣೆಗೆ ಜೋರಾಗಿ ಗುದ್ದಿದ ಪೆಟ್ಟಿನಿಂದಾಗಿ ಆಯತಪ್ಪಿ ಕೆಳಗೆ ಬಿದ್ದ. ಅಬ್ಬು ಗುಡುಗುತ್ತಿದ್ದ, ಆಪಾ ಆಕ್ರಂದನ ಮಾಡುತ್ತಿದ್ದಳು ಮತ್ತು ಅಮ್ಮಿ ಅರಚುತ್ತಿದ್ದಳು. ಗವಿಯ ಬಾಗಿಲಿಗೆ ಬಂದು ಅಪ್ಪಳಿಸುತ್ತಿದ್ದ ಅಲೆಗಳ ಭೋರ್ಗರೆತದೊಡನೆ ಈ ಶಬ್ದಗಳೆಲ್ಲ ಸಮ್ಮಿಳಿತವಾಗುತ್ತಿದ್ದವು. ಅಬ್ಬು ಇನ್ನೊಮ್ಮೆ ಮೇಲಕ್ಕೆತ್ತಿದ್ದ ಕೋವಿಯನ್ನು ಆಪಾ ಚಕ್ಕನೆ ಸೆಳೆದುಕೊಂಡಳು. ಅಮ್ಮಿ ಮಧ್ಯ ಪ್ರವೇಶಿಸಲು ಹವಣಿಸುತ್ತಿದ್ದವಳು, ಅಬ್ಬುವಿನ ಒರಟಾದ ನೂಕುವಿಕೆಯಿಂದ ದೂರ ಚಿಮ್ಮಿ ಕಲ್ಲಿಗಪ್ಪಳಿಸಿ ಬಿದ್ದುಬಿಟ್ಟಳು.

ಅಬ್ಬು ಹುಚ್ಚನಂತೆ ಆಪಾಳ ಕೂದಲು ಹಿಡಿದಳೆಯುತ್ತಾ, ಅವಳನ್ನು ಯಾವುದೇ ಕರುಣೆಯ ಲವಲೇಶವೂ ಇಲ್ಲದೆ ಬಿಟ್ಟೂಬಿಡದೆ ಹೊಡೆಯುತ್ತಿದ್ದ. ಮಿಂಚಿನ ಬೆಳಕಿನಲ್ಲಿ ಅವಳ ಹುಬ್ಬಿನ ಮೇಲೆ ಸೀಳಿದ ಗಾಯ ಕಾಣಿಸಿತು. ಇನ್ನೊಮ್ಮೆ ಬೆಳಕು ಮಿನುಗಿದಾಗ ಅವಳ ಬಾಯಿಯಿಂದ ರಕ್ತ ಸುರಿಯುತ್ತಿತ್ತು. ಆದರೆ ಅವಳು ಅಳುತ್ತಿರಲಿಲ್ಲ. ಅರಚುತ್ತಲೂ ಇರಲಿಲ್ಲ. ನರಳುತ್ತಲೂ ಇರಲಿಲ್ಲ! ಕ್ಷಮೆಯನ್ನೂ ಕೇಳದಿರುವಂತಹ ಅವಳ ಹಠದಿಂದ ಇನ್ನೂ ಹೆಚ್ಚು ಕುಪಿತನಾಗಿ ಅಬ್ಬು ಅವಳನ್ನು ಹಿಗ್ಗಾಮುಗ್ಗಾ ಹೊಡೆಯುತ್ತಿದ್ದ. ಅವನೆಲ್ಲಿ ಅವಳನ್ನು ಸಾಯಿಸಿಯೇ ಬಿಡುತ್ತಾನೋ ಎಂದೆನಿಸುತ್ತಿತ್ತು. ನಾನು ಮಧ್ಯಪ್ರವೇಶಿಸಲು ಪ್ರಯತ್ನಿಸಿದಾಗ ಅಬ್ಬು 'ನೀನೂ ಇದರಲ್ಲಿ ಭಾಗಿಯಾಗಿದೀಯಾ?' ಎಂಬಂತೆ ನನ್ನತ್ತ ನೋಡಿ ಎಷ್ಟು ಜೋರಾಗಿ ಇಕ್ಕರಿಸಿದನೆಂದರೆ ನನ್ನ ಕತ್ತು ಮುರಿದೇ ಹೋಯಿತೇನೋ ಎನ್ನುವಂತೆ ಸದ್ದಾಯಿತು.

ಅಂತೂ ಕೊನೆಗೆ ಆಪಾ ಒಂದು ಮೂಟೆಯಂತೆ ನೆಲದ ಮೇಲೆ ಬೀಳಲು ಅವನು ಹೊಡೆಯುವುದನ್ನು ನಿಲ್ಲಿಸಿದ. ಅವನ ಕೋವಿಯಿಂದ ಇಲಿಯಾಸ್‌ನ ಮೇಲೆ ಗುರಿಯಿಟ್ಟ. ಅಮ್ಮಿ ಅತ್ಯಂತ ಗಾಬರಿಯಿಂದ, ಅವನ ಕಾಲ ಮೇಲೆ ಬಿದ್ದು 'ಈ ಪವಿತ್ರ ದಿನದಂದು ಯಾವುದೇ ಪಾಪ ಬೇಡ' ಎಂದು ಗೋಗರೆದಳು. ಅವನನ್ನು ಯಾವುದು ತಡೆಯಿತೋ ತಿಳಿಯದು. ಇನ್ನೊಮ್ಮೆ ಜೋರಾಗಿ ಮಿಂಚಿದ ಬೆಳಕು

ಅಥವಾ ನನ್ನ ಅಮ್ಮಿಯ ದುಃಖದ ಪರಾಕಾಷ್ಠೆ ಇರಬಹುದು. ಅವನು ಕೋವಿಯನ್ನು ಹೆಗಲ ಮೇಲಿರಿಸಿಕೊಂಡು, ಬಂಡೆಗಳ ಮಧ್ಯದಿಂದ ಎಲಿಯಾಸ್‌ನ ದೋಣಿಯನ್ನು ಹುಚ್ಚು ಶಕ್ತಿಯಿಂದ ಸಮುದ್ರದತ್ತ ನೂಕಿದ. ಗಾಳಿಯ ಹೊಡೆತಕ್ಕೆ ಸಿಲುಕಿ ಅದು ಕೆರಳಿದ ಕುದುರೆಯಂತೆ ಬಂಡೆಗಳಿಗಪ್ಪಳಿಸುತ್ತಾ ಹೊಯ್ದಾಡುತ್ತಿತ್ತು. ಒಂದು ಕೈಯಿಂದ ಅದನ್ನು ಹಿಡಿತಕ್ಕೆ ತಂದು ಇನ್ನೊಂದು ಕೈಯಲ್ಲಿ ತನ್ನ ಕೋವಿಯನ್ನು ಪಿಸ್ತೂಲಿನಂತೆ ಹಿಡಿದುಕೊಂಡು ಎಲಿಯಾಸ್‌ನತ್ತ ಗುರಿಯಿಟ್ಟ. "ದೋಣೀಲಿ ಕೂತ್ಕೊ!" ಎಂದು ಆರ್ಭಟಿಸಿದ. "ನಿನ್ನ ರಕ್ತ ಚೆಲ್ಲೋ ಮೊದ್ಲು ಹೊರಡು ಇಲ್ಲಿಂದ. ನೀನು ಎಲ್ಲಿಂದ ಬಂದೆಯೋ ಅಲ್ಲಿಗೇ ಹೋಗು!" ನಂತರ ಗ್ರೀಕ್ ನಲ್ಲಿ ಅದೇನೇನು ಹೇಳಿದನೊ ನನಗೆ ಅರ್ಥವಾಗಲಿಲ್ಲ. ಇನ್ನೂ ನೆಲದ ಮೇಲೆ ಬಿದ್ದಿದ್ದ ಎಲಿಯಾಸ್ ಆಪಾಳತ್ತ ಕೊನೆಯದಾಗಿ ಎಂಬಂತೆ ವಿಷಾದದ ನೋಟ ಬೀರುತ್ತಾ, ತನ್ನ ಕುಂಟು ಕಾಲನ್ನು ಎರಡೂ ಕೈಗಳಿಂದ ಎತ್ತಿ ಹಿಡಿದು ಒಂದೆಡೆ ನಿಲ್ಲದೆಯೆ ತುಯ್ದಾಡುತ್ತಿದ್ದ ದೋಣಿಯೊಳಗೆ ಕುಳಿತ.

"ತಗೋ, ಹುಟ್ಟು ಹಾಕು..."

ನಾನು ಹುಟ್ಟುಗೋಲುಗಳನ್ನು ದೋಣಿಯಲ್ಲಿ ಅವುಗಳ ಸ್ಥಾನಕ್ಕೆ ಹೊಂದಿಸಲು ಎಲಿಯಾಸ್‌ನಿಗೆ ಸಹಾಯ ಮಾಡಿದೆ. ಅಬ್ಬು ಎದೆಯಮಟ್ಟ ಸಮುದ್ರದ ನೀರೊಳಗೆ ಇಳಿದು, ದೋಣಿಯನ್ನು ಬಂಡೆಯಿಂದ ಆಚೆ ನೀರಿಗೆ ನೂಕಿದ.

"ಚಂಡಮಾರುತ ಹೊಡೀತಾ ಇದೆ. ದೋಣಿ ಅದನ್ನ ತಡ್ಕೊಳಲ್ಲ! ಅವನು ನಮ್ಮನ್ನ ಆಶ್ರಯಿಸಿ ಬಂದಿದಾನೆ. ಪಾಪದ ಕೆಲಸ ಬೇಡ..." ಆಪಾಳ ರಕ್ತಸಿಕ್ತವಾದ ತಲೆಯನ್ನು ತನ್ನ ಮಡಿಲಲ್ಲಿ ಇರಿಸುತ್ತಾ ಅಮ್ಮಿ ಗೋಗರೆದಳು. "ನಾವು ಅಧಿಕಾರಿಗಳಿಗೆ ವರದಿ ಒಪ್ಪಿಸೋಣ. ಅವರು ಬಂದು ಅವನನ್ನು ಕರ್ಕೊಂಡು ಹೋಗಲಿ. ಅವತ್ತು ಬಂದಿದ್ದ ಸಾಹೇಬ್ರು ಹೇಳಿದ್ದು ಅದನ್ನೆ ಅಲ್ವಾ?" ಅವಳ ಧ್ವನಿ ಗುಡುಗಿನ ಸದ್ದಿನಲ್ಲಿ ಕರಗಿ ಹೋಯಿತು. ಅಬ್ಬು ಎಲ್ಲದಕ್ಕೂ ಕಿವುಡನಾಗಿ ಕಲ್ಲುಕಂಬದ ಹಾಗೆ ನಿಂತು ಎಲಿಯಾಸ್ ಹೊರಡುವುದನ್ನೇ ಕಾಯುತ್ತಿದ್ದ. ಪ್ರತಿಬಾರಿ ಮಿಂಚು ಮಿಂಚಿದಾಗಲೂ ದೋಣಿ ಕೊಂಚ ದೂರ ಚಲಿಸಿದ್ದು ಗೋಚರವಾಗುತ್ತಿತ್ತು. ಆಪಾ ಶೂನ್ಯವನ್ನು ನಿಟ್ಟಿಸುತ್ತಾ ಅಮ್ಮಿಯ ತೊಡೆಯ ಮೇಲೆ ಮಲಗಿಕೊಂಡಿದ್ದಳು. ಎಲಿಯಾಸ್‌ನ ದೋಣಿ ಅಲೆಗಳ ಏರಿಳಿತಕ್ಕೆ ಹೊಯ್ದಾಡುತ್ತಾ ದೂರ ದೂರಕ್ಕೆ ಸಾಗುತ್ತಲೇ ಇತ್ತು.

ಮೂರನೆಯ ಅಧ್ಯಾಯ

ನಲವತ್ತು ಮಕ್ಕಳ ಉಸಿರಿನಿಂದಾಗಿ ಮಂಜು ಕವಿದಿದ್ದ ಕಿಟಕಿಯ ಗಾಜನ್ನು ಒರೆಸುತ್ತಾ ಆಚೆ ನೋಡುತ್ತಿದ್ದೆ. ಪರ್ವತಗಳಿಂದ ಮುಸುಕು ಮೋಡಗಳು ಕೆಳಗಿಳಿಯುತ್ತಿದ್ದವು. ನೆಲದಿಂದ ಹಬೆಯೇಳುತ್ತಿದೆಯೇನೋ ಎಂಬಂತೆ ಧಾರಾಕಾರವಾಗಿ ಮಳೆ ಸುರಿಯುತ್ತಿತ್ತು. ಇದ್ದಕ್ಕಿದ್ದಂತೆ ಭಯಂಕರ ಮಿಂಚೊಂದು ಮಿಂಚಿ ಎಲ್ಲವ ಕಾಣಿಸಿ ಮರೆಯಾಯಿತು. ಅದರ ಹಿಂದೆಯೇ ಆಕಾಶವೇ ಬಿರಿದಂತೆ ಗುಡುಗಿತು. ಕಿಟಕಿಯ ಗಾಜುಗಳು ಇದ್ದಲ್ಲೇ ಅಲುಗಾಡಿದವು. ಕಬ್ಬಿಣದ ಬಂಕರ್ ಹಾಸಿಗೆಗಳಲ್ಲಿ ಮಲಗಿದ್ದ ಮಕ್ಕಳು ಮತ್ತಷ್ಟು ಅದುರಿ ತಮ್ಮ ಹೊದಿಕೆಗಳನ್ನು ಮೈಮೇಲೆ ಎಳೆದುಕೊಂಡು ಮುದುರಿಕೊಂಡು ಮಲಗಿದರು.

ನಮ್ಮ ಮಿನಾರನ್ನು ನೋಡಲು ಒರೆಸಿದ್ದ ಕಿಟಕಿಯ ಗಾಜಿಗೆ ನನ್ನ ಮೂಗನ್ನು ಅಂಟಿಸಿ ಆಳವಾದ ಉಸಿರೆಳೆದುಕೊಳ್ಳುವಷ್ಟರಲ್ಲೇ ಮತ್ತೊಂದು ಪ್ರಖರವಾದ ಮಿಂಚೊಂದು ಮಿಂಚಿ ಮರೆಯಾಯಿತು. ಈ ಬಾರಿ ಬಿಳಿಯ ಸ್ಪಂಜಿನಂತಹ ಮೋಡಗಳು ಕತ್ತಲೆಯನ್ನು ನುಂಗಿ ಹಾಕುತ್ತಿರುವಂತೆ ಕಂಡವು. ಅಬ್ಬು ಕೋವಿ ಹಿಡಿದುಕೊಂಡು ಮಿನಾರಿನ ತುದಿಯಲ್ಲಿ ಸಮುದ್ರವನ್ನೇ ದಿಟ್ಟಿಸುತ್ತಿರಬಹುದೆನಿಸಿತು. ಅಲ್ಲೊಂದು ಬೀದಿನಾಯಿ ತನ್ನ ಬಾಲವನ್ನು ಕಾಲುಗಳ ನಡುವೆ ಇಟ್ಟುಕೊಂಡು ಓಡುತ್ತಿತ್ತು. ಅದು ಮಳೆಯಿಂದ ತಪ್ಪಿಸಿಕೊಳ್ಳಲು ಹವಣಿಸುತ್ತಿತ್ತೊ ಅಥವಾ ಅಬ್ಬುವಿನ ಕೋವಿಯಿಂದ ತಪ್ಪಿಸಿಕೊಳ್ಳಲು ಓಡುತ್ತಿತ್ತೋ ತಿಳಿಯಲಿಲ್ಲ. ನೋಡನೋಡುತ್ತಿದ್ದಂತೆ ಎಲಿಯಾಸ್‌ನ ಡಿಂಜಿ ದೋಣಿಯಂತೆ ಕಣ್ಮರೆಯಾಯಿತು.

ಮತ್ತೊಂದು ಮಿಂಚಿನಲ್ಲಿ ವಿದ್ಯಾರ್ಥಿ ನಿಲಯದ ಗೋಡೆಗಳ ಮೇಲೆ ನೆರಳುಗಳು ಕುಣಿಯುತ್ತಿರುವಂತೆ ಕಂಡಿತು. ಬಿಳಿ ಹೊದಿಕೆಗಳ ಕೆಳಗೆ ಮುದುರಿಕೊಂಡಿದ್ದ ದೇಹಗಳು ಶವ ಬಟ್ಟೆ ಸುತ್ತಿಕೊಂಡು, ಸಂಸ್ಕಾರಕ್ಕಾಗಿ ಕಾಯುತ್ತಿರುವ ಹೆಣಗಳಂತೆ ಕಂಡವು. ಮಂಕಾಗುತ್ತಿದ್ದ ಆಕಾಶ ಅವರ ಹಾಸಿಗೆಗಳನ್ನೆಲ್ಲ ಕಪ್ಪು ಗೋರಿಗಳಂತಾಗಿಸಿ ಆ ಇಡೀ ವಸತಿಗೃಹವೇ ಒಂದು ಮೌನದಲ್ಲಿ ಮುಳುಗಿದ ಖಬ್ರಿಸ್ಥಾನವಾಯಿತು. ಅವುಗಳಲ್ಲಿ ನನಗರಿವಿಲ್ಲದಂತೆ ಇಲಿಯಾಸ್‌ನ ಗೋರಿಯನ್ನು ಹುಡುಕಿದೆ. ನನ್ನ ಪಕ್ಕದ

ಕೆಳಗಿನ ಹಾಸಿಗೆಯಲ್ಲಿ ಮಲಗಿದ್ದ ಹುಡುಗನ ಗಾಢ ನಿದ್ದೆ ನೋಡಿ, ಅವನು ಎಂದೂ ಎಚ್ಚರಗೊಳ್ಳುವುದೇ ಇಲ್ಲವೇನೋ ಎಂದುಕೊಂಡೆ. ನನಗೆ ಅಂದಿನ ರಾತ್ರಿಯಲ್ಲಿನ ನನ್ನ ಆಪಾಳ ಮುಖ ರಾಚಿ ಆತಂಕವಾಯಿತು. ಆದರೆ ಗುಡುಗಿನ ಸದ್ದಿಗೆ ಬೆಚ್ಚಿ ಆ ಹುಡುಗ ಸ್ವಲ್ಪ ಮಿಸುಕಾಡಿದಾಗ, ಆಪಾಳ ಮುಖ ಮರೆಯಾಯಿತು. ಅದೇ ಸಮಯದಲ್ಲಿ ರಾತ್ರಿಯ ಸರದಿಯಲ್ಲಿದ್ದ ಶಿಕ್ಷಕರು ಕೈಯಲ್ಲಿ ಬಿರುಗಾಳಿಗೆ ಆರದಂತಹ ಲಾಟೀನನ್ನು ಹಿಡಿದುಕೊಂಡು ಒಳಗೆ ಬಂದರು. ಕರ್ಫ್ಯೂ ಗಂಟೆ ಮೊಳಗಿ ಎಷ್ಟೋ ಹೊತ್ತು ಸರಿದಿದ್ದರಿಂದ ವಿದ್ಯಾರ್ಥಿ ನಿಲಯದ ಜನರೇಟರನ್ನು ನಂದಿಸಿಬಿಡಲಾಗಿತ್ತು. ಬೈಸಿಕೊಳ್ಳುವ ಪ್ರಮೇಯವೆ ಬೇಡವೆಂದು ಥಟ್ಟನೆ ಕಿಟಕಿಯ ಜಾಗದಿಂದ ಓಡಿ ನನ್ನ ಹಾಸಿಗೆ ಸೇರಿ ಆ ಬಿಳಿ ಹೊದಿಕೆಯನ್ನು ಗದ್ದದವರೆಗೂ ತಂದುಕೊಂಡು ಮಲಗಿದವನಂತೆ ನಟಿಸಿದೆ.

ಬಂಕರು ಹಾಸಿಗೆಗಳ ನಡುವೆ ನಿಧಾನವಾಗಿ ಚಲಿಸುತ್ತಾ ಮಕ್ಕಳ ಹೊದಿಕೆಗಳನ್ನು ಸರಿಪಡಿಸುತ್ತಾ ನಡೆಯುತ್ತಿದ್ದ ಅವರ ಲಯಬದ್ಧ ನಡಿಗೆ ನನಗೆ ನಮ್ಮ ದೀಪಸ್ತಂಭದ ಗಡಿಯಾರದ ಟಿಕ್ ಟಿಕ್ ಅನ್ನು ಜ್ಞಾಪಿಸಿತು. ದೂರದಿಂದೆಲ್ಲೋ ಬರುತ್ತಿದ್ದ ಒಂಟಿ ನರಿಯ ಚೀತ್ಕಾರ ಪರಿಚಿತವಾದ ಜೋಗುಳದಂತೆ ಕೇಳಿಸಿತು. ಬಂಡೆಗಪ್ಪಳಿಸುವ ಅಲೆಗಳಂತೆ, ಆ ಬೀಸುಗಾಳಿ ಮಳೆ ನೀರನ್ನು ಕಿಟಕಿಯ ಗಾಜಿನ ಮೇಲೆ ರಪರಪನೆ ಬಡಿಯುತ್ತಿತ್ತು. ಕಣ್ಣುಗಳು ಭಾರವಾಗಿ ನಾನು ನಿದ್ದೆಗೆ ಜಾರುತ್ತಾ ಕಣ್ಣು ಮುಚ್ಚಿದೆ. ಹೊಸ ಬೂಟುಗಳನ್ನು ಧರಿಸಿ, ಕೈಯಲ್ಲಿ ರಿಪೋರ್ಟ್ ಕಾರ್ಡನ್ನು ಹಿಡಿದುಕೊಂಡು ಗಾಳಿಯಲ್ಲಿ ಅಲ್ಲಾಡಿಸುತ್ತಾ ರಸ್ತೆಬದಿಯಲ್ಲಿ ಓಡುತ್ತಿದ್ದೇನೆ. ಈ ಬಾರಿ ನನ್ನ ಬೂಟಿನಡಿಯಿಂದ ಯಾವುದೇ ಮುಳ್ಳೂ ಚುಚ್ಚುವಂತಿರಲಿಲ್ಲ. ಗುಡ್ಡವನ್ನೇರಿ ಆಪಾ ಮತ್ತು ಇಲಿಯಾಸ್ ಮೀನು ಹಿಡಿಯುತ್ತಿದ್ದ ಸ್ಥಳವನ್ನು ಬಂಡೆಯ ಮೇಲಿಂದ ನೋಡುತ್ತಾ ಜೋರಾಗಿ "ಎಲ್ಲಾ ಟಾಪ್ ಮಾರ್ಕಸ್!" ಎಂದು ಕಿರುಚುತ್ತೇನೆ. ನೀರಿನಲ್ಲಿ ಬೆಣಚು ಕಲ್ಲುಗಳನ್ನು ಎಸೆಯುತ್ತಿದ್ದ ಇಲಿಯಾಸ್ "ಜಗ್ಗು" ಎಂದು ಅರಚಿದ್ದೆ ತಡ ಆಪಾ ಹಗ್ಗ ಎಳೆದು ಮೀನುಗಳನ್ನು ಬಲೆಯಲ್ಲಿ ಸೆರೆಹಿಡಿದುಬಿಡುತ್ತಾಳೆ. ಇಡೀ ದ್ವೀಪದ ತುಂಬೆಲ್ಲಾ, ಸಮುದ್ರದ ತುಂಬೆಲ್ಲಾ, ಅಲೆಗಳ ತುಂಬೆಲ್ಲಾ ಚಿಕ್ಕ ದೊಡ್ಡ ಮೀನುಗಳು ತುಂಬಿಹೋಗಿ ನೀರಿನಲ್ಲಿ ಗುಳ್ಳೆಗಳೇಳುತ್ತವೆ. ನಾನು ಅವುಗಳನ್ನೆಲ್ಲ ಬಲೆಯಲ್ಲಿ ಹಿಡಿದು ಹಾಕುವುದಕ್ಕೆ ಸಹಾಯ ಮಾಡಲು ಇಲಿಯಾಸ್‌ನತ್ತ ನೋಡುತ್ತೇನೆ. ಆದರೆ ಅವನು ಅಲ್ಲಿಂದ ಥಟ್ಟನೆ ಮಾಯವಾಗುತ್ತಾನೆ. ಮಾಯವಾದವನೆ ದೂರದ ಬಿಳಿ ಹಡಗಿನ ಮೇಲೆ ಕಾಣಿಸುತ್ತಾನೆ! ಅವನ ಪಕ್ಕದಲ್ಲಿ ಕ್ಯಾಪ್ಟನ್‌ನ ಟೋಪಿ ಧರಿಸಿದ್ದ ಆ ವಿದೇಶಿ ಗ್ರೀಕ್ ಎಲಿಯಾಸ್‌ನಿದ್ದಾನೆ. ಇಬ್ಬರೂ ಹಡಗಿನ ಡೆಕ್ಕಿನಲ್ಲಿ ನಿಂತು ಕೈಬೀಸತೊಡಗುತ್ತಾರೆ. ಅದನ್ನು ತೋರಿಸಲು ಆಪಾನ ಕಡೆಗೆ ತಿರುಗಿದರೆ ಅಲ್ಲಿ ಅವಳಿರುವುದೇ ಇಲ್ಲ. ನಾನವಳನ್ನು ಹುಡುಕುತ್ತಿರುವಾಗಲೆ ಆ ಬಿಳಿ ಹಡಗಿನ ಹಾರ್ನ್ ಕೂಗಲಾರಂಭಿಸುತ್ತದೆ. ಅದು ಕೂಗುವುದನ್ನು ನಿಲ್ಲಿಸುವುದೇ ಇಲ್ಲ. ಕಣ್ತೆರೆದರೆ ಬೆಳಗಿನ ಏಳು ಗಂಟೆ. ಕನಸಿನಲ್ಲಿ ಕೇಳಿಸಿದ ಹಾರ್ನ್ ಸದ್ದು ನಿಜದಲ್ಲಿ ಕಿಜಿಲ್ಚುಲ್ಲು ಶಾಲೆಯ ಮಕ್ಕಳು

ತಮ್ಮ ಮುಂದಿರುವ ಹೊಸದಿನವೊಂದನ್ನು ಸ್ವಾಗತಿಸಲು ಅನುವಾಗಲು ಮೊಳಗಿದ ಅಲಾರಾಂ ಕರೆಗಂಟೆಯಾಗಿರುತ್ತದೆ.

ಮಳೆ ನಿಂತು ತುಂಬಾ ಹೊತ್ತಾಗಿತ್ತು. ಕಿಟಕಿಗಳ ಮೇಲಿಂದ ವಿವಿಧ ಆಕಾರಗಳಲ್ಲಿ ಮಳೆಯ ಹನಿಗಳು ಕೆಳಗಿಳಿಯುತ್ತಿದ್ದವು. ಅಲ್ಲಲ್ಲಿ ಅಂಟಿಕೊಂಡಿದ್ದ ಹನಿಗಳು ಹನೀಮ್ ಹಾಲಾಳ ತಸ್ಬೀಹಾದ ಜಪಮಣಿಗಳಂತೆ ಕಂಡವು. ಬಟ್ಟೆಹಾಕಿಕೊಳ್ಳುತ್ತಾ ನಾನು ಮತ್ತೆ ಗಾಜಿನ ಮೇಲಿದ್ದ ಮಂಜಿನ ಹಬೆಯನ್ನು ಒರೆಸಿ, ಅಬ್ಬು ದೀಪಸ್ತಂಭದ ಮಿನಾರಿನ ಮೇಲೇನಾದರೂ ನಿಂತಿದ್ದಾರೇನೋ ಎಂದು ನೋಡಿದೆ. ಅವನು ಅಲ್ಲಿ ಕಾಣಿಸುತ್ತಿರಲಿಲ್ಲ. ಬಹುಶಃ ಆ ಚಂಡಮಾರುತದ ದಿನ ಎಲಿಯಾಸ್ ಪುಟ್ಟ ದೋಣಿಯಲ್ಲಿ ಕಣ್ಮರೆಯಾದ ನಂತರ ಇಳಿದುಬಂದಹಾಗೆ ಅಬ್ಬು ಇಂದೂ ಕೂಡ ಅದೆ ರೀತಿ ಇಳಿದುಬಂದಿರಬೇಕೆಂದು ಊಹಿಸಿದೆ.

ರಾತ್ರಿಯ ಕನಸುಗಳಿಂದ ಮನಸ್ಸು ಗೊಂದಲಗೊಂಡಿದ್ದರೂ ಸಾವರಿಸಿಕೊಂಡು, ಹಾಸಿಗೆ ಹೊದಿಕೆಗಳನ್ನು ಅಚ್ಚುಕಟ್ಟಾಗಿ ಮಡಿಸಿಟ್ಟು ಬೆಳಗಿನ ವ್ಯಾಯಾಮಕ್ಕಾಗಿ ಹೊರನಡೆದೆ. ಇಲಿಯಾಸ್‌ನನ್ನು ನೆನೆಯುತ್ತಾ, ಆಪಾಳನ್ನು ನೆನೆಯುತ್ತಾ ಇರುವಾಗ ಅಗಾಧವಾದ ಖಾಲಿತನವೊಂದು ನನ್ನನ್ನು ಹೊಕ್ಕಿತು. ಮರಳಿ ಬಾರದ ಆ ದಿನಗಳಿಗಾಗಿ ನಾನು ಹಂಬಲಿಸುವುದು ಮುಂದುವರಿದೇ ಇತ್ತು.

ಮಧ್ಯಾಹ್ನದ ಪಾಠಗಳು ಮುಗಿಯುತ್ತಿದ್ದಂತೆ ಯಾವುದಾದರೂ ಪುಸ್ತಕ ಎರವಲು ಪಡೆಯಲು ನನ್ನ ಹೊಸ ಗೆಳೆಯರೊಂದಿಗೆ ಗ್ರಂಥಾಲಯಕ್ಕೆ ಹೋದೆ. ಟೀಚರ್ 'ಕ್ಲಾಸಿಕ್ ಓದಿ ಕ್ಲಾಸಿಕ್!' ಎಂದು ಹೇಳಿದ್ದರು. ಹಳ್ಳಿಯಿಂದ ಆಗ ತಾನೇ ಶಹರಕ್ಕೆ ಬಂದಿದ್ದ ನಮಗೆ ಕ್ಲಾಸಿಕ್ ಎಂಬುದರ ಕಲ್ಪನೆಯೇ ಇರಲಿಲ್ಲ. ಕಾದಂಬರಿ ಮತ್ತು ಕಥೆಪುಸ್ತಕಗಳ ಶೀರ್ಷಿಕೆ ಮತ್ತು ಮುಖಪುಟಗಳನ್ನು ಗಮನಿಸಿ ಆಕರ್ಷಿತರಾಗಿ ಅಲ್ಲಿದ್ದ ಗ್ರಂಥಪಾಲಕರನ್ನು ಉದ್ದೇಶಿಸಿ 'ಚಾಚಾ, ಇದು ಕ್ಲಾಸಿಕ್ಕಾ?' ಎಂದು ಕೇಳುತ್ತಿದ್ದೆವು. ಎಲ್ಲರೂ ಯಾವುದೊ ಒಂದು ಪುಸ್ತಕವನ್ನು ಆಯ್ಕೆ ಮಾಡಿಕೊಂಡು ಓದಲಾರಂಭಿಸಿದ್ದರು. ಆದರೆ ನಾನು ಮಾತ್ರ ಯಾವ ಪುಸ್ತಕ ಓದಬೇಕೆಂದು ನಿರ್ಧರಿಸಲಾಗದೆ ಪುಸ್ತಕ ಜೋಡಿಸಿದ್ದ ಅಲಮಾರುಗಳ ನಡುವೆ ಓಡಾಡುತ್ತಿದ್ದೆ.

ಒಂದು ಪುಸ್ತಕದ ಬೆನ್ನಿನ ಮೇಲೆ 'ದಿ ಥ್ರೀ ಮಸ್ಕಿಟೀರ್ಸ್' ಎಂಬ ಶೀರ್ಷಿಕೆಯನ್ನು ಓದಿದ್ದೆ ತಡ ಅದನ್ನು ಕೈಗೆತ್ತಿಕೊಂಡೆ. ವಿದೇಶಿ ಉಡುಪುಗಳನ್ನು ಧರಿಸಿ, ತಮ್ಮ ಕೈಗಳಲ್ಲಿ ಎತ್ತಿ ಹಿಡಿದಿದ್ದ ಖಡ್ಗಗಳನ್ನು ಒಂದಕ್ಕೊಂದು ತಗುಲಿಸುತ್ತಾ ದಿಟ್ಟವಾಗಿ ನಿಂತಿದ್ದ ಮೂವರು ಗಂಡಸರ ರೇಖಾಚಿತ್ರವಿದ್ದ ಆ ಪುಸ್ತಕದ ಮುಖಪುಟವನ್ನು ನೋಡಿ, ಅವರ ಪರಸ್ಪರ ವಿಶ್ವಾಸ ಮತ್ತು ಸ್ನೇಹಗಳು ಆ ಮುಖಗಳಲ್ಲಿ ವ್ಯಕ್ತವಾಗಿರುವುದು ಕಾಣಿಸಿತು. ಆ ಚಿತ್ರ ನೋಡುತ್ತಿದ್ದಾಗ ಬೆಟ್ಟದ ತುದಿಯಲ್ಲಿದ್ದ ಬಾದಾಮಿ ಮರದ ಕಡೆಗೆ ಆಪಾನ ಹಿಂದೆ ಓಡುತ್ತಿದ್ದ ನನ್ನನ್ನು ಕಂಡೆ. ನಾವು ಓಡುತ್ತಾ ಓಡುತ್ತಾ ಒಮ್ಮೆ ಹಿಂದಕ್ಕೆ ತಿರುಗಿದಾಗ ಇಲಿಯಾಸ್ ಹಿಂದೆ ಬಿದ್ದಿದ್ದನ್ನು ನೋಡಿ ನಾವಿಬ್ಬರೂ ದಣಿದವರಂತೆ ನಟಿಸುತ್ತಾ ಧೊಪ್ಪೆಂದು ನೆಲಕ್ಕುರುಳುತ್ತೇವೆ. ಕಾಡು ಹೂಗಳ ನಡುವೆ ನನ್ನ ಒಂದು

ಪಕ್ಕದಲ್ಲಿ ಆಪಾ, ಮತ್ತೊಂದು ಪಕ್ಕದಲ್ಲಿ ಇಲಿಯಾಸ್ ಅಂಗಾತ ಮಲಗಿ ಆಕಾಶವನ್ನು ಕಣ್ತುಂಬಿಕೊಳ್ಳುತ್ತೇವೆ. ಆಮೇಲೆ ನಾವೆಲ್ಲ ಆ ಬಿಳಿ ಹಡಗನ್ನು ನೋಡಲು ಮಿನಾರಿನ ಮೇಲೆ ಹೋಗುತ್ತೇವೆ. ಆದರೆ ಅದು ಅಲ್ಲಿರುವುದಿಲ್ಲ. ಅದರ ಬದಲು ಮೂರು ಕತ್ತಿ ಮೀನುಗಳು ಕಾಣಿಸಿಕೊಳ್ಳುತ್ತವೆ. ಅವುಗಳ ಉದ್ದನೆಯ ಕತ್ತಿಗಳನ್ನು ಒಂದೆಡೆ ಸೇರಿಸುತ್ತಾ ಬಾಸ್ ಮೀನುಗಳ ಒಂದು ದೊಡ್ಡ ಗುಂಪನ್ನು ಓಡಿಸಿಬಿಡುತ್ತವೆ. ಅವುಗಳೂ ಓಡುತ್ತಾ ಓಡುತ್ತಾ ಚಿಕ್ಕ ಮೀನುಗಳೆಲ್ಲ ಹೊಗೆ ಸೊಪ್ಪಿನ ಎಲೆಗಳಾಗಿ ರೂಪು ತಾಳಿ, ನೀಲಿ ಸಮುದ್ರದ ಮೇಲೆ ರೆಕ್ಕೆ ಹೊಂದಿದ ದೇವದೂತರಂತೆ ಹಾರಿ ಹೋಗುತ್ತವೆ!

"ಇದು ಕ್ಲಾಸಿಕ್ಕಾ ಚಾಚಾ?"

"ಹೌದು. ನಿನ್ನ ವಯಸ್ಸಿಗೆ ಸರಿಯಾಗಿದೆ ಕೂಡ!"

ಇಡೀ ಜಗತ್ತಿನಲ್ಲಿ 'ದಿ ಥ್ರೀ ಮಸ್ಕಿಟೀರ್ಸ್' ಪುಸ್ತಕವನ್ನು ವಿಭಿನ್ನವಾಗಿ ಅರ್ಥೈಸಿಕೊಂಡು, ಮಿಡಿಯುವ ಕಂಬನಿಯನ್ನು ಗೆಳೆಯರಿಂದ ಅವಿತಿಡುವ ಪ್ರಯತ್ನ ಮಾಡಿದ ಒಬ್ಬನೇ ಹುಡುಗ ನಾನೇ ಆಗಿದ್ದಿರಬಹುದು! ಮರುದಿನದ ವೇಳೆಗೆ ಅದನ್ನು ಸಂಪೂರ್ಣ ಓದಿ ಮುಗಿಸಿ ಮತ್ತೆ ಪುಸ್ತಕದ ಅಲಮಾರಿಯತ್ತ ಹೆಜ್ಜೆ ಇಟ್ಟೆ. ಮತ್ತೆ ಮರುದಿನ ಇನ್ನೊಂದು ಪುಸ್ತಕ! ಅದಾದ ಎರಡು ದಿನಗಳಲ್ಲಿ ಮತ್ತೊಂದು ಕಾದಂಬರಿಯನ್ನು ಓದಲು ಶುರುಮಾಡಿದೆ. 'ದಿ ಥ್ರೀ ಮಸ್ಕಿಟೀರ್ಸ್' ಇಂದ ಶುರುವಾದ ನನ್ನ ಓದಿನ ಪ್ರೀತಿ ನನ್ನನ್ನು ಬರೆಯಲು ತೊಡಗಿಸಿ ಕಷ್ಟಕ್ಕೆ ನೂಕಿ ಬಿಡಬಹುದೆಂಬ ಕಲ್ಪನೆ ನನಗೆ ಆಗಂತೂ ಇರಲಿಲ್ಲ!

ಮಧ್ಯಾಹ್ನದ ಸಮಯದಲ್ಲಿ ನನ್ನ ಗೆಳೆಯರೆಲ್ಲಾ ಚಿತ್ರಕಲೆಯಲ್ಲಿನ ಬಣ್ಣಗಳಲ್ಲಿಯೋ, ಸಂಗೀತ ಜಗತ್ತಿನ ಶಬ್ದಗಳಲ್ಲಿಯೋ ಕಳೆದುಹೋಗಲು ಹಾತೊರೆಯುತ್ತಿದ್ದರೆ, ನಾನು ಮಾತ್ರ ಯಾವಾಗ ಮಧ್ಯಾಹ್ನದ ಪಾಠಗಳು ಮುಗಿದಾವೋ, ಯಾವಾಗ ನಾನು ಗ್ರಂಥಾಲಯದ ಕಡೆಗೆ ಮುಖಮಾಡುತ್ತೇನೋ ಎಂದು ಚಡಪಡಿಸುತ್ತಿದ್ದೆ. ಕಟ್ಟಿಗೆಯ ಕಪಾಟುಗಳಲ್ಲಿ ಜೋಡಿಸಿಟ್ಟ ಜಗತ್ತು ಶಬ್ದ ಮತ್ತು ಬಣ್ಣವಿಲ್ಲದ ಸಪ್ಪೆ ಜಗತ್ತು ಎಂದು ಮೇಲ್ನೋಟಕ್ಕೆ ಕಾಣಿಸುತ್ತಿತ್ತು. ಆದರೂ ನನ್ನ ಗೆಳೆಯರು ಅವರ ಮ್ಯಾಂಡೋಲೀನ್‌ಗಳನ್ನು ಟ್ಯೂನ್ ಮಾಡಲು ತೆಗೆದುಕೊಳ್ಳುವ ಹೊತ್ತಿನಲ್ಲೇ ನಾನಿಲ್ಲಿ ಓದಿನ ಮೂಲಕ ಕೆಲವೇ ತಾಸುಗಳಲ್ಲಿ ಹಲವು ಜಗತ್ತುಗಳನ್ನು ಸುತ್ತುತ್ತಿದ್ದೆ. ನಿಜದಲ್ಲಿ ನಾನು ಸುತ್ತುತ್ತಿದ್ದ ಜಗತ್ತನ್ನು ಸುತ್ತಲು ಅವರಿಗೆ ಕನಿಷ್ಠ ಎಂಭತ್ತು ದಿನಗಳಾದರೂ ಬೇಕಾಗುತ್ತಿತ್ತು.

ನಮ್ಮ ಸಂಸ್ಥೆಯಲ್ಲಿ ಫೋಟೋಗ್ರಾಫಿಕ್ ಸ್ಟುಡಿಯೋ ಮತ್ತು ಕ್ಯಾಮೆರಾ ಇತ್ತು. ಆಸಕ್ತ ವಿದ್ಯಾರ್ಥಿಗಳಿಗೆ ಕ್ಯಾಮರಾದ ಬಳಕೆ ಮತ್ತು ಚಿತ್ರಗಳ ಮುದ್ರಣವನ್ನು ಕಲಿಸಲಾಗುತ್ತಿತ್ತು. ಒಂದು ದಿನ ನಾನು ಅಲ್ಲಿದ್ದ ಕತ್ತಲ ಕೋಣೆಗೆ ಹೋದೆ. ಅಂದು ನಾನು ಮತ್ತು ನನ್ನ ಸಹಪಾಠಿಗಳು ಇದ್ದ ಫೋಟೋವೊಂದನ್ನು ಮುದ್ರಿಸುವವರಿದ್ದೆವು. ಕೆಂಪು ಬಣ್ಣದಿಂದ ತುಂಬಿಹೋಗಿದ್ದ ಆ ಮಬ್ಬುಗತ್ತಲ ಕೋಣೆಯಲ್ಲಿ ನಮ್ಮ ಶಿಕ್ಷಕರು

ಆ ಮೊದಲೇ ಅಭಿವೃದ್ಧಿಪಡಿಸಿದ್ದ ಫೋಟೋಗಳನ್ನು ಫೋಟೋಗ್ರಫಿಕ್ ಪೇಪರಿನಲ್ಲಿ ತೋರಿಸುತ್ತಾ ಫೋಟೋಗಳನ್ನು ದೊಡ್ಡದು ಮಾಡುವುದು ಹೇಗೆ, ಫೋಟೋಗಳು ಅತಿಯಾಗಿ ಗಾಢವಾಗದಂತೆ, ಅತಿಯಾಗಿ ಕಂದದಂತೆ ಬರಲು ಎಷ್ಟು ಹೊತ್ತು ಕಾಯಬೇಕು ಎಂಬುದನ್ನು ವಿವರಿಸಿದರು. ಆಮೇಲೆ ನಾವೆಲ್ಲ ಇದ್ದ ಫೋಟೋ ರೀಲನ್ನೇ ಇಕ್ಕಳದಂತಿದ್ದ ಹಿಡಿಕೆಯಿಂದ ಒಂದು ದ್ರವ ತುಂಬಿದ ಜಾಡಿಯಲ್ಲಿ ಅದ್ದಿದ ತಕ್ಷಣ ನಮ್ಮೆಲ್ಲರ ಮುಖಗಳು ಮೂಡಿದವು. ಅದನ್ನು ನೋಡಿದ್ದೇ ನಮ್ಮ ಆನಂದಕ್ಕೆ ಪಾರವೇ ಇರಲಿಲ್ಲ! ಕೆಲವರದು ನಗುಮುಖ, ಕೆಲವರು ಗಂಭೀರ, ಕೆಲವರದು ಕುತೂಹಲದ ಮುಖ, ಮತ್ತೆ ಕೆಲವರದು ಆಶ್ಚರ್ಯದ ಮುಖ... ಹೀಗೆ ಒಬ್ಬರ ಭುಜದ ಮೇಲೊಬ್ಬರು ತೋಳು ಚಾಚಿ ನಿಂತಿರುವ ಭಂಗಿಗಳು! ಎರಡು ಸಾಲುಗಳಿದ್ದ ಆ ಚಿತ್ರದಲ್ಲಿ ನಾನು ಹಿಂದಿನ ಸಾಲಿನ ಮಧ್ಯದಲ್ಲಿ ನಿಂತಿದ್ದೆ. ಆದರೆ ಈಗ ಆ ಮಿಲಿಟರಿ ಸಲಾಮು ಮಾತ್ರ ಇರಲಿಲ್ಲ!

ಬಟ್ಟೆ ಒಣಗಲು ಹಾಕುವಂತೆ ಒಂದು ದಾರದ ಮೇಲೆ ನೇತು ಹಾಕಿದ ಆ ಫೋಟೋದ ಸುತ್ತ ನಿಂತು ನಾವೆಲ್ಲ ಗೆಳೆಯರು ಆನಂದದಿಂದ, ಸೋಜಿಗದಿಂದ ನಾವು ನಿಂತಿರುವ ಭಂಗಿ, ಮುಖಭಾವ, ನೋಟ ಎಲ್ಲದರ ಬಗ್ಗೆ ಮಾತನಾಡುತ್ತಾ, ಛೇಡಿಸುತ್ತಾ, ನಗಾಡುತ್ತಾ ಒಬ್ಬರನ್ನೊಬ್ಬರು ಕೀಟಲೆ ಮಾಡಲು ಶುರುಮಾಡಿದೆವು. ಬೇರೆ ಹುಡುಗರು ಸ್ವಲ್ಪ ಹೊತ್ತು ಕಳೆದ ಮೇಲೆ ಬೇಸತ್ತು ಅಲ್ಲಿಂದ ಹೊರಟು ಹೋದರು. ನಾನು ಮಾತ್ರ ಆ ಜಾಗ ಬಿಟ್ಟು ಕದಲಲಿಲ್ಲ. ಆ ಫೋಟೋದಲ್ಲಿ ನಾನು ಆಪಾಳನ್ನು ಕಂಡೆ, ಇಲಿಯಾಸನನ್ನು ಕಂಡೆ, ಅಬ್ಬು, ಅಮ್ಮಿ, ಹನೀಮ್ ಹಾಲಾಳನ್ನು ಕಂಡೆ. ಫೋಟೋದ ಹಿನ್ನೆಲೆಯಲ್ಲಿದ್ದ ಸಂಸ್ಥೆಯ ಗಡಿಯಾರದ ಗೋಪುರದ ಲಾಂಛನವನ್ನೇ ನಾನು ದೀಪಸ್ತಂಭದ ಮಿನಾರನ್ನಾಗಿ ಕಲ್ಪಿಸಿಕೊಂಡೆ. ನನ್ನ ಆಪಾ ಖಿಲ್ಲನೆ ನಗುತ್ತಾ 'ದಿ ಲೈಟ್‌ಹೌಸ್ ಫ್ಯಾಮಿಲಿ' ಎಂದು ಉಸುರುವ ದನಿ ದೂರದಿಂದ ತೇಲಿಬಂತು.

■

ನಾನು ಒಬ್ಬನೇ ಇದ್ದಾಗಲೆಲ್ಲ ಕಡು ಕಪ್ಪು ವಿಷಾದದ ಛಾಯೆ ನನ್ನ ಹೃದಯದಾಳದಿಂದ ಉಮ್ಮಳಿಸಿ ನನ್ನನ್ನು ಖಿನ್ನತೆಗೆ ನೂಕುತ್ತಿತ್ತು. ಆದರೆ ಈ ನನ್ನ ಹೊಸ ಬದುಕಿನಲ್ಲಿ ನನ್ನ ದುಮ್ಮಾನ ಮತ್ತು ಮನೆಗಾಗಿ ಹಂಬಲಿಸುವ ವಿಷಣ್ಣತೆಗೆ ಸವಾಲೊಡ್ಡುತ್ತಿದ್ದ ಅನೇಕ ಸಂಗತಿಗಳಿದ್ದವು. ನಾವು ಹಳ್ಳಿಯ ಹಿನ್ನೆಲೆಯಿಂದ ಬಂದ ಮಕ್ಕಳಾಗಿದ್ದರೂ ನಮಗಲ್ಲಿ ಕಲಿಸಿದ ಕೃಷಿಪಾಠಗಳು ನಮಗೆಷ್ಟು ಕಡಿಮೆ ತಿಳಿದಿದೆ ಎಂಬುದನ್ನು ಮನಗಾಣಿಸಿದವು. ನಾವಲ್ಲಿ ಜೇನು ಸಾಕಾಣಿಕೆ ಮತ್ತು ತೋಟಗಾರಿಕೆಯ ಸೂಕ್ಷ್ಮಗಳನ್ನು ಅರಿತುಕೊಂಡೆವು. ಬೀಜಗಳ ಶೇಖರಣೆ, ಬಿತ್ತನೆಯ ಸೂಕ್ಷ್ಮಗಳು, ಹಸು ಮತ್ತು ಮೇಕೆಗಳಲ್ಲಿ ಕೆಲವು ಸಾಮಾನ್ಯ ರೋಗಗಳನ್ನು

ಪತ್ತೆ ಹಚ್ಚುವಿಕೆಯ ವಿಧಾನಗಳು, ಚರ್ಮವನ್ನು ಹದ ಮಾಡುವಿಕೆ, ಮರಗೆಲಸದ ಕಾರ್ಯಾಗಾರದಲ್ಲಿ ಕೆಲವೇ ಸಲಕರಣೆಗಳನ್ನು ಬಳಸಿ ಅದ್ಭುತ ಕಲಾಕೃತಿಗಳನ್ನು ಸೃಷ್ಟಿಸುವ ಕೌಶಲ್ಯಗಳನ್ನು ಕಲಿತುಕೊಂಡೆವು. ಗದ್ದೆಯಲ್ಲಿ ಉಪಯೋಗಿಸುವ ಗುದ್ದಲಿ ಸಲಿಕೆಗಳನ್ನು ಕೂಡ ಕುಲುಮೆಯಲ್ಲಿ ತಯಾರು ಮಾಡುವುದನ್ನು ಕಲಿತೆವು. ನಮ್ಮ ಕೌಶಲ್ಯವನ್ನು ಅಳವಡಿಸಲು ಮತ್ತು ನಮ್ಮ ಕಾರ್ಯ ವ್ಯಾಪ್ತಿಯನ್ನು ವಿಸ್ತರಿಸಲು; ಕಟ್ಟಡಗಳ ಅಡಿಪಾಯ ತಯಾರು ಮಾಡುವುದು, ನಾವೇ ಮಾಡಿದ ಇಟ್ಟಿಗೆಗಳಿಂದ ಗೋಡೆಯನ್ನು ನಿರ್ಮಿಸುವುದು, ನೀರಿನ ಕೊಳಾಯಿಗಳ ಜೋಡಣೆ – ಈ ರೀತಿಯ ಹಲವಾರು ಪ್ರಾಯೋಗಿಕ ಸ್ತರಗಳಿಗೆ ವಿಸ್ತರಿಸಿ ಪರಿಣತಿ ಪಡೆದೆವು.

ಬಿಳಿಗೋಡೆಯನ್ನೇ ಪರದೆಯನ್ನಾಗಿಸಿ ಅಮೇರಿಕನ್ ಚಲನಚಿತ್ರಗಳನ್ನು ಹಾಕಿ ಹೊಸ ಹೊಸ ತಂತ್ರಜ್ಞಾನಗಳ ಅಳವಡಿಕೆಯ ಕ್ರಮಗಳನ್ನು ನಮ್ಮ ಸಂಸ್ಥೆಯಲ್ಲಿ ತಿಳಿಸಿಕೊಡುತ್ತಿದ್ದರು. ಅಮೇರಿಕನ್ನರ ಆರಾಧಕರೇ ಆಗಿದ್ದ ನಾವು ಆ ಸಿನಿಮಾಗಳನ್ನು ಮಿಸುಕಾಡದೆ ನೋಡುವಷ್ಟು ಉತ್ಸುಕರಾಗಿರುತ್ತಿದ್ದೆವು. ಚಳಿಗಾಲದಲ್ಲಿ ತೋಳಗಳ ಹಾವಳಿಯಿಂದ ದಾಳಿಗೊಳಗಾಗಿರುತ್ತಿದ್ದ ಹಳ್ಳಿಗರ ಶುಶ್ರೂಷೆಗೆ ನಮ್ಮಲ್ಲಿ ಕೆಲವರಿಗೆ ಆರೋಗ್ಯ ಅಧಿಕಾರಿಯಾಗಲು ಬೇಕಾದ ತರಬೇತಿಯನ್ನೂ ನೀಡಿದ್ದರು. ಹುಡುಗರೆಲ್ಲಾ ಈ ರೀತಿ ಕಟ್ಟಡದ ಕೆಲಸಗಳಲ್ಲಿ ತರಬೇತಿ ಪಡೆಯುತ್ತಿರುವಾಗ, ಹುಡುಗಿಯರಿಗೆ ಹೊಲಿಗೆ, ಹೆಣಿಕೆ, ಕಸೂತಿ, ಮನೆ ಖರ್ಚು ನಿಭಾಯಿಸುವ ರೀತಿಗಳೊಂದೇ ಅಲ್ಲದೆ, ಪಾಕಶಾಸ್ತ್ರದಲ್ಲಿಯೂ ಶಿಕ್ಷಣ ಕೊಡಲಾಗುತ್ತಿತ್ತು. ಅದರ ಜೊತೆಗೆ ಸೂಲಗಿತ್ತಿಯರಾಗಲೂ ಕೂಡ ತರಬೇತಿ ಕೊಡುತ್ತಿದ್ದುದರಿಂದ ಅವರು ಅನಟೋಲಿಯಾದ ದುರದೃಷ್ಟಕರ ಕೂಸುಗಳನ್ನು ಜಗತ್ತಿಗೆ ತರಲು ಸಹಾಯ ಮಾಡಬಹುದಾಗಿತ್ತು. ಈ ಎಲ್ಲ ಪಾಠಗಳು ಮತ್ತು ನಾವು ನಿರ್ವಹಿಸಬೇಕಾಗಿದ್ದ ಅಡುಗೆ ಕೋಣೆ ಊಟದ ಕೋಣೆಗಳ ಜವಾಬ್ದಾರಿಯ ನಡುವೆಯೂ ನಾನು ಗ್ರಂಥಾಲಯಕ್ಕೆ ಹೋಗುವುದನ್ನು ತಪ್ಪಿಸುತ್ತಿರಲಿಲ್ಲ. ನಾನು ಓದಿದ ಪ್ರತಿ ವಾಕ್ಯವೂ ನನ್ನನ್ನು ಒಂದು ಕಲ್ಪನಾ ಲೋಕಕ್ಕೆ ಕರೆದೊಯ್ಯುತ್ತಿತ್ತು, ನನ್ನ ಕನಸುಗಳಿಗೆ ರೆಕ್ಕೆ ಕಟ್ಟಿಕೊಂಡು ಜಗತ್ತಿನ ತುಂಬೆಲ್ಲಾ ಅಲೆದಾಡುವುದಕ್ಕೆ ನನಗೆ ಅವಕಾಶ ಮಾಡಿಕೊಟ್ಟಿತು.

ಫೋಟೋಗ್ರಫಿ ಕ್ಲಬ್ಬಿನ ಸದಸ್ಯನಾದ ಮೇಲೆ ನಾನು ನಿಯಮಿತವಾಗಿ ಆ ಮಬ್ಬುಗತ್ತಲೆಯ ಕೋಣೆಗೆ ಭೇಟಿ ನೀಡುವುದನ್ನು ಶುರುಮಾಡಿದೆ. ನನ್ನದೇ ಕ್ಯಾಮೆರಾವನ್ನು ಎಂದು ಬಳಸಲು ಶುರುಮಾಡುವೆನೋ ಎಂದು ಕನಸು ಕಾಣುತ್ತಿದ್ದೆ. ನಾನಾಗಲೇ ಫೋಟೋಗಳನ್ನು ಯಾರ ಮಾರ್ಗದರ್ಶನವಿಲ್ಲದೆ ದೊಡ್ಡದು ಮಾಡುವ ಮತ್ತು ಮುದ್ರಿಸುವ ಕಲೆಯನ್ನು ಕರಗತ ಮಾಡಿಕೊಂಡಿದ್ದೆ.

ಗ್ರಂಥಾಲಯದಲ್ಲಿ ಬರೀ ಪುಸ್ತಕಗಳನ್ನು ಓದುವುದಷ್ಟೇ ಅಲ್ಲ ಪತ್ರಿಕೆಗಳನ್ನು ಓದುವ ಆಕರ್ಷಣೆಯಿಂದಲೂ ಹಲವಾರು ವಿದ್ಯಾರ್ಥಿಗಳು ಬರುತ್ತಿದ್ದರು. ಕುಮ್ಹುರಿಯೆಟ್, ಯೇನಿ ಅಸಿರ್, ಉಲುಸ್, ಸನ್ ಪೋಸ್ಟಾ ಸಾಪ್ತಾಹಿಕ ಜನಪ್ರಿಯವಾಗಿದ್ದವು. ವಿವಾದಾಸ್ಪದ ಸುದ್ದಿಗಳಿರುತ್ತಿದ್ದ ಪತ್ರಿಕೆಗಳನ್ನು ಹುಡುಕಿಕೊಂಡು ಹೋಗಬೇಕಾಗಿತ್ತು.

ಆ ದಿನಗಳಲ್ಲಿ ನಮ್ಮ ಗಡಿಯನ್ನೇ ತಲುಪಿಬಿಟ್ಟಿದ್ದ ಜರ್ಮನ್ ಯುದ್ಧದ ಯಾವುದೇ ವಿಷಯವಾದರೂ ನಮಗೆ ಆಸಕ್ತಿದಾಯಕವಾಗಿತ್ತು.

ಹಸಿವಿನಿಂದ ಕಂಗಾಲಾಗಿದ್ದ ಅಥೆನ್ಸ್ ನಗರದ ಪಿರಿಯಾಸ್ ಬಂದರಿಗೆ ಗ್ರೀಕ್ ದೇಶದ ಬವಣೆಗೆ ಪರಿಹಾರ ಒದಗಿಸಲು ನೇಮಕವಾಗಿ, ಪ್ರತಿದಿನವೂ ಇಸ್ತಾನ್‌ಬೂಲಿನಿಂದ ದೈತ್ಯ ಕುರ್ತುಲಸ್ ಹಡಗು ಪ್ರಯಾಣಿಸುತ್ತಿತ್ತು. ಅದರ ಬಗ್ಗೆ ಓದುತ್ತಿದ್ದಾಗಲಂತೂ ನಮ್ಮ ಮನಸ್ಸಿನಲ್ಲಿ ಕರುಣೆ ಮತ್ತು ಹೆಮ್ಮೆಗಳೆರಡರ ಜೊತೆ ಜೊತೆಗೆ ನಮ್ಮ ಚುರುಗುಟ್ಟುತ್ತಿರುವ ಹೊಟ್ಟೆಯೂ ತಾಳ ಹಾಕುತ್ತಿತ್ತು! ತನ್ನ ತುಟಿಗಳನ್ನೇ ನೆಕ್ಕುತ್ತ, ನಮ್ಮಲ್ಲಿ ಒಬ್ಬ 'ಆ ಹಡಗು ಮುನ್ನೂರ ಐವತ್ತು ಟನ್ ಬೀನ್ಸ್ ಮತ್ತು ನೂರು ಟನ್ ಗೋಧಿ ಮತ್ತು ಅಕ್ಕಿಯನ್ನು ಸಾಗಿಸುತ್ತಿತ್ತು' ಎಂದು ಜೋರಾಗಿ ಓದಿದರೆ, ಬೇರೆ ಪತ್ರಿಕೆಯನ್ನು ಓದುತ್ತಿರುವ ಗೆಳೆಯ 'ಅಲ್ಲಿ ಬುಟ್ಟಿಗಟ್ಟಲೆ ಮೊಟ್ಟೆಗಳು ಮತ್ತು ಆಲಿವ್ ಇದ್ದವು' ಎಂದೂ ಘೋಷಿಸುತ್ತಿದ್ದ!

'ಗೋಧಿಯಿಂದ ಮಾಡಿದ, ರುಚಿಕರವಾದ, ಬಿಸಿ ಬಿಸಿ ಬ್ರೆಡ್ಡನ್ನು ತಗೊಳ್ಳಿ!' ಎಂದು ಒಬ್ಬ ಪ್ರಾರಂಭಿಸುತ್ತಿದ್ದ. 'ಅದನ್ನ ಬೀನ್ಸ್ ಇಂದ ಮಾಡಿದ ಸೂಪಲ್ಲಿ ಅದ್ದಿ ತಿನ್ನಿ!' ಎನ್ನುತ್ತಾ ಇನ್ನೊಬ್ಬ ಮುಂದುವರಿಸುತ್ತಿದ್ದ. 'ಪಲಾವನ್ನ ಮರೀಬೇಡಿ ಮತ್ತೆ' ಮೂರನೆಯವ ಮಧ್ಯೆ ಬಾಯಿ ಹಾಕಿದರೆ, 'ಬರಿ ಪಲಾವಲ್ಲ ಕಣ್ರೋ! ಬೆಣ್ಣೆ ಹಾಕಿ, ಬಿಳಿಮಂಜಿನಷ್ಟೆ ಬಿಳುಪಾಗಿರೊ ಅಕ್ಕಿಯಿಂದ ಮಾಡಿರೊ ರುಚಿ ರುಚಿ ಪಲಾವನ್ನ ತಟ್ಟೆ ತುಂಬಾ ಬಡಿಸಿಕೊಂಡು ಹೊಟ್ಟೆ ಬಿರಿಯೋ ಹಾಗೆ ತಿನ್ನಿ..' ಎಂದು ನಾಲ್ಕನೆಯವನು ದನಿಗೂಡಿಸುತ್ತಿದ್ದ. ನಮ್ಮಲ್ಲಿ ಅನೇಕರು ಆ ಮುಂಚೆ ಬ್ರೆಡ್ಡನ್ನೋ, ಪಲಾವನ್ನೋ ತಿಂದೇ ಇರಲಿಲ್ಲ. ಆದರೂ ಆ ನಿಗೂಢ ಸ್ವಾದಗಳ ಕುರಿತು ನಮ್ಮ ಕಲ್ಪನಾ ಲೋಕವನ್ನು ವಿಶಿಷ್ಟವಾಗಿ ರೂಪಿಸಿಕೊಳ್ಳುತ್ತಿದ್ದೆವು.

ಕುಡುಗೋಲನ್ನು ಹಿಡಿಯುವಷ್ಟು ಶಕ್ತಿಯಿರುವ ಎಲ್ಲಾ ಗಂಡಸರನ್ನು ಬಲವಂತವಾಗಿ ಸೈನ್ಯಕ್ಕೆ ಸೇರಿಸಲಾಗುತ್ತಿತ್ತು. ಮಿಲಿಯನ್ನುಗಟ್ಟಲೆ ಸೈನಿಕರ ಹಸಿವನ್ನು ಹಿಂಗಿಸುವಷ್ಟು ಕಾಳುಗಳು ಸಿಗುತ್ತಿರಲಿಲ್ಲ. ಗದ್ದೆಗಳಲ್ಲಿ ತೊನೆದಾಡುತ್ತಿದ್ದ ಪೈರನ್ನು ಕೊಯ್ಲು ಮಾಡಲು ಜನರಿಲ್ಲದೆ, ಅವೆಲ್ಲಾ ಕೊಳೆತೇ ಹೋಗುತ್ತಿದ್ದವು. ಅಲ್ಪಸ್ವಲ್ಪ ಗೋಧಿಯೂ ಸಹ ಕೃಷಿ ಉತ್ಪಾದನಾ ಕಚೇರಿಗಳನ್ನು ಸೇರುವ ಮೊದಲೇ ಊರ ಬೀದಿಗಳಲ್ಲಿ ಹುಳ ಹಿಡಿದು ಹಾಳಾಗುತ್ತಿದ್ದವು. ದೈನಂದಿನ ಕೆಲಸಗಳಿಗೆ ಮಾನವ ಸಂಪನ್ಮೂಲವೇ ದುರ್ಲಭವಾಗಿ ಬಿಟ್ಟಿತ್ತು. ಈ ಎಲ್ಲಾ ಸುದ್ದಿಗಳು ಪತ್ರಿಕೆಗಳಲ್ಲಿ ವರದಿಯಾಗುತ್ತಲೇ ಇರಲಿಲ್ಲ.

S/S ಕುರ್ತುಲಸ್ ಹಡಗಿನ ಬಗ್ಗೆ ಇರುತ್ತಿದ್ದ ಸುದ್ದಿಗಳು ಮಾತ್ರ ಯಾವಾಗಲೂ ಪತ್ರಿಕೆಗಳ ಮುಖಪುಟದಲ್ಲಿ ವರದಿಯಾಗುತ್ತಿದ್ದವು. ಅದು ಬರುವ ಮತ್ತು ಹೊರಡುವ ಸಮಯವಷ್ಟೆ ಅಲ್ಲದೆ ಗ್ರೀಸಿನಲ್ಲಿ ಹಸಿವು ಮತ್ತು ರೋಗ ರುಜಿನಗಳಿಂದ ಜನರು ಸಾಯುತ್ತಿದ್ದು, ಇದರ ಬಗ್ಗೆ ಹಡಗಿನ ಸಿಬ್ಬಂದಿಯ ಅನಿಸಿಕೆಗಳನ್ನು ಯಥಾವತ್ತಾಗಿ ಪ್ರಕಟಿಸಲಾಗುತ್ತಿತ್ತು. ಅನ್ನ ಮತ್ತು ನೀರಿಲ್ಲದೆ ಅಶಕ್ತರಾದ ಗ್ರೀಕರು ರಸ್ತೆಗಳಲ್ಲಿ

ನಡೆನಡೆಯುತ್ತಲೇ ಕುಸಿದುಬಿದ್ದು ಸಾಯುತ್ತಿದ್ದರು. ತಮ್ಮ ಬಳಿಯಿದ್ದ ಖಾಲಿಯಾದ ಮೊಟ್ಟೆ ಕ್ರೇಟುಗಳನ್ನು ಎಸೆಯದೆ ಇಟ್ಟುಕೊಂಡಿದ್ದ ಗ್ರೀಕರು ಅವನ್ನೇ ತಮ್ಮ ಶವಪೆಟ್ಟಿಗೆಗಳನ್ನಾಗಿ ಬಳಸುತ್ತೇವೆಂಬ ತಣ್ಣನೆಯ ಹೇಳಿಕೆಗಳನ್ನು ಕೊಡುತ್ತಿದ್ದರು. ಇಂಥ ಅತೀವ ಕಳವಳಕಾರಿ ಸುದ್ದಿಗಳನ್ನು ಕಂಡವರು ಜೋರಾಗಿ ಓದುತ್ತಿರಲು, ಉಳಿದವರೆಲ್ಲ ತಾವು ಓದುತ್ತಿದ್ದ ಪತ್ರಿಕೆಗಳನ್ನು ಕೆಳಗಿರಿಸಿ ಆಲಿಸುತ್ತಿದ್ದರು. 'ಭೂಮಿಯ ಮೇಲಿನ ನರಕದಿಂದ S/S ಕುರ್ತುಲಸ್ ವರದಿ ಮಾಡುತ್ತಿದೆ; ಸಾವಿನ ದೇವತೆ ತನ್ನ ಮುಖವಾಡವನ್ನು ಕಳಚಿ ಗ್ರೀಕರನ್ನು ಕ್ರೂರವಾಗಿ ಹತ್ಯೆ ಮಾಡುತ್ತಿದೆ. ಇಡೀ ದೇಶವೇ ಖಬ್ರಿಸ್ಥಾನವನ್ನು ಹೋಲುತ್ತಿದೆ! ನಡೆದಾಡುತ್ತಿರುವ ಜೀವಂತ ಶವಗಳು ಅವರ ಮತ್ತು ಅವರ ಸ್ನೇಹಿತರ ಅಂತ್ಯಕ್ರಿಯೆಗಳಲ್ಲಿ ಪಾಲ್ಗೊಳ್ಳುತ್ತಿದ್ದಾರೆ...'

ಆ ಸುದ್ದಿಗಳೆಲ್ಲ ನಮ್ಮಲ್ಲಿ ಅತೀವ ವೇದನೆಯನ್ನು ತರುವುದರ ಜೊತೆಗೆ ಇದ್ದುದರಲ್ಲಿ ಉಸಿರೆಳೆದುಕೊಳ್ಳಬಹುದಾದ ಸಮಾಧಾನಕರ ಪರಿಸ್ಥಿತಿಗಾಗಿ ಕೃತಜ್ಞತಾ ಭಾವ ಮೂಡುತ್ತಿತ್ತು. ಬ್ರೆಡ್ ಎಂದು ನಮಗೆ ಕೊಡಲ್ಪಡುತ್ತಿದ್ದ ಮಣ್ಣಿನವಾಸನೆಯ ಮುದ್ದೆಗಳು ನಮ್ಮ ಪಾಲಿನ ಅದೃಷ್ಟದ ಭೋಜನವೆಂದೇ ಅನಿಸುತ್ತಿತ್ತು. ಕುರ್ತುಲಸ್ ಹಡಗು ನಮ್ಮ ಪಾಲಿಗೆ ಧೀಮಂತ ನಾಯಕನಾಗಿತ್ತು. ಅದು ಗ್ರೀಕ್‌ಗೆ ಕೊಂಡೊಯ್ಯುತ್ತಿದ್ದದ್ದು ಬರಿಯ ಆಹಾರ ಮತ್ತು ಔಷಧಿ ಮಾತ್ರವಾಗಿರಲಿಲ್ಲ. ಬಹುಶಃ ಅದಕ್ಕಿಂತಲೂ ಮುಖ್ಯವಾಗಿ ಅದು ಹೊತ್ತೊಯ್ಯುತ್ತಿದ್ದದ್ದು ಭರವಸೆಯನ್ನು! ಅದು ಗ್ರೀಸಿಗೆ ರವಾನಿಸುತ್ತಿದ್ದ ಧಾನ್ಯದಿಂದ ನಮಗೇನೂ ಪ್ರಯೋಜನವಾಗದೆ ಇರುತ್ತಿದ್ದರೂ, ಅದು ಹೊತ್ತೊಯ್ಯುತ್ತಿದ್ದ ಭರವಸೆ ನಮಗೂ ತಲುಪುತ್ತಿತ್ತು. ಒಂದು ದಿನ ಆ ಹಡಗು ಮುಳುಗಡೆಯಾದ ಸುದ್ದಿ ಕೇಳಿ ನಮ್ಮ ದುಃಖಕ್ಕೆ ಪಾರವೇ ಇರಲಿಲ್ಲ. ನಮ್ಮಲ್ಲಿ ಹಲವರು ಬಿಕ್ಕಿ ಬಿಕ್ಕಿ ಅತ್ತೆವು. ಮುಂದಿನ ಎಷ್ಟೋ ದಿನಗಳವರೆಗೆ ನಾವು ಶೋಕಾಚರಣೆಯನ್ನು ಕೊನೆಗೊಳಿಸಲೇ ಇಲ್ಲ.

ಟರ್ಕಿ ದೇಶ ಯುದ್ಧದಲ್ಲಿ ಪಾಲುಗೊಂಡಿಲ್ಲದಿದ್ದರೂ ಕದನದ ಗಾಯದ ಕುರುಹುಗಳಿಗೆ ಅದು ಹೊರತಾಗಿರಲಿಲ್ಲ. ಅಲ್ಲಿ ಸಾವಿರಾರು ಟನ್ನು ಬೇಳೆ, ಕಾಳು, ಗೋಧಿ ಇನ್ನಿತರ ಆಹಾರ ಪದಾರ್ಥಗಳು ಗ್ರೀಕ್‌ಗೆ ರಫ್ತು ಮಾಡುತ್ತಿರುವಂತೆಯೇ ನಮಗಿಲ್ಲಿ ದೊರಕುತ್ತಿದ್ದ ಆಹಾರದ ಪ್ರಮಾಣ ಕ್ಷೀಣಿಸುತ್ತಿತ್ತು. ಕೊನೆಗೊಮ್ಮೆ ಬ್ರೆಡ್ಡನ್ನು ಪಡಿತರ ವ್ಯವಸ್ಥೆಯಲ್ಲಿ ಮಾತ್ರ ನೀಡಲಾಗುವುದು ಎಂದು ಸರ್ಕಾರ ಘೋಷಿಸಿತು. ಆದರೂ ನಮ್ಮಂತಹ ಆಶಾವಾದಿಗಳು ಪ್ಯಾಲೆಸ್ಟೈನ್ ದೇಶದಲ್ಲಿ ಕಿತ್ತಳೆ ಸಿಪ್ಪೆಯಿಂದ ಮಾಡಿದ ಬ್ರೆಡ್ಡು ಮಾತ್ರ ದೊರಕುತ್ತದೆ ಎಂಬ ಸುದ್ದಿಯನ್ನು ಓದಿ, ನಮ್ಮ ಕೃತಜ್ಞತಾಪೂರ್ವಕ ಪ್ರಾರ್ಥನೆಗಳನ್ನು ದೇವರಿಗೆ ಒಪ್ಪಿಸುತ್ತಿದ್ದೆವು.

S/S ಕುರ್ತುಲಸ್ ಹಡಗು ಮುಳುಗಡೆಯಾದ ನಂತರ S/S ಡುಮ್ಲುಪಿನಾರ್ ಹಡಗು ಕಾರ್ಯನಿರ್ವಹಿಸಲು ಬಂದಾಗ ನಾವೆಲ್ಲ ನಮಗೇ ನೆರವು ದೊರೆಯುತ್ತಿರುವ ಹಾಗೆ ಸಂತೋಷ ಪಟ್ಟಿದ್ದೆವು. ಬರಿ S/S ಡುಮ್ಲುಪಿನಾರ್ ಅಷ್ಟೇ ಅಲ್ಲ, ಬೇರೆ ಬೇರೆ ಭಾಗಗಳಿಂದ ಸಣ್ಣ ಹಾಗೂ ದೊಡ್ಡ ಹಡಗುಗಳು ಆಕ್ರಮಿತ ಗ್ರೀಕ್ ಜನರಿಗೆ

ಸಹಾಯಹಸ್ತ ಚಾಚಲು ಸಾಗಿದವು. ದ್ವೀಪಗಳಿಂದ ಹೊರಟ ಸಾವಿರಾರು ಗ್ರೀಕರು ಅನಟೋಲಿಯದಲ್ಲಿ ಆಶ್ರಯ ಪಡೆದರು. ಚೆಶ್ಮೆ ನಗರದ ಪ್ರತಿಯೊಂದು ಮನೆಯವರೂ ಅವರ ಮನೆಗಳಲ್ಲಿ, ಅಂಗಡಿಗಳಲ್ಲಿ, ಕಛೇರಿಗಳಲ್ಲಿ, ಗೋದಾಮುಗಳಲ್ಲಿ ಆಶ್ರಯನೀಡತೊಡಗಿದರು. ಅದೂ ಸಾಲದೆಂಬಂತೆ ಇಲಿಕಾ ನಗರದಲ್ಲಿ ರೆಡ್ ಕ್ರೆಸೆಂಟ್ ಬಿಳಿ ಡೇರೆಗಳನ್ನು ಹಾಕಿಕೊಡುವುದರ ಮೂಲಕ ನಿರಾಶ್ರಿತರ ಶಿಬಿರಗಳನ್ನು ತೆರೆದವು. ಈ ಎಲ್ಲದರ ಪರಿಣಾಮವಾಗಿ ಚೆಶ್ಮೆಯ ಜನಸಂಖ್ಯೆ ಇದ್ದಕ್ಕಿದ್ದಂತೆ ಮೂರುಪಟ್ಟು ಹೆಚ್ಚಾಯಿತು. ಕಣ್ಮುಚ್ಚಿ ಕಣ್ತೆರೆಯುವುದರಲ್ಲಿ ಇಲಿಕಾದ ನಿರಾಶ್ರಿತ ಶಿಬಿರದಲ್ಲೂ ಜಾಗ ಭರ್ತಿಯಾದಾಗ ಮನೀಝಾ, ಡೆನಿಝೀ ನಗರಗಳೂ ಸೇರಿದಂತೆ ಹಲವು ಕಡೆ ನಿರಾಶ್ರಿತರ ಶಿಬಿರಗಳು ತಲೆಯೆತ್ತಿದ್ದವು. ನನ್ನ ಬೆಂಚಿನಲ್ಲಿಯೇ ಕೂರುತ್ತಿದ್ದ ನಝಿಲ್ಲಿ ಪ್ರದೇಶದಿಂದ ಬಂದಿದ್ದ ಗೆಳೆಯನೊಬ್ಬ "ನಮ್ಮೂರಿನ ಜವಳಿ ಕಾರ್ಖಾನೇಲಿ ಗ್ರೀಕರಿಗೆ ಅಂತ, ಖಾಲಿ ಇರೊ ಮೈದಾನದಲ್ಲಿ ಗುಡಿಸಲು ಹಾಕಿಕೊಟ್ಟಿದಾರೆ. ಅಲ್ಲೇ ಅವರಿಗೆ ಬದುಕೋಕೆ ಅಂತ ಕೆಲಸಾನು ಕೊಡ್ತಾ ಇದಾರೆ" ಎಂದು ಹೇಳಿದ. ನೆರಿಸ್ಸಾಳನ್ನು ಮೊದಲ ಬಾರಿ ನೋಡಿದ್ದ ರಾತ್ರಿ, ನಾನಿ ಹಾಸಿಗೆಯಲ್ಲಿ ಕುಳಿತುಕೊಂಡು ಕೇಳಿದ್ದ ಆಕ್ರಮಣದ ವಿಷಯ ನನಗೀಗ ಜ್ಞಾಪಕವಾಯಿತು. ಇಪ್ಪತ್ತೇ ಇಪ್ಪತ್ತು ವರ್ಷಗಳ ಕೆಳಗೆ ಅನಟೋಲಿಯ ಪ್ರದೇಶವನ್ನು ಆಕ್ರಮಿಸಲು ಬಂದಿದ್ದ ಜನರಿಗೆ ಈಗ ಅನಟೋಲಿಯಾವೆ ಆಶ್ರಯ ಕೊಡುತ್ತಿತ್ತು.

■

ವಸತಿಗೃಹದ ಆವಾರದಲ್ಲಿ ನೇತಾಡುತ್ತಿದ್ದ ಕ್ಯಾಲೆಂಡರಿನಲ್ಲಿ ಮಾರ್ಚ್ ತಿಂಗಳ ಹಾಳೆ ನಾಪತ್ತೆಯಾಗಿತ್ತು. ಒಬ್ಬರ ಕೈಯಿಂದ ಮತ್ತೊಬ್ಬರ ಕೈಗೆ ಹೋಗುವಾಗ ರಜೆಯಿರುತ್ತಿದ್ದ ಆ ತಿಂಗಳ ಹಾಳೆಯನ್ನೇ ಗೆಳೆಯರು ಎಗರಿಸಿಬಿಟ್ಟಿರುತ್ತಿದ್ದರು. ಅದು ರಜೆಗಾಗಿ ಕಾಯುವ ನಮ್ಮ ಆಸೆಯನ್ನು ಸೂಚಿಸುತ್ತಿತ್ತು. ಅದರಲ್ಲೂ ಮೊದಲ ಬಾರಿ ಹೊರ ಪ್ರಪಂಚಕ್ಕೆ ಬಂದಿದ್ದ ನನ್ನಂತಹ ಮೊದಲ ವರ್ಷದ ವಿದ್ಯಾರ್ಥಿಗಳಂತೂ ಮನೆಗೆ ಮರಳಿ, ನಮ್ಮ ಕುಟುಂಬವನ್ನು ಭೇಟಿಯಾಗಲು ಕಾತರದಿಂದ ಕಾಯುತ್ತಿದ್ದೆವು.

ಕೊನೆಗೂ ಆ ದಿನ ಬಂದಾಗ ಶಾಲೆಯಲ್ಲಿನ ವಿದಾಯದ ಧ್ವಜಾರೋಹಣ ಮುಗಿಸಿಕೊಂಡು ಬಂದರು ಕಟ್ಟೆಗೆ ಓಡುವಾಗ ನನ್ನೊಳಗೆ ಅಗಾಧವಾಗಿ ಹಿಗ್ಗುತ್ತಿದ್ದ ಉತ್ಸಾಹವನ್ನು ಹತ್ತಿಕ್ಕಲಾಗುತ್ತಿರಲಿಲ್ಲ. ಹಾಗೆಯೇ ಬಂದರು ಮುಟ್ಟಿದ ಮರುಕ್ಷಣವೇ ಹಡಗು ಮರುದಿನ ನೌಕಾಯಾನ ಮಾಡಲಿದೆ ಎಂದು ತಿಳಿದಾಗ ಉಂಟಾದ ನನ್ನ ನಿರಾಶೆಯನ್ನೂ ಕೂಡ! ಹೊತ್ತು ಕಳೆಯುವುದಕ್ಕೋಸ್ಕರ ಸುತ್ತಲಿನ ಜನರನ್ನು ಗಮನಿಸುತ್ತಾ ಕುಳಿತೆ.

ತೆರಿಗೆ ಕಚೇರಿಯ ಪಕ್ಕದಲ್ಲಿ ಲಂಗರು ಹಾಕಿದ್ದ ಹುಟ್ಟು ದೋಣಿಗಳು, ಓಡಾಡುತ್ತಿದ್ದ ಕುದುರೆ ಗಾಡಿಗಳು, ಉಗಿಬಂಡಿಗಳು ಮತ್ತು ಮೀನುಗಾರರು –

ಎಲ್ಲವನ್ನೂ ನೋಡುತ್ತಾ ಕುಳಿತುಕೊಂಡೆ. ಗ್ರೀಸ್ ದ್ವೀಪಗಳ ಆಕ್ರಮಣದ ಬಳಿಕ ಇಝ್ಮೀರಿನಲ್ಲಿ ವಿದೇಶಿ ಸಾಗಣೆ ಹಡಗುಗಳು ಕಂಡು ಬರುತ್ತಿರಲಿಲ್ಲ. ಏಜಿಯನ್ ಸಮುದ್ರದಲ್ಲಿ ಜರ್ಮನ್ ನಿಕ್ಷೇಪಗಳಿರುವ ವದಂತಿಗಳಿಂದಾಗಿ ಟರ್ಕಿಯ ಹಡಗುಗಳು ಸಹ ಇಝ್ಮೀರಿನ ಕೊಲ್ಲಿಯ ಆಚೆಗೆ ಸುಳಿಯುತ್ತಿರಲಿಲ್ಲ.

ಸಮುದ್ರಕ್ಕೆ ಬೆನ್ನು ಮಾಡಿ ಆ ಪ್ರಾಚೀನ ಊರಿನ ಬೀದಿಗಳಲ್ಲಿ ಓಡಾಡಿದೆ. ಕರಟಾಶ್ ಪ್ರದೇಶದಲ್ಲಿದ್ದ ಯಹೂದಿಗಳ ಸಿನಗಾಗ್ ಧಾರ್ಮಿಕ ಕೇಂದ್ರದ ಸುತ್ತ ಮುತ್ತ ದುಃಖದ ಛಾಯೆ ಕವಿದಿತ್ತು. ನಾವು ಶಾಲೆಯಲ್ಲಿ ಓದುತ್ತಿದ್ದ ಪತ್ರಿಕೆಗಳಲ್ಲೆಲ್ಲ ಯುದ್ಧದ ಮುಂದಾಳತ್ವ ಪರವಾದ ವರದಿಗಳೇ ಇರುತ್ತಿದ್ದುದರಿಂದ ನನಗೆ ಫ್ರಾನ್ಸಿನಿಂದ ರೊಮೇನಿಯಾದವರೆಗೂ ಹಬ್ಬುತ್ತಿದ್ದ ನಾಜಿ ದೌರ್ಜನ್ಯದಿಂದಾಗಿ ಬೀದಿಗಳಲ್ಲಿ ವಿಧಿಸಲಾಗುತ್ತಿದ್ದ ಮರಣದಂಡನೆಗಳು, ಹತ್ಯಾಕಾಂಡಕ್ಕಾಗಿ ಓಡಾಡುತ್ತಿದ್ದ ಉಗಿಬಂಡಿಗಳು ಮತ್ತು ಆಶ್ವಿಟ್ಜ್ ಶಿಬಿರಗಳ ಬಗ್ಗೆ ಯಾವುದೇ ಮಾಹಿತಿ ಇರಲಿಲ್ಲ. ಕೆಲವೇ ವಾರಗಳ ಕೆಳಗೆ ಕಪ್ಪು ಸಮುದ್ರದಲ್ಲಿ ಸ್ಫೋಟಗೊಂಡ ಹಡಗಿನಲ್ಲಿ ನೂರಾರು ಯಹೂದಿಗಳು ಸಾವನ್ನಪ್ಪಿದ್ದರು ಎಂಬ ಸುದ್ದಿ ಪತ್ರಿಕೆಯಲ್ಲಿ ಚಿಕ್ಕ ಅಂಕಣದಲ್ಲಷ್ಟೇ ವರದಿಯಾಗಿತ್ತು. ಇಲ್ಲಿನ ಯಹೂದಿಗಳು ಮೇಲ್ನೋಟಕ್ಕೆ ಸುರಕ್ಷಿತರಾಗಿದ್ದರೂ ಕೂಡ, ನೂರಾರು ವರ್ಷಗಳ ಹಿಂದೆ ವಲಸೆ ಹೋದ ಟರ್ಕಿಯ ಯಹೂದಿಗಳು ಸತ್ಯಾಸತ್ಯಗಳನ್ನು ಬಲ್ಲವರಾಗಿದ್ದರು. ಯುರೋಪಿನಲ್ಲಿ ವಿಚಾರಣೆಯ ಪುನರುತ್ಥಾನ ಮಾಡಿದ್ದ ನಾಜಿಗಳು ಎಸಗಿದ್ದ ದೌರ್ಜನ್ಯಕ್ಕೆ ತುತ್ತಾಗಿ ಮಡಿದ ತಮ್ಮ ಬಂಧುಗಳನ್ನು ನೆನೆದು ಅವರ ಎದೆ ಮಿಡಿಯುತ್ತಿತ್ತು. ಬಂದರಿನ ದಂಡೆಯಲ್ಲಿದ್ದ ಜೆಟ್ಟಿಮನೆಗಳು*, ಯುದ್ಧ ನಿಯಮದಂತೆ ಕಂದಿಸಲ್ಪಟ್ಟ ಗ್ಯಾಸ್ ದೀಪಗಳ ಗೈರು ಹಾಜರಿಯಲ್ಲಿ ಕಿರಿದಾದ ಬೀದಿಗಳು ಮತ್ತಷ್ಟು ಕತ್ತಲು ಮುಕ್ಕಿದಂತೆ ಕಾಣುತ್ತಿದ್ದವು. ಯಹೂದಿ ಬಡಾವಣೆಗಳ ಕಡಿದಾದ ಮಹಡಿಗಳು ಮೌನಹೊದ್ದು ಗಾಢವಾದ ಶೋಕಾಚರಣೆಯಲ್ಲಿ ಮುಳುಗಿದ್ದವು.

ಬಾಯಾರಿಕೆಯಿಂದ ಸತ್ತು ಹೋಗುವಂತೆ ಒದ್ದಾಡುತ್ತಿದ್ದ ನಾನು ಅಸನ್ಸೋರ್** ಕಡೆಗೆ ನಡೆಯತೊಡಗಿದೆ. ಆ ಕಲ್ಲು ಹಾಸುಗಳಿದ್ದ ರಸ್ತೆಗಳಲ್ಲಿ ಎಲ್ಲಿಯಾದರೂ ನೀರಿನ ಕಾರಂಜಿ ಇರಬಹುದೇ ಎಂದು ಹುಡುಕಿದೆ. ಎಲ್ಲೂ ಕಾಣಲಿಲ್ಲ. ಕಡೆಗೆ ಅಲ್ಲಿದ್ದ ಒಬ್ಬ ನಡುವಯಸ್ಸಿನ ಹೆಂಗಸನ್ನೇ ನೀರಿಗಾಗಿ ಬೇಡಿದೆ. ಗೋಣಿಚೀಲದಂತಹ ಉಡುಪು ಧರಿಸಿ, ಮನೆಯ ತಿರುವಿನ ಹತ್ತಿರವಿದ್ದ ಕಲ್ಲಿನ ಮೆಟ್ಟಿಲಿನ ಮೇಲೆ ಕುಳಿತಿದ್ದ ಅವಳ ಕಣ್ಣುಗಳು ಇಂಗಿ ಹೋದಂತೆ ತೋರುತ್ತಿದ್ದವು. ನೀರು ಕೇಳಿದ ತಕ್ಷಣ ಅವಳು ಲಗುಬಗೆಯಿಂದ ಎದ್ದು ಮನೆಯೊಳಗೆ ಹೋದಳು. ತೆರೆದ ಬಾಗಿಲಿನಿಂದ ಕೈ

---

* ಜೆಟ್ಟಿ ಶೈಲಿಯ ಮನೆಗಳಲ್ಲಿ ಸಾಮಾನ್ಯವಾಗಿ ಮೇಲಿನ ಮಹಡಿಯು ಕೆಳಗಿನ ಮಹಡಿಯನ್ನು ಮೀರಿ ಮುಂದೆ ಬಂದಂತೆ ಕಾಣುತ್ತವೆ. ರಸ್ತೆಗೆ ಅಡ್ಡಿಯಾಗದಂತೆ ಇರುವ ಕಟ್ಟಡದಲ್ಲಿಯೆ ಹೆಚ್ಚು ಜಾಗವನ್ನು ಹೊಂದುವ ಅನುಕೂಲವನ್ನು ಇದು ಹೊಂದಿದೆ.

** 1907 ರಲ್ಲಿ ಕಟ್ಟಲಾದ ಇಝ್ಮೀರಿನ ಐತಿಹಾಸಿಕ ಕಟ್ಟಡ

ಪಂಪನ್ನು ಅದುಮುತ್ತಿದ್ದ ಸದ್ದನ್ನೆ ಕೇಳುತ್ತಾ ಅವಳು ಮರಳಿ ಬರುವುದಕ್ಕಾಗಿ ಕಾಯುತ್ತಾ ನಿಂತೆ. ಆ ತಣ್ಣನೆಯ ನೀರನ್ನು ನಾನು ಗುಟುಕರಿಸುವುದನ್ನು ಕ್ಷೀಣನಗುವಿನಿಂದಲೇ ನೋಡಿದ ಆಕೆ ಮತ್ತೆ ಒಳಗೆ ನಡೆದು ಇನ್ನೊಂದು ಲೋಟ ಹಿಡಿದು ತಂದಳು. ಅದು ಹುಳಿಮಜ್ಜಿಗೆ ಇರಬಹುದು ಎಂದುಕೊಂಡು ಆ ಬಿಳಿಬಣ್ಣದ ಪಾನೀಯವನ್ನು ನಾನು ಮತ್ತೆ ಗಟಗಟನೆ ಕುಡಿದು ಬಿಟ್ಟೆ! ಆ ಪಾನೀಯಕ್ಕೆ ಒಂದು ಸುಮಧುರ ಪರಿಮಳ ಮತ್ತು ಸ್ವಾದವಿತ್ತು. ಆಗ ಅದು ಯಾವ ಪಾನೀಯ ಎಂದು ಕೇಳಲು ನಾಚಿಕೆಯಿಂದ ಸುಮ್ಮನಿದ್ದೆ. ಹಲವಾರು ವರ್ಷಗಳ ಬಳಿಕ ಅದು 'ಸುಬ್ಯೆ ಶೆರಬೆಟಿ' ಎಂಬ ಹೆಸರಿನ, ಸ್ಥಳೀಯ ಯಹೂದ್ಯರು ಕಲ್ಲಂಗಡಿ ಬೀಜಗಳಿಂದ ತಯಾರಿಸುವ ವಿಶೇಷ ಪಾನೀಯ ಎಂಬುದು ತಿಳಿಯಿತು. ಅವಳಿಗೆ ಧನ್ಯವಾದಗಳನ್ನು ಸಲ್ಲಿಸಿ ನಾನು ಹೊರಡಲು ಅಣಿಯಾಗುತ್ತಿದ್ದಾಗ ಜರ್ಜರ ದೇಹದ ಆ ಹೆಂಗಸು ನನ್ನನ್ನು ತಡೆದಳು. "ಹಸಿವಾಗಿದ್ಯಾ?" ಅಂತ ಕೇಳಿದಳು.

ನಾನು ತಲೆತಗ್ಗಿಸಿದ್ದನ್ನು ಅವಳು ಹೌದೆಂದು ಭಾವಿಸಿದಳು. "ಬೊಯೋಝ್ ಬನ್ ತಿಂತಿಯಾ?" ಎಂದು ಕೇಳಿದಳು.

ನಾನು ಸುಮ್ಮನಿದ್ದೆ. ಏನನ್ನು ಕೊಟ್ಟರೂ ಗಬಗಬ ತಿಂದುಬಿಡುವಷ್ಟು ಅಗಾಧ ಹಸಿವೆಯಾಗಿತ್ತು. ಆದರೂ ಸುಮ್ಮನಿದ್ದೆ. ಅತ್ತ ಇತ್ತ ನೋಡುತ್ತಾ ಮತ್ತೆ ಒಳಗೆ ಹೋದ ಅವಳು ಹೊರಬಂದು ನನ್ನ ಕೈಗೆ ಒಂದು ಕೇಕಿನ ತುಂಡನ್ನು ಕೊಟ್ಟಳು. ಬೀದಿಯ ತುಂಬಾ ಆವರಿಸಿದ್ದ ಆಲಿವ್ ಎಣ್ಣೆಯ ಪರಿಮಳ ಅವಳ ಮನೆಯಿಂದಲೇ ಬರುತ್ತಿತ್ತು ಎಂದು ನನಗಾಗ ತಿಳಿದರೂ ಅವಳು ಅತ್ತಿತ್ತ ಗಲಿಬಿಲಿಯಿಂದ ನೋಡಿದ್ದೇಕೆ ಎಂಬುದು ಅರ್ಥವಾಗಿರಲಿಲ್ಲ. ತಮ್ಮ ಮನೆಯಲ್ಲಿ ಹೆಚ್ಚಿಗೆ ಗೋಧಿ ಹಿಟ್ಟಿರುವ ಸತ್ಯವನ್ನು ಅವಳು ಕಾಯ್ದುಕೊಳ್ಳಬೇಕಾಗಿತ್ತು. ಏಕೆಂದರೆ ಬ್ರೆಡ್ಡು ಹೊರತಾಗಿ ಇನ್ನಾವುದೇ ಖಾದ್ಯಗಳಿಗೆ ಗೋಧಿಹಿಟ್ಟನ್ನು ಬಳಸುವುದರ ಮೇಲೂ ಸರ್ಕಾರ ನಿರ್ಬಂಧ ವಿಧಿಸಿತ್ತು! ಆ ರುಚಿಕರವಾದ ಕೇಕು, ವಸತಿಗೃಹದ ಒಣಗಿದ ಕಪ್ಪಾದ ಸಪ್ಪೆ ಬ್ರೆಡ್ಡನ್ನು ತಿನ್ನುತ್ತಿದ್ದ ನನಗೆ ಅಮೃತಸದೃಶವಾಗಿತ್ತು.

ಒಂದು ಬೇಕರಿಯ ಮುಂದೆ ಬರುವಾಗ ಅದರ ಮುಂದುಗಡೆ ಸಾಲಾಗಿ ನಿಂತು ಕಾಯುತ್ತಿದ್ದ ಜನಗಳ ಹೊಟ್ಟೆಗಳಷ್ಟೇ ಆ ಅಂಗಡಿಯೂ ಖಾಲಿ ಖಾಲಿ ಆಗಿದ್ದನ್ನು ಗಮನಿಸಿದಾಗ ವಸತಿಗೃಹದಲ್ಲಿ ಗೋಧಿಯಲ್ಲದಿದ್ದರೂ ಬಾರ್ಲಿಯಿಂದಲೋ, ರೈಯಿಂದಲೋ, ಮೆಕ್ಕೆಜೋಳದಿಂದಲೊ ಮಾಡಿದ್ದ ಬ್ರೆಡ್ ಆದರೂ ನಮ್ಮ ಪಾಲಿಗೆ ಸಿಗುತ್ತಿತ್ತು ಎಂಬ ಕೃತಾರ್ಥ ಭಾವ ನನ್ನಲ್ಲಿ ಮೂಡಿತು. ಅದರ ಪಕ್ಕದ ದಿನಸಿ ಕಚೇರಿಯ ಹೊರಗೂ ಕೂಡ ಅಂತ್ಯವೇ ಇಲ್ಲವೆನಿಸುವಷ್ಟು ಉದ್ದವಾಗಿದ್ದ ಸರತಿ ಸಾಲಿತ್ತು. ಪಡಿತರ ಚೀಟಿ ಪಡೆಯುವುದಕ್ಕೋಸ್ಕರ ಕಾಂತಿಹೀನ ಕಣ್ಣುಗಳನ್ನು ಹೊತ್ತು ಜನ ಕಾಯುತ್ತಿದ್ದರು. ಅಲ್ಲಿ ಪಡಿತರ ಚೀಟಿ ಪಡೆದರೆ ಮಾತ್ರ ಅದು ಬೇಕರಿಯ ಮುಂದೆ ನಿಲ್ಲುವ ಅರ್ಹತೆಯನ್ನ ದಯಪಾಲಿಸುತ್ತಿತ್ತು. ಮುಂದಿನ ಅಂಗಡಿಯ ಮುಂದೆ ಒಮ್ಮೆಲೇ ನನ್ನ ದೃಷ್ಟಿ ಬಣ್ಣದ ರಬ್ಬರ್ ಚೆಂಡುಗಳಿಂದ ತುಂಬಿ ನೇತಾಡುತ್ತಿದ್ದ ಒಂದು

ಬಲೆಯ ಮೇಲೆ ಬಿತ್ತು! ಇಷ್ಟೊಂದು ಚೆಂಡುಗಳನ್ನು ನಾನು ಒಟ್ಟಾಗಿ ನೋಡಿಯೇ ಇರಲಿಲ್ಲ! ಬೀದಿಯ ಇನ್ನೊಂದು ಬದಿಗೆ ಹೋಗಿ ಕಣ್ಣುಗಳಿಗೆ ತೃಪ್ತಿಯಾಗುವಷ್ಟು ಹೊತ್ತು ಅವುಗಳನ್ನೇ ನೋಡುತ್ತಾ ನಿಂತೆ. ಕೊನೆಗೊಮ್ಮೆ ಆಸೆಯನ್ನು ಹತ್ತಿಕ್ಕಲಾಗದೆ, ಕೆಲವು ತಿಂಗಳುಗಳ ಹಿಂದೆ ಅಮ್ಮಿ ಕೊಟ್ಟಿದ್ದ ಪುಡಿಗಾಸನ್ನು ತೆಗೆದುಕೊಂಡು "ರಬ್ಬರ್ ಬಾಲ್ ಎಷ್ಟು ಚಾಚಾ?" ಎಂದು ಕೇಳಿದೆ. ಅವಳು ಕೊಟ್ಟಿದ್ದ ಪುಡಿಗಾಸಿನಲ್ಲಿ ಒಂದು ನಯಾಪೈಸೆಯನ್ನೂ ಖರ್ಚು ಮಾಡುವ ಮನಸ್ಸಾಗಿರಲಿಲ್ಲ.

"ನೀಲಿ ಬಾಲ್‌ಗೂ ಅಷ್ಟೇನಾ?" ಎಂದು ಕಣ್ಣರಳಿಸಿದೆ.

"ಸರಿ, ನನಗೆ ಆ ನೀಲಿ ರಬ್ಬರ್ ಬಾಲ್ ಕೊಡಿ!" ಎಂದೆ.

ಆ ಹೆಂಗಸು ಕೊಟ್ಟಿದ್ದ ಬೊಯೋರ್ಝ್ ಬನ್ನು ತಿಂದು ಬಾಯಿ ಒಣಗಿತ್ತು. ಆದ್ದರಿಂದ ಫಿಝ್ಝಿ ಪಾನೀಯವನ್ನು ಕುಡಿದು ನನ್ನ ನಾನು ಉಪಚರಿಸಿಕೊಂಡೆ.

ಆ ರಬ್ಬರ್ ಚೆಂಡನ್ನು ಕೈಯಲ್ಲಿ ಗಟ್ಟಿಯಾಗಿ ಅವುಚಿಕೊಂಡು, ಅರೆನಿದ್ರೆ, ಅರೆ ಎಚ್ಚರದ ಸ್ಥಿತಿಯಲ್ಲಿ ಬಂದರಿನ ಒಂದು ನಿಶಬ್ದವಾದ ಮೂಲೆಯಲ್ಲಿ ಅಂದಿನ ರಾತ್ರಿಯನ್ನು ಕಳೆದೆ. ಮರುದಿನ ಬೆಳಿಗ್ಗೆ ಟಿಕೆಟ್ ಖರೀದಿ ಮಾಡಿದೆನಾದರೂ ಹಡಗಿನ ಪ್ರಯಾಣ ಬಿರುಗಾಳಿಯ ಮುನ್ಸೂಚನೆಯಿಂದಾಗಿ ಮುಂದೂಡಲ್ಪಟ್ಟಿತ್ತು. ಅಂತೂ, ಅಲ್ಲಿಂದ ಮೂರನೆಯ ದಿನದ ಬೆಳಗಾದಾಗ ನನ್ನ ಅದೃಷ್ಟದ ಬಾಗಿಲು ತೆರೆಯಿತು. ಆ ವೇಳೆಗಾಗಲೇ ನನಗೆ ಪರಿಚಿತನಾಗಿದ್ದ ಬಂದರಿನ ಕಾವಲುಗಾರ, ಲಂಗರು ಹಾಕಿದ್ದ ದೊಡ್ಡ ಹಡಗಿನತ್ತ ಬೆರಳು ತೋರುತ್ತ ನನ್ನತ್ತ ಪ್ರೀತಿಯ ನಗೆ ಬೀರಿದ. ಅವನ ವ್ಯಕ್ತಿತ್ವದಲ್ಲಿ ತಂದೆಯ ಬೆಚ್ಚಗಿನ ಭಾವವಿತ್ತು.

"ಆದ್ರೆ ನಾನು ಉಸಾಕ್ ಬೋಟಿಗೆ ಕಾಯ್ತಾ ಇದೀನಿ!" ಎಂದು ಚಕಾರವೆತ್ತಿದೆ.

"ಆ ಹಡಗು ರಿಪೇರಿಯಲ್ಲಿದೆ ಹುಡ್ಗ! ಈಗ ಕರಾಬುರಾನ್ ಮತ್ತೆ ಫೋಚಾ ನಡುವೆ ಓಡಾಡ್ತಾ ಇರೋದು ತಯ್ಯಾರ್ ಹಡಗು!" ಎಂದು ಅವನು ನನ್ನ ಸುಮ್ಮನಿರಿಸಿದ. ಆದರೆ ಆಮೇಲೆ ಯೋಚಿಸಿದೆ; ಈ ಹಡಗಿಗೆ ಬಂದದ್ದೆ ಒಳ್ಳೆಯದಾಯಿತು. ಉಸಾಕ್ ಹಡಗು ಯಾವಾಗಲೂ ನನಗೆ ವಿದಾಯವನ್ನೆ ನೆನಪಿಗೆ ತರುತ್ತದೆ. ಇಲಿಯಾಸ್‌ನನ್ನು ಶವಪೆಟ್ಟಿಗೆಯನ್ನು ಹೊತ್ತು ತಂದದ್ದು ಉಸಾಕ್... ನನ್ನನ್ನು ನನ್ನ ಕುಟುಂಬದಿಂದ ಬೇರೆ ಮಾಡಿದ್ದು ಉಸಾಕ್...

ಹಡಗಿನ ಛಾವಣಿಯ ಮೇಲೆ ನಿಂತು ಕೊಳಕು ಬಟ್ಟೆಯಿಂದ ಹೊರಗೆ ಚಿಮ್ಮುವಂತಿದ್ದ ಸ್ನಾಯುಗಳ ದೃಢಕಾಯನಾದ ಬಂದರು ಕೆಲಸಗಾರ ಬಿಗಿಗಂಬಗಳಿಂದ ದಪ್ಪನೆಯ ಹಗ್ಗಗಳನ್ನು ಬೇರ್ಪಡಿಸುತ್ತಿದ್ದುದನ್ನು ನೋಡಿದೆ. ಅವನು ಹಲ್ಲುಗಳಲ್ಲಿ ಕಚ್ಚಿ ಹಿಡಿದಿದ್ದ ಸಿಗರೇಟಿನಿಂದ ಒಮ್ಮೆ ಹೊಗೆ ಎಳೆದುಕೊಂಡು ಅದನ್ನು ಸಮುದ್ರದ ನೀರಲ್ಲಿ ಎಸೆದು ಈಗ ಸಡಿಲವಾದ ಹಗ್ಗಗಳನ್ನು ಪಕ್ಕಕ್ಕೆ ಸರಿಸಿದ. ಹಡಗಿನಿಂದ ದಡಕ್ಕೆ ಹೋಗಲು ಸೇತುವೆಯಂತಿದ್ದ ಮರದ ಹಲಗೆಗಳನ್ನು ಒಳಕ್ಕೆಳೆದುಕೊಳ್ಳಲಾಯಿತು. ಹಡಗಿನ ಇಂಜಿನ್ ಕಾರ್ಯ ಪ್ರಾರಂಭಿಸುತ್ತಿದ್ದಂತೆ ಸಮುದ್ರದ ನೀರು ಬುಗ್ಗೆಯಾಗಿ ಚಿಮ್ಮುವುದನ್ನು ಆರಂಭಿಸಿತು. ಹಡಗು ಬಂದರು ಕಟ್ಟೆಯಿಂದ ದೂರ ಸರಿಯುತ್ತಿದ್ದಾಗ,

ನನಗೆ ಒಂದು ತರಹದ ಉತ್ಸಾಹ, ಇನ್ನೊಂದು ತರಹದ ತಳಮಳ! ಅಂತೂ ಎಷ್ಟೋ ತಿಂಗಳುಗಳ ನಂತರ ನಾನು ತೊರೆದು ಬಂದಿದ್ದ ಮನೆಯ ಕಡೆಗೆ ಹೊರಟಿದ್ದೆ! ನನ್ನ ಭಾವನೆಗಳ ತಾಕಲಾಟ ನನ್ನದೇ ಅರಿವಿಗೆ ಬರದಾಯಿತು. ಇದುವರೆಗೂ ಮನೆಗೆ ಹೋಗಬೇಕೆಂದು ಹಾತೊರೆಯುತ್ತಿದ್ದುದು ನಾನೇ ಅಲ್ಲವೇ? ನನ್ನ ಅರೆ ಮನಸ್ಸು ಹೋಗುವ ಉತ್ಸಾಹದಲ್ಲಿದ್ದರೆ ಇನ್ನರ್ಧ ಇಲ್ಲಿಯೇ ಇದ್ದುಬಿಡಬೇಕು ಎಂದು ಬಯಸುತ್ತಿತ್ತು! ನಿನ್ನೆಯವರೆಗೆ ಬಣ್ಣಗಳ ಚಿತ್ತಾರದಿಂದ ಕೂಡಿದ್ದ ಬದುಕು ಈಗ ಬಣ್ಣ ಕಳೆದುಕೊಳ್ಳಲಾರಂಭಿಸಿತ್ತು. ನಾನು ಹೋಗಲೇ ಬೇಕಾಗಿದ್ದ ಹಡಗು ಕೂಡ ಬದಲಾಗಿ ಬಿಟ್ಟಿತ್ತು! ಎಲ್ಲವೂ ಒಂದೇ ರೀತಿ ಇರುವುದಿಲ್ಲ. ಏಕೆಂದರೆ ನಮ್ಮನ್ನು ಬಿಟ್ಟುಹೋದ ಜೀವಗಳ ಸ್ಥಾನವನ್ನು ಮತ್ಯಾರೂ ತುಂಬಲಾಗುವುದಿಲ್ಲ.

ಇಲಿಯಾಸ್ ಶವಪೆಟ್ಟಿಗೆಯಲ್ಲಿ ಮಲಗಿ ಬಂದಿದ್ದ ಬಂದರಿನಲ್ಲಿ ನಾನು ಓಡಾಡುವುದಾದರೂ ಹೇಗೆ? ಆ ಪ್ರಯಾಣದುದ್ದಕ್ಕೂ ಮನಸ್ಸಿನಲ್ಲಿ ವಿಷಾದ ತುಂಬಿದ ಯೋಚನೆಗಳು ಮತ್ತೆ ಮತ್ತೆ ಮೂಡುತ್ತಿದ್ದವು. ಕೋಸ್ಟೈನ್ ದ್ವೀಪದಲ್ಲಿ ಹಡಗು ಲಂಗರು ಹಾಕಿದಾಗ ಇಳಿದು ಹೋಗುತ್ತಿದ್ದ ಸೈನಿಕರ ಕುಟುಂಬಗಳ ಜೊತೆಗೆ ಸೇರಿ ನಾನು ಕೂಡ ಕಳೆದು ಹೋಗಿಬಿಡಬೇಕು ಎಂಬ ಯೋಚನೆಯು ಸಹ ಸುಳಿದು ಹೋಯಿತು... ಆದರೆ ಹಾಗೆ ಮಾಡಲಾಗಲಿಲ್ಲ!

ಆದರೆ ನಮ್ಮೂರಿನ ಬಂದರು ಸಮೀಪಿಸುತ್ತಿದ್ದಂತೆ ಮತ್ತೆ ನನ್ನಲ್ಲಿ ಯಾವುದೋ ಉತ್ಸಾಹ ಒಡಮೂಡಿತು. ಮುಖದ ಮೇಲೆ ಬೀಸುತ್ತಿದ್ದ ಸಮುದ್ರದ ಗಾಳಿಯು ನನ್ನಲ್ಲಿ ಹುಟ್ಟಿಸುತ್ತಿದ್ದ ಗೊಂದಲಗಳ ಉದ್ವೇಗವನ್ನು ಶಾಂತವಾಗಿಸಿತು. ನಾನು ನನ್ನ ಫ್ಲ್ಯಾಟ್ ಕ್ಯಾಪನ್ನು ಹುಬ್ಬುಗಳವರೆಗೂ ಎಳೆದುಕೊಂಡು ಆ ಕೊರೆಯುವ ಚಳಿಯಲ್ಲಿ ಬೆಟ್ಟವನ್ನೇರಿದೆ. ಮೊಟ್ಟಮೊದಲು ಇಲಿಯಾಸ್ ಮಲಗಿದ್ದ ಸ್ಥಳಕ್ಕೆ ಹೋಗಿ, ಅವನೊಂದಿಗೆ ಎಷ್ಟೋ ಹೊತ್ತು ನನ್ನ ಶಾಲೆಯ ವಿಷಯಗಳನ್ನು, ನನ್ನ ಗೆಳೆಯರ, ಪುಸ್ತಕಗಳ ಮತ್ತು ನಾನು ಸೆರೆಹಿಡಿದಿದ್ದ ಛಾಯಾಚಿತ್ರಗಳ ವಿವರಗಳನ್ನು ಹಂಚಿಕೊಂಡೆ. ನಂತರ ಅವನ ತಲೆಯ ಬಳಿ ಆ ನೀಲಿ ಚೆಂಡನ್ನು ಗುಟ್ಟಾಗಿ ನೆಲದಲ್ಲಿ ಹೂತುಬಿಟ್ಟೆ.

ನಾನಿಯ ಮನೆಗೂ ಹೋಗಿಬರಬೇಕೆಂದು ಯೋಚಿಸಿ ಅಲ್ಲಿಂದ ಎದ್ದಾಗ ಇಲಿಯಾಸ್ ಗೋರಿಯ ಪಕ್ಕದಲ್ಲೇ ಒಂದು ದಿಬ್ಬ ಕಾಣಿಸಿತು. ಕೆಸರುಮಯವಾದ ಕಪ್ಪು ಮಸ್ಲಿನ್ ಅನ್ನು ತಲೆಗಲ್ಲಿಗೆ ಕಟ್ಟಲಾಗಿತ್ತು. ಅದರ ಮೇಲೆ ಇದ್ದಿಲಿನಲ್ಲಿ ಬರೆದ ಅಕ್ಷರವನ್ನು ಓದುತ್ತಿದ್ದಂತೆ ಕಾಲುಗಳು ನಡುಗಿ ಅಳು ಉಕ್ಕಲಾರಂಭಿಸಿತು. ನಾನು ಊಳಿಡುತ್ತಿದ್ದೆ. ಗಂಟಲು ಹರಿಯುವಂತೆ ಕಿರುಚುತ್ತಿದ್ದೆ. ಆಮೇಲೆ ಮಸಕಲಾದ ಛಾಯಾಚಿತ್ರದಂತಹ ಜಗತ್ತನ್ನು ಪ್ರವೇಶಿಸುವಂತೆ ದೀಪಸ್ತಂಭದ ಮನೆಯತ್ತ ಧಾವಿಸಿದೆ.

ಆ ವರ್ಷದ ಏಪ್ರಿಲ್ ತುಂತುರು ಹೊತ್ತಿಗೆ ಮುಂಚೆಯೇ ಬಂದಿತ್ತು ಎನಿಸುತ್ತದೆ. ಆಕಾಶದಲ್ಲಿ ಮೋಡಗಳು ಕವಿದಿದ್ದವು. ದೀಪಸ್ತಂಭದ ಮನೆ ಸೇರುವ ಮುಂಚೆ ಸಿಗುತ್ತಿದ್ದ ಕೊನೆಯ ಬೆಟ್ಟವನ್ನು ತಲುಪಿದ ತಕ್ಷಣ ನನ್ನ ಕಾಲುಗಳು ಥಟ್ಟನೆ ನಿಂತುಬಿಟ್ಟವು. ಬಂದರು ಕಟ್ಟೆಯಿಂದ ಹಡಗು ದೂರ ಸರಿಯುವಾಗ

ನನ್ನೊಳಗೇಳುತ್ತಿದ್ದ ಹೊಯ್ದಾಟಗಳು ಮತ್ತೆ ಶುರುವಾದವು. ಏನೊ ಒಂದು ನನ್ನನ್ನು ತಡೆದುನಿಲ್ಲಿಸಿತು. ವಾಪಸ್ ಹೋಗಿಬಿಡಬೇಕೆನಿಸಿತು. ಟ್ಯಾಂಕ್ ಶೆಡ್ಡಿನಲ್ಲಿದ್ದ ಎಲ್ಲಾ ಬಾಟಲಿಗಳೂ ನನ್ನ ಬೆನ್ನಮೇಲೆಯೇ ಇವೆ ಎನ್ನುವಷ್ಟು ಭಾರವೆನಿಸತೊಡಗಿತು. ಆಗ ಬೆಟ್ಟದ ತುದಿಯಲ್ಲಿ ನಿಂತ ಆ ಕ್ಷಣ ಮಿಂಚೊಂದು ಮಿಂಚಿತು. ಎಲ್ಲವನ್ನು ಕ್ಷಣಮಾತ್ರದಲ್ಲಿ ಹೊಸತಾಗಿಸಿತೇನೊ ಎನ್ನುವ ಹಾಗೆ! ಮತ್ತೆ ನಾನು ನನ್ನ ಟೋಪಿಯನ್ನು ಸರಿಪಡಿಸಿಕೊಳ್ಳುತ್ತಾ ಬೆಟ್ಟದ ಇಳಿಜಾರಿನಲ್ಲಿ ಓಡಿದೆ.

ಒಣಗಲು ಹಾಕಿದ್ದ ಬಟ್ಟೆಗಳನ್ನು ತಂತಿಯಿಂದ ಕೆಳಗೆಳೆದುಕೊಳ್ಳುತ್ತಿದ್ದ ಅಮ್ಮಿ ನನ್ನ ನಿಧಾನವಾದ ಹೆಜ್ಜೆಗಳನ್ನು ಗಮನಿಸಲೇ ಇಲ್ಲ. ಅಚಾನಕ್ ತಿರುಗಿ, ನನ್ನನ್ನು ನೋಡಿದ ತಕ್ಷಣ, ನನ್ನ ಹೆಸರನ್ನು ಕೂಗಿದವಳೆ, ಬರ ಸೆಳೆದು ಅಪ್ಪಿ, ನನ್ನ ಒದ್ದೆಯಾದ ಉಪ್ಪು ಉಪ್ಪಾದ ಗಲ್ಲಗಳನ್ನು ಒಂದೇ ಸಮನೆ ಮುದ್ದಿಸ ತೊಡಗಿದಳು.

"ಅಯ್ಯೋ, ಅಳ್ತಾ ಇದ್ಯ ನನ್ ರಾಜಾ?"

"ನಂಗ್ಯಾಕೆ ಹೇಳಲಿಲ್ಲ ಅಮ್ಮಿ? ಹಡಗಿನ ಪ್ರಯಾಣಿಕರ ಜೊತೆ ನಾಲ್ಕು ಮಾತು ಹೇಳಿಕಳಿಸಬೋದಿತ್ತು. ಟೆಲಿಗ್ರಾಮ್ ಮಾಡಬೋದಿತ್ತು. ಕಡೆ ಸಲ ಮುಖ ನೋಡೋ ಹಕ್ಕೂ ನನಗಿರಲಿಲ್ವಾ? ಅವಳನ್ನ ಕಡೆ ಸಲ ಒಮ್ಮೆ ತಬ್ಬಿಕೊಳ್ಳಬೇಕಿತ್ತು..." ಅಳುತಡೆಯುತ್ತಾ ಕೇಳಿದೆ.

"ಮನೆಯಿಂದ ಅಷ್ಟು ದೂರ ಇದ್ದೆ. ನಿನಗ್ಯಾಕೆ ಸುಮ್ನೆ ದುಃಖ ಕೊಡೋದು ಅಂತ ಹೇಳಲಿಲ್ಲ!"

"ಆದ್ರೆ ಈಗ ಅದಕ್ಕಿನ್ನ ಜಾಸ್ತಿನೆ ದುಃಖ ಆಗ್ತಿದ್ಯಲ್ಲ!" ಎಂದು ದುಃಖಿಸುತ್ತಾ ದುಃಖಿಸುತ್ತಲೇ ಗದ್ಗದಿತನಾಗಿ ಅದರ ನಡುವೆಯೆ ಸಂಭಾಳಿಸಿಕೊಂಡು ಹೇಳುವ ಪ್ರಯತ್ನ ಮಾಡಿದ್ದೆ.

ನಿಧಾನವಾಗಿ ಮಿನಾರಿನ ಮೇಲೆ ಏರಿದೆ. ವಾತಾವರಣದ ನೀರವತೆ ನನ್ನ ಮನದ ವಿಷಾದವನ್ನು ಇನ್ನೂ ಹೆಚ್ಚಿಸುತ್ತಿತ್ತು. ಸಮುದ್ರದ ಅಲೆಗಳು, ಅವುಗಳ ಹೊಡೆತಕ್ಕೆ ತತ್ತರಿಸುವ ಬಂಡೆಗಳು, ಬಂಡೆಗಳನ್ನು ಕೊರೆಯುವಂತೆ ಬೀಸುತ್ತಿದ್ದ ಗಾಳಿ ಎಲ್ಲವೂ ಒಂದು ನೋವಿನ ಪಾಶದಲ್ಲಿ ಸೆರೆಯಾಗಿದ್ದವು. ಬಂಡೆಗಳಿಗೆ ಅಂಟಿಕೊಂಡಿದ್ದ ಕುರುಚಲು ಪೊದೆಗಳು ಕೂಡ ನೋವಿನಿಂದ ನಡುಗುತ್ತಿರುವಂತಿದ್ದವು. ಕಡಲ ಕಾಗೆಗಳು ರೆಕ್ಕೆ ಬಡಿಯದೆ ಮಂಕಾಗಿ ಮಂದವಾಗಿ ಹಾರುತ್ತಿದ್ದವು. ಕತ್ತಲನ್ನು ಸದಾ ಧಿಕ್ಕರಿಸುತ್ತಿದ್ದ ಆಕಾಶಕ್ಕೆ ಬೂದಿಬಣ್ಣ ಮೆತ್ತಿಕೊಂಡಿತ್ತು. ನೋಡು ನೋಡು... ಎಲ್ಲವೂ ಒಂದೇ ಆಗಿಲ್ಲ ಎಂದು ನನ್ನನ್ನು ಕೆಣಕುವಂತೆ ದೂಷಿಸುತ್ತಿರುವಂತೆ ತೋರುತ್ತಿತ್ತು.

ಆಕಾಶವನ್ನು ಕಪ್ಪು ವರ್ಣಕ್ಕೇರಿಸುತ್ತಿದ್ದ ಮೋಡಗಳನ್ನೇ ನೋಡುತ್ತಾ ಆಪಾ ಗೋಡೆಗೊರಗಿ ನಿಂತಿದ್ದಳು. ಗುಡುಗಿನ ಆರ್ಭಟದಿಂದಾಗಿ ನನ್ನ ಹೆಜ್ಜೆ ಸದ್ದು ಅವಳ ಕಿವಿಗೆ ಬಿದ್ದಿರಲಿಲ್ಲ. ನನ್ನನ್ನು ನೋಡಿದೊಡನೆ ಅವಳ ಮುಖದಲ್ಲೊಂದು ವಕ್ರ ನಗೆ ಮೂಡಿತು. ಮೊದಲಿನ ಹಾಗೆ ಅವಳ ಕಣ್ಣುಗಳು ಮಿನುಗಲಿಲ್ಲ. ಮುಖವೆಲ್ಲ ನಗುವಿನಿಂದ ತುಳುಕಲಿಲ್ಲ. ಚಳಿಗಾಲದ ಸೂರ್ಯನಂತೆ, ಯಾವುದೋ ನೋವಿನಲ್ಲಿರುವಂತೆ

ಅಸ್ಪಷ್ಟ ನೋಟವನ್ನು ನನ್ನ ಕಡೆ ಬೀರಿದಳು. ನಾನವಳ ಹತ್ತಿರ ಹೋಗಿ ಅವಳನ್ನು ಅಪ್ಪಿಕೊಳ್ಳದಿದ್ದರೆ, ಅವಳಿಗೆ ನಾನು ಮರಳಿ ಬಂದಿರುವೆನೆಂದು, ಅವಳ ಕಣ್ಣೆದುರಿಗೆ ಇರುವವನು ನಾನೇ ಎಂದು ಮನಗಾಣದಷ್ಟು ಈ ಪ್ರಪಂಚದಿಂದಲೇ ಕಳೆದು ಹೋದಂತಿದ್ದಳು. ನನ್ನ ಇರುವನ್ನೇ ಗ್ರಹಿಸದಂತೆ ನೋಡುತ್ತಾ, ಮೌನವಾಗಿಯೇ ಇದ್ದಳು.

ಆಪಾಳ ನೋಟದಷ್ಟೇ ಹಾಲಾಳ ಕುರ್ಚಿಯೂ ಖಾಲಿ ಖಾಲಿಯಾಗಿತ್ತು. ಅವಳ ಮುಖದಲ್ಲಿ ಇನ್ನು ಒಂದೇ ಒಂದು ನೆರಿಗೆಗೂ ಸ್ಥಳಾವಕಾಶವಿಲ್ಲವೆಂದು ಭಾಸವಾದ ಸಮಯದಲ್ಲಿ ಅವಳು ತನ್ನ ಅಂತ್ಯ ಸಮೀಪಿಸಿದೆ ಎಂದು ಮನಗಂಡು, ಭೂಕಂಪದಲ್ಲಿ ಕಳೆದುಕೊಂಡ ತನ್ನ ತಮ್ಮ, ಯುದ್ಧದಲ್ಲಿ ಸಾವಿಗೀಡಾದ ಮಕ್ಕಳು ಮತ್ತು ತನ್ನ ಪ್ರೀತಿಯ ಇಲಿಯಾಸ್‌ನನ್ನು ಜೊತೆಯಾಗಲು ಹೊರಟುಬಿಟ್ಟಿದ್ದಳು. ಅವಳ ಜೊತೆಗೆ ತೊಂಭತ್ತೊಂಭತ್ತು ತಸ್ಬೀಹಾ ಜಪಮಣಿಗಳನ್ನು ಎಣಿಸುತ್ತಾ ದುವಾ ಕೇಳುತ್ತಾ ಮನೆಯನ್ನು ಆಶೀರ್ವದಿಸುತ್ತಿದ್ದ ಲಾಇಲಾಹ ಇಲ್ಲಲ್ಲಾಹ್ ಎಂಬ ಪ್ರಾರ್ಥನೆಯನ್ನೂ ತೆಗೆದುಕೊಂಡುಹೋಗಿದ್ದಳು. ಕಣ್ಣೀರುಮರ ಈಗ ವಾಸ್ತವದಲ್ಲಿ ಅನಾಥವಾಗಿತ್ತು. ಟಿನ್ ಡಬ್ಬದಲ್ಲಿನ ಹೂವುಗಳೂ ಸಹ ವೇದನೆಯಲ್ಲಿದ್ದಂತೆ, ಮನಸ್ಸಿಲ್ಲದ ಮನಸ್ಸಿನಿಂದ ಅರೆಬರೆ ಬಿರಿದಿದ್ದವು. ನಮ್ಮ ಹನೀಮ್ ಹಾಲಾಳ ಅವ್ಯಾಹತ ಪ್ರಾರ್ಥನಾ ಸ್ವರದ ಬದಲಾಗಿ ಈಗ ನಮ್ಮ ಅಮ್ಮನ ಎಡೆಬಿಡದ ರೋದನ ಹಗಲು-ರಾತ್ರಿ ಕೇಳಿಸುತ್ತಿತ್ತು. ಬಿಳಿಚಿಕೊಂಡಿದ್ದ ಅವಳ ಮಂಕಾದ ಮುಖದಲ್ಲಿ ಕಣ್ಣುಗಳು ಹೂತು ಹೋದಂತಾಗಿ, ಕಣ್ಣೆವೆಗಳು ಜೋಲು ಬಿದ್ದಿರಲು, ತಲೆಯೆಲ್ಲ ನೆರೆತು ಅವಳು ಹಣ್ಣು ಮುದುಕಿಯಂತೆ ತೋರುತ್ತಿದ್ದಳು. ನಾನು ಅದೆಷ್ಟು ಬಾರಿ ಮುದ್ದಿಸಿದರೂ ಸಮಾಧಾನವಾಗದಿದ್ದ ಅವಳ ಗಲ್ಲಗಳು ಬತ್ತಿ ಹೋಗಿದ್ದವು. ಇಲಿಯಾಸ್‌ನಿಗಾಗಿ ಶೋಕಿಸುವುದನ್ನು ಅವಳು ನಿಲ್ಲಿಸಿರಲೇ ಇಲ್ಲ.

ಅಬ್ಬುವಿನ ಬಾಡಿದ ಮುಖ ಅವನ ನೊಂದ ಆತ್ಮವನ್ನು ಪ್ರತಿಫಲಿಸುತ್ತಿತ್ತು. ಒಂದೇ ಸವನೆ ಸಿಗರೇಟ್ ಸೇದುತ್ತಿದ್ದುದರಿಂದ ಅವನ ಮೀಸೆ ಮತ್ತು ಬೆರಳುಗಳೆಲ್ಲ ಹಳದಿಗಟ್ಟಿ ಬಿಟ್ಟಿದ್ದವು. ಏನನ್ನೊ ಹೇಳಬಯಸುತ್ತಿರುವವನಂತೆ ಅವನ ತುಟಿಗಳು ಕಂಪಿಸುತ್ತಿದ್ದವು. ಕೈಕಾಲುಗಳು ನಿಯಂತ್ರಣವಿಲ್ಲದೆ ಅಲ್ಲಾಡುತ್ತಿದ್ದವು. ಅವನ ಕೆಮ್ಮು ಅದೆಷ್ಟು ಹೆಚ್ಚಾಗಿತ್ತೆಂದರೆ ಕೆಮ್ಮುತ್ತಾ ಕೆಮ್ಮುತ್ತಾ ಅವನಿಗೆ ಉಸಿರುಗಟ್ಟಿಹೋಗುತ್ತಿತ್ತು. ಮಧ್ಯೆ ಮಧ್ಯೆ ಸಿಗರೇಟು ಅವನ ತುಟಿಗಳನ್ನು ಸುಟ್ಟಾಗ ಬೆಚ್ಚುವುದರ ಹೊರತು ತಾನು ಜೀವಂತ ಇರುವ ಅರಿವೇ ಅವನಿಗಿರಲಿಲ್ಲ.

ಅಬ್ಬುವಿಗೆ ಕೆಲವೇ ತಿಂಗಳುಗಳಲ್ಲಿ ಮುಪ್ಪಡರಿಬಿಟ್ಟಿದ್ದರ ಕಾರಣ ನನಗೆ ಗೊತ್ತಿತ್ತು. ಇಲಿಯಾಸ್‌ನ ಸಾವಿನಷ್ಟೆ ಆ ದಿನ ಆಪಾನ ಮೇಲೆ ಅಷ್ಟು ಕಠೋರವಾಗಿ ನಡೆದುಕೊಂಡಿದ್ದರ ಬಗೆಗಿನ ಪಾಪಪ್ರಜ್ಞೆ ಮತ್ತು ಒಬ್ಬ ಅಸಹಾಯಕ ಯುವಕನನ್ನು ಅಲೆಗಳಿಗೆ ಒಪ್ಪಿಸಿಬಿಟ್ಟಿದ್ದರ ಬಗೆಗಿನ ತಪ್ಪಿತಸ್ಥ ಮನೋಭಾವ ಅವನನ್ನು ಕಾಡುತ್ತಿತ್ತು. ಅಂದು ಆ ಪಾಪದ ಎಲಿಯಾಸ್‌ನಿಗೆ ಸ್ಥಳವಿಲ್ಲವೆಂದು ಹೊರತಳ್ಳಿದ್ದ ನಮ್ಮ ದ್ವೀಪ,

ಇಂದು ಗ್ರೀಕ್ ನಿರಾಶ್ರಿತರಿಂದ ತುಂಬಿ ತುಳುಕುತ್ತಿತ್ತು.

ಚೆಶ್ಮೆ ಮತ್ತು ಇದಿರ್ಲಿಯಲ್ಲಷ್ಟೇ ಅಲ್ಲದೆ, ಒಂದು ಕಲ್ಲೆಸೆದರೆ ಕೈಗೆ ಸಿಕ್ಕುವ ಕೊಲ್ಲಿಗಳಲ್ಲಿಯೂ ಸಹ ಹಸಿವಿನಿಂದ ಬಳಲುತ್ತಾ ಬರುತ್ತಿದ್ದ ಗ್ರೀಕರು, ಜರ್ಮನ್ ದೌರ್ಜನ್ಯದಿಂದ ತಪ್ಪಿಸಿಕೊಳ್ಳಲು ಆಶ್ರಯ ಬಯಸುತ್ತಾ ಬಂದವರು, ತಮ್ಮ ತಾತ ಮುತ್ತಾತರ ಪವಿತ್ರ ನೆಲವನ್ನು ಅರಸುತ್ತಾ ಬರುವವರು ಎಲ್ಲೆಡೆ ಕಾಣಿಸುತ್ತಿದ್ದರು. ಹಳ್ಳಿಯ ಜನರಿಗೆ ತಾವು ಹೊತ್ತು ತಂದಿರಬಹುದಾದ ಬಟ್ಟೆಗಳು ಮತ್ತಿತರ ವಸ್ತುಗಳಿಗೆ ಬದಲಾಗಿ ಆಹಾರವನ್ನು ಬೇಡುತ್ತಿದ್ದ ದೃಶ್ಯಗಳು ಅಪರೂಪವಾಗಿರಲಿಲ್ಲ. ಇದು ಅಹುರ್ಲು, ಬಲಿಕ್ಲಿಯೋವಾ, ಎನಿಲಿಮನ್ ಮುಂತಾದ ಜಾಗಗಳಲ್ಲೆಲ್ಲಾ ಕಂಡುಬರುತ್ತಿತ್ತು. ಕೆಲವು ದುರ್ದೈವಿಗಳ ದೇಹಗಳು ಸಮುದ್ರದಲ್ಲಿ ಕೊಚ್ಚಿ ಹೋಗಿದ್ದವು. ದ್ವೀಪಗಳೆಲ್ಲ ಒಂದಾಗಿ ಅಬ್ಬು ಅಂದಿನ ರಾತ್ರಿಯನ್ನು ಎಂದೆಂದೂ ಮರೆಯದಂತೆ ಮಾಡಲು ಸಂಚು ಹೂಡಿದ್ದವೇನೋ ಎಂಬಂತಿತ್ತು.

ಅವನ ಸ್ವಪ್ನಗಳಲ್ಲಿ ಎಲಿಯಾಸ್ ಗೋಚರಿಸಿ ಕಾಡುತ್ತಿದ್ದನೇನೋ ಎಂದು ನಾನು ಯೋಚಿಸುತ್ತಿದ್ದೆ. ಚಂಡಮಾರುತ ಬೀಸುವ ರಾತ್ರಿಗಳಲ್ಲಿ ಅಬ್ಬು ಮನೆಯ ಒಳಗೆ ಬಂದಿಯಾಗುತ್ತಿದ್ದುದು ಎಲಿಯಾಸ್‌ನ ನೆನಪಿನಿಂದಲೇ ಇರಬಹುದೇ? ಅಂದಿನ ರಾತ್ರಿಯ ಗಾಯಗಳಿಂದ ವಿಕಾರವಾಗಿದ್ದ ಆಪಾಳ ಮುಖವನ್ನು ಒಮ್ಮೆಯೂ ತಲೆಯೆತ್ತಿ ನೋಡದಿರುವುದು, ಅವಳ ಕಣ್ಣಲ್ಲಿ ಕಣ್ಣಿಟ್ಟು ಕರೆದು ಒಂದು ಲೋಟ ನೀರನ್ನು ಕೂಡ ಕೇಳದಿರುವುದು... ಇವೆಲ್ಲಾ ಅವನ ಅಪರಾಧಿಪ್ರಜ್ಞೆಯ ಕುರುಹುಗಳಾಗಿದ್ದವೆ?

ಮತ್ತೆ ಶಾಲೆಗೆ ಮರಳಿದಾಗ, ನಾನು ಸಮಯಕ್ಕೆ ಮೊದಲೇ ಮಾಗಿದ ಹಣ್ಣಿನಂತೆ ಕೆಲವೇ ದಿನಗಳಲ್ಲಿ ಬೆಳೆದು ಪ್ರಾಪ್ತ ವಯಸ್ಕನಾಗಿಬಿಟ್ಟಿದ್ದೆ. ಮೇ ತಿಂಗಳ 19ನೇ ತಾರೀಖಿಗೆ ಪಾಠಗಳು ಮುಗಿದು ನಮ್ಮ ಬೇಸಿಗೆಯ ಶ್ರಮದಾನ ಪ್ರಾರಂಭವಾಯಿತು. ಕಿಝಿಲ್ಚುಲ್ಲುವಿನ ರೋಮನ್ ಅಕ್ವೆಡೆಕ್ಟ್‌ನ ನೆರಳಿನಲ್ಲಿ ಗುದ್ದಲಿ ಹಿಡಿದು ಕೆಲಸ ಮಾಡುತ್ತಿದ್ದರೆ, ನನ್ನ ಮನಸ್ಸೆಲ್ಲಾ ದೀಪಸ್ತಂಭದ ಮನೆಯ ಕಡೆಗೇ ಇತ್ತು. ಅಲ್ಲಿನ ಗದ್ದೆಯನ್ನು ಉಳುವವರು ಯಾರು? ಕಾಳುಗಳನ್ನು ತೂರುವವರಾರು? ಕೊಯ್ಲು ಮಾಡುವವರಾರು? ಶಕ್ತಿಯೇ ಇಲ್ಲದಂತಿದ್ದ ಅಬ್ಬು, ಅಳು ನಿಲ್ಲಿಸದಿದ್ದ ಅಮ್ಮಿ ಮತ್ತು ಕಂಗಾಲಾಗಿರುವ ಆಪಾ ಈ ಮೂವರು ಹೇಗೆ ತಾನೇ ಅಲ್ಲಿಯ ಕೆಲಸಗಳನ್ನು ನಿಭಾಯಿಸಬಲ್ಲವರಾಗಿದ್ದರು? ಗದ್ದೆ ಕೆಲಸವೆಲ್ಲ ಮುಗಿದ ನಂತರ ಶಾಲೆಯ ಶರತ್ಕಾಲದ ರಜೆ ಬಂದಾಗ ಮರಳಿ ಮನೆಗೆ ಬಂದ ನನ್ನನ್ನು ಕಾಡಿದ ಅಪರಾಧಿಪ್ರಜ್ಞೆಯನ್ನು ಪದಗಳಲ್ಲಿ ಶಬ್ದಗಳಲ್ಲಿ ವ್ಯಕ್ತ ಪಡಿಸಲು ಸಾಧ್ಯವಿಲ್ಲ. ಮನೆಗೆ ಬಂದಾಗ ಇಲ್ಲಿನ ಗದ್ದೆ ಕೆಲಸಗಳೆಲ್ಲ ಮುಗಿದು ಹೋಗಿದ್ದವು.

"ಈ ಬಾರಿ ಹೊಗೆ ಸೊಪ್ಪಿಂದ ಏನೂ ಲಾಭ ಆಗಲಿಲ್ಲ!"" ಅಬ್ಬು ದೂರಿದ. "ಎಲ್ಲಾ ಮೂಟೆನೂ ಸುಟ್ಟು ಹಾಕಬೇಕಾಯ್ತು. ಅಷ್ಟೇ ಅಲ್ಲ, ಅದನ್ನು ಸುಡೋಕೆ ಬೇಕಾದ ಸೀಮೆಎಣ್ಣೆಗೂ ನಾವೇ ದುಡ್ಡು ಕೊಡಬೇಕಾಯ್ತು. ಇನ್ನೊಂದು ಸಲ ಹೊಗೆಸೊಪ್ಪು ಬೆಳೆದ್ರೆ ಚಪ್ಪಲಿ ತಗೊಂಡು ಹೊಡೀರಿ ನನ್ನ!" ಎಂದ. ಅದು ಬರೀ

ಹೊಗೆಸೊಪ್ಪಿನ ಬೆಳೆಯ ವೈಫಲ್ಯವಾಗಿರಲಿಲ್ಲ. ಗದ್ದೆಯ ಕೆಲಸವನ್ನೆಲ್ಲ ಸಮಯಕ್ಕೆ ಸರಿಯಾಗಿ ಮಾಡಲಾಗದಕ್ಕೆ ಅವನು ಒಡ್ಡುತ್ತಿದ್ದ ಸುಳ್ಳು ಸಮರ್ಥನೆಯಾಗಿತ್ತು. ಕಷ್ಟಪಟ್ಟು ಬೀಸುಕಲ್ಲಿನಲ್ಲಿ ಗೋಧಿಯನ್ನು ಹಿಟ್ಟು ಮಾಡುತ್ತಿದ್ದ ಅಮ್ಮನತ್ತ ಕಳ್ಳ ನೋಟ ಬೀರುತ್ತಾ "ನಾವು ಗೋಧಿಯನ್ನು ಮಿಲ್ಲಿಗೂ ತಗೊಂಡ್ಹೋಗೊಕೆ ಆಗ್ತ ಇಲ್ಲ!" ಎಂದ. ಅವನಲ್ಲಿ ದುಃಖ, ಅಸಮಾಧಾನ, ಅಸಹಾಯಕತೆ, ಕೋಪ, ನೋವು ಎಲ್ಲವೂ ಮೇಳೈಸಿ ಬಂದಂತಿದ್ದವು.

"ಒಂದೆರಡು ಮುಷ್ಟಿ ಗೋಧೀನೂ ಬಚ್ಚಿಡಬೇಕಾದ ಪರಿಸ್ಥಿತಿ ಬಂದಿದೆ. ನಮ್ಮ ಮನೇಲಿ ನಾವೇ ಕಳ್ಳರಾಗಿಬಿಟ್ಟಿದೀವಿ. ಹಿಂದೆ ಆಗಿದ್ರೆ ಸಣ್ಣ ಸಣ್ಣ ಚೀಲದಲ್ಲಿ ಗೋಧಿ ತುಂಬಿಕೊಂಡು ಬೇರೆ ಬೇರೆ ಮಿಲ್ಲುಗಳಿಗೆ ತಗೊಂಡೋಗಿ ಹಿಟ್ಟು ಮಾಡಿಸಿಕೊಂಡು ಬರ್ತಿದ್ದೆ. ಈಗ ಅದಕ್ಕೂ ಭಯ ಆಗತ್ತೆ. ಇವ್ನು ಗೋಧಿ ಕಾಳನ್ನು ಬಚ್ಚಿಟ್ಟಿದಾನೆ ಅಂತ ಜೈಲಿಗೆ ಕಳಿಸಿದ್ರೆ ಏನು ಮಾಡೋದು? ಈ ವಯಸ್ಸಲ್ಲಿ ಜೈಲಿಗ್ಹೋಗೊದನ್ನ ನೆನೆಸಿಕೊಳ್ಳೋಕೂ ಆಗಲ್ಲ! ಅದೆಂಥಾ ಅವಮಾನ?"

ಕಣ್ಣೀರುಮರಕ್ಕೆ ಅಂಟಿಕೊಂಡಂತಿದ್ದ ಆ ಕೊಟ್ಟಕೊನೆಯ ಜೀರುಂಡೆ ತನ್ನ ಪುಟ್ಟ ಜಗತ್ತಿನಲ್ಲಿ ಕಿರಿಕಿರಿಯೆನಿಸುವಂತೆ ಉದಾಸೀನದಿಂದ ಒಂದೇ ಸಮನೆ ಗುಯಿಗುಟ್ಟಿತು. ಬಿಸಿಲಿನ ಜಳದಿಂದ ಕಾಯ್ದುಕೊಳ್ಳಲು ಹನೀಮ್ ಹಾಲಾಳ ಕುರ್ಚಿಯನ್ನು ಮರದ ನೆರಳಿಗೆ ಅಮ್ಮಿ ವರ್ಗಾಯಿಸಿದಳು. ಬಂಡೆಯ ತುದಿಗೆ ಹೋಗಿ, ಇಲಿಯಾಸ್ ಉರುಳಿ ಬಿದ್ದ ಸ್ಥಳದಲ್ಲಿ ನಿಂತು, ಮೇಲಕ್ಕೆ ಕೈಚಾಚಿ ಗೊಣಗಲಾರಂಭಿಸಿದಳು. ಹಚ್ಚಹಸಿರು ಪಾಚಿ ಕಟ್ಟಿದ್ದ ಸಮುದ್ರದ ದಡದಿಂದ ಆ ಬಾಟಲಿ ಈಗ ಕಾಣಿಸುತ್ತಲೇ ಇರಲಿಲ್ಲ. ಎಂದಿಗಿಂತಲೂ ಇನ್ನೂ ಹೆಚ್ಚಿನ ಕತ್ತಲಲ್ಲಿದ್ದ ನಮ್ಮ ದೀಪಸ್ತಂಭದ ತುದಿಯಲ್ಲಿ ಅಕ್ಕ ಯಕ್ಷಿಣಿ ಕತೆಗಳಲ್ಲಿ ಬರುವ ದುಃಖಿತ ರಾಜಕುಮಾರಿಯಂತೆ ಸ್ಥಾವರವಾಗಿಬಿಟ್ಟಿದ್ದಳು. ಮರುಕ್ಷಣದಲ್ಲಿ ಗಾಳಿ ಬೀಸುವುದು ನಿಂತು ಜೀರುಂಡೆಯೂ ಕಲ್ಲಿನಂತೆ ಸ್ತಬ್ಧವಾಗಿ ಭೀಕರವಾದ ಮೌನ ಎಲ್ಲೆಡೆಯಲ್ಲೂ ಹರಡಿತು. ಆಪಾ ಅಲ್ಲಿಂದ ಕದಲುತ್ತಲೇ ಇರಲಿಲ್ಲ. ನಾನು ಅವಳ ಬಳಿ ಹೋಗಿ ಕೆನ್ನೆಗೊಂದು ಮುತ್ತು ಕೊಟ್ಟರೂ ಅವಳು ಯಾವುದೇ ರೀತಿಯಲ್ಲಿ ಪ್ರತಿಕ್ರಿಯೆ ತೋರಲಿಲ್ಲ.

ಅಮ್ಮ ದ್ರಾಕ್ಷಿ ತುಂಬಿದ್ದ ಪುಟ್ಟಗಂಟನ್ನು ನನ್ನ ಕೈಯಲ್ಲಿ ಇಡುವಾಗ ಅಬ್ಬು ನನ್ನ ಬೆವರ ಬೆನ್ನನ್ನು ನೇವರಿಸಿದ. ನಾನು ಅವರಿಬ್ಬರಿಗೂ ವಿದಾಯ ಹೇಳಿ ಬೆಟ್ಟದಿಂದ ಕೆಳಗಿಳಿಯಲು ಪ್ರಾರಂಭಿಸಿದೆ. ಕೊನೆಗೊಮ್ಮೆ ತಲೆಯೆತ್ತಿ ನೋಡಿದಾಗ ಆಪಾ ಕೆಳಗೆ ಬಂದು, ನಾನು ಹೋದ ದಾರಿಯಲ್ಲಿ ಶುಭ ಶಕುನಕ್ಕಾಗಿ ಒಂದು ಬಕೆಟ್ ನೀರನ್ನು ಸುರಿಯುತ್ತಿರುವುದು ಕಾಣಿಸಿತು. ನಮ್ಮಿಬ್ಬರ ನೋಟಗಳು ಬೆರೆತಾಗ ಅವಳ ಮುಖದಲ್ಲಿ ಒಂದು ವಿಷಾದ ಬೆರೆತ ನಗು ಮೂಡಿತು.

■

ಮುಂಬರುವ ದಿನಗಳಲ್ಲಿ ನಾನು ಹೆಚ್ಚು ಹೆಚ್ಚಾಗಿ ಪುಸ್ತಕ ಪ್ರಪಂಚದಲ್ಲಿ ನನ್ನನ್ನು ನಾನು ಬಂಧಿಸಿಕೊಂಡುಬಿಟ್ಟೆ. ಲೈಬ್ರರಿ ಕ್ಲಬ್ಬಿನ ನಾಯಕನಾದ ಮೇಲೆ ನಾನು ಅಲ್ಲಿನ ಒಂದೂ ಪುಸ್ತಕವನ್ನು ಬಿಡದೆ ಓದಿದೆ. ನನ್ನ ಬರಹಗಳು ಸಂಸ್ಥೆಯ ಪತ್ರಿಕೆಯಲ್ಲಿ ಪ್ರಕಟಗೊಂಡಿದ್ದವು. ಶಾಲೆಯ ಪ್ರಮುಖ ಛಾಯಾಗ್ರಾಹಕನೂ ಕೂಡ ಆಗಿದ್ದುದರಿಂದ, ಯಾವುದೇ ಸಮೂಹ ಚಿತ್ರವನ್ನು ಸೆರೆಹಿಡಿಯುವುದಾದರೂ ಅದು ನನ್ನದೇ ಜವಾಬ್ದಾರಿಯಾಗಿಬಿಟ್ಟಿತ್ತು.

ನನ್ನ ಕುಟುಂಬದೊಂದಿಗೆ ರಜಾ ದಿನಗಳನ್ನು ಕಳೆಯುವ ಕಾತರ ಕ್ಷೀಣಿಸಿರಲಿಲ್ಲವಾದರೂ, ಆಧ್ಯಾತ್ಮಿಕವಾಗಿ ಉಲ್ಲೇಖಿಸಬೇಕಾದರೆ, ಗೂಡು ಬಿಟ್ಟು ಹಾರಿ ಬಂದ ಹಕ್ಕಿಯಂತೆ ನಾನು ಸಮಯಕ್ಕಿಂತ ಮೊದಲೇ ರೆಕ್ಕೆ ಬಲಿತು, ಬಲಿಷ್ಠನಾಗಿ ಬಿಟ್ಟಿದ್ದೆ. ನನ್ನ ಅಪರಾಧಿ ಪ್ರಜ್ಞೆಯನ್ನು ಹಗುರ ಮಾಡಿಕೊಳ್ಳಲು ಊರಿಗೆ ಹೋದಾಗಲೆಲ್ಲ ಶಕ್ತಿಮೀರಿ ದುಡಿಯುತ್ತಿದ್ದೆ. ಕೊರೆಯುವ ಚಳಿಯಲ್ಲಿ ಕೈಗಳು ಬಿರುಕು ಬಿಡುವವರೆಗೂ ಆಲಿವ್ ಕಾಳನ್ನು ಸಂಗ್ರಹಿಸುತ್ತಾ, ಕುರುಚಲನ್ನು ಕಿತ್ತು ಮಣ್ಣನ್ನು ಫಲವತ್ತು ಮಾಡುತ್ತಾ ನನ್ನ ಮನಸ್ಸನ್ನು ಒಂದು ಹದಕ್ಕೆ ತಂದುಕೊಳ್ಳುತ್ತಿದ್ದೆ. ಹಳ್ಳಿಗಳಲ್ಲಿ ಹಸಿವಿನ ಹಾಹಾಕಾರ ಮುಂದುವರಿದಿತ್ತು. ಪಡಿತರದ ಪ್ರಮಾಣ ಅರ್ಧಕ್ಕಿಳಿದು ಹಳ್ಳಿಗಳೆಲ್ಲ ಬರಿದಾಗುತ್ತಿದ್ದವು. ಮೀನುಗಾರರ ಶೆಡ್ಡುಗಳು, ಊರ ಬೀದಿ, ಅಂಗಡಿಗಳು, ನೆಲಗದ್ದೆಗಳು, ಹಾದಿ ಬೀದಿಗಳು ಎಲ್ಲೆಲ್ಲೂ ಭೀಕರ ಮೌನ ಮನೆಮಾಡಿತ್ತು.

ಮಿಸ್ಟರ್ ಈಥಮ್ ಅವರಿಗೂ ಸಹ ಸೈನ್ಯ ಸೇರಲು ಕರೆ ಬಂದಿದ್ದರಿಂದ, ಅವರು ಹೊರಟ ಎರಡು ವಾರಗಳ ನಂತರವಷ್ಟೇ ಅವರ ಸ್ಥಾನಕ್ಕೆ ಹೊಸಬರ ನೇಮಕಾತಿಯಾಗಿತ್ತು. ಮುಂಚೆಯೆಲ್ಲಾ ಕಾಫಿ ಹೌಸಿನಲ್ಲಿ ವ್ಯರ್ಥವಾಗಿ ಕಾಲಹರಣ ಮಾಡುತ್ತಿದ್ದ ಮುದಿ ಗಂಡಸರೂ ಸಹ ಮಿಲಿಟರಿ ಸಮವಸ್ತ್ರಗಳನ್ನು ಧರಿಸಿ, ಕೊಲ್ಲಿಯ ಬಳಿಯಲ್ಲಿದ್ದ ಕಂಬಿಗಳ ಬಳಿ ಸಬ್ಮರಿನ್‌ಗಳು ಕಾಣಿಸಿಕೊಳ್ಳುವ ಸಂಭವನೀಯತೆಗಾಗಿ ಸಮುದ್ರದ ಮೇಲೆ ಕಣ್ಣಿಟ್ಟು ಪಹರೆ ಕಾಯುತ್ತಿದ್ದರು. ಜಿಲ್ಲಾ ಕೌನ್ಸಿಲ್ ವಿಧಿಸಿದ್ದ ಕರ್ತವ್ಯಗಳಿಗೆ ವಿರೋಧ ವ್ಯಕ್ತಪಡಿಸಿದ್ದಕ್ಕಾಗಿ ಶಿಕ್ಷಾರ್ಹರಾಗಿದ್ದ ಊರ ಮುಖ್ಯಸ್ಥರನ್ನು ಕಡ್ಡಾಯ ಕೂಲಿಯ ಪಟ್ಟಿಗೆ ಸೇರಿಸಲಾಗಿದ್ದರಿಂದ ಅವರು ಊರಲ್ಲಿಲ್ಲದೆ, ಯಾವುದೋ ಅರಿಯದ ಸ್ಥಳದಲ್ಲಿ, ಗುದ್ದಲಿ ಹಿಡಿದು ಕೆಲಸ ಮಾಡುತ್ತಿರಬಹುದೆಂದು ತಿಳಿದು ಬಂತು.

ಹೆಚ್ಚಿನ ತೆರಿಗೆಗಳು, ಆಹಾರದ ಅಭಾವ ಮತ್ತು ಹಸಿವಿನ ಸಮಸ್ಯೆ ಎಲ್ಲವೂ ಎಲ್ಲೆಡೆಗೂ ವ್ಯಾಪಿಸುತ್ತಿದ್ದಂತೆ, ಯುದ್ಧದ ಪ್ರಭಾವದಿಂದ ಯಾರೂ ಬಚಾವಾಗಿ ಉಳಿಯಲಿಲ್ಲದಂತಾಯಿತು. ಕೃಷಿ ಚಲಾವಣೆಯ ಉದ್ಘೋಷಣೆಯ ಮೇರೆಗೆ ವಿದ್ಯಾರ್ಥಿಗಳನ್ನು ದೊಡ್ಡ ದೊಡ್ಡ ಗದ್ದೆ ತೋಟಗಳಿಗೆ ಕೂಲಿಗಾಗಿ ಕಳಿಸಬೇಕಾಯಿತು. ನಮ್ಮ ರಜೆಗಳನ್ನೆಲ್ಲ ರದ್ದು ಪಡಿಸಲಾಯಿತು. ನಾವೀಗ ಜ್ಞಾನದಾಹಕ್ಕಾಗಿ ಅಲ್ಲದೆ ನಮ್ಮ ಅನ್ನವನ್ನು ನಾವೇ ದುಡಿದುಕೊಳ್ಳಲು ಹಾಗೂ ಹಸಿವಿನ ಮಹಾಮಾರಿಯ

ವಿರುದ್ಧ ಹೋರಾಡಲು ನಾಡಿನ ಕಾನೂನು ಬದ್ಧ ಸಹಯೋಗವೆಂಬ ಬೃಹತ್ ಚಕ್ರದ ಗೇರುಗಳಾಗಿ ಬೆವರು ಸುರಿಸಬೇಕಾಯಿತು.

ಆಹಾರ ಧಾನ್ಯಗಳ ಕೊರತೆಯಿಂದ ತತ್ತರಿಸಿದ ಹಳ್ಳಿಗರು ಬೆಳೆಗಾಗಿ ಪೂರೈಕೆಯಾಗಿದ್ದ ಬಿತ್ತನೆಯ ಧಾನ್ಯಗಳನ್ನೇ ತಿನ್ನತೊಡಗಿದರು. ತಮ್ಮ ಕುಟುಂಬಗಳಿಗೆ ಊಟಕ್ಕೆ ಸಾಲದಷ್ಟು ಕಡಿಮೆಯಾಗಿದ್ದ ಅವರ ಬೆಳೆಗಳನ್ನು ಒತ್ತಾಯವಾಗಿ ವಶಪಡಿಸಿಕೊಳ್ಳಲಾಗುತ್ತಿತ್ತು. ತೆರಿಗೆ ಕಟ್ಟಲು ಅಸಮರ್ಥರಾದವರನ್ನು ಸೆರೆಯಾಳುಗಳಂತೆ ಖೈದಿಗಳನ್ನಾಗಿ ಮಾಡಿ, ರಸ್ತೆ ಕಾಮಗಾರಿಗೆ ದೂಡಲಾಗುವುದು ಎಂಬ ವದಂತಿಗಳು ಕಾಳ್ಗಿಚ್ಚಿನಂತೆ ಹಬ್ಬಿದವು.

ಗಂಟೆಗಟ್ಟಲೆ ಬ್ರೆಡ್ಡಿನಂಗಡಿಯ ಸರದಿಯಲ್ಲಿ ನಿಂತು ಕಾದು ಬರಿಗೈಯಲ್ಲಿ ಮನೆಗೆ ಹಿಂದಿರುಗುತ್ತಿದ್ದವರ ಮೂಕ ಬಂಡಾಯದ ಸುದ್ದಿಗಳು ಪತ್ರಿಕೆಗಳಲ್ಲಿ ಪ್ರಕಟವಾಗುತ್ತಿದ್ದವು. ಹಳ್ಳಿ ಮತ್ತು ನಗರವಾಸಿಗಳಿಬ್ಬರೂ ದುರ್ವಿಧಿ ಎಂಬಂತೆ ತಮ್ಮ ಪಾಲಿನ ಸಮಸ್ಯೆಗಳನ್ನು ಹತಾಶರಾಗಿ ಎದುರಿಸುತ್ತಿದ್ದರು.

ಯುದ್ಧದ ಭೀಕರತೆ ಹೆಚ್ಚಿದಂತೆ, ಪೂರ್ವದ ದಳಗಳ ಸುದ್ದಿಗಳು ಹೆಚ್ಚು ಹೆಚ್ಚಾಗಿ ಪ್ರಕಟಗೊಳ್ಳುತ್ತಿದ್ದಂತೆ, ಟರ್ಕಿಯು ಸಹ ಆ ಕೂಪದೊಳಗೆ ಸೆಳೆಯಲ್ಪಡುತ್ತಿತ್ತು. ಸರ್ಕಾರದ ಉದ್ದೇಶ ಜರ್ಮನ್ನರನ್ನಾಗಲಿ, ಅವರ ವೈರಿಗಳನ್ನಾಗಲಿ ಬೆಂಬಲಿಸದೆ ತಟಸ್ಥ ನೀತಿಯನ್ನು ಅಳವಡಿಸಿಕೊಳ್ಳುವುದಾಗಿತ್ತು. ಆದರೆ ಕೆಲವು ಸ್ಥಳೀಯ ಪತ್ರಿಕೆಗಳು ಹಿಟ್ಲರ್‌ನ ಪ್ರತಿ ಸಾಧನೆಗೂ ಜಯಕಾರ ಮಾಡಲಾರಂಭಿಸಿದ್ದವು. ಅವನ ನೀತಿಗಳಿಂದಾಗುತ್ತಿದ್ದ ಸಮಸ್ಯೆಗಳನ್ನು ನಿರ್ಲಕ್ಷ್ಯ ಮಾಡಿ, ಸ್ವಸ್ತಿಕದ ಚಿಹ್ನೆಯ ಮೇಲೆ ಪುಷ್ಪವೃಷ್ಟಿ ಕರೆದವರಂತೆ ಅವನ ಬೆಂಬಲಿಗರಾಗಿ ಹೆಮ್ಮೆಯಿಂದ ಮೆರೆಯುತ್ತಿದ್ದವು. ಮೊದಲ ವಿಶ್ವ ಮಹಾಯುದ್ಧದಲ್ಲಿ ಜರ್ಮನ್ನರು ಮತ್ತು ಟರ್ಕಿ ದೇಶದವರ ಮಧ್ಯೆ ಬಾಂಧವ್ಯವಿತ್ತು ಎಂಬ ವಿಷಯವಾಗಿ ಸಂಪಾದಕೀಯಗಳನ್ನು ಹೊಂದಿದ ಪತ್ರಿಕೆಗಳು ನನ್ನ ಕೆಲವು ಸಹಪಾಠಿಗಳಿಗೂ ರುಚಿಸಲಾರಂಭಿಸಿದ್ದವು. ಜರ್ಮನ್ ಆಕ್ರಮಣ ವ್ಯಾಪಿಸಿದಂತೆಲ್ಲ ಕೆಲವರು ಮೌನವಾಗಿ ಅದನ್ನೇ ಅಭಿನಂದಿಸುತ್ತಿದ್ದರು.

'ಆಕ್ರಮಣದ ಮುಂದಿನ ಗುರಿ ಟರ್ಕಿಯೇ ಆಗಬಹುದಲ್ವಾ?' ಎಂಬ ನನ್ನ ಪ್ರಶ್ನೆಗೆ ಒಮ್ಮೊಮ್ಮೆ ಮೌನದ ಪ್ರತಿಕ್ರಿಯೆ ಇದ್ದರೆ ಕೆಲವರಿಂದ ಅನುಮಾನ ಜಿಗುಪ್ಸೆಯ ಅಭಿವ್ಯಕ್ತಿಯನ್ನು ಗಮನಿಸಿ ನಾನು ಧ್ವನಿ ಏರಿಸಿ ಅವರನ್ನು ಕೆರಳಿಸುತ್ತಿದ್ದೆ.

"ಅವರೀಗಾಗಲೆ ನಮ್ಮ ಗಡಿಗಳ ಕಡೆಗೆ ಬಂದುಬಿಟ್ಟಿದಾರೆ. ಹಿಟ್ಲರನ ಕುಖ್ಯಾತ ಟ್ಯಾಂಕ್‌ಗಳು ಮುಂದೊಂದಿನ ಥ್ರೇಸ್‌ನ ಕಡೆಗೆ ತಮ್ಮ ಬಂದೂಕುಗಳನ್ನು ತಿರುಗಿಸೋದಿಲ್ಲ ಅಂತ ಯಾರು ಗ್ಯಾರಂಟಿ ಕೊಡ್ತಾರೆ?" ನನ್ನ ಈ ಪ್ರಶ್ನೆಗಳಿಂದ ತಬ್ಬಿಬ್ಬಾದ ಅವರಲ್ಲೊಬ್ಬರು "ನಾವು ಜರ್ಮನ್‌ರೊಂದಿಗೆ ಶಾಂತಿ ಒಪ್ಪಂದ ಮಾಡಿಕೊಂಡಿದೀವಲ್ಲ? ಮುಂದಿನ ಹತ್ತು ವರ್ಷ ಒಬ್ಬರು ಇನ್ನೊಬ್ಬರ ಮೇಲೆ ದಾಳಿ ಮಾಡೋದಿಲ್ಲ ಅಂತ ಘೋಷಿಸಿದಾರಲ್ಲ? ಅವರು ಯಾಕಾದರೂ ನಮ್ಮ ಮೇಲೆ ಆಕ್ರಮಣ ಮಾಡ್ತಾರೆ?" ಎಂದು ಸಮರ್ಥಿಸಿಕೊಳ್ಳಲು ಪ್ರಯತ್ನ ಮಾಡುತ್ತಿದ್ದರು.

ಕಣ್ಣ ಮುಂದೆ ಯಾವ ದ್ವೀಪವೂ ಹೊತ್ತಿ ಉರಿಯುವುದನ್ನು ಕಂಡಿರದ ಅವರಿಗೆ ಈ ಮಾತನ್ನು ಹೇಳುವುದು ಸುಲಭವಾಗಿತ್ತು. ಅವರಲ್ಲಿ ಯಾರ ಪ್ರೇಯಸಿಯೂ ಆಕ್ರಮಣದಿಂದಾದ ಪರಿಣಾಮದಲ್ಲಿ ಕಳೆದು ಹೋಗಿರಲಿಲ್ಲ. ಜರ್ಮನ್ ದೌರ್ಜನ್ಯದಿಂದ ಪಾರಾಗಿ ಬಂದಿದ್ದ ಪಾಪದ ಎಲಿಯಾಸ್ ಆಶ್ರಯ ಬಯಸಿ ಬಂದಿದ್ದರೂ ಸಹ, ಕೊನೆಗೊಮ್ಮೆ ಸಮುದ್ರ ಪಾಲಾದುದನ್ನು ಅವರ್ಯಾರೂ ಕಂಡಿರಲಿಲ್ಲ. ನಾನಿನ್ನೂ ವಯಸ್ಸಿನಲ್ಲಿ ಚಿಕ್ಕವನಾಗಿದ್ದರೂ, ಎದುರಿಸಿದ್ದ ಕಷ್ಟಗಳ ಸಂಕೋಲೆಯು ಜಗತ್ತಿನ ನಾಟಕದಲ್ಲಿನ ಖಳನಾಯಕರನ್ನು ಗುರುತಿಸುವ ಸಾಮರ್ಥ್ಯವನ್ನು ನನಗೆ ತಂದು ಕೊಟ್ಟಿತ್ತು. ಆದರೂ ದುಷ್ಟ ಶಕ್ತಿಗೆದುರಾಗಬಲ್ಲ ಸತ್ಯ ಇನ್ನೂ ಗೋಚರವಾಗಬೇಕಾಗಿತ್ತು. ನನ್ನ ಮಟ್ಟಿಗೆ ಹೇಳುವುದಾದರೆ ಹಿಟ್ಲರ್‌ನ ಫ್ಯಾಸಿಸಮ್ಮಿಗೆ ಯಾರೇ ಎದುರಾಗಿ ನಿಂತರೂ ಅವರೇ ನನ್ನ ಹಿತೈಷಿಗಳು ಎಂಬುದರ ಅರಿವು ಮನದಟ್ಟಾಗಿತ್ತು.

■

ಸಂಸ್ಥೆಯಲ್ಲಿ ಬೇಸಿಗೆಯ ಗದ್ದೆ ಕೆಲಸದಲ್ಲಿ ನಿರತರಾಗಿದ್ದಾಗ ಒಂದು ದಿನ ಅದೇಕೋ ನನ್ನ ಮನಸ್ಸು ಒಮ್ಮೆಲೇ ಹುಳ್ಳಗಾಯಿತು. ಕ್ಯಾಲೆಂಡರ್‌ನಲ್ಲಿ ಅಂದಿನ ದಿನಾಂಕ ಜುಲೈ 4! ಹದಿನಾಲ್ಕು ವರ್ಷಗಳ ಹಿಂದೆ ಅಮ್ಮಿ ನನಗೆ ಜನ್ಮವಿತ್ತ ದಿನ! ಹುಟ್ಟಿದ ಹಬ್ಬಗಳ ಯಾವುದೇ ಎಣಿಕೆ ನನಗಿರಲಿಲ್ಲ. ಆದರೆ ಇಲಿಯಾಸ್ ಮರಣ ಹೊಂದಿದಾಗ ಅವನಿಗಿದ್ದಷ್ಟೇ ವಯಸ್ಸು ನನ್ನದೀಗ ಎಂಬುದು ನೆನಪಾಯಿತು... ನಾವಿಬ್ಬರೂ ಈಗ ಸಮಾನ ವಯಸ್ಕರಾಗಿದ್ದೇವೆ, ಆದರೆ ಕ್ರಮೇಣ ಕಾಲ ಸರಿಯುವಂತೆ ಇಷ್ಟಿಷ್ಟೇ ಅವನ ವಯಸ್ಸನ್ನು ಮೀರುತ್ತಿರುವಂತೆ ಅವನ ವಯಸ್ಸು ಅಷ್ಟಕ್ಕೆ ಸ್ಥಗಿತವಾಗಿ ಉಳಿದೇಬಿಡುತ್ತದೆ.

ಮುಂದಿನ ವರ್ಷಗಳಲ್ಲಿ ಈ ದಿನ ಅಮೆರಿಕಾದ ಇತಿಹಾಸದಲ್ಲಿ ಅತ್ಯಂತ ಮಹತ್ತರವಾದ ದಿನ ಎಂಬುದನ್ನು ನಾನು ತಿಳಿದೆ. ಆದರೆ ಅಷ್ಟೊತ್ತಿಗಾಗಲೇ ಅಮೇರಿಕಾದ ಬಗ್ಗೆ ಇದ್ದ ಆರಾಧನಾಭಾವ ಮನಸ್ಸಿನಿಂದ ಅಳಿಸಿ ಹೋಗಿತ್ತು. ಮುಂದೆ ಎಷ್ಟೋ ವರ್ಷಗಳ ಬಳಿಕ 'ಸಿಕ್ಸ್ ಫ್ಲೀಟ್' ವಿರುದ್ಧ ಘೋಷಣೆಗಳನ್ನು ಕೂಗುತ್ತಾ ಅಮೇರಿಕಾ ನಾವಿಕರನ್ನು ಡೋಲ್ಮಾಬಚೆಯಾ ಸಮುದ್ರದಲ್ಲಿ ತಳ್ಳಿದ ಗುಂಪಿನಲ್ಲಿ ಇದ್ದ ನಾನು ಖೈದಿಯಾಗುವ ಮೊದಲು ನನ್ನ ಜನ್ಮ ದಿನಾಂಕವನ್ನು ಹೇಳಲು ನಿರಾಕರಿಸಿದ್ದೆ.

"ಹಂಗಾದ್ರೆ ನಿನ್ನ ಹುಟ್ಟಿದ ದಿನ ನಿನಗೆ ಗೊತ್ತಿಲ್ಲ ಅಂತ ಆಯ್ತು!" ಟೈಪ್‌ರೈಟರ್‌ನ ಬಳಿ ಕುಳಿತಿದ್ದ ಪೊಲೀಸ್ ನನ್ನ ಗುರುತಿನ ಚೀಟಿಯಲ್ಲಿ ನನ್ನ ಜನ್ಮದ ತಾರೀಕು ಗಮನಿಸಿ "ಸೂಳೆಮಗನೇ... ನನ್ನನ್ನೇ ಮರುಳು ಮಾಡ್ತೀಯಾ?" ಎಂದು ಕೆನ್ನೆಗೊಂದು ಪಟಾರ್ ಎಂದು ಏಟು ಬಿಟ್ಟಿದ್ದ.

"ನೀನೇನು ಸಣ್ಣ ಕೂಸಾ?" ಎಂದು ಬೇರೆ ಹೇಳಿದ್ದ. ನನಗಾಗ ನಲವತ್ತು ವರ್ಷ ವಯಸ್ಸಾಗಿತ್ತು.

"ಓಹೋ! ನೀನೊಬ್ಬ ಟೀಚರ್ ಬೇರೆ? ಈ ನಾಯಿಗಳ ಜೊತೆ ನಿನಗೇನು ಕೆಲಸನೊ ಹಲ್ಕಟ್!" ಅವನು ಸಿಟ್ಟಿನಿಂದ ಗುಡುಗಿದಾಗ ನನಗೆ ಅಬ್ಬುವನ್ನು ಕೊನೆಯ ಬಾರಿ ನೋಡಿದ್ದು ನೆನಪಾಯಿತು.

ನನಗೆ ಬೇರೆ ಹಳ್ಳಿಯ ಶಾಲೆಯಲ್ಲಿ ಶಿಕ್ಷಕನ ಉದ್ಯೋಗ ದೊರೆತು ಅಲ್ಲಿಗೆ ತೆರಳುವ ಮೊದಲು ಅಬ್ಬುವಿನ ಕೈಗೊಂದು ಮುತ್ತನ್ನಿಕ್ಕಿ ವಿದಾಯ ಹೇಳಿ ಆಶೀರ್ವಾದ ಪಡೆಯಲು ನಮ್ಮ ಊರಿಗೆ ಹೋಗಿದ್ದೆ.

"ಎಚ್ಚರಿಕೆ! ಆ ಶಾಲೇಲಿ ಕಮ್ಯುನಿಸಂ ಹೇಳಿಕೊಡ್ತಾರಂತೆ! ನೀನು ಅದ್ರ ಹತ್ತಿರನೂ ಸುಳಿಬೇಡ! ಸುಮ್ನೆ ಯಾಕ್ ಬೇಕು?" ನಡುಗುವ ಬೆರಳನ್ನೇ ಎತ್ತಿ ತೋರುತ್ತಾ ಹೇಳಿದ್ದ.

ಅಲ್ಲಿ ಯಾರೂ ಕಮ್ಯುನಿಸಂ ಅನ್ನು ಬೋಧಿಸುತ್ತಿರಲಿಲ್ಲ. ಪತ್ರಿಕೆಯ ಸುದ್ದಿಗಳೇ ನಮ್ಮಲ್ಲಿ ಕಮ್ಯುನಿಸ್ಟರು ರಾಕ್ಷಸರೆಂಬ ಭಾವನೆಯನ್ನು ಮೂಡಿಸಲು ಸಾಕಾಗಿದ್ದವು. ಆದರೆ ಅಬ್ಬು ನನ್ನನ್ನು ಪ್ರಚೋದಿಸಲು ಸಿದ್ಧನಾಗಿದ್ದ.

"ಅಲ್ಲೆಲ್ಲಾ ಹುಡುಗ್ರು ಹುಡುಗೀರು ಶಾಲೇಲಿ ಅಕ್ಕಪಕ್ಕನೆ ಕೂತುಕೋತಾರಂತೆ! ಹೊಲಗದ್ದೆಗಳಲ್ಲಿ ಕೆಲಸ ಮಾಡುವಾಗ ಮಾನ ಇಲ್ದೋರಂಗೆ ನಡೆದುಕೋತಾರಂತೆ!" ಎಂದದ್ದೇ ತಡ ನಾನು ಸಿಟ್ಟಿನ ಭರದಲ್ಲಿ ಬಾಗಿಲನ್ನು ರಪ್ಪನೆ ಮುಚ್ಚಿ ಹೊರಕ್ಕೋಡಿದ್ದೆ. ನಮ್ಮಿಬ್ಬರ ಕೊನೆಯ ಭೇಟಿ ಈ ರೀತಿ ರಾಜಕೀಯವಾಗಿ ಅಹಿತಕರವಾಗಿತ್ತು. ಮಗನನ್ನು ಕಳೆದುಕೊಂಡ ದುಃಖ ಮತ್ತು ಪಾಪಪ್ರಜ್ಞೆ ಎರಡೂ ಅವನನ್ನು ಕಾಡುತ್ತಿರಲು ಜೀವನದ ಭಾರದಿಂದ ಅವನ ದುರ್ಬಲ ದೇಹ ತತ್ತರಿಸಿ ಹೋಗಿತ್ತು. ಗೊರ ಗೊರ ಎನ್ನುತ್ತಾ ಉಸಿರೆಳೆದುಕೊಳ್ಳುವಾಗ ಅವನ ಬಾಯಿ ಮತ್ತು ಮೂಗುಗಳಿಂದ ಹೊಗೆ ಗೂಡಿನಿಂದ ಹೊಮ್ಮುವಂತೆ ಹಬೆಯಾಡುತ್ತಿತ್ತು. ಕೆಮ್ಮಿದಾಗೆಲ್ಲ ಅವನಿಗರಿವಿಲ್ಲದೆ ಉಚ್ಚೆ ಹೊಯ್ದುಕೊಂಡು ಬಿಡುತ್ತಿದ್ದ. ಯುದ್ಧ ಮುಗಿದು ಸುಮಾರು ದಿನಗಳು ಸರಿದಿರಲು ನಮ್ಮ ದೀಪಸ್ತಂಭದ ಬೆಳಕು ಮತ್ತೆ ಮಿನುಗಲಾರಂಭಿಸಿದ್ದರೂ ಕೂಡ ಈಗ ಅವನ ದೇಹ ಗ್ಯಾಲರಿ ಡೆಕ್ಕಿನ ಮೇಲೆ ಹತ್ತಿ ಹೋಗಲು ಸಹಕರಿಸುತ್ತಿರಲಿಲ್ಲ.

ಮುಂದಿನ ಬೇಸಿಗೆಯ ವೇಳೆಗೆ ಅಬ್ಬು ಕೊನೆಯುಸಿರೆಳೆದ. ಅದಾಗಿ ಇನ್ನೆರಡು ವರ್ಷಗಳಲ್ಲಿ ಅಮ್ಮಿ ಅವನನ್ನು ಸೇರಿಕೊಂಡಳು.

ನನ್ನ ಬಾಲ್ಯದ ಏಕೈಕ ನೆನಪಾಗಿ ಉಳಿದಿದ್ದ ಆಪಾ ಈಗ ದೀಪಸ್ತಂಭದ ಮನೆಯ ನಿರ್ವಹಣೆಯನ್ನು ವಹಿಸಿಕೊಂಡಿದ್ದಳು. ಮೊದಮೊದಲು ಹೆಂಗಸೊಬ್ಬಳು ಈ ಕೆಲಸ ಮಾಡುವುದರ ಬಗ್ಗೆ ಆಕ್ಷೇಪಗಳಿದ್ದರೂ, ಯಾರೂ ಸ್ವಇಚ್ಛೆಯಿಂದ ಮುಂದೆ ಬರದಿರಲಾಗಿ, ಜಿಲ್ಲಾಧಿಕಾರಿಗಳು ಅವಳನ್ನೇ ನೇಮಕಾತಿ ಮಾಡಿಬಿಟ್ಟಿದ್ದರು. ನಾನು ಭೇಟಿ ಆದಾಗಲೆಲ್ಲಾ ಅವಳು ಗಾಳಿ ರವ್ವನೆ ಬೀಸುತ್ತಿದ್ದರೂ ಕೂಡ, ದೀಪಸ್ತಂಭದ ತುದಿಯಲ್ಲೇ ನಿಂತಿರುತ್ತಿದ್ದಳು. ಅವಳೇನು ಅಲ್ಲಿಯೇ ವಾಸಿಸುತ್ತಿದ್ದಳೊ, ಇಲ್ಲ ನಾನು ಬರುವುದನ್ನೆ ನಿರೀಕ್ಷಿಸಿ ಮಿನಾರನ್ನೇರಿರುತ್ತಿದ್ದಳೋ ನನಗೆ ತಿಳಿಯುತ್ತಿರಲಿಲ್ಲ. ಅವಳು ಆ ಗಾಳಿಯಲ್ಲಿ ಅದೇನು ಯೋಚಿಸುತ್ತಿದ್ದಳು? ಆ ಅಲೆಗಳನ್ನು ನೋಡಿ

ಅವಳಿಗದೇನನಿಸುತ್ತಿತ್ತು? ನಾನು ಮೆಟ್ಟಿಲೇರುವಾಗ ಅವಳು ನನ್ನನ್ನು ಗಮನಿಸುತ್ತಲೇ ಇರಲಿಲ್ಲ. ಆದರೆ ನನ್ನನ್ನು ನೋಡಿದ ತಕ್ಷಣ ಅದೇ ವಿಷಾದಭರಿತ ವಕ್ರನಗು ಅವಳ ಮುಖಭಾವವನ್ನು ಬದಲಿಸುತ್ತಿತ್ತು. ಎದುರಿಗಿದ್ದ ದ್ವೀಪಗಳನ್ನೇ ನಿಟ್ಟಿಸುತ್ತಾ, ಹಳೆಯ ದಿನಗಳನ್ನು ಮನಸ್ಸಿನಲ್ಲಿ ಮೆಲುಕು ಹಾಕುತ್ತಾ, ಅವಳ ಆ ಘನವಾದ ಮೌನದಲ್ಲಿ ನಾನು ಭಾಗಿಯಾಗುತ್ತಿರಲು ನಾವಿಬ್ಬರೂ ಮೂಕವಾಗಿ ಸಂಭಾಷಿಸುತ್ತಿದ್ದೆವು.

ನಾನು ಶಿಕ್ಷಕ ವೃತ್ತಿಯಲ್ಲಿ ತೊಡಗಿಕೊಂಡಂತೆ ನನ್ನ ಲೇಖನಿ ಬರೆಯುವುದನ್ನು ನಿಲ್ಲಿಸಲಿಲ್ಲ. ರಾತ್ರಿ ಇಡೀ ಬರೆದ ಬರಹಗಳನ್ನು ಬೆಳಗಿನ ಜಾವ ಪೋಸ್ಟ್ ಆಫೀಸಿಗೆ ತಲುಪಿಸಲು ಯಾರಾದರೂ ಹಳ್ಳಿಯವರಿಗೆ ಒಪ್ಪಿಸುತ್ತಿದ್ದೆ. ಕೆಲವು ತಿಂಗಳು ಕಳೆದ ಮೇಲೆ ಪತ್ರಿಕೆಗಳಿಂದ ಪ್ರಕಟವಾದ ಬಗ್ಗೆ ಮಾಹಿತಿ ಅಷ್ಟೇ ಅಲ್ಲ, ಒಮ್ಮೊಮ್ಮೆ ಗೌರವ ಧನವೂ ಕೂಡ ಪ್ರಾಪ್ತಿಯಾಗುತ್ತಿತ್ತು. ಆದರೆ ಈ ಪತ್ರ ವ್ಯವಹಾರ ನನ್ನಲ್ಲಿನ ಬರಹಗಾರನ ಹಸಿವನ್ನು ತಣಿಸುತ್ತಿರಲಿಲ್ಲ. ಒಂದು ಪುಸ್ತಕವನ್ನು ಬರೆಯಬೇಕೆಂಬ ಆಸೆ ಒಡಮೂಡುತ್ತಿತ್ತು.

ಆದರೆ ನನ್ನ ಬರಹಗಳು ಎಲ್ಲೆಡೆ ಸಲ್ಲುತ್ತಲಿರಲಿಲ್ಲ. ವಾರ್ಷಿಕ ಪತ್ರಿಕೆಗೆ ಬರೆದ ಲೇಖನದಿಂದಾಗಿ ಇನ್ನೂ ಇಪ್ಪತ್ತೈದು ವರ್ಷ ಕೂಡ ತುಂಬಿರದ ನಾನು ಜಿಲ್ಲಾ ನ್ಯಾಯಾಧೀಶರ ಎದುರು ಹಾಜರಾಗುವ ಪ್ರಸಂಗ ಒದಗಿ ಬಂತು. ನ್ಯಾಯಾಲಯದ ಕೊಠಡಿಯೊಂದನ್ನು ನಾನು ಪ್ರವೇಶಿಸಿದ್ದು ಅದೇ ಮೊದಲಾಗಿದ್ದರೂ ಕೊನೆಯದಂತೂ ಆಗಲಿಲ್ಲ. ಅಂದಿನಿಂದ ನನ್ನ ಬರಹಗಳ ಮೊನಚು ಇನ್ನೂ ಹೆಚ್ಚಿತು. ಮಿಸ್ಟರ್ ಈಥಮ್ ನಿವೃತ್ತರಾಗಿ ಇಸ್ತಾನ್‌ಬೂಲ್‌ನಲ್ಲಿ ನೆಲೆಸಿದ್ದರು. ಅವರ ಸಲಹೆಯಂತೆ ನಾನು ಅಲ್ಲಿಯವರೆಗೆ ಬರೆದಿದ್ದ ಕಥೆಗಳನ್ನೆಲ್ಲಾ ಒಟ್ಟು ಮಾಡಿದ ಪುಸ್ತಕದ ಹಸ್ತಪ್ರತಿಯೊಂದಿಗೆ ಆಗಸ್ಟ್ 1955 ರ ಕೊನೆಗೆ ಪ್ರಕಾಶಕರನ್ನು ಅರಸುತ್ತಾ ಇಸ್ತಾನ್‌ಬೂಲ್‌ಗೆ ಹೊರಟೆ.

ಜರ್ಮನ್ ಯುದ್ಧ ಮುಗಿದು ಹತ್ತು ವರ್ಷಗಳು ಕಳೆದಿದ್ದವು. ಆದರೆ ಮತ್ತೆ ವಿಪತ್ತಿನ ಮೋಡಗಳು ಕಾಣಿಸಿಕೊಳ್ಳಲಾರಂಭಿಸಿದ್ದವು. ಇಓಏಂ ಸೈಪ್ರಿಯೋಟ್ ಗ್ರೀಕರು ಸ್ಥಾಪಿಸಿದ ಅರೆಸೈನಿಕ ಸಂಘಟನೆಯಾಗಿತ್ತು. ಅದು ಜನರನ್ನು ಬೆದರಿಸುತ್ತಾ ಎಲ್ಲೆಡೆ ಬಾಂಬುಗಳನ್ನು ಸಿಡಿಸಲಾರಂಭಿಸಿಬಿಟ್ಟಿತ್ತು. S/S ಕುರ್ತುಲಾಸ್ ಮೊದಲಾದ ಅನೇಕ ಹಡಗುಗಳು ಜರ್ಮನ್ ಯುದ್ಧದ ಸಮಯದಲ್ಲಿ ಆಹಾರ ಪದಾರ್ಥಗಳನ್ನು ಪೂರೈಕೆ ಮಾಡಿ ಗ್ರೀಸ್ ದೇಶವನ್ನು ಸಂರಕ್ಷಿಸಿದ್ದನ್ನು ಕಣ್ಣಾರೆ ಕಂಡಿದ್ದ ಕರ್ನಲ್ ಗ್ರಿವಾಸ್‌ನ ಮುಂದಾಳತ್ವದಲ್ಲೇ ಈ ಸಂಘಟನೆ ರೂಪ ತಡೆದಿತ್ತು. ಅನಟೋಲಿಯಾ ಪ್ರಾಂತ್ಯವನ್ನು ಆಕ್ರಮಿಸಿದ್ದ ಗ್ರೀಕ್ ಸೈನ್ಯದಲ್ಲಿ ಕಾಲಾಳುವಾಗಿದ್ದ ತರುಣ ಗ್ರಿವಾಸ್ ಪರಾಜಯ ಹೊಂದಿ ಪರಾರಿಯಾದವರ ಪೈಕಿ ಒಬ್ಬನಾಗಿದ್ದ. ಆಗ ಸುಸ್ಥಿತಿಯಲ್ಲಿದ್ದ ಅವನು, ಟರ್ಕಿ ದೇಶ ಮಾಡಿದ್ದ ನೆರವನ್ನು ಪರಿಗಣನೆಗೆ ತೆಗೆದುಕೊಳ್ಳಲಾರದ ಸಂಗತಿಯು ಅವನಲ್ಲಿ ವಿಷದ ಬೀಜವನ್ನು ಬಿತ್ತಿತ್ತು. ಅನಟೋಲಿಯಾದಲ್ಲಿ ಆಗ ಸಾಧಿಸಲಾಗದ್ದನ್ನು ಈಗ ಸೈಪ್ರಸ್ಸಿನಲ್ಲಿ ಕೈಗೊಳ್ಳುವುದು ಅವನ ಉದ್ದೇಶವಾಗಿತ್ತು.

ಪತ್ರಿಕೆಗಳಲ್ಲಿನ ವರದಿಗಳನ್ನು ಎಲ್ಲರೂ ಅತ್ಯಂತ ಕಾತರದಿಂದ ಇದಿರು ನೋಡುತ್ತಿದ್ದ ಆ ಸಮಯದಲ್ಲಿ ನಾನು ಇಸ್ತಾನ್‌ಬೂಲ್‌ಗೆ ಬಂದಿದ್ದೆ. ಸುತ್ತಲೂ ಎಲ್ಲರೂ ಭಯಭೀತರಾಗಿದ್ದರು. ಗ್ರೀಕ್, ಬ್ರಿಟಿಷ್ ಮತ್ತು ಟರ್ಕಿಯ ಪ್ರತಿನಿಧಿಗಳು ಆ ದ್ವೀಪದ ಭವಿಷ್ಯವನ್ನು ಕುರಿತು ಲಂಡನ್ನಿನಲ್ಲಿ ಚರ್ಚೆ ನಡೆಸುತ್ತಿರಲಾಗಿ, EOKA ಟರ್ಕಿ ದೇಶದವರ ಹತ್ಯಾಕಾಂಡಕ್ಕೆ ಮುಂದಾಗಿತ್ತು.

ಈ ಪರಿಸ್ಥಿತಿಯಲ್ಲಿ ನಾನು ಪ್ರಕಾಶಕರ ಕಚೇರಿಗಳಿಗೆ ಭೇಟಿ ಇತ್ತು ಪ್ರತಿ ಸಲವೂ ನನ್ನ ಹಿಡಿ ಕಿತ್ತಿದ ಚೀಲದಲ್ಲಿನ ಪುಸ್ತಕದ ಹಸ್ತಪ್ರತಿಯನ್ನು ಅವರ ಮೇಜುಗಳಿಗೆ ವರ್ಗಾಯಿಸಿ ಹೊರಟು ಬರುತ್ತಿದ್ದೆ. ಆದರೆ ಅದು ಪ್ರಕಟಗೊಳ್ಳುವ ಆಸೆ ಮರೀಚಿಕೆಯೇ ಆಗಿತ್ತು.

“ಈಗ ಪುಸ್ತಕ ಓದೋಕೆ ಯಾರಿಗೂ ವ್ಯವಧಾನ ಇಲ್ಲ. ನಿಮ್ಮ ಫೈಲು ಇಲ್ಲೇ ಇರ್ಲಿ. ಮುಂದೆ ಸಮಯ ಬಂದಾಗ ನೋಡೋಣ” ಎಂಬುದೇ ಅವರೆಲ್ಲರ ಪ್ರತಿಕ್ರಿಯೆಯಾಗಿತ್ತು. ಆದರೂ ಇಸ್ತಾನ್‌ಬೂಲ್‌ನಿಂದ ನನ್ನ ಪ್ರಕಟಿತ ಪುಸ್ತಕದ ಪ್ರತಿಯನ್ನು ಹಿಡಿದುಕೊಂಡೇ ಹೊರಡುವ ಮಹದಾಸೆಯನ್ನು ನಾನು ಕೈ ಬಿಟ್ಟಿರಲಿಲ್ಲ. ಹೀಗಿರಲು ಒಮ್ಮೊಮ್ಮೆ ನನ್ನ ಆತ್ಮವಿಶ್ವಾಸ ಸಂಪೂರ್ಣ ಕುಸಿಯುತ್ತಿತ್ತು.

ಜೈಲಿಗೆ ಹೋಗಬೇಕಾದ ಅಂತಹ ಪರಿಸ್ಥಿತಿಯನ್ನೇ ತಂದೊಡ್ಡಬಹುದಾಗಿದ್ದ ಬರಹವೂ ಸೇರಿದಂತೆ ಬಿಡಿಬಿಡಿಯಾಗಿ ಪತ್ರಿಕೆಗಳಲ್ಲಿ ಪ್ರಕಟಗೊಂಡಿದ್ದ ಕೆಲವೇ ಲೇಖನಗಳ ಮತ್ತು ಕಥೆಗಳ ಸಂಗ್ರಹವನ್ನು ಕೈಯಲ್ಲಿರಿಸಿಕೊಂಡು, ಒಬ್ಬ ಲೇಖಕನೆಂದು ಗುರುತಿಸಿಕೊಳ್ಳುವ ನನ್ನ ಆಸೆಯ ಬಗ್ಗೆ ನನಗೇ ನಾಚಿಕೆಯಾಗುತ್ತಿತ್ತು. ನನ್ನ ಪರಿಸ್ಥಿತಿಗೆ ಮರುಗಿ ಮಿಸ್ಟರ್ ಈಥಮ್, ತಾಹಿರ್ ಎಂಬ ನಾನು ಓದಿದ್ದ ಸಂಸ್ಥೆಯಲ್ಲಿಯೆ ಓದಿದ್ದ ಪದವೀಧರನನ್ನು ನನಗೆ ಪರಿಚಯಿಸಿದರು. ಅವನೂ ಕೂಡ ನನ್ನಂತೆಯೇ ಪತ್ರಿಕೆಗಳಲ್ಲಿ ಲೇಖನಗಳನ್ನು ಪ್ರಕಟಿಸಿಯೇ ಕೊನೆಗೆ ತನ್ನದೊಂದು ಪುಸ್ತಕವನ್ನು ಹೊರತರುವಲ್ಲಿ ಯಶಸ್ವಿಯಾಗಿದ್ದ. ಅವರಿಬ್ಬರ ಒತ್ತಾಸೆಯಂತೆ ನಾನು ಬರೆಯುವುದನ್ನು ನಿಲ್ಲಿಸಲಿಲ್ಲ ಮತ್ತು ಪ್ರಕಾಶಕರ ಕಚೇರಿಯ ಕರೆಗಂಟೆಯನ್ನು ಒತ್ತುವುದನ್ನು ತೊರೆಯಲಿಲ್ಲ.

ಒಂದು ದಿನ ಬೆಯಾಗ್ಲುವಿನಲ್ಲಿ ಗಲ್ಲಿಯಲ್ಲಿದ್ದ ಮುಗ್ಗಲು ವಾಸನೆ ಬೀರುತ್ತಿದ್ದ, ತಣ್ಣನೆ ಕೊರೆಯುವ ತೃತೀಯ ದರ್ಜೆ ಹೋಟೆಲ್ಲಾದ ಗೋಲ್ಡನ್ ಹಾರ್ನ್ ಪ್ಯಾಲೆಸಿನ ಕೋಣೆಯೊಂದರಲ್ಲಿ ನನ್ನ ಬ್ಯಾಗಿನ ಕಿತ್ತು ಹೋದ ಹಿಡಿಯನ್ನು ರಿಪೇರಿ ಮಾಡುತ್ತಿದ್ದೆ. ಹೊರಗಿನಿಂದ ಅಸ್ಪಷ್ಟವಾದ ಆತಂಕಕಾರಿ ಕೂಗುಗಳು ಕೇಳಿಸಿದವು. ಸ್ವಲ್ಪ ಹೊತ್ತಿನಲ್ಲಿ ಗಾಜು ಸೀಳಿ ಪುಡಿಪುಡಿಯಾದ ಸದ್ದು, ದಢಾರನೆ ಮುಚ್ಚಿದ ಬಾಗಿಲುಗಳ ಸಪ್ಪಳ ಮತ್ತು ಜೋರಾದ ಘೋಷಣೆಗಳಿಗೆ ಕಿವಿಯಾಗಿ ನಾನು ಗಲಿಬಿಲಿಯಿಂದ ರಸ್ತೆಗೆ ಓಡಿದೆ. ಇಸ್ತಿಕ್ಲಾಲ್ ರಸ್ತೆಯಲ್ಲಿ ಒಂದು ವಿಲಕ್ಷಣವಾದ ದೊಂಬಿಯೆದ್ದಿತ್ತು. ಕಲ್ಲುಗಳು, ಕೋಲುಗಳು, ಕಬ್ಬಿಣದ ಸರಳುಗಳು ಇತ್ಯಾದಿ ಕೈಗೆ ಸಿಕ್ಕಿದ್ದನ್ನೆಲ್ಲಾ ಹಿಡಿದು ದೊಂಬಿಯೆಬ್ಬಿಸುತ್ತಿದ್ದ ಜನ ಬೀದಿಯ ಎರಡೂ ಬದಿಗಳಲ್ಲಿದ್ದ ಅಂಗಡಿಗಳ ಮೇಲೆ ದಾಳಿ ಮಾಡುತ್ತಾ ಎಲ್ಲವನ್ನೂ ಹಾಳುಗೆಡವುತ್ತಿದ್ದರು. ಅಂಗಡಿಯ ಕಿಟಕಿ

ಗಾಜುಗಳು ಚೂರು ಚೂರಾಗಿ ಬಿದ್ದಿದ್ದವು. ಕಬ್ಬಿಣದ ಬಾಗಿಲುಗಳನ್ನು ಸರಳುಗಳಿಂದ ತಿವಿದು, ಅಂಗಡಿ ಬೋರ್ಡುಗಳನ್ನು ಕಿತ್ತು ಬಿಸಾಕಿ ಸಾಮಾನುಗಳನ್ನು ಬೀದಿಗೆ ಬಿಸುಡಲಾಗುತ್ತಿತ್ತು. ಗ್ರೀಕರ ವಿರುದ್ಧ ಕೂಗುತ್ತಿದ್ದ ಘೋಷಣೆಗಳು ಭೀಕರವಾಗಿದ್ದವು. ನಾನು 'ಆಗಬಾರದ್ದು ಆಗುತ್ತಿದೆ. ಸೈಪ್ರಸ್ಸಿನ ಗ್ರೀಕರು ಟರ್ಕಿ ದೇಶದವರ ಹತ್ಯಾಕಾಂಡಕ್ಕೆ ಅಣಿಯಾಗಿಬಿಟ್ಟಿದ್ದಾರೆ' ಎಂದುಕೊಂಡೆ. ಆ ದೊಂಬಿಯಲ್ಲಿದ್ದ ಒಬ್ಬ ಯುವಕನನ್ನು ಹಿಡಿದು ನಿಲ್ಲಿಸಿ "ಏನಾಗ್ತಾ ಇದೆ?" ಎಂದು ಕೇಳಿದೆ.

"ನಿಂಗೊತ್ತಿಲ್ವಾ?" ಅವನು ಅಸಹನೆಯಿಂದ ಹೇಳಿದ.

ಇಸ್ತಾನ್‌ಬುಲ್ ಪತ್ರಿಕೆಯ ಇತ್ತೀಚಿನ ಸಂಚಿಕೆಯ ಹಾಳೆಗಳನ್ನು ಬ್ಯಾನರುಗಳಂತೆ ಅಲ್ಲಾಡಿಸುತ್ತಾ ಧ್ವಂಸ ಕಾರ್ಯದಲ್ಲಿ ತೊಡಗಿದ್ದವರ ಕಡೆ ಬೆರಳು ಮಾಡುತ್ತಾ "ಸೂಳೆಮಕ್ಕಳು ನಮ್ಮ ಸಲೋನಿಕಾದಲ್ಲಿನ ಅಟಾಟರ್ಕ್ ಮನೆಗೆ ಬಾಂಬ್ ಹಾಕಿದಾರೆ..." ಎಂದ. ನಾನು ಮತ್ತೆ ಕೇಳಿದೆ "ಯಾರು ಹಾಗೆ ಮಾಡಿದ್ದು?" ಅವನು ಮುರಿದು ಬಿದ್ದ ಅಂಗಡಿಗಳತ್ತ ಕೈ ಮಾಡಿದ. ಹಿಂದಿನ ಕೆಲವು ವಾರಗಳ ಕಾತರದ ನಿರೀಕ್ಷೆಯನ್ನು ಯಾವುದೋ ಕ್ಷುಲ್ಲಕ ಕಿಡಿ ಇಂತಹ ವಿಪ್ಲವಕ್ಕೆ ಪರಿವರ್ತಿಸಿಬಿಟ್ಟಿತ್ತು. ಅಟಾಟರ್ಕರ ಮನೆಯ ಮೇಲಿನ ದಾಳಿಯ ಸುದ್ದಿಯಿಂದ ರೊಚ್ಚಿಗೆದ್ದ ಹುಚ್ಚು ಜನಸ್ತೋಮ ರಸ್ತೆಗಳನ್ನು ವ್ಯಾಪಿಸಿಬಿಟ್ಟಿತ್ತು.

ಒಬ್ಬ ಚಪ್ಪಲಿ ಮಾರುವವನು ಬಿಕ್ಕಿಬಿಕ್ಕಿ ಅಳುತ್ತಾ ತನ್ನ ಅಂಗಡಿಯ ಫಲಕವನ್ನು ತೋರಿಸುತ್ತಾ "ನನ್ನ ಹೆಸರು ತಲ್ಹ! ತಲ್ಹ! ಟರ್ಕಿಯವನು... ಮುಸಲ್ಮಾನ್! ನಿಮಗೆ ಅರ್ಥ ಆಗ್ತಾ ಇಲ್ವಾ?" ಎಂದು ಸುಭಾನೆಕೆಯನ್ನು ಪಠಿಸಲು ಪ್ರಾರಂಭಿಸುತ್ತಿದ್ದಂತೆ ನಾನಲ್ಲಿಂದ ಮುಂದೆ ನಡೆದೆ. ಎಲ್ಲಿ ನೋಡಿದಲ್ಲಿ ಉದ್ರಿಕ್ತ ಗಂಡಸರು ಲೂಟಿ ಮತ್ತು ಸುಲಿಗೆಯಲ್ಲಿ ಮೈ ಮರೆತುಬಿಟ್ಟಿದ್ದರು. ಅಂಗಡಿಗಳಿಂದ ಸೆಳೆದೆಳೆದ ಬಟ್ಟೆಯ ಥಾನುಗಳು ಬೀದಿಯಲ್ಲಿ ಹೊದಿಕೆಗಳಂತೆ ದೂರಲ್ಪಡುತ್ತಿದ್ದವು. ಕಸದ ಗುಡ್ಡೆಗಳಂತೆ ಅಂಗಡಿಯಲ್ಲಿನ ವಸ್ತುಗಳೆಲ್ಲಾ ಚೆಲ್ಲಾಪಿಲ್ಲಿಯಾಗಿದ್ದವು.

ಕೆಲವು ಅಂಗಡಿ ಮಾಲೀಕರು, ಬೇಕರಿಯವರು ಮತ್ತು ಬೀದಿ ವ್ಯಾಪಾರಿಗಳು ತಮ್ಮ ನೆರೆಹೊರೆಯ ದುಃಖಿತರನ್ನು ರಕ್ಷಿಸಲು ಜೀವದ ಹಂಗು ತೊರೆದು, ಆ ದಂಗೆಕೋರರನ್ನು ತಡೆಯುವ ಪ್ರಯತ್ನ ಮಾಡುತ್ತಿದ್ದರು.

"ಹಿಂಗೆಲ್ಲಾ ಮಾಡಬೇಡ್ರೋ, ಇದು ಪಾಪದ ಕೆಲ್ಸ ಕಣ್ರೋ!"

ಆದರೆ ಆ ಹುಚ್ಚೆದ್ದ ಗುಂಪನ್ನು ನಿಯಂತ್ರಣಕ್ಕೆ ತರುವುದು ಸಾಧ್ಯವಿರಲಿಲ್ಲ. ನನಗೆ ಅತ್ಯಂತ ದಿಗಿಲಾಗಿ ಹೋಟೆಲಿಗೆ ಮರಳಿ ಹೋಗಬೇಕೆನ್ನುವ ಯೋಚನೆಯೂ ಬರದೆ, ಅಲ್ಲಿಂದ ತಪ್ಪಿಸಿಕೊಂಡು ಓಡಿಬಿಡಬೇಕು ಎನ್ನುವ ಒಂದೇ ಹಪಹಪಿಯಲ್ಲಿ ಪಕ್ಕದಲ್ಲಿದ್ದ ಸ್ವಲ್ಪ ಶಾಂತವೆನಿಸಿದ ಬೀದಿಯ ಕಡೆಗೆ ಕಾಲು ಕಿತ್ತೆ.

ಒಂದು ಮುರುಕಲು ಕ್ಷೌರದ ಅಂಗಡಿಯ ಬಾಗಿಲಲ್ಲಿ ಕುರ್ಚಿಯೊಂದರ ಮೇಲೆ ಹತ್ತಿ ಹೆದರಿ ನಡುಗುತ್ತಿದ್ದ ಮುದುಕನೊಬ್ಬ ಅಂಗಡಿಯ ಫಲಕವನ್ನು ಕೆಳಗಿಳಿಸಲು ಹೆಣಗುತ್ತಿದ್ದ. ನನ್ನನ್ನು ನೋಡಿ ಅವನ ಮುಖ ಮತ್ತಷ್ಟೂ ಬಿಳಿಚಿಕೊಂಡಿತು. ಆದರೆ

ಆ ಬೋರ್ಡನ್ನು ಕೆಳಗಿಳಿಸಲು ನಾನು ಸಹಾಯಕ್ಕಾಗಿ ಕೈ ಮುಂದೆ ಮಾಡಿದ್ದನ್ನು ನೋಡಿ ದಂಗೆಕೋರನಲ್ಲವೆಂದು ತುಸು ನಿಶ್ಚಿಂತನಾದ.

"ಇಂತಹ ದಿನ ಬರಬಹುದು ಅಂತ ಕನಸಿನಲ್ಲಿಯೂ ಎಣಿಸಿರಲಿಲ್ಲ! ಈ ಬೋರ್ಡ್ ಅನ್ನು ತೆಗೆದುಬಿಟ್ಟರೆ ಸಾಕು!"

ಆಮೇಲೆ ಮೆತ್ತಗಿನ ಧ್ವನಿಯಲ್ಲಿ ಹಳೆಲಿಪಿ* ತಿದ್ದುಪಡಿ ಮಾಡಿ ಹೊಸಲಿಪಿ ಬಂದ ಮೇಲೆ ನನ್ನಬ್ಬು ಇದನ್ನಿಲ್ಲಿ ಸುತ್ತಿಗೆ ತಗೊಂಡು ಬಡಿದಿದ್ದ. ಗೋಡೆಗೇ ಅಂಟಿಸಿರೋವಷ್ಟು ಗಟ್ಟಿಯಾಗಿದೆ" ಎಂದ. ಅಂತೂ ಇಬ್ಬರೂ ಸೇರಿ ಆ ಫಲಕವನ್ನು ಕೆಳಗಿಳಿಸುವಲ್ಲಿ ಯಶಸ್ವಿಯಾದೆವು. ಅಷ್ಟರಲ್ಲಿ ದಂಗೆಕೋರರ ಕೂಗುಗಳು ಹತ್ತಿರದಲ್ಲಿ ಕೇಳತೊಡಗಿದವು.

"ಬೇಗ ಅಂಗಡಿ ಬಾಗಿಲು ಮುಚ್ಚಿ, ಬೇಗ ಮನೆಗೆ ಹೋಗಿ!" ಎಂದು ನಾನು ಹೇಳಿದೆ. ಅವನು ನನ್ನತ್ತ ಶೂನ್ಯ ನೋಟ ಬೀರಿದ. "ನನ್ನತ್ರ ಅಂಗಡಿ ಬಾಗಿಲು ಅಂತ ಏನೂ ಇಲ್ಲಪ್ಪ! ಅದರ ಅವಶ್ಯಕತೆ ಯಾವತ್ತೂ ಬಿದ್ದೆ ಇರಲಿಲ್ಲ ನೋಡು!"

ಬೈಗುಳಗಳನ್ನು ಕೂಗುತ್ತಾ ಹುಚ್ಚು ನಾಯಿಗಳಂತೆ ಓಡುತ್ತಿದ್ದ ದೊಂಬಿಯಲ್ಲಿದ್ದವರು ರಸ್ತೆಯ ಮೂಲೆಗೆ ಬರುತ್ತಿದ್ದಂತೆ ನಾನು ಅವನನ್ನು ಅಂಗಡಿಯ ಮೂಲೆಗೆ ತಳ್ಳಿದೆ. ಆಗಲೇ ಅಲ್ಲಿ ಆ ಚಿಕ್ಕ ಹುಡುಗಿ ಕಂಡಳು. ಸುಮಾರು 12 ವರ್ಷ ಇರಬಹುದು. ಹೆದರಿ ಅಳುತ್ತಾ ಗುಬ್ಬಿಯಂತೆ ಮುದುರಿಕೊಂಡು ಕುಳಿತಿದ್ದಳು. ಮುದುಕ ಮತ್ತಷ್ಟು ಹೆದರಿ, ಏನೂ ಮಾಡಲು ತೋಚದೆ ತರಗೆಲೆಯಂತೆ ಕಂಪಿಸತೊಡಗಿದ.

"ಶ್! ಸುಮ್ನೆ ಇರಿ. ಹೆದರಬೇಡಿ. ಬನ್ನಿ ಇಲ್ಲಿ ಕೂತ್ಕೊಳಿ!" ಎಂದು ನಾನು ಗದರಿದೆ.

ನಾನು ಏನನ್ನು ಹೇಳಿದರೂ ವಿಧೇಯನಾಗಿ ಪಾಲಿಸುವಷ್ಟು ಆತ ಹೆದರಿ ಕಂಗಾಲಾಗಿದ್ದ. ತಕ್ಷಣ ಕ್ಷೌರದ ಕುರ್ಚಿಯಲ್ಲಿ ಕುಳ್ಳಿರಿಸಿದೆ. ನಾನು ಅವನ ಮೇಲುಡುಪನ್ನು ತೊಟ್ಟುಕೊಂಡು. ಅಲ್ಲಿಯೇ ಕಪಾಟಿನಲ್ಲಿದ್ದ ಟವೆಲ್ ಒಂದನ್ನು ಅವನ ಕತ್ತಿನ ಸುತ್ತ ಸುತ್ತಿದೆ. ತಲೆಯಾಸರೆಯನ್ನು ಸರಿಪಡಿಸಿ, ಚಕಚಕನೆ ಬ್ರಷ್‌ನಿಂದ ಕ್ಷೌರದ ಸೋಪನ್ನು ಅವನ ಗಡ್ಡಕ್ಕೆ ಬಳಿಯುತ್ತಾ ನೊರೆ ಎಬ್ಬಿಸಿದೆ. ಹತ್ತಿರವೇ ಇದ್ದ ಲೂಟಿಕೋರರು ಪಕ್ಕದ ಅಂಗಡಿಯ ಬಾಗಿಲನ್ನು ಅಪ್ಪಳಿಸುತ್ತಾ ಅರಚುತ್ತಿದ್ದರು. ನಾನು ಆ ಹುಡುಗಿಯತ್ತ ಹುಬ್ಬೇರಿಸುತ್ತಾ ಪಕ್ಕದ ಸ್ಟೂಲಿನ ಮೇಲೆ ಕುಳಿತುಕೊಳ್ಳುವಂತೆ ಆದೇಶಿಸಿದೆ. ನಾನು ಬ್ಲೇಡನ್ನು ಕೈಗೆತ್ತಿಕೊಳ್ಳುತ್ತಿದ್ದಂತೆ ಗುಂಪು ಅಂಗಡಿಯ ಬಾಗಿಲಿಗೆ ಬಂದಿತು.

"ಇದು ನಿನ್ನ ಅಂಗಡಿನೇನಾ?" ಒಬ್ಬ ಒರಟಾಗಿ ಕೂಗಿದ.

"ಹೌದು. ಯಾರದು ಕೇಳ್ತಾ ಇರೋದು?" ನಾನು ಪ್ರತಿಸವಾಲೊಡ್ಡುತ್ತಿರುವಂತೆ ಪ್ರಶ್ನಿಸಿದೆ.

---

* 1928 ರಲ್ಲಿ ಟರ್ಕಿ ಗಣರಾಜ್ಯದ ಮೊದಲ ಒಂದಷ್ಟು ವರ್ಷಗಳಲ್ಲಿ ಒಟ್ಟೊಮನ್ ಟರ್ಕಿಶ್ ವರ್ಣಮಾಲೆಯ ಬದಲಾಗಿ ಹೊಸ ಲ್ಯಾಟಿನ್ ವರ್ಣಮಾಲೆಯನ್ನು ತರಲಾಯಿತು.

ಕೈಯಲ್ಲಿ ಬ್ಲೇಡನ್ನು ಹಿಡಿದುಕೊಂಡೆ ಹೊರಗೆ ಕಾಲಿಟ್ಟು "ಬಾ ಬೇಕಾದ್ರೆ, ಪುಕ್ಸಟ್ಟೆ ಕ್ಷೌರ ಮಾಡ್ತೀನಿ!"

"ಬೇಡ!" ಅವನು ಒಂದು ಹೆಜ್ಜೆ ಹಿಂದಿಟ್ಟ. ನನ್ನ ಕೈಲಿದ್ದ ಬ್ಲೇಡನ್ನೊಮ್ಮೆ ಕುರ್ಚಿಯಲ್ಲಿ ಕುಳಿತಿದ್ದ ಮುದುಕನನ್ನೊಮ್ಮೆ ನೋಡಿದ. ನಾನು ಬ್ಲೇಡನ್ನು ಅಲ್ಲಾಡಿಸುತ್ತಾ "ನಿನಗೆ ಮುಂದೆ ಹೇಳಕ್ಕೇನೂ ಇಲ್ಲದಿದ್ರೆ ನಾ ನನ್ನ ಕೆಲಸಕ್ಕೆ ಮರಳಬೇಕು" ಎಂದೆ. ಮುನಿಸಿಕೊಂಡವರಂತೆ ಅವರೆಲ್ಲ ಅಲ್ಲಿಂದ ಚದುರಿದರು.

ನಾನು ಆ ಮುದುಕ ಮತ್ತು ಅವನ ಮೊಮ್ಮಗಳ ಜೊತೆಯಲ್ಲಿ ಸುಮಾರು ಸಮಯ ಕಳೆದೆ. ದಂಗೆಕೋರರ ಗುಂಪುಗಳು ಬಳಿ ಬಂದಾಗಲೆಲ್ಲ ಇದೇ ರೀತಿ ನಾಟಕ ಪುನರಾವರ್ತನೆ ಮಾಡಿದೆ. ಇಡೀ ರಾತ್ರಿ ಬೆಯೋಗ್ಲುವಿನಲ್ಲಿ ಕಿರುಚಾಟ, ಕೂಗಾಟ, ಧ್ವಂಸ ಕಾಯಕ ಮುಂದುವರಿಯಿತು. ಆ ಮಗು ತನ್ನ ದಾದಾನ ತೊಡೆಯ ಮೇಲೆ ನಿದ್ದೆ ಹೋದಳು. ನಾನು ಅಂಗಡಿಯ ಹೊರಗೆ ಸ್ಟೂಲ್ ಮೇಲೆ ಕುಳಿತು ರಾತ್ರಿಯೆಲ್ಲಾ ಪಹರೆ ಕಾದೆ.

ಮರುದಿನ ಬೆಳಿಗ್ಗೆ ಮಿಲಿಟರಿ ಟ್ಯಾಂಕುಗಳು ಊರನ್ನು ಪ್ರವೇಶಿಸುತ್ತಿರಲು ಕಿಟಕಿ ಗಾಜುಗಳ ಅಲುಗಾಟವನ್ನು ಗಮನಿಸಿ ಸಮಾಧಾನದಿಂದ ದೀರ್ಘ ಶ್ವಾಸವನ್ನೆಳೆದುಕೊಂಡೆ. ಬಂದೂಕುಗಳನ್ನು ಹೊತ್ತು ಬೀದಿಗಳಲ್ಲಿ ಗಸ್ತು ತಿರುಗುತ್ತಿದ್ದ ಪಡೆಗಳು ಗುರುತಿನ ಚೀಟಿಗಳನ್ನು ಪರೀಕ್ಷಿಸುತ್ತಾ, ಅನುಮಾನಾಸ್ಪದ ಲೂಟಿಕೋರರನ್ನು ಕೈದು ಮಾಡುತ್ತಿದ್ದವು. ಇನ್ನೇನು ಆತಂಕಕ್ಕೆ ಯಾವುದೇ ಕಾರಣವಿಲ್ಲವೆಂದು ನಾನು ಆ ಮುದುಕ ಮತ್ತು ಅವನ ಮೊಮ್ಮಗಳನ್ನು ಅಲ್ಲಿಯೇ ಬಿಟ್ಟು ಹೊರ ನಡೆದೆ. ಇಡೀ ಊರು ಆ ದುರಂತಕ್ಕೆ ಸಿಲುಕಿ ತತ್ತರಿಸಿತ್ತು. ಸುಲಿಗೆ ಮಾಡಿದ್ದ ಸರಕುಗಳು ರಾಶಿ ರಾಶಿ ಆಗಿ ರಸ್ತೆಗಳಲ್ಲಿ ಕಸದಗುಡ್ಡೆಗಳಂತೆ ಬಿದ್ದಿದ್ದವು. ಆ ಪ್ರಾಚೀನ ಊರು ಒಂದು ಭೂಕಂಪದ ವಲಯವೇನೋ, ಇಲ್ಲವೇ ಒಂದು ಬೃಹದಾಕಾರದ ಕಸದ ಗುಂಡಿಯೇನೋ ಎನ್ನುವಂತಿತ್ತು. ಕೆರಳಿದ ಲೂಟಿಕೋರರು ಜಗತ್ತಿನ ಪಾಪವನ್ನೆಲ್ಲ ಗುಡ್ಡೆ ಹಾಕಿ ತೊಲಗಿದಂತೆ ಭಾಸವಾಗುತ್ತಿತ್ತು. ಮಿಲಿಟರಿ ಟ್ಯಾಂಕುಗಳು ಕಸವನ್ನೆಲ್ಲ ಎತ್ತಿ ಹಾಕುತ್ತಾ ಬೋರಲು ಬಿದ್ದಿದ್ದ ವಾಹನಗಳನ್ನು ಸರಿಯಾಗಿ ನಿಲ್ಲಿಸುತ್ತಾ ಊರಲ್ಲಿ ಸುತ್ತುತ್ತಿದ್ದರೆ, ತುಕ್ಕು ಹಿಡಿದ ಸರಪಳಿಯ ಕೊಂಡಿಗಳಂತೆ ಕೈಗೆ ಕೋಳ ಹಾಕಿದ್ದ ದಂಗೆಕೋರರನ್ನು, ಸರದಿ ಸಾಲುಗಳಲ್ಲಿ ಬೆಟ್ಟದಿಂದ ಆಚೆ ಕರಕೋಯಿ ಪ್ರಾಂತ್ಯಕ್ಕೆ ಸಾಗಿಸಲಾಯಿತು.

■

ಮುಂದಿನ ಹಲವಾರು ಬೇಸಿಗೆ ಕಾಲಗಳ ಬಳಿಕ ನಾನು ಇಲಿಯಾಸ್‌ನಿಗಿಂತ ಹದಿನೈದು ವರ್ಷ ಹೆಚ್ಚಿನ ವಯಸ್ಸಿನವನಾದಾಗ ನನ್ನ ಮೊದಲ ಪುಸ್ತಕ ಪ್ರಕಟವಾಯಿತು.

ಈ ಬಾರಿ ನಾನು ಪ್ರತಿ ರಜೆಯಲ್ಲಿಯೂ ತಪ್ಪದೇ ಪಾಲಿಸಿಕೊಂಡು ಬಂದಿದ್ದ ರೂಢಿಯಂತೆ ಅಕ್ಕನನ್ನು ಭೇಟಿಯಾಗಲು ಹೊರಟಾಗ ಪ್ರಾಥಮಿಕ ಶಾಲೆಯಲ್ಲಿ ಉತ್ತಮ ಶ್ರೇಣಿಯಲ್ಲಿ ತೇರ್ಗಡೆಯಾಗಿದ್ದಾಗ ಉಂಟಾದ ಮುಗ್ಧ ಸಂತೋಷ ಮತ್ತೆ ಮರುಕಳಿಸಿತ್ತು! ನಾನೇ ಹಸ್ತಾಕ್ಷರ ಮಾಡಿದ್ದ ಪ್ರತಿಯೊಂದು ನನ್ನ ಕೈಯಲ್ಲಿತ್ತು! ಅದನ್ನೊಮ್ಮೆ ಅಭಿಮಾನದಿಂದ ನೋಡಿ ಕೊನೆಯ ಬೆಟ್ಟವನ್ನು ಏರುತ್ತಾ ನನ್ನ ಟೋಪಿಯನ್ನು ಸರಿಪಡಿಸಿಕೊಳ್ಳುವಾಗ ಬರ್ರೋ ಎಂದು ಬೀಸುವ ಗಾಳಿ ನನ್ನನ್ನು ಎದೆ ಹಿಡಿದು ನೂಕುವಂತಿತ್ತು. ಟೋಪಿಯನ್ನು ಭದ್ರವಾಗಿ ಹಿಡಿದುಕೊಂಡು ನನ್ನ ಉಡುಪು ಗಾಳಿಗೆ ಬಾವುಟದಂತೆ ಅಲ್ಲಾಡುತ್ತಿರಲು ನಾನು ದೀಪಸ್ತಂಭದ ಮನೆ ಕಡೆಗೆ ಧಾವಿಸಿದೆ.

ಮಳೆಯಿಂದ ಭಾರವಾದ ಉದ್ರಿಕ್ತ ಗಾಳಿ ವಾಯುವ್ಯ ದಿಕ್ಕಿನಿಂದ ಬೀಸುತ್ತಿತ್ತು. ನನ್ನ ಪುಸ್ತಕವನ್ನು ಮುಂದೆ ಚಾಚಿದಾಗ ಅವಳು ನನ್ನ ಟೋಪಿ, ಕತ್ತಿನ ಪಟ್ಟಿ ಮತ್ತು ಕಾಲಲ್ಲಿದ್ದ ಬೂಟುಗಳನ್ನು ಗಮನಿಸಿದಳು. ಮುಖಪುಟದ ಮೇಲೆ ನನ್ನ ಹೆಸರು ಗೋಚರವಾಗುತ್ತಿದ್ದಂತೆ ಅವಳ ಕಣ್ಣುಗಳಲ್ಲಿ ನೀರು ನಿಂತಿತು. ನನ್ನನ್ನು ಬರ ಸೆಳೆದು, ಅಪ್ಪಿ ಮುದ್ದಾಡಿದಳು! ಆಮೇಲೆ ನಾವಿಬ್ಬರೂ ನಮ್ಮ ಮೊಣಕಾಲುಗಳನ್ನು ಎದೆಗೆಳೆದುಕೊಂಡು ದೀಪಸ್ತಂಭದ ಮನೆಯತ್ತ ಬೆನ್ನು ಮಾಡಿ ಚಿಯೋಸಿನ ಕಡೆ ದೃಷ್ಟಿ ಇಟ್ಟು ಅಕ್ಕಪಕ್ಕದಲ್ಲಿ ಕುಳಿತುಕೊಂಡೆವು. ಮೊದಲೆಲ್ಲ ನಾವು ಹೀಗೆ ಕುಳಿತಾಗ ನನ್ನ ಭುಜಗಳು ಅವಳ ತೋಳುಗಳನ್ನು ಸ್ಪರ್ಶಿಸುತ್ತಿದ್ದವು. ಈಗ ನನ್ನ ತೋಳುಗಳು ಅವಳ ಭುಜದ ಮಟ್ಟಕ್ಕೆ ಬೆಳೆದಿದ್ದವು. ಕಳೆದು ಹೋದ ವರ್ಷಗಳಲ್ಲಿ ಅವಳು ಕುಗ್ಗಿ ಬಿಟ್ಟಿದ್ದಳು, ಇಲ್ಲವೇ ನಾನು ಮಾತ್ರ ಬೆಳೆದು ಅವಳು ಅಷ್ಟೇ ಗಾತ್ರ ಉಳಿದಿದ್ದಳೋ ತಿಳಿಯದು. ಆದರೆ ನಾವೆಲ್ಲ ಯುದ್ಧದ ಪರಿಣಾಮವಾಗಿ ಬೆಳವಣಿಗೆ ಕುಂಠಿತವಾದ ಮಕ್ಕಳೇ ಆಗಿದ್ದುದಂತೂ ಸತ್ಯವಾಗಿತ್ತು.

ಹೊಸದಾಗಿ ಖರೀದಿಸಿದ್ದ ನನ್ನ ಬಿಳಿಯ ಪ್ಯಾಂಟನ್ನು ನೋಡಿ ಅವಳು "ಕೊಳೆ ಆಗುತ್ತೊ!" ಎಂದಳು. ನಾನದರ ಬಗ್ಗೆ ಗಮನ ಕೊಡಲಿಲ್ಲ. ತಲೆಯನ್ನು ಬಾಗಿಸಿ ನನ್ನ ಟೋಪಿ, ಕತ್ತು ಪಟ್ಟಿ ಮತ್ತು ಕೋಟನ್ನು ಮತ್ತೆ ಮತ್ತೆ ಗಮನಿಸಿದಳು. ನಾನು ವಿದ್ಯಾವಂತನಾಗಿ, ಸಭ್ಯನಾಗಿ ಇಂತಹ ಉತ್ತಮ ಶೈಲಿಯ ಪೋಷಾಕು ಧರಿಸಿದ್ದನ್ನು ನೋಡಿ ಅವಳು ಅಭಿಮಾನದಿಂದ ಬೀಗುತ್ತಿದ್ದಳು. ಆದರೆ ನನ್ನ ಬಳಿ ಇದ್ದ ಸಭ್ಯ ಉಡುಗೆ ಅದೊಂದೆ ಎಂಬುದು ಅವಳಿಗೆ ಗೊತ್ತಿರಲಿಲ್ಲ!

ಹಲವು ವರ್ಷಗಳ ಹಿಂದೆ ನಾನು ಕಷ್ಟಪಟ್ಟು ಹದಿನೆಂಟು ತಿಂಗಳು ಹಣ ಮಿಗಿಸಿ ಅವಳಿಗಾಗಿ ಒಂದು ಬೆಲೆಬಾಳುವ ಹೊಳೆಯುವ ನುಣುಪಾದ ಇಂಗ್ಲೀಷ್ ಶೈಲಿಯ ಹಸಿರು ಬಣ್ಣದ ಡ್ರೆಸ್ಸೊಂದನ್ನು ಖರೀದಿಸಿದ್ದೆ. ಅವಳ ಅಳತೆ ನನಗೆ ಅಂದಾಜು ಇರಲಿಲ್ಲವಾದ್ದರಿಂದ ಅರಮೇನಿಯಾದ ಆ ಕುಶಲ ದರ್ಜಿಗೆ ಅವಳ ಗಾತ್ರವನ್ನು ನಾನೇ ವರ್ಣಿಸಿದ್ದೆ. ಆದರೆ ಅವಳದನ್ನು ಧರಿಸಿದ್ದನ್ನು ನಾನು ನೋಡಲೇ ಇಲ್ಲ. ಅದು ಅವಳಿಗೆ ದೊಗಳೆಯಾಗಿತ್ತೇನೊ ಎಂದು ಈಗ ನನಗೆ ಅನಿಸುತ್ತದೆ. ಅವಳ

ಅಳತೆಯನ್ನು ನಾನು ಊಹಿಸಿದ್ದು ನಮ್ಮಿಬ್ಬರ ಹೋಲಿಕೆಯಿಂದ; ಆದರೆ ನಾನು ಬೆಳೆದಿದ್ದೆ. ಅವಳು ಬೆಳೆದಿರಲಿಲ್ಲ.

ನಾನು ಅವಳಿಗಾಗಿ ಒಂದು ಸಮುದ್ರನೀಲಿ ಬಣ್ಣದ ರೇಶ್ಮೆ ತಲೆ ವಸ್ತ್ರವನ್ನೂ ಕೂಡ ಕೊಂಡಿದ್ದೆ. ಅದನ್ನೂ ಸಹ ಅವಳು ಧರಿಸಿದ್ದನ್ನು ನೋಡಲಿಲ್ಲ. ನಾನವಳಿಗೆ ಬಲವಂತ ಮಾಡಲಿಲ್ಲ. ಕಾರಣವನ್ನೂ ಕೇಳಲಿಲ್ಲ. ಆ ಚಂಡಮಾರುತದ ರಾತ್ರಿಯ ನಂತರ, ಇಲಿಯಾಸ್‌ನ ಮೆಚ್ಚುಗೆಯ ಫ್ರಾಕು ಕಾಣೆಯಾಗಿತ್ತು. ನಾವು ಚಿಕ್ಕವರಿದ್ದಾಗ ತೊಡುತ್ತಿದ್ದಂತೆ, ಸೊಂಟಕ್ಕೆ ಹಗ್ಗ ಬಿಗಿದ ಅಪ್ಪನ ಹಳೆಯ ಪ್ಯಾಂಟನ್ನೇ ಅವಳೀಗ ತೊಡುತ್ತಿದ್ದಳು.

ನನ್ನ ಮುಂದಿನ ಭೇಟಿಯ ವೇಳೆಗೆ ನಾನು ನನ್ನ ಇತ್ತೀಚೆಗೆ ಪ್ರಕಟವಾಗಿದ್ದ ಪುಸ್ತಕ ಕೊಂಡೊಯ್ದೆ. ಅವಳು ನನ್ನ ಕೂದಲನ್ನು ನೇವರಿಸಿ, ಗಲ್ಲದ ಮೇಲೊಂದು ಪ್ರೀತಿಯ ಮೃದುವಾದ ಪೆಟ್ಟು ಕೊಟ್ಟಳು. ನಾನು ಒಮ್ಮೆಲೇ ಮತ್ತೆ ಬಾಲ್ಯದ ತುಂಟ, ಚಂಚಲ ಮಗುವಾದಂತೆ, ಅವಳು ನನ್ನ ಉತ್ಸಾಹದ ಚಿಲುಮೆಯಾಗಿದ್ದ ಆಪಾ ಆಗಿದ್ದಂತೆ ಭಾಸವಾಯಿತು. ಆದರೆ ಆ ಸಂತೋಷದ ಬೆಳಕು ನಮ್ಮ ದೀಪದ ಮನೆಯ ಮಿನುಗಿನಷ್ಟೇ ಕ್ಷಣಿಕವಾಗಿತ್ತು. ಮರುಗಳಿಗೆಯೇ ಅವಳ ಕಣ್ಣುಗಳು ಮಂಕಾಗಿ ಅವಳು ಗಾಢವಾದ ಕತ್ತಲೆಗೆ ಮರಳಿದಳು. 'ಸಮಯಕ್ಕೊಂದು ಕೀಲಿಯಿದ್ದಿದ್ದರೆ!' ನಾನು ನನ್ನಲ್ಲಿಯೇ ಯೋಚಿಸಿದೆ... ನಾವದನ್ನು ತಿರುಗಿಸಿ ಭೂತಕಾಲಕ್ಕೆ ಮರಳಿ ಬಿಡಬಹುದಿತ್ತು! ಆಪಾಳ ಅಕ್ಕಪಕ್ಕದಲ್ಲಿ ನಾನು ಮತ್ತು ಇಲಿಯಾಸ್... ನಮ್ಮ ಬಾಲ್ಯವನ್ನು ಮತ್ತೆ ಅನುಭವಿಸಲು... ಸವಿಯಲು...

ಅದರ ಮುಂದಿನ ವರ್ಷ ಅವಳ ಭೇಟಿಗೆ ಹೋಗುವುದು ಸಾಧ್ಯವಾಗಲಿಲ್ಲ. ನಾನಾಗ ಬರ್ಸಾದ ಜೈಲಿನಲ್ಲಿದ್ದೆ! ನನ್ನದೊಂದು ಪ್ರಕಟಿತ ಲೇಖನ ಈ ಬಾರಿ ಬರೀ ನ್ಯಾಯಾಧೀಶರ ಮುಂದೆ ಹಾಜರಿಗಷ್ಟೇ ಸೀಮಿತವಾಗಿಸದೆ, ನನ್ನನ್ನು ಕಷ್ಟಕ್ಕೆ ಸಿಲುಕಿಸಿತ್ತು. ನನಗಿದ್ದ ಒಂದೇ ಸಮಾಧಾನವೆಂದರೆ ಕ್ರಾಂತಿಕಾರಿ ಹೋರಾಟಗಾರ, ಕವಿ ನಝೀಮ್ ಹಿಕ್ಮಟ್ ಓಡಾಡಿದ್ದ ಅಂಗಳದಲ್ಲಿಯೇ ನಾನು ಅಡ್ಡಾಡುತ್ತಿದ್ದೆ. ಆದರೆ ಅವರ ಬಂಧನದ ಕಾಲ ಬೇರೆಯಾಗಿತ್ತೆಂಬುದೂ ನಿಜ. ನನ್ನ ಬಿಡುಗಡೆಯ ನಂತರವೂ ನಾನು ಬರೆಯುವುದನ್ನು ನಿಲ್ಲಿಸಲಿಲ್ಲ. ಅದೂ ಕೂಡ ಸಾಲದಂತೆ ನಾನು ಅನೇಕ ಸಂಘಟನೆಗಳಿಗೆ, ಕಾರ್ಮಿಕ ಸಂಘಗಳಿಗೆ ಸದಸ್ಯನಾಗಿಬಿಟ್ಟಿದ್ದೆ. 1971ರ ವಸಂತ ಕಾಲದ ವೇಳೆ ಆಪಾಳನ್ನು ಭೇಟಿಯಾಗಲು ಅಣಿಯಾಗುತ್ತಿರುವಾಗ ನನ್ನ ಕೋಟನ್ನು ಧರಿಸುವ ಗಳಿಗೆಯಲ್ಲಿ ನಾನು ಮತ್ತೆ ಕೈದಾಗಿಬಿಟ್ಟಿದ್ದೆ. ಇದರ ಪರಿಣಾಮವಾಗಿ ನಾನು ಚಿಕ್ಕ ವಯಸ್ಸಿನಲ್ಲಿಯೇ ನನ್ನ ಧ್ಯೇಯೋದ್ದೇಶವಾಗಿದ್ದ ಶಿಕ್ಷಕ ವೃತ್ತಿಗೆ ವಿದಾಯ ಹೇಳಬೇಕಾಯಿತು.

ನಾನೀಗ ನಲವತ್ತರ ಆರಂಭದಲ್ಲಿದ್ದೆ. ನನ್ನ ಗೆಳೆಯರು, ಪರಿಚಿತರೆಲ್ಲ ಮದುವೆಯಾಗಿ ಸಂಸಾರಸ್ಥರಾಗಿದ್ದರು. ನನಗೆ ನನ್ನದು ಅಂತ ಇದ್ದದ್ದು, ನನ್ನ ಪಾಪದ ಆಪಾ ಮತ್ತು ಹೆಚ್ಚು ಹೆಚ್ಚು ವಯಸ್ಸಾದಂತೆ ಪ್ರತಿಯೊಂದು ಹುಟ್ಟು ಹಬ್ಬಕ್ಕೂ

ಜಿಗುಪ್ಸೆ ಹೊತ್ತು ತರುತ್ತಿದ್ದ ಕನ್ನಡಿಯಲ್ಲಿನ ನನ್ನ ಪ್ರತಿಬಿಂಬ ಮಾತ್ರ.

■

ರಸ್ತೆಯಲ್ಲಿ ಬಂದೂಕಿನ ಗುಂಡಿಗೆ ತುತ್ತಾಗಿ ಸಾಯುವ ಮತ್ತು ನಿಗೂಢವಾಗಿ ಕೊಲೆಯಾದವರ ಪಟ್ಟಿಗೆ ಸೇರುವ ಭಯದಿಂದ ಇಡೀ ಎಪ್ಪತ್ತರ ದಶಕವನ್ನು ನಾನು ಸೈದ್ಧಾಂತಿಕ ಘೋಷಣೆಗಳಿಂದ ತುಂಬಿಹೋಗಿದ್ದ ಗೋಡೆಗಳ ಬದಿಯಲ್ಲಿ ತಲೆಮರೆಸಿಕೊಂಡೇ ಕಳೆದೆ. 12ನೇ ಸೆಪ್ಟೆಂಬರ್ 1980 ರ ದಂಗೆಯ ನಂತರ ನಾನು ಬೀದಿಗಿಳಿಯುವುದೇ ಅಶಕ್ಯವಾಯಿತು. ಒಂದೇ ಗಾಳಿಯನ್ನು ಸೇವಿಸುವ ಕನಸು ಕೂಡ ಕಾಣದಷ್ಟು ಭಿನ್ನಮತೀಯರಾಗಿದ್ದ ಎಡಪಂಥೀಯರು ಮತ್ತು ಬಲಪಂಥೀಯರು ಇಬ್ಬರ ಹೆಸರುಗಳೂ ಸಹ ಈಗ ಮಿಲಿಟರಿ ಕಾಯಿದೆ ಕಟ್ಟಳೆಯ ಕಚೇರಿಯಲ್ಲಿ ಗುಡ್ಡೆ ಹಾಕುತ್ತಿದ್ದ ವಾರಂಟುಗಳಲ್ಲಿ ಸೇರಿಸಲಾಗಿದೆ. ಬೀದಿಗಳಲ್ಲಿ ತಿರುಗುತ್ತಿದ್ದ ಗಸ್ತು ಪಡೆಗಳು ನಮಗೆ ಕನಸಿನಲ್ಲಿ ಭಯ ತರಿಸುತ್ತಿದ್ದವು. ನಾನು ಮಿಲಿಟರಿ ಪೋಲೀಸರಿಂದ ಆದಷ್ಟು ಜಾಗರೂಕತೆಯಿಂದ ತಲೆಮರೆಸಿಕೊಂಡು ಓಡಾಡುತ್ತಿದ್ದೆ. ಅದೃಷ್ಟವೆಂದರೆ, ತರುಣರ ಗುರುತಿನ ಚೀಟಿಗಳನ್ನು ಸೂಕ್ಷ್ಮವಾಗಿ ಪರಿಶೀಲಿಸುತ್ತಿದ್ದ ಮಿಲಿಟರಿ ಪೋಲೀಸರು ನನ್ನಂತಹ ವಯಸ್ಕ ಆಸಾಮಿಯೊಬ್ಬ ಅವರು ಹುಡುಕುತ್ತಿರುವ ಒಬ್ಬ ಅರಾಜಕತಾವಾದಿಯಾಗಿರಬಹುದು ಎಂದೂ ಪರಿಗಣಿಸುತ್ತಿರಲಿಲ್ಲ. ಸುತ್ತಲೂ ಭಾರವಾದ ಭಯದ ಗಾಳಿಯೇ ಬೀಸುತ್ತಿತ್ತು.

ಪ್ರತಿದಿನವೂ ಯಾರೋ ಪರಿಚಯಸ್ಥರು ಕೈದಾದ ಸುದ್ದಿ ಬರುತ್ತಿತ್ತು. ಅವರ ಮೇಲೆ ನಡೆಯುತ್ತಿರಬಹುದಾದ ಅಮಾನುಷ ಹಿಂಸೆಯ ಕುರಿತು ಯೋಚಿಸುವಾಗ ದೂರದಲ್ಲೆಲ್ಲೋ ಇರುತ್ತಿದ್ದ ಆಕ್ರಂದನಗಳು ನನಗೆ ಕೇಳುತ್ತಿವೆ ಎನಿಸುತ್ತಿತ್ತು. ಯಾರದೋ ಪಾದಗಳಿಗೆ ಚರ್ಮ ಸುಲಿಯುವಂತೆ ದೊಣ್ಣೆ ಏಟು ಬೀಳುತ್ತಿರಬಹುದು, ಇನ್ನು ಕೆಲವರ ದೇಹಗಳು ವಿದ್ಯುತ್ ಶಾಕಿನಿಂದ ಮರಗಟ್ಟಿರಬಹುದು, ಕೈಗಳನ್ನು ಬೆನ್ನ ಹಿಂದೆ ಕಟ್ಟಿ ದಪ್ಪ ಹಗ್ಗಗಳಿಂದ ಅವರ ದೇಹಗಳನ್ನು ರಭಸದಿಂದ ಕೆಳಗಿಳಿಬಿಡುವಾಗ ನೋವಿನ ಚೀತ್ಕಾರಗಳು ನನ್ನನ್ನು ತಲುಪುತ್ತಿವೆ ಎನಿಸುತ್ತಿತ್ತು.

ಯುರೋಪಿಗೆ ಪಲಾಯನ ಮಾಡಿ ನಿರಾಶ್ರಿತರೆಂಬ ಹಕ್ಕು ಸಾಧಿಸಿದ್ದ ಗೆಳೆಯರು ಹಲವರಿದ್ದರು. ಗೆಳೆಯ ತಾಹಿರ್, ಮಿಸ್ಟರ್ ಈಥಮ್ ಅವರ ಮೂಲಕ ಸಂದೇಶ ಕಳಿಸಿದ್ದ. "ಜೈಲುವಾಸ ಒಂದು ವಯಸ್ಸಿನವರೆಗೆ ಮಾತ್ರ ನಿನ್ನ ಪರಿಪಕ್ವವಾಗಿಸಬಹುದು, ಆದರೆ ನಂತರ ನಿನ್ನ ಕೊಂದೇ ಕೊಲ್ಲುತ್ತದೆ. ಅವನನ್ನು ಇಲ್ಲಿ ಬರ ಹೇಳಿ. ನಾನು ಸಹಾಯ ಮಾಡುತ್ತೇನೆ." ಒಳಸಂಚಿನ ಪೂರ್ವ ಸೂಚನೆ ಇದ್ದವನಂತೆ ಅವನು ತುಂಬಾ ಮೊದಲೇ ದೇಶ ಬಿಟ್ಟು ಹೊರಟು ಹೋಗಿದ್ದ. ಈಗ ಸ್ವಲ್ಪ ದಿನಗಳಿಂದ ಜರ್ಮನಿಯಲ್ಲಿ ವಾಸಿಸುತ್ತಿದ್ದ. ನಾನು ಹೋಗಬಹುದಿತ್ತೇನೋ, ಆದರೆ ಹೇಗೆ?

ಯಹೂದಿ ಸ್ಮಶಾನಗಳ ಕಸ ಬಳಿಯುತ್ತ ಒಂದು ಕೊಳಕು ಕೋಣೆಯಲ್ಲಿ

ಹೆದರಿದ ಇಲಿ ಮರಿಯಂತೆ ಅವಿತುಕೊಂಡು, ಒದಗಬಹುದಾದ ಹಿಂಸೆಯಿಂದ ತಪ್ಪಿಸಿಕೊಳ್ಳುವುದೇ ಆಗಿನ ನನ್ನ ಮಹದುದ್ದೇಶವಾಗಿತ್ತು. ಕಿಟಕಿಯ ಪರದೆಯ ಹಿಂದೆ ನಿಂತು, ಎದುರಿನ ಬೀದಿಬದಿಯ ಕೇಕು ಮಾರುವವರ ತಳ್ಳುಗಾಡಿಯ ಕಡೆಗೆ ಸಂಶಯಾಸ್ಪದ ದೃಷ್ಟಿಯಿಂದ ನೋಡುವುದನ್ನು ಬಿಟ್ಟರೆ ನಾನಿನ್ನೇನೂ ಮಾಡುವ ಸ್ಥಿತಿಯಲ್ಲಿರಲಿಲ್ಲ. ಪ್ರತಿಕ್ಷಣವೂ ಸೆರೆಯಾಗುವ ಶಕ್ಯತೆ ನೆನೆದು ಭಯಗ್ರಸ್ಥನಾಗಿರುತ್ತಿದ್ದೆ. ಹೊರಗಡೆಯಿಂದ ಕೇಳಿಸುವ ಪ್ರತಿ ಕೆಮ್ಮಿನ ಶಬ್ದ, ಯಾವುದಾದರೂ ಹೆಜ್ಜೆ ಸಪ್ಪಳ ಅಥವಾ ದೂರದಲ್ಲಿ ಲಾರಿ ಓಡುವ ಸದ್ದುಗಳೆಲ್ಲ ನನ್ನ ಹೃದಯದ ಬಡಿತವನ್ನು ದ್ವಿಗುಣಗೊಳಿಸುತ್ತಿದ್ದವು. ಕಳೆದ ಐವತ್ತು ವರ್ಷಗಳಿಂದ ನನ್ನ ನೆಚ್ಚಿನ ಗೆಳೆಯನಾಗಿದ್ದ ನನ್ನ ಹೃದಯ, ಈ ಉದ್ವೇಗವನ್ನು ಭರಿಸಲಾಗದೆ, ಭಯದ ಅತಿರೇಕವನ್ನು ತಡೆದುಕೊಳ್ಳಲಾರದೆ ಒಮ್ಮೆಲೇ ಥವಗುಡುತ್ತಿತ್ತು. ಇನ್ನೊಂದು ಕ್ಷಣದಲ್ಲಿ ವ್ಯವಸ್ಥಿತವಾಗಿ ಜೋಡಿಸಿರದ ಮೀನು ಹಿಡಿಯುವ ಬೋಟಿನ ಇಂಜಿನ್ನಿನಂತೆ ಹೇರಾಫೇರಿ ಲಯ ತಪ್ಪುತ್ತಾ ಓಡುತ್ತಿತ್ತು. ನನ್ನ ಎದೆಯಲ್ಲಿ ಯಾವಾಗಲೂ ಒಂದು ವಿಚಿತ್ರ ವೇದನೆ ಮನೆಮಾಡಿಬಿಟ್ಟಿತ್ತು.

ನನ್ನ ಜೀವನದ ಇನ್ನೊಂದು ಜೀವದ ಬಗೆಗಿನ ತಳಮಳ, ನನ್ನ ಜೀವ ಭಯಕ್ಕಿಂತ ಹೆಚ್ಚಾದಾಗ ಮತ್ತು ನನ್ನ ಹೃದಯ ನಿಂತೇ ಹೋಗುವುದೇನೋ ಎಂದು ಹೆದರಿಕೆ ಉಂಟಾದಾಗ, ಸೆರೆಯಾಗಬಹುದಾದ ಅಪಾಯವನ್ನೂ ಲೆಕ್ಕಿಸದೆ ಏಗನ್ ವಿಶ್ವವಿದ್ಯಾಲಯದ ಆಸ್ಪತ್ರೆಯಲ್ಲಿದ್ದ ನನ್ನ ಪರಿಚಯದ ವೈದ್ಯರೊಬ್ಬರನ್ನು ಕಾಣಲು ಹೋದೆ. ಆಸ್ಪತ್ರೆಯ ಹೊರಗೆ ಬ್ಯಾರಿಕೇಡುಗಳಿದ್ದವು. ನಾನು ಹಿಂತಿರುಗಿದ್ದರೆ ನನ್ನನ್ನು ಮಿಲಿಟರಿಯವರು ಹಿಂಬಾಲಿಸದೆ ಬಿಡುತ್ತಿರಲಿಲ್ಲ. ನಾನು ನನ್ನ ಉಣ್ಣೆಯ ಟೋಪಿಯನ್ನು ತೊರೆದು, ಈಗ ಸಾಧಾರಣ ಟೋಪಿ ಧರಿಸುತ್ತಿದ್ದೆ. ಅಷ್ಟೇ ಅಲ್ಲ, ನನ್ನತ್ತ ಗಮನ ಸೆಳೆಯದಿರಲು ಬಡ ರೈತರಂತೆ ಕೊಳಕು ಬಟ್ಟೆಗಳನ್ನೇ ಧರಿಸುತ್ತಿದ್ದೆ. ಗಸ್ತುಪಡೆಯ ಸೈನಿಕರನ್ನು ಸಮೀಪಿಸುತ್ತಿದ್ದಂತೆ, ಬಗ್ಗಿ 'ಅಸ್ಸಲಾಮ್ಯೆಲುಕಮ್' ಹೇಳುವಾಗ ವೈದ್ಯರನ್ನು ತಲುಪುವ ಮೊದಲೇ ನನ್ನ ಹೃದಯ ಕೆಲಸವನ್ನೇ ನಿಲ್ಲಿಸಿಬಿಡಬಹುದೆನ್ನುವಷ್ಟು ಭಯಭೀತನಾಗಿದ್ದೆ.

ಆ ಹೃದಯ ರೋಗ ತಜ್ಞ ನಮ್ಮ ಹಳ್ಳಿಯವನೇ ಆದ್ದರಿಂದ ನನಗೆ ಚೆನ್ನಾಗಿ ಪರಿಚಿತನಾಗಿದ್ದ. ಮೂಲತಃ ಕ್ರೆಟೆ ಊರಿನವನಾದ ಅವನ ಕುಟುಂಬವು ಕರಾಬುರನಿಗೆ ವಲಸೆ ಬಂದಿತ್ತು. ನನ್ನನ್ನು ಪರೀಕ್ಷಿಸಿದ ನಂತರ "ನಿನಗೇನು ಆಗಿಲ್ಲ! ಕಲ್ಲು ಗುಂಡಿನಂತಿದ್ದೀಯಾ!" ಎಂದ.

ನಾನು "ಆದರೂ ಹೇಳು ನನ್ನ ಪ್ರೀತಿಯ ಇಜಾಮಿರ್ಲಿ! ಏನಾಗಿದೆ ನನಗೆ?" ಎಂದು ನನ್ನ ವೈದ್ಯ ಗೆಳೆಯನನ್ನು ಕೇಳಿದೆ. ಅವನು ಪ್ರಾಥಮಿಕ ಶಿಕ್ಷಣದ ನಂತರ ಮುಂದಿನ ವಿದ್ಯಾಭ್ಯಾಸಕ್ಕಾಗಿ ಇಝ್ಮೀರಿಗೆ ಹೋದವನು, ವೈದ್ಯ ಶಿಕ್ಷಣ ಪಡೆದು ಅಲ್ಲಿಯೇ ನೆಲೆಸಿಬಿಟ್ಟಿದ್ದ. ತಮ್ಮೂರಿಗೆ ಎಂದೂ ಮರಳಲಾರ ಎಂದು ತಿಳಿದಿದ್ದ ಹಳ್ಳಿಯವರು ಅವನಿಗೆ ಇಜಾಮಿರ್ಲಿ ಎಂದು ಅಡ್ಡ ಹೆಸರಿಟ್ಟುಬಿಟ್ಟಿದ್ದರು.

"ನನ್ನ ಹೃದಯ ಅದ್ಯಾಕೆ ಈ ರೀತಿ ಢವಗುಟ್ತಾ ಇರತ್ತೆ? ಇಜಾಮಿರ್ಲಿ" ಎಂದು ಮತ್ತೆ ಕೇಳಿದೆ.

"ಇದಕ್ಕೆಲ್ಲಾ ಕಾರಣ ಒತ್ತಡ" ಅವನೆಂದ.

ನಾವಿಬ್ಬರೂ ಒಂದೇ ಊರಿನವರಾಗಿದ್ದು, ಪರಿಚಯವೂ ಚೆನ್ನಾಗಿಯೇ ಇದ್ದುದರಿಂದ ನನ್ನ ಸದ್ಯದ ಪಾಡನ್ನು ಅವನು ಊಹಿಸಬಲ್ಲವನಾಗಿದ್ದ.

"ಪರಿಸ್ಥಿತಿ ಹತೋಟಿ ಮೀರಿ ಬಿಟ್ಟಿದೆ ದೋಸ್ತ್! ಹೃದಯದಲ್ಲಿ ಹೋಲಾಗಿದ್ದ ಒಬ್ಬ ಯೂನಿವರ್ಸಿಟಿ ಸ್ಟೂಡೆಂಟನ್ನ ನಾನು ಟ್ರೀಟ್ ಮಾಡ್ತಾ ಇದ್ದೆ. ನಿನ್ನೆ ರಾತ್ರಿ ಅರಾಜಕತಾವಾದಿ ಅಂತ ಅವನನ್ನು ಹಿಡಿದುಕೊಂಡು ಹೋದರು. ಸರ್ಜರಿ ಆಗದೆ ಹೋದ್ರೆ ಆ ಪಾಪದವನು ಸತ್ತೆ ಹೋಗ್ತಾನೆ. ನೋಡು ದೋಸ್ತಾ! ನನಗೆ ಈ ರಾಜಕೀಯ ಗೀಜಕೀಯ ಎಲ್ಲಾ ಆಸಕ್ತಿನೆ ಇಲ್ಲ. ಆದ್ರೆ ಈಗ ನೋಡು ನನ್ನ ಹಣೆಬರಹ! ಈ ಪರಿಸ್ಥಿತಿಯಿಂದ ನಾನೂ ಹೆದರಿಕೊಂಡಿದ್ದೇನೆ. ನನ್ನ ಪುಸ್ತಕದ ಕಪಾಟಿನಲ್ಲಿರುವ ಪುಸ್ತಕಗಳ ಹೆಸರುಗಳೂ ಸಹ ನನ್ನನ್ನು ಹೆದರಿಸ್ತಾ ಇದಾವೆ. ಅವು ಒಳ್ಳೆ ಯುದ್ಧ ಮಾಡೋಕೆ ರೆಡಿ ಇರೋ ವೆಪನ್ಸ್ ತರ ಇದಾವೆ. ಆ ಅರ್ಥದಲ್ಲಿ ನೋಡಿದ್ರೆ ನೀನು ವೆಪನ್ ಫ್ಯಾಕ್ಟರಿನೆ! ಹೋಗು! ಹೋಗೋ! ನಿನ್ನ ಆ ದಂಗೆಕೋರ ಹೃದಯವನ್ನು ತಣಿಸಿಕೋ! ಗೋ!" ಎಂದನಾದರೂ ಸ್ವಲ್ಪ ಹೊತ್ತು ಸುಮ್ಮನಿದ್ದು, "ನೀನೇಕೆ ಗ್ರೀಸಿಗೆ ಹೋಗಬಾರದು? ದೀಪಸ್ತಂಭದ ಮನೆಯಿಂದ ಚಿಯೋಸ್ ಎಷ್ಟು ಹತ್ತಿರದಲ್ಲಿದೆ! ನೀನು ಮನಸ್ಸು ಮಾಡಿದರೆ, ಈಜಿಕೊಂಡೆ ಹೋಗಿಬಿಡಬಹುದು! ಈಜಿ ತಲುಪಿ ಅಲ್ಲಿಂದ ಜರ್ಮನಿಗೆ ಹೋಗಿಬಿಡು" ಎಂದಿದ್ದ.

ಕೆಲವೇ ದಿನಗಳ ನಂತರ ಒಂದು ರಾತ್ರಿ ಅವನನ್ನು ಸೆರೆಹಿಡಿಯಲಾಯಿತು ಎಂಬ ಸುದ್ದಿ ತಲುಪಿತು. ಅದಾಗಿ ಕೆಲವು ದಿನಗಳ ಅಂತರದಲ್ಲೇ ನಾನು ಜರ್ಮನಿಗೆ ಹೋಗುವ ನಿರ್ಧಾರ ಮಾಡಿದೆ.

ಚಳಿಗಾಲದ ನಡುವಿನಲ್ಲಿಯೇ ಅಸ್ಥಿರ ಮನಸ್ಥಿತಿಯಲ್ಲಿ, ಪುಕ್ಕಲನಂತೆ ಹೆಜ್ಜೆ ಇಡುತ್ತಾ ಬಂದಾಗಲೇ ಅವಳಿಗೆ 'ಎಲ್ಲವೂ ಸರಿಯಿಲ್ಲ' ಎಂಬುದು ಅರಿವಾಗಿ ಬಿಟ್ಟಿತು. ನಾನು ಅವಳ ಕಣ್ಣುಗಳಲ್ಲಿ ಕಣ್ಣಿಟ್ಟು ನೋಡದಿರಲು, ಅವಳು ನನ್ನತ್ತ ಆತಂಕದ ನೋಟ ಬೀರಿದಳು. ಅವಳ ಪ್ರಶ್ನಾತ್ಮಕ ದೃಷ್ಟಿ ನನ್ನ ಬಾಗಿದ ತಲೆಯ ಮೇಲೆ ಮತ್ತು ಪಕ್ಕಕ್ಕೆ ತಿರುಗಿದ ಕತ್ತಿನ ಹಿಂಭಾಗದಲ್ಲಿ ಸ್ಪರ್ಶದಷ್ಟೇ ಸ್ಪಷ್ಟವಾಗಿ ಅನುಭವಕ್ಕೆ ಬರುತ್ತಿತ್ತು.

ಅಧಿಕೃತವಾಗಿ ದೀಪಸ್ತಂಭದ ಮನೆಯ ನಿರ್ವಹಣೆಯಿಂದ ನಿವೃತ್ತಳಾಗಿದ್ದರೂ ಕೂಡ, ಅವಳು ಆ ಮನೆಯನ್ನು ಬಿಟ್ಟು ಕದಲುವ ಯಾವುದೇ ಉದ್ದೇಶ ಹೊಂದಿರಲಿಲ್ಲ. ಪಂಜರದಲ್ಲಿಯೇ ಕಣ್ಣು ತೆರೆದ ಹಕ್ಕಿಯಂತಿದ್ದ ಅವಳಿಗೆ ಬೇರೆ ಇನ್ನ್ಯಾವುದೇ ಜಾಗವಾಗಲಿ, ಜಗತ್ತಾಗಲಿ ಗೊತ್ತೇ ಇರಲಿಲ್ಲ. ತನ್ನ ಶವಪೆಟ್ಟಿಗೆಯಲ್ಲಿಯೇ ಅಲ್ಲಿಂದ ಹೊರಡುವೆನೆಂದು ಹೇಳುತ್ತಿದ್ದಳಂತೆ ಎಲ್ಲರಿಗೂ! ಜಗತ್ತು ಮರೆತ ದೀಪಸ್ತಂಭದ ಮನೆಯಲ್ಲಿ ಕೊಳೆಯಲು ಇನ್ನಾರೂ ಸಹ ಸ್ವಂತ ಇಚ್ಛೆಯಿಂದ ಮುಂದೆ ಬರಲಿಲ್ಲವೆಂಬುದಂತೂ ಸತ್ಯವೇ. ಸಾರ್ಕ್ನಿಕ್‌ನ ನಾಯಕರು 'ಯಾರಾದರೂ

ದರವೇಶಿಗಳಿಗೆ ಮಾತ್ರ ಅಂತಹ ಸಹನೆ ಇರಬಹುದು! ಎಷ್ಟೇ ಪ್ರಯತ್ನ ಮಾಡಿದರೂ ಅಲ್ಲಿ ಯಾರನ್ನೂ ಬಹಳ ದಿನ ಇರುವಂತೆ ಒಪ್ಪಿಸಲು ಸಾಧ್ಯವಿಲ್ಲ. ಅವಳಿಗೆ ಅದೇ ಬೇಕಲ್ಲವೇ? ಅಲ್ಲಿಯೇ ಇರಲಿ' ಎಂದು ಹೇಳಿದ್ದರಿಂದ ಯಾವುದಾದರೂ ನೆಪವನ್ನು ಮುಂದೆ ಮಾಡಿ, ಅವಳನ್ನು ಅಲ್ಲಿಯೇ ಸ್ಥಿರಗೊಳಿಸಲಾಗಿತ್ತು.

ನಾನು ವಿದಾಯ ಹೇಳಲು ಬಂದಿದ್ದೇನೆಯೆ ಹೊರತು ಅವಳೊಂದಿಗೆ ಇರಲು ಅಲ್ಲ ಎಂಬುದು ಆಪಾಳಿಗೆ ಅರಿವಾಗಿತ್ತು. ಅವಳಲ್ಲಿ ಏಕಾಂಗಿಯಾಗಿ ಬದುಕುತ್ತಿದ್ದರೂ ರೇಡಿಯೋ ಸುದ್ದಿಗಳ ಮೂಲಕ ಜಗತ್ತಿನ ಸುದ್ದಿಗಳನ್ನು ಬಲ್ಲವಳಾಗಿದ್ದಳು. ನನ್ನಲ್ಲಿ ಲೇಖನಿಯ ಹೊರತಾಗಿ ಯಾವುದೇ ಆಯುಧವಿಲ್ಲದಿದ್ದರೂ ರಾಜಕೀಯ ಕ್ಷೇತ್ರದಲ್ಲಿನ ಕಚೇರಿಗಳಲ್ಲಿ ನನ್ನ ಹೆಸರು ಹೊಂದಿದ್ದ ಕಡತ ಈಗ ಮುಚ್ಚಲಾಗದಷ್ಟು ಬೃಹತ್ತಾಗಿ ಬೆಳೆದಿದೆ ಎಂಬುದನ್ನು ಅವಳು ಊಹಿಸಿರಬಹುದು. ಕೆಲವೇ ದಿನಗಳ ಹಿಂದೆ ಒಬ್ಬ ಪೊಲೀಸ್ ಅಧಿಕಾರಿ ಮತ್ತು ಇಬ್ಬರು ಸೈನಿಕರು ಅಲ್ಲಿಗೆ ಬಂದು ಅವಳನ್ನು ನನ್ನ ಕುರಿತಾಗಿ ವಿಚಾರಿಸಿದ್ದರು. ಅಂದಿನಿಂದ ಅವಳು ತುಂಬಾ ಅಸ್ವಸ್ಥಳಾಗಿದ್ದಳು. ಸತ್ಯಾಸತ್ಯಗಳನ್ನು ಹೇಳಲು ನನಗೇನೂ ಕಷ್ಟವಾಗಲಿಲ್ಲ. ಟರ್ಕಿಯಲ್ಲಿ ವಾಸಿಸುವುದೆಂದರೆ, ಇಂದಲ್ಲ ನಾಳೆ ಯಾವುದಾದರೂ ಕ್ಷುಲ್ಲಕ ಕಾರಣಕ್ಕಾಗಿ ಸೆರೆಯಾಗಿ, ಯಾವುದೋ ಹಾಳು ಜೈಲಿನಲ್ಲಿ ಕೊಳೆತು ಹೋಗುವುದಕ್ಕೆ ಸಮ. ಅಲ್ಲಿನ ಜನ ಎಷ್ಟು ಹೆದರಿದ್ದಾರೆಂದರೆ ಯಾರನ್ನು ಬೇಕಾದರೂ ಯಾರಾದರೂ ದೂಷಿಸುತ್ತಿದ್ದರು ಎಂದೆಲ್ಲ ವಿವರಿಸಿದಾಗ, ಅವಳು ಗಾಂಭೀರ್ಯದಿಂದ ಆದರೆ ಅಷ್ಟೇ ಹತಾಶೆಯಿಂದ ಮೌನವಾಗಿ ಆಲಿಸಿದಳು. ಊಟದ ನಂತರ ನಾವಿಬ್ಬರು ದೀಪಸ್ತಂಭದ ಮೇಲೇರಿ ಮಿಣುಕು ದೀಪದಡಿ ಕೊನೆಯ ಬಾರಿ ನಿಂತು ದೂರದಲ್ಲಿ ನನ್ನನ್ನು ಕೂಗಿ ಕರೆಯುತ್ತಿದ್ದ ಗ್ರೀಕ್ ದ್ವೀಪವನ್ನು ನಿಟ್ಟಿಸಿದೆವು.

"ನೀನು ಯಾವಾಗ ಹೊರಡ್ಬೇಕು?"

"ಇವತ್ತು ರಾತ್ರಿ!"

"ಬೆಳಗಾಗೋವರೆಗೂ ಕಾಯಬಹುದಲ್ಲ? ಇಂತ ಕತ್ತಲಲ್ಲಿ ಯಾರು ಸಮುದ್ರಯಾನಕ್ಕೆ ಹೊರಡ್ತಾರೆ? ನೋಡು, ಈ ಗಾಳಿ ವಾಸನೆ ನೋಡು. ಇವತ್ತು ರಾತ್ರಿ ಚಂಡಮಾರುತ ಬಂದೆ ಬರತ್ತೆ."

"ಚಂಡಮಾರುತಗಳಿಗೆ ಯಾವುದೇ ವಾಸನೆ ಇರೋದಿಲ್ಲ!"

"ಇದ್ದೇ ಇರತ್ತೆ!" ಅವಳು ಜೋರಾಗಿ ಹೇಳಿದಳು.

"ಆಪಾ, ನಾಳೆ ಅಂದ್ರೆ ತಡ ಆಗಿಬಿಡಬಹುದು. ಎಲ್ಲಾ ಕಡೆ ಗುಪ್ತಚರರಿದಾರೆ. ನನ್ನನ್ನ ಗಮನಿಸ್ತಾ ಇದಾರೆ. ಕರಾಬುರಾನ್ ಪ್ರಾಂತ್ಯಕ್ಕೆಲ್ಲ ಈಗ ನಾನೆಲ್ಲಿದೀನಿ ಅಂತ ಗೊತ್ತಾಗಿದ್ರೂ ಗೊತ್ತಾಗಿರಬಹುದು" ಎಂದಾಗಷ್ಟೇ ಅವಳು ವಿರೋಧಿಸುವುದನ್ನು ನಿಲ್ಲಿಸಿದಳು.

ನನ್ನ ಮೊದಲ ಕ್ಯಾಮರಾವನ್ನು ಖರೀದಿಸಿದ ನಂತರ, ನಾನು ಸೆರೆಹಿಡಿದಿದ್ದ ನೂರಾರು ಛಾಯಾಚಿತ್ರಗಳಲ್ಲಿ ನನಗಿಷ್ಟವಾದವನ್ನು ಆಯ್ಕೆ ಮಾಡಿಕೊಂಡು ನನ್ನ

ಚೀಲದಲ್ಲಿ ಭದ್ರಪಡಿಸಿದೆ. ಅವುಗಳಲ್ಲಿ ಹೆಚ್ಚಿನವು ನಾನು ತೆಗೆದ ದೀಪಸ್ತಂಭದವು, ಆಪಾ ಮತ್ತು ನಮ್ಮಿಬ್ಬರ ಫೋಟೋಗಳು. ನಾನು ಆ ದಡವನ್ನು ಸುರಕ್ಷಿತವಾಗಿ ತಲುಪುವುದರಲ್ಲಿ ಯಶಸ್ವಿಯಾದರೆ ಈ ಚಿತ್ರಗಳು ಮಾತ್ರವೇ ಗಡಿಪಾರಾದ ನನ್ನ ಜೀವಕ್ಕೆ ಕೊಂಚ ಸಮಾಧಾನ ಕೊಟ್ಟಾವು ಎಂಬ ಆಸೆಯಿಂದ ಅವುಗಳನ್ನು ಎತ್ತಿಟ್ಟುಕೊಂಡೆ.

ನಾವಿಬ್ಬರೂ ಸಮುದ್ರ ತೀರಕ್ಕೆ ಹೋದಾಗ ಮಧ್ಯರಾತ್ರಿಯಾಗುತ್ತಿತ್ತು. ದೆವ್ವದಂತೆ ಬೀಸುತ್ತಿದ್ದ ಗಾಳಿಯನ್ನು ಲೆಕ್ಕಿಸದವರಂತೆ ನಾವು ನಟಿಸುತ್ತಿದ್ದೆವು. ಅವಳು ನನಗಾಗಿ ಒಂದು ನೀರಿನ ಹೂಜಿ ಮತ್ತು ಕೆಲವು ತಿಂಡಿ ಪದಾರ್ಥಗಳನ್ನು ತಂದಿದ್ದಳು. ಡಿಂಜಿ ದೋಣಿಯನ್ನು ಸರಿಯಾದ ದಿಕ್ಕಿಗೆ ತಿರುಗಿಸಿ ಸಮುದ್ರಕ್ಕೆ ಇಳಿಸಿದೆವು. ಕಾರ್ಗತ್ತಲ ನೆರಳಿನಲ್ಲಿಯೇ ಕೊನೆಯ ಬಾರಿ ಒಬ್ಬರನ್ನೊಬ್ಬರು ಬಿಗಿದಪ್ಪಿ ವಿದಾಯ ಹೇಳಿದೆವು.

ನಾನು ದಡವನ್ನು ಬಿಟ್ಟು ಹೊರಡುತ್ತಿದ್ದಂತೆ ಗಾಳಿಯ ಹೊಡೆತ ಪೆಡುಸಾಗಿ ಇನ್ನೇನು ಚಂಡಮಾರುತವೇ ಅಡರಲಿದೆ ಎಂಬಂತಿತ್ತು. ಮೇಲೇರುತ್ತಿದ್ದ ಅಲೆಗಳೊಡನೆ ಸಾಗುತ್ತಿದ್ದ ನನ್ನ ಕಣ್ಣಿಗೆ ತುಸುವೇ ಹೊತ್ತಿನಲ್ಲಿ ಆಪಾ ಕಾಣದಾದಳು. ಇಷ್ಟು ದಿನ ವಿಧೇಯವಾಗಿದ್ದ ನಮ್ಮ ಹಳೆಯ ದೋಣಿ ಈಗ ತಬ್ಬಿಬ್ಬಾಗಿ, ನನ್ನನ್ನಾಗಲಿ, ತನ್ನದೇ ಹುಟ್ಟುಗಳನ್ನಾಗಲಿ ಲೆಕ್ಕಿಸದೆ ತೊಯ್ದಾಡುತ್ತಿತ್ತು. ಉಕ್ಕಿ ಬರುತ್ತಿದ್ದ ಅಲೆಗಳ ಪ್ರಹಾರಕ್ಕೆ ಅತ್ತಿತ್ತ ವಾಲಾಡುತ್ತಿತ್ತು. ಅದು ಸಮುದ್ರದ ಪ್ರವಾಹಕ್ಕೆ ಸಿಕ್ಕು ತಲೆಕೆಳಗಾಗದೆ ನನ್ನನ್ನು ಚಿಯೋಸಿನ ದಡಕ್ಕೆ ಮುಟ್ಟಿಸಬಹುದೆ ಎಂಬ ಅನುಮಾನವೂ ಸುಳಿಯಿತು.

ಅಂದು ರಾತ್ರಿ ಎಲಿಯಾಸ್ ಜೀವ ಉಳಿಸಿಕೊಳ್ಳಲು ಶಕ್ಯವಾಗಿತ್ತೇ? ಆ ಚಂಡಮಾರುತದ ರಭಸವನ್ನು ನೆನೆಸಿಕೊಂಡರೆ ಇಂದಿನದು ಸುಳಿಗಾಳಿಯೇ ಸರಿ. ಅಬ್ಬುವಿನ ಪಾಪಕ್ಕೆ ನನಗೆ ಶಿಕ್ಷೆಯೇ? ಅಲ್ಲಾಹು ನನ್ನನ್ನು ಪರೀಕ್ಷಿಸುತ್ತಿದ್ದಾನೆಯೇ? ಅಂದಿನ ದೃಶ್ಯ ಮತ್ತೆ ನನ್ನ ದೃಷ್ಟಿ ಪಟಲದಲ್ಲಿ ಹಾಯ್ದು ಮರೆಯಾಯಿತು. ಅಬ್ಬುವಿನ ಕೋವಿ ಅವನತ್ತ ಗುರಿ ಇಟ್ಟಂತೆಯೇ, ಪಾಪ ಎಲಿಯಾಸ್ ಹುಟ್ಟು ಹಾಕಲು ಸೆಣಸಾಡುತ್ತಾ ಉಕ್ಕಿ ಬರುತ್ತಿದ್ದ ಸಮುದ್ರವನ್ನು ಎದುರಿಸಿದ್ದ.

ಆಪಾ ಮೈಯೆಲ್ಲಾ ಮಣ್ಣಾಗಿ, ಮುಖ ರಕ್ತಸಿಕ್ತವಾಗಿ, ಗವಿಯ ಛಾವಣಿಯನ್ನೇ ದಿಟ್ಟಿಸುತ್ತಾ ಅಮ್ಮಿಯ ಮಡಿಲಲ್ಲಿ ಬಿದ್ದುಕೊಂಡಿದ್ದಳು. ಒಂದು ಕ್ಷಣ ಮಿಣುಕು ದೀಪದ ಬೆಳಕಿನಲ್ಲಿ ಎಲಿಯಾಸ್‌ನ ದೋಣಿ ಚಕ್ಕನೆ ಕಣ್ಣಿಗೆ ಬಿದ್ದು ಮರುಕ್ಷಣವೇ ಹೇಳ ಹೆಸರಿಲ್ಲದೆ ಮಾಯವಾಗಿ ಬಿಟ್ಟಿತ್ತು. ಕೋವಿಯನ್ನು ಭುಜದ ಮೇಲೆ ಹೊತ್ತು ಆಪಾಳನ್ನು ಎತ್ತಿಕೊಂಡು ಅಬ್ಬು ಮನೆಯೆಡೆಗೆ ದಾಪುಗಾಲಿಟ್ಟಿದ್ದ. ನಾವು ಸುಮ್ಮನೆ ಹಿಂಬಾಲಿಸಿದ್ದೆವು. ಹನೀಮ್ ಹಾಲಾ ಪಾಪ ಏನು ಅರಿಯದವಳು, ಆತಂಕದಿಂದ ನಮ್ಮನ್ನು ಎದುರು ನೋಡುತ್ತಿದ್ದಳು. ಆಪಾಳ ಅವತಾರ ನೋಡಿ ಗಂಟಲು ಹರಿಯುವಂತೆ ಆಕ್ರಂದಿಸಿದಳು. ಅಬ್ಬುವಿನ ಸಿಟ್ಟು ಇನ್ನೂ ಇಳಿದಿರಲಿಲ್ಲ. ಸಾಯುವಂತಿದ್ದ ಆಪಾಳನ್ನು ಮನೆಯೊಳಗೆ ಕೊಂಡೊಯ್ಯುವ ಬದಲು ಟ್ಯಾಂಕ್ ಷೆಡ್ಡಿನಲ್ಲಿ ನೂಕಿ ಬೀಗ ಜಡಿದುಬಿಟ್ಟಿದ್ದ. ಹಾಲಾ ಮತ್ತು ಅಮ್ಮಿ ಅವನ ಮನಸ್ಸನ್ನು

ಬದಲಿಸಲು ಶತಪ್ರಯತ್ನ ಮಾಡಿದರೂ ಸಾಧ್ಯವಾಗಿರಲಿಲ್ಲ. ನಾನಂತೂ ದಿಗ್ಮೂಢನಾಗಿ ನಾಲಿಗೆ ಸೆಳೆದು ಹೋದಂತೆ ಸುಮ್ಮನೆ ಕುಳಿತುಬಿಟ್ಟಿದ್ದೆ. ಹಾಲಾಳ ಆಕ್ರಂದನ ಮುಗಿಲು ಮುಟ್ಟಿತ್ತು.

"ಈ ಪವಿತ್ರ ದಿನದಂದು ಸಹ ಇಂಥ ಪಾಪದ ಕೆಲಸಾನ? ನಿನ್ನನ್ನು ನಾನು ಎಂದೂ ಕ್ಷಮಿಸೋದಿಲ್ಲ!"

ಆ ಶಬ್ದಗಳು ಅಬ್ಬುವಿನ ಮನಸ್ಸನ್ನು ಇರಿದವೇನೋ ತಿಳಿಯದು, ಟ್ಯಾಂಕ್ ಷೆಡ್ಡಿನ ಕೀಲಿಯನ್ನು ಅವಳ ಕಡೆಗೆ ಎಸೆದು, ಕೋವಿಯನ್ನು ಹೊತ್ತುಕೊಂಡು ದೀಪ ಸ್ತಂಭದ ಮನೆಯತ್ತ ನಡೆಯುತ್ತಾ "ಕವಾಟವನ್ನು ತೆರೆದು ಬಿಟ್ಟು, ಬಾ ಇಲ್ಲಿ!" ಎಂದು ನನ್ನ ಕಡೆ ನೋಡುತ್ತಾ ಆರ್ಭಟಿಸಿದ. ನಾನು ತಕ್ಷಣ ಕಾರ್ಯ ಸನ್ನದ್ಧನಾಗಿ, ಕೀಲಿ ಕೈಯನ್ನು ಒಂದೇ ಏಟಿಗೆ ಎತ್ತಿಕೊಂಡು ಶೆಡ್ಡಿನತ್ತ ಓಡಿದೆ. ಅವಳು ನೆಲದ ಮೇಲೆ ನಿಶ್ಚಲವಾಗಿ ಬಿದ್ದಿದ್ದಳು. ಹಾಲಾ ಮತ್ತು ಅಮ್ಮಿ ನನ್ನ ಹಿಂದಿನಿಂದಲೇ ಗಡಿಬಿಡಿಯಲ್ಲಿ ಅಲ್ಲಿಗೆ ಬಂದವರು, ಹಿಟ್ಟಿನ ಚೀಲವನ್ನು ಎತ್ತಿದಂತೆ ಆಪಾಳನ್ನು ಎತ್ತಿ ಮನೆಯೊಳಗೆ ಕೊಂಡೊಯ್ದರು.

ಯಾರಾದರೂ ಕವಾಟವನ್ನು ತಿರುಗಿಸಲೇ ಬೇಕಿದ್ದರೂ, ಯಾರು ಅದನ್ನು ಮಾಡಬೇಕೆಂದು ಗಲಿಬಿಲಿಯಾಗಿ, ಕೊನೆಗೆ ನಾನೇ ಕವಾಟವನ್ನು ತಿರುಗಿಸಿದೆ. ಕರ್ಫ್ಯೂ ಜಾರಿಯಲ್ಲಿದ್ದುದರಿಂದ ನಾವು ದೀಪವನ್ನು ಬೆಳಗಿಸುವುದಕ್ಕೆ ಕಠಿಣ ನಿರ್ಬಂಧವಿತ್ತು. ಆದರೆ ಅಬ್ಬು ಕಡ್ಡಿಗೀರಿ ದೀಪವನ್ನು ಉರಿಸಿಯೇ ಬಿಟ್ಟ. ಅಷ್ಟು ದಿನಗಳಿಂದ ನಿದ್ದೆಯಲ್ಲಿದ್ದ ದೀಪ ಮತ್ತು ಗಡಿಯಾರ ಎರಡೂ ತಮ್ಮ ಕೆಲಸ ಪ್ರಾರಂಭಿಸಲು ಸುರಿಯುತ್ತಿದ್ದ ಮಳೆ ದೀಪದ ಮಿಂಚನ್ನೇ ಸೀಳುವಂತೆ ತೋರುತ್ತಿತ್ತು. ಎಲಿಯಾಸ್ ಎಲ್ಲೂ ಕಾಣಿಸುತ್ತಿಲ್ಲ ಎಂಬುದನ್ನು ಅಬ್ಬು ದೃಢಪಡಿಸಿಕೊಂಡ. ದೂರದಲ್ಲೆಲ್ಲೋ ಕಪ್ಪು ಚುಕ್ಕೆಯಂತೆ ಕಾಣುತ್ತಿರುವುದು ನೌಕೆಯೋ ಅಲ್ಲವೋ ಎಂಬುದನ್ನು ಖಚಿತವಾಗಿ ಹೇಳಲಾಗುತ್ತಿರಲಿಲ್ಲ. ಆ ಪ್ರಳಯ ಪ್ರಾಯವಾದ ನೀರಿನ ಪ್ರವಾಹದಲ್ಲಿ ಪ್ರವಾದಿ ನೋವಾನಂತೆ ಪಾಪ ಎಲಿಯಾಸ್ ಒಬ್ಬನೇ ಸಮುದ್ರ ದೇವತೆಯ ಮೊರೆ ಹೊಕ್ಕಂತೆ ತೇಲಿ ಹೋಗಿಬಿಟ್ಟಿದ್ದ.

ಈಗ ಗಾಳಿಯ ಹೊಡೆತ ಇನ್ನೂ ಬಿರುಸಾಯಿತು. ನೀರಿನ ಹೂಜಿ ಒಡೆದು ನನ್ನ ಕಾಲ ಬಳಿ ಅತ್ತಿಂದಿತ್ತ ಉರುಳಾಡುತ್ತಿತ್ತು. ಕೊರೆಯುವ ಚಳಿಯಲ್ಲಿ ನನ್ನ ಹಲ್ಲುಗಳ ಕಟಕಟಿಸುವಿಕೆ ನನಗೇ ಕೇಳಿಸುತ್ತಿರಲು, ಸಮುದ್ರ ಕಬ್ಬಿಣದ ಕವಚದಂತೆ ನನ್ನನ್ನು ಬಿಗಿಹಿಡಿದುಬಿಟ್ಟಿತ್ತು. ದೋಣಿಯ ಅಂಚನ್ನೇರಿ ಒಳಗೆ ನುಗ್ಗುತ್ತಿದ್ದ ನೀರು, ಜೊತೆಗೆ ಧಾರಾಕಾರ ಸುಳಿಯುತ್ತಿದ್ದ ಮಳೆ ಎರಡರಿಂದಲೂ ನಾನು ತೊಯ್ದುತೊಪ್ಪೆಯಾಗಿದ್ದೆ. ನನ್ನ ಪಾಲಿಗಂತೂ ಅದು ಪ್ರಳಯವೇ ಆಗಿತ್ತು. ದೀಪಸ್ತಂಭದ ಮನೆಯ ಜ್ವಾಲೆ ಮಿಂಚಿದಾಗಲೆಲ್ಲ, ಮಳೆ ಹನಿಗಳು, ತೆಳ್ಳನೆಯ ಬೆಳಕಿನ ಹಗ್ಗಗಳಂತೆ ಸಮುದ್ರದ ಮೇಲ್ಪದರದ ಮೇಲೆ ಮಿನುಗುತ್ತಿದ್ದವು. ಬಾಣದಂತೆ ಇರಿಯುತ್ತಿದ್ದವು. ಮಿನಾರಿನ ತುದಿಯಲ್ಲಿ ಆಪಾ ನಿಂತಿರುವುದು ಅಸ್ಪಷ್ಟವಾಗಿ ಗೋಚರವಾಗುತ್ತಿತ್ತು. ಅವಳು

ನನ್ನನ್ನು ಗುರುತಿಸುವ ಆಸೆಯಿಂದ ಸಮುದ್ರವನ್ನೇ ನಿಟ್ಟಿಸುತ್ತಿದ್ದಳೆನಿಸುತ್ತದೆ. ಆದರೆ ಅಂದು ರಾತ್ರಿ ಅಬ್ಬು ಮತ್ತು ನನಗೆ, ಎಲಿಯಾಸ್ ಹೇಗೆ ಕಂಡಿರಲಿಲ್ಲವೋ, ಹಾಗೆಯೇ ಈಗಲೂ ನಾನು ಅವಳಿಗೆ ಗೋಚರವಾಗದಿರುವ ಶಕ್ಯತೆಯೇ ಹೆಚ್ಚು. ನಾನು ಹುಟ್ಟು ಹಾಕುತ್ತಿದ್ದರೂ ಕೂಡ, ನನ್ನ ಕಣ್ಣುಗಳು ದೀಪಸ್ತಂಭದ ಮೇಲೆ ಕೇಂದ್ರೀಕೃತವಾಗಿದ್ದವು. ಕೊನೆಗೊಮ್ಮೆ ಮಳೆ ತುಂಬಾ ಜೋರಾಗಿ ಸುರಿಯಲಾರಂಭಿಸಿ ಸಮುದ್ರದ ಮೇಲೆ ಮಂಜಿನಂತಹ ಪದರ ಹರಡಲಾಗಿ ಆಪಾಳ ಛಾಯಾರೂಪ ಸಂಪೂರ್ಣವಾಗಿ ಮರೆಯಾಯಿತು.

ನಾನು ಎಲ್ಲರಿಂದಲೂ, ಎಲ್ಲದರಿಂದಲೂ, ಆಪಾಳಿಂದಲೂ ಸಹ ದೂರವಾಗಿ ಬಿಟ್ಟೆ! ಆ ಕಪ್ಪು ಸಮುದ್ರದಲ್ಲಿ ಗಡಗಡ ನಡುಗುತ್ತಾ ಒಬ್ಬನೇ ಉಳಿದುಬಿಟ್ಟೆ... ದೀಪಸ್ತಂಭದ ಮಿನುಗು ಮಾತ್ರವೇ ಕಾಣಿಸುತ್ತಿತ್ತು. ಮೂರು ಬಾರಿ ಕ್ಷಣಿಕವಾಗಿ ಮತ್ತೊಮ್ಮೆ ದೀರ್ಘವಾಗಿ! ಆ ಕ್ಷಣದಲ್ಲಿ ನಾನು ಜೀವಂತವಿದ್ದೇನೆ, ಜೀವನಕ್ಕೂ ನನಗೂ ಯಾವುದಾದರೂ ಕೊಂಡಿ ಇನ್ನೂ ಇದೆ ಎಂಬುದನ್ನು ನೆನಪಿಸುತ್ತಿದ್ದುದು ಆ ಮಿನುಗು ಮಾತ್ರವೇ ಆಗಿತ್ತು. ನಾನು ಮುಂದೆ ಸಾಗಿದಂತೆ ಆ ಬೆಳಕು ಸಹ ಕ್ಷೀಣವಾಗಿ ಬರೀ ಚುಕ್ಕಿಯಾಗಿ ಬಿಟ್ಟಿತು. ನೀರಿನ ಹೂಜಿ ಈಗ ಉರುಳಾಡುತ್ತಿರಲಿಲ್ಲ, ಹೊರತಾಗಿ ದೋಣಿಯ ತಳಭಾಗದಲ್ಲಿ ಉಂಟಾಗಿದ್ದ ಪುಟ್ಟ ಸಮುದ್ರದಲ್ಲಿ ತೇಲಾಡುತ್ತಿತ್ತು. ಆಪಾ ಕೊಟ್ಟಿದ್ದ ಬುತ್ತಿ ಗಂಟು ದೋಣಿಯ ತಳ ಕಂಡಿತ್ತು. ಫೋಟೋಗಳಿದ್ದ ನನ್ನ ಚೀಲವೂ ಕಾಣಿಸುತ್ತಿರಲಿಲ್ಲ. ಪ್ರವಾಹದಲ್ಲಿ ಕೊಚ್ಚಿ ಹೋಗಿರಬಹುದು. ಈಗ ನಾನು ಏನೊಂದೂ ಉಪಾಯ ಮಾಡದಿದ್ದಲ್ಲಿ ನೀರು ನನ್ನನ್ನು ಸೆಳೆದುಕೊಂಡೇ ಬಿಡುವುದರಲ್ಲಿತ್ತು. ಹೂಜಿಯನ್ನು ಇನ್ನು ಸ್ವಲ್ಪ ಒಡೆದು, ಅದರ ಬಾಯಿಯನ್ನು ಅಗಲ ಮಾಡಿ ಅದರಿಂದ ನೀರನ್ನು ಎತ್ತಿ ಹೊರಹಾಕಲಾರಂಭಿಸಿದೆ. ಸದ್ಯ! ಹುಟ್ಟುಗಳನ್ನು ಭದ್ರ ಮಾಡಿದ್ದೆ, ಇಲ್ಲವಾದರೆ ಆ ಹುಚ್ಚು ಹೊಳೆ ಅವುಗಳನ್ನೂ ಕೊಚ್ಚಿಕೊಂಡು ಬಿಡುತ್ತಿತ್ತು

ಆಕಾಶ ನಿಧಾನವಾಗಿ ವರ್ಣರಂಜಿತವಾಗಲು ಎದುರುಗಡೆಯಿಂದ ಸೂರ್ಯ ಉದಯಿಸಿದ! ಸೂರ್ಯನ ಬೆಳಕು ಮಿಣುಕುದೀಪವನ್ನು ನುಂಗಿ ಹಾಕಿತ್ತು. ನನ್ನ ಮೈಯಲ್ಲಿನ ಅಸಾಧ್ಯ ದಣಿವು ನಾನಿನ್ನೂ ಬಿರುಗಾಳಿಯೊಂದಿಗೆ ಸೆಣಸಾಡುತ್ತಲೇ ಇದ್ದೇನೆ ಅನ್ನಿಸುವಂತೆ ಮಾಡುತ್ತಿತ್ತು. ನೀರನ್ನು ತಳ್ಳಿ ದಣಿದ ನನ್ನ ದೋಣಿಯ ಹುಟ್ಟುಗಳು ನೀರಿನಲ್ಲಿ ಗುಲಾಬಿ ವರ್ತುಲಾಕಾರದ ಸೆಲೆಗಳನ್ನು ರೂಪಿಸುತ್ತಿದ್ದಂತೆ, ಸಮುದ್ರ ಈಗ ಗಾಜಿನಂತೆ ಶುಭ್ರವಾಗಿದೆ ಎಂದು ಅರಿವಾಯಿತು! ನೀರಿನಿಂದ ಪೆರಿಸ್ಕೋಪಿನಂತೆ ಯಾವುದೋ ವಸ್ತು ಮೇಲಕ್ಕೆ ಚಿಮ್ಮಿ ನನ್ನನ್ನು ನೋಡುತ್ತಿದೆ ಎನಿಸಿತು! ಮರುಕ್ಷಣ ಮತ್ತೊಂದು ಅಂತಹುದೇ! ನಿಟ್ಟಿಸಿ ನೋಡಿದರೆ ಅವು ನೀರು ಕಾಗೆಗಳಾಗಿದ್ದವು. ಅವು ಬೆಚ್ಚುತ್ತಾ, ತಮ್ಮ ಉದ್ದ ಕೊಕ್ಕುಮೂತಿಗಳನ್ನು ಚಾಚಿ, ಮನಸ್ಸಿಲ್ಲದಂತೆ, ಭಾರವಾದ ಸರಕುವಿಮಾನದಂತೆ ಹಾರಿಬಿಟ್ಟವು! ಹಾಗಿದ್ದರೆ ನಾನು ದಡದಿಂದ ಅಷ್ಟೇನೂ ದೂರವಿರಲಿಕ್ಕಿಲ್ಲ ಎಂದೆನಿಸಿತು. ತಲೆಯೆತ್ತಿ ನೋಡುತ್ತಿರಲು

ಚಿಯೋಸಿನ ಸುಣ್ಣ ಬಡಿದ ಮನೆಗಳು ಅವುಗಳ ಲೌಲಾಕಿ ನೀಲಿ ಕಣ್ಣುಗಳಿಂದ ನನ್ನನ್ನೇ ನೋಡುತ್ತಾ ನಗೆ ಬೀರುತ್ತಿದ್ದವು!

ನಾಲ್ಕನೆಯ ಅಧ್ಯಾಯ

ಡುಯಿಸ್ ಬರ್ಗ್‌ನಲ್ಲಿರುವ ವಲಸೆಗಾರರ ಜಿಲ್ಲೆಯಾಗಿದ್ದ ಮಾರ್ಕ್ಸ್ ಲೋಹ್‌ನ ಆ ಟರ್ಕಿಶ್ ಕಾಫಿಹೌಸುಗಳನ್ನು ಯಾವಾಗಲೂ ನನ್ನಂತಹ ನಿರುದ್ಯೋಗಿ ನಿರಾಶ್ರಿತರು ಆಶ್ರಯಿಸಿರುತ್ತಿದ್ದರು. ಮಂಜು ಮುಸುಕಿದ ಕಿಟಕಿ ಗಾಜುಗಳ ಹಿಂದೆ, ಸ್ಟ್ರಿಪ್ ಲೈಟುಗಳ ಕೆಳಗಡೆ ಎಡಪಂಥೀಯರು ಮತ್ತು ಬಲಪಂಥೀಯರು, ದಿನವಿಡೀ ದುಡಿದು ದಣಿವಾರಿಸಿಕೊಳ್ಳುತ್ತಿದ್ದ ಲೋಹದ ಕೆಲಸಗಾರರು, ಗಣಿ ಕೆಲಸದವರು ಇತ್ಯಾದಿ ಹಲವಾರು ಬಗೆಯ ಜನರ ಮಧ್ಯದಲ್ಲಿ ಪ್ರತ್ಯೇಕ ಮೇಜುಗಳಲ್ಲಿ ಕುಳಿತುಕೊಂಡು, ಯಾವುದೋ ಹೆಸರಿಲ್ಲದ ಕದನ ವಿರಾಮದ ಹಿನ್ನೆಲೆಯಲ್ಲಿ, ಗಡಿಯಾರವನ್ನೇ ಗಮನಿಸುತ್ತಾ, ರೇಡಿಯೋದಲ್ಲಿ ಬರುತ್ತಿದ್ದ ಸರ್ಬೋ-ಕ್ರೊಯೇಷಿಯಾದ ಸುದ್ದಿ ಪ್ರಸಾರ ಕೊನೆಗೊಳ್ಳುವುದನ್ನು ಅಸಹನೆಯಿಂದ ಇದಿರು ನೋಡುತ್ತಿದ್ದರು. ಮುಂದಿನ ಕೆಲವೇ ನಿಮಿಷಗಳಲ್ಲಿ, ಗುಲ್ನಿಹಾಲ್ ಅವರ ಉತ್ಸಾಹಭರಿತ ದನಿ ರೇಡಿಯೋ ಕೊಲೋನ್‌ನ ಟರ್ಕಿಶ್ ಪ್ರಸಾರದ ಕಾರ್ಯಕ್ರಮ ಪ್ರಾರಂಭವಾಗುತ್ತಿತ್ತು.

ಅವರೆಲ್ಲ ಕಾಡು ಬೆಂಕಿಯಿಂದ ಓಡಿಹೋಗುವ ಸಿಂಹ-ಜಿಂಕೆಗಳ ಜೋಡಿಯಂತೆ, ಒಬ್ಬರನ್ನೊಬ್ಬರು ಗಮನಿಸದಿರದಂತೆ ನಟಿಸುತ್ತಿದ್ದರು. ಏನಾದರೂ ಗಲಭೆಯಾದಲ್ಲಿ ಗಡಿಪಾರೇ ಗತಿ ಎಂದು ಅವರಿಗೆಲ್ಲ ಜರ್ಮನ್ನರು ಬೆದರಿಕೆ ಹಾಕಿದ್ದರು ನೋಡಿ, ಅದಕ್ಕೆ! ಅಕ್ಕಪಕ್ಕದಲ್ಲಿದ್ದ ಗೋಡೆಗಳ ಮೇಲೆ ಕಂಡುಬರುತ್ತಿದ್ದ ಸಾಂದರ್ಭಿಕ ರಾಜಕೀಯ ಘೋಷವಾಕ್ಯಗಳನ್ನು ಹೊರತಾಗಿಯೂ ಈ ಅನಿರ್ದಿಷ್ಟ ಭೇಟಿಯಲ್ಲಿ ಅತ್ಯಂತ ತೀವ್ರ ವ್ಯಕ್ತಿತ್ವದ ಉಗ್ರಗಾಮಿಯಾದರೂ ಸಹ ಒಂದು ಕುರಿಮರಿಯಷ್ಟೇ ಅಧೀರನಾಗಿರುತ್ತಿದ್ದ. ಅವನ ಇರವು ಅಷ್ಟೇ ನಿಗೂಢವಾಗಿರುತ್ತಿತ್ತು.

ಜರ್ಮನ್ ಅಧಿಕಾರಿಗಳ ದುಭಾಷಿಯಂತೆ ಕೆಲಸ ಮಾಡುತ್ತಿದ್ದ ಲೆದರ್ ಜಾಕೆಟ್ ಧರಿಸಿದ್ದ ಒಬ್ಬ ಯುವಕ ಅವನ ಕನ್ನಡಕಗಳ ಹಿಂದಿನಿಂದ ನನ್ನತ್ತ ಒಂದು ಉದಾಸೀನದ ಯಾಂತ್ರಿಕ ನೋಟ ಬೀರುತ್ತಿದ್ದ. ಅಷ್ಟು ವರ್ಷಗಳ ಶಿಕ್ಷಕ ವೃತ್ತಿಯಲ್ಲಿ

ನಾನು ಟರ್ಕಿಯ ಎಲ್ಲಾ ಪ್ರಾಂತ್ಯಗಳ ತರಹೆವಾರಿ ಭಾಷಾ ಶೈಲಿಗಳನ್ನು ಕೇಳಿದ್ದರಿಂದ ಯಾರು ಎಲ್ಲಿಯವರು ಎಂಬುದನ್ನು ಸುಲಭವಾಗಿ ಗುರುತಿಸಬಲ್ಲವನಾಗಿದ್ದೆ. ಆದರೂ ಕೂಡ ಈ ಯುವಕನ ಮೂಲವನ್ನು ನಿಖರವಾಗಿ ಹೇಳಲಾಗುತ್ತಿರಲಿಲ್ಲ. ಅನಟೋಲಿಯಾದ ಎಲ್ಲಾ ಭಾಷಾ ವೈಖರಿಗಳಿಗೆ, ಜರ್ಮನ್ ಭಾಷೆಯ ಲೇಪನ ಮಾಡಿದಂತೆ ಮಾತನಾಡುತ್ತಿದ್ದ! ದಟ್ಟ ಗುಂಗುರು ಕೂದಲು ಮತ್ತು ಕತ್ತಿನಲ್ಲಿ ದಪ್ಪನೆಯ ಚಿನ್ನದ ಸರದಿಂದಾಗಿ ವಿಶಿಷ್ಟವಾಗಿ ತೋರುತ್ತಿದ್ದ ಅವನು, ವಿಚಿತ್ರವಾಗಿ ತೊದಲುತ್ತಾ, ಅರ್ಧಂಬರ್ಧ ಮಾತುಗಳನ್ನು ನುಂಗುತ್ತಾ ಮಾತನಾಡುವುದು ನನಗೆ ಕಿರಿಕಿರಿ ಉಂಟು ಮಾಡುತ್ತಿತ್ತು. ಅವನು ಹೇಳುವುದರಲ್ಲಿ ಅರ್ಧಕ್ಕರ್ಧ ಅರ್ಥವೇ ಆಗುತ್ತಿರಲಿಲ್ಲವಾದ್ದರಿಂದ ಅವನನ್ನು ಚೆನ್ನಾಗಿ ತದಕಿ ಆ ಚುಯಿಂಗ್ ಗಮ್ ಅಗಿಯುತ್ತಿದ್ದ ಅವನ ದವಡೆಯ ಹಲ್ಲುಗಳನ್ನು ಉದುರಿಸಲು ಏರಿ ಹೋಗಿಬಿಡಬೇಕೆನಿಸುತ್ತಿತ್ತು.

"ಇಲ್ಲಿಗ್ಯಾಕೆ ಬಂದೆ ಅಂದ್ರೆ ಏನರ್ಥ?" ನಾನು ಕಿರುಚಿದೆ. "ಜೀವದ ಭಯ ಇಲ್ಲದೆ ಇದ್ರೆ ನನ್ನ ಸುಂದರವಾದ ದೇಶ ಬಿಟ್ಟು ಇಲ್ಲಿಗ್ಯಾಕೆ ಬರ್ತಾ ಇದ್ದೆ?" ನನ್ನ ಜೊತೆಯಿದ್ದ ಗೆಳೆಯ ತಾಹಿರ್ ನನ್ನ ಭುಜವನ್ನು ಹಿಡಿದೆಳೆದು ನನ್ನನ್ನು ಶಾಂತವಾಗಿರಿಸಲು ಪ್ರಯತ್ನಿಸಿದ. ಯಾವುದೇ ಭಾವನೆಗಳಿಲ್ಲದೆ, ಕಡುನೀಲಿ ಕಣ್ಣುಗಳಿಂದ ಮತ್ತೆ ನನ್ನನ್ನೆ ದಿಟ್ಟಿಸುತ್ತ ಆ ಜರ್ಮನ್ ಅಧಿಕಾರಿ ರೋಬೋಟಿನಷ್ಟೆ ಯಾಂತ್ರಿಕವಾಗಿ ಅದೇ ಪ್ರಶ್ನೆಯನ್ನು ಪುನರಾವರ್ತಿಸಿದ.

ಆ ಮೇಜಿನ ಮೇಲಿದ್ದ ಫೈಲುಗಳ ರಾಶಿಯ ಕಡೆಗೇ ನೋಡುತ್ತಾ ನಾನು ಒಂದೇ ಉಸಿರಿನಲ್ಲಿ "ನನ್ನ ಜೀವ ಉಳಿಸಿಕೊಳ್ಳೋದಕ್ಕೋಸ್ಕರ!" ಎಂದು ಉತ್ತರಿಸಿದೆ. ಆದರೆ ಆ ದುಭಾಷಿ ನಾನು ಹೇಳಿದ್ದನ್ನೇ ಚುಯಿಂಗ್ ಗಮ್ಮಿನಂತೆ ಎಳೆದು ಉದ್ದವಾಗಿಸಿ ಅದೇನೋ ಹೇಳಿದ. ನಾನು 'ಅವನೇನು ಹೇಳ್ತಾ ಇದಾನೆ? ನಾನು ಅಷ್ಟೊಂದು ಶಬ್ದಗಳನ್ನ ಹೇಳಲೆ ಇಲ್ಲವಲ್ಲ!' ಎಂದುಕೊಂಡೆ. ನನ್ನ ಮಾತನ್ನು ತಪ್ಪಾಗಿ ಅರ್ಥೈಸುತ್ತಿದ್ದಾನೆ ಎಂದು ಆತಂಕವಾಯಿತು. ಸದ್ಯ ತಾಹಿರ್ 'ಚಿಂತೆ ಮಾಡ್ಬೇಡ, ಎಲ್ಲಾ ಸರಿಯಾಗೆ ಹೇಳ್ತಾ ಇದಾನೆ' ಎನ್ನುವಂತೆ ನನ್ನತ್ತ ಭರವಸೆಯ ನೋಟ ಬೀರುತ್ತಿದ್ದ.

"ನೀನು ಜರ್ಮನಿಗೆ ಹೇಗೆ ಬಂದೆ?"

ಚಿಯೋಸಿನ ಬಿಳಿ ಬಣ್ಣದ ಮನೆಗಳು ನನ್ನ ಕಣ್ಣ ಮುಂದೆ ಬಂದವು ಮತ್ತು ದೋಣಿಯ ಹುಟ್ಟುಗಳು ನೀರನ್ನು ಸ್ಪರ್ಶಿಸುವ ಸದ್ದು ನನ್ನ ಕಿವಿಯನ್ನು ತುಂಬಿತು. ಸಾವಿನ ಮನೆಯನ್ನು ಹೊಕ್ಕು ತಕ್ಷಣವೇ ಹೊರಬಂದಂತೆ ಭಾಸವಾಯಿತು! ಎಪ್ಪತ್ತು ವರ್ಷಗಳ ಹಿಂದೆ ಅಬ್ಬು ಮತ್ತು ಹನೀಮ್ ಹಾಲಾ ತೊರೆದು ಬಂದ ಅದೇ ನೆಲದ ಮೇಲೆ ಕಾಲಿಡುತ್ತಿರುವ ಆ ಭಾವನೆಗಳು!

"ಟರ್ಕಿಯಲ್ಲಿ ನಿನಗೇನಾದರೂ ಕೆಲಸ ಇತ್ತೊ ಅಥವಾ ನಿರುದ್ಯೋಗಿಯಾಗಿದ್ಯಾ?"

"ಏನ್ ಹೇಳ್ತಾ ಇದ್ಯ ನೀನು? ಟರ್ಕಿ ಭಾಷೆಲಿ ಮಾತಾಡು!" ಎಂದು ಇದೆಲ್ಲಾ

ದುಭಾಷಿಯದೆ ತಪ್ಪು ಎಂಬಂತೆ ಅವನನ್ನು ನೋಡುತ್ತಾ ಕಿರುಚಿದೆ. ಈ ಬಾರಿ ತಾಹಿರ್ ಮಧ್ಯೆ ಬಾಯಿ ಹಾಕಿದ. ಅವನನ್ನು ಕಂಡರೆ ಅವರಿಗೆ ಗೌರವವಿತ್ತು. ಅವರಿಗೆ ನಾನೂ ಒಬ್ಬ ಬರಹಗಾರನೆಂದು, ನನ್ನ ಬರಹಗಳಿಗಾಗಿ ಸೆರೆಯಾಗಿದ್ದೇನೆಂದು, ಟರ್ಕಿಯಲ್ಲಿ ನನ್ನನ್ನು ರಾಜಕೀಯ ಖೈದಿಯೆಂದು ಘೋಷಿಸಿ ಹುಡುಕುತ್ತಿದ್ದಾರೆಂದು ವಿವರಿಸಿದಾಗ ರೋಬೋಟಿನಂತಿದ್ದ ಜರ್ಮನ್ ಅಧಿಕಾರಿ ನಿರಾಳನಾದ. ಅವನ ಮುಖದಲ್ಲಿನ ಬದಲಾವಣೆಗಳನ್ನು ನಾನು ನಗುವೆಂದೇ ಕಲ್ಪಿಸಿಕೊಂಡೆ. ಶೂನ್ಯದಲ್ಲಿ ದಿಟ್ಟಿಸುವಂತಿದ್ದ ಅವನ ಕಣ್ಣುಗಳಲ್ಲಿನ ಭಾವ ತುಸು ಬದಲಾಯಿತು. ಅವನ ಕಾರ್ಯವಿಧಾನಗಳ ಉದ್ದ ಪಟ್ಟಿಯಲ್ಲಿ ಈ ಸಂದರ್ಶನ ಒಂದು ಚಿಕ್ಕ ಸಂಗತಿಯಾಗಿತ್ತು. ಅಂತೂ ಕೊನೆಗೆ ನನಗೆ ಅಧಿಕೃತವಾಗಿ, ವಲಸೆಗಾರನೆಂಬ ಗುರುತಿನ ಚೀಟಿ ಮತ್ತು ಸಂಬಳವೆಂಬ ಹೆಸರಿನ ಒಂದಷ್ಟು ಪುಡಿಗಾಸು ಸಹ ದೊರಕಿತು.

ಸಾಯಂಕಾಲವಾಗುತ್ತಿದ್ದಂತೆ ಹಬೆಯಾಡುವ ಹಿಮಪಾತ ಇಡೀ ನಗರವನ್ನೇ ನುಂಗಿದಂತೆ ಕಾಣುತ್ತಿತ್ತು. ಆ ತಣ್ಣನೆಯ ಗಾಳಿಯಿಂದಾಗಿ ಗಂಟಲು ನೋವು, ಕಿರಿಕಿರಿ ಪ್ರಾರಂಭವಾಯಿತು. ಇಡೀ ದಿನ ಬೂದು ಬಣ್ಣದಲ್ಲಿ ಮುಳುಗಿದ ಶಹರ ಬೆಳಕು ಕಡಿಮೆಯಾಗುತ್ತಿದ್ದ ಹಾಗೆ ಮೋಡಮುಸುಕಿ ಇನ್ನೂ ಮಂಕಾಗಿ ಬಿಡುತ್ತಿತ್ತು.

ಇಲ್ಲಿಗೆ ಬಂದು ತಿಂಗಳುಗಳು ಕಳೆದಿದ್ದರೂ ನನ್ನ ಮುಂದಿನ ದಾರಿ ಏನೆಂಬುದನ್ನು ಇನ್ನೂ ನಿರ್ಧರಿಸಲಾಗಿರಲಿಲ್ಲ. 'ಹೀಮ್*' ಎಂದು ಹೆಸರಿಟ್ಟುಕೊಂಡಿದ್ದ ನಿರಾಶ್ರಿತರ ಹಾಸ್ಟೆಲ್ಲನ್ನು ಬಿಟ್ಟು ನಾನೀಗ ಎಂಭತ್ತೈದು ವರ್ಷ ವಯಸ್ಸಿನ ಫ್ರೌಲಿನ್ ಸ್ಮಿತ್ ಎಂಬ ವೃದ್ಧೆಯ ಮನೆಯಲ್ಲಿ ಬಾಡಿಗೆದಾರನಾಗಿದ್ದೆ. ಅದು ಕಿಟಕಿಯಿರುವ ಒಂದು ಪುಟ್ಟ ಕೋಣೆಯಾಗಿತ್ತು. ಅವಳು ತನ್ನ ಜೀವಿತಾವಧಿಯಲ್ಲಿ ಎರಡು ಮಹಾಯುದ್ಧಗಳನ್ನು ಕಂಡ ಅನುಭವಸ್ಥೆ.

ಈ ಊರು ಒಂದು ವಲಸೆಗಾರರ ಗಣರಾಜ್ಯದಂತಿತ್ತು. ದಿನಗಳು ಉರುಳಿದಂತೆ ನಿಧಾನವಾಗಿ ಸ್ನೇಹಿತರನ್ನು ಮಾಡಿಕೊಳ್ಳಲು ಶುರುಮಾಡಿದೆ. ಅಲ್ಬೇನಿಯನ್ನರು, ಇಟಾಲಿಯನ್ನರು ಮತ್ತು ಸ್ಪೇನ್ ದೇಶದಿಂದ ಇಲ್ಲಿಗೆ ವಲಸೆ ಬಂದಿದ್ದ ಹಲವರು ನನ್ನ ಸ್ನೇಹಿತರಾದರೂ, ಗ್ರೀಕರೊಂದಿಗೆ ತುಂಬಾ ಚೆನ್ನಾಗಿ ಹೊಂದಿಕೊಳ್ಳುತ್ತಿದ್ದೆ. ಹೊಸದಾಗಿ ಕಲಿತ ಹರುಕು ಮುರುಕು ಜರ್ಮನ್ ಭಾಷೆಯಲ್ಲಿ ಸಂಭಾಷಿಸಬಲ್ಲ ನನ್ನ ಸಾಧನೆ ನನಗೇ ಆಶ್ಚರ್ಯ ತರುತ್ತಿತ್ತು!

ತಾಹಿರನ ಗೆಳೆತನ ನನ್ನ ಬುದ್ಧಿಜೀವಿ ವಲಯವನ್ನು ವಿಸ್ತಾರಗೊಳಿಸಿತು. ನನ್ನ ಪುಸ್ತಕಗಳನ್ನು ಜರ್ಮನ್‌ಗೆ ಭಾಷಾಂತರಿಸಿ ಪ್ರಕಟಿಸುವೆ ಎಂಬ ಆಶ್ವಾಸನೆ ಕೂಡ ಪ್ರಕಾಶಕನೊಬ್ಬನಿಂದ ಬಂದೊದಗಿತು. ಏನೋ ಒಳ್ಳೆಯ ದಿನಗಳು ನನ್ನ ಪಾಲಿಗೆ ಬರುತ್ತಿವೆ ಎಂದುಕೊಂಡರೂ ಮನಸ್ಸಿನಲ್ಲಿ ಯಾವುದೋ ಅವ್ಯಕ್ತ ಕಳವಳವಿತ್ತು. ಎಲ್ಲೋ ಏನೋ ಸರಿಯಾಗಿಲ್ಲವೆನಿಸುತ್ತಿತ್ತು. ಆಪಾನ ವಿಚಾರ ಮನಸ್ಸಿನಿಂದ ಮರೆಯಾಗುತ್ತಲೇ ಇರಲಿಲ್ಲ. 'ನನ್ನ ಹೊರತು ಅವಳಿಗೆ ಯಾರೂ ಇಲ್ಲ...' ಎಂಬ

* ಹೀಮ್ – ಮನೆ

ಯೋಚನೆಯಿಂದ ಆತಂಕ, ದುಃಖ, ಅಪರಾಧಪ್ರಜ್ಞೆ ಮರುಕಳಿಸುತ್ತಿದ್ದವು. ಆ ನನ್ನ ದೇಶ, ದೀಪಸ್ತಂಭದ ನಮ್ಮ ಮನೆ, ನನ್ನ ಆಪಾ ಎಲ್ಲವನ್ನು ಮತ್ತೆ ಮತ್ತೆ ನೋಡಬೇಕೆಂಬ ಹಂಬಲವಾಗುತ್ತಿದ್ದರೂ ಅಪರೂಪಕ್ಕೊಮ್ಮೆ ಮಾತ್ರವೇ ಅವಳ ಭೇಟಿಗೆ ಹೋಗಲು ಸಾಧ್ಯವಾಗುತ್ತಿತ್ತು. ಮನಸ್ಸು ಈ ಕಳವಳದಿಂದ ಖಿನ್ನವಾದಾಗ ಇಲ್ಲಿ ಯಾರೊಂದಿಗೂ ಬೆರೆಯುವುದೇ ಬೇಡವೆನಿಸುತ್ತಿತ್ತು. ಒಮ್ಮೊಮ್ಮೆ ಸಮುದ್ರವನ್ನು ಕಣ್ಣಾರೆ ನೋಡಬೇಕೆಂಬ ಉತ್ಕಟ ಆಸೆಯಾದಾಗ, ರೈನ್ ನದಿಯ ಕೈಗಾರಿಕಾ ಬಂದರಿನತ್ತ ನಡೆದು ಹೋಗಿ, ಅಲ್ಲಿನ ದೈತ್ಯಾಕಾರದ ಕ್ರೇನ್‌ಗಳು ಮತ್ತು ಕೊಳಕು ಸರಕು ಹಡಗುಗಳ ನಡುವೆ ಇರುತ್ತಿದ್ದ ಮಣ್ಣು ತುಂಬಿದ ನೀರಿನ ಪ್ರವಾಹವನ್ನೇ ನೋಡುತ್ತಾ ನಿಲ್ಲುತ್ತಿದ್ದೆ. ಪ್ರತಿದಿನ ಸಂಜೆ ರೇಡಿಯೋ ವಾಹಿನಿಯಿಂದ ಬಿತ್ತರವಾಗುತ್ತಿದ್ದ ಟರ್ಕಿ ಕಾರ್ಯಕ್ರಮಕ್ಕಾಗಿ ಕಾಯುತ್ತಿದ್ದೆ. ನನ್ನೊಳಗಿನ ಶುಷ್ಕತೆಯನ್ನು ಸ್ವಲ್ಪ ಮಟ್ಟಿಗಾದರೂ ತಣಿಸಲು ತವಕಿಸುತ್ತ ನಾನು ಸಂಸ್ಥೆಯಲ್ಲಿದ್ದಾಗ ಪರಿಪಾಲಿಸುತ್ತಿದ್ದಂತೆ ಈ ಅರ್ಧ ಗಂಟೆಯ ರೇಡಿಯೋ ಕೇಳುವಿಕೆ ಮತ್ತು ಸಿವಾಸಿನಿಂದ ಬಂದಿದ್ದ ಜನ ನಡೆಸುತ್ತಿದ್ದ ಒಂದು ಕಾಫಿ ಹೌಸಿನಲ್ಲಿ ಸಿಗುತ್ತಿದ್ದ ಒಂದೆರಡು ಟರ್ಕಿ ದಿನಪತ್ರಿಕೆಗಳನ್ನು ಓದುವುದಕ್ಕಾಗಿ ಕಾಯುವುದು... ಈ ಎರಡು ಕೆಲಸಗಳನ್ನು ನಿಯಮಿತವಾಗಿ ಮಾಡುತ್ತಿದ್ದೆ.

ಅಪರೂಪಕ್ಕೊಮ್ಮೆ ಆಪಾಳಿಗೊಂದು ಪತ್ರ ಬರೆದು ಹಳ್ಳಿಯ ಮುಖ್ಯಸ್ಥರಿಗೆ ಅದನ್ನವಳಿಗೆ ತಲುಪಿಸುವುದಕ್ಕೋಸ್ಕರ ಕಳಿಸುತ್ತಿದ್ದೆ. ಅವಳಿಂದ ಒಂದೇ ಒಂದು ಸಲವೂ ಮರಳಿ ಉತ್ತರ ಬರಲಿಲ್ಲ. ಇನ್ನೂ ಹೆಚ್ಚು ಅಪರೂಪಕ್ಕೊಮ್ಮೆ ಈಗ ಊರಿನ ಮುಖ್ಯಸ್ಥನಾಗಿರುವ ನನ್ನ ಗೆಳೆಯ ಹಾಗೂ ಮುಂಚಿನ ಮುಖ್ಯಸ್ಥರ ಮಗನಿಗೆ ಫೋನು ಮಾಡಿ ಆಪಾಳ ಕ್ಷೇಮದ ಬಗ್ಗೆ ವಿಚಾರಿಸುತ್ತಿದ್ದೆ. ನ್ಯಾಯಾಲಯದ ಮೊಕದ್ದಮೆಗಳು, ವಾರಂಟ್‌ಗಳು ಮತ್ತು 'ಮರಳಿ ಬಾ' ಎಂಬ ಮನವಿಗಳನ್ನು ಎದುರಿಸುತ್ತಿರುವ ನನ್ನ ದೇಶದಿಂದ ಪರಾರಿಯಾದ 'ಅರಾಜಕತಾವಾದಿ'ಯಿಂದ ಕರೆ ಸ್ವೀಕರಿಸಲು ಎಂದಿಗೂ ಯಾರಿಗೂ ಉತ್ಸಾಹವಿರುವುದಿಲ್ಲ ಎಂಬುದೇನೊ ನಿಜ. ಅವನು ಯಾವಾಗಲೂ ಉದ್ವಿಗ್ನನಾಗಿರುತ್ತಿದ್ದ. ಹೆಚ್ಚು ದುಡ್ಡು ಖರ್ಚಾಗುವುದೆಂಬ ಆತಂಕದಲ್ಲಿ ನಾನು ಮತ್ತು ಹೆಚ್ಚು ಮಾತನಾಡಲು ಹೆದರುತ್ತಿದ್ದ ಅವನು ಇಬ್ಬರೂ ಹುಚ್ಚು ಗಡಿಬಿಡಿಯಲ್ಲಿ ಮಾತನಾಡುತ್ತಿದ್ದೆವು.

"ಆಪಾ ಹೇಗಿದಾಳೆ? ಆರಾಮಿದಾಳಾ?"

"ಹಾ. ಪರ್ವಾಗಿಲ್ಲ. ದೀಪಸ್ತಂಭದ ಮನೆನ ಅವಳೆ ನೋಡ್ಕೋತಾ ಇದಾಳೆ!"

ಚಿಕ್ಕದಾಗಿ ಚೊಕ್ಕದಾಗಿ ಹೇಳುವುದಾದರೆ ನಾನು ಹೇಗಿದ್ದೇನೆಂದು ಅವನು ಯಾವತ್ತೂ ಕೇಳುತ್ತಿರಲಿಲ್ಲ. ನನ್ನ ಆಪಾ ನನ್ನ ಬಗ್ಗೆ ಚಿಂತಿಸದಿರಲಿ ಎಂದು ದನಿಯಲ್ಲಿ ಉಲ್ಲಾಸವಿಟ್ಟುಕೊಂಡೆ ನಾನು ಸರಸರನೆ ಮಾತನಾಡುತ್ತಿದ್ದೆ. ಇದ್ದಕ್ಕಿದ್ದಂತೆ ಮುಂದಕ್ಕೇನೂ ಮಾತೇ ಇಲ್ಲವೇನೋ ಎಂಬಂತೆ ನಮ್ಮ ನಡುವೆ ಅರ್ಥಹೀನ ಮೌನವೊಂದು ಸುಳಿಯುತ್ತಿತ್ತು. ಮನಸ್ಸುಬಿಚ್ಚಿ ಮಾತಾಡಲು ಅವನಿಗೆ ಏನೋ ತಡೆಹಿಡಿಯುತ್ತಿದೆ ಎನ್ನುವುದು ನನಗೆ ಸ್ಪಷ್ಟವಾಗಿ ತಿಳಿಯುತ್ತಿತ್ತು. ಅವನ ಧ್ವನಿಯಲ್ಲಿನ

ಉದ್ವೇಗವನ್ನು ನಾನು ಮೂರುಸಾವಿರ ಕಿಲೋಮೀಟರ್ ದೂರದಿಂದಲೇ ಗ್ರಹಿಸಬಲ್ಲವನಾಗಿದ್ದೆ. ಆ ಉದ್ವೇಗ ನನ್ನಲ್ಲಿ ವಿಷಾದವನ್ನು ತರುತ್ತಿತ್ತು.

"ನನ್ನನ್ನ ತಪ್ಪು ತಿಳಿಬೇಡ..." ಅವನು ಕರೆ ಮಾಡಿದಾಗೆಲ್ಲ ತೊದಲುತ್ತಿದ್ದ. "ನೀ ಬರೆಯೋ ಪತ್ರಗಳನ್ನ ಅವಳಿಗೆ ಇಸಿದುಕೊಳ್ಳೋಕೆ ಸುಲಭ ಆಗೋತರ ಬೇರೆ ವಿಳಾಸಕ್ಕೆ ಕಳಿಸಬೋದಾ?"

ನಾನು ಕೋಪದಿಂದಲೇ ಅವನನ್ನು ಸುಮ್ಮನಿರಿಸಲು ಪ್ರಯತ್ನಿಸುತ್ತೇನೆ. "ಏಯ್, ಏನೊ ಹೇಳ್ತಾ ಇದ್ಯಾ? ನಾನು ದೀಪಸ್ತಂಭದ ಮನೆ ಅಂತ ಬರೆದ್ರೆ ಪೋಸ್ಟ್ ಆಫೀಸಿನವನು ಮುಟ್ಟಿಸಿಬಿಡ್ತಾನೆ ಅನ್ನೋತರ!"

ಜರ್ಮನಿಯಲ್ಲಿನ ನನ್ನ ಅನಿವಾರ್ಯ ವಾಸ್ತವ್ಯದ ಎರಡನೆಯ ವರ್ಷದಲ್ಲಿ ನನ್ನ ದೇಶಕ್ಕೆ ಮರಳುವ ಟರ್ಕಿಯ ಆದೇಶಗಳನ್ನು ಕಡೆಗಣಿಸಿದ್ದರ ಪರಿಣಾಮವಾಗಿ ನಾನು ನನ್ನ ಪೌರತ್ವವನ್ನು ಕಳೆದುಕೊಂಡುಬಿಟ್ಟೆ! ನಾನೀಗ ಎಲ್ಲಿಯೂ ಸಲ್ಲದವನಾಗಿದ್ದೆ. ನನ್ನ ಭೂತಕಾಲದಿಂದ ನನ್ನನ್ನು ಸಂಪೂರ್ಣವಾಗಿ ದೂರ ಮಾಡುತ್ತಿರುವ ನನ್ನ ಸ್ಥಿತಿಯ ವಿಷಣ್ಣತೆ ನನ್ನನ್ನು ಆಕ್ರಮಿಸುತ್ತಿರಲಾಗಿ ರಾತ್ರಿಯಲ್ಲಿ ನಿದ್ದೆ ಇಲ್ಲದೆ ಒದ್ದಾಡುತ್ತಿದ್ದೆ. ನನ್ನ ಬಾಲ್ಯದ ದಿನಗಳ ನೆನಪು ಮತ್ತೆ ಮತ್ತೆ ಕಾಡುತ್ತಿತ್ತು. ನಿರ್ಗತಿಕ ನಿರಾಶ್ರಿತನಂತೆ ಡ್ಯೂಸ್‌ಬರ್ಗ್‌ನ ಹಾದಿಬೀದಿಗಳಲ್ಲಿ ಗುರಿ ಇಲ್ಲದೆ ಕಾಲ ಕಳೆಯುತ್ತಿದ್ದೆ. ಈ ವಿಷಯ ಹಳ್ಳಿಯ ನನ್ನ ಗೆಳೆಯನಿಗೂ ಗೊತ್ತಾಗಿರಬೇಕು. ನಾನು ಫೋನ್ ಮಾಡಿದಾಗಲೆಲ್ಲ ಅವನ ಧ್ವನಿ ಹೆದರಿಕೆಯಿಂದ ನಡುಗುತ್ತಿದ್ದದ್ದು ನನ್ನ ಅರಿವಿಗೆ ಬರುತ್ತಿತ್ತು.

ತಿಂಗಳುಗಳೆ ಕಳೆದು ಸೈನಿಕರ ಬೂಟುಗಾಲುಗಳ ಪ್ರಹಾರಕ್ಕೆ ತತ್ತರಿಸಿದ 'ಪ್ರಜಾಪ್ರಭುತ್ವ' ಎಂಬ ಹೆಸರಿನ ಅಸ್ಪಷ್ಟ ಆಡಳಿತ ತಡಬಡಾಯಿಸುತ್ತಾ ತಲೆಯೆತ್ತಿತು. ಪಿತೂರಿಯ, ಕ್ರೌರ್ಯದ, ಹಾಹಾಕಾರದ ನಡುವೆಯೇ ಚುನಾವಣೆಗಳು ನಡೆದು ಪ್ರಜಾಪ್ರಭುತ್ವ ಪ್ರಯಾಸದಿಂದ ಸಾವರಿಸಿಕೊಂಡಿತು. ಆದರೆ ದೇಶಭ್ರಷ್ಟನಂತೆ ಇರುವ ನನ್ನ ಜೀವನದ ಮೇಲೆ ಇದಾವುದೂ ಕಿಂಚಿತ್ತು ಪ್ರಭಾವವನ್ನೂ ಬೀರಲಿಲ್ಲ. ಯಾವುದೋ ಅವ್ಯಕ್ತ ಭಾರ ನನ್ನೆದೆಯನ್ನು ಹಿಂಡುತ್ತಿದ್ದಂತೆ, ಉಸಿರಾಡಲು ಸಹ ಆಗದೆ ಒದ್ದಾಡುತ್ತಾ, ತಲೆಕೆಟ್ಟವನಂತೆ ಆ ನಿರ್ಜನ ರಸ್ತೆಗಳಲ್ಲಿ ಗೊತ್ತು ಗುರಿ ಇಲ್ಲದೆ ಓಡಾಡುತ್ತಿದ್ದೆ. ಒಮ್ಮೊಮ್ಮೆ ಭಾವನೆಗಳು ಉಮ್ಮಳಿಸಿ ಬಂದು, ಇದೆಲ್ಲವೂ ಸಾಕು ಸಾಕೆನಿಸಿ ಏನಾದರಾಗಲಿ ಮನೆಗೆ ಹೋಗಿಬಿಡಬೇಕು ಎನ್ನುವ ಒತ್ತಾಸೆಯನ್ನು ಹತ್ತಿಕ್ಕದಾಗುತ್ತಿದ್ದೆ. ಕಣ್ಣು ಮುಚ್ಚಿದಾಗಲೆಲ್ಲ ನನ್ನ ಆ ಬಿಳಿ ದೀಪಸ್ತಂಭದ ಮನೆ ಮತ್ತು ಆ ನೀಲಿ ಸಮುದ್ರ ದೃಷ್ಟಿ ಪಟಲದಲ್ಲಿ ಛಾಯಾಚಿತ್ರದಂತೆ ಮೂಡುತ್ತಿತ್ತು. ಜೊತೆಗೆ ತಾಜಾ ಸೋಂಪಿನ ಹಾಗೂ ಸಮುದ್ರದ ಉಪ್ಪಿನ ಚಿರಪರಿಚಿತ ಸುಗಂಧ ನನ್ನ ಶ್ವಾಸಕೋಶಗಳಲ್ಲಿ ತುಂಬಿಕೊಂಡಂತಾಗುತ್ತಿತ್ತು.

ಚಂಚಲ, ಉದ್ಧಟ ಮಗು ಒಂದರಂತೆ ಸಮಯ ಸರಿಯುತ್ತಿರಲು, ನಾನೂ ಅದರೊಡನೆ ಸೆಣಸಾಡುತ್ತಿರಲು, ಬೇಗನೆ ವಯಸ್ಸು ಮೀರಿ ಮುಪ್ಪು ಸಮೀಪಿಸುತ್ತಿದೆ ಎನಿಸುತ್ತದೆ. ತಲೆ ಮರೆಸಿಕೊಂಡು ಬದುಕುತ್ತಿರುವ ಜೀವನ ನನ್ನ ಮುಖವನ್ನಷ್ಟೇ

ಅಲ್ಲ ನನ್ನ ಚೈತನ್ಯವನ್ನೇ ಮುರುಟಿ ಬಿಡುತ್ತಿದೆ. ಊಟ, ತಿಂಡಿ ಯಾವುದರಲ್ಲೂ ಆಸಕ್ತಿ ಉಳಿದಿಲ್ಲ. ಕೇಳುವ, ನೋಡುವ ಯಾವುದೇ ಸಂಗತಿಗಳು ಯಾವ ಹುರುಪನ್ನು ಮೂಡಿಸುತ್ತಿಲ್ಲ. ಡಾಂಟೆ ಕಾವ್ಯದಲ್ಲಿನ ಮಧ್ಯವಯಸ್ಸಿನ ಸರಹದ್ದನ್ನು ನಾನು ದಾಟಿ ವರ್ಷಗಳೇ ಕಳೆದಿರಬಹುದು. ಆದರೆ ನನ್ನ ಮನಸ್ಸು ಸಾವನ್ನು ಬಯಸುವ, ಇಲ್ಲವೇ ಒಪ್ಪಿಕೊಳ್ಳುವ ಸ್ಥಿತಿಯಲ್ಲೂ ಇಲ್ಲ! ಆ ಕವಿಯ ಪದ್ಯದ ಭಾವಾರ್ಥದ ಪ್ರಕಾರ ನಾನಿನ್ನು ಹದಿನೈದು ವರ್ಷ ಬದುಕಬೇಕೇನೋ? ನನ್ನನ್ನು ಕಿತ್ತು ತಿನ್ನುತ್ತಿರುವ ಈ ಅನಭೇದ್ಯ ಚಕ್ರದಿಂದ ಹೊರಕ್ಕೆ ಹಾರಲು ಪ್ರಯತ್ನಿಸಿದರೂ ಸಾಧ್ಯವಾಗುತ್ತಿಲ್ಲ. ನನ್ನ ರೆಕ್ಕೆಗಳೇ ಕತ್ತರಿಸಿ ಬಿಡಲ್ಪಟ್ಟಿವೆ. ಉಸಿರಾಡಲು ಆಗದಷ್ಟು ಸುಸ್ತು, ಬದುಕಲೇ ಬೇಸರ. ನನ್ನ ಈ ನಿರಾಶಾವಾದ ಸುತ್ತಲಿನ ಜನರಿಗೆ ಹಬ್ಬದೆ ಇರಲಿ ಎಂದು ನಾನು ಜನ ಸಂಪರ್ಕವನ್ನೇ ದೂರ ಮಾಡಿಕೊಳ್ಳುತ್ತೇನೆ. ಆದರೂ ಯಾವಾಗಲೂ ಒಂಟಿಯಾಗಿರುವುದು ಕೂಡ ಸಾಧ್ಯವಾಗುವುದಿಲ್ಲ.

ತಾಹಿರ್‌ನ ಬಲವಂತಕ್ಕಾಗಿ ಅವನ ಸಂತೋಷಕ್ಕಾಗಿ ನಾನು ಆಗಾಗ ಭೇಟಿಕೊಡುತ್ತಿದ್ದ ನಗರ ಗ್ರಂಥಾಲಯದಲ್ಲಿ ಒಂದು ಸಂಜೆ, ಕಪ್ಪು ಕೂದಲಿನ, ಗೌರವವರ್ಣದ ಚೆಲುವೆಯೊಬ್ಬಳು ನನ್ನ ಕಣ್ಣಿಗೆ ಬಿದ್ದಳು. ನಲವತ್ತರ ಆಸುಪಾಸಿನಲ್ಲಿದ್ದ ಅವಳು ನನ್ನನ್ನು ಸೂಜಿಗಲ್ಲಿನಂತೆ ಆಕರ್ಷಿಸಿದಳು. ಅವಳನ್ನು ಬಿಟ್ಟು ಬೇರೆಡೆಗೆ ಕಣ್ಣು ಸರಿಸದಷ್ಟು ಸುಂದರಿ ಅವಳಾಗಿದ್ದಳು. ನಾನು ಅವಳು ಕಾಫಿ ಹೀರುತ್ತಾ ಕುಳಿತಿದ್ದ ಮೇಜಿನ ಬಳಿಗೆ ಹೋದೆನಾದರೂ ಅವಳನ್ನು ಹೇಗೆ ಮಾತನಾಡಿಸಬೇಕು, ಏನು ಹೇಳಬೇಕೆನ್ನುವುದರ ಗೊಂದಲದಲ್ಲಿ ಸುಮ್ಮನೇ ನಿಂತಿದ್ದೆ. ನಾನು ತರುಣನಾಗಿದ್ದಾಗಿನಿಂದಲೂ ಯಾವುದೇ ಹೆಂಗಸರು ನನಗಿಷ್ಟವಾದರೂ ಅವರಿಂದ ದೂರವೇ ಇರುತ್ತಿದ್ದೆ! ಪ್ರೀತಿ ಪ್ರೇಮದ ಅಭಿವ್ಯಕ್ತಿಗಳು ಅದೇಕೋ ನನಗೆ ವಿಚಿತ್ರವೆನಿಸುತ್ತಿದ್ದವು. ಕೇವಲ ಭಾವನಾತ್ಮಕವಾಗಿ ಹೆಂಗಸನ್ನು ಬಯಸುವುದು ನನ್ನನ್ನು ಮೀರಿದ ವಿಷಯವಾಗಿತ್ತು. ಒಂದು ಅಸ್ಪಷ್ಟ ರಾಜಕೀಯ ಅಸ್ಮಿತೆಯ ಹಿನ್ನೆಲೆಯಲ್ಲಿ ಇವೆಲ್ಲ ನನ್ನ ನಿಲುಕಿಗೆ ಸಿಗದ ವಿಷಯಗಳೆಂದೂ ಅನಿಸುತ್ತಿತ್ತು.

ನಾನು ಏನನ್ನಾದರೂ ಹೇಳಲು ತಡಬಡಾಯಿಸುತ್ತಿದ್ದಾಗ ಅವಳು ಚಕ್ಕನೆ ತನ್ನ ಕತ್ತನ್ನು ತಿರುಗಿಸಿ 'ಹಲೋ!' ಎಂದಳು. ಭೂಮಿಯೆ ಬಾಯಿ ತೆರೆದು ನನ್ನನ್ನು ನುಂಗಿ ಬಿಡಬಾರದೇ ಎನ್ನುವಷ್ಟು ಸಂಕೋಚದಲ್ಲಿ ನಾನಿದ್ದೆ. ಹಾಗಿದ್ದರೆ ನಾನು ಅವಳ ಸುತ್ತ ಗುಂಗಿ ಹುಳದಂತೆ ಸುತ್ತುವುದನ್ನು ನೋಡಿದ್ದರೂ ಶಿಷ್ಟಾಚಾರದಿಂದ ಅದನ್ನು ಗಮನಿಸದಂತಿದ್ದಳು. ಇನ್ನು ನಾನು ಅಲ್ಲಿಂದ ತಪ್ಪಿಸಿಕೊಳ್ಳುವಂತಿರಲಿಲ್ಲ. ನಾನೂ ಕೂಡ ಉತ್ತರವಾಗಿ 'ಹ..ಹ... ಹಲೋ..' ಎಂದು ತೊದಲಿದೆ. ಪಕ್ಕದಲ್ಲಿ ಕುಳಿತು ತನ್ನ ಪುಸ್ತಕಗಳಿಗೆ ಆಟೋಗ್ರಾಫ್ ನೀಡುತ್ತಿದ್ದ ತಾಹಿರನತ್ತ ಬೆರಳು ತೋರುತ್ತ 'ನೀವು ಮತ್ತೆ ತಾಹಿರ್ ಓದೋ ಸಮಯದಿಂದ ಸ್ನೇಹಿತರು ಅನ್ಸತ್ತೆ!' ಎಂದಳು. ಅವಳ ಭಾಷಾ ಶೈಲಿಯಿಂದ ಅವಳ ಊರು ಯಾವುದಿರಬಹುದೆಂದು ಊಹಿಸುವುದು ತಕ್ಷಣ ಸಾಧ್ಯವಾಗದಿದ್ದರೂ ಅದು ಚಿರಪರಿಚಿತವೆನಿಸಿತು. ಅವಳು

ಜರ್ಮನಿಯಲ್ಲೇ ಬಹಳ ವರ್ಷಗಳಿಂದ ವಾಸವಾಗಿರುವುದರಿಂದ ಮತ್ತು ಅಲ್ಲಿನ ಭಾಷಾ ಶೈಲಿಯನ್ನೇ ಅಳವಡಿಸಿಕೊಂಡಿರುವುದರಿಂದ ಈ ರೀತಿ ಅನಿಸಿರಬಹುದು. ಆ ವೇಳೆಯಲ್ಲಿ ಪಕ್ಕದ ಮೇಜಿನ ಮೇಲಿಂದ ನಗು ಮತ್ತು ಕೇಕೆಯ ಧ್ವನಿಗಳು ಕೇಳಿ ಬಂದವು. ಎಲ್ಲರೂ ಒಂದೇ ಉಸಿರಿನಲ್ಲಿ ಕಿರುಚುತ್ತಿದ್ದರು. ಆ ಕೂಗಾಟ ಮತ್ತು ಅವಳ ಪ್ರಶ್ನೆ ಎರಡೂ ಸಮ್ಮಿಳಿತವಾಗಿ ಎರಡೂ ನನ್ನನ್ನು ಬೇರೆ ಯಾವುದೋ ಲೋಕಕ್ಕೆ ಕರೆದೊಯ್ದಂತಾಯಿತು.

ನಾನು ನನ್ನ ಬರಹದ ಫೈಲುಗಳನ್ನು ಹೊತ್ತು, ಇಸ್ತಾನ್‌ಬೂಲಿಗೆ ಹೋಗಿ, ಮೊದಲ ಬಾರಿ ತಾಹಿರನನ್ನು ಭೇಟಿಯಾಗಿದ್ದ ಆ ದಿನ ನೆನಪಾಯಿತು. ಪಕ್ಕದಲ್ಲೆಲ್ಲೋ ಕಾಫಿಹೌಸಿನ ಪರಿಚಾರಿಕೆ ಗಾಬರಿಯಿಂದ ಕೈ ಬಿಟ್ಟ ತಟ್ಟೆಯಿಂದ ಕೆಳಗುರುಳಿದ ಗಾಜಿನ ಲೋಟಗಳ ಸಪ್ಪಳ ಕೇಳಿಸಿತು. ಮುಂಚೆ ನಗುತ್ತಿದ್ದವರೆಲ್ಲ, ಅಸ್ಪಷ್ಟವಾದರೂ, ಜೋರು ಜೋರಾಗಿ ಅದೇನೋ ಮಾತನಾಡುತ್ತಿದ್ದರು. ಆ ಸದ್ದುಗಳೆಲ್ಲ ನನ್ನನ್ನು ತಾಹಿರನನ್ನು ಭೇಟಿಯಾದ ದಿನದ ನೆನಪಿಂದ ಹೊರತಂದು, ಬೆಯೋಗ್ಲುವಿನಲ್ಲಿ ನಾನು ಎದುರಿಸಿದ್ದ ದಂಗೆಗಳ ಲೋಕಕ್ಕೆ ಸೆಳೆದೊಯ್ದವು. ಆ ದರೋಡೆ ಲೂಟಿಯ ಗುಂಪು ನನ್ನ ಹಿಂದೆಯೇ ಹರಿಯುತ್ತಿದೆಯೇನೊ ಎಂಬಂತೆ ಭಾಸವಾಯಿತು.

ಅವಳು ನನ್ನತ್ತಲೇ ನೋಡುತ್ತಿದ್ದಳು. ನಾನು ಸಾವರಿಸಿಕೊಂಡು "ಹೌದು, ನನಗವನು ಕಳೆದ ಮೂವತ್ತು ವರ್ಷಗಳಿಂದ ಗೊತ್ತು. ನನ್ನ ಮೊದಲನೆ ಪುಸ್ತಕಾನ ಪ್ರಕಟಿಸೊ ಸಂದರ್ಭದಲ್ಲಿ ಇಸ್ತಾನ್‌ಬೂಲ್‌ನಲ್ಲಿ ಅವನನ್ನ ನಾನು ಭೇಟಿಯಾದದ್ದು!" ಎಂದೆ. ಇಸ್ತಾನ್‌ಬೂಲಿನ ಹೆಸರು ಕೇಳಿ ಅವಳ ಕಣ್ಣು ಮಿನುಗಿದವು.

"ಹೌದಾ?! ನಾನೂ ಇಸ್ತಾನ್‌ಬೂಲಿನವಳೆ! ನಾನು ಹುಟ್ಟಿದ್ದು ಅಲ್ಲೇ! ನೀವೂ ಅಲ್ಲಿಯವರೇನಾ?"

"ಇಲ್ಲ, ನಾನು ಈ ಜಗತ್ತೇ ಮರೆತಿರೋ ಶಾಪಗ್ರಸ್ತ ಜಾಗದಿಂದ ಬಂದವನು!"

ನನ್ನ ಉತ್ತರ ಇಷ್ಟವಾಯಿತೇನೋ ಎಂಬಂತೆ ಅವಳು ಮೃದುವಾಗಿ ನಕ್ಕಳು. ಈ ರೀತಿ ಅಲಂಕಾರಿಕವಾಗಿ ಮಾತನಾಡುವ ನಾನು, ಎಲ್ಲೋ ಹೆಣ್ಣುಗಳನ್ನು ಹುಡುಕಿಕೊಂಡು ಅಲೆಯುತ್ತಿರುವ ಕಾಮಾತುರನಿರಬೇಕು ಅಂತಂದುಕೊಂಡಳೋ ಏನೋ ಎಂದುಕೊಳ್ಳುತ್ತಿರುವಾಗಲೇ ಅವಳು ಸ್ನೇಹದಿಂದ ಕೈ ಮುಂದೆ ಚಾಚಿ, "ನನ್ನ ಹೆಸರು ಡೆಲ್ಫಿನಾ!" ಎಂದಳು.

ಅಂದಿನಿಂದ ಡ್ಯೂಸ್‌ಬರ್ಗ್ ಎಂಬ ಮಂಕಾದ ಆ ಕೈಗಾರಿಕಾ ನಗರದಲ್ಲೂ ನನಗೆ ಸೂರ್ಯನ ಇರುವು ಭಾಸವಾಗತೊಡಗಿತು! ಬೂದು ಬಣ್ಣದಿಂದ ಕಂದಿದಂತಿರುವ ರೈನ್ ನದಿ ಆಗಾಗ ನೀಲಿಯಾಗಿ ಸುಂದರವಾಗಿ ಕಾಣಲಾರಂಭಿಸಿತು. ನದಿ ದಂಡೆಯ ಮೇಲೆ ಯಾವಾಗಲೂ ಅದೇ ಜಾಗದಲ್ಲಿ ನಿಂತಿರುತ್ತಿದ್ದ ತ್ರಿವರ್ಣ ಧ್ವಜದ ಬಣ್ಣಗಳ ಮೇಲ್ಛಾವಣಿಯಿದ್ದ ಆ ಚಿಕ್ಕ ಅಂಗಡಿಯ ಐಸ್ ಕ್ರೀಮ್ ಅನ್ನು ಅಷ್ಟು ದಿನ ತಿನ್ನದೆ, ಎಂತಹ ರಸಾನುಭೂತಿಯನ್ನು ಕಳೆದುಕೊಂಡು ಬಿಟ್ಟಿದ್ದೆನೆಂದು ಅನಿಸಲಾರಂಭಿಸಿತು. ಡೆಲ್ಫಿನಾ ನನ್ನನ್ನು ಬೈರ್ ಗಾರ್ಟನ್‌ಗೆ ಕರೆದೊಯ್ದಾಗ ನಾನು ಅಲ್ಲಿಯವರೆಗೂ

ಮೂಗು ಮುರಿಯುತ್ತಿದ್ದ ಜರ್ಮನ್ ಬಿಯರ್, ಅವಳೊಡನೆ ಕುಡಿಯಲು ಕೂತಾಗ ವಿಶಿಷ್ಟ ರುಚಿಯನ್ನು ಕೊಡುತ್ತಿತ್ತು. ಅದುವರೆಗೂ ವಾಕರಿಕೆ ತರಿಸುತ್ತಿದ್ದ, ಗೊಣಗು ಪ್ರಾರ್ಥನೆಗಳಂತೆ, ತಲೆಯಾಡಿಸುತ್ತಾ ಹಾಡಲ್ಪಡುತ್ತಿದ್ದ ಜರ್ಮನ್ ಹಳ್ಳಿ ಪದಗಳು ಆ ಬಿಯರಿನ ನಶೆಯಲ್ಲಿ ಪ್ರಿಯವಾಗತೊಡಗಿದವು. ನನ್ನನ್ನಾವರಿಸಿದ್ದ ಕಪ್ಪು ಮೋಡಗಳನ್ನು ಅವಳ ಸ್ನೇಹ ದೂರ ಮಾಡಿಬಿಟ್ಟಿತು! ನಾನು ಮರೆತೇ ಬಿಟ್ಟಿದ್ದ ಜೀವನದ ಸಂತಸಗಳನ್ನು ಅವಳು ಮರಳಿ ದೊರಕಿಸಿಕೊಟ್ಟಳಷ್ಟೇ ಅಲ್ಲ, ಎಷ್ಟೋ ಹೊಸ ಅನುಭವಗಳಲ್ಲಿ ನನ್ನ ಜೊತೆಗಾರ್ತಿಯಾದಳು. ನನ್ನ ನೆನಪಿನ ಅಂಗಳದಿಂದ ಮುಳುಗಿ ಹೋಗಿಬಿಟ್ಟಿದ್ದ ಸೂರ್ಯ ಮತ್ತೆ ಉದಯವಾಗಲಾರಂಭಿಸಿದ. ನಾನು ಮತ್ತೆ ಉಸಿರಾಡತೊಡಗಿದ್ದೆ!

ಅವಳು ಒಂದು ವಾಹನಗಳ ಬಿಡಿಭಾಗಗಳ ಕಾರ್ಖಾನೆಯಲ್ಲಿ ಕೆಲಸ ಮಾಡುತ್ತಿದ್ದಳು. ನನ್ನಂತೆಯೇ ಕಾರ್ಮಿಕ ಸಂಘಟನೆಗಳಲ್ಲಿ ಮುಂದಾಳತ್ವ ವಹಿಸುತ್ತಿದ್ದಳು. ಅಲ್ಲಿನ ಕಾರ್ಯಕ್ರಮಗಳಲ್ಲಿ ನಾನು ಅವಳನ್ನು ಜೊತೆಗೂಡಲಾರಂಭಿಸಿದೆ.

ಅವಳು ವರ್ಷಗಳ ಕೆಳಗೆ ವಿವಾಹ ವಿಚ್ಛೇದನ ಪಡೆದಿದ್ದಳು. ಆಶ್ಚರ್ಯವೆಂದರೆ ನಾನು ಬಾಲ್ಯದಲ್ಲಿ ಒಂದೇ ಒಂದು ಬಾರಿ ನೋಡಿದ್ದ ನನ್ನ ಮನೋಪ್ರೇಯಸಿ ನೆರಿಸ್ಸಾಳನ್ನು ನೆನಪಿಸುವಂತಿದ್ದ ಅವಳನ್ನು ನಾನು ಒಮ್ಮೊಮ್ಮೆ ನೆರಿಸ್ಸಾ ಎಂದೇ ಕರೆಯಬಯಸುತ್ತಿದ್ದೆ. ನನ್ನ ಒಂಟಿತನವನ್ನು ಮಾಯಿಸಿ ನನ್ನ ಜೀವನವನ್ನು ತುಂಬಿದಳು. ಅವಳ ಸ್ನೇಹ ನನಗೆ ಅತ್ಯಂತ ಆಪ್ಯಾಯಮಾನವಾಗತೊಡಗಿತು. ಊಟ ಮಾಡಿ ಅಥವಾ ಕಾಫಿ ಕುಡಿದು ಹೊರಡುವ ಕ್ಷಣದಿಂದಲೇ ನಾನವಳನ್ನು ಮಿಸ್ ಮಾಡಿಕೊಳ್ಳಲು ಶುರುಮಾಡುತ್ತಿದ್ದೆ. ನಾವು ಜೊತೆಯಲ್ಲಿ ಇರುವಾಗ ಸಮಯ ಸರಿದಿದ್ದೆ ಅರಿವಾಗುತ್ತಿರಲಿಲ್ಲ. ನಾವು ಮೇಲಿಂದ ಮೇಲೆ ಭೇಟಿಯಾಗುತ್ತಿದ್ದವರು ದಿನದಿನವೂ ಭೇಟಿಯಾಗತೊಡಗಿದೆವು. ಟರ್ಕಿಶ್ ಕಬಾಬ್ ರೆಸ್ಟೋರೆಂಟ್ ಒಂದರಲ್ಲಿ ಅಥವಾ ಗ್ರೀಕ್ ಹೊಟೆಲುಗಳಲ್ಲಿ ಇಬ್ಬರೂ ನಮ್ಮ ಪಾನೀಯದ ಲೋಟಗಳನ್ನು ಎತ್ತಿ ಹಿಡಿದು ತಾಗಿಸಿ ಚಿಯರ್ಸ್ ಹೇಳುತ್ತಿದ್ದೆವು.

"ಸರಿ ನನಗೇನೋ ಬೇರೆ ದಾರಿ ಇರಲಿಲ್ಲ. ಆದ್ರೆ ನೀನ್ಯಾಕೆ ಅಷ್ಟು ಸುಂದರವಾದ ಇಸ್ತಾನ್‌ಬೂಲ್ ಅನ್ನ ಬಿಟ್ಟು ಬಂದೆ?" ನಾನು ಕುಡಿಯುತ್ತಿದ್ದ ಮೂರನೆ ಡಬಲ್ ಔಝೋ ಡ್ರಿಂಕು ತಂದಿದ್ದ ನಶೆಯ ಧೈರ್ಯದಲ್ಲಿ ಕೇಳಿದೆ.

"ನಾನು ಮಗು ಆಗಿದ್ದಾಗ್ಲೆ ಅಬ್ಬು ಯಾವುದೋ ಸಿಂಗರ್ ಜೊತೆ ಓಡಿಹೋಗಿದ್ದ. ನಾವು ಬೆಯೋಗ್ಲುನಲ್ಲಿ ಅಂಗಡಿ ಇಟ್ಟಿದ್ದ ನಮ್ಮ ದಾದಾನ ಮನೆಗೆ ಬರಬೇಕಾಯ್ತು. ಆಮೇಲೊಂದಿನ, ಸೆಪ್ಟೆಂಬರ್ ತಿಂಗಳಲ್ಲಿ ಆ ಕೆಟ್ಟ ಘಟನೆ ನಡೀತು..."

"ಆವತ್ತು ನಾನಿದ್ದೆ." ನಾನು ಮಧ್ಯ ಬಾಯಿ ಹಾಕಿದೆ. "ಒಂದೂ ಬಿಡದಂಗೆ ಎಲ್ಲಾ ಅಂಗಡಿಗಳನ್ನು ಲೂಟಿ ಮಾಡಿದ್ರಲ್ಲ ಆವತ್ತು!"

"ಹಾ! ನಮ್ಮ ಅಂಗಡಿನೂ ಲೂಟಿ ಮಾಡಿದ್ರು. ಅದಾದ ಮೇಲೆ ನಾವಲ್ಲಿರಲಿಲ್ಲ. ಲೂಟಿ ಮಾಡಿದೋರನ್ನೆಲ್ಲಾ ಕರೆದು ವಿಚಾರಣೆ ಮಾಡಿದ್ರು. ಸಂತ್ರಸ್ತರಿಗೆಲ್ಲ ಪರಿಹಾರ

ಧನವನ್ನೂ ಕೊಟ್ರು. ಸರ್ಕಾರ ತೆರಿಗೆಗಳನ್ನೂ ರದ್ದು ಮಾಡಿದ್ರು. ಆದ್ರೆ ಭಯಪಟ್ಟಿದ್ದ ದಾದಾ, ಅಂಗಡಿ ಬೋರ್ಡನ್ನ ಕೆಳಗಿಳಿಸಿದವನು ಮತ್ತೆ ಯಾವತ್ತೂ ತೂಗಿ ಹಾಕಲೇ ಇಲ್ಲ. ನಮ್ಮ ಅಕ್ಕಪಕ್ಕದ ಮನೆಯವ್ರು, ಸ್ನೇಹಿತ್ರು ಅದೆಷ್ಟು ಒತ್ತಾಯ ಮಾಡಿದ್ರು; 'ಇದು ನಿಮ್ಮ ದೇಶ. ಇದನ್ನ ಬಿಟ್ಟು ಹೋಗಬೇಡ್ರಿ' ಅಂತ ಗೋಗರೆದರು. ಅವರೆಷ್ಟೇ ಒತ್ತಾಯ ಮಾಡಿದ್ರೂ ಅಲ್ಲಿರೋದೆ ಬೇಡ ಅಂತ ನಾವಲ್ಲಿಂದ ಹೊರಟುಬಿಟ್ವಿ. ಮೊದಲು ಅಥೆನ್ಸ್‌ಗೆ ಬಂದ್ವಿ, ನಮಗಲ್ಲಿರೋಕೇ ಆಗಲಿಲ್ಲ. ಅಲ್ಲಿ ಜೀವನ ಅಸಾಧ್ಯ ಅನ್ನಿಸಿತು. ಶಾಲೇಲಿ ಮಕ್ಕಳೆಲ್ಲ 'ತುರ್ಕಿ ಸಂತಾನ' ಅಂತ ಹಂಗಿಸ್ತಾ ಇದ್ರು, ದಾದಾ ತೀರಿಹೋದ ಮೇಲೆ ನಾನು ಮತ್ತು ಅಮ್ಮಿ ಹೊಟ್ಟೆಪಾಡಿಗೆ ಅಂತ ಜರ್ಮನಿಗೆ ಬಂದ್ವಿ!"

"ನಿಮ್ಮ ದಾದಾ ಇಸ್ತಾನ್‌ಬೂಲ್ ಅಲ್ಲಿ ಯಾವ ಕೆಲಸ ಮಾಡ್ತಾ ಇದ್ರು?"

"ಅವರು ಕ್ಷೌರದ ಅಂಗಡಿ ಇಟ್ಟಿದ್ರು. ಇಸ್ತಿಕ್ಲಾಲ್ ರಸ್ತೆಲಿದ್ದಿದ್ದ ಒಂದು ಚಿಕ್ಕ ಅಂಗಡಿ ಅದು! ಆ ಘಟನೆ ನಡೆದಾಗ ನಾನೂ ಅವರ ಜೊತೆಲಿದ್ದೆ. ಸುತ್ತ ಗಲಭೆ ಸದ್ದು ಕೇಳ್ತಾ ಇದ್ರೂ ಏನಾಗ್ತಾ ಇದೆ ಯಾಕಾಗ್ತಾ ಇದೆ ಅಂತ ನಮಗೆ ಅರ್ಥನೇ ಆಗಿರಲಿಲ್ಲ. 'ಲೂಟಿ ಮಾಡೋ ಗುಂಪು ಬರ್ತಾ ಇದಾರೆ' ಅಂತ ಪಕ್ಕದ ಅಂಗಡಿಲಿರೋನು ಓಡಿ ಬಂದು ಹೇಳಿದಾಗ ದಾದಾ ಕಂಗಾಲಾಗಿ ಹೋದರು. ಆಗ ಅಲ್ಲಿಗೊಬ್ಬ ಹರೆಯದ ಯುವಕ ಬಂದ. ನಾವು ಇನ್ನೂ ಹೆದರಿಕೊಂಡ್ವಿ, ಅವನೂ ಲೂಟಿಕೋರ ಅಂತ ಅಂದುಕೊಂಡ್ವಿ, ಆದರೆ ಅವನು ಅಂಗಡಿ ಬೋರ್ಡನ್ನ ಕೆಳಗಡೆ ಇಳಿಸೋಕೆ ಬಂದಿದ್ದ. ಅಷ್ಟೇ ಅಲ್ಲ, ದಾದಾನನ್ನ ಕುರ್ಚಿಲಿ ಕೂಡಿಸಿ ಅವನಿಗೆ ಕ್ಷೌರ ಮಾಡೋನ ತರ ನಟನೆ ಮಾಡೋಕೆ ಶುರುಮಾಡಿದ. ಆಗ..." ಮುಂದೇನಾಯ್ತು ಅಂತ ನಾನವಳಿಗೆ ಹೇಳಿದೆ!

■

ಚೆರ್ರಿ ಮರಗಳು ಹೂ ತಳೆದು ತೊನೆಯುತ್ತಿದ್ದ ಸುಂದರ ವಸಂತ ಮಾಸದಲ್ಲಿ, ಕೆಲವೇ ಅತಿಥಿಗಳು ನೆರೆದಿದ್ದ ಚಿಕ್ಕ ಸಮಾರಂಭದಲ್ಲಿ ನಾವಿಬ್ಬರೂ ಮದುವೆಯಾದೆವು. ನಾನು ಮದುವೆಯ ಕೆಲವು ಫೋಟೋಗಳನ್ನು ಆರಿಸಿಕೊಂಡು 'ಈ ದಿನಗಳು ಕಳೆದು ಹೋಗುತ್ತವೆ, ಸಮಯ ಸರಿಯುತ್ತದೆ... ನಾನು ಟರ್ಕಿಗೆ ವಾಪಾಸ್ ಬರುವ ದಿನಗಳು ಸಮೀಪಿಸುತ್ತಿವೆ. ನಾನು ಡೆಲ್ಫಿನಾಳನ್ನು ಕರೆತಂದು ನಿನಗೆ ಪರಿಚಯಿಸುತ್ತೇನೆ' ಎಂದು ಅವುಗಳಲ್ಲೊಂದರ ಹಿಂದೆ ಬರೆದು ಆಪಾಗೆ ಕಳುಹಿಸಿದೆ. ಫೋಟೋಗಳನ್ನು ಹಳದಿ ಲಕೋಟೆಯಲ್ಲಿ ಹಾಕುತ್ತಾ ನಾನು ಮತ್ತು ಡೆಲ್ಫಿನಾ ನಮ್ಮ ದೀಪಸ್ತಂಭದ ಮನೆಗೆ ಹೋದಂತೆ ಕಲ್ಪಿಸಿಕೊಂಡೆ, ಆಪಾ ಗ್ಯಾಲರಿ ಡೆಕ್ಕಿನ ಮೇಲಿಂದ ನಮ್ಮನ್ನು ನೋಡಿ ಓಡಿ ಬರುವಳು! ಬಂದದ್ದೆ;

"ತನ್ನ ಮಗ ರೋಮನ್ ಒಬ್ಬಳನ್ನ ಮದುವೆಯಾಗಿದ್ದು ಗೊತ್ತಾಗಿದ್ರೆ ಅಬ್ಬುಗೆ ಹೃದಯಾನೆ ಒಡೆದು ಹೋಗ್ತಾ ಇತ್ತು!" ಎಂದು ಅವಳು ನನ್ನನ್ನು ಕೀಟಲೆ ಮಾಡುವಳು!

"ಹಾ ಹಾ... ಅವನ ಒಬ್ಬಳೇ ಮಗಳು ದೀಪಸ್ತಂಭದ ಮನೆಯ ನಿರ್ವಾಹಕಿ ಅಂತ ಗೊತ್ತಾಗಿದ್ದರೆ ಅವನಿಗೆ ಹುಚ್ಚೆ ಹಿಡೀತಿತ್ತು!" ಎಂದು ನಾನು ವಾಪಾಸ್ ಕೀಟಲೆ ಮಾಡುತ್ತೇನೆ. ನಾವಿಬ್ಬರೂ ಜೋರಾಗಿ ನಗುತ್ತೇವೆ. ನಮ್ಮ ಮುಖಗಳಿಂದ ಚಿಲುಮೆಯಂತೆ ಹೊಮ್ಮುವ ನಗುವೇ ಹೊರತು ತುಟಿಗಳ ಮೇಲೆ ಮರಗಟ್ಟುವಂತಹದ್ದಲ್ಲ. ಇಲಿಯಾಸ್‌ನ ಸಾವಿನ ನಂತರ ನಾವು ಮರೆತೇ ಬಿಟ್ಟಿದ್ದ ಅಂತಹ ನಗು ಮತ್ತೆ ಮರಳಿ ಬರಬಹುದೇ?!

ಮರುದಿನ ಮಧುಚಂದ್ರಕ್ಕಾಗಿ ಜರ್ಮನಿಯ ಉತ್ತರ ಸಮುದ್ರ ತೀರಕ್ಕೆ ಹೋದೆವು. ಎಷ್ಟೋ ಹಚ್ಚಹಸಿರಾದ ಹಳ್ಳಿಗಳು ಮತ್ತು ಮೀನುಗಾರಿಕೆಯೆ ಉದ್ಯೋಗವಾಗಿದ್ದ ಪುಟ್ಟ ಬಂದರುಗಳಲ್ಲಿ ಓಡಾಡಿದೆವು. ಅಲ್ಲಿನ ದೀಪಸ್ತಂಭಗಳು ನನ್ನನ್ನು ಸೆಳೆಯುತ್ತಿದ್ದವು. ಕಡಲಿನ ಅಬ್ಬರ ಇಳಿದಾಗ ಜುಂಡುಗಳ ಮಧ್ಯದಲ್ಲಿ ಓಡಾಡುತ್ತಾ ನನ್ನ ಹಳೆಯ ಕ್ಯಾಮೆರಾ ಕಣ್ಣಲ್ಲಿ ಕೆಂಪು ಮತ್ತು ಬಿಳಿ ಪಟ್ಟಿಗಳಿದ್ದ ಒಂದೊಂದೇ ದೀಪ ಸ್ತಂಭವನ್ನು ಸೆರೆಹಿಡಿಯುವುದು ತುಂಬಾ ಸಂತೋಷ ತರುತ್ತಿತ್ತು. ಕೆಲವು ಸ್ತಂಭಗಳು ಮುಗಿಲು ಮುಟ್ಟುವವೇನೋ ಅನ್ನುವಷ್ಟು ಎತ್ತರವಾಗಿದ್ದವು. ಕೆಲವರ ಮೇಲೆ ಕುಳಿತ ಕಡಲು ಕಾಗೆಗಳು ಪುಟ್ಟ ಬಂದರುಗಳ ಪ್ರವೇಶ ದ್ವಾರಗಳನ್ನು ಪಹರೆ ಕಾಯುವಂತಿದ್ದವು. ಆ ಎಲ್ಲ ದೀಪಸ್ತಂಭಗಳ ಮಿನುಗಿನ ಬೆಳಕಿನ ಧಾರೆಯ ಅನುಕ್ರಮ ಸರಣಿಯನ್ನು ಗಮನಿಸುವುದು ನನಗೆ ಅತ್ಯಂತ ಸೋಜಿಗವನ್ನೂ, ಹಳೆಯ ನೆನಪುಗಳ ಗಣಿಯನ್ನೂ ಹೊತ್ತು ತರುತ್ತಿತ್ತು.

"ನಿಮ್ಮದು ಇದೇ ತರಹ ಇತ್ತಾ?" ನಾವು ನೋಡಿದ ಪ್ರತಿ ದೀಪಸ್ತಂಭದ ಬಗ್ಗೆ ಡೆಲ್ಫಿನಾ ಕೇಳುತ್ತಿದ್ದಳು.

"ಇಲ್ಲ!" ಎಂತಲೇ ನಾನು ಪ್ರತಿ ಸಲ ತಲೆಯಲ್ಲಾಡಿಸುತ್ತಿದ್ದೆ. "ನಮ್ಮದು ಬಿಳಿ ಬಣ್ಣದ್ದಾಗಿತ್ತು. ಆ ಹಡಗು ರವಾನೆಗಾಗಿ ಅಲ್ಲ, ನಮ್ಮ ಪರ್ಯಾಯ ದ್ವೀಪದ ಪಹರೆಗೋಸ್ಕರವೇ ನಿರ್ಮಾಣಗೊಂಡಂತಿತ್ತು! ಕಲ್ಲು ಬಂಡೆಗಳ ಮೇಲಿನಿಂದ ಅದು ಲೆಸ್ಬೋಸ್ ಮತ್ತು ಚಿಯೋಸ್ ದ್ವೀಪಗಳತ್ತ ಕಣ್ಣು ಮಿಟುಕಿಸುತ್ತಿತ್ತು" ಎಂದೆಲ್ಲಾ ಹೇಳಿದೆ. ನಾನು ಟರ್ಕಿಯಿಂದ ತಪ್ಪಿಸಿಕೊಂಡು ಬರುತ್ತಿದ್ದಾಗ ನೀರಿನಲ್ಲಿ ಕೊಚ್ಚಿ ಹೋಗಿದ್ದ ಫೋಟೋಗಳ ನೆನಪು ಮನಸ್ಸನ್ನು ಭೇದಿಸಿ ಹೃದಯವನ್ನು ತಟ್ಟಿತು. ಒಂದೊಮ್ಮೆ ಅವುಗಳನ್ನು ನನ್ನ ಬಳಿ ಭದ್ರವಾಗಿಟ್ಟುಕೊಂಡಿದ್ದರೆ ನಮ್ಮ ದೀಪಸ್ತಂಭವನ್ನು ಆರಾಮಾಗಿ ತೋರಿಸಬಹುದಿತ್ತು.

ಎರಡನೆಯ ಮಹಾಯುದ್ಧದ ಹಾವಳಿಗೆ ಬಲಿಯಾಗದೆ ಉಳಿದು, ಮನಮೋಹಕತೆಯಿಂದ ಮೆರೆಯುತ್ತಿದ್ದ ವೆದೆಲ್ ಎಂಬ ಊರಿನ ಬೆಡ್ ಅಂಡ್ ಬ್ರೇಕ್‌ಫಾಸ್ಟ್ ಹೋಟೆಲ್ ಒಂದರಲ್ಲಿ ನಾವು ಎರಡು ರಾತ್ರಿಗಳನ್ನು ಕಳೆದೆವು. ಉತ್ತರ ಸಮುದ್ರದಿಂದ ಹ್ಯಾಂಬರ್ಗ್ ಬಂದರಿಗೆ 'ಎಲ್ಬೆ' ನದಿಯ ಮೂಲಕ ತೇಲುತ್ತಿದ್ದ ಪ್ರತಿ ಹಡಗು ಆ ಊರಿಗೆ ಬಂದಾಗ, ಆ ಹೋಟೆಲಿನಲ್ಲಿ, ಆಯಾ ದೇಶದ ರಾಷ್ಟ್ರಗೀತೆಯನ್ನು ನುಡಿಸುವ ಪರಿಪಾಠವಿತ್ತು. ಅರವತ್ತರ ದಶಕದಲ್ಲಿ ಜರ್ಮನಿಗೆ

ವಲಸೆ ಬಂದಿದ್ದ ಮೊದಲನೆಯ ಪೀಳಿಗೆಯ ಟರ್ಕಿ ಕಾರ್ಮಿಕರು ತಮ್ಮ ರಜಾ ದಿನಗಳಲ್ಲಿ ಆ ಹೋಟೆಲ್ಲಿನ ಬಳಿ ಹುಲ್ಲು ಹಾಸಿನ ಮೇಲೆ ಗಂಟೆಗಟ್ಟಲೆ ಕುಳಿತು, ಟರ್ಕಿಯ ಹಡಗನ್ನು ನೋಡಲು ಮತ್ತು ಸ್ವಾತಂತ್ರ್ಯ ಕಹಳೆಯನ್ನು ಕೇಳಲು ಕಾತರರಾಗಿ ಕಾಯುತ್ತಿದ್ದರು ಎಂಬ ಸುದ್ದಿಗಳನ್ನು ಕೇಳಿದ್ದೆ. ಆದರೆ ಆ ಹಡಗುಗಳ ಸಂಖ್ಯೆ ಅದೆಷ್ಟು ಕಡಿಮೆ ಇತ್ತೆಂದರೆ ಅವರು ಸಂಜೆಯಾಗುತ್ತಿದ್ದಂತೆ ನಿರಾಶರಾಗಿ ಹಿಂತಿರುಗಬೇಕಾಗುತ್ತಿತ್ತು.

ನದಿಯ ದಂಡೆಯ ಮೇಲಿನ ಕಾಫಿ ಹೀರುತ್ತಾ ನಾವಿಬ್ಬರೂ ಹಡಗುಗಳು ತೇಲುವುದನ್ನೇ ಗಮನಿಸುತ್ತೇವೆ. ಗಾಳಿಗೆ ಹಾರುವ ತಲೆಗೂದಲನ್ನು ಕೈಯಿಂದ ತಡೆಯುತ್ತಾ, ಡೆಲ್ಫಿನಾ ನನ್ನತ್ತ ನೋಡಿ ಸುಂದರವಾಗಿ ನಗುತ್ತಾಳೆ. ಕೂದಲು ಕೆದರದಂತೆ ಒಂದು ತಲೆ ವಸ್ತ್ರವನ್ನು ಸುತ್ತಿಕೊಳ್ಳುತ್ತಾಳೆ. ಅವಳ ಕಪ್ಪು ಕೂದಲು ಅದರ ಹೊರಗಡೆಯಿಂದ ಇಣುಕುತ್ತಾ ಹಣೆಯ ಮೇಲೆ ನಲಿದಾಡುತ್ತದೆ. ನನ್ನ ನೆನಪಿನ ಪಟಲದಲ್ಲಿ ಮೂಡಿದ ದೃಶ್ಯವನ್ನು ಮನಸ್ಸಿನಿಂದ ಹೊರ ಹಾಕುತ್ತೇನೆ. ಮುಂದೆ ಕಾಣುತ್ತಿರುವ ಒಂದು ಫಲಕವನ್ನು ಸೂಚಿಸುತ್ತಾ ಅವಳು "ಇದಕ್ಕೆ ಗಾಳಿ ಬೀಸುವ ಊರು... ವಿಂಡಿ ಸಿಟಿ ಅಂತ ಹೆಸರಿದೆ" ಎನ್ನುತ್ತಾಳೆ.

"ಓ! ಹೋಮರನ ಕವಿತೆಯಲ್ಲಿ ಬರುವ ವಿಂಡಿ ಮೀಮಾಸ್ ಥರಾನ?" ಎಂದು ನಾನು ಕೇಳುತ್ತೇನೆ.

ಈಗ ಹೋಮರ್ ಕವಿಯಿಂದಲ್ಲವಾದರೂ, ನಾನು ಹೇಳಿದ ಸಂಗತಿಗಳ ಹಿನ್ನೆಲೆಯಲ್ಲಿ ಈ ವಿಷಯ ಅವಳಿಗೆ ಚೆನ್ನಾಗಿ ಗೊತ್ತು!

"ಹೌದು. ವಿಂಡಿ ಮೀಮಾಸ್‌ನಂತೆಯೇ!" ಎನ್ನುತ್ತಾ ಮತ್ತೆ ನಗುತ್ತಾಳೆ!

ನಾವು ಮತ್ತೆ ಎಲ್ಬೆ ನದಿಯತ್ತ ಕಣ್ಣು ಹಾಯಿಸುತ್ತೇವೆ. ತುಂಬಾ ಅಗಲವಾಗಿ ಹರಿಯುತ್ತಾ ಎಷ್ಟೋ ನಡುಗಡ್ಡೆಗಳನ್ನು ಸುತ್ತುವರಿದಿದ್ದ ಆ ನೀರಿನ ರಾಶಿ ಸಮುದ್ರವಲ್ಲದೆ ನದಿ ಎಂದು ನಂಬುವುದೇ ಕಷ್ಟಸಾಧ್ಯವಾಗಿತ್ತು.

ವಾಲು ಕಿವಿಗಳ, ಜೋಲು ಹೊಟ್ಟೆಯ ಮುದಿ ನಾಯಿಯೊಂದಿಗೆ ಒಬ್ಬ ಕುಳ್ಳಗಿನ ಮುದುಕಿ ಬೂದು ಬಣ್ಣದ ಕೋಟು ಧರಿಸಿಕೊಂಡು ಚಿಕ್ಕಚಿಕ್ಕ ಹೆಜ್ಜೆ ಇಡುತ್ತಾ ನಡೆಯುವುದು ಕಂಡಿತು. ಅವಳು ಸ್ವಲ್ಪ ಸುಧಾರಿಸಿಕೊಳ್ಳಲು ಕೆಲ ಕ್ಷಣ ಸುಮ್ಮನೆ ನಿಂತಾಗ, ಆ ನಾಯಿಯೂ ಸಹ ತಕ್ಷಣ ಸ್ತಬ್ಧವಾಗಿ ಅವರಿಬ್ಬರ ಮಧ್ಯದ ಅಂತರವನ್ನು ಕಾಪಾಡಿಕೊಳ್ಳಬೇಕೇನೋ ಎನ್ನುವಂತೆ ವರ್ತಿಸಿತು. ಸೈಕಲ್‌ಗಳ ಗಂಟೆ ಸದ್ದು ಮಾಡುತ್ತಾ ಕುಟುಂಬ ಒಂದು ನಮ್ಮನ್ನು ದಾಟಿ ಸಾಗಿತು. ದೂರದಲ್ಲಿ ಮಸುಕಾಗಿ ಕಾಣುತ್ತಿರುವ ಬಿಳಿ ಕೆಂಪು ದೀಪಸ್ತಂಭದತ್ತ ನನ್ನ ದೃಷ್ಟಿ ಓಡಿತು. ಆ ಗಳಿಗೆಯಲ್ಲಿ ಡೆಲ್ಫಿನಾ ಗ್ರೀಕ್ ಭಾಷೆಯ ಒಂದು ಶೋಕ ಗೀತೆಯನ್ನು ಗುನುಗಲಾರಂಭಿಸಿದಳು. ಕಣ್ಣುಮುಚ್ಚುತ್ತಾ, ನೆರಿಸ್ಸಾಳನ್ನು ಕಂಡ ಆ ದಿನದ ನೆನಪಿಗೆ ನಾನು ತೇಲಿದೆ.

ವಸಂತ ಕಾಲದ ಸುಗಂಧ ಎಲ್ಲೆಡೆ ಹರಡಿರಲಾಗಿ, ಹಿದ್ರೆಲೆಝ್ ಹಬ್ಬ ಇನ್ನೇನು ಬರಲಿದೆ ಎಂಬುದು ನೆನಪಾಗುತ್ತದೆ. ಹಿಝೀರ್ ಮತ್ತು ಎಲಿಝಾ ಎಂಬ

ಧರ್ಮಪ್ರವರ್ತಕರಿಬ್ಬರೂ ಭೂಮಿಯ ಮೇಲೆ ಒಬ್ಬರನ್ನೊಬ್ಬರು ಸಂಧಿಸಿದ ದಿನವನ್ನು ಹಿದ್ರೆಲೆಝ್ ಹಬ್ಬವಾಗಿ ಆಚರಿಸಲಾಗುತ್ತದೆ. ಹಿಝೀರ್ ಸಂಕಟಗಳ ನಿವಾರಕನಾದರೆ, ಇಲಿಯಾಸ್ ಸಮುದ್ರ ರಾಜನಾಗಿದ್ದ. ನನ್ನಣ್ಣ ಇಲಿಯಾಸ್ ಸಂಕಟನಿವಾರಕ ಹಿಝೀರನನ್ನು ಭೇಟಿಯಾಗುವ ಬದಲು ಭೂಮಿಯೊಳಕ್ಕೆ ಸೇರಿಬಿಟ್ಟಿದ್ದ. ಅವನ ಸಾವಿನ ನಂತರ ನಾನು ಯಾವುದೇ ಬೇಡಿಕೆಗಳನ್ನು ಕೇಳಿಕೊಳ್ಳಲಿಲ್ಲ. ನನ್ನ ಕೊನೆಯ ಬೇಡಿಕೆಯೂ ಸಹ ಅಷ್ಟೇನೂ ಮುಗ್ಧವಾಗಿರಲಿಲ್ಲವೆಂಬುದು ಸತ್ಯ ಸಂಗತಿಯೇ ಅಲ್ಲವೇ?

ಇಲಿಯಾಸ್‌ನ ಮುನಿಸಿಕೊಂಡ ಮುಖ ಕಣ್ಣೆದುರು ಮೂಡುತ್ತದೆ. ಅವನ ಧ್ವನಿಯಲ್ಲಿ ನೋವಿದೆ.

"ನನ್ನ ಮೇಲೆ ಸಿಟ್ಟಾಗಬೇಡ, ಹಿಝೀರ್. ನಿನ್ನ ಆಸೆಯೇ ನೆರವೇರಿತಲ್ಲ?" ಎನ್ನುತ್ತಾನೆ.

"ನಿನ್ನ ಮಾತಿನ ಅರ್ಥ ಏನು ಭಯ್ಯಾ?" ನಾನು ಕೇಳುತ್ತೇನೆ.

ಅವನಿಗಿಂತ ನಾನೀಗ ನಲವತ್ತು ವರ್ಷ ಹೆಚ್ಚು ವಯಸ್ಸಿನವನು. ಭಯ್ಯಾ ಎಂಬ ಸಂಬೋಧನೆಯ ಶಬ್ದವೇ ಈಗ ವಿಚಿತ್ರವೆನಿಸುತ್ತದೆ.

"ನಿನ್ನ ಮೊದಲನೆ ಆಸೆ ನೆರಿಸ್ಸಾಳನ್ನ ನಿಖಾ ಆಗ್ಬೇಕು ಅನ್ನೋದಾಗಿತ್ತು. ನೆನಪಿದ್ಯಾ?!" ಇಲಿಯಾಸ್ ಕೇಳುತ್ತಾನೆ.

"ಆದ್ರೆ ತಕ್ಷಣ ನಾ ನನ್ನ ಮನಸ್ಸನ್ನ ಬದಲಾಯಿಸಿದ್ದೆ!" ಎಂದು ನಾನು ಅವನ ಮಾತನ್ನು ವಿರೋಧಿಸಿದೆ. "ನಿನ್ನ ಆರೋಗ್ಯ ಸುಧಾರಿಸಲಿ ಅಂತಾನೆ ಬೇಡಿದ್ದೆ. ನಿನ್ನ ಆರೋಗ್ಯಕ್ಕಾಗಿನೆ ದುವಾ ಮಾಡಿದ್ದೆ" ನಾನು ಮೌನವಾಗಿಯೇ ಕಿರುಚಿದೆ. "ಹಬ್ಬದ ದಿನ ಹೂತ ಆ ಬೆಣಚು ಕಲ್ಲಿನ ಮೇಲೆ ಬರೆದದ್ದು ನಿಂದೆ ಮುಖ ಆಗಿತ್ತು!"

"ಆದ್ರೆ ಏನ್ ಮಾಡೊದು? ನಿನ್ನ ಬೇಡಿಕೆ ನನ್ನ ಸಾವನ್ನು ಮೀರದೆ ಹೋಯ್ತು. ನಾನು ಹುಟ್ಟಿದಾಗ್ಲೇ, ನನ್ನ ವಿಧಿ ಏನು ಅಂತ ನಿರ್ಧಾರ ಆಗಿತ್ತಲ್ವಾ? ಹಾಗಿದ್ದ ಮೇಲೆ ಆ ಅಲ್ಲಾಹ್ ನಿನ್ನ ಬೇಡಿಕೆನ ಅದು ಹೇಗೆ ಸ್ವೀಕರಿಸ್ತಾನೆ? ಅದಕ್ಕೆ ನಿನ್ನ ಮೊದಲನೆ ಆಸೆನ ಈಡೇರಿಸಿ, ಅವಳ ಜೊತೆಗೇ ನಿನ್ನ ನಿಖಾ ಮಾಡಿಬಿಟ್ಟ!!"

"ಆದ್ರೆ ಅವಳು ನೆರಿಸ್ಸಾ ಅಲ್ಲ."

"ಕಣ್ತೆರೆದು ನೋಡು, ಹಬ್ಬದ ದಿನ ಮೊದ್ಲಿಗೆ ಕಲ್ಲಿನ ಮೇಲೆ ಬರೆದದ್ದು ಅವಳದೆ ಮುಖ ಆಗಿರಲಿಲ್ವಾ? ಈಗ ಸಿಕ್ಕವಳು ನಿಂಗೆ ಯಾವಾಗಲೂ ನೆರಿಸ್ಸಾಳದ್ದೆ ನೆನಪು ತರೋದಿಲ್ವಾ?"

"ಹೌದು..."

"ನಿಂಗೆ ನೆರಿಸ್ಸಾಳೆ ಸಿಕ್ಕಿದ್ರೆ ಅವಳನ್ನ ಇದಕ್ಕಿನ್ನ ಹೆಚ್ಚಾಗಿ ಪ್ರೀತಿಸ್ತಾ ಇದ್ಯಾ?"

"ಇಲ್ಲ!"

"ನೋಡು, ಹಾಗಾದರೆ ನೀನು ಮಾಡಿದ ದುವಾ ಈಡೇರಿದೆ ಅನ್ನೋದೇ ಸತ್ಯ!"

ಹಠಾತ್ತಾಗಿ ಬೀಸಿದ ಗಾಳಿಗೆ ಪುಟ್ಟ ತೇಲುದೋಣಿಗಳು ಸಮರಸವಾದ

ಸುಲಲಿತ ನೃತ್ಯದ ಲಯದಂತೆ ಶಬ್ದ ಮಾಡುತ್ತವೆ. ಆ ಸದ್ದಿನ ಮೊರೆತ ಕಿವಿಯಲ್ಲಿ ತುಂಬಿಕೊಂಡು ಇಲಿಯಾಸ್‌ನ ಧ್ವನಿ ಕೇಳದಂತಾಗುತ್ತದೆ.

ರಾತ್ರಿ ದಿಂಬಿಗೆ ತಲೆಕೊಟ್ಟು ಮಲಗಿರಲಾಗಿ ಇಲಿಯಾಸ್‌ನ ಮಾತು ಮತ್ತೆ ಕಿವಿಯಲ್ಲಿ ಪ್ರತಿಧ್ವನಿಸಿ ನನ್ನನ್ನು ಕಳವಳಗೊಳಿಸುತ್ತದೆ. ನಾವು ಕೊನೆಯ ಬಾರಿ ಬೆಟ್ಟದ ಮೇಲೆ ಒಬ್ಬರನ್ನೊಬ್ಬರು ಬೀಳ್ಕೊಟ್ಟಾಗ ಬೀರಿದ ನೋಟವನ್ನು ಮತ್ತೆ ಅವನ ಮುಖದಲ್ಲಿ ಕಾಣುತ್ತೇನೆ. ನನ್ನ ಎರಡೂ ಕೈಗಳನ್ನು ಬಾಯಿಯ ಸುತ್ತ ಹಿಡಿದುಕೊಂಡು ಅರಚುತ್ತೇನೆ "ನೀನು ಗುಣಮುಖನಾಗಲಿ ಅಂತಾನೆ ಬೇಡಿದ್ದೆ ಭಯ್ಯಾ! ಆದರೆ ನೀನು ತುಂಬಾ ದಿನ ಬದುಕಲೇ ಇಲ್ಲ!"

ನನ್ನ ಕೂಗಿನಿಂದ ಎಚ್ಚರಗೊಂಡ ಡೆಲ್ಫಿನಾ ದಡಬಡಾಯಿಸಿ ಎದ್ದು ನೀರಿನ ಲೋಟ ತರುತ್ತಾಳೆ. ಕುಡಿಯುತ್ತೇನೆ. ಆದರೆ ನಿದ್ದೆ ನನ್ನ ಬಳಿ ಸುಳಿಯುವುದೇ ಇಲ್ಲ. ಅವನು ಹೇಳಿದ್ದು ನಿಜವೇ? ನನ್ನ ತೀರ್ಮಾನಿಸಲಾಗದ ಮನಸ್ಸು ಹಬ್ಬದ ದಿನ ನೆರಿಸ್ಸಾಳನ್ನೆ ಬಯಸಿ ಪ್ರಾರ್ಥಿಸಿತ್ತೆ?

ಬೆಳಿಗ್ಗೆ, ನಮ್ಮ ಕೋಣೆಯ ಬಾಲ್ಕನಿಯಿಂದ ಎಲ್ಬೆ ನದಿಯನ್ನು ನೋಡುತ್ತಾ ಕಾಫಿ ಹೀರುತ್ತಿರುವಾಗ ಡೆಲ್ಫಿನಾಳ ಕನಸಿನ ಕಣ್ಣುಗಳನ್ನೇ ನೋಡುತ್ತಾ ಮತ್ತೆ ನಲವತ್ತು ವರ್ಷಗಳ ಹಿಂದಿನ ನೆನಪುಗಳನ್ನು ಮೆಲುಕು ಹಾಕುತ್ತೇನೆ. ಅವಳ ಟರ್ಕಿ ತಾಯಿ ಅವಳನ್ನು ಮಲಗಿಸಲು ಹಾಡಿರಬಹುದಾದ ಜೋಗುಳವನ್ನು ಗುನುಗುನಿಸುತ್ತಾ, ಸಜಾಕಿನ ಆ ಮನೆಯಲ್ಲಿ ಮೊಣಕಾಲೂರಿ ದುವಾ ಮಾಡಿದ್ದ ಆ ಚೆಲುವೆಯ ವಿಷಾದದ ಮುಖವನ್ನು ಕಲ್ಪಿಸಿಕೊಳ್ಳಲು ಬಯಸಿದರೂ ಕೂಡ, ನನ್ನ ಒಳಗಣ್ಣಿನಲ್ಲಿ ಡೆಲ್ಫಿನಾಳ ಮುಖವೇ ಗೋಚರವಾಗುತ್ತದೆ. ಮತ್ತೊಮ್ಮೆ ಅವಳು ನನ್ನನ್ನು ನೋಡಿದಾಗ ಕ್ಷೌರದಂಗಡಿಯಲ್ಲಿ ಅಜ್ಜನ ತೊಡೆಯ ಮೇಲೆ ಮುಸುಗುಟ್ಟುತ್ತಿದ್ದ ಹುಡುಗಿಯನ್ನು ನೆನಪಿಸಿಕೊಳ್ಳುತ್ತೇನೆ. ಅವಳು ನಿಜವಾಗಿಯೂ ನನ್ನ ಡೆಲ್ಫಿನಾಳೆ? ಆ ಮುಖದ ನೆನಪು ಸಂಪೂರ್ಣ ಮಾಯವಾಗಿದೆ. ಈಗ ಇಲ್ಲಿ ಡೆಲ್ಫಿನಾ ಮಾತ್ರವೇ ಇದ್ದಾಳೆ! ಇಲಿಯಾಸ್ ಮತ್ತೆಂದೂ ಮರಳಿ ಬರುವುದಿಲ್ಲ. ಅವನ ಧ್ವನಿ ನನಗೆ ಮುಂದೆಂದೂ ಕೇಳಿಸುವುದಿಲ್ಲ.

ನದಿಯ ದಡದಲ್ಲಿ ತಮ್ಮ ಮಗುವಿನೊಂದಿಗೆ (ತಲೆಗವಸಿನಿಂದಾಗಿ ಹುಡುಗಿಯೋ ಹುಡುಗನೊ ಎಂದು ತಿಳಿಯುವುದು ಕಷ್ಟ) ನಡೆಯುತ್ತಿದ್ದಾರೆ. ಕೈಯಲ್ಲಿನ ಸರಪಳಿಯಿಂದ ನಾಯಿಮರಿಯನ್ನು ಬಿಚ್ಚಿದ ತಕ್ಷಣ ಆ ಜೇನು ಬಣ್ಣದ ದುರುಳ ನಾಯಿ ಅತ್ತಿಂದಿತ್ತಾ ಓಡುತ್ತಾ ಕಂಡದ್ದನ್ನೆಲ್ಲ ಮೂಸುತ್ತಾ, ಹುಲ್ಲಿನ ಮೇಲೆ ಹಾಗೂ ಗಿಡದ ಕೊಂಬೆಗಳ ಮೇಲೆ ಉಚ್ಚೆ ಹೊಯ್ಯುತ್ತದೆ. ಪುಟ್ಟ ಪುಟ್ಟ ಒಂದೇ ಹಾಯಿ ಇರುವ ನೌಕೆಗಳು ಬಾತುಗಳಂತೆ ಒಂದನ್ನೊಂದು ಹಿಂಬಾಲಿಸುವುದು ಎದುರಿನ ದಂಡೆಯ ಬಳಿ ಗೋಚರವಾಗುತ್ತದೆ.

ಎಲ್ಬೆ ನದಿಯ ದಂಡೆಯಲ್ಲಿ ಕುಳಿತಿದ್ದರೂ ಸಮುದ್ರ ತೀರದಲ್ಲಿರುವೆನೆಂದೇ ಭಾಸವಾಗುತ್ತದೆ. ಬೀಸಿ ಬರುತ್ತಿರುವ ಗಾಳಿ ಈಶಾನ್ಯದ್ದೋ ಅಥವಾ ನೈರುತ್ಯದ್ದೋ

ಎಂದು ಗುರುತುಹಿಡಿಯಲಾಗುವುದಿಲ್ಲ. ತೇಲಿ ಬರುತ್ತಿರುವ ಅಲೆಗಳು ಅಲ್ಲಿನ ಮರಗಳನ್ನೆಲ್ಲ ಜೋಗು ಮಾಡಿಬಿಡುತ್ತಿವೆ. ಗಾಳಿಯನ್ನೇ ಆಜ್ಞಾಪಿಸುತ್ತಿರುವಂತೆ ಒಂದು ಹಾಯಿ ದೋಣಿ ನಿಧಾನವಾಗಿ ತೇಲುತ್ತಾ ಹೊಯ್ದಾಡುತ್ತಿರುತ್ತದೆ. ಬಂದರು ಕಟ್ಟೆಯಿಂದ ಒಂದು ಸರಕು ಹಡಗು ಹತ್ತಿರ ಬರುತ್ತಿದ್ದಂತೆ ಧ್ವನಿವರ್ಧಕದಲ್ಲಿನ ಒಂದು ಗಡಸು ಧ್ವನಿಯ ಆದೇಶದಂತೆ ಮೆರವಣಿಗೆಯ ಹಾಡು ಕೇಳಿಸಲಾರಂಭಿಸುತ್ತದೆ. "ಅದು ಪನಾಮಾ ದೇಶದ ಹಡಗು!" ಡೆಲ್ಫಿನಾ ವಿವರಿಸುತ್ತಾಳೆ. "ಪನಾಮಾ ದೇಶದ ರಾಷ್ಟ್ರಗೀತೆ!"

ನದಿಯ ಒಡ್ಡಿನ ಮೇಲೆ ಹಾರಿ ಬಂದು ಕೂರುತ್ತಿರುವ ಪಾರಿವಾಳಗಳನ್ನು ಅಲೆದಾಡುತ್ತ ಓಡುವ ಮಗು ಹಾರಿಸಿಬಿಡುತ್ತದೆ. ಬಂದರು ಕಟ್ಟೆಯ ಮೇಲೆ ನೆರೆದ ಸ್ವಲ್ಪ ಜನ ಪನಾಮದ ಹಡಗನ್ನು ಸ್ವಲ್ಪ ಹೊತ್ತು ನೋಡುತ್ತಿದ್ದು, ಬಂದರಿನಿಂದ ಸಮುದ್ರಕ್ಕೆ ಹೋಗುತ್ತಿರುವ ಇನ್ನೊಂದು ಹಡಗಿನತ್ತ ಗಮನ ಹರಿಸುತ್ತಾರೆ. ಧ್ವನಿವರ್ಧಕದಲ್ಲಿ ಆ ಗಡಸು, ಕರ್ಕಶ ಧ್ವನಿ ಮತ್ತೆ ಕೇಳಿಸಿದಾಗ ಇಸ್ತಾನ್‌ಬೂಲ್ ಎಂಬ ಶಬ್ದ ಕಿವಿಗೆ ಬಿದ್ದು, ನಾನು ಡೆಲ್ಫಿನಾಳತ್ತ ನೋಡುತ್ತೇನೆ. 'ಅದು ಮುಂದೆ ಇಸ್ತಾನ್‌ಬೂಲಿಗೆ ಹೋಗತ್ತೆ' ಎಂದು ಅವಳು ಭಾಷಾಂತರಿಸುತ್ತಾಳೆ. ನಮಗೆ ಅಪರಿಚಿತವಾದ ಯಾವುದೋ ರಾಷ್ಟ್ರಗೀತೆ ಕೇಳಿ ಬರುತ್ತದೆ. 'ನಮ್ಮ ತಾಯಿನಾಡಿಗೆ ಹಲೋ ಹೇಳಿ' ಎಂಬ ಮೂಕ ಸಂದೇಶವನ್ನು ಸೂಚಿಸುತ್ತಾ ಇಬ್ಬರೂ ನಿಟ್ಟುಸಿರಿಟ್ಟು ಹಡಗು ತೇಲಿ ಹೋಗುವುದನ್ನೇ ನೋಡುತ್ತಿರುತ್ತೇವೆ.

ಇನ್ನೂ ಹಲವಾರು ಹಡಗುಗಳು ಸಾಗುತ್ತಿದ್ದಂತೆ ಈಗ ಧ್ವಜವನ್ನು ನೋಡದೆಯೇ ಜರ್ಮನ್ ಹಡಗನ್ನು ಅದರ ರಾಷ್ಟ್ರಗೀತೆಯಿಂದಲೇ ಗುರುತಿಸಬಲ್ಲವನಾಗುತ್ತೇನೆ. ಆದರೆ ಬೇರೆ ಯಾವವೂ ನನ್ನರಿವಿಗೆ ದೊರಕುವುದಿಲ್ಲ. ಹೋಟೆಲ್ಲಿನ ಬಿಲ್ಲಿನ ದುಡ್ಡು ಕೊಟ್ಟು ಹೊರಡಲು ಸಿದ್ಧರಾಗುತ್ತೇವೆ. ನಮ್ಮ ಬ್ಯಾಗುಗಳನ್ನು ಕಾರಿನತ್ತ ಸಾಗಿಸುತ್ತೇನೆ. ಆ ಕ್ಷಣದಲ್ಲಿ ಮತ್ತೆ ಧ್ವನಿವರ್ಧಕ ಕುರುಗುಟ್ಟುತ್ತದೆ. ಅದೇ ಗಂಡಸಿನ ಧ್ವನಿ. ಆದರೆ ಕೇಳಿಸಿಕೊಳ್ಳಲು ನನಗೀಗ ಸಹನೆ ಇಲ್ಲ. ಮುಂದಿನ ಕ್ಷಣದಲ್ಲಿ ನನ್ನ ಕಿವಿಗಳನ್ನೇ ನಂಬದಂತೆ ಮೂಡಿಬಂದದು ನಮ್ಮ ದೇಶದ ರಾಷ್ಟ್ರಗೀತೆ!

ಬ್ಯಾಗನ್ನು ಅಲ್ಲಿಯೇ ಬಿಸಾಕಿ, ಬಂದರು ಕಟ್ಟೆಗೆ ಓಡುತ್ತೇನೆ. ಟರ್ಕಿಯ ಧ್ವಜ ನೀರನ್ನು ಭೇದಿಸಿಕೊಂಡು ತೇಲುತ್ತಿರುವ ಸಾಗಾಣಿಕೆ ಹಡಗಿನ ಹಿಂಭಾಗದಲ್ಲಿ ಸೌಮ್ಯವಾಗಿ ಗಾಳಿಗೆ ಬೀಸುತ್ತಿದೆ! ನಾನು ನೆಟ್ಟನೆ ನಿಂತು ಒಂದು ಮಿಲಿಟರಿ ಸಲಾಂ ನೀಡಿ ಗದ್ಗದ ಧ್ವನಿಯಲ್ಲಿ ರಾಷ್ಟ್ರಗೀತೆ ಹಾಡುತ್ತಾ ಆ ಹಡಗಿಗೆ ವಂದಿಸುತ್ತೇನೆ. ಭಾವನೆಗಳ ಮಹಾಪೂರದೊಂದಿಗೆ ಅಳು ಉಕ್ಕಿ ಉಕ್ಕಿ ಬರುತ್ತಿದ್ದಂತೆ ಧ್ವನಿ ನಡುಗುತ್ತದೆ. ಹಡಗು ಜೋರಾದ ಸೈರನ್ನಿನೊಂದಿಗೆ ಪ್ರತಿವಂದಿಸುತ್ತದೆ!

ಅಂದಿನ ಘಟನೆಗಳ ಉತ್ಸಾಹವನ್ನು ಹತ್ತಿಕ್ಕಲಾಗದೆ ನಾವಿಬ್ಬರೂ ಮತ್ತೆ ಬೇರೆ ದೀಪಸ್ತಂಭಗಳಿರುವ ಹಲವಾರು ಸಮುದ್ರ ತಟಗಳಿಗೆ ಹೊರಟೆವು. ಡೆಲ್ಫಿನಾ ಕೂಡ ನನ್ನ ಹುಡುಕಾಟದ ಸುಳಿಯಲ್ಲಿ ಸಿಕ್ಕು ದೀಪಸ್ತಂಭಗಳನ್ನೇ ಅರಸಿದಳು. ನಾವು ಪಟ್ಟು

ಬಿಡದೆ ಎಲ್ಲೆಡೆ ಅವುಗಳನ್ನೇ ಕಾಣಬಯಸಿದೆವು. ಚಿಕ್ಕ ಚಿಕ್ಕ ಸ್ಮರಣಿಕೆ ಮಾರುವ ಅಂಗಡಿಗಳಲ್ಲೂ ಸಹ ನಾವು ದೀಪಸ್ತಂಭದ ಕಲಾಕೃತಿಗಳನ್ನೇ ಹುಡುಕಿದೆವು.

ಒಂದು ಗೂಡಂಗಡಿಯಲ್ಲಿದ್ದ ವ್ಯಾಪಾರಿಯೊಬ್ಬ 'ಲೈಟ್ ಹೌಸಿರೋ ಫೋಟೋ ಮತ್ತೆ ಪೋಸ್ಟ್ ಕಾರ್ಡುಗಳಿದಾವೆ, ನಿಮಗಿಷ್ಟ ಇದ್ರೆ ನೋಡಿ!' ಎಂದು ಹೇಳುತ್ತಿದ್ದ. ನಾನು ಆ ಗೂಡಿನತ್ತ ನಡೆದೆ. ಅಲ್ಲಿದ್ದ ಮರದ ಪೆಟ್ಟಿಗೆಯೊಂದರಲ್ಲಿ ಕಪ್ಪು ಬಿಳುಪಿನ, ಕಂದು ಬಣ್ಣದ ಮಸಕಲು ಚಿತ್ರಗಳನ್ನು ಒಂದೊಂದಾಗಿ ಒಂದೊಂದಾಗಿ ಬಹಳ ಎಚ್ಚರವಹಿಸಿ ಪುಸ್ತಕದ ಹಾಳೆಗಳಂತೆ ನಿಧಾನವಾಗಿ ತಿರುಗಿಸುತ್ತಿದ್ದೆ. ಅದೆಷ್ಟು ನೆನಪುಗಳು ಇಲ್ಲಿ ಸೆರೆಯಾಗಿವೆ! ಆ ಫೋಟೋಗಳನ್ನು ತೆಗೆದ ಕ್ಯಾಮೆರಾದ ಲೆನ್ಸುಗಳು ಹಿಡಿದಿಡಲಾಗದ ಇನ್ನೂ ಸಾವಿರಾರು ನೆನಪುಗಳು ಇವುಗಳ ಹಿಂದೆ ಅಡಗಿವೆ. ಅವೆಲ್ಲವುಗಳ ಬಗ್ಗೆ ಬರೆಯಬೇಕು ಅನಿಸಿಬಿಟ್ಟಿತು.

ಸಮುದ್ರದ ಮಧ್ಯದಲ್ಲಿ ಅಲೆಗಳ ಹೊಡೆತಕ್ಕೆ ತತ್ತರಿಸುವಂತೆ ಕಾಣುತ್ತಿದ್ದ ದೀಪಸ್ತಂಭದ ಒಂದು ಚಿತ್ರ ನನ್ನ ಕಣ್ಣು ಕುಕ್ಕಿತು. ಅದನ್ನೇ ಸುಮಾರು ಹೊತ್ತು ದಿಟ್ಟಿಸುತ್ತಾ ಹಲವು ಕಥೆಗಳನ್ನು ನನ್ನ ಕಲ್ಪನೆಯ ಲೋಕದಲ್ಲಿ ಹೆಣೆದು ಅದಕ್ಕೆ ಹಚ್ಚಿ ಮುಂದಿನ ಚಿತ್ರವನ್ನು ಕೈಗೆತ್ತಿಕೊಂಡೆ. ಅದೆಂಥ ಪುಳಕದ ಕ್ಷಣವಾಗಿತ್ತದು! ಚಿತ್ರವನ್ನು ಹಿಡಿದಿದ್ದ ನನ್ನ ಬೆರಳು ಗಡಗಡ ನಡುಗಿದವು. ಆ ನಡುಕ ನನ್ನ ಬೆರಳಿನಿಂದ ಶುರುವಾಗಿ ಕೈ, ಕೈಯಿಂದ ತೋಳು, ತೋಳಿನಿಂದ ನನ್ನಿಡೀ ದೇಹಕ್ಕೇ ವ್ಯಾಪಿಸಿಬಿಟ್ಟಿತು!

ಆ ಫೋಟೋದಲ್ಲಿ ಕುರ್ಚಿಯ ಮೇಲೆ ಕುಳಿತಿರುವ ಒಬ್ಬ ವಯಸ್ಕರ ಹೆಂಗಸಿನ ಎದೆಯ ಮೇಲೆ ಒಂದು ಶೌರ್ಯ ಪದಕ, ಕೈಯಲ್ಲಿ ಉದ್ದನೆಯ ತಸ್ಬೀಹಾ ಜಪಮಣಿ, ಆಕೆಯ ಅಕ್ಕಪಕ್ಕ ನಿಂತಿರುವ ಅರ್ಧ ಚಡ್ಡಿ ಧರಿಸಿರುವ ಇಬ್ಬರು ಮಕ್ಕಳಲ್ಲಿ ಒಬ್ಬ ಕೈಯೆತ್ತಿ ಮಿಲಿಟರಿ ಸಲಾಮು ಮಾಡುತ್ತಿದ್ದಾನೆ. ಅವನ ಪಕ್ಕ ಅವನಿಗಿಂತ ಸ್ವಲ್ಪ ದೊಡ್ಡವಳಾಗಿರಬಹುದಾದ, ಪ್ಯಾಂಟ್ ಧರಿಸಿ ನಿಂತಿರುವ ಹುಡುಗಿಯ ಮುಖವನ್ನು ಫೋಟೋದ ಮಡಿಕೆ ಮಂಕುಗೊಳಿಸಿಬಿಟ್ಟಿದೆ. ಹಿಂದೆ ಒಂದು ನಡುವಯಸ್ಸಿನ ಗಂಡಹೆಂಡತಿ ಮತ್ತು ಹಿನ್ನೆಲೆಯಲ್ಲಿ ಬಿಳಿ ಬಣ್ಣದ ದೀಪಸ್ತಂಭ! ತಣ್ಣನೆಯ ಬೆವರು ಧಾರಾಕಾರವಾಗಿ ಮುಖದಿಂದ ಕೆಳಗೆ ಇಳಿಯುತ್ತಿರಲು, ದುಃಖ ಉಕ್ಕಿಬಂದು ನಾನು ಬಿಕ್ಕಿ ಬಿಕ್ಕಿ ಅಳಲಾರಂಭಿಸಿದೆ. ನನಗೇನು ಹೃದಯಾಘಾತವಾಯಿತೇನೋ ಎಂದು ಹೆದರಿ ಡೆಲ್ಫಿನಾ ಓಡೋಡಿ ಬಂದಳು. ಅವಳು ಹತ್ತಿರ ಬಂದದ್ದೆ "ಇಲ್ಲಿ... ಇದು... ಇದು..." ನನ್ನ ಧ್ವನಿ ನನಗೇ ಅಪರಿಚಿತವೆನಿಸಿಬಿಟ್ಟಿತು.

ನಾವು ಹೋಟೆಲ್ ರೂಮಿಗೆ ಮರಳಿದ ಅದೆಷ್ಟೋ ಹೊತ್ತು ಕಳೆದ ಮೇಲೆ ನನ್ನ ಮನಸ್ಸು ಸ್ವಲ್ಪ ತಹಬಂದಿಗೆ ಬಂದು ಧ್ವನಿಯೂ ಸ್ವಲ್ಪ ಸ್ಥಿರವಾಯಿತು. ಪಕ್ಕದಲ್ಲಿ ಕುಳಿತು ಕುತೂಹಲದಿಂದ ನನ್ನನ್ನು ನೋಡುತ್ತಿದ್ದ ಡೆಲ್ಫಿನಾಳಿಗೆ ವಿವರವಾಗಿ ಹೇಳಲು ಶುರುಮಾಡಿದೆ.

"ನೋಡಿಲ್ಲಿ! ಈ ಫೋಟೋದಲ್ಲಿ ಅರ್ಧ ಚಡ್ಡಿ ಹಾಕ್ಕೊಂಡು ಮುಂದೆ ನಿಂತುಕೊಂಡು ಮಿಲಿಟರಿ ಸಲಾಂ ಮಾಡ್ತಾ ಇರೊ ಹುಡುಗ ಇದಾನಲ್ಲ! ಅದು

ನಾನೆ! ಆಗ ನನಗೆ ಮಿಲಿಟರಿ ಜುಂಟಾ ನನ್ನ ಜೀವನವನ್ನೇ ಬುಡಮೇಲು ಮಾಡಿಬಿಡತ್ತೆ ಅನ್ನೋ ಯಾವ ಯೋಚನೇನೂ ಇರಲಿಲ್ಲ!" ಅಷ್ಟು ಹೇಳಿದ ಮೇಲೆ ಯುದ್ಧಕಾಲದಲ್ಲಿನ ನಮ್ಮ ಬವಣೆಗಳನ್ನು ವಿವರಿಸಿದೆ. ಹನೀಮ್ ಹಾಲಾಳ ತಸ್ಬೀಹಾ ಜಪಮಣಿ ಮತ್ತು ಅವಳ ಎದೆಯ ಮೇಲೆ ಯಾವಾಗಲೂ ಇರುತ್ತಿದ್ದ ಪದಕವನ್ನು ತೋರಿಸಿದೆ. "ಅವಳ ಬಲ ಪಕ್ಕದಲ್ಲಿರೋನು ಮೇರೆ ಭಯ್ಯಾ ಇಲಿಯಾಸ್. ನನಗಿಂತ ಎರಡು ವರ್ಷ ದೊಡ್ಡೋನಾದ್ರೂ ನಾವಿಬ್ರೂ ಒಂದೇ ವಯಸ್ಸಿನವರಂತೆ ಕಾಣ್ತೀವಲ್ಲ! ನಾನು ದೊಡ್ಡವನಾದಂಗೆಲ್ಲ ಅವನು ಚಿಕ್ಕೋನಾಗ್ತಾ ಮುಂದೊಂದು ದಿನ ನಾವಿಬ್ರೂ ಒಂದೇ ವಯಸ್ಸಿನವರಾಗಿ ಬಿಡ್ತೀವಿ ಅಂತ ನನಗಾಗ ತುಂಬಾ ಅನಿಸ್ತಿತ್ತು. ಆದರೆ ನಡೆದಿದ್ದು ಅದಲ್ಲವೇ ಅಲ್ಲ. ಉದ್ದೇಶ ಇಲ್ದಿದ್ರೂ ನಾನವನನ್ನ ಮೀರಿಬಿಡೋ ದಿನ ಬಂದೇ ಬಿಡ್ತು!"

ನನ್ನ ಧ್ವನಿ ಮತ್ತೆ ಗಂಟಲಲ್ಲೇ ಸಿಕ್ಕಿಹಾಕಿಕೊಂಡಿತು. ತನ್ನ ಮರಿಯನ್ನು ಮುದ್ದು ಮಾಡುವ ತಾಯಿ ಕೋಳಿಯಂತೆ ಡೆಲ್ಫಿನಾ ನನ್ನನ್ನು ಮೃದುವಾಗಿ ತಬ್ಬಿದಳು. "ಆ ಸುಡು ಸುಡು ಬಿಸಿಲಿನ ದಿನದಲ್ಲೂ ದಪ್ಪಗಿರೊ ತೇಪೆ ಹಾಕಿದ ಪ್ಯಾಂಟ್ ಹಾಕ್ಕೊಂಡು ನನ್ನ ಪಕ್ಕ ನಿಂತಿರೋಳು ನನ್ನ ಆಪಾ ಫೆರಿಹಾ. ಮುದುಡಿ ಹೋಗಿರೊ ಈ ಫೋಟೋದ ಸುಕ್ಕುಗಳಲ್ಲಿ ಅವಳ ಮುಖ ಗುರುತಿಸೋದು ಕಷ್ಟ. ಅವಳ ಆ ದಿನಗಳ ಮುಖಾನ ಸರಿಯಾಗಿ ನೆನಪಿಸೋ ಬೇರೆ ಯಾವ ಫೋಟೋ ಸಹಿತ ನನ್ನ ಕಡೆ ಇಲ್ಲ. ಅಷ್ಟೇ ಯಾಕೆ ನಮ್ಮ ಇಡೀ ಕುಟುಂಬ ಎಲ್ಲಾ ಒಟ್ಟಿಗೆ ಇರೊ ಒಂದೇ ಒಂದು ಚಿತ್ರ ಅಂದ್ರೆ ಇದೊಂದೇ!"

ಆ ಚಿತ್ರದಲ್ಲಿ ಮಡಿಕೆ ಇಲ್ಲದಿದ್ದರೆ ಎಂದು ನಾನು ವಿಷಾದಿಸುತ್ತೇನೆ. ಮಡಿಕೆ ಇಲ್ಲದಿದ್ದರೆ ಆಗ ಡೆಲ್ಫಿನಾ ಕೂಡಾ ಫೆರಿಹಾ ಮುಖವನ್ನು ಮತ್ತು ಅವಳು ಎಂತಹ ರೂಪಸಿ ಎಂಬುದನ್ನು ನೋಡಬಹುದಿತ್ತು. ಆಪಾಳ ಮುಖ ಕಣ್ಣೆದುರು ಮೂಡಿತು. ಯಾವಾಗಲೂ ಗಂಭೀರವಾಗಿದ್ದರೂ ಆಕರ್ಷಕವಾಗಿದ್ದಳು. ನಾವು ಯುದ್ಧಕಾಲದ ಆ ಕರ್ಫ್ಯೂ ದಿನಗಳಲ್ಲಿ ಮಿನಾರಿನ ಮೇಲಿದ್ದೆವು. ದೀಪ ಉರಿಯುತ್ತಿಲ್ಲವಾದರೂ ಅವಳ ಕಣ್ಣುಗಳು ಆ ಕತ್ತಲಲ್ಲೂ ಮಿನುಗುತ್ತಿದ್ದವು. "ನಾನು ನಿಜಕ್ಕೂ ಚೆನ್ನಾಗಿ ಕಾಣ್ತೀನ? ನಿಂಗೇನನಿಸತ್ತೆ?" ಎಂದು ಅವಳು ಕೇಳಿದಳು. "ಏಯ್ ಹೋಗೆ! ನನಗೆ ಹೆಂಗ್ ಗೊತ್ತಾಗಬೇಕು?" ಎಂದು ನಾನು ಒರಟಾಗಿ ಉತ್ತರ ಕೊಟ್ಟಿದ್ದೆ. ಅವಳು ಬೇಸರದಿಂದ ತಲೆ ತಗ್ಗಿಸಿದ್ದಳು. ನಲವತ್ತು ವರ್ಷದ ಹಳೆಯ ನೋವು ನನ್ನ ಹೃದಯವನ್ನು ಹಿಂಡಿತು. ಅಷ್ಟು ವರ್ಷಗಳ ನನ್ನ ಪಾಪಕ್ಕೆ ಪ್ರಾಯಶ್ಚಿತ್ತವೆಂಬಂತೆ ಡೆಲ್ಫಿನಾಳ ಮುಂದೆ ತಪ್ಪೊಪ್ಪಿಗೆಯ ರೀತಿ ಹೇಳುತ್ತಾ ಹೋದೆ. "ನಾನ್ಯಾವತ್ತೂ ಅವಳು ಸುಂದರಿ ಅಂತ ಹೇಳಲೇ ಇಲ್ಲ. ಅವಳು ತಾನೇ ಕತ್ತರಿಸಿ ಚಿಕ್ಕ ಚಿಕ್ಕದಾಗಿ ಇಟ್ಟುಕೊಳ್ತಾ ಇದ್ದ ಕೂದಲಿಂದಾಗಿ ಸ್ವಲ್ಪ ಒಡ್ಡೊಡ್ಡಾಗಿ ಕಾಣ್ತಾ ಇದ್ರೂ ತುಂಬಾ ಸುಂದರಿಯಾಗಿದ್ಲು." ನಾನು ರಾತ್ರಿ ಇಡೀ ಡೆಲ್ಫಿನಾಳಿಗೆ ಹಳೆಯ ವಿಷಯಗಳನ್ನೆಲ್ಲಾ ಹೇಳಿದೆ. "ನೀನಿದೆಲ್ಲದರ ಬಗ್ಗೆ ಬರೀಬೇಕು" ಅಂದಳು. "ಮುಖ್ಯವಾಗಿ ನಿನ್ನ ಬಾಲ್ಯದ ಬಗ್ಗೆ ಬರಿ" ಎಂದು ಒತ್ತಿ ಹೇಳಿದಳು.

ಆ ನಲವತ್ತು ವರ್ಷ ಹಳೆಯ ಫೋಟೋ ದೊರೆತ ನಂತರ ನನ್ನ ಮನಸ್ಸು ಹತೋಟಿಯಲ್ಲೇ ಇರಲಿಲ್ಲ. ನಾನೊಂದು ಕನಸಿನ ಲೋಕದಲ್ಲಿ, ಇನ್ನೂ ಸರಿಯಾಗಿ ಹೇಳಬೇಕೆಂದರೆ ಒಂದು ಗತಕಾಲದ ಜಗತ್ತಿನಲ್ಲಿ ಕಳೆದು ಹೋಗಿಬಿಟ್ಟಿದ್ದೆ. ನನ್ನ ಸುತ್ತಲೂ ನೋಡಿದಾಗ ಯಾರೂ ಇಲ್ಲವೇನೊ ಎನಿಸುತ್ತಿತ್ತು. ಯಾಕೆಂದರೆ ನಾನೆ ಅವರ ನಡುವೆ ಇರುತ್ತಿರಲಿಲ್ಲ. ನಮ್ಮ ಕುಟುಂಬವೆಲ್ಲ ಮರದ ನೆರಳಲ್ಲಿ ಕುಳಿತು ಹೊಗೆಸೊಪ್ಪಿನ ಎಲೆಗಳನ್ನು ಬಿಡಿಸುತ್ತಾ ಆ ಫೋಟೋದ ಬಗ್ಗೆ ಮಾತನಾಡುತ್ತಿದ್ದೆವು. ನನ್ನ ಕನಸುಗಳ ನೈಜತೆ ನನ್ನ ಮೂಗಿಗೆ ಹೊಗೆಸೊಪ್ಪಿನ ಘಾಟನ್ನು ಕೂಡ ತಂದು ಬಿಡುತ್ತಿತ್ತು! ಗಂಟಲು ಕಟ್ಟುತ್ತಿತ್ತು! ಆ ಫೋಟೋಗ್ರಾಫರ್ ಆಪಾಗೆ ಆ ಕೆಂಪು ಬಣ್ಣದ ಹೂವಿನ ಫ್ರಾಕ್ ತೊಟ್ಟುಕೊಳ್ಳಲು ಅವಕಾಶ ಕೊಡದಿದ್ದಾಗ ಇಲಿಯಾಸ್‌ನಿಗೆ ಅದೆಷ್ಟು ಕೋಪ ಬಂದಿತ್ತು! ಈ ಫೋಟೋ ನೋಡಲು ಆಪಾ ಅದೆಷ್ಟು ಉತ್ಸುಕಳಾಗಿದ್ದಳು ಎಂಬ ನೆನಪುಗಳು ಮತ್ತೆ ಮತ್ತೆ ಕಾಡಿದವು.

ನಾವು ವಾಪಸ್ ಬಂದ ಮೇಲೆ ಮಾಡಿದ ಮೊದಲ ಕೆಲಸವೆಂದರೆ ಸ್ಟುಡಿಯೋಗೆ ಹೋಗಿ ಆ ಮುದುಡಿ ಸುಕ್ಕುಗಟ್ಟಿದ ಫೋಟೋದ ನಕಲು ಪ್ರತಿ ಮಾಡಿಸಿಕೊಂಡಿದ್ದು! ಮೂಲ ಫೋಟೋಗೆ ಒಂದು ಸರಳವಾದ ಕಟ್ಟು ಹಾಕಿಸಿ ಅದರ ಹಿಂದೆ ಫೌಂಟೇನ್ ಪೆನ್ನಿನಿಂದ ಒಂದೆರಡು ವಾಕ್ಯಗಳನ್ನು ಗೀಚಿ, ಜಾಗ್ರತೆಯಿಂದ ಸುತ್ತಿ ಆಪಾಗೆ ಕಳಿಸಲು ಸಿದ್ಧ ಮಾಡಿಟ್ಟೆ. ಫೋಟೋ ಇರುವ ಈ ಲಕೋಟೆ ತೆರೆದಾಗ ಅವಳೆಷ್ಟು ಆಶ್ಚರ್ಯ ಪಡಬಹುದು? ಅದೆಷ್ಟು ರೋಮಾಂಚನಗೊಳ್ಳಬಹುದು? ಅಷ್ಟು ವರ್ಷಗಳ ದುಃಖವನ್ನು ಮರೆತು ನಗುವನ್ನು ಸೂಸಬಹುದು ಎಂಬ ಯೋಚನೆಯಿಂದಲೇ ಪುಳಕಿತಗೊಂಡೆ.

■

ನನ್ನ ಮೇಲಿನ ರಾಜಕೀಯ ಆಪಾದನೆಗಳೆಲ್ಲ ನನ್ನ ಅನುಪಸ್ಥಿತಿಯಲ್ಲಿ ನಡೆದ ಮಾತುಕತೆಯಲ್ಲಿ ರದ್ದುಗೊಂಡಿವೆ ಎಂಬ ಆದೇಶ ಸ್ವಲ್ಪವೇ ದಿನಗಳಲ್ಲಿ ಬಂದುಮುಟ್ಟಿತು. ಎರಡು ಕೋಣೆಯ ನಮ್ಮ ಆ ಪುಟ್ಟ ಮನೆಯಲ್ಲಿ ಹಬ್ಬದ ಸಂತೋಷವೇ ಆವರಿಸಿಬಿಟ್ಟಿತ್ತು! ಡೆಲ್ಫಿನಾ ನನ್ನ ತೋಳು ಹಿಡಿದು ಎಳೆದೊಯ್ಯುತ್ತಾ ಒಂದು ಅಂಗಡಿಯಿಂದ ಇನ್ನೊಂದಕ್ಕೆ ಅಲ್ಲಿಂದ ಮತ್ತೊಂದಕ್ಕೆ ಕರೆದೊಯ್ದಳು.

"ಆಪಾಗೆ ಡ್ರೆಸ್ ಎಲ್ಲ ತಗೋಬೇಡ. ಅವಳು ಸುಮ್ನೆ ಅದೆಲ್ಲ ಉಟ್ಟುಕೊಳ್ಳಲ್ಲ!" ಎಂದರೆ "ಹಾ, ನಿಮ್ಮ ಮಾತನ್ನ ಕಟ್ಟಿಕೊಂಡು ನಾನು ಬರಿಗೈಯಲ್ಲೆ ಹೋಗಲಾ?" ಎಂದು ಮೆಲ್ಲನೆ ಗದರಿದಳು.

ನಿಜ ನಾವು ಟರ್ಕಿಯಲ್ಲಿದ್ದ ಇಡೀ ಜಗತ್ತಿನಲ್ಲಿ ನನ್ನ ಒಬ್ಬಳೇ ಒಬ್ಬಳು ಹತ್ತಿರದ ಸಂಬಂಧಿಯನ್ನು ಕಾಣುವವರಿದ್ದೆವು! ಬರಿಗೈಯಲ್ಲಿ ಹೋಗುವುದು ನಿಜಕ್ಕೂ ಸೂಕ್ತವಾಗಿರಲಿಲ್ಲ. ಬೆಯೋಗ್ಲೂವಿನಲ್ಲಿರುವ ನಿಮ್ಮ ಹಳೆಯ ಮನೆಗೆ, ಕ್ಷೌರದಂಗಡಿಗೆ,

ನಾವಿಬ್ಬರು ಮೊದಲು ಎಲ್ಲಿ ಭೇಟಿ ಮಾಡಿದ್ದೆವಲ್ಲ ಅಲ್ಲಿಗೆ ಹೋಗೋಣವೆಂದದ್ದೆ ತಡ ಅವಳ ಉತ್ಸಾಹ ಮುಗಿಲು ಮುಟ್ಟಿತು.

ನಮ್ಮ ವಿಮಾನ ನೆಲಕ್ಕೆ ಇಳಿಯುತ್ತಿದ್ದಂತೆ, ತಾಯ್ನೆಲದ ನೋಟಕ್ಕಾಗಿ ಕಾತರಗೊಂಡಿರುವ ನನ್ನ ಕಣ್ಣುಗಳು ಕರಾಬುರಾನ್ ಪರ್ಯಾಯ ದ್ವೀಪವನ್ನು ತಕ್ಷಣವೇ ಗುರುತಿಸಿದವು. ಚೀಲಿ ವಿಮಾನ ನಿಲ್ದಾಣವನ್ನು ತಲುಪಿದಾಗ ನನ್ನ ಉತ್ಸಾಹಕ್ಕೆ ಎಲ್ಲೆಯೇ ಇರಲಿಲ್ಲ. ಡೆಲ್ಫಿನಾಳಿಗೆ ನಾನು ಪ್ರತಿಯೊಂದನ್ನೂ ತೋರಿಸಬೇಕು! ಉಸಾಕ್ ಹಡಗಿಗಾಗಿ ಎರಡೆರಡು ದಿನ ಕಾದಿದ್ದ ಕೋಡೋನಿನ ಬಂದರು ಕಟ್ಟೆ, ಎರಡು ವರ್ಷ ಕಣ್ಣಿಗೆ ಎಣ್ಣೆ ಬಿಟ್ಟು ಅಭ್ಯಾಸ ಮಾಡಿದ್ದ ಆ ನನ್ನ ಸಂಸ್ಥೆ, ಆಮೇಲೆ ನಮ್ಮ ದೀಪಸ್ತಂಭದ ಮನೆಯ ನೆನಪಿನೊಂದಿಗೆ ನನ್ನ ಮನಸ್ಸಿನಲ್ಲಿ ತಳಕು ಹಾಕಿಕೊಂಡಿದ್ದ ಆ ಮಿನಾರು! ಇನ್ನೂ ಏನೇನೋ! ಈ ಎಲ್ಲವೂ ನಮಗಾಗಿ ಕಾದೇ ಕಾಯುತ್ತಿದ್ದವು. ನಾವು ಸದ್ಯದಲ್ಲಿ ಮಾಡಬೇಕಾಗಿದ್ದ ಮೊದಲ ಕೆಲಸವೆಂದರೆ ಕೆನಡಿ ಚೌಕದಿಂದ ಕರಾಬುರಾನಿಗೆ ಹೊರಡುವ ಬಸ್ ಹತ್ತುವುದಾಗಿತ್ತು.

ಪ್ರತಿಯೊಂದು ತಿರುವು ಕೂಡ ಬಾಲ್ಯದ ಒಂದೊಂದು ನೆನಪನ್ನು ಜಾಗೃತಗೊಳಿಸುತ್ತಿತ್ತು. ಬರಿಗಾಲಲ್ಲಿ ಓಡಿ ಓಡಿ ಕ್ರಮಿಸುತ್ತಿದ್ದ ಬೆಟ್ಟದ ಕಾಲುದಾರಿಗಳು ನನ್ನ ಬರವನ್ನೇ ಕಾಯುತ್ತಿದ್ದವು, ಕಡಲ ಕಾಗೆಗಳು ಸಂತಸದಿಂದ ನಗುತ್ತಿದ್ದವು, ಸಮುದ್ರ ಕೈಬೀಸಿ ಕರೆಯುತ್ತಿದ್ದವು, ಆಲಿವ್ ಮರಗಳು ನೆರಳು ನೀಡುತ್ತಾ ನನ್ನ ದಣಿವಾರಿಸಿದವು. ನನ್ನ ಕಣ್ಣುಗಳು ಬೆಟ್ಟಗುಡ್ಡಗಳನ್ನೇರಿ ಇಳಿದವು. ನನ್ನಲ್ಲಿನ ಭಾವನೆಗಳನ್ನು ವ್ಯಕ್ತಪಡಿಸಲು ಯಾವುದೇ ಶಬ್ದಗಳು ದೊರಕುತ್ತಿಲ್ಲ! 'ಎಪಿಕ್ಟೆಟಿಸ್‌ನ ಉಕ್ತಿ ಅದೆಷ್ಟು ಸತ್ಯ!' ಎಂದು ಗುನುಗಿಕೊಂಡೆ. ಡೆಲ್ಫಿನಾಳಿಗೆ ಅರ್ಥವಾಗದಿದ್ದರೂ, ಅವಳು ಸಹ ಉತ್ಸಾಹಿತಳಾಗಿದ್ದಾಳೆ. ನನ್ನನ್ನು ನೋಡಿ ಮಧುರ ನಗೆ ಚೆಲ್ಲಿದಳು.

ಕೂರ ಖಬ್ರಿಸ್ಥಾನದಲ್ಲಿ ಶಾಂತವಾಗಿ ನಿದ್ರಿಸುತ್ತಿದ್ದ ನನ್ನ ಕುಟುಂಬವನ್ನು ಅವಳಿಗೆ ಪರಿಚಯಿಸುವ ಮೊದಲು ಕಾಫಿ ಹೌಸಿನಲ್ಲಿ ದ್ರಾಕ್ಷಿ ಶರಬತ್ತನ್ನು ಕುಡಿಯಲೆಂದು ಹೋದೆವು. ಸುತ್ತಲೂ ಕಣ್ಣು ಹಾಯಿಸಿದಾಗ, ಅಲ್ಲಿ ಸುಮ್ಮನೆ ಕುಳಿತು ಸಮಯ ಕಳೆಯುತ್ತಿದ್ದ ನನ್ನ ಬಾಲ್ಯದ ಗೆಳೆಯನಾದ ಊರಿನ ಮುಖ್ಯಸ್ಥ ಒಮ್ಮೆಲೆ ನನ್ನನ್ನು ನೋಡಿದವನೆ ಅವನ ಕಣ್ಣುಗಳನ್ನೇ ನಂಬದವನಂತೆ ನಮ್ಮನ್ನೇ ಮತ್ತೊಮ್ಮೆ ನೋಡಿ ಓಡಿ ಬಂದು ಅದೆಷ್ಟು ಗಟ್ಟಿಯಾಗಿ ಅಪ್ಪಿಕೊಂಡನೆಂದರೆ ಇಷ್ಟು ವರ್ಷ ಫೋನಿನಲ್ಲಿ ಮಾತಾಡಲು ಹಿಂಜರಿಯುತ್ತಿದ್ದ ವ್ಯಕ್ತಿ ಇವನೇನಾ ಎಂದು ಆಶ್ಚರ್ಯವಾಯಿತು.

"ನನ್ನ ಕ್ಷಮಿಸಿಬಿಡು ದೋಸ್ತ್!" ಎಂದು ಹೇಳಿದವನೆ ನನ್ನ ಬೆನ್ನನ್ನು ನೇವರಿಸುತ್ತಾ "ನಿಂಗೆ ಹೇಳೋಕೆ ಆಗಲಿಲ್ಲ. ಕ್ಷಮಿಸಿಬಿಡು..." ಎಂದುಬಿಟ್ಟ.

ಅವನ ಮಾತುಗಳನ್ನು ಕೇಳುತ್ತಲೇ ನನಗಾದ ಆಘಾತಕ್ಕೆ ನನ್ನ ಕಾಲುಗಳು ಗಡಗಡ ನಡುಗಲಾರಂಭಿಸಿದವು. ತಡಬಡಾಯಿಸಿ ಅಲ್ಲಿದ್ದ ಕುರ್ಚಿಯ ಕೈಯನ್ನು ಆಧಾರವಾಗಿಟ್ಟುಕೊಂಡು ಧೊಪ್ಪನೆ ಅದರ ಮೇಲೆ ಕುಸಿದುಬಿಟ್ಟೆ.

ದೀಪಸ್ತಂಭದ ಬೆಳಕು ಒಂದೆರಡು ದಿನ ಹಗಲಿನಲ್ಲಿಯೂ ಮಿನುಗುತ್ತಿರುವುದನ್ನು

ಗಮನಿಸಿ ಕಳವಳಗೊಂಡ ಮೀನುಗಾರರು ಮಿನಾರನ್ನೇರಿ ಹೋದಾಗ ನನ್ನ ಆಪಾನ ಸತ್ತ ದೇಹ ಕಾಣಿಸಿತಂತೆ. ಮೊದಮೊದಲಿಗೆ ಅವಳು ಸತ್ತಿದ್ದಾಳೊ ಇಲ್ಲವೊ ಎನ್ನುವುದೆ ಗೊತ್ತೇ ಆಗಲಿಲ್ಲವಂತೆ. ಅವಳು ತೆರೆದ ಕಣ್ಣುಗಳನ್ನು ತೆರೆದೇ ಇರುವಂತೆ ದೀಪಸ್ತಂಭದ ಗೋಡೆಗಾತುಕೊಂಡು ಎದುರುಗಡೆ ಇರುವ ಚಿಯೋಸನ್ನೆ ನೋಡ್ತ ಇರೋ ಹಾಗೆ ಕೂತಿದ್ದಳಂತೆ. ಅವಳನ್ನ ನೋಡಿದರೆ ಅವಳು ಯಾರಿಗೋಸ್ಕರಾನೊ ಕಾಯ್ತಾ ಇದ್ದಳೇನೋ ಅಂತನ್ನಿಸುವ ಹಾಗಿತ್ತಂತೆ ಎಂದು ವಿವರಿಸಿದ. ಅವನು ತಕ್ಷಣ ವಿಷಯಾಂತರ ಮಾಡಿದನಾದರೂ ನಾನು ಅದರ ಮುಂದೆ ಏನನ್ನೂ ಕೇಳಿಸಿಕೊಳ್ಳಲಿಲ್ಲ. ನಾನು ಕೇಳಿಸಿಕೊಳ್ಳುತ್ತಿದ್ದೇನೆಂದೇ ಭಾವಿಸಿ ಅವನು ಮಾತಾಡುತ್ತಲೇ ಇದ್ದ. ನನ್ನ ಕಣ್ಣುಗಳು ಯಾವುದೋ ಅರಿಯದ ದಿಕ್ಕಿನತ್ತ ನೆಟ್ಟಿದ್ದವು. ಗೆಳೆಯನ ಇರುವನ್ನಾಗಲಿ ಅಥವಾ ಅವನ ಮಾತುಗಳನ್ನಾಗಲಿ ಕೇಳಿಸಿಕೊಳ್ಳದೆ ನನ್ನನ್ನೇ ನಾನು ಕಳೆದುಕೊಂಡಂತೆ ಮೂಕನಾಗಿ ಕುಳಿತಿದ್ದೆ.

ಒಮ್ಮೆಲೆ ಅಲ್ಲಿಯೇ ಮರೆಯಲ್ಲಿ ನಿಂತು ನಮ್ಮ ಮಾತುಗಳನ್ನು ಕೇಳಿಸಿಕೊಳ್ಳುತ್ತಿದ್ದ ಅವನ ಮಗನತ್ತ ತಿರುಗಿ, ಏನನ್ನೋ ಜ್ಞಾಪಿಸಿಕೊಂಡು ಆ ಹುಡುಗನಿಗೆ ಹಳ್ಳಿಯ ಕಚೇರಿಗೆ ಹೋಗಿ ಅಲ್ಲಿನ ಕಪಾಟಿನಲ್ಲಿಟ್ಟಿದ್ದ 'ಫೆರಿಹಾ ಕಾಯಾ' ಎಂದು ಬರೆದಿದ್ದ ದಪ್ಪ ಹಳದಿ ಲಕೋಟೆಯನ್ನು ತರುವಂತೆ ಆದೇಶಿಸಿದ. ಹುಡುಗ ಅರೆ ಮನಸ್ಸಿನಿಂದಲೇ ಮೇಲೆದ್ದರೂ, ನಂತರ ಜಿಂಕೆಯಂತೆ ನೆಗೆಯುತ್ತಾ, ನಮ್ಮ ಮಾತುಕತೆಯನ್ನು ಆಲಿಸುವ ಅವಕಾಶ ಎಲ್ಲಿ ಕೈತಪ್ಪಿ ಹೋಗುತ್ತದೋ ಎಂದುಕೊಳ್ಳುತ್ತಾ ಒಂದೇ ಉಸಿರಿನಲ್ಲಿ ಕಚೇರಿಯತ್ತ ಓಡಿದ.

ಸಂಪೂರ್ಣವಾಗಿ ಅಪರಿಚಿತವಾದ ಶೂನ್ಯವೊಂದು ನನ್ನನ್ನು ಅತಿಕ್ರಮಿಸಿ ಬಿಟ್ಟಿತು. ಇಡೀ ಜಗತ್ತಿನಲ್ಲಿ ನಾನು ಒಬ್ಬಂಟಿಗನಾಗಿಬಿಟ್ಟೆ ಎಂಬ ಭಾವ ಹೊಕ್ಕಿಬಿಟ್ಟಿತು. ಒಂದೇ ಸಮಯಕ್ಕೆ ತಂದೆ ತಾಯಿ ಇಬ್ಬರನ್ನು ಕಳಕೊಂಡ ಅನಾಥನಂತೆ... ಹಸಿದು ಬಸವಳಿದ ನಾಯಿಮರಿ ಅಮ್ಮನ ಮೊಲೆಯನ್ನು ಹುಡುಕಿದಂತೆ... ಅವಳೀಗ ಇಲ್ಲವೇ ಇಲ್ಲ. ನಾವು ಬೇಡದ ತಣ್ಣನೆ ಕೊರೆಯುವ ಖಾಲಿತನದ ಹೊದಿಕೆಯೊಂದು ನನ್ನನ್ನು ಸಂಪೂರ್ಣವಾಗಿ ಆವರಿಸಿ ಉಸಿರುಗಟ್ಟಿಸುತ್ತಿತ್ತು.

ಗೆಳೆಯನ ಮಗ ಲಕೋಟೆಯೊಂದಿಗೆ ಹಿಂದಿರುಗಿದ. "ಇದು ನೀನು ನಿನ್ನಕ್ಕನಿಗೆ ಬರೆದ ಕೊನೆಯ ಪತ್ರ..." ಎಂದು ಗೆಳೆಯ ನನ್ನ ಕೈಗೆ ಕೊಟ್ಟ. "ಬೇರೆ ಯಾರಾದ್ರೂ ಒಬ್ರು ಇದ್ರೂ ಇರಬಹುದು ಅಂತಾನು ಅನಿಸ್ತಿತ್ತು. ಗೊತ್ತಿಲ್ಲ!" ಅವನು ಮುಂದುವರಿಸಿದ. "ಇದನ್ನ ತಗೊಂಡ್ಹೋಗೋಕೆ ಅವಳು ಬರ್ತಾಳೆ ಅಂತ ನಾನು ಡ್ರಾಯರಲ್ಲೇ ತೆಗೆದಿಟ್ಟಿದ್ದೆ. ಆದರೆ ಜಾಸ್ತಿ ದಿನ ಬದುಕಲೇ ಇಲ್ಲ. ಪಾಪದ ಹುಡುಗಿ!" ಅವನ ಮಾತು ನನ್ನ ಹಿಂಡಿ ಹಿಪ್ಪೆ ಮಾಡಿದವು.

ಹೊರಡಬೇಕೆನ್ನುವಂತೆ ನೆವ ಹೇಳುತ್ತಾ ಎದ್ದು ನಿಂತೆ. ಅವನು ತಡೆದ.

"ಇಲ್ಲಪ್ಪ ನಾನು ಊಟಕ್ಕೋಸ್ಕರ ಎಲ್ಲಾ ಕಾಯೋಕಾಗಲ್ಲ. ಅಲ್ಲಾಹ್ ಬಯಸಿದ್ರೆ ಮತ್ತೆ ಯಾವಾಗ್ಲಾದ್ರೂ ಒಂದ್ಸಲ..." ಅವನು ಇನ್ನೂ ಏನೇನೋ ಹೇಳುತ್ತಿದ್ದ. ನನಗೆ

ಅವನು ಹೇಳುತ್ತಿದ್ದದ್ದು ಅರ್ಥವಾಗುತ್ತಿರಲಿಲ್ಲ. ಯಾಕೆಂದರೆ ನಾನು ಕಿವಿಗೊಡುತ್ತಲೇ ಇರಲಿಲ್ಲ. ಅವನು ಹೇಳುವ ಯಾವುದೇ ವಿಷಯಗಳಲ್ಲಿ ನನಗೆ ಆಸಕ್ತಿ ಇರಲಿಲ್ಲ.

ನಾನು ಎದ್ದು ನಿಂತೆ. ನಿಲ್ಲಲೂ ಶಕ್ತಿಯಿಲ್ಲದೆ ಮುಗ್ಗರಿಸುತ್ತಿದ್ದವನನ್ನು ಡೆಲ್ಫಿನಾ ಹಿಡಿದುಕೊಂಡಳು. ಒಂದು ಕೈಯಲ್ಲಿ ಫರಿಹಾ ಕಾಯಾ ಎಂದು ಬರೆದಿದ್ದ ಹಳದಿ ಲಕೋಟೆ ಇತ್ತು. ಮತ್ತೊಂದು ಕೈಯನ್ನು ಡೆಲ್ಫಿನಾ ಹಿಡಿದುಕೊಂಡಿದ್ದಳು. ನಾವು ಖಬ್ರಿಸ್ತಾನದತ್ತ ಹೆಜ್ಜೆ ಹಾಕುತ್ತಿದ್ದೆವು.

"ಇವನು ಇಲಿಯಾಸ್..." ಎಂದು ನಾನು ಪರಿಚಯಿಸಿದೆ. ನಮ್ಮ ಕುಟುಂಬದ ಅತಿ ಕಿರಿ ಸದಸ್ಯನ ಗೋರಿ ಹಿರಿಯರೆಲ್ಲರದಕ್ಕಿಂತ ಹಳೆಯದು. ಅತಿ ಹಿರಿಯ ಜೀವವು ಕೂಡ ಅವನ ಪಕ್ಕದಲ್ಲಿಯೇ ಮಲಗಿದೆ. ಜೀವಂತವಾಗಿದ್ದಾಗಲೂ ಅವರಿಬ್ಬರೂ ಒಬ್ಬರಿಗೊಬ್ಬರು ಅತ್ಯಂತ ಸಮೀಪದವರಾಗಿದ್ದರು. ನನ್ನ ಅಬ್ಬು ಮತ್ತು ಅಮ್ಮಿಯ ಗೋರಿಗಳು ಅಕ್ಕಪಕ್ಕದಲ್ಲಿಯೇ ಇವೆ. ಪ್ರಾರ್ಥನೆಯನ್ನು ಉಸುರುತ್ತಾ ಆಪಾಳನ್ನು ಹೂತಿರಬಹುದಾದ ಜಾಗವನ್ನು ಹುಡುಕಿದೆ.

ಸಾವಿನಲ್ಲಿಯೂ ಅವಳು ಒಂಟಿಯೇ. ಖಬ್ರಿಸ್ತಾನದ ಮತ್ತೊಂದು ಮೂಲೆಯಲ್ಲಿ ಎತ್ತರವಾದ ಸೈಪ್ರಸ್ ಮರದ ನೆರಳಿನಲ್ಲಿ ಅವಳ ಗೋರಿಯಿತ್ತು. ಅವಳು ನಮ್ಮ ದೀಪಸ್ತಂಭವನ್ನೇ ಜೊತೆಯಲ್ಲಿ ಕರೆದುಕೊಂಡು ಬಂದು ಅದರ ನೆರಳಲ್ಲೇ ಮಲಗಿರುವಳೇನೋ ಎಂಬಂತೆ... ಕೆಲ ಕಾಲದ ಕೆಳಗಷ್ಟೇ ಸಂಭವಿಸಿರುವ ಸಾವಿಗೆ ಸಾಕ್ಷಿಯಾಗಿ ಆ ದಿಬ್ಬ ಇನ್ನೂ ಕೊಂಚ ಎತ್ತರವಾಗಿಯೇ ಇತ್ತು. ಡೆಲ್ಫಿನಾ ತಲೆಗೆ ಸುತ್ತಿಕೊಂಡಿರುವ ಕಪ್ಪು ರೇಷ್ಮೆ ವಸ್ತ್ರದ ಕೆಳಗಿನಿಂದ ಅವಳ ಕಪ್ಪು ಕೂದಲು ಅವಳ ಹಣೆಯ ಮೇಲೆ ಓಲಾಡುತ್ತಿತ್ತು. ನನ್ನ ಕಣ್ಣುಗಳು ಕಂಬನಿಯೊಡೆಯುವುದನ್ನು ತಡೆಯುತ್ತಿದ್ದವು. ಸುತ್ತಲಿನ ತಲೆಗಲ್ಲುಗಳ ಬರಹವನ್ನು ಓದುವವರಂತೆ ನಟಿಸುತ್ತಾ ಡೆಲ್ಫಿನಾ ನಾನು ಆಪಾಳೊಂದಿಗೆ ಮಾತಾಡಲು ಒಬ್ಬನನ್ನೇ ಬಿಟ್ಟು ಅತ್ತಿತ್ತ ಓಡಾಡಿದಳು. ನಾನು ಆಪಾಳ ಪಕ್ಕ ನೆಲದ ಮೇಲೆ ಕುಸಿದು, ಅವಳಿಗೆ ಅವಳು ಕಾತರದಿಂದ ನೋಡಬಯಸಿದ್ದ ನಮ್ಮ ಕುಟುಂಬದ ಭಾವಚಿತ್ರವನ್ನು ತೋರಿಸಿದೆ. ಅಂಚೆಯಲ್ಲಿ ಬರುವಾಗ ಮೇಲಿನ ಗಾಜು ಸೀಳಿತ್ತು. ಈಗ ಫೋಟೋದಲ್ಲಿ ಎರಡು ಬಿರುಕುಗಳಿದ್ದವು. ಒಂದು ಇಲಿಯಾಸ್‌ನ ತಲೆಯ ಮೇಲೆ! ನಾನು ಮೌನವಾಗಿ ಚಿತ್ರದ ಚೌಕಟ್ಟನ್ನೇ ಕಣ್ಣು ತುಂಬಿಕೊಳ್ಳುತ್ತಾ ಮಾತನಾಡುತ್ತಿದ್ದೆ. ಅವಳು ಎಂದಿನಂತೆ ಮೌನದಲ್ಲಿಯೇ ಆಲಿಸುತ್ತಿದ್ದಳು.

ಊರಿನ ಮುಖ್ಯಸ್ಥನಾಗಿದ್ದ ಗೆಳೆಯ ಹಳ್ಳಿಯಿಂದ ಕೆಲವು ಹೆಂಗಸರನ್ನು ಕಳಿಸಿ, ದೀಪಸ್ತಂಭದ ಮನೆಯನ್ನು ಹೊಸದಾಗಿ ನೇಮಕರಾದ ನಿರ್ವಾಹಕರಿಗಾಗಿ ಸ್ವಚ್ಛಗೊಳಿಸಿ ಸಿದ್ಧಪಡಿಸುತ್ತಿದ್ದ. ಅವರು ಬೇಕಾಗಿರುವ ವಸ್ತುಗಳನ್ನು ಅಲ್ಲಲ್ಲಿ ಜೋಡಿಸಿ ಬೇಡವಾದವುಗಳನ್ನು ನೆಲಮಾಳಿಗೆಯಲ್ಲಿ ಗುಡ್ಡೆ ಹಾಕಿ ಇಟ್ಟ ಮೇಲೆ ಕಸವನ್ನೆಲ್ಲ ಒಂದು ಬಂಡೆಯ ಬಳಿಗೆ ಹಾಕಿ ಸುಟ್ಟುಬಿಟ್ಟರು. ಆದರೆ ಆಪಾನ ನಂತರ ಆ ಮನೆಯಲ್ಲಿ ಬೇರೆ ಯಾರೂ ವಾಸಿಸಲೇ ಇಲ್ಲ. ಅವಳು ದೀಪಸ್ತಂಭದ ಮನೆಯಲ್ಲಿ ನೆಲೆಸಿದ್ದ ಕಟ್ಟಕಡೆಯ ನಿರ್ವಾಹಕಿಯಾಗಿದ್ದಳು.

ಕ್ಯಾವಿಟ್ ಎಂಬ ಹೆಸರಿನ ಹಳ್ಳಿಯವ ಹೊಸ ನಿರ್ವಾಹಕರು ಬರುವವರೆಗೆ ದೀಪ ಬೆಳಗಿಸುವ ಮತ್ತು ನಂದಿಸುವ ಜವಾಬ್ದಾರಿ ಹೊತ್ತುಕೊಂಡ. ತನ್ನದೇ ಅನಾಡೋಲ್ ಗಾಡಿಯಲ್ಲಿ ನಮ್ಮನ್ನು ಅಲ್ಲಿಗೆ ಕರೆದೊಯ್ದ. ದೂರದಲ್ಲಿ ಮಿನಾರು ಗೋಚರಿಸುತ್ತಿತ್ತು. ಕಾರಿನ ಗಾಜಿನಿಂದ ನೋಡುತ್ತಿದ್ದ ನನ್ನ ಹೃದಯ ಡವಡವನೇ ಹೊಡೆದುಕೊಳ್ಳಲಾರಂಭಿಸಿತು. ಕಾರಿನಿಂದ ಇಳಿದು ಕ್ಯಾವಿಟ್ ಕೊಟ್ಟ ಮನೆಯ ಬೀಗದ ಕೈಯನ್ನು ಹಿಡಿದು ಬಾಗಿಲತ್ತ ಧಾವಿಸಿದೆ. ಬಾಗಿಲು ಕಿರ್ ಎಂದು ತೆರೆದುಕೊಳ್ಳುತ್ತಿರುವಂತೆ "ಇಷ್ಟು ದಿವಸ ಅದೆಲ್ಲಿಗೆ ಹೋಗಿದ್ದೆ ಬ್ರೇ? ವರ್ಷಗಳೇ ಕಳೆದು ಹೋದ್ವಲ್ಲೋ!" ಎಂದು ಮನೆಯನ್ನು ಮುಸುಕಿದ್ದ ಗಾಢ ಮೌನ ನನ್ನನ್ನು ಸ್ವಾಗತಿಸಿತು. ನಾನು ಕಳಿಸಿದ್ದ ನನ್ನ ಮತ್ತು ಡೆಲ್ಫಿನಾಳ ಮದುವೆಯ ಫೋಟೋವನ್ನು ಅಲ್ಲಿದ್ದ ಕನ್ನಡಿಯ ಅಂಚಿಗೆ ಸಿಕ್ಕಿಸಲಾಗಿತ್ತು. ತೇವವಾದ ವಾತಾವರಣದಿಂದಾಗಿ ಕನ್ನಡಿಯ ಲೇಪನವೆಲ್ಲ ಅಲ್ಲಲ್ಲಿ ಹಕ್ಕಳೆಯೆದ್ದಿತ್ತು. ಹನೀಮ್ ಹಾಲಾಳ ಕುರ್ಚಿ ಅದಿದ್ದ ಜಾಗದಲ್ಲೇ ಇತ್ತು. ನಾವೆಲ್ಲ ಸೇರಿ ಊಟ ಮಾಡುತ್ತಿದ್ದ ಟಿನ್ ಟ್ರೇ ಟೇಬಲ್ ಗೋಡೆಯ ಪಕ್ಕದಲ್ಲಿ ಹಳೆಯದಾಗಿ ಕಪ್ಪಿಟ್ಟಿದೆ. ಅದಕ್ಕೆನಾದರೂ ಜೀವವಿದ್ದಿದ್ದರೆ ಅದು ಯಾವಾಗಲೂ ಸತ್ತೇ ಹೋಗಿರುತ್ತಿತ್ತು. ಈಗ ಅದು ಬರೀ ಹಳೆಯದಾಗುತ್ತಿದೆ ಅಷ್ಟೇ.

ಕ್ಯಾವಿಟ್ ಕೊಟ್ಟ ಟಾರ್ಚ್ ಹಿಡಿದು ನಾನು ನನ್ನ ನೆನಪುಗಳ ಗಣಿಯನ್ನು ಶೋಧಿಸಲು ನೆಲಮಾಳಿಗೆಗೆ ಇಳಿದೆ. ನೆಲದ ಮೇಲೆ ಹಿಡಿ ಮುರಿದಿರುವ ಹೂಜಿಯೊಂದಿತ್ತು. ಅದನ್ನು ನನ್ನ ಸುನ್ನತಿಯ ಸಮಯದಲ್ಲಿ ಫೋಚಾ ಕ್ರೋಕರ್ ದೋಣಿಯಲ್ಲಿ ಬಂದಿದ್ದ ಕುಂಬಾರನ ಅಂಗಡಿಯಿಂದ ಅಮ್ಮ ಖರೀದಿಸಿದ್ದಳು. ಅವಳು ಕೊಳೆಬಟ್ಟೆಗಳನ್ನು ಕುದಿಸಲು ಉಪಯೋಗಿಸುತ್ತಿದ್ದ ದೊಡ್ಡ ಹಂಡೆ ಅನಾಥವಾಗಿ ಬಿದ್ದುಕೊಂಡಿತ್ತು. ಅದರೊಳಗೆ ಹಾಲಾಳ ತಸ್ಬೀಹಾ ಜಪಮಣಿಗಳು ಎಂದೂ ಎಚ್ಚರವಾಗದ ಸ್ಥಿತಿಯಲ್ಲಿರುವಂತೆ ಗಾಢವಾಗಿ ನಿದ್ರಿಸುತ್ತಿದ್ದವು. ಅಬ್ಬುವಿಗೋಸ್ಕರ ಕಾಯುತ್ತಿರುವಂತೆ ರಾಖಿ ಸಾರಾಯಿ ಬಾಟಲಿಗಳು ಅಲ್ಲಿಯೇ ಇವೆ. ನಾನು ಜರ್ಮನಿಯಿಂದ ಬರೆಯುತ್ತಿದ್ದ ಪತ್ರಗಳ ಜೊತೆಗೆ ನಮ್ಮ ವಿವಾಹದ ಇತರ ಚಿತ್ರಗಳನ್ನು ಸೇರಿಸಿ ಒಂದು ಬಟ್ಟೆ ಚೀಲದಲ್ಲಿಡಲಾಗಿತ್ತು.

ನಾನು ಜೀವನವಿಡೀ ಕ್ಯಾಮೆರಾದಲ್ಲಿ ಸೆರೆಹಿಡಿದಿದ್ದ ಫೋಟೋಗಳೆಲ್ಲ ಧೂಳು ಮತ್ತು ಕೊಳಕು ಮೆತ್ತಿಕೊಂಡು ಅಲ್ಲಲ್ಲಿ ಎಲ್ಲೆಡೆ ಬಿಸುಡಲ್ಪಟ್ಟಿವೆ. ಮನೆಯನ್ನು ಶುಚಿ ಮಾಡಿದ ಹೆಂಗಸರು ಅವು ಕೆಲಸಕ್ಕೆ ಬಾರದವು ಎಂದೇ ಭಾವಿಸಿ ಮೇಲಿನಿಂದ ನೆಲ ಮಾಳಿಗೆಗೆ ಎಸೆದಿರಲಿಕ್ಕೆ ಸಾಕು. ಆದರೆ ಒಂದೊಂದು ಫೋಟೋ ಕೂಡ ನನಗೆ ನೆನಪಿನ ನಿಧಿಯೇ... ನೆನಪಿನ ಸ್ಮರಣಿಕೆಗಳೇ... ಸದ್ಯ ಅವುಗಳನ್ನು ಸುಟ್ಟು ಹಾಕಿಲ್ಲ ಎಂದು ಸಮಾಧಾನ ಮಾಡಿಕೊಂಡೆ. ಇಲಿಯಾಸ್‌ನ ನೆನಪಿನ ಯಾವುದಾದರೂ ಸ್ಮರಣಿಕೆಗಾಗಿ ಹುಡುಕುತ್ತೇನೆ... ಯಾವುದು ಕಾಣಿಸುವುದಿಲ್ಲ. ಏನನ್ನೂ ಉಳಿಸದಷ್ಟು ಬೇಗ ಹೊರಟು ಹೋಗಿದ್ದನೆ?

ನಾನು ಹಸ್ತಾಕ್ಷರ ಮಾಡಿ ಅಕ್ಕನಿಗೆ ಕೊಟ್ಟಿದ್ದ ಪುಸ್ತಕಗಳು ನನ್ನ ನೋಟ್ ಪುಸ್ತಕ ಎಲ್ಲಾ ಅಲ್ಲಿವೆ. ಮನಸ್ಸಿಗೆ ಏನೋ ಹೊಳೆದಂತಾಗಿ ನನ್ನ ಹಳೆಯದಾಗಿ ಹಳದಿಯಾಗಿದ್ದ ಪೌರಶಾಸ್ತ್ರದ ಪುಸ್ತಕದ ಹಾಳೆಗಳನ್ನು ಮಗುಚುತ್ತೇನೆ. ಇಲಿಯಾಸ್‌ನ ನೆನಪಿನ ಕುರುಹು ಏನಾದರೂ ಇರಬಹುದೆಂಬ ಆಸೆಯಿಂದ ಹುಡುಕುತ್ತೇನೆ. ಮಾರ್ಜಿನ್‌ಗಳಲ್ಲಿ ಅವನು ಬರೆದಿದ್ದ ಅಕ್ಷರಗಳನ್ನು ನೋಡಿ ಮನಸ್ಸು ಸ್ವಲ್ಪ ಮುದಗೊಳ್ಳುತ್ತದೆ. ಆಪಾಳಿಗಾಗಿ ಖರೀದಿಸಿದ್ದ ದಟ್ಟ ಹಸಿರು ಉಡುಪು ಮತ್ತು ಸಮುದ್ರ ನೀಲಿ ಬಣ್ಣದ ತಲೆ ವಸ್ತ್ರ ಅಲ್ಲಿಯೇ ಒಂದು ಡಬ್ಬಿಯಲ್ಲಿವೆ. ಅವಳು ಎಂದೂ ಅವುಗಳನ್ನು ಧರಿಸಿರಲಿಲ್ಲ. ಜೋಪಾನವಾಗಿ ಮಡಚಿಟ್ಟಿದ್ದ ಆ ಬಟ್ಟೆಗಳೆಲ್ಲ ಹುಳ ಹಿಡಿದು ತೂತು ತೂತಾಗಿಬಿಟ್ಟಿವೆ. ಮತ್ತೆ... ಮರೆತು ಹೋದ, ಮುದ್ದೆಯಾದ ಅವಳ ಆ ಹೂವಿನ ಫ್ರಾಕು... ಮಣ್ಣು ಮತ್ತು ರಕ್ತದ ಕಲೆಗಳಿಂದ ಬಿರುಸಾಗಿಬಿಟ್ಟಿದೆ. ಇನ್ನು ನನ್ನಿಂದ ಸಾಧ್ಯವಿಲ್ಲ ಎಂದೆನಿಸಿ ಆ ನೆನಪುಗಳಿಂದ ನನ್ನನ್ನೇ ನಾನು ಸೆಳೆದುಕೊಳ್ಳುತ್ತಾ ಹೊರಗೆ ಬಂದೆ. ಕಣ್ಣೀರುಮರದತ್ತ ಧಾವಿಸಿದೆ. ಅದು ಒಣಗಿಬಿಟ್ಟಿತ್ತು. ನನ್ನ ಬೆರಳುಗಳ ಕೆಳಗೆ ಅದರ ಎಲೆಗಳು ಪುಡಿಪುಡಿಯಾದವು. ಆದರೂ ಅದು ಸಾವಿಗೆ ತನ್ನನ್ನು ತಾನು ಒಡ್ಡಿಕೊಂಡಿರಲಿಲ್ಲ. ನಮ್ಮ ದೀಪಸ್ತಂಭದ ಮನೆಯಂತೆಯೇ ಇನ್ನೂ ದಿಟ್ಟವಾಗಿ ನೆಟ್ಟಗೆ ನಿಂತಿತ್ತು.

ಮಿನಾರಿನ ತುದಿಗೆ ಸರಿಯಾಗಿ ಅರವತ್ತು ಹೆಜ್ಜೆಗಳು. ಮಹಡಿ ಹತ್ತುತ್ತ ನನಗೆ ನಾನೇ ಹೇಳಿಕೊಂಡೆ. ಗೋಡೆಯ ಮೇಲೆ ನಾನು ಸೀಮೆಎಣ್ಣೆ ದೀಪವನ್ನು ಒಡೆದು ಹಾಕಿ ಉಂಟಾಗಿದ್ದ ಕಲೆಗಳು ಇನ್ನೂ ಇವೆ. ಹಳದಿ ಲಕೋಟೆಯಿಂದ ನಮ್ಮ ಕುಟುಂಬದ ಫೋಟೋವನ್ನು ಹೊರತೆಗೆದು ಅದನ್ನು ಅಲ್ಲಿದ್ದ ಮೊಳೆಗೆ ನೇತು ಹಾಕಿದೆ. ಇಷ್ಟು ವರ್ಷಗಳ ನಂತರ ಈಗ ಅಲ್ಲಿ ನಮ್ಮ ಕುಟುಂಬವೆಲ್ಲ ಸೇರಿದೆ... 'ಲೈಟ್‌ಹೌಸ್ ಫ್ಯಾಮಿಲಿ' ಎಂದು ನಾನೇ ಬರೆದಿದ್ದ ಶೀರ್ಷಿಕೆಯನ್ನು ಉಸುರುತ್ತಿರಲು ಆಪಾ ಮತ್ತು ಇಲಿಯಾಸ್‌ನ ನಗು ಕಿವಿಯಲ್ಲಿ ಮೊಳಗುತ್ತದೆ.

ನಮ್ಮ ಬಾಲ್ಯದ ನೆನಪುಗಳ ತುತ್ತ ತುದಿಯಲ್ಲಿ ಈಗ ನಾವಿದ್ದೇವೆ. ಹೋಮರ್ ಕವಿಯ 'ಏಂಡಿ ವಿಮಾಸ್' ಎಂಬ ಹೆಸರಿಗೆ ಅತ್ಯಂತ ಸೂಕ್ತವಾದ, ಆ ಶೀರ್ಷಿಕೆಯನ್ನು ಅತಿಕ್ರಮಿಸದಷ್ಟು ಮಾತ್ರವೇ ಬಿರುಸಾಗಿ ಬೀಸುವ ಈಶಾನ್ಯ ಗಾಳಿ ನನ್ನ ಮುಖವನ್ನು ಸವರುತ್ತದೆ. ಅದೊಂದು ವಿಷಾದದ ಜೋಗುಳದಂತೆ ಮೊರೆಯುತ್ತದೆ. ಸಮುದ್ರದ ಮೇಲೆ ಚಿಯೋಸ್‌ನಿಂದ ಲೆಸ್ಬೋಸ್‌ನ ಕಡೆಗೆ ಮತ್ತೆ ಆ ಬಿಳಿ ಹಡಗು ತೇಲುತ್ತದೆ. ತೇಪೆ ಹಾಕಿದ ಬಟ್ಟೆ ಧರಿಸಿದ ಮೂವರು ಮಕ್ಕಳು ನಗುತ್ತಾ ಹೊರಬಂದು ಭಾವಣಿಯ ಮೇಲೆ ಕುಳಿತುಕೊಳ್ಳುತ್ತಾರೆ. ಹುಡುಗಿಯ ಕೂದಲು ಅವಳ ಕಿವಿಯ ಮಟ್ಟಕ್ಕೆ ಮಾತ್ರ ಮುಟ್ಟುವಷ್ಟು ತುಂಡಾಗಿದೆ. ಸಾಗಿ ಹೋಗುತ್ತಿರುವ ಹಡಗಿನತ್ತ ಕೈಬೀಸುತ್ತಾ ಮಕ್ಕಳು ಮುಖವೆಲ್ಲ ನಗೆ ಸೂಸುತ್ತಾರೆ.

ನನ್ನ ಹೃದಯ ಹೊಡೆದುಕೊಳ್ಳುತ್ತಿದೆ, ಮೊಣಕಾಲು ನಡುಗುತ್ತಿವೆ. ಡೆಲ್ಫಿನಾ ಭುಜ ಹಿಡಿದು ನಿಲ್ಲಿಸುತ್ತಾಳೆ. ಅವಳು ನನ್ನ ಜೊತೆಗಿರುವುದೇ ಆನಂದ. ಅವಳ

ಕೈಯನ್ನು ಒತ್ತುತ್ತಾ ಧೈರ್ಯ ತುಂಬಿಕೊಂಡು ಅಲ್ಲಿಯವರೆಗೂ ತಡೆ ಹಿಡಿದಿದ್ದ ಕಣ್ಣೀರನ್ನು ಧಾರೆ ಧಾರೆಯಾಗಿ ಹರಿಯಲು ಬಿಟ್ಟು ಬಿಡುತ್ತೇನೆ. ಹೃದಯದ ನೋವೆಲ್ಲ ಸೋರಿ ಹೋಗುವಂತೆ ಬಿಕ್ಕಿಬಿಕ್ಕಿ ಅಳುತ್ತೇನೆ...

ದೀಪಸ್ತಂಭದ ನಿರ್ವಾಹಕರಾದ ಕ್ಯಾಪಿಟ್ ಟೇಲನ್ ಮತ್ತು ಸಾರ್ಪಿನಿಕ್ ಹಳ್ಳಿಯ ಮಾಜಿ ಶಿಕ್ಷಕ, ಬರಹಗಾರರಾಗಿದ್ದ ಯೆಲ್ಡಿರಿಮ್ ಆಯ್ಸಾ ಅವರಿಗೆ ಹೃತ್ಪೂರ್ವಕ ಧನ್ಯವಾದಗಳು.

ಛಂದ ಪುಸ್ತಕ ಬಹುಮಾನ

ಪುಟ್ಟ ಪಾದದ ಗುರುತು – ಸುನಂದಾ ಪ್ರಕಾಶ ಕಡಮೆ – ₹ 120
ಈ ಕತೆಗಳ ಸಹವಾಸವೇ ಸಾಕು – ಅಲಕ ತೀರ್ಥಹಳ್ಳಿ – ₹ 60
ಹಟ್ಟಿಯೆಂಬ ಭೂಮಿಯ ತುಣುಕು – ಲೋಕೇಶ ಅಗಸನಕಟ್ಟೆ – ₹ 180
ಗೋಡೆಗೆ ಬರೆದ ನವಿಲು – ಸಂದೀಪ ನಾಯಕ – ₹ 60
ಮೊದಲ ಮಳೆಯ ಮಣ್ಣು – ಕಣಾದ ರಾಘವ – ₹ 140
ಆಟಿಕೆ – ಬಸವಣ್ಣೆಪ್ಪಾ ಕಂಬಾರ – ₹ 100
ಮಾಯಾಕೋಲಾಹಲ – ಮೌನೇಶ ಬಡಿಗೇರ – ₹ 165
ಕೇಪಿನ ಡಬ್ಬಿ – ಪದ್ಮನಾಭ ಭಟ್, ಶೇವ್ಕಾರ – ₹ 150
ಮನಸು ಅಭಿಸಾರಿಕೆ – ಶಾಂತಿ ಕೆ ಅಪ್ಪಣ್ಣ – ₹ 230
ದೇವರು ಕಚ್ಚಿದ ಸೇಬು – ದಯಾನಂದ – ₹ 140
ಧೂಪದ ಮಕ್ಕಳು – ಸ್ವಾಮಿ ಪೊನ್ನಾಚಿ – ₹ 130
ಡುಮಿಂಗ – ಶಶಿ ತರೀಕೆರೆ – ₹ 130
ಬಯಲರಸಿ ಹೊರಟವಳು – ಛಾಯಾ ಭಟ್ – ₹ 120
ಮಾಕೋನ ಏಕಾಂತ – ಕಾವ್ಯಾ ಕಡಮೆ – ₹ 130

ಕಥಾಸಂಕಲನ

ಶಕುಂತಳಾ – ಗುರುಪ್ರಸಾದ್ ಕಾಗಿನೆಲೆ – ₹ 80
ಜುಮುರು ಮಳೆ – ಸುಮಂಗಲಾ – ₹ 220
ಶಾಲಭಂಜಿಕೆ – ಡಾ. ಕೆ. ಎನ್. ಗಣೇಶಯ್ಯ – ₹ 180 (7ನೆಯ ಮುದ್ರಣ)
ಕಾರಂತಜ್ಜನಿಗೊಂದು ಪತ್ರ – ಸಚ್ಚಿದಾನಂದ ಹೆಗಡೆ – ₹ 150
ಹಕೂನ ಮಟಾಟ – ನಾಗರಾಜ ವಸ್ತಾರೆ – ₹ 80
ಕಾಲಿಟ್ಟಲ್ಲಿ ಕಾಲುದಾರಿ – ಸುಮಂಗಲಾ – ₹ 80
ಹುಲಿರಾಯ – ಕೀರ್ತಿರಾಜ್ – ₹ 80
ನಿರವಯವ – ನಾಗರಾಜ ವಸ್ತಾರೆ – ₹ 125
ಹನ್ನೊಂದನೇ ಅಡ್ಡರಸ್ತೆ – ಸುಮಂಗಲಾ – ₹ 170
ಗಾಳಿಗೆ ಮೆತ್ತಿದ ಬಣ್ಣ – ಕರ್ಕಿ ಕೃಷ್ಣಮೂರ್ತಿ – ₹ 120
ಕನ್ನಡಿ ಹರಳು – ಪದ್ಮನಾಭ ಭಟ್, ಶೇವ್ಕಾರ – ₹ 130
ಒಂದು ಚಿಟಿಕೆ ಮಣ್ಣು – ಲಕ್ಷ್ಮಣ ಬಾದಾಮಿ – ₹ 130
ಬಂಡಲ್ ಕತೆಗಳು – ಎಸ್ ಸುರೇಂದ್ರನಾಥ್ – ₹ 160
ದೇವರ ರಜಾ – ಗುರುಪ್ರಸಾದ್ ಕಾಗಿನೆಲೆ – ₹ 150
ಕಟ್ಟು ಕತೆಗಳು – ಎಸ್ ಸುರೇಂದ್ರನಾಥ್ – ₹ 210
ಮಡಿಲು (ನೀಳ್ಗತೆ) – ನಾಗರಾಜ ವಸ್ತಾರೆ – ₹ 15
ತಿರಾಮಿಸು – ಶಶಿ ತರೀಕೆರೆ – ₹ 210

ಪ್ರಬಂಧ

ಪೂರ್ವ ಪಶ್ಚಿಮ – ಎಂ. ಆರ್. ದತ್ತಾತ್ರಿ – ₹ 80
ರಾಗಿಮುದ್ದೆ – ರಘುನಾಥ ಚ. ಹ. – ₹ 120
ಕುಟ್ಟವಲಕ್ಕಿ / ಗೊಜ್ಜವಲಕ್ಕಿ – ಪ್ರಶಾಂತ ಆಡೂರ – ₹ 170 / ₹ 170
ಕಿಲಿಮಂಜಾರೋ – ಪ್ರಶಾಂತ್ ಬೀಚಿ – ₹ 80
ಮಿಸಳ್ ಭಾಜಿ – ಭಾರತಿ ಬಿ ವಿ – ₹ 190
ನೀ ಮಾಯೆಯೊಳಗೋ... – ವಿಕ್ರಮ ಹತ್ವಾರ – ₹ 120
ಸಾವೆಂಬ ಲಹರಿ – ಗುರುಪ್ರಸಾದ ಕಾಗಿನೆಲೆ – ₹ 140
ವೈದ್ಯ, ಮತ್ತೊಬ್ಬ – ಗುರುಪ್ರಸಾದ ಕಾಗಿನೆಲೆ – ₹ 120
ಅಪ್ಪನ ರ್‍ಯಾಲೀಸ್ ಸೈಕಲ್ – ದರ್ಶನ್ ಜಯಣ್ಣ – ₹ 110

ಅನುವಾದ

ದಿ ಚಾಯ್ಸ್ – ಈಡಿತ್ ಎವಾ ಎಗರ್ (ಜಯಶ್ರೀ ಭಟ್) – ₹ 280
ದೇಹವೇ ದೇಶ – ಗರಿಮಾ ಶ್ರೀವಾಸ್ತವ (ವಿಕ್ರಮ ವಿಸಾಜಿ) – ₹ 250
ಪರ್ಸೆಪೊಲಿಸ್– ಮಾರ್ಜಾನ್ ಸತ್ರಪಿ (ಪ್ರೀತಿ ನಾಗರಾಜ) – ₹ 395
ಗಾಳಿ ಪಳಗಿಸಿದ ಬಾಲಕ – ವಿಲಿಯಂ ಕಾಂಕ್ವಾಂಬಾ (ಕರುಣಾ ಬಿ ಎಸ್) – ₹ 180
ಅಮೋಸ್ ಫಾರ್ಚೂನ್ – ಎಲಿಝಬೆತ್ ಯೇಟ್ಸ್ (ಜಯಶ್ರೀ ಭಟ್) – ₹ 100
ನವ ಜೀವಗಳು – ವಿಲಿಯಂ ಡಾಲ್ರಿಂಪಲ್ (ನವೀನ ಗಂಗೋತ್ರಿ) – ₹ 250
ಮೈಕೆಲ್ ಕೆ – ಜೆ.ಎಂ. ಕುಟ್‌ಸೀ (ಸುನಿಲ್ ರಾವ್) – ₹ 170
ಲೇರಿಯೊಂಕ – ಹೆನ್ರಿ ಆರ್. ಓಲೆ ಕುಲೆಟ್ (ಪ್ರಶಾಂತ ಬೀಚಿ) – ₹ 140
ಅರೆಶತಮಾನದ ಮೌನ – ಯಾನ್ ರಫ್–ಓ'ಹರ್ನ್ (ಅರುಣ್) – ₹ 310
ಪರ್ವತದಲ್ಲಿ ಪವಾಡ – ನ್ಯಾಂಡೊ ಪರಾಡೊ (ಸಂಯುಕ್ತಾ ಪುಲಿಗಲ್) – ₹ 340
ಚಂದಿರ ಬೇಕೆಂದವನು – ಮಿಮಿ ಬೇರ್ಡ್ (ಪ್ರಜ್ಞಾ ಶಾಸ್ತ್ರಿ) – ₹ 180
ಬಂಡೂಲ – ವಿಕಿ ಕಾನ್‌ಸ್ಟಂಟೀನ್ ಕ್ರುಕ್ (ರಾಜ್ಯಶ್ರೀ ಕುಳಮರ್ವ) – ₹ 425
ರೆಬೆಲ್ ಸುಲ್ತಾನರು – ಮನು ಎಸ್ ಪಿಳ್ಳೈ (ಸಂಯುಕ್ತಾ ಪುಲಿಗಲ್) – ₹ 420
ಫಾಲೋಯಿಂಗ್ ಫಿಶ್ – ಸಮಂತ್ ಸುಬ್ರಮಣಿಯನ್ (ಸಹನಾ ಹೆಗಡೆ) – ₹ 280
ಜಗವ ಚುಂಬಿಸು – ಸುಬ್ರೊತೋ ಬಾಗ್ಚಿ (ವಂದನಾ ಪಿ ಸಿ) – ₹ 240
ಪರ್ದಾ ಅಂಡ್ ಪಾಲಿಗಮಿ – ಇಕ್ಬಾಲುನ್ನೀಸಾ ಹುಸೇನ್ (ದಾದಾಪೀರ್) – ₹ 380
ವಾಡಿವಾಸಲ್ – ಚಿ. ಸು. ಚೆಲ್ಲಪ್ಪ (ಸತ್ಯಕಿ) – ₹ 70
ನಾಲ್ಕನೇ ಎಕರೆ – ಶ್ರೀರಮಣ (ಅಜಯ್ ವರ್ಮಾ ಅಲ್ಲೂರಿ) – ₹ 100
ಮಾವೋನ ಕೊನೆಯ ನರ್ತಕ – ಲೀ ಕ್ವಿನ್‌ಶಿಂಗ್ (ಜಯಶ್ರೀ ಭಟ್) – ₹ 340
ಕೋಬಾಲ್ಟ್ ಬ್ಲೂ – ಸಚಿನ್ ಕುಂಡಲ್‌ಕರ್ (ಸಪ್ನಾ ಕಟ್ಟಿ) – ₹ 150
ವಿದ್ಯಾವಂತ ವೇಶ್ಯೆಯ ಆತ್ಮಕಥೆ – ಮಾನದಾ ದೇವಿ (ನಾಗ ಹುಬ್ಳಿ) – ₹ 240
ದಿ ಲೈಟ್‌ಹೌಸ್ ಫ್ಯಾಮಿಲಿ – ಫಿರಾತ್ ಸುನೇಲ್ (ಮಾಧುರಿ ಕುಲಕರ್ಣೀ) – ₹ 230

ವಸುಧೇಂದ್ರ

ಮನೀಷೆ – ಕತೆಗಳು – ₹ 120 (8ನೆಯ ಮುದ್ರಣ)
ಯುಗಾದಿ – ಕತೆಗಳು – ₹ 190 (9ನೆಯ ಮುದ್ರಣ)

ಚೇಳು – ಕತೆಗಳು – ₹ 120 (8ನೆಯ ಮುದ್ರಣ)
ಹಂಪಿ ಎಕ್ಸ್‌ಪ್ರೆಸ್ – ಕತೆಗಳು – ₹ 195 (9ನೆಯ ಮುದ್ರಣ)
ಮೋಹನಸ್ವಾಮಿ – ಕತೆಗಳು – ₹ 270 (7ನೆಯ ಮುದ್ರಣ)
ವಿಷಮ ಭಿನ್ನರಾಶಿ – ಕತೆಗಳು – ₹ 280 (4ನೆಯ ಮುದ್ರಣ)
ಕೋತಿಗಳು – ಪ್ರಬಂಧ – ₹ 120 (8ನೆಯ ಮುದ್ರಣ)
ನಮ್ಮಮ್ಮ ಅಂದ್ರೆ ನಂಗಿಷ್ಟ – ಪ್ರಬಂಧ – ₹ 75 (25ನೆಯ ಮುದ್ರಣ)
ರಕ್ಷಕ ಅನಾಥ – ಪ್ರಬಂಧ – ₹ 110 (5ನೆಯ ಮುದ್ರಣ)
ವರ್ಣಮಯ – ಪ್ರಬಂಧ – ₹ 225 (5ನೆಯ ಮುದ್ರಣ)
ಐದು ಪೈಸೆ ವರದಕ್ಷಿಣೆ – ಪ್ರಬಂಧ – ₹ 280 (5ನೆಯ ಮುದ್ರಣ)
ಹರಿಚಿತ್ತ ಸತ್ಯ – ಕಾದಂಬರಿ – ₹ 200 (6ನೆಯ ಮುದ್ರಣ)
ತೇಜೋ–ತುಂಗಭದ್ರಾ – ಕಾದಂಬರಿ – ₹ 450 (13ನೆಯ ಮುದ್ರಣ)
ಮಿಥುನ – ಶ್ರೀರಮಣರ ಕತೆಗಳು – ₹ 135 (8ನೆಯ ಮುದ್ರಣ)
ಎವರೆಸ್ಟ್ – ಜಾನ್ ಕ್ರಾಕೌರ್ – ₹ 420 (4ನೆಯ ಮುದ್ರಣ)

ಕಾದಂಬರಿ

ಎನ್ನ ಭವದ ಕೇಡು – ಎಸ್ ಸುರೇಂದ್ರನಾಥ್ – ₹ 75
ನ್ಯಾಸ – ಹರೀಶ ಹಾಗಲವಾಡಿ – ₹ 250
ಗುಣ – ಗುರುಪ್ರಸಾದ್ ಕಾಗಿನೆಲೆ – ₹ 150
ದ್ವೀಪವ ಬಯಸಿ – ಎಂ. ಆರ್. ದತ್ತಾತ್ರಿ – ₹ 320
ತಾರಾಬಾಯಿಯ ಪತ್ರ – ದತ್ತಾತ್ರಿ ಎಂ ಆರ್ – ₹ 160
ಅಗೆದಷ್ಟೂ ನಕ್ಷತ್ರ – ಸುಮಂಗಲಾ – ₹ 230
ಪ್ರಿಯೇ ಚಾರುಶೀಲೆ – ನಾಗರಾಜ ವಸ್ತಾರೆ – ₹ 380
ಋಷ್ಯಶೃಂಗ – ಹರೀಶ ಹಾಗಲವಾಡಿ – ₹ 125
ಅಂತು – ಪ್ರಕಾಶ ನಾಯಕ್ – ₹ 200
ಚುಕ್ಕಿ ಬೆಳಕಿನ ಜಾಡು – ಕರ್ಕಿ ಕೃಷ್ಣಮೂರ್ತಿ – ₹ 200
ಬರೀ ಎರಡು ರೆಕ್ಕೆ – ಸುನಂದಾ ಪ್ರಕಾಶ ಕಡಮೆ – ₹ 220
ದೀಪವಿರದ ದಾರಿಯಲ್ಲಿ – ಸುಶಾಂತ್ ಕೋಟ್ಯಾನ್ – ₹ 160
ದಾರಿ – ಕುಸುಮಾ ಆಯರಹಳ್ಳಿ – ₹ 395
ಬರೀ ಎರಡು ರೆಕ್ಕೆ – ಸುನಂದಾ ಪ್ರಕಾಶ ಕಡಮೆ – ₹ 260

ಕವಿತೆ

ಮದ್ಯಸಾರ – ಅಪಾರ – ₹ 90
ಪೂರ್ಣನ ಗರಿಗಳು – ಪೂರ್ಣಪ್ರಜ್ಞ – ₹ 70
ಹಲೋ ಹಲೋ ಚಂದಮಾಮ – ರಾಧೇಶ ತೋಳ್ಪಾಡಿ – ₹ 50

ಪದಚರಿತೆ

ಸರಿಗನ್ನಡಂ ಗೆಲ್ಗೆ – ಅಪಾರ – ₹ 390

ಓದಿ ಓದಿ ಮರುಳಾಗಿ!

ಛಂದ ಪುಸ್ತಕ ಬಹುಮಾನ

ಹೊಸ ಕತೆಗಾರರನ್ನು ಗುರುತಿಸುವ ಸಲುವಾಗಿ ನಮ್ಮ ಪ್ರಕಾಶನ ಸಂಸ್ಥೆಯು ಕಳೆದ ಹದಿಮೂರು ವರ್ಷಗಳಿಂದ ಕತೆಗಳ ಹಸ್ತಪ್ರತಿ ಸ್ಪರ್ಧೆಯನ್ನು ನಡೆಸುತ್ತಾ ಬಂದಿದೆ. ಈವರೆಗೆ ಒಂದೂ ಕಥಾಸಂಕಲನವನ್ನು ಪ್ರಕಟಿಸದವರು ಈ ಸ್ಪರ್ಧೆಯಲ್ಲಿ ಭಾಗವಹಿಸಬಹುದು. ಇತರ ಪ್ರಕಾರಗಳಲ್ಲಿ ಒಂದೆರಡು ಪುಸ್ತಕಗಳನ್ನು ಪ್ರಕಟ ಮಾಡಿದವರೂ ಇದರಲ್ಲಿ ಭಾಗವಹಿಸುವ ಅವಕಾಶವಿರುತ್ತದೆ. ಮೊದಲ ಸುತ್ತಿನ ಆಯ್ಕೆಯನ್ನು ಪ್ರಕಾಶನದ ಸದಸ್ಯರು ಮಾಡಿ, ಕೊನೆಯ ಆಯ್ಕೆಗಾಗಿ ಸುಮಾರು ಹತ್ತು ಹಸ್ತಪ್ರತಿಗಳನ್ನು ನಾಡಿನ ಹಿರಿಯ ಸಾಹಿತಿಗಳಿಗೆ ಒಪ್ಪಿಸುತ್ತಾರೆ. ಆಯ್ಕೆಯಾದ ಹಸ್ತಪ್ರತಿಯನ್ನು ಪುಸ್ತಕ ರೂಪದಲ್ಲಿ ಪ್ರಕಟಿಸಿ, ಪ್ರಶಸ್ತಿ ಪತ್ರ, ಫಲಕ ಹಾಗೂ ಮೂವತ್ತು ಸಾವಿರ ರೂಪಾಯಿ ಬಹುಮಾನವನ್ನು ನೀಡಲಾಗುತ್ತದೆ. ಈವರೆಗೂ ಈ ಪ್ರಶಸ್ತಿಯಲ್ಲಿ ಬಹುಮಾನ ಪಡೆದವರ ವಿವರಗಳ ಪಟ್ಟಿಯನ್ನು ಮುಂದಿನ ಪುಟದಲ್ಲಿ ನೀಡಿದ್ದೇವೆ.

ಇವರಲ್ಲಿ ಮೌನೇಶ ಬಡಿಗೇರ, ಶಾಂತಿ ಕೆ ಅಪ್ಪಣ್ಣ, ಪದ್ಮನಾಭ ಭಟ್ ಶೇವ್ಕಾರ ಮತ್ತು ಸ್ವಾಮಿ ಪೊನ್ನಾಚಿ ಅವರಿಗೆ ಕೇಂದ್ರ ಸಾಹಿತ್ಯ ಅಕಾಡೆಮಿಯ ಯುವ ಪುರಸ್ಕಾರ ದೊರೆತಿದೆ. ವಿನಯಾ, ಶಾಂತಿ ಕೆ ಅಪ್ಪಣ್ಣ ಮತ್ತು ಪದ್ಮನಾಭ ಭಟ್ ಶೇವ್ಕಾರರ ಪುಸ್ತಕಗಳಿಗೆ ಕರ್ನಾಟಕ ಸಾಹಿತ್ಯ ಅಕಾಡೆಮಿಯ ಪುಸ್ತಕ ಬಹುಮಾನ ಅಥವಾ ದತ್ತಿ ಬಹುಮಾನಗಳು ಸಂದಿವೆ. ಇನ್ನೂ ಹಲವಾರು ನಾಡಿನ ಪ್ರಮುಖ ಪ್ರಶಸ್ತಿ ಮತ್ತು ಬಹುಮಾನಗಳೂ ಈ ಕೃತಿಗಳಿಗೆ ಲಭ್ಯವಾಗಿವೆ.

ನೀವು ಈ ಸ್ಪರ್ಧೆಯಲ್ಲಿ ಭಾಗವಹಿಸಬೇಕೆ? ಹಾಗಿದ್ದರೆ ನಮ್ಮ ಮುಂದಿನ ವರ್ಷದ ಸ್ಪರ್ಧೆಯ ಆಹ್ವಾನವನ್ನು ಖ್ಯಾತ ಕನ್ನಡ ನಿಯತಕಾಲಿಕಗಳಲ್ಲಿ ಅಥವಾ ಸಾಮಾಜಿಕ ಜಾಲತಾಣಗಳಲ್ಲಿ ನಿರೀಕ್ಷಿಸಿರಿ. ಹೆಚ್ಚಿನ ವಿವರಗಳಿಗೆ 98444 22782 ಗೆ ಸಂದೇಶ ಕಳುಹಿಸಿರಿ.

ಓದಿ ಓದಿ ಮರುಳಾಗಿ!

ಛಂದ ಪುಸ್ತಕ ಬಹುಮಾನ ಪಡೆದ ಕೃತಿಗಳು

ಕತೆಗಾರರು	ಕಥಾಸಂಕಲನ	ತೀರ್ಪುಗಾರರು
ಸುನಂದಾ ಪ್ರಕಾಶ ಕಡಮೆ	ಪುಟ್ಟ ಪಾದದ ಗುರುತು	ಅಶೋಕ ಹೆಗಡೆ/ ಸುಮಂಗಲಾ
ಅಲಕ ತೀರ್ಥಹಳ್ಳಿ	ಈ ಕತೆಗಳ ಸಹವಾಸವೇ ಸಾಕು	ಕೇಶವ ಮಳಗಿ/ ಸುಮಂಗಲಾ
ಲೋಕೇಶ ಅಗಸನಕಟ್ಟೆ	ಹಟ್ಟಿಯೆಂಬ ಭೂಮಿಯ ತುಣುಕು	ಬೊಳುವಾರು ಮಹಮದ್ ಕುಂಞಿ
ವಿನಯಾ	ಊರ ಒಳಗಣ ಬಯಲು	ನೇಮಿಚಂದ್ರ
ಸಂದೀಪ ನಾಯಕ	ಗೋಡೆಗೆ ಬರೆದ ನವಿಲು	ಅಮರೇಶ ನುಗಡೋಣಿ
ಕಣಾದ ರಾಘವ	ಮೊದಲ ಮಳೆಯ ಮಣ್ಣು	ಕೆ. ಸತ್ಯನಾರಾಯಣ
ಬಸವಣ್ಣೆಪ್ಪಾ ಕಂಬಾರ	ಆಟಿಕೆ	ಕುಂ. ವೀರಭದ್ರಪ್ಪ
ಮೌನೇಶ ಬಡಿಗೇರ	ಮಾಯಾಕೋಲಾಹಲ	ಓ.ಎಲ್. ನಾಗಭೂಷಣಸ್ವಾಮಿ
ಪದ್ಮನಾಭ ಭಟ್ ಶೇವ್ಕಾರ	ಕೇಪಿನ ಡಬ್ಬಿ	ಎಂ. ಎಸ್. ಆಶಾದೇವಿ
ಶಾಂತಿ ಕೆ ಅಪ್ಪಣ್ಣ	ಮನಸು ಅಭಿಸಾರಿಕೆ	ಎಚ್.ಎಸ್. ರಾಘವೇಂದ್ರ ರಾವ್
ದಯಾನಂದ	ದೇವರು ಕಚ್ಚಿದ ಸೇಬು	ನಾ. ಡಿಸೋಜಾ
ಸ್ವಾಮಿ ಪೊನ್ನಾಚಿ	ಧೂಪದ ಮಕ್ಕಳು	ಎಂ. ಎಸ್. ಶ್ರೀರಾಮ್
ಶಶಿ ತರೀಕೆರೆ	ಡುಮಿಂಗ	ಲಲಿತಾ ಸಿದ್ಧಬಸವಯ್ಯ
ಛಾಯಾ ಭಟ್	ಬಯಲರಸಿ ಹೊರಟವಳು	ತಾರಿಣಿ ಶುಭದಾಯಿನಿ
ಕಾವ್ಯಾ ಕಡಮೆ	ಮಾಕೋನ ಏಕಾಂತ	ಟಿ.ಪಿ. ಅಶೋಕ

www.ingramcontent.com/pod-product-compliance
Lightning Source LLC
LaVergne TN
LVHW102038051026
849518LV00014B/2011
* 9 7 8 8 1 9 6 4 6 4 1 9 6 *